Marathi Riyasat

मराठी रियासत

उत्तरविभाग—२

सवाई माधवरावाचा उत्तरायुःक्रम

[सन १७८४ ते १७९९]

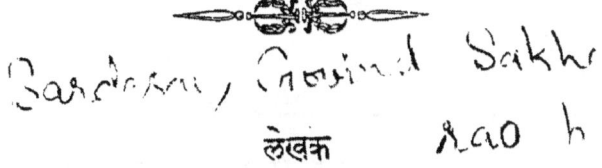

Sardesai, Govind Sakharao h

लेखक

गोविंद सखाराम सरदेसाई, बी. ए.

प्रकाशक

गणेश महादेव आणि कंपनी, पुणें शहर

अनंत आत्माराम मोरमकर
"श्रीलक्ष्मी-नारायण" छापखाना, ३६४ ठाकुरद्वार-मुंबई.
सप्टेंबर १९२९.

[सर्व हक्क ग्रंथकर्त्याकडे आहेत.]

A HISTORY OF MODERN INDIA
MARATHA PERIOD
1784-1795

KAMSHET,
Dist. Poona.

G. S. SARDESAI,
B. A.

सूचना—

प्रस्तावना, साधनग्रंथ, वंशावळी वगैरे विषय पूर्वीच्या भागांत दिले आहेत.

कामशेत, जिल्हा पुणें. } **गो. स. सरदेसाई.**

गो. स. सरदेसाई यांचीं पुस्तकें

गणेश महादेव आणि कंपनी,

६०८ सदाशिव पेठ, पुणें शहर.

अनुक्रमणिका

शुद्धिपत्र

पृष्ठ	ओळ		
२००	१७	कज्जा होतां	कज्जा न होतां
२०१	९	शानुकुंड	शांतनुकुंड
२७९	१२	नरगुंदला	नरगुंद
३९९	खा. ४	आतीवर	छातीवर

मराठी रियासत

उत्तर विभाग २

सवाई माधवरावाचा उत्तरायुःक्रम

प्रकरण १६ वें

तुकोजी होळकराच्या दैवाची दौलत उतरली

सन १७८१—१७९४.

१. तुकोजी होळकराचें दत्तविधान.
२. तुकोजी वै अहल्याबाई यांच्या बेबनावाचें कारण.
३. या भांडणांत नाना महादजींची शिष्टाई.
४. तडजोडीचे विफल प्रयत्न, नारो गणेशाची विटंबना.
५. मल्हाररावाचा बंडावा.
६. देवराव हिंगण्याची शिष्टाई (मार्च १७९३—डिसेंबर १७९४).
७. अहल्याबाईची कसूर.

*   *   *

१. तुकोजी होळकराचें दत्तविधान.* —तुकोजीचा जन्म १७२५ चा म्हणजे अहल्याबाईच्याच वेळचा असून तो मल्हाररावाबरोबर मोहिमांत असे.

---

* **आधार**—होळकरांची कैफियत, महाराष्ट्र मंडळाची बखर (भा. व. २), मा. रो. १.१७५-१८१; स. मा. रो. १.२५६; पे. द. पृ. २०९-२१३; तह व करारमदार पृ. १६२; Duff p. 196; Kincaid p. 99; खुशालीराम प्रशस्ति; होळकरांची वंशावळ-सरस्वतीमंदिर; म. द. बा. भाग १-२; तीर्थोपाध्यायांचे लेख; खं. १०. ले. २६४; वा. इ. व्ह. १८३५, पृ. २६७ (भा. इ. सं. मं.).

स. १७६९ पासून पांच वर्षे तो महादजी शिंद्यावरोबर दिल्लीकडे असून स. १७७४ त दक्षिणेंत आला, तो स. १७८७ पावेतों बहुतेक इकडेच पेशव्यांच्या मोहिमांवर होता. फक्त एकदां स. १७८०त गुजराथची मोहीम करून पावसाळ्याचे कांहीं महिने तो इंदुरास गेला होता. स. १७८७ त तो उत्तर हिंदुस्थानांत गेला, त्यानंतर स. १७९४ अखेर नानानें खर्ड्यांच्या स्वारीच्या प्रसंगीं दक्षिणेंत बोलावल्यावरून तो पुण्यास आला, आणि तेथेंच १५-८-१७९७ रोजीं वारला. ही त्याची सामान्य हयातवारी पुढील हकीकत समजण्यास उपयोगी पडेल.

तुकोजीस मल्हाररावानें यथाविधि दत्तक घेतलें होतें कीं नाहीं यासंबंधानें पूर्वीं मराठशाहींत व हल्लीं सुद्धां वर्तमानपत्रीं वाद चालत असल्यामुळें, उपलब्ध पुराव्यावरून या प्रश्नाचें ऐतिहासिक स्वरूप नमूद करणें जरूर आहे. तुकोजी व अहल्याबाई यांच्या भांडणाचें स्वरूप समजण्यासही या विवेचनाचा उपयोग आहे.

मल्हारराव होळकर ता. २०-५-१७६६ रोजीं वारला. त्याचा एकुलता एक मुलगा खंडेराव पूर्वींच ता. १७-३-१७५४ रोजीं वारला होता. खंडेरावाची बायको अहल्याबाई हिला दोन अपत्यें झालीं. वडील मुलगा मालराव देपाळपुरास स. १७४५ त जन्मला व तो २७-३-१७६७ रोजीं मरण पावला; धाकटी मुलगी मुक्ताबाई. या मुक्ताबाईला एक मुलगा झाला, त्याचें नांव नथ्याबा फणसे. हा नथ्याबा इ. स. १७९० त मरण पावला. मुक्ताबाईचा नवरा यशवंतराव फणसे ता. ३-१२-१७९१ रोजीं वारला; तेव्हां मुक्ताबाई सती गेली. अहल्याबाईचा जन्म स. १७२५ सुमारचा असून ती ता. १३-८-१७९५ रोजीं वारली.

प्रश्न असा आहे कीं, मल्हाररावाचा नातू मालराव वारल्यावर होळकरशाहीच्या गादीस मालक कोण झाला ? ही मालकी स्वतः अहल्याबाईनें स्वीकारिली कीं, ती स्वतः बायको पडल्यामुळें तुकोजीस दत्तक घेऊन त्याच्या नांवानें कारभार चालविला ? या प्रश्नाचा निकाल उपलब्ध पुराव्यावरून करावयाचा आहे.

तुकोजी होळकर नांवाचा एक शूर आप्त गृहस्थ पुष्कळ वर्षे मल्हाररावाजवळ काम करून अनुभव मिळविलेला होता. मल्हाररावाचा त्याजवर विश्वास व प्रेम परिपूर्ण होतें. तो होळकर घराण्यांतील होता याविषयीं वाद नाहीं; मात्र तो किती जवळचा किंवा दूरचा होता याचा थांग लागत नाहीं. मागाहून तयार झालेल्या वंशावळींत तुकोजीचा संबंध येणेंप्रमाणें दिसतो. (पुरुषोत्तमकृत अ. च.).

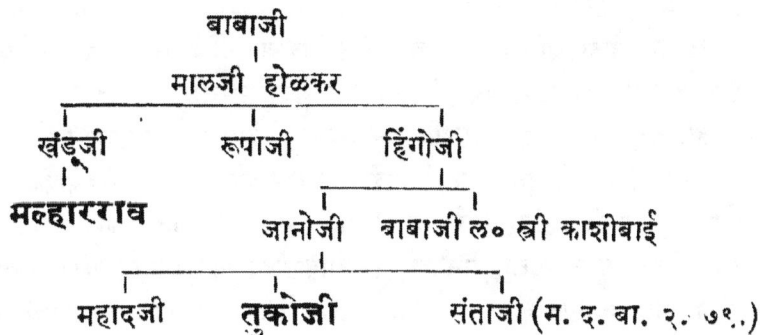

बाबाजी
|
मालजी होळकर
|
खंडूजी — रूपाजी — हिंगोजी

खंडूजी
|
मल्हारराव

हिंगोजी
|
जानोजी — बाबाजी ल० स्त्री काशीबाई

जानोजी
|
महादजी — **तुकोजी** — संताजी (म. द. वा. २. ७१.)

मल्हाररावाच्या पश्चात् सर्व कारभार अहल्याबाईच स्वतःच्या मुखत्यारीनें करीत असे. लष्करी कामगिरीवर ती तुकोजीस पाठवी. अहल्याबाईच्या पश्चात् तुकोजीच सर्व मालक झाला, आणि पुढील होळकरशाहीचा कारभार त्याच्याच वंशाकडे चालला. तुकोजी स्वतः अहल्याबाईच्या आज्ञेंत राहूनच वागे, तिच्या मर्जीविरुद्ध सहसा वागला नाहीं. पेशव्यांच्या घरांत राघोबादादामुळें दुफळी झाली; त्या भानगडींत अहल्याबाई व तुकोजी यांचेंहि थोडे दिवस बिघडलें; आणि तुकोजीस बाजूस ठेवून तिनें आपल्या मुलीचा मुलगा नथ्याबा फणसे यास दत्तक घेण्याचा ठराव पेशव्यांशीं केला. यामुळें तुकोजीचें दत्तविधान पूर्वी यथाविधि झालें होतें कीं नाहीं याबद्दल संशय राहतो, आणि इतक्याच पुरतें या प्रश्नाचें महत्त्व आहे. वास्तविक नथ्याबास बाईनें दत्तक घेतल्याचा पुरावा उपलब्ध नाहीं. तुकोजी सही करतांना आपणास मल्हाररावाचा पुत्र म्हणवितो. पेशव्यांकडून तुकोजीस जाणाऱ्या कागदांत त्यास तुकोजी बिन मल्हारजी होळकर असें म्हटलेलें आहे.

'श्री म्हाळसाकांत चरणीं तत्पर मल्हारजीसुत तुकोजी होळकर' असा तुकोजीचा शिक्का अहल्याबाईच्या विद्यमानेंच तयार झालेला होता. असाच त्याच्या नांवाचा उल्लेख जेजुरीच्या मंदिरांतील एका खांबावर कोरलेला आहे. यावरून व्यवहारांत कैक वर्षे उघडपणें तुकोजी हा मल्हाररावाचा पुत्र म्हणविला जात असे; आणि त्यास अहल्याबाईनेंहि कधीं हरकत घेतली नाहीं हें उघड आहे. अहल्याबाईहून तो वयानें थोडा मोठा होता. अर्थात् अहल्याबाईनें स्वतः त्यास दत्तक घेतलें नव्हतें. मल्हाररावाच्या मृत्युपूर्वी तुकोजीचें दत्तविधान होण्याचें कारणच नव्हतें. त्यानंतर हा संस्कार **यथाविधि** झाला असेल तर दत्तक घेणार कोणीं जिवंत पाहिजे. मल्हाररावाची बायको गौतमाबाई दत्तक घेण्यास जिवंत

असेल तर दत्तविधान होऊं शकेल. ती नवऱ्यापूर्वींच ता. २९ सप्टेंबर सन १७६१ रोजीं आपल्या वयाच्या ६६ व्या वर्षी वारली.

ता. १६-१०-१७६१ रोजीं मल्हारराव दमाजी गायकवाडास लिहितो, 'श्रीमंतांचीं पत्रें येतात, सत्वर यावें. समयास शीघ्र जाऊन पोंहचावें, विजयादशमीच्या मुहूर्तें शिबिरें बाहेर द्यावीं; परंतु मधीं विपरीत प्रकार जाला, त्यामुळें पंधरा दिवस गुंता पडला. मागील समजाविशीचा निर्गम करून कांहीं लोक देशीं रवाना केले. आमचें कूच होईल ते दिवशीं लिहून पाठवूं, त्याप्रमाणें आपण स्वार होऊन तापीवर अगर गंगातीरीं गांठ पडून समागमें श्रीमंतांची भेट घेऊं.' (बडोदें दप्तर). या पत्रांत उल्लेखिलेला पंधरा दिवसांच्या गुंत्याचा प्रसंग गौतमाबाईच्या मृत्यूचा होय. इनामी कागदांत गौतमाबाईचा उल्लेख 'कैलासवासी सौभाग्यवती ' अशा शब्दांनीं झाला असल्यामुळें ती नवऱ्याच्या हयातींत वारली याविषयीं संशय राहत नाहीं. इंदूरजवळ ' पिंपळ्या राव ' नांवाच्या गांवीं गौतमाबाईच्या अंत्यविधीचें भूमिदान झालें, त्याच्या सनदेचा काळ वरील मृत्युकालास पुष्टि देतो. शिवाय मल्हाररावाच्या मृत्युप्रसंगीं द्वारकाबाई व बजाबाई या त्याच्या दोघी बायका सती गेल्याचा उल्लेख आहे. गौतमाबाई जिवंत असती तर ती तत्कालीन प्रघातानुरूप सती गेल्याशिवाय राहती ना. मल्हारराव आलमपुरास वारला. तेथ कांहीं दिवस तो आजारी असतां त्याच्या भेटीस मालराव व दुसऱ्या बायका मुद्दाम इंदुराहून गेल्या. गौतमाबाई त्याची प्रमुख बायको जिवंत असती तर त्याच्या अंतसमयीं भेटीस गेल्याशिवाय राहिली नसती.

गौतमाबाई जिवंत नसेल तर तुकोजीच्या दत्तविधानाचा संस्कार यथाशास्त्र होणें शक्य नव्हतें, आणि तो केवळ 'मानीव' किंवा 'पालक' पुत्र मानला गेला असें ठरेल. हो० कैफीयतीचा आशय असाच आहे. तुकोजीचें दत्तविधान झालें होतें असें कैफीयतकार सांगत नाहीं. डफचें विधान असें आहे:—

Malleerao's death gave rise to a dispute between Gangadhar Yeshwant & Ahalyabai, now lawful inheritor.

किंकेडचें विधान अशाच अर्थाचें आहे. शास्त्रार्थानेंच पाहिलें तर मालरावाच्या पश्चात् दत्तकाचा हक्क त्याच्या बायकोचा असून, गौतमाबाईचा नव्हता. तसेंच दत्तविधान यथाशास्त्र व्हावयाचें तर त्यास दत्तक देणार व घेणार असे दोन इसम अवश्य पाहिजेत. तसे कोणी हयात नसल्यामुळें दत्तविधान झालें नाहीं असेंच निष्पन्न होतें.

तुकोजीचें दत्तविधान झालें नाहीं व तो मल्हाररावाचा पुत्र नव्हे, असा दृढ समज अहल्याबाईचा खास होता. ता. १०-२-१७८९ रोजीं तुकोजीचा मुलगा मल्हारराव याचें लग्न झालें. 'वधू अहल्याबाईचे बंधु महादजी शिंदे यांच्या लेकीची लेक. लग्नप्रसंगीं पिढीचा उच्चार येणेंप्रमाणें केला:— १ मल्हारराव, २ खंडेराव, ३ मालराव होळकर यांचे पुत्र मल्हारराव. येणेंप्रमाणें ब्राह्मणांकडून बाईनीं उच्चार करविला,' (म. द. बा. २. १७५). यांत तुकोजीचें नांव बाईनें साफ वगळलें ही गोष्ट लक्षांत ठेवण्याजोगी आहे.

मालरावाच्या मृत्यूनंतरचे जे कित्येक कागद उपलब्ध आहेत त्यांवरून होळकरशाहीच्या वारसहक्कांसंबंधानें आज जसा प्रश्न आपणांपुढें आहे, तसाच प्रश्न दादा माधवरावांच्या भांडणामुळें त्या वेळींही होळकरशाहींत उत्पन्न झाला होता. मालरावाच्या मृत्युसमयीं दादा जवळच उज्जनीस होता; आणि उत्तरेंतील व्यवहारांवर त्याचीच देखरेख होती. दादानें लगोलग तुकोजीस वारस ठरवून इंदूरची व्यवस्था चालविली आणि स्वारी करण्याचा धाक घालून अहल्याबाईचें मन दुखविलें. त्याबरोबर आपण राज्याची मालक समजून तिनें लगोलग माधवरावांचें व सरदारांचें मन आपल्या बाजूस वळविलें. ता. ३-६-१७६७ रोजीं दादा तुकोजीस लिहितो,—'मालराव होळकर मृत्यु पावले, त्यास सरदारीचा बंदोबस्त पूर्ववत्प्रमाणें तुमचा तुम्हांकडे सांगून, पेशजी कै. मल्हारराव होळकरांकडे सरंजाम नवाजुना, वतनी, इनामी, दरोबस्त चालत आल्याप्रमाणें तुम्हांकडे करार असे. सेवा एकनिष्ठेनें करीत जाणें.' याबद्दल दादानें सोळा लक्ष, बासष्ठ हजार रुपये तुकोजीकडून नजराणा घेतला. (माधवराव रोजनिशी भाग १, ले.१७५ व १७६). दादाचा हा हुकूम मान्य होईल कीं नाहीं याची शंका वाटून तोच करार मागाहून ता. २१-८-१७६७ रोजीं तुकोजीनें माधवरावाकडून ताजा करून घेतला (पे. द. पृ. २१०). रोजनिशींतले कागद दादाच्या कीर्दीपैकीं आहेत हें ध्यानांत ठेवणें जरूर आहे. या वेळीं पेशवे चुलते-पुतण्यांची तेढ विकोपास चालली असून दोघेहि 'तुकोजीस आपापल्या बाजूस वळवीत होते.' पुढें ता. १२-४-१७६८ रोजीं माधवरावानें तुकोजीस मागील बाकीचा ऐवज माफ केला, (मा. रो. १, ले. १७७). त्यानंतर दोन महिन्यांतच माधवरावानें चुलत्याशीं लढून त्यास कैद केलें; आणि तुकोजी चुलत्यास सामील आहे, असें कळल्यावरून ता. ८-६-१७६८ रोजीं 'तुकोजी होळकर **शिलेदार** याजकडील

दरोबस्त सरंजाम ' एकदम जप्त केला. तुकोजीस शिलेदार हा शब्द लावून होळकराच्या गादीशीं त्याचा कांहीं संबंध नाहीं असें माधवरावानें दर्शविल्याचें दिसतें. तुकोजीनें लगोलग माधवरावास भेटून आपली खरी हकीकत कळवून त्याची खात्री केली कीं, दादास साहाय्य करणारा गंगाधर यशवंत होय, मी नव्हें. त्यावरून पुढें दहाच दिवसांनीं म्हणजे ता. १८-६-१७६८ रोजीं माधवरावानें गंगाधर यशवंताची जप्ती करून तुकोजीची जप्ती उठविली, (मा. रो. १, ले. १८० व १८१). माधवरावाचा ओढा पहिल्यापासून अहल्याबाईकडे होताच. त्यांतून चुलत्याच्या वरील भानगडीमुळें आतां तो दृढ झाला; आणि इतउत्तर संस्थानच्या देवघेवीचा व्यवहार तुकोजीशीं न करितां माधवरावानें अहल्याबाईशींच चालविला, असें तह व करारमदार पुस्तकांतील पृ. १६१ वरील यादीवरून दिसतें. ही याद अहल्याबाईच्या नांवानें लिहिलेली असून तींत तिसांखमसैनपासून तिसां-सितैनपावेतोंच्या म्हणजे स. १७५८-६८ च्या दहा वर्षांचा येणें असलेला ऐवज तिच्याकडे माधवरावानें मागितला आहे. तुकोजी मालक असता तर ही याद त्याच्याच नांवानें लिहिली पाहिजे होती. अशीच दुसरी याद पृ. १६२ वर ता. १२-११-१६७८ ची आहे. तींत फौजेच्या संबंधानें तुकोजीच्या चाकरींत अडचणी येत, त्या समजून घेऊन माधवरावानें त्यांचें निरसन करून दिलें आहे. म्हणजे तुकोजीचा संबंध लष्करी चाकरीपुरताच पेशवा समजत होता, असें अनुमान होतें.

नारायणरावाच्या मृत्यूनंतर दादा परागंदा होऊन मराठशाहींत युद्ध चालू झालें; त्यांत शिंदे-होळकरांस खूष राखण्यासाठीं त्यांच्या अनेक मागण्या कारभाऱ्यांस मंजूर कराव्या लागल्या. त्यांतलीच तुकोजीची एक मागणी मल्हाररावाच्या छत्रीस इनाम देण्याबद्दलची ता. २२-३-१७७७ ची कारभाऱ्यांनीं मंजूर केलेली आहे. (स. मा. रो. १-२५६) यांत तुकोजीनें मल्हाररावास आपले '**तीर्थरूप**' असें स्पष्ट म्हटलें आहे, तें औपचारिक होय.

स. १७७९ त तुकोजी व अहल्याबाई यांचें बरेंच वितुष्ट येऊन, यशवंत गंगाधराच्या मार्फत कारभाऱ्यांस पंचवीस लक्ष नजर भरून तिनें नातू नथ्याबा यास दत्तक घेण्याची परवानगी मिळविली.

यावरून एक गोष्ट उघड होते कीं, अहल्याबाई स्वतःस होळकरशाहीची मालकीण समजे. तिनेंच प्रथम तुकोजीस सरदारीचा मालक केलें; आणि

मल्हाररावाचा दत्तक पुत्र म्हणून त्याजकडून कारभार चालविला. त्याप्रमाणें तो आपणास मल्हाररावाचा पुत्र म्हणवूं लागला. यावरून खुशालीरामाच्या प्रशस्तींत खालील मजकूर आहे तो यथातथ्य होय.

'सा राजनीतिपरायणा सुज्ञा स्वकीय राज्यधूर्वहोचितं स्वकीय गोत्रोद्भवं श्वशुरस्य श्रीमत् मल्लारिरावस्य तथा स्वस्यापि कृपापात्रं तथैव मन्त्रिसामंत गण-संमतं च विविच्य तुकूजि नामानं वीरोत्तमं स्वराज्यपदे नियोजितवान्' (वर्ता).

मालरावाच्या मृत्यूपासून तेराचौदा वर्षे तुकोजीच्या नांवानें व्यवहार चालला. दरम्यान क्षेत्रोपाध्यायांच्या चोपड्यांत सुद्धां तसाच उल्लेख तुकोजीनें केला. 'काशीबाई बुबाजीची स्त्री, सासरे हिंगोजी, आजे सासरे मालजी, पणजे सासरे बाबाजी, दीर जानोजीचे पुत्र महादजी व तुकोजी होळकर. हे सुभेदारास दत्तक.'

'पुढें वंश नाहीं असें जाणून अहल्याबाईनीं जानोजीबावाचा मुलगा तुकोजी याजला ओटींत घेऊन गादीवर बसविलें,' असें वाक्य सरस्वतीमंदिरांतील होळकर वंशावळींत आहे. मात्र ओटींत घेण्यास गौतमाबाई जिवंत असली पाहिजे, ती नव्हती. नाना, महादजी वगैरेंचा अभिप्राय तुकोजीस अनुकूल असल्यामुळें त्यांनीं बाईस दुसरी व्यवस्था करूं दिली नाहीं. तुकोजीच मालक अशी मराठमंडळाची समजूत असून केवळ लौकिकवान् व जाज्वल्य बाईच्या भिडेखातर मुद्दाम तीस बाजूस सारण्याचें धाडस कोणीं केलें नाहीं. हिंदुधर्म-शास्त्रास अनुसरूनच कारभाऱ्यांची भावना कायम होती. हें ओळखून तुकोजीस दूर सारण्याचा हट्ट तिनेंहि उत्तरोत्तर सोडून दिला. सारांश, मालरावाच्या पश्चात् तुकोजीच दौलतीचा वारस अशी सर्वत्र भावना होती व व्यवहार तसाच चालला, तरी त्याचें यथाविधि दत्तविधान मात्र कधींच झालेलें नाहीं. शाहूमहाराजांचे पश्चात् साताऱ्यास रामराजाचा प्रकार झाला, त्यांतलाच हा होय.

अहल्याबाईच्या कारभाराचें आतां पुढें विवेचन करावयाचें असून, तिचें समग्र जीवनचरित्र येथें देण्याचा उद्देश नाहीं. तिच्या खासगी वर्तनाचे भरपूर उल्लेख कागदांत आढळतात, तेहि पुढें येतील. अहल्याबाईची कौटुंबिक हकीकत पूर्वीं म. वि. ४ पृ. २०१ वर दिली आहे, ती वाचकांनीं संदर्भासाठीं ध्यानांत आणावी. बीड तालुक्यांत मौजे चोंढें येथील माणकोजी शिंदे पाटील याची ही मुलगी. या ठिकाणीं चोंढीअहल्येश्वर नांवाचें देवालय तिनें बांधिलें. महादजी शिंदे म्हणून तिच्या एका भावाचें नांव आढळतें. तो ता. ३०-३-१७८४

रोजीं देशीं वारला. हा भाऊ बाईजवळ महेश्वरास राहत असे. बाईला कोणी थोर गृहस्थ भेटण्यास येत तेव्हां हा महादजी पाटील, बाईचा जांवई यशवंतराव फणसे, व नातू धोंडीबा हे त्यांस सामोरे जाऊन आणून बाईस भेटवीत. दरबारांत ती पांढऱ्या घोंगडीच्या आसनावर बसत असे. 'बाजी विठ्ठल.मामा' म्हणून आणखी एका तिच्या आप्ताचें नांव कागदांत आढळतें.

'यशवंतराव फणसे यांचे चिरंजीवास समाधान नव्हतें. दहा सहस्र रुपये दानधर्म केला. ता. १९-११-१७८७ सोमवारीं देवाज्ञा झाली. उभयतां स्त्रिया लहान एक अठरा वर्षांची व एक दहांची. त्यांनीं मोठें धैर्य करून सहगमन केलें. समागमें बाईही पायउतारा स्मशानास गेली. अवघा विधि करून सहा घटका रात्रीं परत आल्यावर काशीराव होळकराची स्त्री आनंदीबाई इचा प्रहर रात्रीस काल झाला. बाईची चित्तवृत्ति दुःखार्णवीं आहे.' (म. द. बा.)

होळकरशाहींत उलाढाली करणारी तुकोजीची बायको रखमाबाई होय. तिचाच मुलगा मल्हारराव. 'सुभेदारांचें पत्र रखमाबाईस आलें कीं, तुम्ही इंदुरास न राहतां, महेश्वरीं मातुःश्रीपाशीं असावें. त्यावरून ती थोडे दिवस महेश्वरीं गेली; पण अहल्याबाईशीं तिचें पटेना, तेव्हां परत इंदुरास आली. केसो भिकाजी तिचे भेटीस गेला त्याजला रखमाबाई म्हणाली, 'आम्हांवर इतराजी सुभेदारांची. निमित्य कीं, नारो गणेशाची सुटका करावी, म्हणोन आम्हीं पत्रें श्रीमंतांस (पेशव्यांस) लिहिलीं. पण हा आरोप लटका आहे. उगाच लोकांनीं माझा बोभाटा सुभेदारांजवळ केला. पेशव्यांसच पत्र लिहून उत्तर आणवावें.' पुढें ता. ३-११-१७९१ रोजीं अहल्याबाईचा जांवई वारला. तेव्हां रखमाबाई इंदुराहून बाईच्या समाधानास येऊं लागली. पण अहल्याबाईनें संताजी होळकरास पाठवून तिला मना केलें, भेटीस येऊं दिलें नाहीं.

रखमाबाई राज्यांत ढवळाढवळ करी. 'इंदुरास राहून देपालपुर, रामपुरा येथें कमाविसदारांस उपद्रव दिला. त्यांनीं अहल्याबाईकडे तक्रार नेली कीं, तुम्हीं ऐवज घेतला, आतां आम्ही यांस कोठून द्यावा!' स. १७९४ च्या जुलईंत रखमाबाई मरण पावली. तिच्या अस्थि प्रयागास पोंचवून गोत्रज गयावर्जन करून आला, असा उल्लेख १२-८-१७९४ चा आहे. (म. द. बा. १.११४, २.५३, २०७, १५७, २१७, २३२, २६५; ग्वा. ४-५६ व २.२५०).

२. अहल्याबाई व तुकोजी यांच्या बेबनावाचें कारण.—शिंदे व होळकर हे दोन सरदार पेशव्यांनीं निर्माण केले, आणि त्यांजकडे नर्मदोत्तर हिंदुस्थानचा समस्त कारभार आरंभापासून सोंपवून दिला. या दोन सरदारांचें ऐकमत्य तिकडे कधींच नव्हतें, त्यामुळें हिंदुस्थानचा कारभार विस्कळित होऊन शेवटीं शेवटीं तर मराठशाही बुडण्यास तेंच एक मुख्य कारण झालें. सन १७६६ त मल्हारराव होळकर मरण पावला, तेव्हां त्याचा कारभार माधवराव पेशव्यानें मल्हाररावाची सून अहल्याबाई हिला सांगून बाहेर मोहिमा करण्यासाठीं तुकोजी होळकराची नेमणूक केली. हा द्विमुखी कारभार बिलकूल यशस्वी झाला नाहीं. तुकोजीचें व अहल्याबाईचें तीस वर्षांत कधींच पटलें नाहीं. त्या भांडणांत नाना आणि महादजी यांस पडावें लागल्यानें जो चौरंगी झगडा सुरू झाला तो वीस वर्षें राज्यास भोंवला. त्या संबंधाचा पत्रव्यवहार अत्यंत विस्तृत, आणि बोधप्रद आहे. या तंट्याचें स्वरूप थोडक्यांत खालीं लिहिल्याप्रमाणें आहे.

भांडणाचें बीज महादजी नानास लिहितो तें असें:–"कै. सुभेदार हयात असतां, त्याची बायको गौतमाबाई कारभार करीत होती. ती वारल्यावर पुढें अहल्याबाई कारभार करूं लागली. ही चाल त्यांचे घरची पहिल्यापासोन आहे, नवी नाहीं. असें असतां तुकोजीबावांचे म्हटल्याप्रमाणें बाईनीं तुकडा खाऊन पडलें असावें हे भाव कसे सिद्ध होतील! ज्याप्रमाणें पहिलेपासून होळकरांचे घरची चाल आहे, त्याप्रमाणें बाईनीं सारी वहिवाट करून चाकरी तुकोजीबावांनीं करावी, यांत बाईचें महत्त्व, सरदारीचें स्वरूप, व सरकारचाकरी, तीनहीं गोष्टी सिद्धीस जातात. बाईचा अपमान झाल्यास पुढें सरकारचाकरी होणार नाहीं. होळकरांची सून, तिचा अपमान झाल्यास सरकारचा लौकिक राहणार नाहीं. इतकें असून हीच गोष्ट करावी, असा आपला आग्रह असल्यास, आमच्यानें बाईस सांगवणार नाहीं कीं, तुम्हीं पोटास घेऊन स्वस्थ बसावें. बाई आमचें ऐकावयाजोगी नाहीं. त्यांत होळकरांचा आमचा भाऊपणा. आम्हांस गैररीतीची गोष्ट सांगणें उचित नाहीं. पूर्वी बाईनीं महालांची वहिवाट करून फौजेस खर्चास द्यावें, असें आपण ठरविलें तें बाईनीं मान्य केलें. आतां महालांची वहिवाट तुकोजीनीं करावी, असें आपण लिहून पाठवितां, तर यांत शाश्वत कोणतें समजून आम्हीं बाईस सांगावें? ज्या गोष्टींत बाईचें महत्त्व राहून, सरदारीचें स्वरूप राहे व सरकारचाकरी घडे तें करावें." यावर नाना लिहितोः–" घोडे

एकाच्या हातीं व लगाम दुसऱ्याच्या, अशानें सरकारचाकरी व सरदारीचें स्वरूप कसें होईल ! दों हातीं कारभारामुळें दुःखाचे अनुभव कसे येतात ते पाटील-बावांनीं अनुभविलेच आहेत. पैका मधच्या मधें जातो. सरकारचाकरी नाहीं, मसलत नाहीं, सरकारचा ऐवज येणें त्यास ठिकाण नाहीं. या दुहींनें सरकारकाम नासतें व दौलत पेंचांत येते. सबब चांगलें सांगत असतां बाई न ऐकेल, तर याचा बंदोबस्त सरकारांतून करावा लागेल. "

हें ऐकून महादजीनें जबाब कळविला तो असा:—" नाना समजत असतील कीं, चिंता काय, पांच हजार फौज महेश्वरीं पाठवून बाईचा बंदोबस्त करूं, त्यास तुम्ही सारे शहाणेच आहां, पण बाई साऱ्यांपेक्षां अधिक शहाणी आहे. अशा गोष्टी घडतील हें समजून तिनेंही तयारी केली असेल. तिच्या हातांत मातबर जागा आहेत. संशय तिला समजला तर मग ती कोणासच बचावयाची नाहीं. पैका व बुद्धि दोन्ही तिजमध्यें मजबूद आहेत. बाईस पाटिलबावा शिकवून खेळ करवितात हा नानांचा भ्रम आहे. अशा व्यंगोक्तीनें लिहिणें ठीक नाहीं. येणेंकरून दौलतीचा नाश होईल. मग सर्वांचे डोळे उघडतील. बाई दुसऱ्याचे हातानें घांस घेत नाहीं. शत्रु छातीवर आहेत याचा विचार नानांनीं पाहवा. "

यावरून दिसून येईल कीं, होळकरशाहीचा कारभार सर्व बाई करीत होती, आणि तुकोजी बाहेर मोहिमेवर राहून चाकरी करी. तुकोजी शूर परंतु भोळा, विकारवश व परप्रत्ययनेयबुद्धि होता. तसाच तो मद्यपि व विषयलंपट असून त्याचे पुत्रही त्याच्याच सारखे निपजले. त्याचा मुलगा मल्हारराव यानें अहल्याबाईस त्राहि त्राहि करून सोडलें. एक वेळ त्यास खुशालगडामध्यें कैदेंत टाकण्याचा सुद्धां प्रसंग तिला आला. त्यामुळें महत्त्वाचीं राजकारणें थकलीं. सैन्यांत बंडाळी झाली. देणेंदारांची धरणीं दारांतून उठेनात. तेव्हां होळकरांची सरदारी नामशेष होण्याचा प्रसंग आला. नारो गणेश शौचे, भोरजवळच्या रांझेगांवचा राहणारा, तुकोजीचा कारभारी होता. तो मल्हाररावाजवळ वागलेला अनुभवी होता, म्हणून त्यासच प्रथम अहल्याबाईनें आपल्याजवळ कारभारास घेतलें. पुढें त्यास तुकोजीनें आपल्या जवळ आणिलें. तो धनलोभी आणि मत्सरी असल्यामुळें त्यानें तुकोजीला भर देऊन बाईशीं त्याचें वितुष्ट पाडिलें. सन १७६८ पासून १७७८ पावेतों तुकोजीच्या सर्व स्वाऱ्यांत तो लष्करी हालचाली करीत

असे. मोरोबा फडणिसाच्या बंडाव्यांत त्यानेंच तुकोजीचें मन नानाच्याविरुद्ध फिरविलें. त्याबद्दल त्यास जबर शिक्षा व्हावयाची, ती महादजीच्या मध्यस्थीनें टळली. त्यापुढेंही १२ वर्षें पावेतों तो तुकोजीच्या कारभारावर असून त्याच्याच तंत्रानें तुकोजी सर्वस्वीं वागे. अहल्याबाई हुशार होती, परंतु राज्यकारभारास कठोरपणा लागतो तो तिच्यांत नव्हता. "बाईचा कारभार पुढें तिखट व मागें पोंचट" (म. द. बा. २. ६६), म्हणजे स्वरूप प्रथम मोठें उग्र दिसावें, परंतु अखेरपर्यंत कडकपणा धारण करण्यास कचरावें असा होता. वसूल, हिशेब वगैरे सर्व बाई पाहत असे, आणि तुकोजीकडून हिशेब घेऊन ती त्यास खर्चास जरूरीप्रमाणें देई. त्याजकडून खर्चाचे हिशेब तिजकडे वेळेवर येत नसत व आलेले पुष्कळ वेळां खोटे ठरत. यामुळें तक्रारी उपस्थित होऊन तुकोजी नेहमीं पैशाच्या पेंचांत असे. पगार वेळेवर न पोंचल्यामुळें फौज सदा विथरलेली आणि निकामी असे. सांगितलेली कामगिरी पार न पडल्यामुळें पुण्यास कारभारी नाराज होत. 'बाई आम्हांस पैसा पुरवीत नाहीं, आम्हीं काय करणार.' अशी तक्रार तुकोजी नेहेमीं कारभाऱ्यांस सांगे. कारभाऱ्यांच्या व त्याच्या समक्ष भेटी होत असल्यामुळें तो अहल्याबाईबद्दल वाटेल ते गैरसमज कारभाऱ्यांस कळवी. उलट बाईची बाजू कारभाऱ्यांस स्पष्ट कळत नसे. बाई खर्चास देत नाहीं, अपरंपार धनसंचय करून ठेवते किंवा निष्कारण दानधर्मांत पैसा उधळते; जवळचे कारकून वाटेल तशी तिची समजूत करून तिला फसवितात. अशा प्रकारच्या तुकोजीच्या तक्रारी वारंवार ऐकून नाना फडणीस अगदीं वैतागून गेला; आणि एकमुखी कारभार असल्याशिवाय सुरळीत व्यवस्था राहणार नाहीं, असें ठरवून त्यानें महादजीला लिहिलें कीं, 'तुम्हीं बाईची भेट घेऊन तिची समजूत घालून सर्व कारभार तुकोजीचे हवालीं करावा.' परंतु ही गोष्ट महादजीला शक्य वाटली नाहीं, यासंबंधाचा पत्रव्यवहार वर आरंभींच दिला आहे. 'चार महालांची वहिवाट तुम्हीं करावी, बाकीची तुकोजीबावा करितील, असें आमच्यानें बाईस सांगवत नाहीं. जे समयीं मल्हारजी होळकरांस देवाज्ञा जाली, तेव्हां आमच्या हातीं मालजी होळकर व बाईस दिलें आणि आम्हांस त्यांच्या हातीं देऊन परस्परें भाऊपणाची निखालसता करून, स्वामिसेवा एकनिष्ठेनें करावी, अशी शपथक्रिया आम्हांपासून घेऊन, देहविसर्जन केलें. त्यास बाईनीं नेमणुकेप्रमाणें कालक्षेप करावा, आणि तुकोजीबावांनीं सर्व दौलतीचा कारभार करावा हें उत्तम कीं काय ? अस्तु.

आम्हांस सरकारचाकरी करावी इतकेंच समजतें. होळकरांचा बंदोबस्त सरकार-मर्जीप्रमाणें हुजुरूनच करावा, आमच्यानें कांहीं होत नाहीं. आम्ही देशीं येऊन नानांची आमची समक्ष गांठ पडेल तेव्हां बंदोबस्त होईल. तूर्त बाईचें महत्त्व चालत आल्याप्रमाणें ठेवून सरकारकाम चालवावें. मग पुढें पाहतच आहेत. मुख्य भाव हाच कीं, तुकोजीबावांकडे कोणे गोष्टीचा इतला नसावा. त्यांनीं फक्त चाकरी मात्र करावी.' असा महादजीचा जबाब नानास आला.

परंतु तुकोजीस सर्व कारभार आपणच करावा अशी इच्छा होती. एकहातीं कारभार असल्याशिवाय कोणत्याही गोष्टी सिद्धीस जात नाहींत; शिवाय बाईचा वेळ पुष्कळसा पोथीपुराण, देवतार्चन, उपास, ब्राह्मण-भोजनें वगैरे कामांत व पुष्कळदां आजारांत जाई. कारभारास सर्व वेळ मन एकाच निश्चित उद्योगांत पाहिजे, तसा तिचा प्रकार नव्हता. कित्येक दिवस, महिनेच्या महिने कामें व माणसें तिष्ठत राहत, त्यांचा निकाल नसे. शिवाय एक तर बाई व तशांत धर्मनिष्ठ, या दोन कारणांनीं तिला स्वत:ची जबाबदारी टाळून, अंग लपवून, दुसऱ्याच्या गळ्यांत दोष बांधणें सहज करतां येई. समरांगणावर शत्रूचा किंवा कामाचा नेट पाठीवर असला म्हणजे मनुष्य नरम राहून तडजोड किंवा देवघेव करतो, तसा प्रकार बाईकडे मुळींच होत नसे. बाईचें वितुष्ट तुकोजीशीं इतकें वाढत गेलें कीं, स. १७७९ त तिनें आपला नातू नथ्याबा फणसे यास दत्तक घेण्याचा ठराव पेशव्यांकडून करून घेतला. 'तुकोजीची वर्तणूक सुधी नाहीं, सबब त्याची सरदारी बरतर्फ करून त्यास कैद करावें, आणि फणशांचा मूल दत्तक घेऊन त्याचे नांवें सरदारी करावी. यास नजर सरकारची पंचवीस लक्ष एक यशवंतराव गंगाधराचे विद्यमानें करार केली असे.' (८-८-१७७९) मात्र ही गोष्ट सिद्धीस गेली नाहीं. तुकोजीचें दत्तविधान पूर्वी यथाशास्त्र झालें नव्हतें, याचा हा नवीन करार चांगला पुरावा आहे. स. १७७६ चे पावसाळ्यांत तुकोजी पेशव्यांचे भेटीस पुरंदरास आला, तो स. १७८० पर्यंत तिकडेच मोहिमांवर होता. त्या सालच्या पावसाळ्यांत महादजी व तुकोजी दोघेही गॉडर्डबरोबर चाललेल्या गुजराथच्या मोहिमेंतून परभारें माळव्यांत गेले. तेव्हांपासून महादजी बारा वर्षें नर्मदेअलीकडे आला नाहीं. तुकोजी मात्र लगोलग स. १७८० च्या अखेरीस पुण्यास आला. इंग्रजांनीं वसई घेतल्याचें ऐकून अहल्याबाईनेंच त्यास लगोलग दक्षिणेंत पाठविलें; आणि

स. १७८१ च्या आरंभीं गॉडर्ड पुण्यावर येत असतां त्यास तुकोजीनें खंडाळ्याच्या घाटाखालीं चांगलेंच जेरीस आणिलें.

होळकरांच्या या कलहांत नानाकडील नारो शिवदेव, सदाशिव दिनकर व बाबूराव वैद्य हे पुण्याहून इंदुरास व महादजीकडे जाऊन वारंवार मध्यस्थी करीत होते. स. १७८० च्या आक्टोबरांत नारो शिवदेवानें पुण्यास लिहिलें कीं, 'होळकरांसंबंधीं बोलणें पाटीलबावांशीं काढलें कीं, चारचार घटका वादप्रतिवाद चालतो. त्यांचें म्हणणें खावंदांकडून जाबसाल होणें ते यथायुक्त पूर्वीच्या चाली पाहून होत असावें, तें न होतां बाईस संपुष्टांत घालावें अशीच साऱ्यांची मर्जी एकसहा दिसते. अहल्याबाई होळकरांची सून, तिचा अपमान केला असतां लौकिकांत बरें दिसेल कीं काय, ती अपमान सहन करून घ्यावयाजोगी नाहीं. स. १७७२ पासून आजपावेतों तुकोजींनीं फौज किती बाळगली, चाकरी कोणती केली, आजपावेतों सरंजामाचा वसूल किती आला, त्यांचे आमचे महाल बरोबरीचे असतां त्यांचा वसूल आमचेपेक्षां कमी कां आकारतो, याचा तपास धन्यांनीं करावा! एकाचाच पक्ष धरून लिहिणेंबोलणें युक्त नाहीं. अहल्याबाईकडील याद पाठविली आहे.' त्यावर नानानें लिहिलें, 'बाईस संपुष्टांत आणावयाचें प्रयोजन काय आहे? पैक्याखेरीज फौज जमा होत नाहीं, म्हणून पूर्वी तपशीलवार लिहिलें. डौलाचे खर्चापुरता ऐवज बाईनीं ठेवून तेवढ्यापुरती महालांची वहिवाट बाईनीं करावी, बाकीचे महालांची वहिवाट तुकोजींनीं करून पैका घ्यावा. असें बाईस पाटीलबावांनीं निक्षून सांगितल्याशिवाय तोड पडत नाहीं. झाल्या गोष्टींबद्दल वाद करीत बसावें तर पुढील मसलत बिघडते. पूर्वील संप्रदायांवर जावें, तर हल्लींच दुहीमुळें पेंच पडतात. विरुद्ध पडल्यावर, सरदारीचा मालक कोण याचा विचार करावा लागतो, हें सर्व मनांत आणावें.' या पत्रांत एकंदर भांडणाचें बीज चांगलें व्यक्त होतें. (ग्वा. ३. ४१; का. सं. प. या. २१२).

तुकोजीजवळ कर्जदार धरणें धरून बसले होते. तेव्हां विचाराच्या वाटेनें बाईस चार गोष्टी सामोपचारें सांगून अर्थ साध्य करावा अशी मसलत तुकोजीनें चालविली. फौजेच्या खर्चास महाल लावून दिले होते, त्यांतून तुकोजीनें खर्च भागवावा, अशी बाईची इच्छा. 'मजजवळ पैसा नाहीं. सारी दौलत तुकोजीनींच आक्रमिली आहे. यांचे दौलतीच्या जमेंतील एक कवडी मजकडे नाहीं. असें असतां यांनीं माझे भोवतें विपर्यासकर्म आरंभिलें तर दारूगोळा मजजव-

ळही सिद्ध आहे. केवळ हात जोडून माझें घ्या आणि मजला रक्षा असें म्हणणार नाहीं. याप्रमाणें पाटीलबावांसही सांगा. रेवातीरीं स्नानसंध्या, देवतार्चन करून सत्कालक्षेपें आम्ही आपले दिवस घालवितों.' 'तुकोजीसही पुरतेपणें भासलें जे, बाई धनी आहेत, श्रीमंतांसही त्यांची भीड पडेल तितकी आपली नाहीं, असें समजून त्यानेंही आपलें तापत्रय बहुतच सांगितलें. नारो गणेश विक्षेपाच्या गोष्टी बहुतच सांगतात.' पुढें महाद्‌जीचा कारभारी बाळाराव गोविंद तुकोजीच्या व बाईच्या समजुतीसाठीं इंदुरास प्रथम स. १७८० च्या सप्टेंबरांत तुकोजीस भेटून पुढें महेश्वरास बाईजवळ दीड महिना राहून परत उज्जनीस गेला. 'बाळाराव ११ सप्टेंबर दोनप्रहरां दाखल झाले. वाडयांत भागवताचा सप्ताह चालू होता. बाई पुराणास बसली असतां वर्दी आली कीं, बाळारावांचे भेटीचा मुहूर्त दोनप्रहरां आहे, आज्ञा होईल तर येतील. बाईनें सांगितलें "येऊं द्या." तेव्हां त्यांनीं येऊन मुजरा केला. पांच मोहोरा नजर ठेविल्या; एक शालजोडी, चोळी पातळ पैठणी पुढें ठेविलें. पुराण झाल्यावर दोन घटका बसले. आगतस्वागत विचारलें; तदुत्तर विडे दिले. बाहेर आंबराईत उतरले आहेत. दोनशें लोकांची मेजवानी पाठविली. आश्विन पौर्णिमेस भागवतपुराण समाप्त जालें. दानधर्म बाईनीं यथास्थित केला. पांच भागवताचीं पुस्तकें ब्राह्मणांस दान दिलीं. दर पुस्तकास दोनशें रु. दक्षणा, पांच शालजोडया, पागोटीं याप्रमाणें दिलें. महेश्वरापासून उज्जनीपर्यंत डांक बसविली आहे. सुरतेहून दादाचे कारकून व माणसें इंदुरास व महेश्वरास आलीं. हेतु कीं, या प्रांतांतील बलाबल व सरदारांच्या फूटफटी पाहव्या, शकटभेद करून एखादी मसलत बळवावी. परंतु बाईनें त्यांना आपलेजवळ आधार दिला नाहीं, निघून जाण्यास सांगितलें. बाळारावाचे व बाईचे दोनतीन एकान्त झाले. इंदुरासच त्यास संशय आला कीं, बाईचें व पाटीलबावाचें अंतरंग एक आहे. बाई म्हणाली, 'तुम्हांस वाटत असेल कीं, साऱ्यांनीं चहूंकडून बाईचा बंदोबस्त केल्यावर, ती काय करणार. तर तुम्ही लक्षांत ठेवा, मी सुभेदारांची सून आहें. केवळ तुकोजीबावाच दौलतीचे धनी आणि मी कोणी नाहीं, असें समजूं नका. तुकोजीबावा माझे हातचे कामास लावलेले आहेत. निमकहरामीचे फंद केल्यास आणि दौलत करूं म्हटल्यास त्या गोष्टी दुरापास्त आहेत. त्यांस पाटीलबावांचा दम असेल तर उभयतांनीं फौज सुद्धां मजवर चालून यावें, श्रीमार्तंड समर्थ

आहे. तुकोजीबावांनीं पुण्यास श्रीमंतांजवळ बंदोबस्त केला असेल. तेथून जर हुकूम येईल कीं, दौलतीचे वारीसदार तुकोजीबावा, आम्ही कोणी नाहीं, आम्ही उठून काशीयात्रेस जावें, तर त्यांची आज्ञा आम्हांस शिरसावंद्य आहे.' असें बोलणें झाल्यावर बाईच्या संतोषानुरूप बोलून बाईचा निरोप घेतला. तुकोजीनें बाईस सांगून पाठविलें कीं, आपलें पत्र आलें तर भेटीस येऊं आणि मग पुण्यास चाकरीस जाऊं. बाईनें सांगून पाठविलें, 'तुम्ही आधीं स्वामिकार्यास जा, प्रथम सरकारचाकरी करा आणि मग आमची भेट घ्या. येणार तर ४०।५० स्वारांनिशीं या. दोन हजारांनिशीं येतील तर परिच्छिन्न आम्ही आंत घेणार नाहीं. नाहक उपाधि होईल तें चांगलें नाहीं.' स. १७८० च्या पावसाळ्यांत तुकोजी गुजराथेंतून इंदुरास आला तो महेश्वरास जाऊन बाईस भेटला नव्हता. ता. ९–११–१७८० रोजीं महादजी लिहितो,–'होळकर इंदुराहून निघाले, बाईची व त्यांची समजूत पडली नाहीं. महेश्वरास जातात,कीं खानदेशास परभारें जातात पाहवें.' बाईस संशय आला कीं,हजार पांचशें लोकांनिशीं भेटीस म्हणून येऊन आपला बंदोबस्त करावा. परंतु बाई सर्व गोष्टींस सिद्ध होती, 'आमच्या भेटीची आवश्यकता काय, प्रथम चाकरीवर रुजू व्हावें. असें जरी बाई म्हणाली, तरी तुकोजी तिला भेटल्याशिवाय परभारें निघून गेल्याबद्दल तिला वैषम्य वाटून तिनें पुण्यास तक्रार लिहून पाठविली. ता.१४–१२–१७८० रोजीं पेशवा इंदूरच्या वकिलास लिहितो: 'तुकोजींस बाईची अमर्यादा कर्तव्य नाहीं. त्यांनीं दुसरा अर्थ मनांत आणूं नये. ते येथें आल्यावर बाईची मर्यादा रक्षीत असेंच होईल. तरी अमर्यादा केली म्हणून आपण तिकडे मामलतीची घालमेल किंवा जप्त्या करूं नयेत. तसें केल्यास त्यांजकडून चाकरी कशी घडेल! सरकारी कामावर सर्वांची दृष्टि असावी हें बाईही समजतातच.' या पत्राचें अक्षर खास बालपेशव्याचें आहे. (म. द. बा. १–१०, १७, २३, २४; खरे २५६८,–६९,–७६; खंड १०–२६३,२६४.)

३. या भांडणांत नाना-महादजींची शिष्टाई.—अहल्याबाई तुकोजीबद्दल तक्रार करतांना म्हणते, "चिरंजीवास टिका गादीचा देऊन दौलतीस धनी केला, त्या दिवसापासून वर्तणूक मजपाशीं शुद्ध केली नाहीं. सात वर्षे हिंदुस्थानची मुलुखगिरी केली, तर एक पैसा ठाऊक नाहीं. असें असोन कागदीं-पत्रींही वर्तमान, सविस्तरें खुलासा करून लिहीत नाहींत. खावंदांजवळ असोन चार वर्षे देशीं सरदार आहेत, त्या दिवसापासून चाकरीस फौज किती होती व

वानी व पोषाख होऊन आणखी एकांत झाल्यावर निरोप घेऊन मुक्कामास गेले.' डिसेंबर ता. ७ रोजीं गॉडर्डनें वसई हस्तगत केल्याचें वर्तमान बावांनीं बाईस सांगितलें. फार श्रमी झाली. एकटयावर मसलत पडली. आपणांपैकीं तेथें कोणी नाहींत. पाटीलबावा बोलले, आम्हीं तरी काय करावें, फौजेच्या देण्याच्या अडचणी या प्रकारच्या. बाई बोलली, 'तुम्ही शंभर ओढी सांगा, एक वसई कायम असती तर चिंता नव्हती. आतां तुमचीं बोलणीं व्यर्थ.' कांहींही उपाय करून पाटीलबावांस दक्षिणेस पाठवावें, असा बाईचा उद्देश आहे. तुकोजीबावांचे गुणदोष फार बोलली. अतःपर होळकरांचे सरदारीचा जाबसाल, फौज, सरंजाम, चाकरी वगैरे सारें बाई आपल्या हातीं घेणार.

हरकूबाईचें नांव वर आलें आहे. ही मल्हाररावाची खांडाराणी 'मावशीबाई' या नांवानें अहल्याबाईजवळ राहत असे. तिचा कारभारी मणिराम म्हणून होता, तो सुमेरसिंगाचा व्याही. सुमेरसिंगाची दौलत सर्व तो बळकावून बसला होता. ती त्याजकडून घेण्याबद्दल पुण्याच्या कारभाऱ्यांचा तगादा बाईकडे होता.परंतु तो बाईच्या भेटीसच येईना. हरकूबाईचे सुद्धां दहा लक्ष रुपये तो खाऊन बसला. नारो गणेशाचा व त्याचा स्नेह. या प्रकरणावरून हरकूबाईवर कारभाऱ्यांचा रोष होऊन, त्यांनीं तिचे इनामी गांव जप्त केले. या मणिरामाच्या मार्फत दादाचीं कारस्थानें तुकोजीकडे व होळकरशाहींत चालत. यांच्याचमुळें तुकोजीचा कल नेहमीं दादाच्या बाजूचा असे. तुकोजी, मणिराम व नारो गणेश इतके यांत सामील होते. यासंबंधानें पुणें व महेश्वरच्या दरम्यान सारख्या तक्रारी चालू होत्या. हरकूबाईचे गांव मोकळे करावे म्हणून नानास अहल्याबाईची टोंचणी विशेष होती.

पाटीलबावा व अहल्याबाई यांच्या वाटाघाटींत निश्चितार्थ ठरला कीं, उज्जनीस जाऊन, सिप्रीवर इंग्रजी पलटणें आलीं आहेत त्यांजकडे फौजेची रवानगी करून वसंतपंचमीचे मुहूर्तें निघून महादजीनें दक्षिणेंत श्रीमंतांच्या दर्शनास जावें. याप्रमाणें पाटीलबावानीं शपथपूर्वक कबूल केलें. पेशव्यांचें अगत्य अहल्याबाई विशेष ठेवीत असे. 'बाईचें लक्ष श्रीमंतांकडेच विशेष आहे. दुसरा अर्थ किमपि नाहीं. बाई बोलली जे, हें दौलतीचें ओझें, धनी लहान, पदरीं पैका नाहीं, असें असतां चारही संधानें राखतात. ही आवरशक्ति नानांचीच होय.' सवाई माधवरावासाठीं मुद्दाम फळमेवा व उत्तर हिंदुस्थानांतील अपूर्व चिजा व पोषाख

वगैरे बाई वारंवार पुण्यास पाठवीत असे. (म. द. बा. १.३५-३९; ग्वा. ३. २२, का. सं. प. या. २८२).

नानाचा वकील महेश्वराहून लिहितो, 'आपण कित्येक प्रकार बाईस समजावून घाट घडोन येई ऐसें करणें म्हणोन आज्ञा, त्यास मीं बहुत युक्तिप्रयुक्तीनें सांगितलें. बाईचें म्हणणें एकच कीं, दोन तऱ्हा सरकारांतून सांगोन आल्या, त्यांतील एक सामर्थ्य नसतां मीं कबूल केली. त्याचाच निर्वाह करतां संकट पडलें तेव्हां दुसरी तऱ्हा कसी होते? तत्राप तूर्त मसलत करितां सरकारमर्जी रक्षावी, यावर नजर दिली आहे. याखेरीज दुसरें कांहीं घडावयाचें नाहीं. असें बोलणें झालें. तूर्त या बखेडयांनीं सरकारकामाचा मात्र नाश होतो. पाटीलबावांचाही भाव पहिला ठराव झाला त्याप्रमाणें करावें असा आहे.' हें पत्र स. १७८१ जानेवारी अव्वलचें असावें. [म. द. वा. १ ले ३५] 'बाईकडे महालांची वहिवाट चालत आहे त्याप्रमाणें त्यांची त्यांजकडे चालून कर्जदारांकडे महाल आहेत तो ऐवज सरकारांत घ्यावा. तुकोजींकडे ऐवज दिला तर खर्च मात्र समजावितील आणि मसलतीचा अर्थ तर ध्यानांतच आहे. याप्रमाणें बाईस पाटीलबावांमार्फत लिहून निश्चयांत आणावें.' असें नारो शिवदेवानें नानांस लिहिल्यावर, नानानें तें कबूल करून 'सरकारच्या ऐवजाचा फडशा लवकर करून द्यावा, ऐवज फार येणें आहे,' असें नानानें २५-२-१७८१ रोजीं कळविलें.

४. तडजोडीचे विफल प्रयत्न, नारो गणेशाची विटंबना.—होळकरशाहींतील गृहकलहामुळें राज्याचें जें नुकसान झालें तें कधींच भरून निघालें नाहीं. तत्संबंधींचे शेंकडों कागद उपलब्ध आहेत, त्यांवरून त्या वेळच्या स्थितीची यथास्थित कल्पना होते. या पत्रव्यवहारानें गैरसमज मात्र वाढत गेले; कलहाचें बीज नाहींसें झालें नाहीं. त्यासाठीं नानानें स्वतः बाईकडे जाऊन सर्वांच्या एकत्र रुजवातीनें तंटा मिटविला पाहिजे होता; परंतु तो मार्ग नानानें कधींच स्वीकारला नाहीं. मात्र त्यानें शक्य तितकें तुकोजीस दक्षिणच्या मोहिमांतच कामास घेतलें. महादजीचें व तुकोजीचें सुद्धां अंतर्याम कधींच शुद्ध नव्हतें. प्रत्येक कामांत महादजीच्या बरोबरीनें आपला हक्क सांगण्यांत किंवा जिंकलेल्या प्रदेशाचा वांटा मागण्यांत तुकोजी सदैव दक्ष असे. मात्र महादजीची करामत त्यास नव्हती. महादजी म्हणे, "आम्ही हिंदुस्थानांत येऊन लढाया करतों आणि होळकर सरंजाम खाऊन रिकामे चैन करितात; आणि त्यांचा पक्षपात

हरिपंत व नाना करितात. त्यांचे घरांत बंदोबस्त नाहीं, त्यांच्यानें मसलत कांहांच होत नाहीं. नारो गणेश कारभारांत नसावा. दुसरा दिवाण नेमून बाईकडे वडीलपणा देऊन त्यांचे आज्ञेंत तुकोजी वागतील तर, बाई सर्व मसलत डोईवर घेऊन पार पाडील. ती व आम्हीं एक होऊन सर्व मसलत सिद्धीस नेऊं. " उलट पक्षीं तुकोजीचें म्हणणें असें कीं, 'बाईकडून आम्हांस खर्चास येत नाहीं. आम्ही काय करावें ?' एवंच हा तंटा कधींच मिटला नाहीं. 'तुकोजीबावा देशीं आले ते समयीं बाईचीं व पाटीलबावांचीं पत्रें आलीं कीं, तुकोजीस बहकूं देऊं नये. समेटून सरकारचाकरीवर पडत तें करावें. तो समय किती संकटाचा होता ! इंग्रज वसई घेऊन पुण्यावर आला. तेव्हां खातरजमा न केल्यास बहकतील, यास्तव कागदींपत्रीं खातरजमा, शपथा व बेलभंडार करणें प्राप्त जालें. संदेह दूर करून त्यांस आणिलें. नंतर त्यांनीं इंग्रजांवर मेहेनत बरीच केली. तात्यांसमागमें चाकरी करून वाफगांवीं आले. घरचा बंदोबस्त नाहीं, तर काम काय करितात ? यास्तव बंदोबस्त न केल्यास शब्द लागतो. एक वेळ बंदोबस्त ठरवून दिल्यावर, त्यांजकडून अंतर पडल्यास मग कळेल तसें करतां येईल. बाई वृद्ध, अंगीं कर्तेपणा, दुरंदेशी असतां त्यांनीं विचार कसा केला नाहीं ?' यावर बाईनें कळविलें, 'सरकारचाकरी होत नाहीं, गृहकलहाचा दुर्लौकिक सर्वत्र जाला. आमची तों हिंमत आहेच. मी मल्हाररावाची सून आहें. हात बांधून घेणार नाहीं. खावंदाचे निष्ठेंत अंतर करावयाचें नाहीं. खावंद लहान. कारभारी नाना एकवचनी आहेत. त्यांचे भरंवशावर आजपावेतों कालहरण जालें. तरी बंदोबस्त होत नाहीं याचें कारण काय ? न जाणों, तुकोजीच्या पक्षावर पडून आमची उपेक्षा जाली, जाणून असें करीत असले तर त्यांत आम्हीं काय समजावें ? आमचा विश्वास नानाखेरीज कोणाजवळ नाहीं. आम्ही उगेंच बसून तुकोजींचे हातून अब्रू गमावणें हें घडणार नाहीं. आमचें अंतःकरण नानाजवळ आहे. त्यांचा जिव्हाळा पक्का आढळल्यावर त्यांचे वचनावर विश्वास ठेवून आज्ञेप्रमाणें वर्तणूक करावी हें आमचें मानस.' त्यावर नानाचा कारकून बाईस बोलला. 'तुकोजींची परीक्षा होय तावत्काळ बाईंनीं विवेकावर घेऊन स्वस्थ असावें. खरगोण, इंदूर, देपाळपुर व मल्हारगड हे चार परगणे बाईकडे आहेत, त्यांचा पैका सरदारीकडे देत जावा, तूर्त तुकोजीबावांकडे सारा अखत्यार ठेवावा.' बाईंनीं कळविलें, 'माळव्यांत तुकोजींचे कमावीसदार आहेत, त्यांनीं त्यांजकडून पैका घ्यावा.

कोणाचा बोभाटा बाईकडे न आला म्हणजे झालें. परंतु फिर्यादी आला तर न्याय बाईंनीं करावा, तो मान्य व्हावा.' अशा प्रकारची बोलाचाली सारखी चाललेली आढळते. (ग्वा. ४-५६, ५८).

इकडे सालबाईचा तह ठरत असतां, तिकडे तुकोजी-अहल्याबाईचें प्रकरण अगदीं घाईस आलें. सदाशिव दिनकरास नानानें बाईकडे पाठविलें. बरोबर महादजीचा वकील रामजी पाटील होता. ता.७-११--१७८२ रोजीं त्यांनीं बाईची भेट घेतली. सदाशिव दिनकर लिहितो, 'बाईशीं बोलण्याचा प्रसंग जाला. रामजी पाटील खडखडीत बोलणें बरेंच बोलले कीं, आज खावंदांचे दौलतेचा प्रकार आपले ध्यानांत असतां, आपणास काळजी दिसत नाहीं. तुकोजीबावांचा प्रकार केवळ अडचणीचा जाला. जेथें घोडयास चंदी नाहीं, तेथें चाकरी कशी घडते ? मसलत नित्य नवी बाज खाते. तोडयाला कोडयानें तयार असलें पाहिजे. तुकोजींची सरबराई आपणांकडून होत नाहीं. आपले खर्चाचा मार्ग चालतो तो चालतच आहे, त्यांत कमी होत नाहीं. सरकारचाकरींत मात्र कमती पडतें. याचा विचार, आपले खर्चीत अडचण सोसून, तुकोजींची मदत करून सरकारचाकरी निभावणें हेंच उचित. बाईनीं उत्तरें केलीं, कीं 'माझा खर्च दानधर्म आदि होतो, तो किती होतो हें तुम्हांस माहीत नाहीं, माझें मीच जाणें. तुम्हांस भ्रम असेल कीं, सरंजामापैकीं खर्च होतो. तर सरंजामाचा हिशेब पहा. स्वदेश तुकोजींनींच आटोपला आहे. माळवा राहिला, त्याचा रुपया झाडून तेच घेतात. आजपावेतों त्यांजकडे रुपया किती पावला, तो काय जाला, फौज किती ठेवतात, चाकरी कशी करितात, हें सर्व मजला ठाऊक आहे. बाबूराव वैद्य गेले त्यांजबरोबर माळव्याचा हिशेब पाठविला, त्याजवर आणखी दोन वेळ हिशेब पाठविले. ते पाहून कारभारी त्यांस म्हणत नाहींत कीं, तुम्हांस चंदीची अडचण कां पडली. ते म्हणतात तसें ऐकून आम्हांस सांगून पाठवितात. भवति न भवति फार जाली. असेही वर्णे निघाले कीं, तुकोजीबावा भिन्न वांटेकरी नव्हत. सरदारी माझीच. मीच रूपास आणिली. एकविचारें असते तर मजला त्यांजवांचून आणखी आप्त कोण ! दौलत निष्कपट चालावी हेंच तात्पर्य. अखत्यारीची मात्र इच्छा बाळगितात. करावी कशी ही वाटच ठाऊक नाहीं. मजशीं स्पर्धा करावी, माझी नेमणूक करावी, माझा बंदोबस्त केला, म्हणजे कृतकृत्य झाले. राजेरजवाडयांकडे पत्रें पाठविलीं कीं, बाईकडे पैसा न पाठविणें. रांगडे लोक मात्रागमनी. आम्हांस

म्हणतात, तुकोबांकडे रुपया दिला. त्यांस म्हणतात, बाईकडे ऐवज दिला. असा लपंडाव खेळतात. मजशीं वाद काढून सरकारचे जासूद कारकून आणून पत्रें आम्हांस महालांस पाठविलीं कीं, महेश्वरीं रुपया न देणें. यावरून चालते गाड्यास खीळ घालावी तसा विचार होतो. दैव माझें असेंच ओढवलें कीं, बयादा लिहीत जावें. नेमणूक करून घ्या म्हणतात, एवढी गोष्ट अनुकूल पडणार नाहीं. बाकी सर्व त्यांचेंच आहे. पाटीलबावांचे विचारें करणें तें करावें.' नाना वारंवार लिहून पाठवी कीं, 'पाटीलबावांनीं बाईस परिच्छिन्न सांगोन पाठवावें कीं, चार महाल तुम्हांकडे आहेत, त्यांपैकीं डौलाचे खर्चापुरता ऐवज ठेवून बाकी ऐवज सरदारीकडे पाठवून द्यावा. वरकड महालांची वहिवाट तुकोजीबावा करतील. सरदारीमुळें अधिकआगळें केल्यास बाईचा अडथळा नसावा. नारो गणेशास होळकराचे कारभारांतून काढावें व बाईनीं व पाटीलबावांनीं एक होऊन मसलत करावी,येविशीं पाटीलबावा लिहितात,तर नारो गणेशास कारभारांतून पूर्वीच (म्ह० मोरोबादादाचे प्रसंगांत) काढतां आलें असतें.आतां तें कसें घडेल !' सारांश, तुकोजीस बाजूस सारून बाईकडेच सगळा कारभार–सरदारी सुद्धां सोंपावी,हा महादजीनें सुचविलेला उपाय नानानें स्वीकारिला नाहीं; आणि उलट बाईस स्वस्थ बसवून तुकोजीस कारभार देण्याचा मार्ग नानानें सुचविला तो महादजीनें स्वीकारिला नाहीं.शेवटीं प्रकरण विकोपास जाऊन पुढें स.१७९२ त लाखेरीवर शिंद्यांच्या फौजेची व तुकोजीची लढाई झाली, त्याचें कारण, नानानें तुकोजीस तशी फूस दिली, असा आरोप महादजीनें पुण्याच्या मुक्कामांत नानावर व हरिपंतावर उघड दरबारांत केला. त्या वेळीं त्या दोघांनींही त्या आरोपाचा इनकार केला. हीच शिंदे–होळकरांची चीड त्या उभयतांच्या पश्चात् मराठशाही बुडण्यास कारण झाली. सर्वांनीं एकत्र जमून रुजवातीनें निकाल करण्याचा योग कधींच आला नाहीं. त्यांत नारो गणेश तुकोजीचा कारभारी कळ लावण्यांत कधीं कसूर करीत नसे. कारण अशा कलागतीमुळेंच त्याला आपला स्वार्थ साधून घेतां येई. अशा रीतीनें त्यानें अपरंपार संपत्ति मिळविली आणि शेवटीं पापाचा घडा परिपूर्ण भरल्यावर तुकोजीनेंच त्यास खरपूस शिक्षा केली. हा प्रकार ऑक्टोबर स. १७९० त घडला. तुकोजीनें मथुरेजवळ छावणी करून असतां नारोपंताची सर्व संपत्ति हरण करून आणि प्रसिद्धपणें विटंबना करून त्यास इतकें हैराण केलें कीं, त्या हालअपेष्टेंतच तो मरण पावला. मात्र नारो गणेशाची विटंबना झाली ती

निराळ्याच कारणास्तव. होळकरांच्या घरांतील बायकांवरही त्याचें वजन भारी असून त्यांचे कारभार नारोपंतालाच उलगडावे लागत. या सर्व गोष्टींमुळें नारोबाजवळ खूब पैसा जमला होता. तो पैसा तुकोजीला पाहिजे होता. तशांत तुकोजीचा मुलगा मल्हारराव याची आई रखमाबाई हिचा कड नारोपंत हरएक कामांत घेई. ह्या दोघांत कांहीं फाजील सलगी असावी अशीही तुकोजीस शंका आल्यामुळें नारोपंताचा त्याला द्वेष आलेला होता. अशा अनेक कारणांमुळें तुकोजीनें पुढें नारो गणेशाचे इतके हाल केले कीं, ते पाहून सर्वांस मोठी कींव आली. 'तवे तापवून पुढें टाकिले, हर्नाचा सांखळदंड गळ्यांत घातला. अंगास बत्या लावल्या. मिर्च्यांची धुरी दिली. राखेचा तोबरा दिला. स्त्रीस व पुत्रास उष्णामध्यें उभें करून कानास चाप लाविले. खांद्यावर बंदुका दिल्या. तापल्या तव्यावर उभें केलें. तेव्हां तीस लाख रुपये कबूल केले. पुढें आणखी निकड लाविली. घराची जप्ती केली. सक्त कैदेंत ठेवून दिलें. अंगावर एक वस्त्र मात्र ठेविलें. बायकोनें त्यास सांगितलें, 'प्रतिष्ठा कां करून घेतां ? काय असेल तें देणें. भीक मागून खाऊं !' तेव्हां तो तुकोजीस म्हणाला, 'मला संन्यास द्यावा, असेल तें सर्व देतों.' सुभेदार बोलले, पन्नास लाख घेईन, नाहीं तर बाईकडे पाठवून देईन. अहल्याबाईनें सुद्धां कळविलें कीं, इतकी अब्रू घ्यावयाची नव्हती. वस्तुतः मल्हाररावाच्या वेळेपासून ३० वर्षें हा गृहस्थ उत्तरेंतील राजकारणांत अनुभवलेला असून धनलोभी असला तरी होळकरशाहीच्या हितास जपणारा होता. देवराव हिंगणे म्हणतो, "नारो गणेश यांनीं कारभार केला, तोही लौकिक मिळवावा, अघटित कामें होऊन चांगलें दिसावेंसें कांहीं केलें नाहीं. परंतु सरदारीचा भ्रम रक्षून ज्ञान बाहेर पडूं दिधलें नाहीं. सांप्रत तसेंही माणूस कोणी नाहीं." नारोपंताचा भाचा मुकुंद हरि अहल्याबाईजवळ होता, त्याजकडे नारोपंताची बायको महेश्वरीं येऊन राहिली. नारोपंतानें तिला सांगितलें कीं, देशीं रांझ्यास (भोराजवळ) जाऊन राहवें. मुकुंद हरीनें नारोपंताची मुक्तता करून आपल्याकडे आणविण्याबद्दल अहल्याबाईस गळ घातली. बाईनें तुकोजीकडे पत्रें व माणसें पाठविलीं. लिहिलें कीं, 'नारोपंताची अब्रू घेतली हें ठीक नाहीं. माणूस कोठें मिळतें ? त्यास तावडतोब आम्हांकडे पाठवून देणें.' पण तुकोजीनें हें मानलें नाहीं. मार्च १७९१ त तुकोजी टोंकजवळ रजपुतांच्या गढ्या घेत होता. बरोबर नारो गणेश कैदेंत होता. त्यानें फितुराचें बोलणें रांगड्यांकडे चालविलें,

त्यावरून रामपुऱ्याच्या किल्ल्यावर बंदोबस्तानें पाठविलें. बाई रागें भरून म्हणाली, 'उगीच त्याचा असा पिच्छा कां घेतला ?' मुकुंदरावानें त्याची मुक्तता करण्याविषयीं बाईकडून अतोनात प्रयत्न करविला; परंतु तो साध्य झाला नाहीं. शरीफबाई व बापू होळकर यांनीं तुकोजीला फारच गळ घातली. त्यानें उत्तर केलें, 'पन्नास लक्ष रुपये रोख द्यावे, कर्ज सरदारीचें वारावें, म्हणजे पुन: काम त्यांजकडे देतों. नाहीं तर मुक्तता करीत नाहीं.' नारोपंत म्हणाला, 'पैसा होता तो सर्व तुम्हीं घेतला. आतां मजजवळ कवडी देखील नाहीं.' अशा रीतीनें दोन अडीच वर्षे नारोपंताचे हाल करून नंतर त्यास तुकोजीनें ठार मारिलें. ता. १७-७-१७९३ रोजीं अहल्याबाईचें खलबत तिच्या कारभाऱ्यांशीं झालें, त्यांत 'नारोपंतास तुकोजीनीं जिवें मारलें हें काय ? चांगलें माणूस पदरचें गमावलें,' असे उद्गार बाईनें काढिले. सन १७९२ च्या सप्टेंबरांत लाखेरीच्या लढाईंत सडकून मार खाल्ल्यामुळें तुकोजीनें चिडून, होळकरशाहीच्या सर्व बिघाडाचें कारण हा नारोपंत होय, अशा भावनेनें त्याचा देहान्त केला. या प्रकरणावरून होळकरशाहीचा अध:पात व्यक्त होतो. प्रत्यक्ष अहल्याबाई कोणतीही गोष्ट निश्चयानें करण्यास किती असमर्थ होती आणि तिच्या हातांत किती सत्ता होती हें या व मल्हाररावाच्या प्रकरणावरून स्पष्ट होतें.

तुकोजीच्या हातून नोकरी घडेना, तेव्हां महादजीनें नानास रागानें लिहिलें कीं, 'मसलतीच्या कामांत होळकरांचे घरचीं तपसिलें वारंवार लिहून येतात, त्यास ज्या पक्षीं त्यांच्यानें बाईच्या बंदोबस्ताखेरीज चाकरी घडत नाहीं, तरी होळकरांस सरकारांतून स्पष्ट ताकीद व्हावी कीं, तुम्ही वारंवार बाईचा किस्सा सांगतां, ही गोष्ट ठीक नाहीं. स्वामिचाकरी करून दाखविणें तर फौज घेऊन कर्नाटक प्रांतीं जावें. परत आल्यानंतर सरदारीचा बंदोबस्त करून दिला जाईल. ही गोष्ट घडत नसेल तर आम्हांस आज्ञा करावी म्हणजे बाईकडून फौजेची रवानगी सरकारचाकरीवर करितों. बाईकडून चाकरी झाल्यानंतर मग सर्वांचीं स्वरूपें बाहेर पडतील. समयास घरचीं गाणीं काढावीं आणि आम्हांस हटवावें, तरी या गोष्टीनें आम्ही हटणार नाहीं. आम्हांस श्रीमंतांनीं वाढविलें. लाखों रुपयांचे सरंजाम दिले, आणि बरोबरीचे सरदार करून ठेविले. दौलतीसही वांटेदार केलें. असें असतां सरकारचें काम होऊंच नये, आणि खुशाल यांनीं आपले घरीं बसावें, यांत परिणाम कोणाचाही लागणार नाहीं.' सारांश, नानाच्या

हातन होळकराचा तंटा कधीं मिटला नाहीं. तुकोजीस शक्य तितकें नानानें दक्षिणच्या मोहिमांतच ठेविलें. उत्तरेंतील स्वारींत त्यानें केलेल्या कामासंबंधानें महादजी म्हणतो, (डिसेंबर १७९०) 'अलीबहाद्दर व तुकोजी या उभयतांनीं आमचा नाश करावा हाच इरादा धरला होता. अद्यापि तीच चाल आहे. त्यापक्षीं त्यांचें आमचें कदापि बनावयाचें नाहीं. आम्हांस आमचे अब्रूची दरकार. धन्यांनीं चाकरी सांगितली ती बजावून दाखविली आहे. पुढेंही स्वामिसेवेंत अंतर पडावयाचें नाहीं.' हें कळवून पुढें आपाजी राम नानास आपला अभिप्राय लिहितो, 'याउपर उभयतांची स्वच्छता होऊन एकत्र बनेल असा अर्थ राहिला नाहीं. आम्ही सेवक लोकांनीं शक्य तितकी शिकस्त केली; परंतु ईश्वरें यश न दिलें.' उत्तरेंतील या मोहिमेंत सुद्धां दक्षिणेंतल्या सारखेच पूर्वीचे प्रकार वारंवार चालल्याचें पाहून उद्वेग वाटतो. ता. ९-११-१७८८ च्या कागदांत सदाशिव दिनकर व गंगाजी आव्हाड यांची अहल्याबाईकडे शिष्टाई चाललेलीच आहे. (ग्वा. ३. ५०, का. सं. प. या. २६९, २७१, २८०, म. द. बा. १-२०९, २१०, २१६, २२३, २२६. २३९; भा. व. २ प. या. ३६.)

९. **मल्हाररावाचा बंडावा.**—होळकरशाहीचे विपुल कागद छापलेले आहेत, त्यांत तथ्य पाहवें तर सर्व घरगुती व्यवहारांचें: राज्याच्या कारभारासंबंधानें जवळ जवळ पूज्य. सर्वांत बंडखोर तुकोजीचा पुत्र मल्हारराव. हुशारी व धाडस कांहीं त्याच्यांत कमी नव्हतें, पण भयंकर उपद्व्यापी. याचें प्रथम लग्न स. १७८१ त वाफगांवास झालें, त्या प्रसंगीं पेशव्यानें स्वतः वाफगांवास जाऊन तुकोजीचा सन्मान केला होता. (स. मारो. २६९, २७०.) अहल्याबाईचा त्याजवर आरंभीं जीव कीं प्राण होता. 'बाईंनीं महेश्वरास ठेवून घेऊन (दुसरें) लग्न केलें (१३-२-१७८९);नेमणूक करून राहावयास स्थळ दिलें. आई रखमाबाईचीं पत्रें वारंवार येतात कीं, ठेवून घेतलेत, पण त्यांचें गुण तुम्हांस माहीत नाहींत. परिणामीं कळेल.' ता. १-४-१७८९ रोजीं त्याच्या 'स्त्रीस पदर काढिला, त्या समयीं रामनवमीचा उत्सव. रात्रीं कथेस लोक बसले होते, इतक्यांत मल्हाररावांनीं चार खास बारदार पाठवून लक्ष्मण नरसिंहास धरून बाईच्या समक्ष नेऊन मारूं लागले. त्याजकडे रुपये येणें होते ते मागूं लागले. त्यांनीं शंखध्वनि केला, जानवें तोडलें, धोतरें फाडून अवाक्षरच बोलत गेला. बाईंनीं सोडविला नाहीं. त्यास घेऊन बाहेर नेलें. सर्वांनीं बहुतां प्रकारें बाईचा निषेध केला, तेव्हां सोडून

आणविला. मग बाईंची खात्री झाली कीं, रखमाबाई सांगत होती तें खरें. पोर द्वाड, एखादे दिवशीं घात करील.' पुढें मल्हाररावाच्या स्त्रीस इंदुरीं ऋतु प्राप्त झाला, म्हणून रखमाबाईचें पत्र आलें, त्यावरून अहल्याबाईनीं समारंभाचा मुहूर्त ठरवून महेश्वरीं आणण्यास माणसें पाठविलीं. मल्हाररावानें कळविलें 'रखमाबाईचें दर्शन घेणें नाहीं. रखमाबाई समारंभास आली तर मी येत नाहीं.' स. १७९१ त तुकोजीनें त्यास आपल्याकडे स्वारींत बोलाविलें, पण त्यानें साफ सांगितलें 'मी जात नाहीं.' पुढें पुण्यास लिहून सरकारांतून मल्हाररावाचा बंदोबस्त करविला. केसो भिकाजी लिहितो, 'मल्हाररावाचा मोठा प्रलय होता, मार्ग चालत नवते. रयतेस फार उपद्रव जाले. जवळ सरंजाम हजार पावेतों आहे. चोऱ्या व जुलूम करून पैसा जमविला, तो सर्व सरकारांत घेतला पाहिजे.'

दुसरा एक लेखक म्हणतो, 'मल्हारराव बापापाशीं रुसून खानदेशांत आले. बरोबर जमाव पांच हजार व तोफा पांच आहेत. निजामाचे मुलखांत जाऊन गांव लुटले; आपलाही मुलूख कांहीं लुटला. तुकोजीबावांचीं पत्रें कारभाऱ्यांस आलीं कीं, चिरंजीवांस समजून सांगावें, न ऐकेल तर कैद करावें. त्यावरून सरकारांतून दहा पागा त्याचे तोंडावर पाठविल्या. तेव्हां मल्हारराव पळत पळत वाफगांवचे ठाण्यांत बंदोबस्तानें राहिले. त्यांस सरकारचे फौजेनें वेढा घातला. तोफा पाडाव करून आणिल्या. तदुत्तर मल्हाररावास पुण्यास आणण्यासाठीं नानांनीं बहिरो अनंतास त्याजवर रवाना केलें. त्यांची याची कटकट झाली. बहिरो अनंताचा मोड जाला. तेव्हां बजावा शिरवळकर व रंगराव ओढेकर यांस सरंजामानिशीं रवाना केलें. आंतून त्याजशीं बोलणेंही लाविलें. पुण्यास भेटीस येण्याचें मल्हाररावांनीं कबूल केलें. त्याप्रमाणें पुढें तो भेटीस आला. कारभाऱ्यांशीं बोलून सन्मानानें परत प्रयाण केलें.' तदुत्तर मल्हाररावाचा त्रास वाढतच गेला. पुत्रमोहानें तुकोजी त्यास अटक करीना व अहल्याबाईस कठोरपणा धारण करवेना. शहरांत व सर्व मुलखांत दिवसा दरोडे घालावे व पाहिजे ते अनाचार करावे असा त्याचा क्रम दोन वर्षें चालला. पाराशर दादाजीनें अहल्याबाईस वारंवार कळविलें,' हा शनिश्चर आहे, यास अटकेंत ठेवावा.' परंतु त्याचें कोणी मानीना. पुढें मुसा दुदर्नेक व दुसरे दोन गोरे महेश्वरीं येऊन बाईस स. १७९३ च्या ऑगस्टांत भेटले. त्यांस खर्चास पावलें नव्हतें. बाईनें थोडीबहुत खर्चाची तजवीज केली. पुढें मल्हारराव इंदुरास राहिला. एप्रिल स. १७९४ त बाईनें दुदर्नेकास

पत्र पाठविलें कीं, तुम्ही व बापू होळकर एक होऊन मल्हाररावास घेरा घालून धरून आणावें. यासंबंधानें वर्ष सहामहिने सारख्या वाटाघाटी चालू होत्या. पुढें इंदुराहून निघून जाण्याच्या तयारींत मल्हारराव असतां, दुदर्नेक यानें जलदी करून त्यास धरून घेतलें. उभयतांत त्या वेळीं मारामारी होऊन कांहीं माणसें मेलीं. दुदर्नेकानें त्यास आपल्या म्यान्यांत घालून कुलूप जोडून गोटांत नेलें; व पुढील आज्ञा बाईस विचारली. तिनें कुशलगडच्या किल्ल्यांत बंदोबस्तानें ठेवून देण्याविषयीं कळविलें. त्यानें १८ मे १७९४ रोजीं मल्हाररावास कुशलगडांत दाखल करून किल्लेदाराचें पत्र बाईस पाठविलें. 'बापू होळकर वगैरे पुष्कळांवर मल्हाररावाचा क्रोध भारी. त्याची बायको गौतमाबाई आक्रोश करते. अन्न खात नाहीं. तुकोजीबावा पुत्रमोहेंकरून श्रमी आहेत. उभयतां स्त्रीपुरुष उपास करितात. पुत्राचा अन्याय दिसत नाहीं. दौलतींत मनुष्य कोणी नाहीं, दहशत कोणाची कोणास नाहीं.' पुढें तीन महिन्यांतच मल्हाररावांची समजूत घालून त्यास मोकळा केला. कारण तुकोजीनें कळविलें, 'मला अन्न गोड लागत नाहीं. मल्हाररावास आणून भेटवा, नाहीं तर मला त्याजवळ पोंचवा. दोघांस एक जागीं ठेवा. मजला सरदारी नको. सरदारीची फारकती देतों. मल्हाररावास न सोडल्यास मी वांचत नाहीं. मी आपला गळा कापून घेईन.' त्यावरून अहल्याबाईनें माणसें पाठवून १४-८-१७९४ रोजीं पालखींत घालून मल्हाररावास कुशलगडाहून आणिलें. त्यानें सांगून पाठविलें, 'बाईचे भेटीस येतों.' परंतु बाईनें कळविलें, इकडे येण्याचें प्रयोजन नाहीं, परभारें तीर्थरूपांकडे जावें.' त्याप्रमाणें मल्हारराव रेंवा उतरून तुकोजीजवळ गेला. पुढें वर्षअखेर उभयतां पुण्यास पोंचले. महेश्वरदरबारच्या बातमीपत्रांतील अशा तपशीलवार हकीकती वाचण्यालायक आहेत. मल्हाररावाचा सावत्र भाऊ यशवंतराव म्हणजे त्याचीच सुधारलेली आवृत्ति. धाडस, शौर्य, पराक्रमाची हांव हे त्याचे गुण अत्यंत बहुमोल; पण त्यांचा उपयोग राष्ट्राच्या कार्यांत करून घेणारा धनी कोणी नव्हता. अशाच बेफाम माणसांचा उपयोग शिवाजी, बाजीराव, महादजी वगैरेंनीं करून घेतला. परंतु शिस्तीच्या सांचांत अशा माणसांस घालणें शक्य झालें नाहीं, म्हणून त्यांच्या कर्तृत्वाचा उपयोग राज्यनाशांत झाला. 'दौलत म्हणजे माणसें' असें एक लेखक लिहितो, तें सत्य होय. (खरे ३३५७,-५९,-६१,-६५,-६७,-७२; म. द. बा. २-२५८-२६६).

---

१. रतलामचे आग्ने० ५० मैल.

६. **देवराव हिंगण्याची शिष्टाई** (स.१७९३ मार्च–डिसेंबर १७९४).—स. १७९२ त महादजी शिंदे पुण्यास आला, तेव्हां मागें हिंदुस्थानचा कारभार तुकोजी पाहूं लागला. त्या वेळीं महादजीचे कारभारी गोपाळराव भाऊ, लखबादादा, डी बॉयन वगैरे हिंदुस्थानांत होते. त्यांचें व तुकोजीचें सडकून वाकडें आलें; आणि उभयतांची कोटयाच्या उत्तरेस लाखेरी येथें प्रचंड लढाई ता. २०–९–१७९२ रोजीं होऊन तुकोजी पराभव पावून परत इंदुरास आला. येतांना त्यानें शिंद्याचें उज्जनी शहर रागारागानें लुटलें. शिंदे–होळकरांचा हा बेबनाव अत्यंत अनर्थावह व राज्यास अपायकारक असल्यामुळें तुकोजीची समजूत घालून त्यास दक्षिणेंत आणण्याकरितां नानाफडणिसानें आपले दोन भरंवशाचे इसम देवराव महादेव हिंगणे व बळवंतराव काशी कात्रे यांस इंदुरास पाठविलें. या वकिलातीचीं देवरावाचीं १५ पत्रें सन १७९३ मार्च पासून डिसेंबर स. १७९४ पर्यंतचीं इतिहासंसंग्रहांत छापलेलीं खुलासेवार असून तीं होळकरांच्या दरबाराची व तदनुषंगानें मराठशाहीची शोचनीय स्थिति स्पष्ट दाखवितात. सबब येथें त्यांचा गोषवारा देणें जरूर आहे. सन १७९४ अखेर तुकोजी दक्षिणेंत आला. तदुत्तर पुढील सालच्या खर्ड्यांच्या स्वारींत व सवाई माधवरावाच्या मृत्युसमयीं तुकोजीचा मुक्काम पुण्यास असून तेथेंच तो पुढें वारला, तेव्हां त्याचे सर्व मुलगे जवळ होते. (खरे ३५१०–३५२१.)

इंदुराहून ता. २९–३–१७९३ रोजीं नानास पत्र आलें, त्यांतील मजकूर 'तुकोजीबावांचे नांवें पत्रें आणलीं तीं त्यांस दिलीं. देशीं येण्यास चित्तांत बहुत संशय आणितात. बाईची ताकीद वारंवार सरकार लक्षानें व आपले लक्षानें चालावें हे बहुत; यास्तव जावेंसें म्हटलें असतां जातों मात्र म्हणतात, परंतु पुत्रमोह सुटत नाहीं. काशीरायास दौलतीचीं वस्त्रें व मल्हाररावास लिहिणेंपढणें गुण मात्र आहेत, ते मोहदृष्टीनें दिसतात, यास्तव मल्हाररावानीं कारभार करावा व कारभारी होईल त्यानें खर्चास पुरवावें व कारभारी यांनीं काशीरायाचे संधानांत चालावें. या विचारावर काशीरायास वस्त्रें बाईकडून देववावीसें सिद्धांतांत आणून मुहूर्तविचारणा देखील जाली. तेव्हां कनिष्ट पुत्र मल्हाररावांनीं व सरदारांचे विचारें बाईस सांगून पाठविलें कीं, तुकोजीबावा आहेत तों वस्त्रें कोणास देऊं नयेत. त्यांचे मागें होणें तें होईल. कदाचित् तुम्हांस करणेंच तर आधीं दौलत वांटून द्यावी. तसें न केल्यास बखेडा होईल, काशीराय नाहीं किंवा मी नाहीं,

सुचेल तें करीन. अशीं उत्तरें मल्हाररावानें केलीं. तेंव्हां बाईनीं तुकोजीबावांस सांगितलें कीं, 'उभयतां चिरंजीवांची ही दशा ! पुढें काय करितां ?' तेंव्हां तुकोजीबावांनीं उत्तर केलें कीं, वांटणी करून उभयतां समजावून करणें तें करावें. तेंव्हां बाईनीं सांगितलें कीं, 'तुम्हांस पुत्रमोह सुटत नाहीं व आपला गुणदोष ध्यानास येत नाहीं. पुत्रांसी बेमुर्वत होऊन दौलत राखण्याच्या गोष्टी करवत नाहींत. तेंव्हां घरीं दारीं सरकारांत, कारभारीयां सुद्धां बदनाम करावें व आपण क्रिया सोडून पुत्रासहित पापाची विशेषता करितां, आपलें हितअहित पाहून करीत नाहीं. मागें जालें तें जालें. पुढें इतका नाश होऊन समेट नाहीं. असो. तुम्ही धन्यापाशीं जाऊन तुम्हीं व तुमचे कारभारी करणें तें करा. उपरांत तेथील अन्वयें मी वस्त्रें देईन.' कनिष्ठ चिरंजीवांविषयीं येथील मुत्सद्दी यांची अनुकूलता नाहीं. कनिष्ठास अरगळेंत ठेवून काशीरायाशीं वस्त्रें द्यावीं तर सर्वांस खातरजमा.

ता. १-१२-१७९३चें पत्र. 'महेश्वरीं अहल्याबाईची भेट घेऊन नंतर तुकोजीबावांचे भाव ध्यानास आणितां, बोलणें करणें, पक्व विचार, शाश्वतबुद्धि व दुरदेशी बाईपाशींच. बावापाशीं शेरपीठापासून महेश्वरीहून जाईल तों कालक्षेप. कायम मिजाज किंवा मसलतीस पक्वना यांस ठिकाण नाहीं. बाईखेरीज कांहीं एक सिद्धीस जाणें नाहीं. होळकरांचे दरबारीं वाद पडलेला, शिंदे-होळकरांचीं एकमेकांस परस्परें पत्रें जाणें सुद्धां बंद. अशा स्थितींत महेश्वरीं सर्व समजावीस करून बहुत ममतेनें खातरजमा करून मग इंदुरास तुकोजीबावांकडे आलों. त्यांची भेट जाहली. त्यांनीं उत्तर केलें, ' मजला देशीं मसलतीस ठेवून कारभारी यांणीं खराब केलें. शिंद्याशीं झुंजूं नका ऐशी थांबाथांब केली. ' अशीं भाषणें बहुतच श्रमयुक्त जालीं. ते दिवशीं सांत्वन करून विशेष न लांबवितां घरास आलों. दुसरे दिवशीं बोलायचें होतें तितकें बोललों. तथापि तुकोजीबावांची बहुवशता फार, आणि करण्याचा प्रकार एकसुद्धां नाहीं. कै. मल्हारजी सुभेदारांची बोलण्याची तऱ्हा आणून बोलूं लागले. मी स्पष्ट सांगितलें, ' अगोदर बाईचें संमत उघडेपणें माझे प्रत्ययास आल्यावर, उपरांत धन्यास लिहीन. ' तेंव्हां फजीत जाहले. बाईशीं बोलण्यास ठिकाण नाहीं. बाईनीं पूर्वी भविष्य केलेंच होतें व बाईचा निश्चयच कीं, जें करणें तें सरकारांत दाखला देऊन तेथील विचारें करणें. पाटिल-बावांकडे शब्द आणावयाचा मजकूर थोडाथोडा बोलिले. मुख्यत्वें बाईस अभिमान पूर्ण पडला आहे कीं, मल्हारराव होळकराचे निशाणाचा आब लाखेरीचे

लढाईंत गेला, तो सरकारचाकरीनें मसलतीनें आणावा. आपण आहों तों आब आहे तो रक्षावा. सरकार चाकरीस बेउजूर असून कारभारी यांचे विचारें सांगतील तसें चालावें.' तुकोजीबावांचें शरीर अर्धे वायूनें गेलें आहे. तशीच तजवीज व कायम मिजाजी व मसलतीचा अर्थ जाला आहे. ज्येष्ठ चिरंजीव काशीराव. त्यांचा एक हात व पाय वायूनें कमी जन्मतांच आहे; व तद्वत्च बुद्धि, मसलत व कायम मिजाजी. कनिष्ठ चिरंजीव मल्हारराव त्यांची अवस्था सर्व स्वामींस विदित जालीच आहे. बापूजी होळकर पुतण्या आहे तो मात्र स्वारीशिकारींच्या व चाकरीच्या उपयोगी, त्याचे ठिकाणीं यांसीं द्रोहबुद्धि विशेषच जाली आहे कीं, माझे पुत्र मागें पडतील. यास्तव पुत्रांस रूढीस घालावें. पुत्र ज्येष्ठ रूढीस घालावे तर कनिष्ठ मल्हारराव म्हणतात कीं, त्यास जिवें मारीन. ज्येष्ठ पुत्र म्हणतात कीं, मी ज्येष्ठ टिक्याचा धनी. मजला रूढीस न घातल्यास गोसावी होऊन छत्रपतिपाशीं बसेन. हें ज्येष्ठाचें भाषण! मुख्यास पुत्रमोह विशेष जाला. व्यसनासक्ति सर्वांसच. मादक वस्तूंचा संग्रह. तेव्हां सर्वांस जमा करून आम्हीं सांगितलें कीं, यानें बहुतांचे नाश जाले. आपण संग्रह करितां हें ठीक नव्हे. समय काय गुजरला आहे; व अभिमानरहित होऊन तोच उद्योग चालवणें उचित नाहीं. आपले रुबरू कोणी बोलत नाहीं, परंतु जग विरुद्ध जालें आहे. सुभेदार कैलासवासी यांचे पुण्याचे पुंज बहुत होते, त्यांचा खर्च होत होत आपणही तेंच पुण्य खर्चितां. पापोत्कर्ष विशेष जाला. पुण्यसंग्रह सरत आला. तुम्ही सरदार थोर, केवढे तुमचे मान, त्यास हा बट्टा आहे. म्हणून पुत्रांसहित जमा करून बोलणें जालें. त्यावरून पुत्रांकडून व आपण श्रीमंतांचे पायांची, बाईचे पायांची व श्रीमार्तंडजीचे पायांची शपथ करून दरोबस्त लष्करांतील मद्याचीं दुकानें उठवून, प्रांतांत दरोबस्त मद्याची मनाई, चिठ्ठीवेगळी विक्री होऊं नये, अशी निक्षून ताकीद जाली. याप्रमाणें आज पंधरा रोज चाललें आहे. बाईसही संतोष जाला. मुख्य या दौलतीस अहल्याबाईचें पुण्य, धर्म व बुद्धि, कायम मिजाज, एकवचन, व श्रीमंतांचे चरणीं निष्ठा व लौकिकावर दृष्टि, कर्तृत्व व पुरुषार्थ आहे. स्वामींनीं त्यांचा ममतायुक्त परामर्ष घेतला तरच निर्वाह आहे. दौलत खराबींत फार आली. बाईनीं आव भरला आहे. पुढें निदर्शनास येईल तें खरें.'

शिंदे, होळकर व गायकवाड हे तिघे पेशव्यांनीं निर्माण केलेल्या सरदारांत हल्लीं अग्रगण्य राहिले होते. चवथे सामर्थ्यवान् नागपुरकर भोसले. हेच कायते

दौलतीचे चार आधारस्तंभ. वरील तिघांपैकीं शिंद्यांचे दौलतीस पुढें कोणी वारसच नव्हता. होळकरांच्या दौलतीस वारस काय लायकीचे होते, त्याचें वर्णन वर दिलेंच आहे. गायकवाडांची अवस्थाही होळकरांहून विलकूल सरस नव्हती. दमाजीच्या चौघां मुलांत कर्तृत्ववान फत्तेसिंग तो ता. ९-१-१७९० रोजीं वारला. तेव्हां उर्वरित बंधूंपैकीं सयाजीराव वेडसर असल्यामुळें गोविंदराव व मानाजी यांजमध्यें गुजरातच्या कारभारासंबंधीं झगडा लागला. पेशव्यांनीं मानाजीकडून पाऊण कोट नजराणा घेण्याचें ठरवून त्यास कारभार दिला,इतक्यांत महादजी शिंदे पुण्यास आला, व मानाजी गायकवाड १-८-१७९३ रोजीं वारला. तेव्हां गोविंदरावाचा पुरस्कार करून त्यास महादजीनें ता. ३-१२-१७९३ रोजीं वस्त्रें देवविलीं. तेव्हां गोविंदरावास स्थानापन्न करण्याकरितां कोणी तरी प्रमुख सरदारानें गुजरातेत जाणें जरूर पडल्यानें ती कामगिरी तुकोजीस सांगण्यांत आली; आणि तुकोजीस फौजेसह परभारें गुजरातेंत घेऊन जा असें नानानें हिंगण्यास इंदुरास लिहिलें. परंतु तुकोजीनें ही कामगिरी स्वीकारली नाहीं. यासंबंधींचा उल्लेख हिंगण्याच्या पत्रांत वारंवार येतो. पुढें गोविंदरावाची रवानगी नानानें पुण्याहून गुजरातेंत केली. गुजरातच्या कामगिरीवर जावयाचें तर त्यांत आपणांस वांटणी मिळावी, अशी मागणी तुकोजीनें केली. त्यावर नानानें कळविलें, ‘ गुजरातेंत वांटणी पूर्वीपासून शिंदे, होळकरांस नाहीं. जें सुटलें तें सरकारचें. वांटणी मागूं नये. सरकारकाम करावें. लौकिक व्हावा. सरदारीची उस्तवारी व्हावी. हा मनसबा मनन करून ठरविला. त्यांनीं करावा हें उचित आहे. वरकड पूर्व चाली बाईनीं लिहिल्या व पराक्रम सरकारतर्फे केले, या गोष्टी खऱ्या आहेत, लोपल्या नाहींत. परंतु तेव्हां दुही नव्हती. तो प्रकार आतां राहिला नाहीं. तेव्हां कसें करावें ? महेश्वरींच राहिलें असतां लौकिक राहील कीं काय, याचा विचार मनांत यावा. जसी सरदारी तसें काम करावें; यांतच सरदारीचें स्वरूप व बोज. याप्रमाणें घडल्यास चांगलें.’ असें नानानें हिंगण्यास कळविल्यावर तुकोजीनें डेरे दाखल झाल्याचा देखावा मात्र केला. परंतु बोलल्याप्रमाणें त्याने कांहीं एक केलें नाहीं. याचीं अनेक कारणें हिंगण्यानें ता. २४-१-१७९४ च्या पत्रांत खुलासेवार दिलीं आहेत. तो लिहितोः—

‘ नारो गणेश गेल्यापासून येथें कोणी वजनदार व विचाराचा कारभारी नाहीं. पाराशर दादाजीस गळबंधन करितात. त्याचें नांव मात्र. ते द्विपाद दावे तोडि-

तात, सांप्रतचे प्रसंगास उपयोगी नाहींत. फौजेचा बंदोबस्त करितील म्हणून बाईनीं महेश्वरीहून संतोष करून पाठविले. त्यांनीं इंदुरास तुकोजीकडे येऊन, फौजेंत उलटी मल्ई करून शिलेदार वगैरे बहकाविले. यास्तव बाईचीही त्यांचे ठिकाणीं अनास्था जाली. मुख्य तुकोजीबावांचे बुद्धीचा स्तव काय लिहावा! शाश्वत बुद्धि आजची उद्यां नाहीं. महद्गुणांतील गोष्ट एक. दुसरें, स्वतः बुद्धि नसतां मनसब्याचे कल्प बोलतात, ते कर्णें करून श्रवण करितां आश्चर्यरूपी. ते स्वतः आपण आपल्यावर बहुत संतोष मानून रिझतात. मसलती चुकल्या, त्या कपाळावर घालून, विवेक करून ईर्षा सर्व टाकली. हा दुसरा गुण. तिसरें, द्रव्यलोभ अतिशय. एवढे श्रमांत येऊन सर्वस्वगतश्री व्हावेसें झालें असतां, जवळ दहाबारांचें वित्त आहे, तें प्राणांपलीकडे व अब्रूहून पलीकडे ठेविलें, तें न काढतां, बाईकडील मार्गप्रतीक्षा, सहस्र फजित्या सोसून, दौलत बुडते हें ध्यानास न आणून, जात जात जाऊन राहील तितकें पहिलें अव्वलास फार मानून, विवेक करितात. चवथें पत्रमोह अतिशय होऊन चांगलें माणूस नाहींच. आहेत त्यांचा द्रोह अत्यंत उत्पन्न; व हलकें मनुष्य जवळ, राधी रक्षा मुख्य सल्लागार, तशींच खिजमदगार यांचीं सांगणीं सर्वोत्कर्ष असे चार गुण. दौलत तारावयाचे व वांचवावयाचे गुणक्रिया एक बाईचे पायांशीं कार्याकारण, वरकड स्मरणच नाहीं. शरीर केवळ गेलें. दोघां मनुष्यांनीं उठवावें, बसवावें ही दशा आहे. येथें आश्रय पुढें चांगले चालीचा, धर्मांचा व पतीचा व कायम मिजाजाचा, सर्वांचें लक्ष रक्षावयाचा गुण जो कांहीं आहे तो बाईंत. बुद्धि व कल्याणअकल्याण समजणें व मल्हारजी-बाबांचे लौकिकास जपणें तेथें आहे. सबब यांजला सक्ती करून, महेश्वरीं बाईपाशीं नेतों. तेथें गेल्यावर ठरेल तें सेवेसी लिहीन.'

इंदुरास तुकोजीशीं या वाटाघाटी चालू असतां इकडे पुण्यास महादजी शिंदे ता. १२-२-१७९४ रोजीं एकाएकीं मरण पावला. तें वर्तमान ऐकून हिंगणे लिहितो, 'अकस्मात ईश्वरें परम अनुचित केलें. या प्रसंगीं हा प्रकार घडणें सहसा ठीक नव्हतें. जयपुर, जोधपुर वगैरे जमीनदार आपापले जागीं भक्कम होऊन लबाड्या करूं इच्छितात. सर्व एक पेटी, दुसरीकडील अर्थ करण्याचा सर्वत्र सिद्धांत, अशीं मनुष्यें परम दुर्लभ. उभयतांनीं वर्तमान ऐकतांच नौबतखाना बंद करून स्नान केलें. श्रम मानिले. सरकार आज्ञेप्रमाणें फौजेची सिद्धता करीत आहेत. त्यांचा मृत्यु जाला, समय रक्षावा, प्रांताचा बंदोबस्त राखावा, दुंडी

होऊं न द्यावी, हा मुख्यार्थ खराच. अलीकडे दुराग्रह वाढून कलहाची वृद्धि जाली. त्यांत महादजीबावा असते तर, विवेक अविवेक जाले, त्यांचें निराकरण होऊन पूर्व चालीप्रमाणें घाटास यावें हें सरकार व उभयतांचे अन्वयें झालें असतें. परंतु पुढील प्रकार पेंचाचे दिसतात. ते असते तर विचाराचे माणूस व दुरंदेश एक वेळ दुराग्रहानें गोष्टी जाल्या, त्या अविवेकानें जाल्या, हें ध्यानास येऊन सरकाराशीं व भाऊपण्याशीं पूर्व चालीनें चालून मार्गावर येते. सांप्रत सरदारांचें मत एक, कारभाऱ्यांचें मत एक. अवघ्यांची वर्तणूक चोरासारखी. धनी कोणी नाहीं. बाई बायको माणूस. दाब तिळप्राय कोणी मानीत नाहीं. तथापि सरकार लक्ष्यास जपावें येविशीं बाईची ताकीद वारंवार. गुदस्तांपासून महालचा पैका वगैरे जमा करून फौजेची रवानगी करणें तितकी केली. स्वतः आपण मसलतींत जावें तर स्त्रियांचा व्यवहार नाहीं. पुढें सरदार खांसा त्यांची ही दशा. आपण खांसा व पुत्र व रक्षा पुतण्या सुद्धां उदकाप्रमाणें अनाचाराची (मद्याची) पराकाष्ठा. नारो गणेशांनीं सरदारीचा भ्रम रक्षून ज्ञान बाहेर पडूं दिलें नाहीं. सांप्रत तसेंही माणूस कोणी नाहीं. पागा उपासाखालीं बुडाल्या, फौजा उठून गेल्या. सर्वांचे गवगव्याचे बचावास डेऱ्याभोंवते दोनचारशें माणूस गारदी मात्र व पांच तोफा, इतकी रखवाली असतां, गवगवा होऊन त्यांत तुकोजीबावांनीं मारलें जावेंसें जालें होतें, परंतु तो दिवस टळला. जवळ वीसपंचवीस लक्षांचें वित्त, रखमाबाई मेली तिच्या वित्ता सुद्धां, पोरेंबाळें दहा लक्षांपर्यंत असतां, सरदारी बुडते. सरंजामाचा अजमास काय, फौज काय, आपले सरदारीचे खर्च मनस्वी, ते खर्च असावे, पैका आपण खाणें तो खावा, लोकांनीं व चवघां चोरापोरांनीं खाणें तो खावा. दिवाण व्हावा त्यानें फौज, तोफखाना, कर्ज मल्हारजी होळकर वगैरेंचे खर्च सांभाळावे. याखेरीज रक्षा राधीवटीक, तिजकडे पांच हत्ती, आठशें घोडे पागेचे, चिरंजीव मंडळींच्या पागा, त्यांस पैका द्यावा, चाकरी सांगूं नये. सरदारांनीं आज्ञा करावी, त्या अन्वयें पैका द्यावा व दिवाणगिरी करावी. तोही परका नसावा, पुण्याचा हुजुरून दिवाण आल्यास आपली विलक्षणता चालूं देणार नाहीं, हें सरदारांचें मत; व कारकुनांचें मत जो दिवाण व्हावा त्यानें आपल्या लक्षांत चालावें. तशांत पाटीलबावांच्या मृत्यूचा हा अनर्थ गुदरल्यानें यांच्या मनांतील भय जाऊन, हिंदुस्थानचे अधिकारी जालों, याजवर कृतार्थता मानून, मद्यादिक महापानाचा योग-

शपथा केल्या ते दिवशीं श्रीमंतांचे, कै. सुभेदारांचे व बाईचे पाय बोलले काय ! आणि प्रांतांतील व लष्करांतील दुकानें आपले जासूद हुजरे समागमें देऊन मोडविलीं काय ! आणि आतां पुन: प्रसिद्ध वर्तणूक राजरोस चालूं लागली. आम्ही निषेध करून बोललों, तेव्हां उत्तर केलें कीं, ' महापानावेगळें माणूस वांचणार नाहीं, आणि मग नर्मदा उत्तर तीर सुटत नाहीं. ' आम्हीं सांगितलें, '.सुभेदार, तुम्हीं पुत्रांसहित कोणकोणच्या शपथा वाहिल्या आणि त्याचें उत्तर हें खासें ! यांत तुमची क्रिया ठीक न राहिली, तर राजकारणांत तुमची शपथ किंवा क्रिया कोण मानील ! आतां फजिती करून घेऊं नका. ' परंतु सर्व व्यर्थ. मदांधता. अविवेकामुळें शपथा केल्या त्यावर लक्ष राहिलें नाहीं. कारकून कारभारी बाई सुद्धां फजितीच करीत आहेत. अब्रू राहिली नाहीं. जवळचा पैसा खर्चणें नाहीं. दाभाडयांचे घरचा कारभार ऐकत होतों, ती दशा सांप्रत सर्व प्रकारें येथें प्राप्त जाली आहे. त्यांत दाभाडयांचे घरीं मद्य नव्हतें, वरकड विषय होते. येथें, मद्य, अविचार, रयत लुटणें, मल्हारजी वगैरे केवळ लुच्या तऱ्हा. इंदुरास होते तों बाईचा दाब व सरकारचें भय मनांत होतें. सांप्रत महादजीचें वर्तमान श्रवण जाल्यापासून गुजरातची मसलत नाहीं, हिंदुस्थान आपले कबजांत आलें, सरकारचें भय तिळप्राय नाहीं. पुढील तर्तूद कांहीं एक नाहीं. तेव्हां आम्हीं सांगितलें, 'मनसबे कसचे करितां ! फौज तयार करा. शिंद्यांकडील सरकारचे विद्यमानें तह जाल्याखेरीज चमेलकडे तुम्हांस कोण येऊं देतो ! जें करणें तें सरकार लक्षानें तेथें ठराव होऊन येईल त्या अन्वयें वर्तावें लागेल. शिंद्यांचे सरदार तुम्हांस तिकडे पाहूं देणार नाहींत. वारंवार चुकत जावें आणि पेंचांत यावें हें चांगलें नाहीं. नौकरपणानें व हलक्या माणसांच्या चालीनें बसून सरदारी चुकली. तुमची क्षणिकता, दुर्व्यसनें, पुत्रमोह, रयती सुद्धां बुडविणें, अन्याय वर्तणूक, या गोष्टी मोडल्या पाहिजेत. न मोडल्यास दौलत व सरदारी बुडाली म्हणून समजा. तुमचा आब सर्व प्रकारें गेला. ' येथील चिन्ह, **तुकोजी होळकरांचे दैवाची दौलत उतरली.** पुढें कै. मल्हारजी होळकरांचें नांव चालविणें तर दुसरा सरदार सरदारी जोगा व कारभारी कारभाराजोगा करून निशाण चालवावें. साकल्य श्रुत व्हावें यास्तव विनंति लिहिली. इंग्रजांपाशीं वकील कोणा सरदाराचा असूं नये, एक सरकारचा मात्र असावा. इंग्रजांनीं कोणास आसरा देऊं नये. पातशहाचा व दिल्लीचा बंदोबस्त सरकारच्या व उभय

सरदारांच्या फौजेनें करावा. सरकारतर्फेचे जातील त्यांचे आज्ञेंत उभयतांनीं चालावें. येथें मनुष्य कोणी नाहीं, व आहेत ते कालग्रस्त. विनामातबर माणूस सरकारलक्षानें असून यांचा श्रम राखी व सरदारीचा आब जाऊं न देत, तरच परिणाम. पातकाची बुद्धि व बुद्धीस क्रिया यांच्या नाहींत. अशा प्रसंगीं यांजला हुजूर आणावें. तेथें पावल्यावर यांचे ध्यानांत अर्थ येतील. पुत्र सहीत पुढल्या पिढीस चालावयाचे अर्थ पुरुषोत्कर्ष, पापोत्कर्ष, सर्वार्थ ध्यानांत येतील. याप्रमाणें घडण्यास समय हाच. दोन वर्षे यथास्थित चालल्यास सरदारीस आब येत जाईल. गेलें कांहीं नाहीं. प्रांत चांगला. हिंदुस्थानचा बंदोबस्त कै. नानासाहेबांचे समयाप्रमाणें होऊन चालावयाचा समय हाच. तेंही यश स्वामींस येऊन या गोष्टी घडल्या तर स्वामींचा पुण्योत्कर्ष, व सत्यप्रतिज्ञ, न्यायनिष्ठुर, व श्रीमंतांचे चरणीं दृढभाव. व तात्यांसारखे साधक, श्रीसर्वोत्तम मनेप्सित करील.' मुख्य पक्ष यांसीं देशीं आणावें. दोनही बंदोबस्त तेथें करावे.' परंतु या सर्व गोष्टी नानाच्या किंवा कोणाही चालकाच्या आटोक्याबाहेरच्या होत्या. नाना, महादजी, रामशास्त्री, हरिपंत, अहल्याबाई सर्वांचीं शहाणपणें निरुपयोगी ठरलीं. तुकोजीच्या मागें काशीरावास वस्त्रें देऊन त्याजकडून कामकाजाची वहिवाट करवावी, असा विचार अहल्याबाईनें ठरवून महादजी शिंदे हयात असतांच तिनें नाना, हरिपंत व महादजी यांचें अनुमतपत्र आणून ठेविलें होतें. मात्र तुकोजीला पुढील व्यवस्थेची यत्किंचित् काळजी वाटत नव्हती.

ता. २८-३-१७९४ रोजीं हिंगणे पुनः लिहितो, 'महालचा पैका पुढील दोन सालांचा घेऊन चुकले. पुढें बाईनीं पैका कोठून द्यावा? मनस्वी खर्च! लाखेरीच्या लढाईंत मोठी शिकस्त खाऊन इंदुरास येऊन भुईस भार व अन्नास काळ कमकसर एक वर्ष बसल्या मुक्कामींच झाले. सावकार कोणी उभा राहत नाहीं. सरदारी झोंके खाते. सर्व चाली दाभाडयांच्या, त्यांत महापान त्यांजहून विशेष. धन्यांनीं खाविंदी करून बंदोबस्त करावा. सुवृत्तानें ऐकल्यास उत्तम, न ऐकल्यास दोनही तोंडीं राखून, दाबून, बंदोवस्तांत आणावयाचा हा समय आहे. स्वामी म्हणतील, सरदारी मोठी, यांस धक्का पोंचून हलकी होते. तर सरकारचे केल्यानें होत नाहीं. यांचे कर्मानें व चालीनें होते. सरकारांतून न सांभाळेल तरी बुडत बुडत आलें आहे. दाबून बंदोबस्त केल्यास वांचेल. काशीरायास वस्त्रें दिल्यास आपण बखेडा उत्पन्न करावा, असा प्रकार मल्हाररावाचा आहे. तुकोजी बावा म्हणतात,

सिंधांची आपली मानमहत्त्वें वांटणी व्हावी. आम्ही ज्येष्ठ, तो ज्येष्ठत्वाचा मान आम्हांकडे आहे तसा चालवावा, म्हणजे देशीं येणें घडेल. ' याचा अर्थ ज्येष्ठत्वाचा मान मात्र पाहिजे, पण ज्येष्ठत्वाचे कष्ट किंवा जबाबदारी नको. हिंगण्यानें बाईस कळविलें, ' नानांचें व तात्यांचें लक्ष तुमचे ठायीं पूर्वीपासून आहे तें अधिकोत्तर होईल. सिंघापाशीं तुमचा परिणाम लागणार नाहीं. पूर्वी ताराबाई (भोसले) व उमाबाई (दाभाडे) आदिकरून बायकांस कारभाराचें यश नाहीं. तुम्ही धर्म करितां; पदरीं पुण्यसामुग्री, महेश्वरीं नेवातीरीं सत्क्षेत्र धरून पक्क्या रीतीनें आहां, त्यास बट्टा लागेल.' 'बाई सर्वथैव सरकारचे लक्षांत. जें नाना तात्यांचें लक्ष व सरकारमर्जी तेंच करावें.' तुकोजीबावा म्हणतात, ''बाईपुढें आमचा उपाय चालत नाहीं. बाईची सत्ता आम्हांवर नसावी. एक हातीं असावें. बाईचें लक्ष सर्वात्मना आपले उभयतांचे मर्जीवर. त्यांचे तोंडीं उत्तरें निघतात कीं, 'मजला यांचे सरदारीशीं दरकार नाहीं. राहिले आयुष्यांत माझें महत्त्व आहे, त्यास ढका, श्रीमंतांचे पायीं माझें आचरण शुद्ध व मल्हारजीबावांचें पुण्य आहे तर, लागणार नाहीं; व जीवितव्य आहे तों लागूं देणार नाहीं. हृदयस्थ आहे तोच बुद्धीस प्रेरक होऊन यांतही सहस्र तोंडी काढील.' अशा प्रकारची हीं हिंगण्याचीं पत्रें होळकरशाहीची अंतःस्थिति समजण्यास फारच उपयोगी आहेत. येथें फक्त थोडेसे उतारे घेतले आहेत. भाषेच्या दृष्टीनेंही हा भाग मार्मिक आहे.

हीं पत्रें पावल्यावर नानानें पुढील व्यवस्थेचीं कलमें लिहून पाठविलीं, तीं अशीं:—

(१) दहा हजार फौज बाळगून सांगूं तेथें मोहीमेवर जावें. पैका अहल्याबाईचे विचारें सरंजामांतून घ्यावा.

(२) बाईचे महत्त्वास अंतर करूं नये.

(३) तुकोजींनीं अखत्यारीनें कारभार करावा.

(४) सर्वांनीं कारभाऱ्यांचे आज्ञेंत चालावें.

(५) कै. मल्हाररावांचे वेळचें जुनें माणूस काढूं नये.

(६) सरदारीचा गळाठा, सबब सरकारांतून समागमें देऊं त्याचे दाखल्यानें कलमांची वहिवाट करावी.

(७) सरकार देण्याचा निकाल सोयींसोयीनें करावा.

हीं कागदी कलमें कागदावरच राहिलीं हें सांगणें नकोच. ऑगस्ट स. १७९४ पर्यंत देवराव हिंगणे महेश्वरांत होता. नारो गणेशाचा मुलगा गणपतराव नारायण यास अहल्याबाई व तुकोजी यांनीं कारभारी नेमिलें. हिंगणे पुनः लिहितो, 'श्रावणी पूर्णिमेनंतर दरमजल कूच होऊन देशास जाणें खचित झालें आहे. तूर्त मल्हारराव होळकर कुसलगडांत कैदेंत आहे. त्याजला सोडून आपलेपाशीं आणावें अशी बाईपाशीं तुकोजीरावांची रदबदल बहुत चालली आहे. रात्रंदिवस निरोप येतात कीं कृपा करावी, पोर माझें स्वाधीन करावें. मीं बंदोवस्त राखीन. निदान मर्जी नसल्यास मजला त्याजला एकत्र ठेवावें.' बाईचें म्हणणें, 'पुण्याचे आज्ञेखेरीज करितां येत नाही. कुसळगडाची हवा वाइट असल्यास थालनेरास अटकेंत ठेवूं.' सांप्रत दिल्लीची हवा फिरत चालली. शिंदे–होळकरांचे वैमन. स्याचा बोभाटा होत चालला हें ठीक नाहीं. पाटीलबावा दैववान होऊन यश मिळविलें. पुढें सरदारांचा बखेडा तोडून, हिंदुस्थान पातशहा मुद्धां हातीं ठेवून, इंग्रजांचा दस्त न होतां बंदोबस्त राखणार स्वामी समर्थ आहेत.' हें आग-स्टांतलें पत्र आल्यानंतर तुकोजी व हिंगणे मावळ्यांतून निघून दक्षिणेंत येण्यास निघाले. ता. १२–११–१७९४ रोजीं हिंगणे लिहितो, 'आम्ही तुकोजी-बावांस बोललों, आषाढपासून बोलावणीं जात असतां दिवाळीपर्यंत तापीतीर सुटलें नाहीं. आम्ही आपल्यापाशीं आल्यास महिना होत आला. कोणाचें कांहीं न चालतां लबाडया करणार करीतच आहेत. आपण त्यांच्या नादीं लागतच आहां. बाईनीं आपली रवानगी केली. आतां तरी फौज, पागा, शिलेदार, सरंजामी, तोफखाना यांचा बंदोवस्त एक हातीं चालून मसलत निर्वाहांत आली तर अब्रू राहील. एक क्षण विलंब न करतां कूच करावें. नाहीं तर सरकारचे जासूद हुजरे आले आहेत ते निग्रह करतील. उदईक कूच करतों म्हणोन करार केला. दुसरे दिवशीं पाहतों तों घातवाराची कल्पना काढून मुक्काम करावासें झालें. तेव्हां कारकून व जासूद राहुटीस नेऊन बसविले. निग्रह बहुत दाखविला. त्या-वरून कारकुनासमागमें बहुत नम्रता दाखवून निघण्याचा निश्चय केला. शरीर केवळ जर्जर, त्यांत वुद्धीचें धैर्य थोडें, त्यांत संग्रहीं मनुष्यें, त्यांनीं या दशेस आणिलें. बाईंची ताकीद विशेष. बुद्धिमांद्यतेमुळें बहुवशता. प्रकृति दिवसें-दिवसांत फिरते. त्यांत जवळील मुसाहेब जुने कारभारी, त्यांस आजपर्यंत कृत-दोष मनांत येऊन देशीं येण्यास उत्साह नाहीं. यास्तव काळ काढावयास पाह-

तात. परंतु बाईकडील ताकिदीवर ताकिदी व सरकारचीं पत्रें नेटाचीं व मसलतीचा समय येऊन पोंचला. शरीरप्रकृतीमुळें मातबर मजली तों होणार नाहींत, पण कसेंही करून घेऊन येतों. ' ता. ९-१२-१७९४ चें पत्र मनमाड मुक्कामचें आलें. पुढें लवकरच ते पुण्यास येऊन पेशव्यास भेटले. व खडर्य्याच्या स्वारीवर रुजू झाले. (भा. व. २ प. या. २.)

येथवर वर्णिलेला होळकरांचा गृहकलह मराठशाहीच्या अवनतीचा एक उत्कृष्ट नमुना आहे. थोडया बहुत फरकानें असेच कलह भोसल्यांच्या व गायकवाडांच्या घरांस भोंवले. महादजीच्या घरांत प्रतिस्पर्धी कोणी नव्हता, त्याची पूर्तता पुढें दौलतरावानें केली. या वेळच्या भानगडींत मुख्य गोष्ट निदर्शनास येते ती ही कीं, हे सर्व सरदार पूर्वजांचे मान व किफायत मिळविण्यास मात्र हपापले असत, परंतु पूर्वजांचे पराक्रम, त्यांची कर्तव्यनिष्ठा किंवा त्यांचे उद्योग आपल्या अंगीं आहेत कीं नाहींत, याचा बिलकूल विचार करीत नसत. होळकरांच्या घरांत सर्व मंडळी व्यसनाचे पुतळे बनले होते आणि कोणतेंही उपयुक्त काम करण्यास सर्वथैव नालायक होते, हें वरील भीत भीत लिहिलेल्या हकीकतींतच स्पष्ट होतें. या मंडळीवर एकंदर राज्याची भिस्त, हे राज्याचे आधारस्तंभ; वीस वर्षें सारखा हा गोंधळ होळकरांचा चालला. तो बंद करण्याचा उपाय एकच होता. तोहा कीं, यांच्या जाग्यावर दुसरे सरदार उभे करून राज्याचें काम चालविणें. परंतु हा जालीम उपाय करण्यास कोणी तयार झाला नाही. अहल्याबाईस हा सर्व शोचनीय प्रकार दिसत होता, तर तिनेंच राज्याच्या हिताकरितां अशी सूचना कां केली नाहीं? अहल्याबाईस नेमणूक देऊन सर्व कारभार तुकोजीच्या हवालीं करावा, असा उपाय नानानें पूर्वी सुचविला, पण तोही एक प्रकारें मतलबाचा होता. तुकोजीच्या हातून कारभार होणें सर्वथा अशक्य होतें. तथापि महादजीचा शिरजोरपणा निभावण्यासाठीं नानानें तुकोजीस आठ वर्षें सारखें आपल्या जवळ दक्षिणेंतच ठेवून घेतलें. इकडे महादजीस हिंदुस्थानची सर्व जबाबदारी एकटयासच सांभाळावी लागली, त्या ऐवजीं त्यास जर होळकराची मदत असती आणि वरून त्यांचें नियमन करणारा लायक धनी असता, तर फौजा तयार होऊन हिंदुस्थानांत मराठ्यांचा अंमल दृढ झाला असता. पुढें महादजीवर कठिण प्रसंग आला, तेव्हां नानानें तुकोजीस त्याच्या मदतीस उत्तरेंत पाठविलें, त्यापुढील प्रकार वर दाखल आहेत. एकंदर स्थिति कशी सुधारावी त्याची सूचनाही हिंगण्यानें

जागजागीं केली आहे. पण हे सर्व उपाय नाना फडणिसाच्या आटोक्याबाहेरचे होते. अहल्याबाई, रामशास्त्री, हरिपंत, नाना व महादजी या सर्वांस मराठशाहींतले हे गैर प्रकार स्पष्ट दिसत होते; पण ते दुरुस्त करण्याचें सामर्थ्य नानांत नव्हतें. थोरल्या माधवरावासच ही गोष्ट शक्य झाली असती, पण पुढें धनीपणाचें सामर्थ्य नानाच्या ठिकाणीं नव्हतें. दोन वर्षें सर्व मंडळी पुण्यांत एकत्र होती. डोळ्यांत झणझणीत अंजन घालणारीं हिंगण्याचीं पत्रें आलीं, तरी सुद्धां राज्याच्या चिरंतन संरक्षणाचा उपाय नानानें स्वीकारिला नाहीं. जी गोष्ट आपल्या हातून सुधारत नाहीं, नाना महादजीसारख्या अर्धशतक राज्यकारभार केलेल्या पुरुषांस जी अव्यवस्था आवरतां आली नाहीं, ती हा तरुण पेशवा केवळ सहीच्या किंवा ईश्वरी कृपेच्या जोरावर सुधारूं शकेल अशीच नानाची समजूत होती कीं काय! किंवा आपण आहों तों आब जाऊं नये, आपल्या पश्चात् पाहिजे तें होवो, हे अहल्याबाईचे उद्गार नानासही पटले होते असें समजावयाचें कीं काय! सारांश, राज्याच्या पुढील व्यवस्थेची कोणती तजवीज नानानें करून ठेविली, त्याचा स्पष्ट निर्देश पुराव्यानें पुढें आल्याशिवाय नानाचा राज्य संरक्षणाचा गौरव सिद्ध होणें शक्य नाहीं. जों जों जास्त विचार करावा व जास्त कागद वाचावे, तों तों नानाचें दौर्बल्यच जास्त उघड होतें. सरदारांस आवरण्याची शक्ति नानास नव्हती. तसा निष्ठुर उपाय स्वीकारणें किंवा अधिकार सोडणें याशिवाय तिसरा शहाणपणाचा रस्ता दिसत नव्हता. चाललेल्या स्थितीचा एकत्र विचार केल्याचा व त्याजबद्दल भावी उपाय सुचविल्याचा एकही उल्लेख नानाच्या प्रचंड कागदांत आढळत नाहीं. दहापांच वर्षें अधिकार गाजविण्यांतच नानाचें कर्तृत्व निमालें. वास्तविक नानाच्या वेळेस सुद्धां कर्तबगार माणसें विपुल होतीं. परंतु त्या सर्वांस समतेनें व धाकांत वागवून त्यांजकडून राष्ट्रकार्य घेण्याचें धनीपणाचें बिकट काम नानास साधलें नाहीं. त्याच्या परिस्थितीचाही हा कांहीं अंशीं दोष होता. म्हणूनच स्वतःचें दौर्बल्य ओळखून छत्रपतीस बाहेर काढणें, किंवा महादजीस पुढारपण देऊन सामवायिक बळावर होळकरांसारख्या कर्तव्यपराङ्मुखांस शिस्तींत आणणें एवढाच उपाय होता, तो न स्वीकारल्याचा दोष नानाकडे येणारच.

पंगु झालेल्या सरदारांस दूर करून नवीन लायक इसम पुढें आणण्याची सोय ज्या राज्यघटनेंत असेल तेंच राज्य टिकूं शकतें, आणि अठराव्या शतकाच्या अखेरीस

इंग्रजांसारख्या विरोधकांशीं निभाव लागण्यास मराठ्यांची लायकी तशाच तोडीची पाहिजे होती. तुकोजी होळकरास जसा पुत्रमोह, तसाच इतरांसही होता. सर्वांची धडपड वडिलार्जित अधिकार, संपत्ति व मानपान भोगण्याची दिसते, पण वडिलार्जित लायकी मात्र पूज्य. हे प्रकार पाहिले म्हणजे असेंच म्हणावें लागतें कीं, पाश्चात्य शस्त्रास्त्रांनीं किंवा कवाइती पद्धतींनीं सुद्धां आमचें राज्य गेलें नाहीं, तर आमच्याच मूर्खपणानें आम्हीं आपलें राज्य इंग्रजांच्या घरांत घातलें.लायकी-नुरूप बक्षीस किंवा अपराधानुरूप शिक्षा लोकांस मिळण्याची योजना नाना-महादजींनीं एकविचारें केली असती, तर पाश्चात्य युद्धपद्धति सुद्धां आपणांस हस्तगत करितां आली असती. सारांश, हिंगणे म्हणतो त्याप्रमाणें **तुकोजीच्या दैवाची दौलत उतरली**, इतकेंच नाहीं. तर **मराठशाही**च्या दैवाची दौलतही त्याच वेळीं उतरली, यांत संशय नाहीं.

७. अहल्याबाईची कसूर.—अहल्याबाईचीं चरित्रें आजपर्यंत अनेकांनीं लिहिलीं आहेत, पण तीं सर्व माझ्या मतें एकांगी आहेत. सर्व मराठशाहीच्या कारभाराचें समग्र चित्र डोळ्यांपुढें पाहिजे असेल तर तींतील भिन्न भिन्न अंगांचें पृथक् विवरण करून भागणार नाहीं. सर्व राज्याची परिस्थिति एकसमयावच्छेदें करून लक्षांत आणिली पाहिजे. मल्हारराव होळकरानें पंधरासोळा कोटी रुपयांची संपत्ति जमा करून ती केवळ खासगी म्हणून मरतांना अहल्याबाईच्या हवालीं केली, आणि त्या खासगींतूनच पुढें अहल्याबाईनें दानधर्म वगैरे केला, राज्याच्या उत्पन्नास हात लाविला नाहीं असें तिच्या कारभाराचें समर्थन करण्यांत आलें आहे. इकडे तिचा हस्तक तुकोजी मोहिमांवर असतां सदैव कर्जानें गांजलेला असून, फौजेच्या खर्चास बाईकडून आपणास पैसा मिळत नाहीं अशी त्याची तक्रार सारखी पंचवीस वर्षें चालली होती. तसेंच तुकोजीच्या हातून राज्याची कामगिरी यथायोग्य झाली नसेल तर त्याचा दोष बाईकडे नाहीं, बाईनें आपलें कर्तव्य उत्कृष्ट बजाविलें, असें प्रतिपादन करण्यांत येतें. मराठी राज्याची अवनति कसकशी होत गेली याचा विचार करतांना नानाफडणीस, महादजी शिंदे, तुकोजी व अहल्याबाई होळकर, मुधोजी व रघूजी भोंसले वगैरे अनेक प्रमुख व्यक्तींची जबाबदारी ठरवावी लागते. म्हणून त्या उद्देशानें अहल्याबाई व तुकोजी यांचे नाना फडणिसाशीं व्यवहार कसे घडले आणि त्यांसंबंधानें

मराठशाही तारण्यासाठीं कोणीं काय करणें जरूर होतें याचा विचार वर केला आहे.

व्यक्तीच्या दृष्टीनें अहल्याबाईकडे न पाहतां राष्ट्राच्या दृष्टीनें तिची योग्यता इतिहासास ठरविणें झाल्यास, उत्तर मराठशाहींतील राष्ट्रीय भावनेच्या कर्तबगार माणसांत अहल्याबाईची गणना करितां येत नाहीं. दुय्यम प्रतीची कतबगारी सुद्धां तिच्यांत नव्हती. राष्ट्रासाठीं उद्योग करणाऱ्या त्या वेळीं अनेक व्यक्ती होत्या, पण त्यांची कर्तव्यनिष्ठा बाईचे ठिकाणी, तोंडच्या शब्दांपलीकडे एकदांही प्रगट झाली नाहीं. ऐहिक कर्तव्यापेक्षां पारमार्थिक पुण्यार्जनाकडेच तिनें सर्व लक्ष दिलें. देशभर पसरलेले घांट, मंदिरें किंवा अन्नछत्रें मराठशाही तारण्यास समर्थ झालीं नाहींत; उलट अद्यापपावेतों त्यांच्या चालवणीचा बोजा दरिद्री राष्ट्रास संभाळावा लागत आहे. त्या ऐवजीं मराठी फौजा सिंद्याप्रमाणें पाश्चात्य पद्धतीवर तयार करण्यांत त्या पैशांतला अल्पांश खर्च होता तरी कांहीं चीज झालें असतें. तट-लेल्या राष्ट्रकाजांस उघड उघड उपाशीं मारून कोटयावधि पैसा केवळ स्वतःच्या लहरीखातर ब्राह्मणभोजनांसारख्या लौकिक कृत्यांत सारखा तीस वर्षें पावेतों उडविण्याचा तिला काय हक्क पोंचत होता ! त्यापेक्षां कोल्हापुरकर ताराबाई किंवा जिजाबाई, सगुणाबाई निंबाळकर किंवा बायजाबाई शिंदे यांनीं आपापल्यापरी मराठशाहीची कामगिरी कांहीं ना कांहीं बजावली, एवढें सुद्धां श्रेय अहल्याबाईच्या पदरीं पडूं शकत नाहीं. तुकोजी होळकर तिला नालायक वाटत होता तर त्यास दूर करून दुसरी राज्योपयोगी व्यवस्था तिनें ठरवून घेतली पाहिजे होती; किंवा राज्यकारभारांतून तिनें सर्वथा निवृत्त झालें पाहिजे होतें. अहल्या-बाईचें हें कर्तव्य लंगडें पडल्यामुळें अल्पावधींतच पुढें जो मराठशाहीचा नाश झाला, त्याची बरीचशी जबाबदारी तिच्यावर आल्याशिवाय राहत नाहीं. त्या वेळच्या मुत्सद्यांचें खालील मत मराठशाहींत प्रसिद्ध होतें. स. १७९३त एक लेखक लिहितोः 'होळकर इंदुरास आले. सरदारीची मजा राहिली नाहीं. स्त्री नायक, बालनायक, आणि बेमसलत, या तीन गोष्टी एकत्र आणि चवथा अहंकार, तेव्हां ईश्वरच सरदारीची अब्रू ठेवील ती खरी.' (ता. २४-७-१७९३).

प्रकरण १७ वें.

महादजीस सर्वाधिकारप्राप्ति.

सन १७८४ डिसेंबर

१ बादशाही हालत, मीर्झा नजफखान (स. १७७३–८२).
२ ग्वालेर व गोहद काबीज (२१–७–१७८३ व २६–२–१७८४).
३ अनुपगीर ऊर्फ हिंमतबहाद्दर गोसावी (१७३४–१८०४).
४ अलवार संस्थापक माचेडीवाला रावराजा प्रतापसिंग (१७६१–९१).
५ बादशाही उमरावांशीं महादजीची भेट, मीर्झा शफीचा खून (१७८२-८३).
६ दिल्लीच्या राजकारणांत हेस्टिंग्सचा डाव (१७८४).
७ इंद्रसेनाची जहागीर व कॉर्नवॉलिसचें धोरण (१७८३–८६)
८ अफरासियाबखानाचा खून, बादशहा महादजींची भेट (१व१३नो.१७८४).

* * *

१ **बादशाही हालत, मीर्झा नजफखान** (स. १७७३–८२). इंग्रज मराठ्यांचें युद्ध चालू असतां बादशाहीची हालत काय होती हें प्रथम सांगितल्यावांचून पुढील भाग समजणार नाहीं. सुमारें सन १७५० पासून जवळ जवळ वीस वर्षें नजीबखान रोहिला बादशाही कारभारांत प्रमुखपणें उलाढाली करीत होता. तो स. १७७० त मरण पावल्यावर मीर्झा नजफखान झुल्फिकारद्दौला म्हणून दुसरा एक उमराव इराणच्या राजवंशांतून हिंदुस्थानांत आलेला पुढें कारभारांत प्रमुख झाला. स. १७४६ च्या सुमारास १३ वर्षांचा असतां तो व त्याची बहीण खदीजा सुलताना अशीं इकडे आलीं. मीर्झा नजफ मरण पावल्यावर त्याची ही बहीण कांहीं वर्षें बादशाही कारभारांत प्रमुखपणें वावरत होती. मीर्झानें प्रथम कांहीं दिवस सुजाउद्दौलाजवळ नोकरी केली. तेथें त्याचें न पटून तो स. १७६२ त बंगाल्यांत मीरकासमच्या पदरीं गेला. बक्सारच्या लढाईनंतर शहाआलमनें त्याला आपल्याजवळ नोकरीस घेऊन स. १७६५ त दोन लाखांची नेमणूक करून दिली. पुढें मराठ्यांची मदत घेऊन बादशहा दिल्लीस आला, तेव्हां त्याच्यावरोबर नजफखानह आला आणि अंगच्या कर्तबगारीनें कारभारांत प्रमुख झाला. मराठ्यांशीं त्यानें

सख्य ठेविलें आणि कोणाशीं अतिप्रसंग न करितां युक्तीनें वागून त्यानें बुडत्या बादशाहीस बराच हात दिला. त्या वेळीं उत्तरेकडून शीख, दक्षिणेकडून जाठ व पूर्वेकडून रोहिले असे तीन शत्रू बादशाही प्रदेशावर ताव मारून आणि एकमेकांशीं संगनमत करून, दिल्ली शहराच्या बाहेर बादशहाचा अंमल बिलकूल चालूं देत नव्हते. जाठांनीं आपल्या पदरीं फ्रेंच सेनापति नबाब रीन मॉडेक, जर्मन योद्धा समरू व गोसावी सरदार हिंमतबहाद्दर यास ठेविल्यामुळें त्यांचें महत्त्व फार वाढलें. आग्रा शहर व किल्ला स. १७६१ च्या मे महिन्यांत सुरजमल्ल जाठानें हस्तगत केला तो तेव्हांपासून बहुतेक जाठांच्याच ताब्यांत होता. त्यामुळें जाठांच्या चढाईस उग्र स्वरूप प्राप्त झालें. त्यांच्या भरतपुर राजधानीच्या सर्व दिशांस जाठांचें वजन वाढून बादशहाच्या निर्वाहास प्रदेशच राहिला नाहीं. पलीकडे रोहीलखंड सर्व झवेताखानानें व्यापिलें होतें.अशा वेळीं स. १७७१-७२ त मराठे सरदार फौजा घेऊन दिल्लींत शिरले. फ्रँक्लिन लिहितो, 'मीर्झा नजफखानानें मराठ्यांची मदत घेऊन झवेताखानाचा पाडाव केला; आणि सहारणपुर सुद्धां त्याचा प्रदेश हस्तगत केला. फक्त घोसगड मात्र झवेताच्या ताब्यांत राहिला. तेथें त्याचीं बायकामुलें राहत असत. या पराक्रमावरून नजफखानावर बादशहाची मर्जी बसली, आणि त्याला त्यानें अमीरुल उमराव केलें. बादशहाचा स्वभाव भित्रा, आळशी व चलचित्त होता. त्याच्या अंगीं थोडें तरी पाणी असतें, तर नजफखानानें त्याचा जम चांगला बसवून दिला असता.' या कामीं तुकोजी होळकर, महादजी शिंदे व विसाजीपंत बिनीवाले, यांचें साहाय्य नजफखानास होतें. पण नारायणरावाचा खून झाल्याचें वर्तमान आल्यावर हे मराठे सरदार लगबगीनें उत्तरेकडील उद्योग सोडून परत फिरले, ते स. १७७४ च्या उन्हाळ्यांत उज्जैन इंदुरास आले, तोंच इकडून रघुनाथरावही त्यांच्यापाशीं जाऊन पोहोंचला. मराठी फौजा परत येतांच इटावा, आग्रा वगैरे ठाणीं मराठ्यांच्या ताब्यांत होतीं तींहि नजफखानानें हस्तगत केलीं.

रोहिल्यांचा बंदोबस्त करीत असतांच नजफखानाची नजर जाठांवरही होतीच. पंजाबांतील शीखांचा व या जाठांचा मिलाफ असून सर्वच चहूंकडून उठले होते. अशा संकटांत नजफखानानें अनेक साथीदार जमवून व पुष्कळ दिवस सारखा खपून जाठांचा पाडाव केला. त्या वेळीं अब्दुल अहदखान नांवाचा एक सरदार बादशहाच्या मर्जीतला होता, त्याला बादशहानें मज्दुद्दौला असा किताब देऊन

वसुलाच्या कामासाठीं नायब वजीर नेमिलें, आणि मीर्झा नजफखानास नायब बक्षीगिरी दिली (ता. ५-६-१७७३). पण त्याला अब्दुल अहदखानानें सडकून विरोध चालविला. नफजखानाजवळ दोनतीन भरंवशाचे साथीदार होते. एक अफराशियाबखान हा त्याचा पाळीव पुत्र; बहिणीचा मुलगा मीर्झा शफी व दुसरा एक इसम नजबकुलीखान म्हणून होता. त्या सर्वांस निरनिराळ्या मोहिमा वांटून देऊन मीर्झा नजफनें जाठांवर मोहीम सुरू केली. याच वेळीं त्यानें मनसूर अलीखान नाझर याची नेमणूक बादशहाच्या खासगी कारभारावर केली(१७७३). पुढें पंधरा वर्षे हा नाझर खासगींत राहिल्यामुळें त्याला सर्व व्यवहारांची खडान्‌खडा माहिती झाली. हाच इसम पुढें गुलाम कादरास सामील होऊन बादशहाच्या घातास कारण झाला, हें लक्षांत ठेवणें जरूर आहे.

जाठांवर खानाच्या फौजा जातांच त्यांचा राजा नवलसिंग पुढें चालून आला. त्याजबरोबर नजफखानानें कैक वर्षें निकरानें युद्ध केलें. या युद्धांत दोनही बाजूंस युरोपियन अंमलदार होते. त्यांत डयूडूनेक, मेडॉक वगैरे दुसरीकडे प्रसिद्धीस आले. डयूडूनेक या वेळीं नजफखानाजवळ होता. जाठांशीं अनेक लढाया व रणसंग्राम चालून स. १७७४ त नजफखानानें आग्रा किल्ला व शहर हस्तगत करून तेथील बंदोबस्तास महंमद बेग हंमदानी म्हणून एक शूर व धाडसी सरदार होता त्याला नेमिलें. या हंमदानीचें नांव पुढील व्यवहारांत प्रामुख्यानें येतें. आग्रा हस्तगत केल्यावर नजफखानानें जाठांच्या दीग किल्ल्यास वेढा घातला. एक वर्ष शिकस्त करून युद्ध चालविल्यावर एप्रिल स. १७७६ त दीगचा किल्ला, जो सर्व हिंदुस्थानांत अजिंक्य म्हणून मानला गेला होता, तो नजफखानानें काबीज केला, तेणें करून खानाच्या कर्तृत्वाची चोहोंकडे वाहवा झाली. पुढें कांहीं जाठ सरदार यमुनेपलीकडे दुआबांत बंडाळी करीत होते, त्यांजवर नजफखान व अफरासियाबखान फौज घेऊन चालून गेले आणि त्यांनीं मुदसान व रामगड ही ठिकाणें काबीज करून तेथें राणा भूपसिंग जाठ बंडाळी करीत होता, त्याला शरण आणिलें. या वेळीं रामगडाचें नांव त्यांनीं अलीगड असें ठेविलें (जानेवारी १७७१). पुढें लगोलग ते रोहिल्यांवर चालून गेले. रोहिल्यांचा मुख्य झबेताखान हा नजीबखान रोहिल्याचा मुलगा, बापासारखाच उलाढाली करणारा घोसगडास होता; तो किल्ला काबीज करून, झबेताखानास कैद करून त्याला त्यांनी आग्र्याच्या किल्ल्यांत बंदोबस्तानें ठेविलें, (सप्टेंबर

१७७७). याच प्रमाणें शीखांवरही मीर्झा शफीच्या हाताखालीं फौज पाठवून त्यांस ठिकाणीं बसविलें. इतक्यानें तरी जाठ सर्वथैव पादाक्रान्त झाले असें नव्हतें. त्यांचा राजा रणजितसिंग जाठ यानें पुनः बादशाही प्रदेशांत उच्छेद चालविला. तेव्हां नजफखानानें त्याच्याशीं दोस्तीचें संधान बांधिलें. जवाहीरसिंग जाठाची वृद्ध राणी किशोरी म्हणून होती. तिच्या मार्फत रणजितसिंगास वश करून त्याला भरतपुरचें राज्य स्वतंत्र तोडून दिलें. तेव्हांच थोडाबहुत जाठांचा उपद्रव थांबून नजफखानास कारभाराकडे लक्ष देण्यास फुरसत मिळाली. स. १७७७ पासून पांच वर्षें नजफखानानें अनेक प्रयत्नांनीं बादशाहीची घडी व्यवस्थित बसविली.

हातांत फौज असल्याशिवाय कोणतीही गोष्ट सिद्धीस जात नाहीं हें पाहून खानानें जाठांकडे नोकरी करणाऱ्या मॅडेक व समरू या दोन पाश्चात्य सेनानायकांस बादशहाच्या नोकरींत घेतलें. या वेळीं सर्व हिंदुस्थानांत फ्रेंचांचीं कारस्थानें जोरांत चाललेलीं असून कित्येक फ्रेंच गृहस्थ ठिकठिकाणीं खटपटी करून इंग्रजांचा अंमल उखडून काढण्याच्या उद्योगास लागले होते. मराठ्यांशीं इंग्रजांचें युद्ध सुरू होण्यापूर्वीपासून जाठांना आपल्या बाजूस वळविण्याची इंग्रजांची सारखी खटपट चालू होती. दोन मॅडेक व समरू यांस आपल्याजवळून जवाहीरसिंग जाठानें काढून द्यावें, म्हणून बंगालच्या गव्हर्नरानें शक्य तितका प्रयत्न केला. स. १७७२ त मॅडेकला मीर्झा नजफखानानें बादशहाच्या नोकरींत घेतलें, तेव्हांपासून सोळा सतरा वर्षें तो दिल्लीच्या फौजेंत होता. पांडिचरीचा गव्हर्नर शिव्हेलियर हा मॅडेकला वारंवार पत्रें लिहून बादशहानें इंग्रजांस मिळूं नये असा प्रयत्न करींत होता. दुझार्ड नांवाचा फ्रेंच एक वकील हिंदुस्थानांतील अनेक सत्ताधीशांस भेटून अशी योजना सुचवीत होता कीं, सर्वांनीं मिळून बादशहाला बाहेर काढून एकमतानें त्यास पुढें करून बंगाल्यावर चाल करावी आणि तो आपला धनसंपन्न प्रदेश इंग्रजांच्या हातून सोडवावा. या योजनेस पाठिंबा देण्याकरितांच मॅडेकनें जाठांची नोकरी सोडून बादशहाची नोकरी स्वीकारिली. मॅडेकला पाश्चात्य लष्करी पद्धतीचें ज्ञान उत्तम होतें. त्याच्या सल्ल्यानें मीर्झा नजफखानानें फौज सुधारण्याचे अनेक प्रयत्न केले, परंतु या कामास पैसा पाहिजे, तो भरपूर नसल्यामुळें हा बेत सिद्धीस गेला नाहीं. याचप्रमाणें स. १७७४ त सेनापति समरूही जाठांची नोकरी सोडून बादशहाच्या तैनातींत आला त्याची हकीकत स्वतंत्र कल-

मांत दिली आहे. तसेंच अनूपगीर व उमरावगीर या गोसावी सरदारांनाही नजफखानानें जाठांच्या नोकरींतून आपल्या बाजूस आणिलें. सारांश, नानाफडणिसानें सेंट लूबिन, बुसी व मूतां यांच्याशीं दोस्ती ठेवणें किंवा महादजीनें डीबॉयनकडून नवीन पलटणें बनविणें या गोष्टी इंग्रजांविरुद्ध चाललेल्या फ्रेंच कारस्थानांच्या निदर्शक आहेत. एकंदरींत मीर्झा नजफनें बादशहाचे शत्रू बरेच नाहींसे करून दिल्लीस सुयंत्रित कारभार चालू केला, तो तसाच कांहीं काळ टिकता तर मोगलांच्या बादशाहीस ऊर्जितावस्था येण्याचा संभव होता. परंतु नजफखान बरेच दिवस आजारी होऊन तो ता. ६-४-१७८२ रोजीं मरण पावला. तेणेंकरून शहा आलमचें जें दुर्दैव ओढवलें,त्यांतून महादजी शिंद्यानें त्याची थोडीशी स्थीरस्थावर केली. नजफखानाच्या मृत्यूनें पुष्कळ लोक हळहळले. त्याची बहीण खदीजा सुलताना महत्त्वाकांक्षी व संपन्न होती. अफ्रासियाबखानाशीं तिचा बेबनाव होता, म्हणूनच मीर्झा शफी व त्याचा भाऊ झैनुलबिद्दीनखान यांस तिनें हाताशीं धरून त्यांजकरवीं दिल्लीचा कारभार हातीं घेवविला. मीर्झा शफीचें लग्न तिनें आपल्या मयत भावाच्या मुलीशीं केलें. अशा रीतीनें कांहीं दिवस वाटाघाटी चालल्यावर मीर्झा शफी, अफ्रासियाबखान व महंमदबेग हंमदानी हे मथुरा येथें वाटाघाटीसाठीं एकत्र जमले आणि तेथें त्यांनीं ठराव केला कीं, (१) अफ्रसियाबखान व शफी यांनीं मीर्झा नजफची जिदंगी सारखी वांटून घ्यावी. शफीनें वजिरीचा कारभार करावा, आणि आफ्रसियाबनें बाहेर प्रांताचा कारभार पाहवा. याप्रमाणें उद्योग चालू होणार तों मीर्झा शफीचा खून झाला.

मीर्झा नजफखानाचा वरचेवर वडेजाव होत गेला, तो अब्दुल अहदखानास सहन झाला नाहीं. तेव्हां त्यानें महादजी शिंद्याकडे संधान जुळवून मदत मागितली. स.१७८१ त शिंदे बंगाल प्रांतावर चालून जाण्याचा बेत करीत असतां अब्दुल अहदच्या मार्फत त्यानें बादशहाचीं सर्व कवाइती पलटणें व तोफा आपल्या मदतीस मागितल्या. ही त्याची खटपट आढळून येतांच नजफखानानें बादशहाकडून अब्दुल अहदखानाचा कारभार काढून घेतला आणि नजफखानासच अमीरुल उमराव झुल्फिकारखान असे किताब दिले. इतक्यांत मीर्झा नजफखान मरण पावला, तेव्हां पुनः बादशहाची धांदल उडाली. वास्तविक निश्चय व धैर्य हे गुण बादशहाच्या अंगीं असते तर जवानबख्त, बेगम समरू, मॉडेक वगैरेंच्या

साहाय्यानें एकदम बाहेर पडून त्यानें स्वतः आपला अंमल बसविला असता. तशी संधि देखील चांगली आली होती.महादजी व इंग्रज सात वर्षे लढून हतवीर्य झालेले असून हिंदुस्थान सर्व मोकळें होतें. तसा बेत बादशहानें केलाही. पण या दुर्दैवी बादशहाचा एकही बेत कृतींत उतरत नसे.तशीच या वेळींही त्याची स्थिति झाली.

अलीगौहर ऊर्फ शहा आलम याची ओळख आतां उत्तरोत्तर पटणार आहे आणि त्याच्या कित्येक पुत्रांचाही उल्लेख पुढें येईल. वडील पुत्र जवानबख्त बराच कर्तृत्ववान् होता, पण त्याचें आणि बापाचें पटलें नाहीं. हा ता. १-६ १७८८ रोजीं काशी येथें मरण पावला. दुसरा अबुल नसर मूइझुद्दीन अकबर (ज. २४-४-१७६०) हा पुढें बादशहा झाला तो ता. ३०-९-१८३७ रोजीं मरण पावला. तिसरा मीर्झा जहांगीर, चवथा अबुल मुज्फर सिराजुद्दीन, याचा जन्म स. १७७५ त झाला व हाच पुढें दुसरा बहादूरशहा म्हणून स. १८३७ त गादीवर बसला; आणि स. १८५७ सालच्या बंडांत सामील झाल्यामुळें हद्दपार होऊन रंगून येथें राहिला. तेथें तो ता. ७-११-१८६२ रोजीं मरण पावला. मीर्झा अहसनबख्त, शहाजादा यज्दनबख्त, व फखुदाबख्त, अशीं आणखी शहा आलमच्या पुत्रांचीं नांवें कागदपत्रांत आढळतात फखुंदाबख्त, स.१७८२ त मरण पावला. अहसन बख्त, गाजीउद्दीनच्या नादांत असून कांहीं काळ अफगाणिस्तानांत जाऊन तेथील तयमूरशहाची मदत मिळविण्याच्या खटपटींत होता. सुलेमान शेको आणि मुज्फरबख्त अशीं नांवें येतात, ते दोन जवान्बख्ताचे पुत्र म्हणजे शहा आलमचे नातू होत. सुलेमान वेडसर असून लखनौस वजिराजवळ राहत असे. मुज्फरबख्त स. १७८९-९७ पावेतों पुण्यास पेशव्यांकडे येऊन गारदोंडास राहिला होता.

मीर्झा नजफखानाचा मृत्यु स. १७८२ च्या एप्रिलांत आणि पुढील मे महिन्यांत सालबाईचा तह या दोन गोष्टींनीं बादशाहीच्या कारभारांत हात घालण्यास महादजी मोकळा झाला. त्या प्रकरणास लागण्यापूर्वी प्रथम दिल्लीच्या कारभारासंबंधानें पुण्याच्या कारभाऱ्यांची काय समजूत होती ती ध्यानांत आणिली पाहिजे.

राजकारणासंबंधानें मराठ्यांचें लक्ष उत्तर हिंदुस्थानापेक्षां दक्षिणेंतच विशेष गुंतलेलें राही; परंतु सार्वभोमसत्तेची हाव धारण करणारांस हा दृष्टिसंकोच

कधीं कामाचा नाहीं. त्यांना उत्तराभिमुखच राहिलें पाहिजे. हिंदुस्थानच्या सार्वभौमसत्तेचें अधिष्ठान प्राचीन काळापासून उत्तरेंत आहे. बाजीरावानें मराठ्यांची ही दृष्टि उत्तराभिमुख केली. तथापि पेशव्यांची मूळची मनःप्रवृत्ति संकुचितच होती. त्यांना जितकी काळजी पुणें, सातारा, मिरज, कोल्हापुरची वाटे, तितकी दिल्ली, आग्रा, लाहोरची वाटली नाहीं. नानासाहेबानें तर सवड असतांही उत्तरेच्या कारभाराकडे दुर्लक्ष केलें, म्हणून पानिपतचा प्रसंग ओढवला. नानासाहेबानंतर शिंदे, होळकर, बुंदेले वगैरे उत्तरेंतच वावरत असलेल्या थोडया कुटुंबांपलीकडे दक्षिणेंतील एकाही प्रमुख मुत्सद्यास उत्तरेची माहिती नव्हती. हरिपंत फडके, त्रिंबकराव पेठे, किंवा एकही पटवर्धन उत्तर हिंदुस्थानांत गेलेला नाहीं. सखाराम बापू व नानाफडणीस तिकडे गेले ते पानिपतापूर्वी. पानिपतानंतर वीसपंचवीस वर्षांत तिकडची हवाल काय आहे याची त्यांस बिलकूल कल्पना नव्हती. नानाफडणिसाची सर्व भिस्त वकिलांवर व बातमीदारांवर राहिल्यामुळें फडणिसी–दप्तर विस्तार पावलें,परंतु त्याची स्वतःची दृष्टि विस्तारली नाहीं. जाग्यावर बसून कारभार करण्यांत नानासाहेब पेशव्याचीच चूक नानाफडणिसानें केली. हा प्रकार नानाच्या विस्तृत दप्तरांत व्यक्त होतो.

माधवरावाच्या वेळेपासून दिल्लीचा बादशहा मराठ्यांच्या कबजांत येऊन सार्वभौम सत्तेचें महत्त्व पुण्यास प्राप्त झालें. पुढें नारायणरावाच्या वधानंतर जरी तिकडे लक्ष देण्यास कारभाऱ्यांस फारशी फुरसत झाली नाहीं, तरी तो विषय त्यांनीं आपल्या राजकारणाच्या कक्षेंतून बिलकूल वगळलेला नव्हता. विशेषतः या कामगिरीचा जिम्मा महादजीकडे असून पुरुषोत्तम महादेव हिंगणे व त्याचा भाऊ देवराव हे दिल्लीस वकिलातीवर राहून कारभाराचीं सूत्रें थोडींबहुत सांभाळीत. वॉरन हेस्टिंग्सची महत्त्वाकांक्षा वृद्धिंगत होऊन इंग्रज–मराठ्यांचें युद्ध निकरांत आलें, तेव्हां इंग्रजांस उत्तरेकडे ठांसून राखावें, पातशहा व त्याचा कारभारी नजफखान यांस आपले लक्षांत वागवून, इंग्रजांस तिकडे ताण बसवावा, हैदर नाईक बादशहापासून विजापुर सुभ्याची सनद मागत होता, ती त्यास मिळूं देऊं नये, अशी ताकीद नानानें हिंगण्यास स. १७८० च्या आरंभीं दिली. नानानें जें चौकडीचें कारस्थान सिद्ध केलें तें पुढें सर्वत्र जाहीर होऊन त्यामुळें मराठ्यांचा धाक लोकांस बसला. इंग्रजांची तावेदारी न करावी, मराठ्यांची

फत्ते व्हावी, आणि त्यांच्या फौजांनीं दिल्लीस येऊन बादशाहीस हात द्यावा अशी बादशहाची टोंचणी हिंगण्यांस सारखी चालू होती. मीर्झा नजफखान कारभार करी त्याच्या हातांत बादशहा सर्वस्वी वागत होता.या नजफखानाच्या कबजांत आपण राहूं नये, मराठ्यांनीं आग्रा–दिल्लीचा कबजा घेऊन नजफखानास काढावा, अशी मराठ्यांकडे बादशहाची मागणी होती. 'इंग्रजांशीं आम्हीं इकडे बिघाड केल्यावर, मराठ्यांकडील आश्रा पक्का न राहिला तर आम्ही एकले पडून त्यांचे काबूंत सांपडूं तें न करावें,' असें बादशहा वारंवार हिंगण्यास सांगे. सारांश,इंग्रज-मराठ्यांच्या युद्धाकडे सर्व हिंदी संस्थानिकांचे डोळे लागून राहिले होते. स. १७८० च्या ऑगस्टांत ग्वालेर किल्ला इंग्रजांनीं घेतल्याबरोबर बादशाही उमराव साशंक झाले.सबब एक मातबर मराठा सरदार सदैव बादशहापाशीं फौजबंद ठेवावा, अशी पेशव्यांकडे हिंगण्यांनीं मागणी केली. गुजरातेंतून स. १७८० च्या उन्हाळ्यांत उज्जनीस येतांना महादजीनें सुद्धां हिंगण्यास लिहिलें कीं, 'नजफखानांनीं इंग्रजांस बलवान् होऊं न द्यावें. शुजा उद्दौल्याचे घरांत इंग्रजांचा पाय शिरला असतां, त्यांनीं सारेंच हाताखालीं घातलें, हें त्यांस न समजेसें नाहीं, आम्ही लवकरच इंग्रजांचें पारिपत्य करून त्या प्रांतीं येतों.' त्याप्रमाणें हिंगण्यांनीं बादशहाशीं संधान राखिलें. बादशहा म्हणे, 'इंग्रजांची तोफ जलद चालते, आमचे तोफेस बार व्हावयास विलंब लागतो. यास्तव लढाऊ फौज कुमकेस आल्यास इंग्रजांस मारूं शकतील. पातशहाचे मनांत नजफखान नसावा, त्यांचे कबजांत न राहवें, मराठ्यांचे काबूंत राहवें. हरिपंत अथवा महादजी शिंदे, एकानें दिल्लीस राहून दोन लक्ष दरमहा पातशहास देऊन करोडींचीं स्थळें हस्तगत करावीं,' असें ईर्षेनें बादशहा बोले. पण ग्वालेर शिंद्यांच्या हातची गेल्याबरोबर बादशहाचा धीर खचला. पुन: हैदरानें इंग्रजांस मद्रासेकडे तंबी दिल्याची वातमी येतांच उलट खाऊन त्याचें लक्ष मराठ्यांकडे लागलें. सारांश, विजयपराजयाच्या बातम्यांबरोबर समस्त हिंदी सत्ताधीशांचीं अंत:करणें कशीं हेलकावे खात होतीं, हें पाहिलें म्हणजे तत्कालीन राजकारणाची कल्पना होईल. वास्तविक सालबाईचा तह पुरा होऊन स्थिरस्थावर झाली, तेव्हांच बादशाहीच्या कारभारांत लक्ष घालण्यास महादजीस फुरसत सांपडली. सबब त्यानें काय उद्योग केला त्याचें वर्णन आतां करावयाचें आहे. (Franklin's Shah Alum, Kanungo's Jaths, दि. म. रा. भाग १ ले. १ ते ५०)

२. ग्वालेर व गोहद काबीज, (२१-७-१७८३ व २६-२-१७८४).

दोन जाठवंश, भरतपुर व धोलपुर.—पुढील हकीकत समजण्यास प्रथम जाठांच्या घराण्यांचें थोडें अनुसंधान मनांत आणिलें पाहिजे तें असें. भरतपुरच्या जाठवंशाची हकीकत पूर्वी म. वि. १ पृ. १०३ व म. वि ३ पृ. ३१ येथें येऊन गेली आहे. जाठांशींच मुख्यतः मराठ्यांचा संबंध आला. त्यांची वंशावळी अशी:—

१ चूडामण मृ. १७२१. ३ ठाकूर बदनसिंग मृ. १७५६

२ मुहकमसिंग ४ सुरजमल्ल मृ. १७६३

५ जवाहीरसिंग ६ रतनसिंग ७ नवलसिंग ८ रणजीतसिंग ९ नहरसिंग

मृ. १७६८ १७६८-६९ १७६९-७५ १७७५-१८०५

मराठ्यांशीं संबंध येणारे पुरुष.

३. बदनसिंग १८-११-१७२२-७-६-१७५६.

४. सुरजमल्ल १७५६—२५.१२.१७६३ मृ. रणांगणीं.

५. जवाहीरसिंग खून, जुलै १७६८.

६. रतनसिंग खून ८-४-१७६९.

७. नवलसिंग मृ. १०-८-१७७५.

९. रणजीतसिंग-यशवंतराव होळकरास सामील; इंग्रजाशीं युद्ध केल्यावर तह व पुढें लगेच मृत्यु ता. २४-५-१८०५ रोजीं. मराठी कागदांतले उल्लेख समजण्यासाठीं प्रत्येक पुरुषाच्या मृत्युतिथी वर दिल्या आहेत. हे काल कानुंगोच्या पुस्तकांतले आहेत.

गोहदकर जाठ.—महादजीशीं विशेप संबंध या गोहदकरांचा येतो. हें कुटुंब भरतपुरच्या राजघराण्याहून वेगळें असून हल्लीं त्यांचें वास्तव्य धोलपुरास आहे. चौदाव्या शतकांत यांचे पूर्वज ग्वालेर येथें येऊन राहिले आणि तेथून ईशान्येस २२ मैलांवर गोहद येथें त्यांनीं आपलें ठाणें केलें. इ. स. १५०५ पासून गोहदचा राणा या नांवानें त्यांची लहानशी जहागीर चालली. प्रथम बाजीरावानें गोहदकर राण्यास कबजांत आणिलें. पानपतानंतर जाठानें ग्वालेरचा किल्ला हस्तगत केला, तो स. १७६७ त रघुनाथरावानें परत घेतला. स. १७७९ त

हेस्टिंग्सच्या कारवाईनें राणा छत्रसाल मराठ्यांविरुद्ध इंग्रजांस सामील झाला आणि ग्वालेर किल्ला त्यानें हस्तगत केला. पुढें महादजीनें राण्याशीं लढून ग्वालेर व गोहद हीं दोनही स्थळें जिंकून गोहद येथें अंबूजी इंगळ्यास जहागीर नेमून दिली. स. १८०३ त राणा कीरतसिंग यास इंग्रजांनीं गोहद व ग्वालेर हीं ठिकाणें परत दिलीं. त्यावरून पुढें इंग्रजांच्या शिंद्यांशीं पुष्कळ भानगडी चालून स. १८०५ त शिंद्यांचा धोलपुर परगणा इंग्रजांनीं राणा कीरतसिंगास देऊन, ग्वालेर व गोहद हीं स्थळें शिंद्यांस दिलीं. ह्या दोन ठिकाणांसंबंधानें अपरिमित भानगडी चाललेल्या इतिहासांत दिसून येतात. दीडशें वर्षें गोहदकरांशीं शिंद्यांचें वैर चालल्यावर स. १८८५ सालीं जयाजीरावानें स्वतः प्रथम धोलपुरास जाऊन राण्याशीं सख्य केलें. यांस लखिंदर बहादुर असा किताब एलिसनच्या पुस्तकांत आढळतो.

वंशावळ गोहदकर राण्यांची, हल्लीं राज्य धोलपुर.

भीमसिंग
।
छत्रसाल
।
कीरतसिंग मृ. १८३६
।
भगवंतसिंग मृ. १८७०
।
निहालसिंग (प्रस्तुत)

इंग्रजांशीं तह पक्का होतांच महादजी प्रथम माळवा बुंदेलखंडांत बंडखोरांचें पारिपत्य करून आपला अंमल बसविण्याच्या उद्योगास लागला. लहान जहागिरदार आपापल्या गढ्यांत राहून गेल्या वर्ष दोन वर्षांत महादजीच्या उलट वागत होते त्यांचा बंदोबस्त त्यास प्रथम हातीं घ्यावा लागला. भोपाळ, दतिया, चंदेर, नरवर, खेचीवाडा, सालबाई वगैरे गढ्यांचे मालक व मुख्यतः गोहदचा राणा यांना प्रथम नरम करण्याचें काम महादजीनें हातीं घेतलें. हा पाया मजबूद झाल्याशिवाय त्याला पुढें जाऊन बादशाही व्यवहारांत हात घालणें शक्य नव्हतें. स.१७८२ च्या उन्हाळ्यांत गोहद–ग्वालेरच्या दरम्यान मुक्काम करून चंदेरीच्या राजाचा बंदोबस्त करण्याकरितां त्यानें बळवंतराव धोंडदेव यास बैराग्यांची पलटण देऊन पाठविलें. त्यानें चंदेरकराचा पराभव करून खंडणी घेतली. मे महिन्यांत 'अंत्रीवर तोफांची मारगिरी करून गढी घेतली. सालबाईवर मारगिरी

सुरू आहे. लवकरच जेर होईल.' ऑगस्ट १७८२ त 'पाटीलबावानीं पांचसहा गढ्या घेऊन शिवाजी विठ्ठलाचे हवालीं केल्या. आणखी पांचसहा आहेत, त्या सोडविल्यानंतर दुसरीकडे जातील. स्वारी हिंमतगडाकडे जाणार. चंदेरी, दतिया व खेची यांस उपद्रव देऊं नये म्हणून नानानें महादजीस कळविलें, त्यावरून मर्जी बावांची बहुत विक्षेपास पावली. गोहदकरानें पुण्यास नानाकडे पैगाम लाविला, त्यावरून त्याचा पुरा सूड घेण्याचा विचार महादजीनें ठरविला. इंग्रजांचे मसलतीचा शेवट जाहला. आतां अंबोजी इंगळ्यास पुढें करून सरकारच्या महालांत गढीबंद जमीनदारांचें पारिपत्य करून चार रुपये मिळविण्याकरितां महाल लुटावयाचे तजविजेंत आहेत. बिरोट म्हणून गांव आहे तेथें तीन दिवस मोर्चे लावून दहा हजार रुपये घेतले. शहाडौरा, महत्पुर, खुटावद वगैरे परगण्यांतील गढ्यांची याद लिहून रुपये मिळवावे असें अंबोजीनें समजाविलें. प्रहरभर दरबारांत भवति न भवति जाली. सरकारचे महालांस उपद्रव देणें ही गोष्ट फारच वाईट. मर्यादा सोडल्यावर ईश्वरास गोष्ट मानत नाहीं.' (नोव्हेंबर १७८२). यानंतर महादजीनें गोहदकरास तगादा लाविला कीं, ग्वालेर किल्ला खालीं करून द्यावा. राण्यानें सख्यत्वाचा जाबसाल सुरू केला. 'तुमचा स्थापित' असें म्हणतो. ग्वालेर देतों म्हणतो. फेब्रुवारी स. १७८३ त स्वतः महादजी ग्वालेरीवर चालून गेला. शहर लगोलग घेऊन किल्ल्यास वेढा घातला. शहर पन्ना घेतला. पांच महिने वेढा चालला. पूर्वेकडून मोर्चे चालविले. किल्ल्याचें पाणी बंद केलें. किल्ल्यावर पांच सात सावकार व गोहदकराची राणी आहे. किल्ल्यावरील शिबंदीच्या मिसली तिसऱ्या दिवशीं पालटतात. किल्लेदारानें पाटीलबावाशीं सूत्र लाविलें होतें, तें वर्तमान राणीस कळलें तेव्हां तिनें तो किल्लेदार तोफेचे तोंडीं देऊन उडविला. त्यावर दोचौं दिवसांत पाटीलबावा किल्ल्यावर हल्ला चढवून जाऊं लागले, तों किल्ल्यावरील गोलंदाजानें गोळा डागला, त्यानें बावांचा जरदा घोडा ठार झाला. दोन मनुष्य ठार झाले. स्वारी परत डेऱ्यास आली. खैरखैरात केली. लोकांनीं नजरा केल्या.' अशा प्रकारें खुद्द महादजीनें पांच महिने अहोरात्र खपून श्रावण शु० २ प्रातःकाळीं (२१–७–१७८३) हल्ला चढवून ग्वालेरचा किल्ला हस्तगत केला; आणि तेथील डागडुजीचा बंदोबस्त करून लगेच गोहदला शह दिला. गोहदवाल्यानें फारच ग्लानीचे जाबसाल लाविले, तुमचा चाकर होऊन राहतों म्हणतो. इंग्रज वकिलामार्फतही राणा सूत्र करतो.

स. १७८३ त ग्वालेर–गोहदवर महादजींची मोहीम चालू असतांच गोहदवाल्यानें डी बॉयन यासीं संगनमत करून त्याच्या लष्करी हिकमतीनें महादजीवर एकाएकीं छापा घालून तोफांनीं त्याची सर्व वाताहत करण्याचा विचार ठरविला. डी बॉयन राण्याजवळ एक लाख रुपये खर्चास मागत होता, ते राण्यानें त्याला दिले नाहींत, म्हणून महादजी बचावला. राण्याला वाटलें, डी बॉयन पैसे घेऊन फसवील मात्र. तथापि हा बेत सर्व सिद्ध झाला आणि आतां डी बॉयन महादजीवर केव्हां चालून येतो नेम नाहीं, असा पुकारा राण्यानें केला. तो महादजीच्या कानावर गेल्यावर पुढें त्यानेंच डी बॉयनला पैसे देऊन आपल्या नोकरींत घेतलें.

गोहद काबीज करण्यास महादजीस पांच महिने लागले. राण्यानें इंग्रजांकडे आपला वकील पाठवून मदत मिळविण्याची शिकस्त केली; पण हेस्टिंग्सनें साफ कानावर हात ठेविले. गोहदकरानें अनूपगीर गोसाव्यास महादजीशीं रदबदली करण्यास बोलाविलें. परंतु अनूपगीरानें गोहदकरास जबाब पाठविला, 'आम्हीं येऊन कर्तव्य काय? पाटीलबावा गोहद घेतल्याखेरीज ऐकत नाहींत. गोहद खालीं करून तुम्हीं बाहेर निघाल्यानंतर जाबसाल काय होणें तो होईल.' तथापि त्यानें महादजीकडे वकील पाठविले. "परंतु गोहद घेतल्याखेरीज बावा बोलणें ऐकेनात. गोहदेंत धारण फार महाग झाली होती, व्यापारी सावकारांनीं महागाईत विक्री करून पैका करावयाच्या बुद्धीनें माल बाहेर काढिला, म्हणोन सवंगाई जाली. रायाजी पाटील व जिवाजी बल्लाळ बक्षी झुंजाचे मोहोल्यावर आहेत. जिवाजी बल्लाळांनीं सांगितलें, गोहदेंत सामानसरंजाम फार आहे. फक्त दाणा अगदीं नाहीं, पोटामुळें अजीज जाले. जाठ म्हणतो, मी येऊन भेटतों, अबरूनें बाहेर काढावें, आपली सोय करावी. पण बोवा ऐकत नाहींत. मग वचनप्रमाण देऊन बाहेर काढितील. इतके दिवस अवकाशानें बोलणीं येत होतीं, आतां दाट येतात. आतां भक्षावयास दाणा नाहीं. सारे लोक फुटले. भावाबंदांचीं कुटुंबें गोहदेंतून निघोन बावांच्या फौजेंत आलीं. किल्ल्यास फौजेचा वेढा होता. मोर्चे लागू जाले; व दोन सुरुंग तयार जाले. एका दों दिवसांत दारू भरून उडवावे. तें वर्तमान राण्यास कळलें. धान्याची गिरानी फारच जाली. तेव्हां फाल्गुन शु० ४ स भेटीची बोली राण्यानें लाविली. कारभाऱ्यांनीं पाटीलबावांस श्रुत केलें. त्यांचा आग्रह कीं, सुरुंग उडवून गढी घ्यावी. तों पंचमीस बाहेर राणेखानभाई, बाळोबा पागनीस व जिवबा बक्षी यांच्या विद्यमानें भेटीस आला. भेटी जाल्या.

पंधरा लक्ष रुपये त्यानें द्यावे; गोहद सुद्धां पन्नास हजारांची जहागीर राण्याकडे राहवी; आणि त्यानें महादजीची चाकरी करावी असा ठराव जाला. षष्ठीस कबिले बाहेर काढून ठाणें सरकारचें बसलें (२६-२-१७८४). किल्ला फत्ते जाला. राणा गोहदेहून वस्त्रवानी बमय सरंजाम सुद्धां, तोफा, दारूगोळा खेरीज करून, बाकी हत्ती घोडे सुद्धां त्यास बक्षीस केले. त्याजकडील कारभारी लोक वस्त्रवानी सुद्धां हस्तगत करून बंदोबस्त केला. गोहदवर आपलें निशाण लाविलें. रसद बंद केल्यामुळेंच राणा हातघाईस आला. मोजदाद करावयास कारकून पाठविले, तेव्हां राण्याच्या संग्रहीं दोन मण गहूं मात्र निघाले. दारूखाना जळून उडाला. म्हणजे ग्वालेर-गोहदचा संग्राम गनिमी पद्धतींतच गणला पाहिजे. इतउत्तर महादजीनें पाश्चात्य पद्धत स्वीकारिली. मुख्य श्रीमंतांच्या पुण्यानें पाटीलबावांस महत् यश आलें.' एकंदरींत ग्वालेर व गोहद दोन स्थळें घेण्यास महादजीस बरोबर एक वर्ष लागलें. चहूंकडे वर्तमान जाऊन मराठशाहींत खुशाली जाली आणि महादजीचा दरारा चहूंकडे बसला. इंग्रजांशीं लढून यश मिळविलें आणि नंतर त्यांचा तह घडवून आणिला व लगोलग दोन प्रचंड मजबूद स्थळें हस्तगत केलीं, त्यावरून बादशहाची सुद्धां खात्री झाली कीं, आतां महादजीचा आश्रय केल्याशिवाय गत्यंतर नाहीं. तेव्हांच महादजीनें लगोलग दिल्लीकडील राजकारण हातीं घेतलें. एक पाऊल घट्ट केल्याशिवाय दुसरें पुढें टाकूं नये अशी पद्धत महादजीची सामान्यतः होती.

महादजीनें राण्यास गोहदेंतून काढून दिल्यावर,त्यानें करोलीच्या हद्दींत विजयपुर येथें राहवें असें ठरलें. तेथें तो निघून गेला. बरोबर महादजीचे दोन खिजमतगार व दोन कासीद होते. राण्यानें कुबुद्धि धरून अगोदर लोकांचीं कुटुंबें दूर लावून देऊन आपण एकटाच बुंदेलखंडांत विजयपुरास गेला. मागाहून सर्व कुटुंब, हत्ती, रथ, कारखाने वगैरे सर्व तेथें नेले. महादजीकडील तिघांस राण्याने अटकेंत ठेविलें; चवथा वर्तमान सांगण्यास परत आला. हें वर्तमान महादजीस कळतांच त्यानें राण्यावर फौज रवाना केली. तों राणा पळून मेलतीरास पावला. नदीस पूर होता, त्यांतून करोलीच्या राजाच्या भावानें नांवा देऊन राण्यास पलीकडे पोंचविलें.त्याचे कांहीं लोक मागें नांवांत बसत होते त्यांस महादजीच्या फौजेनें पकडिलें. पुढें करोलीच्या राजानें राण्यास आपल्या हद्दींतन काढून दिलें. असा या राण्यानें पुढें महादजीस पुष्कळ त्रास दिल्यावर

करोलकर राजा माणिकपाल यानें, महादजीनें हमदानीचें पारिपत्य केल्यावर, राण्यास बावांचे लष्करांत आणून हवालीं केला. त्यानें राण्यास ग्वालेर किल्ल्यावर बेड्या घालून सहकुटुंब कैदेंत ठेविला. या राण्याचें नांव छत्रसाल होय.

माळव्यांतील महादजीच्या उद्योगाकडे इंग्रज साशंक दृष्टीनें पाहत होते. मुंबईस गेलेला इंग्रजांचा कंपू घेऊन गॉडर्ड परत येत असतां ग्वालेर येथें महादजीस भेटला. 'ग्वालेर किल्ला पाहून बाबांचे भेटीस लष्करांत आले. बावांसह मंडळी आडवे जाऊन परस्परें भेटी होऊन गाडरास आपले डेऱ्यास घेऊन आले. सर्वांस आदरसन्मान वस्त्रें देऊन बिदा केलें. दुसरे दिवशीं कूच करून गाडर गोहदकडे गेला. त्याजकडे राणा संदर्भ लावील म्हणून चित्तांत संदेह येऊन गोहदच्या आसपास बावांनीं चौक्यांची खबरदारी केली. प्रस्तुत इंग्रज या प्रांतीं आहेत तों खेचीसीं बोलतां येत नाहीं.' खेची म्हणजे राघवगडचा जमीनदार. यानें महादजीस कैक वर्षें त्रास दिला त्याची हकीकत पुढें येईल. ×

३. अनूपगीर ऊर्फ हिंमतबहादर गोसावी, (स.१७३४-१८०४).- बादशाही कारभारांत अनूपगीर गोसावी व प्रतापसिंग माचेडीकर यांचा संबंध आतां विशेष येत असल्यामुळें त्यांची थोडी पूर्वपीठिका ध्यानांत ठेविली पाहिजे. अठराव्या शतकांत हिंदुस्थानांतील सर्व प्रकारच्या लोकांच्या अंगीं पराक्रमाचें नवीन वारें कसें उत्पन्न झालें होतें याचें उत्कृष्ट उदाहरण गोसाव्यांचें होय. गुरु गोविंदसिंगानें शीखांस, चूडामण व बदनसिंग यांनीं जाठांस, बाजीरावानें शिंदे-होळकरादि मराठ्यांस युद्धकलेकडे प्रवृत्त केलें, त्याचप्रमाणें हे गोसावी सुद्धां आपला पुरातन धार्मिक बाणा सोडून नवीन लढाऊ पथकें तयार करून राजकारणांत भाग घेऊं लागले. अनेक गोसावी सरदारांचीं नांवें त्या वेळच्या व्यवहारांत आढळतात, पण त्यांतल्या त्यांत उमरावगीर व अनूपगीर ह्या दोन बंधूंचा संबंध मराठ्यांशीं व मुख्यतः महादजीशीं आल्यामुळें, त्यांची हकीकत समजून घेणें अवश्य आहे. *

× का. सं. प. या. १९३, २३३, २९३, २८८, २०७, २५१, २९६; म. द. बा. १. ८५, ८६, ९४, ९८, १०५, ११०, १२२, १२४; ग्वा. ५-७, ४१; ३-६०; ४. ६८-६९.

* **आधार** पृथ्वीगीर गोस्वामीकृत गोसावी व त्यांचा संप्रदाय, स. १९२६, कानुंगोकृत जाठांचा इ०; पारसनीस कृत बुंदेलखंड पृ. १७३ इत्यादि.

गोसावी म्हणजे गोस्वामी, संन्यासवृत्तीनें राहणारे साधू, यांचा पंथ पुरातन काळापासून विद्यमान असून आद्य शंकराचार्यांसारख्यांच्या उद्योगानें त्यांस नवीन वळण वेळोवेळीं लागत गेलें. आरंभीं त्यांचा बाणा ब्रह्मचर्यवृत्तीचा होता, तथापि कालांतरानें त्यांतले कांहीं लोक विवाह करून गृहस्थाश्रमांत राहूं लागले. ते बहुधा ब्राह्मणच असले तरी क्षत्रियादिक कांहीं लोकही त्यांत समाविष्ट आहेत. औरंगजेबाच्या वेळीं त्यांचा छळ सुरू झाला तेव्हां त्यांनीं धार्मिक वृत्ति सोडून क्षात्रवृत्ति स्वीकारिली, त्या योगें निरनिराळ्या सत्ताधीशांच्या पदरीं किंवा स्वतंत्रतेनेंही गोसावी फौजेची देशांत चलती झाली.

गोसाव्यांचे ठिकठिकाणीं आखाडे होते, तेथें राहून ते आपला धार्मिक व नैतिक उद्योग चालवीत. अशा आखाडयांना निरनिराळ्या संज्ञा असत. काशींत ' अटल ' नांवाचा एक गोसाव्यांचा आखाडा कैक शतकांपासून आहे. औरंगजेबानें विश्वेश्वराचें मंदिर पाडून तेथें मशीद बांधिली, तेव्हां त्यास लागूनच असलेली या अटल आखाडयाची जागा तो घेऊं लागला; परंतु गोसाव्यांनीं औरंगजेबाशीं निकरानें लढून आपली जागा हातची जाऊं दिली नाहीं. यावरून अटल आखाडयाची चहूंकडे प्रसिद्धि झाली, आणि त्याचें पथक निरनिराळ्या लोकांच्या मदतीस प्रसंगानुसार जाऊं लागलें. पुढें या आखाडयाचा मुख्य महंत राजेंद्रगीर म्हणून प्रसिद्ध पुरुष होता, त्यास अयोध्येचा नबाब सफ्दरजंग यानें आपल्या जवळ नोकरीस घेतलें. स. १७५४ त गाजीउद्दीन व सफ्दरजंग यांचें दिल्लींत युद्ध झालें, त्या संग्रामांत राजेन्द्रगीर गोळी लागून मारला गेला. या राजेन्द्रगिराचे दोन मुलगे होते, वडील उमरावगीर व धाकटा अनूपगीर. यांचे जन्म अनुक्रमें स. १७३० व १७३४ चे होते. दोघेही पराक्रमी असल्यानें त्यांस सफ्दरजंगानें बापाची जहागीर देऊन आपल्या नोकरींत घेतलें. उमरावगीर लग्न करून गृहस्थाश्रमी झाला, पण अनूपगीर आजन्म ब्रह्मचारीच राहिला असें म्हणतात. दोघांसही शुजा उद्दौलानें राजा ही पदवी दिली, आणि अनूपगीर यास आपला सेनापति नेमिलें. रघुनाथराव पेशव्यानें दिल्लीकडे स्वाऱ्या केल्या, तेव्हां त्याचा व समस्त मराठे सरदारांचा संबंध या दोघां गोसावी बंधूंशीं येत गेला. दत्ताजी शिंद्यानें स. १७५८–५९ त नजीबखान रोहिल्यावर स्वारी केली, त्या वेळीं शुजानें या दोघां बंधूंस खानाच्या मदतीस पाठविलें. उमरावगिरानें दत्ताजीशीं सलूख करण्याचा प्रयत्न केला, इतक्यांत अब्दाली येऊन पोंचला आणि पानिपत मोहीम

सुरू झाली. दोघेही गोसावी सरदार शुजाच्या बाजूनें मराठ्यांशीं लढले. त्यांनीं विश्वासराव, यशवंतराव पवार वगैरे गृहस्थांच्या प्रेतांचा शोध लावून, दंड भरून ब्राह्मणांकडून त्यांचा अंत्यविधि करविला. त्या हकीकतीचें पत्र खुद्द राजा अनुपगीरचें नानासाहेब पेशव्यास लिहिलेलें प्रसिद्ध आहे. (खं ६.४०७) यावरून समस्त मराठ्यांशीं त्यांचा मोठा स्नेहभाव होता यांत संशय नाहीं. गोसावी व मराठे दोघेही धर्मसंरक्षणासाठींच झगडत होते. पानपतापूर्वी सदाशिवरावानें शुजाच्या मार्फत अब्दालीशीं तहाची वाटाघाट चालविली, तींत काशीराय व हे दोघे गोसावी बंधूच सर्व खटपट करीत होते. बक्सारच्या लढाईत (२२-१०-१७६४) सुजाच्या तर्फेनें हे दोन गोसावी बंधू इंग्रजांशीं कसून लढले. पण त्यांस हार खावी लागली. पुढें हे दोघे बंधू जवाहिरसिंग जाठाच्या मदतीस गेले आणि रघुनाथराव पेशव्यानें स. १७६७ त गोहदेस वेढा घातला असतां त्याजबरोबर लढण्यास आले. त्या प्रसंगांत रघुनाथरावानें गोसावी बंधूंस जाठाच्या फौजेंतून फोडिलें, आणि जाठांचें भांडण मिटविलें. स. १७६९ त माधवराव पेशव्यानें विसाजीपंत बिनीवाले वगैरे सरदारांस उत्तरेंत पाठवून बादशहास आणून दिल्लीच्या सिंहासनावर स्थापिलें, तेव्हां या गोसावी सरदारांचा शुजाच्या मार्फत पुनरपि मराठ्यांशीं संबंध आला. शुजाउद्दौल्याच्या पश्चात् दिल्लीचा वजीर मीर्झा नजफखान यानें या गोसावी बंधूंचें भरपूर साहाय्य घेऊन जाठांचा पाडाव केला. दिल्लीच्या राजकारणांतील कागदांत त्यांचा उल्लेख ठिकठिकाणीं येतो. अनूपगीर यास हिंमतबहाद्दर हा किताब बादशहाकडून याच सुमारास मिळाला. मीर्झा नजफखानानें जयपुरवर स्वारी केली तींत हा प्रमुख होता. पुढें महादजीनें दिल्लीचें प्रकरण हातीं घेतलें, त्यांत तर त्याचा संबंध मुख्यतः अनूपगीरशींच येऊन कांहीं काळ उभयतांचें अत्यंत वितुष्ट पडलें त्याची हकीकत त्या प्रकरणांत येईल. अलीबहाद्दर व अनूपगीर यांचा स्नेह महादजीच्या वितुष्टांत जुळला तो आमरणान्त टिकला. बुंदेलखंडांत अलीबहाद्दरानें अंमल बसविला त्यांत त्याला अनूपगीरची मदत होती. स. १८०३ च्या युद्धांत अनूपगीर इंग्रजांस सामील झाला, व पुढील सालीं म्हणजे स. १८०४ त तो मरण पावल्यावर त्याची जहागीर इंग्रजांनीं खालसा केली. हल्लीं त्याच्या वंशजांस कांहीं नेमणूक मिळते. अनूपगीरच्या अगोदर थोडे दिवस त्याचा भाऊ उमरावगीर मरण पावला, त्याला नऊ पुत्र होते. 'गोसावी व त्यांचा संप्रदाय' या पुस्तकांत पेशव्यांचा व त्यांचा थोडा पत्रव्यवहार छापलेला आहे (पृ.२६१-६६).

४. अलवारसंस्थापक माचेडीवाला प्रतापसिंग (स.१७६१-९१).- माचेडीच्या या प्रतापसिंगाचें नांव मराठी कागदांत व महादजीच्या व्यवहारांत पुढें वारंवार येणार आहे. हा जयपुरच्या कच्छवाह घराण्यापैकीं नरुखा पोटजातीचा जयपुरचा एक लहान ताबेदार होता. याचा जन्म स. १७४० त झाला. सुरजमल्ल व जवाहीरसिंग जाठांनीं जयपुरच्या राज्यावर ताव मारण्यास सुरवात केली तेव्हां या माचेडीकर प्रतापसिंगानें स. १७६६ त मौंडा येथें मोठा पराक्रम करून जाठांचा पराभव केला. त्याबद्दल जयपुरकडून त्याला राजगड परगणा मिळाला. राजगड येथें प्रतापसिंगानें पुढें मजबूद किल्ला बांधिला. नंतर कांहीं काळानें त्यानें अलवार हें ठिकाण जाठांपासून जिंकून घेतलें (२५-११-१७७५). तेव्हांपासून अलवारचें स्वतंत्र संस्थान निर्माण झालें, आणि त्यास स. १७७८ त मीर्झा नजफखानानें मंजुरी दिली. हल्लींच्या अलवार संस्थानाचा हा माचेडीकर प्रतापसिंग संस्थापक होय.माचेडी हें ठिकाण अलवारच्या दक्षिणेस वीस मैलांवर असून जवळच राजगड आहे. प्रतापसिंग स. १७९१ त मरण पावल्यावर त्याचा दत्तक पुत्र बखत्यारसिंग अलवारच्या गादीवर बसला. त्यानें स. १८०३ च्या इंग्रज-मराठा युद्धांत लॉर्ड लेक बरोबर स्वतंत्र तह करून इंग्रजांस साहाय्य केलें, त्याबद्दल इंग्रजांनीं अलवार संस्थान त्याला स्वतंत्र तोडून दिलें. त्यापूर्वीं हे माचेडीकर इतर रजपुतांबरोबर शिंद्यांचे मांडलिक समजले जात होते.माचेडीकर प्रतापसिंग महादजी शिंद्याचा परम दोस्त असून अनेक संकटप्रसंगांत त्यानें महादजीस उत्कृष्ट साहाय्य केलें. याच वेळीं जयपुरच्या गादीवर प्रतापसिंग कच्छवाह (स. १७७८-१८०३) राज्य करीत असून तो महादजीवर उठून व इतर रजपुतांस मिळवून महादजीचा पाडाव करण्यांत अग्रेसर झाला होता. अर्थात् माचेडीकर प्रतापसिंग व जयपुरकर प्रतापसिंग असे दोन पुरुष एकाच वेळीं महादजीच्या व्यवहारांत दाखल असल्यामुळें,.वाचकांनीं त्यांच्या नांवाचा घोटाळा होऊं देतां नये. माचेडीकर प्रतापसिंग महादजीचा दोस्त व जयपुरकर प्रतापसिंग त्याचा शत्रु हें लक्षांत ठेविलें पाहिजे. माचेडीकराचा 'रावराजा' असा उल्लेख कागदोपत्रीं येतो. शौर्य, धूर्तता व पराक्रम या गुणांनीं राजपुतान्यांत त्या वेळीं रावराजा प्रतापसिंगाची मोठी ख्याति होती. स. १७९१ त प्रतापसिंग वारला व त्याचा मुलगा बखत्यारसिंग गादीवर बसला, त्यानेंही बापासारखा पराक्रम करून अलवार संस्थानाची वृद्धि केली. लासवाडीच्या लढाईत शिंद्यांचा पराभव

झाल्यावर बखत्यारनें ता. १४-११-१८०३ रोजीं लॉर्ड लेकशीं तह करून आपला बचाव केला.

५. बादशाही उमरावांची व महादजीची भेट, मीर्झा शफीचा खून (स. १७८२-८३).-पातशाही धोरणासंबंधीं १२-४-१७८४ रोजीं महादजी नानास लिहितो, 'नजफखान मेल्यापासून पातशाहींत बहुनायकी जाली. पातशहास खर्चास मिळेना, तेव्हां त्यानें इंग्रजांकडे राजकारण लाविलें कीं, आम्हांस दरमहा खर्चास देऊन तुम्ही राज्याचा बंदोबस्त करावा. त्यावरून इंग्रजांचें व पातशहाचें राजकारण चाललें. पातशहाचा कारभार रुक्ष; शीखांचा दंगा विशेष. चार सरदारांत एकजीव नाहीं. पूर्वीं दिल्लीचें राजकारण आपले हातीं राहवें म्हणून पातशहाजादा व मीर्झा शफीशीं भेटून खातरजमा केली होती, त्यास मीर्झा शफी ता. २३-९-१७८३ रोजीं मारला गेला. तेच समयीं तिकडील बंदोबस्ताचा विचार करावा तर गोहदचे कामास टाकतां नये असें जाहलें. त्या संधींत पातशहानीं इंग्रजांकडे सिलसिला चालविला. आतां तें राजकारण मोडावें तर पैक्याची व फौजेची अनुकूलता सध्याच असली पाहिजे. आम्हांकडील प्रकार आपणास माहीत आहेच. गुजरातची मोहीम करून आल्यावर इकडे इंग्रजांची मोहीम पडली. त्याजवर ग्वालेर व गोहद हीं कामें झालीं. आम्ही देशींहून स. १७८० त निघाल्यापासून आजपर्यंत मसलतीच पडत गेल्या. त्यामुळें वोढीचा प्रकार विशेष जाला आहे. पातशहाचे खर्चास अविच्छिन्न दरमहा पावला पाहिजे. सरदारांची सरबरा करून शीखांचा बंदोबस्त करणें, त्यास खर्चाची तजवीज सरकारांतून होऊन आल्यास आमचेकडून सरकारचाकरीस अंतर व्हावयाचें नाहीं.'

वर म्हटल्याप्रमाणें स. १७८२ तच दिल्लीच्या कारभारांत महादजीनें लक्ष घातलें. मीर्झा नजफखान मेल्यावर बादशाही उमरावांत दोन पक्ष झाले. अफरासिआबखान व अनूपगीर गोसावी यांचा एक पक्ष, आणि मीर्झा शफी, हमदानी व नजफकुलीखान यांचा दुसरा पक्ष. अफरासिआबखान व नजफकुलीखान हे दोन चेले मयत मीर्झा नजफनें पुढें आणिले होते. मीर्झा नजफची बहीण हमसिरा बेगम व तिचे तिघे मुलगे मीर्झा शफी, मीर्झा जाफर व झैनुलविद्दीन हे सर्व बादशाही कारस्थानांत भानगडी करूं लागले. मीर्झा शफी, अफरासिआबखान, नजफकुलीखान व हमदानी हे सर्व मीर्झा नजफखानाचे चेले फौजा बाळगून होते. त्यांपैकीं हमदानी शफीशीं बाकाबाक करी. केव्हां सलूखही

करी. गोहदकर जाटाचा पैगाम हमदानीकडे कुमकेविशीं होता. तीन लक्ष देतों, माझी कुमक करून दक्षण्यांशीं स्पर्धा करावी; परंतु मीर्झा शफी मना करीत असे कीं, ' जाटाची बिशाद किती, दक्षिण्यांशीं बिघाड करणें ठीक नाहीं. त्यांचा जमाव भारी, आपलें पारिपत्य करतील. स्नेह करून मेळवून घेतल्यास फार कामावर पडतील.' हा मीर्झा शफी हमदानीविशीं खतराही बाळगीत होताच. अनूपगीर गोसावी याचे विद्यमानें पाटीलबावांशीं सूत्र लावून यांस पातशहाजाद्या सुद्धां भेटवून सख्य वचनप्रमाणानें ऐक्य केलें.' महादजी व शफी यांच्या या भेटीचे तपशील दिलेले आढळतात ते असे.*

नजफखान मेल्यावर सर्वांनीं महादजीकडे मदतीची याचना करून त्याला ताबडतोब फौज घेऊन बोलाविलें. पातशहानेंही त्यास बहुत शुक्के पाठविले. गोविंदराव हिंगणे वकील यानें बावांस पत्रें लिहून अंतस्थ कारस्थानें लिहून कळविलीं. 'विपुल द्रव्य हातीं लागेल, विना लढाई काम होईल, अशी संधि पुन: येणार नाहीं.' पत्रांनीं भागेना, तेव्हां हिंगणे स्वत: जाऊन महादजीस ग्वालेरीजवळ भेटला. इकडे हमदानीचें व इतर सरदारांचें विरुद्ध पडलें, तेव्हां शहाजादा जवानबख्त यास घेऊन मीर्झा शफी व अफरासिआबखान आग्र्यास आले. उभयतांनीं मातवर वकील पाटीलबावांकडे पाठविले, त्यांत प्रथम अनूपगीर गोसावी पाटीलबावांकडे आला, त्याचे मार्फत मीर्झा शफीनें बोलणें लाविलें कीं,आपली आमची भेट होऊन स्वच्छता व्हावी, आपण आम्हांस वडील आहां. आमचा परामर्ष घ्यावा. पाटीलबावांनीं सांगून पाठविलें कीं, हमदानीची भेट आम्ही घेणार नाहीं. तुम्ही त्यास समागमें घेऊन येऊं नये. ती गोष्ट मान्य करून शहाजादा व बेगमेस घेऊन मीर्झा शफी ढवळपुरचे सुमारें आला. इकडून पाटीलबावा गेले. यांच्या त्यांच्या भेटी चमेली नदीपार आटेरी समीप ज्येष्ठ व॥ १४ चे दिवशीं (९–७–१७८२) होऊन चारपांच दिवस भेटीचे समारंभ उत्तम झाले. इंग्रजांचा वकील शहाजाद्याबरोबर होता, तो शफीनें पाटीलबावांस भेटविला. पाटीलबावांनीं इंद्रसेनाची व शफीची भेट करविली. उभय पक्षांचे तळ चमेलीच्या दोन कांठीं होते. अनूपगीर गोसावी दरम्यान होता. त्यानें खातरजमा केल्याप्रमाणें प्रसंग बावांचे मर्जीनुरूप चांगला उरकला. मीर्झा शफीनीं बावांशीं पगडीभाऊपणा केला. ' परस्परें आम्ही आपले आहों. आमचा व पातशाहीचा बंदोबस्त करून द्यावा, ' असें बोलणें शफीनीं

* (ग्वा. २. १५७; ऐ. स्फु. ले. २. १८; दि. म. रा. १. ७१. १७७).

लाविलें. त्यावर बावांनीं उत्तर केलें, 'उत्तम आहे. ग्वालेर-गोहदची ममलत उरकली म्हणजे तुमचा बंदोबस्त यथास्थित करून देतों.' याअन्वयें उभय पक्षीं रहस्य होऊन आपापले ठिकाणीं गेले.' मिळून या भेटीपासून प्रत्यक्ष व्यवस्था नवीन कांहींच झाली नाहीं. हमदानी आंतून गोहदच्या राण्यास सामील होता आणि पाटीलबावांच्या विरुद्ध लढण्यास बादशहाची सर्व फौज राण्याच्या मदतीस आणावी अशी त्याची खटपट असल्यामुळें महादजीचें व त्याचें कधींच बनलें नाहीं. पुढें मीर्झा शफी व अफरासिआबखान यांजमध्यें चुरस लागून बादशाहींत अस्वस्थता व अंदाधुंदी भयंकर सुरू झाली. प्रत्यक्ष दिल्लींत सुद्धां लुटालूट सुरू होऊन जीवित व वित्त यांची शाश्वती राहिली नाहीं. *

स. १७८२ अखेर मीर्झा नजफखानाची बहीण हमसिरा बेगम हिनें या सर्व मंडळींस आपले हवेलीवर जमवून सर्वांची थोडीबहुत एकवाक्यता करून मीर्झा शफीस नायबबक्षीगिरी दिली आणि त्याच्या आज्ञेंत सर्वांनीं चालावें असें ठरलें. तथापि 'हा कारभार बारभाईंचा, एकांत एक मिळत नाहींत,' असें हिंगणे लिहितो. खुद्द बादशहा व त्याचे मुलगे यांची एकवाक्यता नव्हती. त्यांस कोणाचा तरी मजबूद आश्रय पाहिजे होता. असा आश्रय देण्यास समर्थ असे दोघेच होते, एक इंग्रज किंवा दुसरा महादजी. पैकीं इंग्रजांनीं अयोध्येच्या वजी-राची जी दुर्दशा चालविली ती पाहून त्यांचा आश्रय करावा अशी कोणाची इच्छा नव्हती. 'अयोध्येचा वजीर इंग्रजांचे काबूंत पडून ऐशीं लक्ष रुपये इंग्र-जांनीं घेऊन लखनौ अयोध्या देखील लुटितात. वजीराची आई व आजी यांस कैद करून अखत्यारी खोजांस धरून त्यांस नित्य मार देऊन पैसा व जवाहीर निघतें तें काढितात. वजीर असोफ-उद्दौला मद्यप्राशन करून इंग्रजांचे काबूंत पडले आहेत.' अशीच दशा दिल्लीचीही इंग्रज करतील असें सर्व उमरावांस वाटून त्यांस आंत आणण्यास सर्व विरुद्ध होते. तेव्हां महादजीलाच मदतीस घेऊन 'पात-शहांनीं बंगाल्या पावेतों ताण द्यावा; इंग्रजांची फौज टिपूवर गुंतली आहे ऐसा समय सांपडणार नाहीं. इंग्रज पाटीलबावाशीं साधन करून आहेत. मेजर ब्राऊन नामा इंग्रज मीर्झा शफीशीं अनुसंधान ठेवून डिगेस आहेत. इंग्रजांचें मानस कीं, कसेंही करून दिल्लींत पाय शिरकवावा.'

---

* (पहा दि. म. रा. १-६४, ६६, ८१: ग्वा. ३-८४)

महादजीच्या हस्तें हळू हळू बादशाहीचा जम बसेल अशी सर्वांची भावना उत्पन्न झाली असतां, पुढें ता. २३-९-१७८३ रोजीं मीर्झा शफीचा खून झाला तो प्रकार असा. गोहदकर जाठास महादजीनें जेर केलें असतां जाठानें आग्र्याचा सुभेदार हमदानी याजकडे बरेच दिवसांपासून मदतीचें संधान बांधिलें होतें; आणि महादजीचें हमदानीशीं वांकडें पडण्याचें मुख्य कारण तरी हेंच. हमदानीनें महादजीवर आपली फौज घेऊन जाण्यास परवानगी मागितली, ती शफीनें दिली नाहीं. नुकतीच झालेली दिलसफाई बिघडवावी असें शफीचें मानस नव्हतें. शिवाय महादजीला दुखविलें तर तो व इंग्रज मिळून दिल्लीची वाट लावतील ही धास्ती सर्वांसच दिसत होती. अशा स्थितींत डीग व कुंभेरी यांच्या दरम्यान शफीचा मुक्काम असतां हमदानी आपली फौज घेऊन शफीच्या भेटीस गेला. इकडून शफी व अफरासिआबखान थोडी थोडी फौज घेऊन हमदानीच्या भेटीस गेले. दरम्यान हमदानीचा डेरा होता. २५ सवाल मंगळवारीं प्रथम अफरासिआबखान हमदानीच्या डेऱ्यांत जाऊन भेटून आला. नंतर मीर्झा शफी भेटीस गेला. हत्तीवर स्वारी असतां दोघांचे हत्ती जवळ येऊन हाताशीं हात लावावा तों हमदानीचा पुतण्या इस्मईलबेग आपले हत्तीवरून शफीचे अंबारींत खवासींत उडून जाऊन मागून मीर्झा शफीची मान दाबून धरून पोटांत कटार मारून ठार केला. अफरासिआबखान व अनूपगीर थोडया जमावानिशीं होते, ते हमदानीशीं लढाईस उभे राहिले. इतक्यांत अस्तमान झाला. हमदानीनें जाऊन कुंभेरीस मुक्काम केला; अफरासिआबखान व अनूपगीर डिगेस राहिले. तेथें हमसिरा बेगमेनें सर्वांचा दिलदिलासा करून अफरासियाबखानास बक्षीगिरी देण्याचें ठरविलें आणि गोसावी बंधु अनूपगीर व उमरावगीर व इतर सर्वांनीं मिळून हमदानीचा समाचार घ्यावा असें ठरविलें. आणि महादजीकडूनही लगोलग मदत मागितली. त्यावरून अंबूजी इंगळयाची रवानगी महादजीनें डिगेस केली. शफीस मारून बक्षीगिरी आपण मिळवावी असा हमदानीचा बेत होता, तो साधला नाहीं. शफीस मारण्यांत अफरासिआबखान व गोसावी यांचें अंग असावें असा त्या वेळीं संशय होता. अफरासिआबखानानें मज्दुद्दौला यास कैद करून आग्र्याच्या किल्ल्यांत बंदोबस्तानें ठेविलें; तेथें कैदेंतच तो स. १७८८त मरण पावला. (Franklin; ऐ. स्फु. ले. २. १८; दि. म. रा. १. ८८,९१).

६. **दिल्लीच्या राजकारणांत हेस्टिंग्सचा डाव** (स. १७८४).- याच संधीस म्हणजे स. १७८३ च्या अखेरीस मेजर ब्राऊन यास हेस्टिंग्सनें पातशहाच्या भेटीस दिल्लीस पाठविलें आणि आपणही स्वतः मागाहून लखनौस ता. २७-३-१७८४ रोजीं दाखल झाला. ता. १३-१-१७८४ रोजीं हिंगणे लिहितो, 'मेजर बारून इंग्रज आज एक मास जाला दिल्लीस आला आहे. अद्याप पातशहाची मुलाजमत जाली नाहीं.' पुढें ५ फेब्रुवारीस ब्राऊनची पातशहाशीं भेट झाली. ब्राऊनचें मानस कीं, 'पातशहा मुफलिस. त्यास भक्षावयास देऊन आपल्याकडे लावून घ्यावें आणि सर्व राजेरजवाड्यांवर हुकूम करावा. लखनौस मालक होऊन बसले आहेत, तसेंच दिल्लींत मालक होऊन बसावें.' परंतु हा प्रकार अफरासिआबखानास पसंत पडला नाहीं. त्यानें बेत ठरविला कीं, ब्राऊन यास काढून लावावें, आणि पातशहास बाहेर काढून मुलुखांत अंमल करावा. तेव्हां सुलेमान सीको पातशहाजादा यास बादशहानें अफरासिआबखानाच्या हवालीं करून सांगितलें कीं, यास घेऊन स्वारीस जावें. पण ब्राऊन दिल्लींत येऊन बसला होता, त्यानें बादशहा व शहाजादा जवानबख्त यांस इंग्रजांचा आश्रय करण्याची सडकून भर दिली. या बाबतींत शहाआलमच्या मनाचा निश्चय होईना; आणि कधींच कोणत्याही विषयांत होत नसे. त्याचें व जवानबख्त याचें पटत नव्हतें. 'अफरासिआबखान वगैरे नजफखानाचे गुलाम दिल्लींत आहेत ते बादशहास आग्र्यास आणावयास उपाय करितात. परंतु त्यांचे म्हणण्यावर बादशहा दिल्लीहून निघत नाहीं. त्यानें इष्टिन फिरंगीस कलकत्त्याहून बोलाविलें तो लखनौपर्यंत आला. पुढें दिल्लीस येणार. अफरासिआबखान व आणीक सरदार इच्छितात कीं फिरंगियानें दिल्लीस न यावें. यांचें येणें दिल्लीस सर्वांस वाईट.' (एप्रिल १७८४). ता. २५-५-१७८४ रोजीं महादजी नानास लिहितो, 'इंग्रजांस पातशहाचा कारभार दुलग दिसून आला. यामुळें त्यांनीं पातशहास न कळतां पातशहाजाद्याशीं (जवानबख्ताशीं) संधान केलें. यावरून शहाजादा दिल्लीहून रात्रीं निघून लखनौस इष्टिन आहे त्याजपाशीं गेला. त्यांनीं त्याची मुदारत बहुत तऱ्हेनें करून आपल्याजवळ ठेवून घेतला.' पातशहाशीं सुद्धां ब्राऊननें गोड गोड गोष्टी बोलून इंग्रजांचीच मदत घेण्याविषयीं त्याचें मन वळविलें. मोठ्या चतुराईनें तो महादजीविरुद्ध बादशहाचें मन वळवूं लागला.

ता.१६-४-१७८४ रोजीं आपाजीराम पुण्यास लिहितो, 'खासा इष्टिन दिल्लीचीं राजकारणें करावयाकरितां कलकत्त्याहून लखनौस आला. पूर्वी त्यांचे बोलण्यांत वरवर येई कीं, बावांचे इतल्याशिवाय इंग्रज कोणतीही गोष्ट करणार नाहींत. परंतु आतां उघड दिसतें कीं, केवळ मतलबापुरता सालबाईवर तह करविला, आणि आतां परभारें टिपूशीं सलूख केल्यावर दिल्लीचें राजकारण हाताखालीं घालतात हें उघड आहे. पातशहानें पाटीलबावाशीं संधान केलें, तें उलटविण्याचा विचार करतात. गोहदेमुळें लगोलग बावांस दिल्लीस पातशहाकडे जातां आलें नाहीं. तरी अनूपगीर गोसावी याचे मार्फत बावांनीं सूत्रें केलीं आहेत कीं, पातशहानें इंग्रजांस वश परिच्छिन्न होऊं नये. इकडून सदाशिव मल्हार यांस लखनौस इष्टिनकडे पाठवीत आहेत. फौज कुमकेस देशींहून यावी असें यांचें मानस आहे.' खुद्द महादजीचीही आतां इंग्रजांच्या कावेबाजपणाबद्दल खात्री झाली. तो म्हणतो, 'मसलतीच्या वाटेनें पाहतां इंग्रजांची चाल खोटी. अशा प्रसंगीं नानांनीं पुण्याहून टिपूशीं अंतस्थ सलूख राखावा हें चांगलें. नानांनीं निजामाची गांठ घेऊन मनसबा केला चांगली गोष्ट. निदान ते तरी इंग्रजांचे खुळांत शिरणार नाहींत. भोसल्यांचा धाक तर इंग्रजांस लागतच नाहीं. इंग्रज लबाड, बेइमान, केवळ काबू साधणारे आहेत.' मे महिन्यांत नानाची व निजामाची भेट यादगिरी येथें झाली, त्यानंतरचे हे महादजीचे शब्द स. १७८४ जूनचे आहेत. महादजी इंग्रजांचे डाव ओळखीत नव्हता असें बिलकूल नाहीं; परंतु प्रत्यक्ष लढाईचा प्रसंग न यावा इतक्यापुरता तो कचरत होता. या वेळीं सुद्धां पातशहाच्या साहाय्यास धावून जाणें त्याला जरूर असतांही, आपल्या शक्तीची खात्री वाटेना म्हणून तो फार सावधपणें वागत होता. जवळ फौज नाहीं, पैसा नाहीं; गोहदवाले वगैरे उपद्व्यापी जमीनदार विरुद्ध उठलेले. अशा स्थितींत जर महादजी लगोलग दिल्लीच्या कारभारांत पडता, तर निरनिराळ्या उमरावांच्या वैमनस्यांस बळी पडून शफीप्रमाणें मारला जाता, किंवा पराभव पावून अपयश घेता. हें सर्व धूर्ततेनें ताडून त्यानें प्रथम डी बॉयनला जवळ ठेवून फौज तयार करण्याची सुरवात केली.*

ता. ३-५-१७८४ रोजीं हेस्टिंग्स लखनौहून कलकत्त्यास लिहितो, 'मीर्झा जवानबख्त बापाजवळून पळून इकडे आला त्याची हकीकत मी तुम्हांस

*(दि.म.रा.१. १०१-०४; ऐ.टि.४. २८; ग्वा २. १५८; ३. ५३; ४. ७७).

काल कळविलीच आहे. या वेळीं मला दिल्लीचे कामांत हात घालण्याची सोय नाहीं याचें वाईट वाटतें. पैसा नाहीं व येथील वजिराचे कर्जाची वाट कशी करावयाची, याचीच विवंचना आहे. बादशहा मराठ्यांचे किंवा शीखांचे जाळ्यांत अडकला जाणार. मी त्यांत हात घालावा तर शिंदे चिडणार. कारण दिल्लीचा उद्योग सर्वथैव आपल्या क्षेत्रांतला असें तो समजतो. अगोदरच माझ्यासंबंधानें त्याचें मन कलुषित झालें असून कोणी लबाड लोक खोटींनाटीं पत्रें लिहून आगींत तेल ओतण्यास कमी करणार नाहींत. जवानबख्त यास अफरासिआबखानाचा कारभार नको आहे. म्हणून तो आमच्या मदतीची अपेक्षा ठेवितो. पण माझी या भानगडींत पडण्याची बिलकूल इच्छा नाहीं. इतक्या उपर गोष्टी कशा थरास जातील काय सांगावें ! ' (Dodwell).

जवानबख्तानें लखनौ येथें हेस्टिंग्सच्या वारंवार गांठी घेऊन आपणास दिल्लीस नेण्यासाठीं ब्रिटिश फौजेची अत्यंत काकुळतीनें याचना केली. महादजीशीं विरोध करावयाचा नसल्यामुळें फौज देण्याचें हेस्टिंग्सनें साफ नाकारिलें. नंतर शहाजाद्यानें खर्चासाठीं नेमणूक करून मागितली. त्यावरून दरसाल चार लाखांची नेमणूक कंपनीच्या खर्चातून हेस्टिंग्सनें त्यास ठरवून दिली. केवढें औदार्य हें ! सालीना सव्वीस लाखांची नेमणूक दिवाणी घेतांना बादशहास करार करून दिली ती पुढें बादशहा मराठ्यांकडे गेला म्हणून इंग्रजांनीं बंद केली. त्यावर कोठें आतां पंधरा वर्षांनीं चार लाख सोडण्याची त्यांस उपरति झाली. ही भीक सुद्धां बिचाऱ्या शहाजाद्यास फार वर्षे लाभली नाहीं. स. १७८८ तच तो मरण पावला. लखनौहून महादजीकडेच शहाजाद्याची विशेष शिफारस हेस्टिंग्सनें केली, त्यावरून पुढें त्यास महादजीनें दिल्लीस बोलावून घेतलें. पण तेथें बापलेकांचा जम बसला नाहीं. या बाबतींत इंग्रज वकील पामर स. १७८५ त लिहितो. ' बादशहा आतां वृद्ध व असमर्थ होत चालला असल्यामुळें या शहाजाद्यासच आपले लगामीं ठेवण्यांत आपलें हित आहे. शहाजादा आपल्याकडे आहे तोंपर्यंत महादजीचा डाव पुरा झाला असें म्हणतां येणार नाहीं, त्यामुळें आपल्यावरील एका संकटाचें परभारें निवारण होईल. ' ता. ८-३-१७८७ च्या कलकत्ता गॅझेट पत्रांत पुढील मजकूर प्रसिद्ध झाला. 'शिंद्यांचें बस्तान उखडून काढण्यासाठीं आपण जाऊन बादशहास हाताखालीं घालावें अशी पुष्कळांची टोंचणी लागली आहे. पण हें जोखीम अंगावर घेणें इंग्रजांस बिलकूल श्रेयस्कर नाहीं. त्यामळें हिंदी लोक निष्कारण आपल्यावर रुष्ट होतील. ' (Franklin).

स. १७८४ च्या उन्हाळ्यांत महादजी गोहद प्रकरणांतून मोकळा झाला आणि लगोलग त्यानें दिल्लीचें प्रकरण हातांत घेतलें. पण हातीं पैसा नसल्यामुळें रजपुतांच्या व्यवहारांत त्यानें हात घातला, तोच त्याला पुढें जाचक झाला. जयपुरचा राजा पृथ्वीसिंग स. १७७८ त मरण पावला, त्याचा पुत्र लहान होता, म्हणून भाऊ प्रतापसिंग कारभार करूं लागला. या कामीं माचेडीचा म्हणजे अलवारचा प्रतापसिंग महादजीचा दोस्त होता. त्यानें जयपुरच्या राज्यांत आपलें वर्चस्व व्हावें म्हणून महादजीस कळविलें कीं, प्रतापसिंग जयपुरचें राज्य करतो तो नालायक आहे. राजा योग्य नाहीं व त्यास अधिकारही नाहीं. सबब पृथ्वीसिंगाचा मुलगा किसनगडीं आहे, त्यास आणून जयपुरचे राज्यावर बसवावें. जयपुरचा कारभारी खुशालीराम बोहरा बोलणें करण्यास महादजीकडे आला (जुलई स. १७८४). त्याच वेळीं शीखांचा सरदार मोहरसिंग यास आणून त्याच्या मार्फत महादजीनें दिल्लीच्या उत्तरेकडील प्रांताचा बंदोबस्त चालविला. हीं अवांतर प्रकरणें मिटविल्याशिवाय दिल्लीची घडी बसली नसती. शीख, रजपूत, रोहिले वगैरे सर्वांचा बंदोबस्त केल्याशिवाय बादशहाची कोणतीही व्यवस्था सुरळीत चालली नसती. यांत जयपुरचें प्रकरण केवळ द्रव्यलोभानें महादजीनें हातीं घेतलें तेंच अंतीं अंगावर आलें.

बादशहाची व्यवस्था लावावयाची म्हणजे उज्जेनपासून दिल्लीपावेतों आपलें सत्तासूत्र निर्बाध ठेवावयाचें, त्यास चंबळपावतों महादजीचा अंमल बसलाच होता. पलीकडे भरतपुरकर जाठ त्याचे लगामीं होता.पण आग्र्यास महंमद हमदानी त्याचा कट्टा दुष्मन होता तो दूर झाल्याशिवाय महादजीस पुढें जाणें शक्य नव्हतें. शिवाय आग्र्याचा उपराळा यमुनेपलीकडील अंतर्वेदींतून होई. यास्तव महादजीनें बाळोबा पागनीस यास आग्र्याचे बंदोबस्तास व रायाजी पाटील यास अंतर्वेदींत रवाना केलें. अंतर्वेदींत मुख्य ठिकाण रामगड म्हणजे हल्लींचा अलिगड, तो नजफकुलीखानाकडून आपले कबजांत घ्यावा, अशी ताकीद रायाजी पाटील यास दिली. यापूर्वींच महादजीनें अंबाजी इंगळ्यास फौज देऊन दिल्लीच्या बंदोबस्तास रवाना केलें होतें. त्यानें चहूंकडे टेहळणी ठेविली. शीख सरदारांच्या भेटी घेतल्या. रायाजी पाटिलानें अलिगडांत ठाणें बसविलें.*

इंग्रजांच्या उद्योगासंबंधानें मार्च स. १७८४ त सदाशिव दिनकर पुण्यास लिहितो, 'इष्टिन काशीहून निघोन लखनौस आला. समागमें इंद्रसेन आहे. तीस

* (दि. म. रा. १.१०७-१०९).

चाळीस हजार भीड, हजारबाराशें गोरा, ऐसा पोख्त सरंजामानिशीं आला आहे. मीर्झा आमानी, शुजा-उद्दौला यांचे घरचा बंदोबस्त करावा, नंतर पाटीलबावांची भेट घेऊन पुढें दिल्लीच्या बंदोबस्तास जावें असा मानस आहे. यावरून आपले संदेह दूर न करितां इंग्रज दिल्लीच्या मनसब्यास उद्युक्त झाले यांत समजावें काय, असें मी बावांस विचारतां, त्यांनीं उत्तर केलें, आणभाष, इमानप्रमाण वगैरे बळकटीची जात जितकी असते तितकी झाली. परभारां सलूख होणार नाहीं असें आम्हांजवळ म्हणतो, आमचा जाबसाल न करितां परभारां दिल्लीचा मनसबा करितील तेव्हां शब्द त्यांस लावावा. लोकांच्या गप्पा तुम्हीं ऐकिल्या प्रमाण काय? दिल्लीचा मनसबा त्यांस हस्तगत झाला, खरें कशावरून? दैव श्रीमंतांचें आहे. इंग्रजांनींच सर्व जय पदरीं बांधून ठेविला आहे कीं काय? बाहेरल्या खबरांवर न जाणें.' या बोलण्यावरून पुढें बावांस इंग्रजांचे वर्तनाचा विकल्प होऊन चकित आहेत. इंग्रजांशीं निकडीचे जाबसाल घातले आहेत. इंद्रसेन येथें आहे. चवथे पांचवे दिवशीं बावांकडे येऊन खातरजमा करीत असतो. त्याचे जाबसालांत मजला अगर आपाजीरामाला घेत नाहींत. तो गेल्यावर बावा खातरजमा करून बोलतात. इंद्रसेन म्हणतो, जो करार तुम्हांशीं ठरला आहे त्याप्रमाणेंच शेवटास जाईल. इष्टिनाचें पत्र मद्रासकरांस गेलें आहे कीं, परभारां सलूख टिपूशीं करावयाचा नाहीं. पाटीलबावांचे विद्यमानें श्रीमंतांचे मार्फत सलूखाचें ठरलें आहे, तो करार शेवटास जाईल. तरी बावांचे मनास चरका लागला आहे कीं, इंग्रजांची चाल खोटी असें सरकारांतून लिहीत होते. परंतु इंद्रसेन थोरला भरून बोलूं लागे व कराराप्रमाणें वसई वगैरे किल्ले व मुलूख सरकारचा माघारा दिला, दादासाहेब दिले, त्यावरून त्यांचे बोलण्याचा विश्वास येऊन सरकारांत खातरजमेनें लिहीत गेलों. पण आतां बेइमान असें समजलें. बावा म्हणतात, 'आमचे लिहिण्यास इंग्रजांनीं अप्रामाणिकता आणिली. दाखवितील एक करितील एक असें भासलें. इष्टिनाचें पत्र आमचे जवळ आहे कीं, तुम्हांसी बेइमानी करीन तर इंग्रजांचे वीर्याचा व कोमाचा नव्हे. गोहद सर झाल्यापासून तर बावांचा पहिला 'बोलण्याचा धारा राहिला. दिल्लीचें राजकारण बळावून मोठे हिंमतीनें काशी पावेतों इष्टिन आला, त्याचे उपमर्दास आतां लागले आहेत. इष्टिन प्रथम पैशाचे साधनाचे उद्योगांत आहे. मीर्झा आमानीस कैद करावा, देश व दौलत सर्व लुटून घ्यावी या तजविजेंत इंग्रज

आहेत. वजिराचे सर्व हरणाची बुद्धि धरून दिल्लीचा मनसबा आरंभिला.शहाजादा दिल्लीहून पळवून लखनौस नेला. वजिरासह इष्टिन आडवा जाऊन फार आदर व खुशामत करून जवळ ठेविलें आहे. कराकुडा व प्रयाग महाल खालशाचे, परंतु वजिराकडे होते ते शहाजाद्याच्या खर्चात नेमून दिले.'

परंतु महादजीच्या विरुद्ध वागण्याची हेस्टिंग्सची या वेळीं छाती झाली नाहीं. त्याचा कारभार संपत आला होता, आणि पत तर हिंदुस्थानांत व इंग्लंडांत कोठेंच उरली नव्हती. तेव्हां काशीच्या या दौऱ्यांत त्यानें शेवटीं अंदाज पाहून महादजीलाच समेटून घेतलें. स. १७८४ च्या सप्टेंबरांत सदाशिव दिनकर लिहितो, 'इष्टिनाची व बावांची भेट होऊन बादशाही बंदोबस्त एकात्मतेनें व्हावासें लक्षण दिसतें. आम्ही बादशाहींत शिरतों याचा पाटीलबावांस राग आला असेल म्हणून समाधान करावयास इष्टिनानें धाकटा इंद्रसेन येथें पाठविला आहे. शहाजाद्यास यांचे स्वाधीन करणार.'

बादशाही मनसब्याचा व महादजी–हेस्टिंग्समधील वाटाघाटींचा तात्पर्यार्थ एका सुंदर पत्रांत महादजीच्या सांगण्यावरून सदाशिव दिनकरानें पुण्यास लिहून पाठविला. ऐकिलेला मजकूर व्यवस्थित जुळवून जशाचा तसा पुढें लिहून पाठविण्यांत सदाशिव दिनकराचें कौशल्य या कागदांत चांगलें प्रगट होतें.तो सप्टेंबर १७८४ त लिहितो, "पाटीलबावांनीं बोलावून वर्तमान सांगितलें जें. सरकारांतून वारंवार पत्रें येत गेलीं कीं, दिल्लीचें राजकारण इंग्रजांचे हातास जाऊं न यावें. तेथील बंदोबस्त आपले हातीं राहवा. त्यास आम्ही हिंदुस्थानांत आल्यावर आरंभीं इंग्रजांची लढाई व सलूख झाल्यानंतर ग्वालेर घेणें प्राप्त जालें. घेतली. गोहदकराचें पारपत्य जाल्याखेरीज प्रांत राहत नाहीं समजून राणा हस्तगत केला. तीनही मोहिमी जबरच झाल्या. खर्च किती झाला,तो हिशेब पाहिल्यावर कळेल. या तीनही कामांची उपेक्षा करून दिल्लीचें राजकारण करूं जातों तर, शत्रु दरम्यान टाकून पुढें गेल्यास कार्यसिद्धि कैंची. यास्तव याच कामास नेट दिले ते श्रीमंतांचे प्रतापें करून सिद्धीस गेले. मध्यें मध्यें दिल्लीचेंही मनन होत होतें. गुदस्तां ग्वालेरीस मोर्चे लागले असतां शहाजादा व मीर्झा शफी यांच्या भेटी घेतल्या. नंतर मीर्झा शफी हमदानीनें दगा करून मारिल्यावर त्यांचे जागां अफरासिआबखान झाले. त्यांसीं अनुसंधान कागदींपत्रीं चालवून गोहद घेतली. पुढें कुच करून दिल्लीकडे जावें तर इंग्रजांचे जाबसालाची कड लागावयाची होती. इंग्रजांचें इदमित्थं जाल्या-

नंतर दुसरें राजकारणास झोंबावें, तों इंग्रजांनीं बुद्धि व इमान बदलिलें. आमचे भेटीकरितां इष्टिनच येतो अशी आवई घालून, तिकडे टिपूचा सलुख परभारें केला तो कळूं न देतां, आपण कलकत्त्याहून निघोन श्रीकाशीपावेतों आमचे भेटीचेंच संधान स्पष्ट केलें. तेथून लखनौस जाऊन, दिल्लीचा मनसबा उपस्थित करून मग आम्हांस लिहून पाठविलें. दिल्लीहून शहाजादा पळवून लखनौस नेला. राजेरजवाड्यांकडे वकील व पत्रें पाठविलीं. बादशहाचें मानस आम्ही दिल्लीस येऊन बंदोबस्त करावा. दिल्लीचे मनसब्यांत अफरासिआबखान, गोसावी व अब्दुल अहदखान हीं राजकारणें निरनिराळीं चालत असतां इंग्रज लखनौस येऊन नमूद झाले. तेव्हां इष्टिनाकडे कागदींपत्रीं अनुसंधान चालविलें आहे. सदाशिव मल्हार त्यांजकडे रवाना केले; आणि दिल्लीचे राजकारणाची जलदी केली. शहाजादा इंग्रजांकडे लखनौस गेला हें बादशहास जड वाटून आम्हांस पुके पाठविले जे तुम्हीं आग्र्यास भेटीस येणें. त्याच अन्वयें अब्दुलखान व अफरासिआबखान यांचीं पत्रें आलीं कीं, जलदी येणें. आतां जातीनें जाणें प्राप्त आलें. त्यास पैका पाहिजे. दिल्ली-आग्र्याकडे महागाई भारी. आम्ही न गेल्यास बादशहास सहजच पेंच पडेल. मग इंग्रज पैकेकरी, त्यांजकडे मिळणें प्राप्त होईल. त्यांस मिळाल्यास आपणांस पेंच पडेल. आपल्या हातचें राजकारण गेलेसें होईल. यास्तव आग्र्यास जाऊन भेट तर घेतों. आज पांच वर्षें मेहनतेवर मेहनत पडली, ती अंगीकारिलीच आहे. फौजेंत हाल राहिला नाहीं. इंग्रज पुढें शहाजाद्यास सोडतात कीं लढाईस उभे राहतात ? लढाईस आल्यास आपणही बादशहास घेऊन समोर जालें पाहिजे. ये काळीं नवी फौज मिळविणें पैक्याखेरीज होत नाहीं. बादशहाची अवस्था कळलीच आहे. पैका मागतील. श्रीमंतांचे पदरीं मसलती करावयाजोगे फार आहेत. आम्ही पांच वर्षें मेहनत केली ते पेंचांत येऊन कर्जभरी झालों. पुढें ताकद राहिली नाहीं, म्हणून घरास जावें, दुसरे सरदारांनीं मातबर फौज घेऊन राजकारण बनवावें. परंतु इष्टिन लखनौस, जवळ शहाजादा, यामुळें अवकाश राहिला नाहीं. फार करून तोरा इंग्रजांनी हाताखालीं घातलाच आहे. आम्ही कूच करून माघारे फिरूं तर बादशहास मिळवून घेतील, अगर शहाजाद्यास तख्तनशीन करून बादशहास ज्ञानमठीं बसवितील. इंग्रजांचा बंदोबस्त दिल्लींत जाला मग सारेच खुष्कीवाले पेंचांत येतील. यामुळें आम्हीं माघारे जाऊं शकत नाहीं. पैका नाहीं म्हणून लाचार. सरकारांतून पैशाची मदत जाली तरच आमचा पाय येथें टिकून राहील. यश देणार श्रीमंतांचें दैव व आमची

निष्ठा. मदत न झाल्यास बादशहास सोडून आम्हांस देशाकडे फिरणें प्राप्त होईल. खावंदांचे घरांत पैका आहे नाहीं हेंही जाणतच आहों. यास्तव तोड सुचली ती निराळे पुरवणींत लिहून पाठविणें, त्यावरून विनंति केली असे.'

या पत्रावरून परिस्थितीचा बोध चांगला होतो. ज्याच्या हातांत बादशहा, तो हिंदच्या सार्वभौम सत्तेचा मालक. मराठ्यांपासून ही सत्ता उपटण्याचा हेस्टिंग्सचा मुख्य कावा. 'एकमेकांचे दोष दाखविण्यापेक्षां सारे एकमत असल्यासच वलयांकित पृथ्वीचें राज्य चालवितां येईल,' असें महादजीचें विधान आहे. स. १७८४ च्या उन्हाळ्यांत नानानें निजामाची भेट यादगिरीस घेऊन टिपूवरील मोहीम सिद्ध केली, आणि त्याच वेळीं इकडे बादशाहीचें राजकारण स्वीकारण्यास महादजीस भर दिली. हिंदुस्थानच्या दोन टोंकास दोन प्रचंड मसलती, आणि त्याही आठ वर्षांच्या प्राणांतिक झगड्यानें निःसत्त्व झालेल्या अवस्थेंत अंगावर घेणें अनुचित होतें. त्यांतून महादजीच्या मदतीस होळकरासारखा दुसरा कोणीही सरदार नव्हता. पैशाची अडचण. शिवाय मुलुखगिरीवर पैसे मिळवून राज्यवृद्धि करण्याचे दिवस साफ निघून गेले होते. मराठ्यांच्या गनिमी पद्धतीस आतां कोणी भीक घालीत नव्हता. लहानमोठ्या समस्त सत्ताधीशांजवळ पाश्चात्य सेनापति वावरत होते. नुसती ग्वालेर व गोहद घेण्यास महादजीस एक वर्ष लागलें. अशा स्थितींत लखापडीनें राजकारणें न चालवितां नानानें महादजीकडे येऊन निदान हरीपंतासारखा सरदार त्याचे मदतीस दिला पाहिजे होता. हेस्टिंग्सला पुढें लगोलग कारभार सोडून जावें लागलें, म्हणून कांहीं दिवस महादजी निभावला. हिंदी राजकारण हालविणाऱ्या या दोन प्रचंड व्यक्तींची भेट कधींच झाली नाहीं हें एका अर्थी हिंदुस्थानाचें भाग्यच समजलें पाहिजे. *

शहाजाद्याच्या भेटीसंबंधीं खुद्द हेस्टिंग्सनें ता. २१-१०-१७८४ रोजीं बनारसहून कलकत्त्यास लिहिलें कीं, 'आपलें नशीब काढण्याचा एक प्रयत्न जोरानें करून पाहण्याचा शहाजाद्यानें निश्चय केला आहे. ता. २९-१० रोजीं निघून फरुखाबादेस जाणार. तेथून अफरासिआबखानाचे मार्फत परवानगी आणून मग बापास भेटेल. त्यास जोर देण्याकरितां मी कांहीं फौज बरोबर दिली आहे. परंतु कलकत्त्याहून माझें लिहून जाईपर्यंत आमच्या टापूच्या पलीकडे त्यानें पाऊल ठेवूं नये असें मीं त्यास बजाविलें आहे. शहाजादा गोड स्वभावाचा

* ग्वा. ५-१०, ११, ३१-३३).

पाणीदार आहे..त्यास यश यावें अशी माझी अपेक्षा आहे. त्यास साह्य करण्या-विषयीं मी महादजी शिंद्यांस कळविलें आहे.' या लिहिण्यावरून हेस्टिंग्सला दिल्लीच्या कारभारांत नेट धरितां आला नाहीं, असेंच सिद्ध होतें. मात्र भानगडी उपस्थित करून प्रकरण भिजत पाडावें आणि महादजीचा जोर चालूं देऊं नये अशी हिकमत त्यानें चालविली.

लाला सेवकरामाच्या ता. ११-११-१७८४ च्या पत्रांत हेस्टिंग्सच्या उलाढालींची कांहीं खुबीदार माहिती आहे. 'बडेसाहेब मनसुबा करून कलकत्याहून लखनौस.आले. त्यांस करोड दीड करोड रुपये वजिरापासून हातीं लागले. परंतु दिल्लीस जाऊन पातशहाती करावी तें महादजी शिंदे वाटेंत आडवे आल्यामुळें घडलें नाहीं. हरएक प्रकारें शहाजादा जवांबख्त यास आपले कबजांत आणिलें. पातशहा अकबराबादेस (आग्ऱ्यास) शिंद्यांकडे आले म्हणून, बडेसाहेबांनीं लहानथोरांशीं स्नेह करून शहाजाद्यास मुद्दाम आपल्याजवळ आणिलें. ता. २३ सप्टेंबर रोजीं काशीस त्यांजशीं बडेसाहेबानीं एक प्रहर खलबत केलें. असोफुद्दौल्याचे बंधु सादतअली यांस बोलावून शहाजाद्यांशीं भेटविले. सादतअली-कडून नजर पोषाख वगैरे बहुमोलै करविले. नंतर हत्तीवर स्वारी काढून सादत-अलीस खवाशींत बसविलें. ज्ञानवापीच्या मशीदींत आणून निमाज करविली. दुसरे दिवशीं विजयादशमीचा तमाशा चित्रकूटचे मैदानांत करविला. शिंद्यांचे वकील भाऊ बक्षी चारदोनदां आले, पण साफ जावसाल नाहीं. चेतसिंगाची दिवाणाची हवेली व दुसरीं स्थानें दहाबारा दिवस खोदविलीं, परंतु कांहीं निघालें नाहीं. बडेसाहेब बहुत शरमिंदे जाले. शहरचे सर्व सावकार घाबरे जाले आहेत. कर्जदारीमुळें यांची बहुत ओढ आहे. आठ महिने फौजेस पगार नाहीं. ता. ८ आक्टोबर रोजीं पातशहा, अफरासिआबखान व महादजी शिंदे यांचें पत्र बडे-साहेबांस आलें कीं, शहाजाद्यास बोलावून फिसाद करावयाचें तुमचें मानस दिसतें,तरी पत्रदर्शनीं शहाजाद्यास सत्वर रवाना करणें, नाहीं तर बिघाड होईल. त्याच दिवशीं शहाजाद्यास घेऊन चुनारगडास गेले. तेथें बारीक मोठे कारभा-राचे बंदोबस्त सांगून परत आले. नंतर भाऊ बक्षीस बोलावून आपण व शहाजादा व दोघे इंद्रसेन भाऊ असे बसून दोन प्रहर खलबत केलें. ठराव केला कीं, शहाजाद्यांनीं 'कर्नल पोलीबरोबर फौज घेऊन वजिराकडे पाठवावें. मग सर्व फौजा एकत्र करून कानपुरास जावें, आणि शिंद्यांस लिहिलें कीं, शहाजाद्यास

तुम्हांकडे पाठविलें आहे. यांस आग्र्याचा सुभा सांगून बंदोबस्त करून द्यावा. दोन दिवस भाऊ बक्षींशीं खलबत दाट राहिली. ता. २१-१० रोजीं पुनः मोटें खलबत करून शहाजाद्यास निरोप दिला. दररोज एक हजार रुपये त्याचे खर्चास देतात. अंदाज दिसतो कीं, बडेसाहेबांनीं अंतर्वेदीचा बंदोबस्त आपले हातीं ठेवून भाऊ बक्षीचे मार्फत महादजीची दिलजमाई केली; आणि अर्धरात्रीं नावेवर स्वार होऊन कलकत्त्यास गेले.' तेथें पोंचतो तों हेस्टिंग्स यास बातमी कळली कीं, बादशहानें महादजीला जवळ आणून त्यास आपली कुलमुखत्यारी दिली. तेव्हां त्यानें मॅक्फर्सनला तें वर्तमान कळवून हें लिहिलें कीं, 'आतां पुढील विचार काय तो लगोलग ठरवा. माझ्यापेक्षां तुम्हांसच आतां हें प्रकरण निस्तारावें लागेल.'*

७. इंद्रसेनाची जहागीर व कॉर्नवॉलिसचें धोरण.—(स. १७८३-८६). इंद्रसेनानें महादजीकडे येऊन दीड वर्ष वाटाघाट केली आणि सालबाईचा तह घडवून आणिला. 'उमदा माणूस प्रामाणिक आहे, याकरितां त्यास दोन लक्षांची जहागीर द्यावयाचा करार केला आहे. सबब दोन लक्षांचे मुलखाच्या सनदा सुरत अठ्ठाविशींत नेमून पाठवाव्या.' असें महादजीनें नानास कळविलें. इंग्रज वकिलास जहागीर देण्याची ही कल्पना नानास बिलकूल पसंत पडली नाहीं. महादजीचें वजन वाढूं न देण्याचा नानाचा कटाक्ष असल्यामुळें प्रत्येक प्रकरण उभय पक्षीं घांसलें जाऊन, चुरस सारखी वाढत गेली. दोघेही गडी खंबीर, तेणेंकरून जी लखापडी वाढली, तींत दोघेही हट्टास पेटून शेवटीं महादजीनें नानास वांकवावें असा परिणाम होई. प्रस्तुत इंद्रसेनाच्या जहागिरीबाबत नानानें कळविलें, 'मागें तह झाले, त्यांत जहागीर द्यावयाचा करार कोठें केला नाहीं, त्यांतून इंद्रसेनानें साष्टीचा फायदा मराठ्यांचा करून दिला नाहीं. उदिष्टीन ‌न्यास आला तो साष्टी सुद्धां परत देण्याचें बोलत होता. इंद्रसेन सरकारचा नफा अधिक करील असें जाणून उदिष्टिनास निरोप दिला. तथापि पाटीलबावांनीं लिहिल्यावरून गायकवाडाचे मुलखापैकीं एक लाखाची जहागीर द्यावयाचें करावें.' असें ता. १४-५-१७८३ रोजीं नानानें लिहून पाठविलें. त्यावर महादजीनें जबाब पाठविला, 'इंद्रसेनाचें मनोगत राखिल्यास

---

* Dodwell पृ. १९५-१९७; प. द. म. व. पृ. ७५.

सरकारउपयोगीच आहे, यास्तव त्याजशीं बोलून दीड लक्ष वसुली जागा लावून देण्याचा ठराव केला आहे.' त्यावर नानानें लिहिलें, कलकत्त्याहून पांच कलमांचा करार होऊन यावयाचा आहे, तो आला म्हणजे दीड लक्ष जहागिरीचा सनद पाठवून देऊं.' (ता. २८-९-१७८३). पुढें ही जहागीर गायकवाडाच्या मुलखापैकीं न देतां सरकारपैकीं द्यावी असा वाद चालला; आणि बुंदेलखंडांत जहागीर नेमून दिली. त्याची तड लागते तों स. १७८४ त हेस्टिंग्सनें लखनौस येऊन शहाजाद्यास आपलेपाशीं नेलें, तेव्हां अर्थात् जहागिरीच्या सनदा नानाकडून महादजीकडे आल्या असूनही महादजीनें त्या इंद्रसेनास दिल्या नाहींत. इंग्रजांनीं वचनभंग करून टिपूशीं परभारें तह केला, तें प्रकरण महादजीच्या अंगाशीं आलें. कारण तहांत महादजीची जामीनगत होती. शिवाय मराठ्यांवर चढाई करण्यास मुंबईकर इंग्रजांनीं जंजिऱ्याच्या सिदीस भर व मदत दिली. तेव्हां या सर्व प्रकरणांचा खुलासा इंग्रजांनीं केल्याखेरीज जहागिरीच्या सनदा इंद्रसेनास देऊं नयेत असें नानानें पाटीलबावांस कळविलें. जहागिरीच्या सनदा बुंदेलखंडाचा अंमलदार बाळाजी गोविंद खेर याजकडे गेल्याचा उल्लेख १७८५ चा आहे. पण पुढें महादजीचें इंग्रजांशीं वितुष्ट आल्यानें ही जहागीर शेवटीं इंद्रसेनास महादजीकडून मिळाल्याचा दाखला आढळत नाहीं. महादजी म्हणतो. 'आम्हीं बादशाही बंदोबस्तास हात घातला, पदें घेतलीं हें इंग्रजांस दुःसह झालें आहे. येथें इंग्रज आहेत. ते आमच्या नाशाचें साहित्य करितात. आतां त्यांशीं आम्हाशीं स्नेहभाव राहिला नाहीं. बादशहास आम्ही आपले आवरणांत ठेविल्यामुळें इंग्रज जळतात. काबू चालल्यास आमचा नाश करावयास चुकणार नाहींत. गोड गोष्टी कृत्रिमाचाराच्या सांगतात. त्यांचा आमचा आतां जाबसालच राहिला नाहीं. आमचे गृहस्थ सदाशिव मल्हार शहाजाद्याचे मुद्याकरितां लखनौंत आहेत. शहाजादा इकडे येत नाहीं. तो कालहरण करीत राहिला आहे. सदाशिव मल्हार यास इंग्रज दरमहा दीड हजार रुपया खर्चास देतात, तो खाऊन खुशाल आहे. वजीर व इंग्रज यांचें मत आहे जे शहाजादा हातीं असावा. आमचेकडे जाऊं देऊं नये.' (स. १७८५). पुढें हेस्टिंग्स स्वदेशीं परत गेल्यावर, बादशहास त्यानें मुद्दाम महादजीच्या हातीं जाऊं दिलें असा त्याच्यावर ठपका आला. हेस्टिंग्सनें जबाब दिला कीं, स्वतः खुशीनें बादशहा महादजीशीं स्नेह करीत असतां, आपण त्यास हरकत केली

असतो तर पुनः मराठ्यांशीं युद्धाचा प्रसंग आला असता; आणि त्यामुळें कंपनीचें खर्चाचें ओझें वाढलें असतें. यावरून पुढें हळू हळू पुणें दरबाराशीं स्नेह करून महादजीला दुर्बळ करण्याचें धोरण कांहीं वर्षें इंग्रजांनीं टेविलें. महादजीच्या शस्त्रनीतीपेक्षां नानाची वाग्नीति इंग्रजांस जास्त सुसह वाटली.*

सन १७८५ त हेस्टिंग्स कारभार सोडून गेल्यानें इंग्रज-मराठ्यांच्या व्यवहारास निराळें वळण लागलें. मागें जीं हेस्टिंग्सचीं पत्रें दिलीं आहेत, त्यांत त्याच्या हालचालींचा उल्लेख आहे. कलकत्त्याजवळ चिनसुऱ्याच्या वर सुखसागर येथें स्वतःचा बंगला बांधून त्या ठिकाणीं त्यानें आपलें हवा खाण्याचें ठिकाण केलें होतें. तेथेंच तो वारंवार जाऊन राही आणि कारस्थानें उलगडी. वॉरन हेस्टिंग्सनें ता. १-२-१७८५ रोजीं कारभार सोडल्यावर दीड वर्ष मॅक्फर्सननें कलकत्त्यास काम केलें. पुढें ता. १२-९-१७८६ रोजीं लॉर्ड कॉर्नवॉलिस येऊन दाखल झाला. तेव्हांपासून इंग्रजांचें धोरण कांहीं दिवस बरेंच बदललें. कॉर्नवॉलिस आल्यावर इंद्रसेनाची बदली होऊन त्याच्या जागीं महादजीकडे थोडे दिवस कर्कपेट्रिक व पुढें पामर नामक वकील येऊन हजर झाला. हा पामर लखनौस वजिराकडे बरेच वर्षांपासून वकिलीस होता. त्याच्या संबंधानें एक लेखक म्हणतो, 'वजीर तर देवापुढील देव असून पामरसाहेब इंग्रज तेथें महा बडगा आहे.' इंद्रसेनाचें व महादजीचेंही पुढें पुढें फारसें जुळलें नाहीं. दोघेही एकमेकांबद्दल साशंक झाले. एक लेखक नानास कळवितो, 'इंद्रसेन इंग्रज महादजीजवळ वकिलीस होता. त्याजवळ दोघे मुसलमान सलाउद्दीन व फकिरुद्दीन मौलवी नांवाचे होते, ते जाबसालास येत असत. इंद्रसेनानें त्यांजवर बालंट उचललें जे, आमचीं दुष्ट कृत्यें बावांस यांनीं समजाविलीं. यावरून त्यांस दूर केलें. ते दोघेही बावांनीं चाकर ठेविले. इंद्रसेनानें इतकेंच निमित्त केलें कीं, माझे चाकर तुम्हीं कसे ठेविले. मी दूर केल्यास त्यांनीं लष्करांत राहूं नये, त्यांस दूर करावें. बावांनीं दूर केले नाहींत. म्हणून लालसोटनजीकच्या मुक्कामींहून इंद्रसेनानें रुसवा दाखवून कूच केलें. त्याच्या समजाविशीस सदाशिव मल्हार व कृष्णाजी अंबादास मजमदार यांस पाठविलें. त्यानें मानिलें नाहीं. तीन कोसांवर मुक्काम केला. माघारा आला नाहीं, म्हणून

* ग्वा. ५.३५,३६,४३,१३५, (ऐ. टि.१-५७; ग्वा. २-१५९; ३-३८; ५-३६; का. सं. प. या. ३४४, २८५).

पुनः देशमुख जांबई व माधवराव गंगाधर दिवाण व पहिले दोघे यांस त्या मुक्कामास पाठविलें. त्यांनीं जाऊन बहुत प्रकारें बोलिले, परंतु आला नाहीं. माधवराव आदिकरून परत आले. नंतर दुसरे रोजीं खांसा आपण गेले. फार समजाविलें असतां आला नाहीं. बावा परतून आले. यावरून लौकिकांत अनेक तर्ककुतर्क चालले. यास्तव मींच जाऊन बावांस विचारिलें. त्यांनीं सांगितलें जे, ' मौलवींचें निमित्त करून रुसवा बाहेर मात्र दाखविला. आंतील वर्म आणखीच दिसतें. आम्हीं समजावूं लागलों, तेव्हां इंद्रसेनानें जाब दिला जे, 'मी आग्र्यास जातों. माझीं पत्रें लखनौस पामरसाहेबांस गेलीं आहेत, त्यांच्या उत्तराची प्रतीक्षा करितों. बहालीचें पत्र आलें तर परतून येईन.' असें बोलला, त्यावरून बदलीचा प्रकार दिसतो. याची बदली जाली म्हणून जातो. आम्हांस कळवून जाता तर बादशहाचे येथून व आम्ही सन्मान करून विदा करितों. तें न केलें आणि रुसवा दाखवून कड झांकला, इतकें दिसतें. ' इंद्रसेन रुसून गेल्याचें वर्तमान कलकत्ते-करांस कळल्यावर त्यांनीं त्यास परत पाटीलबावांकडे जाण्याचा हुकूम केला. तेव्हां त्यानें सदाशिव मल्हाराम आपणाकडे बोलाविलें आणि त्याजबरोबर इंद्रसेन ता. १८ जून स. १७८६ रोजीं डिगेच्या मुक्कामीं पाटीलबावांच्या छावणींत दाखल झाला. या उदाहरणावरून इंग्रजांचें पूर्वीचें कळ काढण्याचें धोरण कसें बदललें तें दिसून येतें. स. १७८६ च्या अखेरीस इंद्रसेनाची बदली होऊन लखनौच्या दरबारीं असलेला पामर महादजी जवळ येऊन वकिलीवर रुजू झाला. याच सालीं पुण्यास मॅलेट येऊन राहिल्यानें इतउत्तर एका मराठशाहींत दोन इंग्रज वकिलांनीं दोन बाजूंनीं भेदनीति सुरू केली. प्रस्तुत कॉर्न-वॅलिसचें धोरण खालील शब्दांत व्यक्त झालें.'लखनौहून पामर साहेब महादजींचे भेटीस आले. त्यानें कळविलें कीं, कंपनीचा व इंग्रज पातशहाचा साफ हुकूम आहे जे, तुम्हीं होऊन कोणाशीं बिघाड करूं नये. दुसरा गळीं पडों लागला तरच लढाई करावी. पेशव्यांचे घराशीं आम्हांस बिलकूल बिघाड करावयाचा नाहीं. गिलचे दिल्लीस येऊन बंदोबस्त करतील तर ती गोष्ट दक्षिण्यांस व आम्हांस ठीक पडणार नाहीं. तुम्ही आम्ही सामील होऊन गिलच्यांचा पाडाव करूं,' असें लिहून आपाजीराम नानास इशारा देतो कीं, मालिट वकील पुण्यांत आहे त्याजशीं बोलणें तें सांभाळून बोलत जावें. इंग्रज पाटीलबावांची कुमक करीत नाहींत, तशीच ते पातशहाची किंवा जयपुरवाल्याचीही करीत नाहींत. विना नफ्याखेरीज इंग्रज

कोणाचीही कुमक करीत नाहींत.' लॉर्ड कॉर्नवॉलिस स्वभावतः रेखीव, परंतु बाणेदार वृत्तीचा वरिष्ठांचे हुकूम अक्षरशः पाळून सर्वांशीं सलोख्यानें व निस्पृहतेनें वागणारा असा होता. स. १७८७ च्या ऑगस्टांत म्हणजे महादजीवर जयपुरजवळ संकट गुदरलें असतां, कॉर्नवॉलिस कलकत्त्याहून उत्तरेंत दोन महिने प्रवास करून परत आला. रस्त्यांत मुर्शिदाबाद, पाटणा, बनारस, लखनौ, अलाहाबाद, फरुखाबाद वगैरे ठिकाणीं स्थानिक नवाबांच्या भेटी व सन्मान झाले. काशीस शहाजादा जवानबख्त त्यास भेटला. पुष्कळांनीं नजर नजराणे केले व फौजेची मदत मागितली. त्यानें नुसत्या पानसुपारी पलीकडे दुसरें कांहीं घेतलें नाहीं. 'सर्वांस ताकीद कीं, कोणापासून एक पैसा न घेणें व आम्हांस कोणाशीं बिघाड करणें नाहीं. सर्वांशीं सलुख ठेवणें. फौजेचा दरमहा व खर्च कमी केला. पामरसाहेबास महादजीजवळ राहणेस लखनौहून पाठविलें.' एकंदरींत फ्रेंचांच्या अडचणींवरून टिपूस नरम करण्यापलीकडे इतर हिंदी प्रकरणांत कॉर्नवॉलिसनें मन घातलें नाहीं. *

८. अफरासिआबखान वजिराचा खून व बादशहा-महादजींची भेट.—(नोव्हेंबर ता. ३ व १३, स. १७८४) हेस्टिंग्सनें शहाजाद्यास आपल्याजवळ नेऊन स्वतंत्र खलबत चालविलेलें पाहून बादशहाचें धाबें दणाणलें. आतां केव्हां एकदां महादजी येऊन भेटतो असें त्याला झालें. ता. २१ मे रोजीं डेरे दाखल होऊन तो आग्र्यास निघाला आणि तेथें त्यानें महादजीस उतावळीनें बोलाविलें. पुढें बादशहा आग्र्यास आले तेथून खिलत हत्तीघोडा पाठविला, तो बावांनीं घेतला. वाट पाहतात यांनीं लौकर चलावें. म्हणून ग्वालेरीहून कूच केलें. रस्त्यांत पाऊस लागल्यामुळें चमेलीस उतार मिळेना. या वर्षी उत्तर हिंदुस्थानांत भयंकर दुष्काळ होता. हें साल संवत् १८४०, त्यावरून त्या दुष्काळास 'चाळिसा' असें म्हणतात. 'लोक कंगाल झाले. मुलूख उठून दक्षिणेस येतो. हजारों भिकार महादजीच्या लष्करांत जमा झालें. सर्वत्र संहार होऊं लागला. लाहोर, काश्मीर, लखनौ, काशी पावेतों ही दशा जाली. ईश्वर इच्छा काय आहे कळेना !' महादजीनें पुण्यास नानाकडे खर्चास मागितलें त्याचें उत्तर साफ रुक्ष आलें, तेव्हां पुढें बादशहाजवळ राहून दिल्लीचा कारभार अंगावर घ्यावा, कीं

* ग्वा. ३-११६, ६१, ६२; ५-७८, १४५; ऐ. टि. ३-३८, ६-२४.

तात्पुरती तजवीज लावून परत जावें याचा महादजीस मोठा पेंच पडला. तो नानास लिहितो, 'दहा महिने मोहिमेस कोठें न गुंततां कारस्थानें करावयाचीं तेथवर करून बादशहास लगामीं लावून दिल्लीहून आग्र्यास आणिलें. शहाजादा इंग्रजांकडे गेला हें बादशहास जड वाटून आम्हांस पुके पाठविले जे, आम्ही आग्र्यास येतों. तुम्हीं भेटीस येणें. अब्दुल अहदखान व अफरासिआबखान यांचींहीं पत्रें आलीं. आम्हीं न जावें तर बादशहास पेंच पडेल. यास्तव आग्र्यास जाऊन भेट घेतों. पुढें टिकून बंदोबस्त करणें पैक्यावांचून होत नाहीं. पैक्याची सोय आपण केल्यास आमचा पाय टिकून राहील.' आग्र्याच्या अलीकडे जाठवाड्यांत फत्तेपुरसिक्रीजवळ अफरासिआब महादजीच्या भेटीस गेला. बादशहा आग्र्यास होता. ता. २४-१०-१७८४ रोजीं महादजी व खान यांच्या भेटी झाल्या. नंतर पुढील व्यवस्थेसंबंधानें उभयतांचीं खलबतें चालू झालीं. महंमदबेग हमदानी व अफरासिआबखान यांचें वितुष्ट होतें. हमदानी आग्रा किल्ला बळकावून खानाचे हुकूम मानीना. महादजीच्या मदतीनें त्यास वठणीस आणण्याचा उद्योग खान करूं लागला आहे असा हमदानीस संशय येऊन त्यानें झैनुलबिद्दीनच्या मार्फत ता. १-११-१७८४ रोजीं अफारासिआबखानाचा खून केला. या खुनाचा आळ महादजीवरही आल्याशिवाय राहिला नाहीं. विश्वासानें भेटीस आलेल्या प्रमुख व्यक्तींना दग्यानें ठार मारल्यापासून फायदा न होतां उलट असलें कृत्य करणारास बाधकच होतें. परंतु मोगलशाहीच्या पडत्या काळांत तर अशा कृत्यांस एक प्रकारें ऊतच आलेला होता. सदाशिव दिनकर ता.१७ ११-१७८४ च्या पत्रांत लिहितो,'गुदस्तां मीर्झा शफी यास हमदानीनेंच दगा करून मारिला,त्या संमतांत अफरासिआबखानही होता. आतां पाटीलबावांचे मदतीनें अफरासिआबखानच मुखत्यार कारभारी होऊन त्यास अमिरुलउमरा किताब मिळाला. मीर्झा शफी जबरदस्त, कोणाचें चालूं देईना, तेव्हां सर्व मोगल सरदार हमदानीस मिळून शफीस ठिकाणीं लाविलें. तेच सरदार अफरासिआबखानाजवळ हमदानी सुद्धां होते. मीर्झाशफीचा भाऊ झैनुलबिद्दीन पाटीलबावांजवळ सहा महिने येऊन राहिला होता., मातबर, आल्याचें चालविलें पाहिजे म्हणून खर्चास देऊन चालवीत असतां हमदानीच मतांत मिळाला. सर्वांचा मनसबा ठरला जे, अफरासिआबखान दक्षिणीयांसीं मिळाला, पाटीलबावांचे सल्लेनें चालतो, बादशाही दौलत दक्षिणियांचे घरांत घालतो, यास झैनुलबिद्दीनखानानें

मारावा, म्हणजे पाटीलबावा सहजच राहिले. कारभारांत मुखत्यार हमदानीस करून राज्य चालवावें.' असा घाट करून झैनुलबिद्दीनखानास उमेदवार केला. त्यानेंही मान्य केलें, आणि आपल्या घरचा मोगल बारगीर बरोबर घेऊन अफरासिआबखानाच्या डेऱ्यास गेला. खान एकटा डेऱ्यांत पाहून, बारगीरानें झपट करून, गळची धरून कटार स्कंधावर उभा चालवून वरून मार घालून दाबला, तो स्तनापावेतों आला. कारगर जाला. काम अखेरच जालें. तेव्हां लोक मिळाले, त्यांनीं बारगीर मारिला. त्या गलबलींत झैनुल-बिद्दीनखान पाटीलबावांजवळ डेऱ्यांत येऊन वर्तमान सांगितलें. माझा बारगीर म्हणून कोणी माझें बदनाम करतील, तुफान घेतील यास्तव आपणाकडे वर्तमान सांगावयास आलों. बावांनीं लगेच खानास पाहऱ्यांत दिलें आणि खिजमतगार पाठवून खबर आणविली. नंतर अंबूजी इंगळ्यावरोबर फौज व दोन पलटणें पाठवून चौकीबंदी केली, तों संध्याकाळ झाली. अफरासिआब-खानाचें शव तलबेची म्हणजे (पगाराची) तोड झाल्याशिवाय मोगले लोक हालवूं देईनात. त्या समयीं हिंमत करणें जरूर असें जाणून बावांनीं सर्वांची खातरजमा केली कीं, तुमची तलब निघेल ती बादशहाकडून देववूं. गोसावी हिंमतबहाद्दर याचा व हमदानीचा दावा. ते दोघे पकडावे तर सारा सनमवा बुडतो. रात्रीस बावांनीं कारभारी यांची सल्ला घेऊन मसलत केली कीं, या संधींतच एकदम दाब बसवावा; सारे फितुरी एक झाले तर पुढें जड जाईल. म्हणून प्रातःकाळींच रायाजी पाटील व जीवबा बक्षी यांस हमदानीवर पाठविलें, आणि आपणही सकाळीं कूच करून गेले. हें कृत्य ३-११-१७८४ चे रात्रीं झालें. गोसावी यांस बोलावून आणून त्याचा तोफखाना आपल्याजवळ आणिला. हमदानीनें सर्व बादशाही फौजेंत फितूर माजविला. अंतर पाहतां भरतपुरा अलीकडे तीन कोसांवर हमदानी. त्या अलीकडे तीन कोसांवर बावांचा मुक्काम. सर्वांनीं मिळून हमदानीस वेढा घातला. रसद बंद करून लढाई सुरू केली. बावानीं हमदानीच्या जाबसालांत उत्तर केलें, 'आम्हांस बादशाहीचा अगर कारभाराचा लोभ नाहीं. ग्वालेरीस असतां मीर्झा शफ बोलावूं लागले आणि आतां पुनः बादशहांचे वकील पत्रें घेऊन येऊन आम्हांस घेऊन आले. बादशहास आग्र्यांत ठेवून अफरासिआबखान पुढें येऊन भेटले. ते व आम्ही बंदोबस्ताचें बोलत असतां अशी गोष्ट जाली. त्यास बंदोबस्त करून

देऊन आम्हीं माघारे जाणार.' पुढें तोफांची मारगिरी करतांच लाचार होऊन अंबूजीकडे पैगाम लाविला. दुसरे दिवशीं वचनप्रमाण देऊन हमदानीस इंगळयाच्या गोटांत उतरला. त्यांचीं पलटणें होतीं त्यांस कुंभेरीपार करून दिलें. बादशहा आग्र्यास होते त्यांस आणावयास खंडेराव हरि पाठविले. आणून दोकोसांवर मुक्काम करविला. माहेजिल्हेजचे चंद्रदर्शनाचे दिवशीं बावांची बादशहाची भेटी झाली, मीही गेलों होतों. समागमें पवार मंडळी, बळवंतराव धोंडदेव वगैरे होते. संध्याकाळीं बावा आपले डेऱ्यास आले. दुसरे दिवशीं (१६-११-८४) बावांनीं प्रात:काळींच जाऊन आपले डेऱ्याजवळ बादशहाचा मुक्काम करविला. हिंदुस्थानाप्रमाणें बेइमान बेपर्वा माणूस कोठें पाहिलें नाहीं. अफरासिआबखान मारल्यावर खुशालीराम जयपुरकरांचा मातबर शहाणा कारभारी त्यासही नारेकऱ्यांनीं मारिला. बादशहा म्हणतात, आम्हांस कोणाचा भरंवसा नाहीं, तुम्हींच सारा बंदोबस्त करा. बावांस अडचण कीं पैसा नाहीं,कर्ज मिळत नाहीं. कशी तरी बादशहाची तोड लावून आपण परत निघावें. मोगलेच काय, हिंदुस्थानी माणूस ब्राह्मणापासून अतिशूद्र मुसलमानापावेतों दगाबाज, मात्रागमनी, बेइमान, खुशामती, तत्कालच निर्दय प्राण घेणार, पोटच्या संतानापावेतों. त्यांतही विलायती मागेल व कशमिरी हे तर, खुशामत दाखवून तेच समर्यां मान कापावी, अशांशीं गांठ आहे.'

फ्रँक्लिन म्हणतो, 'फत्तेपुरसिक्रीनजीक अफरासिआबखानाचा खून झाल्यावर झैनुलबिद्दीन, हिंमतबहादर, व दुसरे मोगल सरदार महादजीला जाऊन भेटले. तुमचा मुख्य प्रतिस्पर्धी खान नाहींसा झाला, आतां बादशाही कारभारांत तुम्हांस अडविणारा कोणी उरला नाहीं. तुमच्याशिवाय हा कारभार अंगावर घेण्यास दुसरा कोणी लायक व समर्थ नाहीं, आणि बादशहाचाही तुम्हांसच कुलकारभार देण्याचा निश्चय आहे. असें बोलून त्यांनीं महादजीला जी भर दिली, तेणेंकरून त्याला तर समाधान वाटलेंच, परंतु या मंडळीस त्यानें जो आश्रय दिला, तेणेंकरून खानाच्या खुनांत शिंद्याचें अंग असावें असा सडकून गवगवा उडाला. मयत खानाचीं व शिंद्याचीं परस्पर बोलणीं चालू असतां बादशहाचा मुक्काम आग्र्याच्या किल्ल्यांत होता.

अफरासिआबखानाच्या खुनानंतर बादशहा अगदींच निराधार झाला.ज्याच्यावर विश्वास ठेवतां येईल असा एकही मुसलमान उमराव त्याजपाशीं राहिला नाहीं.

छ २६ जिल्हेजीं (१०-११-१७८४) पातशहा आग्र्याहून कूच करून फत्तेपुरासमीप अफरासिआबखानाचें लष्कर होतें, तेथें दाखल जाले. पाटीलबावा भरतपुरचे नजीक होते, ते पातशहाचे लष्करासमीप अदकोशावर येऊन मुक्काम केला. छ* २९ जिल्हेजी (१३ नोव्हें०) मीर्झा अकबरशहास पातशहांनीं सामोरा पाठविलें. पाटीलबावांनीं आपले लष्कराबाहेर डेरा उभारला होता तेथें त्यांस नेऊन बसविलें. नंतर रीतीप्रमाणें नजरा देऊन त्यांज समागमें कृष्णाजी †

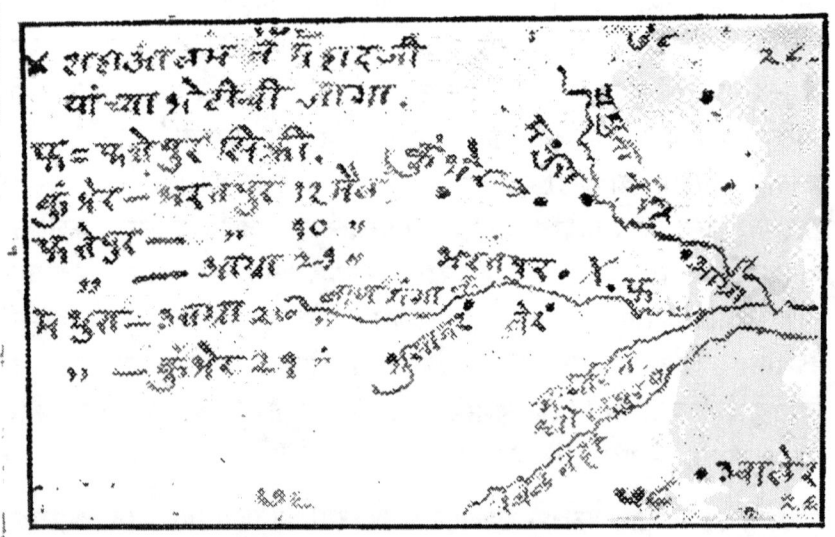

पवार वगैरे सरदारांसह पाटीलबावा पातशहाजवळीं येऊन मुलाजमत झाली. पायांवर डोई ठेवन एकशें एक माहोरा नजर केली. पातशहांनीं पाटीलबावांचे पाठीवर बहुत ममतापुरस्सर हात ठेवून आज्ञा केली कीं, ' तुम्हीं जवळ बसा.' त्याजवरून बसले. सर्वांचा खिलत वगैरेनीं सन्मान करून दोन घटका पातशहाशीं खलबत

---

* २९ जिल्हेजीं भेट झाली. वर सदाशिव दिनकराच्या पत्रांत ' जिल्हेजच्या चंद्रदर्शनाचे दिवशीं ' असे शब्द आहेत. याचा अर्थ जिल्हेजनंतरचें चंद्रदर्शन म्हणजे मोहोरमच्या प्रथम दिवशीं (१४ नोव्हें०). अफरासिआबखानाचा खून झाल्यानंतर महादजीची व पातशहाची भेट झाली. † कृष्णाजी पवार देवासच्या ज्येष्ठ पातीचा पूर्वज महादजीच्या बरोबर असे (१७५३-१७८९).

करून रुकसत होऊन आपले डेऱ्यास येऊन पातशहाचे व अफरासिआबखानाचे लष्करचा बंदोबस्त आपलीं पलटणें बसवून केला. बावांचे परवानगीवांचून इकडून तिकडे किंवा पातशहांकडे कोणी जाऊं पावत नाहीं. चाळीस हजार फौज विनातरवार पादाक्रान्त होऊन जैसी पाण्यांत माती पडून विरून जाती, त्याप्रमाणें यवनाचे फौजेची अवस्था जाली आहे.'

नंतर बादशहाच्या आज्ञेनें महादजीनें कारभार सुरू केला. पहिलें निकडीचें काम म्हणजे खानाच्या मृत्यूचा तपास व बंदोबस्त करण्याचें. त्यांत महादजीनें महंमद-बेग हमदानी अट्टल बंडखोर यास पकडून कैदेंत ठेविलें. त्याच्या सर्व तोफा व सरंजाम काढून घेतला. अनूपगीर गोसाव्याच्या तोफा हमदानीनें लुटून नेल्या होत्या त्या त्यास परत दिल्या. अफरासिआबखानाचा पुत्र महंमद हुसेनखान तीन वर्षांचा होता, त्यास अलीगडाहून आणून बापाची सरदारी दिली. अफरासिआबखानाचे मुखत्यार इसम दोन होते, एक अनूपगीर गोसावी व दुसरा नारायणदास. या दोघांस हाताशीं घेऊन त्यांच्या मार्फत हमदानी सुद्धां सर्व सरदारांस तगादा लाविला कीं, बहुत दिवसांपासून सरंजाम खातां, तर आतां बादशहाचे खर्चास पैक्याची कुमक करावी. पातशहाची मर्जी सर्वथा पाटील-बावांवर. आज्ञा केली कीं, 'तुम्ही आमचे घरची मुखत्यारी कबूल करा.' बावांनीं उत्तर केलें, मोहरमचे ताजियाचे दिवस आहेत, ते संपल्यावर विनंति करीन.' खानाच्या खुनाचा आरोप जैनुलबिद्दीनकडे आला. त्यास कैद करून, गाढवावर बसवून, तोंड काळें करून लष्करच्या आसपास फिरवून, भीक मागवून, ग्वालेरच्या किल्ल्यावर कैदेंत ठेविलें. जयनगरकरांचा वकील खुशालीराम प्रतापसिंग माचेडी-वाल्योचा कारभार करीत होता, त्याचा खून झाला. त्या खुनाचा आरोप प्रतापसिंगाच्या मुलावर आल्यावरून त्यास अटकेंत ठेविला.' याच संधीस हेस्टिंग्स व महादजी यांची एकवाक्यता, इंद्रसेन व सदाशिव मल्हार ऊर्फ भाऊ बक्षी यांच्या मार्फत होऊन, जवानबख्तास हेस्टिंग्सनें परत पाठवून दिलें.

अफरासिआबखानाचा खून महादजीनें करविला असा त्या वेळीं बोभाट होऊन कीन, डफ, वगैरे ग्रंथकारांनीं त्या कृत्यास निष्कारण महत्त्व दिलें आहे. परंतु वर ज्या अस्सल पत्रांतल्या हकीकती दिल्या आहेत त्यांवरून खात्री होते कीं, या खुनांत महादजीचें अंग बिलकूल नसून उलट अफरासिआबखानाच्या मदतीनें त्यास बादशाहीची जी घडी बसवितां आली असती, तिला पुढें नाना

विघ्नें येऊन, त्यांत बादशहाचे हाल झाले व महादजीला शत्रू उत्पन्न झाले. खानाच्या मृत्यूनें महादजीचा कांहीं एक फायदा नव्हता. बादशहाची भेट झाल्यावर त्यानें महादजीस आज्ञा केली कीं, 'सलतनतीचा बंदोबस्त करावा. पाटीलबावांनीं विनंति केली, कांहीं पदाखेरीज बंदोबस्त कैसा होतो? त्यावरून पातशहा बोलले, 'तुम्हांकडे पद सांगावें आणि वजीर व इंग्रज आदिकरून सर्वांवर दाब पाडून सलतनतीचा बंदोबस्त घडला पाहिजे, त्यास वकील-मुतलखी व मीरबक्षीगिरी हे दोनही पदें पंतप्रधानांचे नांवें देऊन त्यांची नायबती तुम्हांस देतों.' पाटीलबावांनीं कळविलें, 'आम्ही श्रीमंतांस लिहून पाठवितों, तिकडून आज्ञा येईल त्याप्रमाणें वर्तणूक करूं.' त्याजवर पातशहा बोलले,* 'अफरासिआवखानाचे मृत्यूमुळें फौजेंत व तोफखान्यांत बखेडा जाला आहे; पुण्याहून उत्तरें येण्यास दिवसगत लागेल, सबब तुम्हांस दोनही पदांचीं नायबतीचीं वस्त्रें देतों.' तें कबूल करून पदें घेतलीं. ता. ८-१२-८४ रोजीं महादजीनें पेशव्यास लिहिलें, 'बक्षीगिरी व नायबगिरी सुद्धां वस्त्रें खिलत, सात पार्चे व चार कुबा व दस्तार सरबस्ता, जिगे, व कलगी व शिरपेंच व माला मयवरीद व समशेर व सिपार, नालकी व मोर्चेलें दोन व झालरदार पालखी व माहीमरातब व तोग व आलम व साहेब नौबत, नगारे व हत्तीघोडे, याप्रमाणें इनायत हुजुरून जहाले ते सेवेसीं रवाना केले आहेत. बादशहाची मुखतारी सर्व स्वामींकडे आहे. नायब मुनायबीचे पदाचीं वस्त्रें घेतल्यावर वकील मुतलकीचें पद मात्र राहिलें होतें, त्याविशींही स्वामींचे नावें बादशहास अर्जी केली, त्याजवर त्यांनीं दसकत केलें जे, वकील मुतलकी आपल्याकडून तुमचे नांवें दिल्ही व पेशव्यांकडूनही तुम्हांस आम्हींच सांगितली. स्वामींचे प्रतापेंकरून येथील कामकाजाचा बंदोबस्त होईल. इंग्रजांचे खुळांत होते ते सर्व हमदानी सुद्धां मोडून इंग्रजांकडील नाद बादशहाचा तोडिला. इंग्रज बादशहास तीन लक्ष द्यावयास सिद्ध असतां तोडले. यास्तव बादशहाचे खर्चाची पैरवी व फौजेचा उपराळा व्हावा, श्रेष्ठपद वकील मुतलकी आजपावेतों कोणास दिलें नव्हतें. पूर्वी महंमदशहानें निजामुल्मुल्क यास एकवार दिलें होतें. त्याचा खिलत श्रीमंतांकडे रवाना करावयाविशीं बादशहांची जलदी आहे.' हे

*दि म. रा. १-१०६ याची ता. ७-१२-१७८४ पाहिजे.

मानमरातब घेऊन सदाशिव दिनकरानें पुण्यास जावें असा महादजीनें त्यास फार आग्रह केला. परंतु बादशाही पदें व मानमरातब स्वीकारण्या संबंधानें नानामहादजींचा सात वर्षे मोठा लढा पडून शेवटीं स्वतः महादजीनें ते पुण्यांत ता. २२-६-१७९२ रोजीं पेशव्यास अर्पण करून, त्याजकडून ते आपण स्वीकारिले. या तीव्र मतभेदाचें स्वरूप उत्तरोत्तर व्यक्त होईल. *

प्रकरण अठरावें

बादशाही कारभाराचा ब्रह्मघोळ

स. १७८५-८६

१. बादशाही कारभारांत महादजीची परिस्थिति.

२. राघवगडाचा पाडाव.

३. रामगडची मोहीम, गोसावी बंधंची फितुरी.

४. वकिली मुतलकीची पुण्यास भानगड.

५. महादजीची सर्व बाजूंनीं ओढ.

* * *

१. बादशाही कारभारांत महादजीची परिस्थिति.—बादशहानें महादजीस सर्वाधिकार दिल्यावर त्याला पुढें काय काय कामें करावीं लागलीं तें आतां सांगावयाचें आहे. स. १७८५च्या आरंभीं बेत झाला तो असा. ‘रावराजा प्रतापसिंह अलवारकर, रणजितसिंग जाठ व प्रतापसिंग जयपुरकर वगैरे किरकोळ रजपुतांकडील मामले करून ऐवज नख्त व किस्तबंद्या (हासेबंद्या) करून कूच करून पातशहा व पाटीलबावा डिगेस येऊन, आगरियाचे किल्ल्याचा बंदोबस्त

* आधार.—पदें व मरातबांच्या यादी व चित्रें यांचें वर्णन ऐ. स्फु. लै. ३.१०, ऐ. सं. व. १, नातूकृत महादजी च. पृ. २८८-२९० व धा. शा. च. पृ. ५६ येथें दिलेलें आहे तें पाहवें; दि. म. रा. १. १३९. ऐ. टि. ५-५. ऐ. स्फु. ले. २. १८; ग्वा. ५-२६, २७,३०, ३५; २. १६३; दि. म.रा. ११६-१२०.

करून श्री मथुरेवरून दिल्लीस जाणार. याप्रमाणें रजपुतांचे मामले आटपून डिगेस आले. डिगेचे किल्ल्यांत रखवालदार होते त्यांची तलब पंधरा हजार चढली होती ती त्यांस देऊन किल्ला खालीं करून देवजी गवळी पाटील यास बंदोबस्तास नेमिलें. पुढें आग्रा किल्ल्याचा जाबसाल लागला. किल्ला हस्तगत जाला म्हणजे कुटुंबें आग्र्यास ठेवून बादशहा व बावांनीं दिल्लीस जावें असा मनसबा ठरला. रायाजी पाटील आग्र्यास गेले. शहरांत मात्र प्रवेश. किल्ला हातास येत नाहीं. कारण अफरासिआबखानास तीन स्त्रिया,–त्यांत एकीस पुत्र चौ वर्षांचा. मुलाशिवाय वरकड मायापुंजी वित्तविषय गडकोट दुसरीचे स्वाधीन. बावांनीं आफराचा पुत्र व त्याची आई जवळ आणविली. ती निर्माल्यवत् आहे. दुसरी स्त्री जबरदस्त. तिचा बाप सुजाउद्दीनखान पठाण आग्र्याचा किल्लेदार. त्याचा भाऊ बजीदखान. त्या जवळ झाडून तोफखाना. अंतर्वेदींत रामगड आहे, त्याचें नांव अफराशियाबखानानें अलीगड ठेविलें, तोही किल्ला त्याच स्त्रीचे स्वाधीन आहे. वित्तविषय औघा रामगडावरच आहे. असा बंदोबस्त ज्या स्त्रीचा आहे ती म्हणाली, मजला दत्तपुत्र देऊन त्याचे नांवें सारी दौलत बहाल करून द्यावी. ही गोष्ट गोसावी व नारायणदास ऐकत नाहींत. यांचें मत त्या स्त्रीपासून किल्ले व वित्तविषय हिरून घ्यावे; आणि त्या सर्वांस नवलाख रुपयांची जहागीर द्यावी. आगऱ्याचा किल्लेदार सासरा व त्याचे दोघे बंधु बजीदखान तोफखानेवाला व दुसरा मेहेरबानखान यांस प्रत्येकीं एक लाख व मयत खानाचा पुत्र येथें आहे त्यास सहा लाख. परंतु ही गोष्ट आग्र्याचा किल्लेदार व त्याची कन्या यांचे चित्तास येत नाहीं.यामुळें गोसावी व नारायणदास यांनीं बजीदखानाचा बंदोबस्त आरंभिला. तेव्हां बजीदखान गोसाव्याचे घरीं येऊन बसला; म्हणतो, मी किल्लेदाराचा भाऊ खरा; परंतु तो माझें ऐकत नाहीं. तुम्ही मला तोफेंत उडवा, माझा इलाज चालत नाहीं. त्यास मुख्याची (बादशहाची) खूण मुद्रा आहे. बादशहा म्हणतो, 'आम्हीं किल्ला देववितों, परंतु बावांस गोसावी–नारायणदासांखेरीज पाणी पिणें नाहीं. किल्लेदार गोसाव्यास बधत नाहीं. हजार रोहिला चाकर ठेवून किल्ल्यांत आणविला. रायाजी पाटील यांनीं मोर्चेबंदी केली आहे. किल्लेदारास हमदानींचा जोर आहे. बादशहाचे विद्यमानें सूत्र लागलें आहे. काश्मिरी ब्राह्मण दयाराम बादशहाचा दिवाण त्याचे मर्जीतला. फार वर्षांचा हिशेबी व वसुलीकामाचा वाकब. त्याचा वहीम बावांस

आला. बावांनीं त्याची दिवाणी दूर करून नारायणदासांस सांगितली. यामुळें बादशहा श्रमी आहेत. आधींच ते कोमल–ज्ञानी. दयारामास त्यानीं आपणाजवळ ठेविलें आहे. दयारामाचें अंतःकरण स्वामींचे ठायीं (नाना फडणिसाकडे) आहे. पुढें रायाजी पाटीलांनीं आग्र्यास तोफा लाविल्या; आणि आंत सूत्र लावून शिबंदी फोडिली. किल्लेदारास बावन हजारांची जहागीर द्यावयाचा करार केला. गोसाव्यानें किल्लेदारास फितुराचे कागद लिहिले.ते हस्तगत कर्तव्य म्हणून जहागीर कबूल केली. ता. २६–३–१७८५ रोजीं बावांचें निशाण किल्ल्यावर लागलें. किल्लेदार बाहेर निघून बावांस भेटला. गोसाव्याचे फितुराचे कागद किल्लेदारानें हवालीं केले. रामगडावर अफरासिआबखानाचा भाऊ व बायको यांजवळ वित्त-विषय आहे तो घ्यावा असें बावांचें मानस आहे. परंतु त्यांनीं इंग्रजांची कुमक आणविली, ती इंद्रसेनास सांगून बावांनीं मना करविली.' या फितुरावरून गोसाव्याचें पुढें महादजीशीं बिनसलें. फ्रँक्लिन पृ. १२२, १२४ वर लिहितोः—

'आग्र्याचा किल्लेदार सुजाउद्दीनखान किल्ला खालीं करून देईना, तेव्हां शिंद्यानें येऊन मोर्चे बसविले. किल्लेदारास दयाराम येऊन मिळाला होता. मोर्चांनीं काम भागेना, तेव्हां महादजीनें किल्ल्याचे कोतवालास वश करून एक प्रवेश-द्वार हस्तगत करून आंत फौज आपली आणिली. लगेच त्यांनीं दयाराम व सुजाउद्दीन यांस कैद केलें आणि किल्ला हस्तगत केला. अफराशियाबखानाच्या जहागिरीपैकीं आतां अलीगड मात्र महादजीकडे यावयाचा राहिला. त्या ठिकाणीं मयत खानाचा भाऊ जहांगीरखान रखवालीस होता. त्यानें अफरासियाबखानाचा अल्पवयी मुलगा महादजीचे हवालीं करून अलीगडही खालीं करून दिला, (जुलई १७८५). जहांगीरखान व त्याची भावजय (मयतखानाची बायको) यांस ग्वाल्हेरच्या किल्ल्यांत बंदोबस्ताच्या कैदेंत ठेविलें. खानाची दौलत एक कोटीची शिंद्यांस मिळाली असें कळतें. आग्रा व अलीगड ताब्यांत आल्यानें महादजीचा अंमल सर्वत्र बसला आणि सुमारें दोन कोटी उत्पन्नाचा प्रदेश त्याचे ताब्यांत आला. त्यानें बादशहास दरमहा एक लाखाची नेमणूक बांधून देऊन शिवाय दुसरे पुष्कळ नजरनजराणे व चिजा त्यास दिल्या. शहानिजामुद्दीन यास व जांवई लाडोजी शितोळे देशमुख यास बादशहाचे बंदोबस्तास ठेविलें.'

बादशाही मुलखाच्या बंदोबस्तासंबंधानें सदाशिव दिनकर लिहितो, 'बादशाही मुलूख पुष्कळच आहे. त्याचा आक्रम शक्तीवांचून कळतच आहे. कुंजपुऱ्यापासून

पश्चिम सरहद्द लाहोर काश्मीर शीखांनीं दाबून महालोमहालीं रखी (खंडणी) घेतात. घोसगड अंतर्वेदींत जावतेखानाकडे. तो शीखांचा चेला. रोहीलखंड असफुद्दौल्याकडे. फरुखाबाद इटाव्यापासोन पलीकडे बंगाल्यापावेतों इंग्रज. याप्रमाणें दिल्लीच्या आसपास तीन दिशा आटपल्या.' महादजीनें अंबूजी इंगळे यास शिखांच्या बदोबस्तास पाठविलें होतें,त्यानें शीख सरदारांच्या भेटी घेऊन त्यांजशीं करार केला कीं, त्यांनीं पातशाही मुलखांतून आपला अंमल उठवावा; धामधूम लुटालूट करूं नये; आणि मराठे-शीखांनीं एकत्र होऊन नवा पैका उत्पन्न करावा, त्यापैकीं एक रुपया शीखांनीं घेऊन दोन सरकारांत द्यावे.' याप्रमाणें पाटीलबावांजवळ शीख वकील येऊन करार पुरे जाले. उभय फौजा पानिपतापलीकडे गेल्या. पुढें अंबूजी इंगळे दिल्लीस येऊन मागें धारराव सिंदे शीखांच्या बंदोबस्तास राहिला.

'परंतु शीख बेभान आहेत. दोन महिने पाटीलबावांजवळ लष्करांत राहून रंग पाहून यांची रजाबंदी करून गेले. पुढें त्यांची वर्तणूक अंमलांत येईल ती खरी. नंतर पातशहा ता. २६ जुलई रोजीं कूच करून छावणीस दिल्लीस गेले. बरोबर बंदोबस्तास बावांनीं आपले जांवई लाडोजी शितोळे, मुरारराव दौलत व आनंदराव नरसिंहे[1] यांस दोन हजार स्वार व चार पलटणें देऊन पाठविले. एक लाख, तीस हजार रुपये दरमहा बादशहास देण्याचा करार केला आहे. जाते समयीं पाटीलबावांनीं करार केला कीं, रायाजी पाटील रामगडचे मोहिमेस गेले आहेत ते फत्ते करून आले म्हणजे मासपक्षांत मीच दिल्लीस आपणांपाशीं येतों.

१ हा नरसिंगराव वेरूळकर याचा मुलगा. नरसिंगराव फारसी भाषेंत निपुण असून पेशव्यांकडून हैदराकडे वकिलीस होता. त्याचा मुलगा आनंदराव महादजीच्या तर्फेनें बादशहाजवळ राहत असे. दिल्लीच्या कागदांत या आनंदरावाचें नांव वारंवार येतें. स. १७८७ च्या धुळवडीच्या दिवशीं (५ मार्च) आनंदरावानें बादशहाचें सोंग आणून रस्त्यांतून मिरविलें, आणि खुद्द बादशहापुढेंही सोंग नेलें. या अमर्यादेबद्दल त्यास शिक्षा करावी असें बादशहानें पाटीलबावांस कळविलें. त्यांनीं लगेच त्याला लुटून घेऊन तोफेच्या तोंडीं उडवून देण्याचा हुकूम केला. बादशहास हें वर्तमान कळतांच ब्राह्मणास मारूं नये असें बावांस सांगून पाठविलें. तेव्हां महादजीनें त्यास आपल्या छावणींतून काढून दिलें. पुढें तो निघून उज्जनीस गेला. नानाफडणिसाला या कुटुंबाचा अभिमान वाटत असे. (ऐ. टि. ३. ४२, ५. ६; एल्यट भा. ८ पृ. २४३)

नाहीं तर आपणांस विनंतीपत्र पाठवं, आपण लष्करांत यावें. इंद्रसेन व लखनौहून आणखी चार साहेब नवे आले होते ते पाटीलबावांपाशीं मथुरा येथें राहिले.'

येणेंप्रमाणें महादजीच्या पहिल्या वर्षाच्या कारभारांत बादशहाच्या अपेक्षे-प्रमाणें बराच जम बसण्याचीं चिन्हें दिसूं लागलीं. यासंबंधानें सदाशिव दिनक-रानें नानास लिहून पाठविलेले चार दोन कागद महत्त्वाचे आहेत ते पाहिल्यास त्या वेळचीं महत्त्वाचीं प्रकरणें व परिस्थिति कळून येईल.

रजपूत राजांवर मराठ्यांचीं खंडणी बाजीरावाच्या वेळेपासून बसलेली असून शिवाय त्यांनीं बादशहास द्यावयाची खंडणी ठरलेली होती. या दोनही रकमा वसूल करण्याचा हक्क महादजीस आतां प्राप्त होऊन तो बजावून दाखविल्याशिवाय महादजीचा अधिकार चालू झाला नसता. जोधपुरच्या ज्या विजयसिंगानें पूर्वी जयाप्पास मारिलें, तोच हल्लीं गादीवर होता. त्यासंबंधानें थोडीबहुत सुडाची भावना, तसेंच कांहीं अंशीं वडिलांचें अंगीकृत कार्य तडीस नेण्याची इच्छा महादजीच्या मनांत असणें स्वाभाविक आहे. थोडया दिवसांपूर्वी 'महा-दजीचा सरदार यशवंतराव बाबळे यास जयपुरकरांनीं सहपुत्र जिवें मारिला, त्यावरून जयपुरकरांवर बावांची मर्जी तलख झाली; आणि बादशाही कारभारांत वीस लक्ष रुपया घेण्याचें ठरवून, दोन लक्ष नक्त, दोहोंचें जवाहीर व सोळा लाखांचा मुलुख लावून घेतला. पुढें हात चालतां नेस्तनाबूद करावें असा मानस आहे. जयपुरकरांस हें समजलें आहे. मारवाडकर बिजेसिंगाचे ठायीं बावांची फार रुष्टता आहे;तोही समजला आहे. त्याजकडे जोधपुरीं गणेशपंत चक्रदेवास पाठवून, जयाजी शिंदे मारले त्याचा खंड दरसाल तीन लाख मागितला. राजानें दिला नाहीं.' यावरून उघड होतें कीं, बादशाहींत महादजीचा जम बसावा अशी रज-पुतांची बिलकूल इच्छा नव्हती. गोहदकर राणा वगैरेंस या रजपुतांचें अंतस्थ साहाय्य होतें. पुढील संकटाचा हा ओनामा होय. उदेपुरचा संबंध आरंभीं बरेच दिवस महादजीशीं आला नाहीं. भोपाळ, दतिया, चंदेरी, नरवर वगैरे बुंदेलखंडां-तील सत्ताधीशांचे जाबसाल महादजीशीं वकिलामार्फत चालून तोडी पडत होत्या.

महादजीच्या स्नेहीवर्गांत या वेळीं गोसावी हिंमतबहाद्दर अनूपगीर हा मुख्य असून, तोच आरंभापासून महादजीचा जम बसवीत होता. अर्थात् त्यास बुंदेल-खंडांतील पुष्कळसे परगणे त्याच्या मागणीप्रमाणें देऊन महादजीनें खूष केलें. काशीचा राजा चेतसिंग महादजीजवळच होता, त्यास त्यानें पांच लक्षांची

जहागीर झांशीच्या आसपास नेमून दिली. झबेताखानाचा मुलगा गुलामकादर बाह्यतः स्नेह दाखवून आंतून गळेकापूपणा करीत होता. महादजीचा मुख्य विरोधी हमदानी. तो पातशहाकडून बदलून धामधूम करूं लागला. त्यास महादजीनें पकडून घेतलें, (ऑक्टोबर १७८५). पण जवळ ऐवज कांहीं निघाला नाहीं. त्याच्या तोफा सर्व घेतल्या; आणि चाकर म्हणून ठेवून खेचीवाडयांत राघवगडाच्या मोहिमेवर दूर पाठविलें. जाठ राणा रणजितसिंग यास भरतपुरचा किल्ला व दहा लक्षाचे महाल मीर्झा नजफनें दिलेले महादजीनें चालू ठेविले. जाठांची वृद्ध राणी किशोरी महादजीच्या लष्करांत होती. जाठांची एक मोठी तोफ चौदा हात लांबीची, ओढण्यास चारशें बैल लागणारी पूर्वी पानिपतप्रसंगीं दत्ताजी शिंद्यानें यमुनेंत टाकली होती ती महादजीनें काढून उपयोगांत घेतली.*

२. राघवगडाचा पाडाव.—महादजीला या वेळीं कशा प्रकारच्या अडचणी निवाराव्या लागत होत्या, त्याची कल्पना राघवगड[1] प्रकरणावरून करितां येईल. राघवगडकराची पूर्वपीठिका प्रथम सांगितली पाहिजे.

राघवगडचें लहानसें संस्थान माळव्यांत हल्लीं विद्यमान आहे. पृथ्वीराज चव्हाणाचा पाडाव शहाबुद्दीन घोरीनें केला, तेव्हां त्याच्याच चव्हाण घराण्याची एक शाखा माळव्यांत येऊन राहिली, तिचे वंशज हल्लीं राघवगड, धामौडा, मकसुदनगड[2], खिलचीपुर व गढा या ठिकाणीं टिकाव धरून आहेत. यांपैकीं खिलची चव्हाणांचा पूर्वज अजयराय म्हणून होता. तो सांबरच्या माणिकरायाचा दुसरा मुलगा. पूर्वी या खिलची चव्हाणांची वसती पंजाबांत होती, तेथून पृथ्वीराजाचा पाडाव झाल्यावर ते हल्लींच्या झालावाड संस्थानांत गागरौण येथें येऊन राहिले. हा गांगरौण परगणा देवसिंग चव्हाणास स. १२०३ त दिल्लीचे सुलतानाकडून जहागीर मिळाला. तेव्हांपासून त्या घराण्यानें आपली सत्ता हळूहळू इतकी वाढविली कीं, माळव्यांत गुणा, सारंगपुर, शुजालपुर, व भिलसा, एवढया टापूंतील प्रदेशास 'खेचीवाडा' ही संज्ञा प्राप्त झाली. स. १६९७ त कोटाच्या भीमसिंगानें गांगरौण हस्त केलें, तेव्हां हे चव्हाण बजरंगगड येथें जाऊन राहिले, आणि नंतर सात वर्षांनीं त्यांनीं राघवगडची गढी बांधून तेथें वास्तव्य केलें.

---

* ग्वा. ४१, ४६, ५१, ५४, ६०, ७५; ऐ. टि. ५. १०; म. द. बा. २. १०९; दि. म. रा. १. १२६–१२८, १३५, १३८.

१ गुणा स्टे० च्या द० २० मैल. २ भोपाळजवळ लहान संस्थान.

वंशावळ.

गरीबदास (अकबराचे वेळीं)

लालसिंग (शहाजहानचे वेळीं)

धुरजसिंग

- गजसिंग
  - इंद्रसिंग
- विक्रमजित
  - बळभद्रसिंग
    - बळवंतसिंग
      - जयसिंग

बाजीराव पेशव्यानें प्रथम राघवगड जिंकून बळभद्रसिंगावर खंडणी बसविली. हा बळभद्रसिंग जयाप्पा शिंद्याबरोबर नागोरच्या लढाईत हजर होता. पुढें नारायणरावाच्या वधानंतर हे राघवगडकर मराठ्यांविरुद्ध वागूं लागले. विशेषत: माळव्यांत महादजीचें इंग्रजांशीं युद्ध चालू असतां इंग्रजांनीं बळवंतसिंगास आपल्या बाजूस वळविलें, यामुळें त्याजवर महादजीचा रोष झाला. इंग्रजांशीं तह झाल्याबरोबर प्रथम सर्व विरोधकांस नरम करून मराठ्यांचा अंमल पूर्वीप्रमाणें चालू करणें महादजीनें पहिलें कर्तव्य हातीं घेतलें. नर्मदेपासून दिल्लीपर्यंतचा सर्व प्रदेश त्यास राखावयाचा असल्यामुळें पाठीमागचा पाया सुरक्षित ठेवण्यासाठीं गोहद प्रमाणेंच राघवगडची मोहीम त्यास नाइलाजानें हातीं घ्यावी लागली. मात्र त्या कामीं त्यास अंदाजाबाहेर फार मोठ्या फौजा व सरदार तिकडे रवाना करावे लागले.

प्रथम बाळाराव इंगळे राघवगडाच्या बंदोबस्तास होता. त्याचा इलाज चालेना तेव्हां गोपाळरावभाऊ व लखबादादा यांस महादजीनें तिकडे रवाना केलें. शिवाय बादशाही सरदार महंमदबेग हमदानी रिकामा असून, त्यास दिल्लीकडे ठेवणें धोक्याचें वाटल्यावरून, मुद्दाम त्याचें इमान पाहण्याकरितां त्यास या मोहिमेवर महादजीनें पाठविलें. मागाहून आणखी फौजेची मागणी आली तेव्हां नुकताच नोकरींत घेतलेला डी बॉयन यासही पलटणीसह महादजीनें तिकडे पाठविलें. हमदानीबरोबर जयपूरची फौज होती. हे कदाचित् फितूर करून त्रास

देतील म्हणून खंडोजी इंगळे, देवजी गौळी हे आणखी सरदार त्याच कामगिरीवर पाठविलेले होते. सर्व मिळून चाळीस हजार जमाव खेचीच्या पारिपत्यास आला.

स. १७८५ च्या पावसाळ्यांत राघवगडास प्रथम मोर्चे बसले. दोन महिन्यांत बळवंतसिंग जेरीस येऊन तडजोडीचें बोलणें बोलूं लागला. तेव्हां ऑक्टोबरांत रामजी पाटिलास बोलणें करण्याकरितां महादजीनें पाठविलें. त्यानें तह ठरवून बळवंतसिंग व त्याचा मुलगा जयसिंग यांस भेलसा येथें कैदेंत ठेविलें आणि सव प्रदेश हस्तगत केला. एवढ्यानें हें प्रकरण मिटेलसें वाटलें होतें; पण तसा परिणाम झाला नाहीं. धनी कैद झालेले पाहून सर्व प्रांतांतले रजपूत दंगा करूं लागले. शेरसिंग नांवाचा एक शूर व धाडसी ठाकूर त्यांचा पुढारी होऊन मराठ्यांशीं लढण्यास आला. त्यानें सर्व प्रदेश ओस पाडून प्रांतांतून बिलकूल वसूल मिळूं नये अशी तजवीज केली. ठिकठिकाणीं ब्राह्मण व मराठे अंमलदार वसुलासाठीं ठेवलेले होते त्यांचा त्यानें अतोनात उच्छेद केला. दक्षिण्यांचे व विशेषतः ब्राह्मणांचे नाककान कापावे, व बायकामुलांचे हाल करावे असा प्रकार त्यांनीं आरंभिला. खुद्द महादजीची बायको दक्षिणेंतून मथुरेस येत होती, तिला छापा घालून पकडण्याचा प्रयत्न बंडखोरांनीं चालविला. तेव्हां अहल्याबाईकडून बंदोबस्तास फौज घेऊन, दुसऱ्याच आडवाटेनें प्रवास करून बाईस पुढें जावें लागलें. बळवंतसिंग व जयसिंग भेलसाच्या गढींत असतां एक वाघरी चोर रात्रीचा आंत शिरला, आणि जयसिंगास खांद्यावर घेऊन भिंतींवरून साफ बाहेर उडी मारून सुरक्षित बाहेर आला. खालीं घोडे तयार होते त्यांवरून त्यानें जयसिंगास जयपुर येथें सुरक्षित पोंचविलें. दुर्जनसाल म्हणून दुसरा एक सरदार पूर्वी बळवंतसिंगाच्या तर्फेनें महादजीजवळ वकील म्हणून असे, तो या वेळीं बंडखोरांस सामील होऊन दुसरीकडे दंगे करूं लागला. त्यानें अंतस्थ खटपट करून जयपुर व जोधपुर येथील राजांचें पाठबळ मिळविलें.

या हकीकती महादजीस कळल्या तेव्हां तो फार संतापून गेला. 'राघवगडकरांस रामजी पाटील, महंमदबेग हमदानी व खंडोजी इंगळे यांनीं सरंजामासुद्धां सन्मानानें बाहेर काढिलें, त्यावरून पाटीलबावा रागास आले कीं, त्यास पगडीबद्दल भाऊपण करून बहादरीनें काढण्याचें प्रयोजन काय ? त्यास मारून टाकावें किंवा धरून आणून ग्वालेरच्या किल्ल्यावर टाकावें, म्हणन अंबूजी इंगळ्यास मुद्दाम राघवगडास रवाना केलें, (स. १७८६). तदनुसार अंबूजीनें बळवंतसिंगास बेड्या घालून ग्वालेरीस ठेविलें, आणि त्याचीं दोन मुलें व बायका एकएका

वस्त्रानिशीं भेलशावर कैदेंत ठेविलीं. वस्तभाव सर्व सरकारांत आणिली. सर्व फौजा परत आल्या.'

यावरून राघवगडाचा बंडावा मोडण्यास महादजीस आपलें सर्व सामर्थ्य व एक वर्ष खर्ची घालावें लागून प्राप्ति एका पैचीही झाली नाहीं. उलट अपरिमित पैसा खर्च झाला. बळवंतसिंग दोन वर्षे कैदेंत राहिला. पुढें त्यास मोकळा करण्याबद्दल रणजितसिंग जाठ वगैरेंनीं महादजीस गळ घातली, तेव्हां स. १७८८ च्या सेप्टेंबरांत, म्हणजे उत्तरेंत स्थिरता होतांच, महादजीनें बळवंतसिंगास मथुरेस आणिलें, एक कोस सामोरे जाऊन त्याचा बहुमान केला आणि शिवाजी विठ्ठल विंचूरकराच्या स्वाधीन त्यास करून व एक लाख दंड घेऊन राघवगडास रवाना केलें. पुढें महादजीच्या हयातींत या खेर्चीचा त्रास मराठ्यांस झाला नाहीं. जयसिंगही शूर व उपद्व्यापी निघाला. दुर्जनसालाची त्यास मदत असे. माल्कम लिहितो, 'साहस, शहाणपण व शौर्य या गुणांत राजा दुर्जनसालाची बरोबरी करणारे पुरुष खेर्चीच्या वंशांत फारच थोडे झाले. मराठ्यांशीं तर त्याचें पक्कें हाडवैर होतें. स. १७९८ त त्यानें लखबादादास मिळवून घेऊन महादजीच्या बायकांचा पक्ष घेतला, तेव्हां पेराननें त्यांचा पाडाव केला.' खेर्ची-करांची बंडाळी मराठशाहीबरोबर संपली. दुर्जनसाल स. १८१० त मरण पावला.

या वेळीं बुंदेलखंडांत महादजीनें फौज पाठविल्याचा उल्लेख आहे, त्याची हकीकत सदाशिव दिनकर देतो ती अशी कीं, 'खंडेराव हरीस बुंदेलखंडांत बिदा केलें. त्यास अर्थ प्राप्त व्हावा हा मुख्य पक्ष. बुंदेल्यांची आपसांत सारे भावा-बंदांची फूट. येरयेरावर चालून जातात, भांडतात. बांदेकर गुमानसिंग निपुत्रिक मेला. जिवंत असतांच मधुकरसा पुत्र घेतला होता. त्याचेच आज्ञेंत कारभारी यांनीं चालावें. गुमानसिंग मेल्यावर खुमानसिंग म्हणूं लागला, माझा पुत्र गुमान-सिंगाचा पुत्र करून राज्यीं स्थापावा. गुमानसिंगाचे कारभारी मजबूत व कर्ते आहेत, त्यांनीं बावांकडे अनुसंधान लावून मधुकरास मदत मागितली. त्यावरून बावांनीं खंडेराव हरीची रवानगी केली. [ऑगस्ट स. १७८६]. अशीच भान-गड भेलशांतून पुण्यास तोफा नेण्यासंबंधानें झाली. पन्ना येथील गादीसंबंधानें सुद्धा अशान्त तक्रारी होत्या.†

† Imp. Gaz. Central India, Luard; Franklim; Malcolm; ग्वा. २.१८९, ५.१३५, १३७; दि. म. रा. १.१५१, १८२, ३१८, ३३०; म. द. बा. २. ९८, १०१, १०५, ११४, १२४.

३. रामगडची* मोहीम, गोसावीबंधूंची फितुरी.—झाबेताखान रोहिला नजीबखानाचा मुलगा बापाच्या पश्चात् थोडीबहुत जहागीर संभाळून रोहीलखंडांत रहत असे. संधि सांपडली असतां तो बादशाही शत्रूंस मिळून त्रास देण्यास कसूर करणारा नव्हता. अफरासिआबखानानें पूर्वी एक एका बंडखोराचा बंदोबस्त आरंभिला, तेव्हां त्यानें झबेताखानास 'मेरठ येथें भेटीस बोलावून शपथप्रमाण ठरविलें कीं, तुम्हींआम्हीं एकविचारें असावें. या प्रांतीं शीखांचा उपसर्ग चालूं देऊं नये. पुनः आपण एक विचारें वागून बादशाहीचा अंमल बसवूं.' असा ठराव त्याजबरोबर करून वस्त्रें वगैरे देऊन ऑक्टोबर स. १७८४ त घोसगडास रवाना केलें. यानंतर लवकरच अफरासिआबखानाचा वध होऊन महादजी अंमल बसवूं लागला, तेव्हां झबेतानें अहल्याबाईकडे संधान बांधिलें. मल्हाररावाच्या वेळेपासून हे रोहिले म्हणजे होळकरांचे मानसपुत्र. झबेताखानानें बाईस कळविलें कीं, 'आमचा हेत तुम्हांपाशीं कांहीं दिवस येऊन रहावें; आणि तुमचे हातून आमचा बंदोबस्त व्हावा.' परंतु बाई अशा कामांत पडणारी नव्हती. महादजीचा सर्व रोष या रोहिल्यांवर आहे हें जाणून तिनें त्यानास मोघम उत्तर दिलें कीं, तुकोजी होळकर त्या बाजूस मोहिमेस येतील तेव्हां बंदोबस्त करतील. झबेताखान व त्याचा पुत्र गुलाम कादर यांची चित्तशुद्धता नसून बापानें मुलाची जहागीर सुद्धां जप्त केली होती. तेव्हां कादर स. १७८३ त घोसगडींहून उठोन पातशहापाशीं आला. त्यास तेथेंही भक्षावयास न मिळे. तेव्हां कांहीं काळ मीर्झाशफीजवळ होता. ते पोटास देत तें न पुरे, सबब तेथून पळून लखनौस आसफुद्दौला याजपाशीं गेला. त्यांनीं दोन हजार स्वारांचा

---

* ही मोहिम समजण्यास रोहीलखंडाची बिनचूक माहिती डोळ्यापुढें पाहिजे. रोहीलखंडाचें प्राचीन नांव कुटीर (Cuttair or Katahar). हा प्रांत गंगेच्या पूर्वभागीं कुमाऊन पर्वतांच्या उतरणीपासून दक्षिणेस अंतर्वेद व पूर्वेस अयोध्या यांच्या दरम्यान अर्धवर्तुलाकृति असून त्याचा मध्यबिंदु जवळ जवळ रामपुर आहे. यांत बिजनोर, मुरादाबाद, चंडोसी, बदाऊन, बरेली, पिलिभित व शहाजहानपुर इतके हल्लींचे जिल्हे मुख्यतः येतात. अलीमहंमद यानें प्रथम या प्रांतांत रोहिल्यांचें राज्य स्थापिलें. त्याची राजधानी बरेलीच्या दक्षिणेस ऑन्ला येथें होती. पुढें हाफीझ रहमतनें आपलें ठाणें बरेलीस नेलें. या प्रांताचा वसूल जास्तींत जास्त पांच कोटीपर्यंत होता. (Franklin).

रैसाला देऊन आपल्यापाशीं ठेवून घेतलें. कारण झबेताखान शीखांसमागमें दंडाळी करतात, म्हणून इंग्रजांचे विचारें पुत्राचा आदर करून ठेवून घेतलें.' (१७८३). अशा स्थितींत झबेताखान ता. २१-१-१७८५ रोजीं घोसगडीं तरळ (=अतिसार) होऊन मरण पावला, तेव्हां त्याचा मुलगा गुलामकादर यास महादजीनें जहागिरीवर दाखल केलें. गुलाम कादर हा खुनशी, क्रूर व अत्यंत गर्विष्ठ, कोणाची गुमान न बाळगणारा होता. अधिकारावर येतांच त्यानें वृद्ध चुलत्यास घालवून देऊन त्याची सर्व संपत्ति हरण केली. अशा कृत्यांबद्दल बादशहा आपणास जाब विचारील ही भीति त्यास वाटत असल्यामुळें प्रथमपासूनच तो घोसगड किल्ल्यांत सर्व बंदोबस्त करून सावधगिरीनें फौजबंद राहूं लागला. हा घोसगड किल्ला सहारणपुरच्या दक्षिणेस आहे. गुलाम कादराची बहीण नजफकुलीखानास दिलेली होती.

अफरासिआबखानाची दौलत हस्तगत करण्याविषयीं बादशहाचा आग्रह होता. म्हणून स. १७८५ च्या जुलई महिन्यांत महादजीनें रामगडावर रायाजी पाटील याची रवानगी दहा हजार फौजेनिशीं केली. त्यांनीं कोयल शहरांत ठाणें बसविलें आणि रामगडावर चाल केली; मोर्चे लावून बंदो केली. पुढें स.१७८५ च्या डिसेंबरांत रामगड हस्तगत झाला, 'हें वर्तमान बादशहा व महादजी यमुनातीरीं मुक्काम करून असतां आलें. अफरासिआबखानाचा भाऊ जहांगीरखान यास घेऊन रायाजी पाटील बावांच्या भेटीस आले. त्याचो वस्तभाव किल्ल्यांतून काढून दुसरी गढी मुंडसान येथें ठेविलें. जहांगीरखानाची भेट झाल्यावर बावांनीं त्याजवर चौक्या बसविल्या व बायको आदिकरून गढींतून आणून कैद केले. जवाहीर वगैरे मालाचा तगादा केला. जहांगीरखान व ती बायको नाकबूल जाऊन नारायणदासावर अदावत घातली कीं, हा कारभारी मीर्झा नजफपासून माल दाबून आहे, त्याजपासोन ऐवज घ्यावा. त्यावरून नारायणदास कैद केला. त्याचे सुटकेकरितां अनूपगीर गोसाव्यानें रदबदल केली, ती बावांनीं मानिली नाहीं. म्हणून गोसाव्यानें वसवास खाऊन दरबारचें येणें सोडिलें. उभय गोसावी बंधूंची जहागीर झांशी प्रांतांत विसां लक्षांची होती ती बावांनीं जप्त केली. मोट व वृंदावन गोसाव्याकडे आहे तेंही घेतीलसें वाटतें. जहांगीरखान, ती बायको व नारायणदास यांस ग्वालेरीचे किल्ल्यावर ठेविलें. माल फार निघावासा भ्रम होता, पण त्यांनीं तें द्रव्य अगोदरच लांबविलें.'

३. रामगडची* मोहीम, गोसावीबंधूंची फितुरी.—झाबेताखान रोहिला नजीबखानाचा मुलगा बापाच्या पश्चात् थोडीबहुत जहागीर संभाळून रोहीलखंडांत राहत असे. संधि सांपडली असतां तो बादशाही शत्रूंस मिळून त्रास देण्यास कमी करणारा नव्हता. अफरासिआबखानानें पूर्वी एक एका बंडखोराचा बंदोबस्त आरंभिला, तेव्हां त्यानें झबेताखानास 'मेरट येथें भेटीस बोलावून शपथप्रमाण ठरविलें कीं, तुम्हींआम्हीं एकविचारें असावें. या प्रांती शीखांचा उपसर्ग चालूं देऊं नये. पुनः आपण एक विचारें वागून बादशाहीचा अंमल बसवूं.' असा ठराव त्याजबरोबर करून वस्त्रें वगैरे देऊन ऑक्टोबर स.१७८४ त घोसगडास रवाना केलें. यानंतर लवकरच अफरासिआबखानाचा वध होऊन महादजी अंमल बसवूं लागला, तेव्हां झबेतानें अहल्याबाईकडे संधान बांधिलें. मल्हाररावाच्या वेळेपासून हे रोहिले म्हणजे होळकरांचे मानसपुत्र. झबेताखानानें बाईस कळविलें कीं, 'आमचा हेत तुम्हापाशीं कांहीं दिवस येऊन राहवें; आणि तुमचे हातून आमचा बंदोबस्त व्हावा.' परंतु बाई अशा कामांत पडणारी नव्हती. महादजीचा सर्व रोष या रोहिल्यांवर आहे हें जाणून तिनें खानास मोघम उत्तर दिलें कीं, तुकोजी होळकर त्या बाजूस मोहिमेस येतील तेव्हां बंदोबस्त करतील. झबेताखान व त्याचा पुत्र गुलाम कादर यांची चित्तशुद्धता नसून बापानें मुलाची जहागीर सुद्धां जप्त केली होती. तेव्हां कादर स. १७८३ त घोसगडींहून उठोन पातशहापाशीं आला. त्यास तेथेंही भक्षावयास न मिळे. तेव्हां कांहीं काळ मीर्झाशफीजवळ होता. ते पोटास देत तें न पुरे, सबब तेथून पळून लखनौस आसफुद्दौला याजपाशीं गेला. त्यांनीं दोन हजार स्वारांचा

* ही मोहिम समजण्यास रोहीलखंडाची बिनचूक माहिती डोळ्यापुढें पाहिजे. रोहीलखंडाचें प्राचीन नांव कुटीर (Cuttair or Katahar). हा प्रांत गंगेच्या पूर्वभागीं कुमाऊन पर्वतांच्या उतरणीपासून दक्षिणेस अंतर्वेद व पूर्वेस अयोध्या यांच्या दरम्यान अर्धवर्तुलाकृति असून त्याचा मध्यबिंदु जवळ जवळ रामपुर आहे. यांत बिजनोर, मुरादाबाद, चंडोसी, बदाऊन, बरेली, पिलिभित व शहाजहानपुर इतके हल्लींचे जिल्हे मुख्यतः येतात. अलीमहंमद यानें प्रथम या प्रांतांत रोहिल्यांचें राज्य स्थापिलें. त्याची राजधानी बरेलीच्या दक्षिणेस औन्ला येथें होती. पुढें हाफीझ रहमतनें आपलें ठाणें बरेलीस नेलें. या प्रांताचा वसूल जास्तींत जास्त पांच कोटीपर्यंत होता. (Franklin).

रेसाला देऊन आपल्यापाशीं ठेवून घेतलें. कारण झबेताखान शीखांसमागमें ंडाळी करतात, म्हणून इंग्रजांचे विचारें पुत्राचा आदर करून ठेवून घेतलें,' (१७८३). अशा स्थितींत झबेताखान ता. २१-१-१७८५ रोजीं घोसगडीं ारळ (=अतिसार) होऊन मरण पावला, तेव्हां त्याचा मुलगा गुलामकादर पास महादजीनें जहागिरीवर दाखल केलें. गुलाम कादर हा खुनशी, क्रूर व अत्यंत गर्विष्ठ, कोणाची गुमान न बाळगणारा होता. अधिकारावर येतांच त्यानें वृद्ध चुलत्यास घालवून देऊन त्याची सर्व संपत्ति हरण केली. अशा कृत्यांबद्दल बादशहा आपणास जाब विचारील ही भीति त्यास वाटत असल्यामुळें, प्रथम-पासूनच तो घोसगड किल्ल्यांत सर्व बंदोबस्त करून सावधगिरीनें फौजबंद राहूं लागला. हा घोसगड किल्ला सहारणपुरच्या दक्षिणेस आहे. गुलाम कादराची बहीण नजफकुलीखानास दिलेली होती.

अफरासिआबखानाची दौलत हस्तगत करण्याविषयीं बादशहाचा आग्रह होता, म्हणून स. १७८५ च्या जुलई महिन्यांत महादजीनें रामगडावर रायाजी पाटील याची रवानगी दहा हजार फौजेनिशीं केली. त्यांनीं कोयल शहरांत ठाणें बसविलें आणि रामगडावर चाल केली; मोर्चे लावून बंदी केली. पुढें स.१७८५ च्या डिसें-बरांत रामगड हस्तगत झाला, 'हें वर्तमान बादशहा व महादजी यमुनातीरीं मुक्काम करून असतां आलें. अफरासिआबखानाचा भाऊ जहांगीरखान यास घेऊन रायाजी पाटील बावांच्या भेटीस आले. त्याची वस्तभाव किल्ल्यांतून काढून दुसरी गढी मुंडसान येथें ठेविलें. जहांगीरखानाची भेट झाल्यावर बावांनीं त्याज-वर चौक्या बसविल्या व बायको आदिकरून गढींतून आणून कैद केले. जवाहीर वगैरे मालाचा तगादा केला. जहांगीरखान व ती बायको नाकबूल जाऊन नारा-यणदासावर अदावत घातली कीं, हा कारभारी मीर्झा नजफपासून माल दावून आहे, त्याजपासोन ऐवज घ्यावा. त्यावरून नारायणदास कैद केला. त्याचे सुटके-करितां अनूपगीर गोसाव्यानें रदबदल केली, ती बावांनीं मानिली नाहीं. म्हणून गोसाव्यानें वसवास खाऊन दरबारचें येणें सोडिलें. उभय गोसावी बंधूंची जहागीर झांशी प्रांतांत विसां लक्षांची होती ती बावांनीं जप्त केली. मोट व वृंदावन गोसा-व्याकडे आहे तेंही घेतीलसें वाटतें. जहांगीरखान, ती बायको व नारायणदास यांस ग्वालेरीचे किल्ल्यावर ठेविलें. माल फार निघावासा भ्रम होता, पण त्यांनीं तें द्रव्य अगोदरच लांबविलें.'

दोन वर्षेंपावेतों महादजी अनूपगीर गोसाव्याच्या नादानें चालला. कारण बादशाही उमरावांच्या अनेक अंतस्थ भानगडी व द्रव्याचे ठेवे त्यास माहीत होते, त्या माहितीचा उपयोग करून घेतल्यावर, हा गोसावी पुष्कळदां आपल्या विरुद्ध फितूर करतो असें महादजीच्या नजरेस आलें. तेव्हां हळू हळू गोसावी बंधू महादजीच्या मर्जीतून उतरले. त्यांची झांशी प्रांतांतील जहागीर जप्त करण्यास केसोपंत नामक कारकून महादजीनें पाठविला. त्याजवर उमरावगिरानें चालून जाऊन त्यास ठार मारिलें. त्या वेळीं अनूपगीर दरमहा दहा हजार नक्त खर्चास घेऊन बावांबरोबर होता, त्याची सर्व मालमत्ता घेऊन वृंदावनास पाठविलें. केसोपंतास मारल्यामुळें महादजीची गोसाव्यांवर वक्रदृष्टि जाली. पूर्वी अफरासिआबखानाची बेगम व बंधु रामगंडांत झुंजत होते, त्या समयीं नारायणदास काश्मिरी दिवाण व अनूपगीर यांनीं त्यांजकडे फितुराचीं पत्रें पाठविलीं कीं, 'हिंमत धरून झुंजणें. आम्ही कुमक करूं.' बेगमेच्या जप्तींत फितुराचे कागद सांपडले त्यांवरून बावांनीं त्यांस कैद केलें; व गोसाव्याची सर्व जहागीर जप्त करून त्यावर आपले कमावीसदार नेमिले. यामुळें अनूपगीर व त्याचा भाऊ सात आठ हजार फौज व तोफा जमवून महादजीविरुद्ध प्रांतांत बंडाळी करूं लागले. लगोलग त्यांस गुलाम कादर सामील झाला. स. १७८६ च्या उन्हाळ्यांत त्यांजवर देवजी गौळी यास महादजीनें रवाना केलें. त्यानें गोसाव्यांचीं सर्व ठाणीं घेतलीं, तेव्हां ते लखनौकर नबाबाच्या आश्रयास गेले. एवंच गोसावी आज कैक वर्षे महादजीचे साथीदार होते, ते इतउत्तर त्याच्या शत्रुवर्गीत मोडूं लागले व हळूहळू त्यांचें प्रकरण वाढत गेलें.

मोठमोठ्या जहागिरी खाऊन वेळेवर बादशहास बिलकूल मदत न करणारे जे सरदार होते, त्यांस कामास लावणें किंवा त्यांच्या त्या जहागिरी काढून घेणें ही गोष्ट महादजीस प्रथमच हातीं घ्यावी लागली. तदनुसार त्यानें सर्व असामदारांचा तपास चालविला. इंग्रज कंपनीचें उदाहरण त्याच्या डोळ्यांपुढें होतें. मुलखाचा बंदोबस्त राखावयाचा असेल तर जवळ हुकमी फौज सदा तयार पाहिजे. जहागीरदारांवर अवलंबून असणें कामाचें नाहीं. स्वतःची फौज ठेवावयाची म्हणजे पैसा पाहिजे. अर्थात् रिकामपणीं जहागिरी खाणारांशीं महादजीस वांकडें व्हावें लागलें. महंमदबेग हमदानीसारखे वजनदार सरदार महादजीस प्रतिकूल होऊं लागल्याचें दिसतांच पुष्कळसे लोक त्याजविरुद्ध उठले. राघवगडच्या

मोहिमेंतून महंमदबेग परत येतांच महादजीनें त्यास फर्माविलें कीं, ‘तुम्ही आपल्या फौजेस रजा द्यावी.’ बेग चुकवाचुकव करूं लागला. तें त्याचें उदाहरण पाहून हिंमतबहादर तर महादजीस हिशेब सुद्धां दाखवीनासा झाला. दोघांनींही रजपूत राजांस चिथवून दिलें. जयपुरकर प्रतापसिंह दुर्व्यसनी होता, तरी बरेच दिवस राज्यांत स्वस्थता मिळाल्यापुळें व्यापार वाढवून त्यानें चांगली पैदास केली होती. त्या जोरावर बादशहास खंडणी न देतां तो स्वतंत्र होण्याच्या विचारास लागला. शाहाजादा जवानबख्त लखनौहून इंग्रजांकडे खटपट करीतच होता. बादशहाचीं सुद्धां कारस्थानें तयमूरशहा दुराणी, शीख सरदार महासिंग व जयसिंग कन्हैय्या यांजकडे चालू झालीं. या परिस्थितीचा इशारा हिंगण्यानें खालील शब्दांत नानास दिला. ‘श्रीमंत स्वामींचें प्रतापानें पाटीलबावांचे धिमेपणास यश आलें. ऐसा समय पुढे येणार नाहीं. हिंदुस्थान निवारसी जालें आहे. चकत्याचे पातशाहीची बारावी सदी समाप्त होण्यास एक वर्ष बाकी आहे. संवत् १८४२ (स. १७८६) सालांत यवनाची समाप्त आहे. ही पातशहात आपले हातीं लागली आहे. त्यास एक रोग विलायतेचा (म्ह. बाहेरील अफगाण वगैरे मुसलमानांचा) मात्र आहे. त्यास पन्नास हजार स्वार लाहोरास राहतील तर अटक काश्मीर पावेतों दाब बसून पैक्यासही कमी पडणार नाहीं. इंग्रज रिकामा जाल्यावर तो, अथवा शीख अथवा विलायतेचा कोणी सरदार पूर्वीच्या अब्दालीचा मुलगा तयमूरशहा वगैरे दिल्लींत येऊन बसल्यास मग भारी पडेल. त्यास जो बंदोबस्त करणें तो सत्वर व बळकट करावा. नाहीं तर विसाजीपंत बिनीवाले धुळीवरील सारवण करून गेले, तैसा प्रकार होऊं न पावे.’ या सूचनेप्रमाणें नानास जास्त फौज तिकडे पाठविणें शक्य झालें नाहीं.*

४. **वकीलीमुतलकीची पण्यास भानगड.**—इतउत्तर मराठशाहीच्या कारभारांत द्विधाभाव उत्पन्न झाला, हें सूत्र अभ्यासेच्छूंनीं सदैव ध्यानांत ठेविलें पाहिजे. उत्तरेकडील कारभार महादजी आपल्या मर्जीमाफक करूं लागला आणि पुण्याचा कारभार नानानें आटोपला. शक्य तितकें एकमेकांनीं एकमेकांपासून अलिप्त राहवें, एकमेकांस सल्ला देऊं नये किंवा साहाय्य करूं नये, उलट स्वतःचें अंग न दाखवितां परभारें विघ्नें किंवा अडथळे आणावे, निदान बाहेरून

* दि. म. रा. १. ८७, १२४, १४१, १४७–१५३, १५६–१६०; म. द. बा. २. ५५; ग्वा. ५. ९७, १०३, १८०९, ११५, १३०; Franklin.

बातम्या काढून एकमेकांचे उद्योग साशंक व विपरीत वृत्तीनें लक्षांत घेऊन तदनुसार आपला वर्तनक्रम पृथक्पणें चालवावा, असा प्रकार नाना-महादजींचा चालू झाला. परंतु राज्य ही चीज अशी नाहीं कीं, त्याचीं पृथक् छकलें, तुमचे तुम्ही व आमचे आम्ही, अशीं होऊं शकतील! राज्य म्हणजे सर्व मिळून एक घर, एक संसार. मध्यवर्ती सत्तेच्या बळावरच बाहेर संचारणाऱ्या अवयवांचें बळ अवलंबून राहणार. महादजीला पुण्याचा पाठिंबा नसता तर बादशहानें त्याचा आश्रय क्षणभरही केला नसता. आजपर्यंत अनेक मराठे वीरांनीं व मुत्सद्यांनीं दक्षिणेंतून येऊन बादशाहीचा बचाव केला, हा पंनास वर्षांच्या पूर्वभावनेचा ओघ महादजीला सामर्थ्य देत होता. तसेंच महादजीसारखे इंग्रजांस सात वर्षे खडे चारणारे वीर मराठशाहींत आहेत, या भावनेवरच पुणेंकरांचा कारभार यशस्वी होत होता. अर्थात् एकंदर कारभाराचें धोरण एकमुखी ठेवून बाहेर वागणाऱ्यांस पूर्ण स्वातंत्र्य दिलें जातें तर नाना व महादजी या दोघां व्यक्तींस मराठशाहीचें आयुष्य वाढवितां आलें असतें. पण या उभयतांत आतां अत्यंत अविश्वास उत्पन्न झाला. याचें एक उदाहरण हीं नवीन मिळालेलीं बादशाही पदें होत.

बादशहाजवळ पूर्वापार दोन मुख्य अंमलदार असत. एक वजीर व दुसरा मीरबक्षी म्हणजे सेनापति. वजीरास बहुधा अमीरउलउमरा हा किताब असे. औरंगजेबासारख्या स्वतःच कारभार करणाऱ्या बादशहाजवळ अंमलदारांचें महत्त्व बहुधा नसे. परंतु या दोघां मुख्य अंमलदारांत वैमनस्य उत्पन्न झाल्यास दुसरी मर्जीमाफक व्यवस्था करण्याचें सामर्थ्य ज्या बादशहांस असे, ते त्या दोघांकडून सुरळीत कामें घेत. परंतु शहा आलम बादशहा दुर्बल झाला, तेव्हां वरील दोनही कारभार म्हणजे मुलकी व लष्करी आपल्या हातांत द्याल तर आम्ही तुमची व्यवस्था लावून देतों, असें पुढचे कारभारी त्यास सांगूं लागले. असा संपूर्ण कारभार ज्यास द्यावयाचा तो खुद्द राजाचा प्रतिनिधिच समजावयाचा. तसा संपूर्ण अधिकार पूर्वी थोडा वेळ महंमदशहानें निजामुलमुल्कास दिला, त्या वेळीं त्यानें 'वकील-इ-मुतलक' हें पद निर्माण केलें. याचा अर्थ 'संपूर्ण अधिकार असलेला कारभारी'. अर्थात् मराठ्यांचा प्रतिनिधि किंवा इंग्रजांचा 'व्हॉइसरॉय' अशा मतलबाचें हें पद होतें. आपणास संपूर्ण अधिकार असल्याशिवाय आपल्या हातून बादशाही बंदोबस्त होणार नाहीं, असें महादजीनें बादशहास कळवून

त्याजकडून पेशव्याच्या नांवानें 'वकिली मुतलकी' मागितली. बादशहानें स्वहस्तानें ह्या मागणीवर हुकूम लिहितांना, आपण खुद्द महादजीस ओळखतों, पेशवे लांब राहणार, त्यांस आपण ओळखीत नाहीं, अशा भावनेनें सर्व पदें व मरातब प्रथम पेशव्यास देऊन, पेशव्याच्या तर्फेनेंही आपण तीं महादजीलाच देत आहों, असा स्पष्ट फारसी हुकूम लिहिला. आतां हा फरक खुद्द बादशहानें आपण होऊन केला, कीं महादजीनें तो अंतस्थपणें बादशहाकडून करविला, हें समजणें कठिण आहे. शिवाय फारसी भाषेच्या नकला करणारे व तर्जुमा करणारे यांच्या समजांतही फेर असेल. मात्र या संबंधानें दोन वर्षें प्रचंड वाद नाना-महादजींमध्यें वाढला. महादजीनें मुख्य पद आपण घेऊन त्याची नायबी पेशव्यास दिली, यांत महादजीनें मुद्दाम पेशव्याचा अपमान केला, अशी सदाशिव दिनकराच्या लिहिण्यावरून नानाची खात्री झाली. पदें व मरातब महादजीनें पुण्यास रवाना केले ते सात वर्षें उज्जनींत पडून राहिले. गुलाम कादराच्या पारिपत्यानंतर पुनः महादजीनें तींच पदें उजळून घेऊन स्वतः पुण्यास आल्यावर पेशव्यास अर्पण केलीं.

वादाचें स्वरूप पुढील उताऱ्यांवरून स्पष्ट होईल. वस्तुतः शब्दच्छलापलीकडे वादांत तथ्य कांहीं नव्हतें. बादशहा व्यक्तिशः एकट्या महादजीस ओळखीत होता, आणि त्यानेंच जवळ राहून सर्व व्यवस्था करावी अशी त्याची अपेक्षा होती. पण नानाचें मन महादजीविषयीं साशंक असल्यानें, त्यास हा पदांचा व्यवहार बिलकूल पसंत पडला नाहीं. पुढें महादजी पुण्यास आल्यावर सुद्धां नाना त्या गोष्टीस विरुद्धच होता. पण महादजीनें आपल्या लष्करी जोरावर आपला हेतु सिद्धीस नेला. 'पाटीलबावांची चाल संदेह न पडावयाचे तेथें पाडतील, दुही नसेल तेथें उत्पन्न करतील,' अशी नानाची सदा भावना; इकडे नानास आपल्या पुढें वांकवीन, हा महादजीचा हेतु. यास्तव हरएक प्रकरणांत दोघांच्या दृष्टी व स्वभाव वेगळे असल्यामुळें कारभार चिडीस कसे जात, त्याचें हा बादशाही पदांचा वाद चांगलें उदाहरण आहे. त्यावरून नानाचें बोलणें करारी व महादजीचें दुटप्पी हें सहज व्यक्त होतें. वाटेल तें बोलून वेळ मारून नेण्याची महादजीची पद्धत होती. पेशव्यास दिलेल्या या पोषाखांत एक जडावाचा जोडा होता, तोच हातीं घेऊन महादजी दरबारांत पेशव्याचे मागें उभा राहिला.

ता. १०-१२-१७८४ रोजीं सदाशिव दिनकर लिहितो,-" श्रेष्ठ पद वकिली मुतलकीचें आजपावेतों कोणास दिलें नव्हतें, तें बावांनीं श्री 'तांचे नांवें मागितलें.

त्याजबद्दल सवाल (म्हणजे अर्जी) लिहून दिली. त्यावर बादशहानें दसकत केलें कीं, वकिलीमुतलक आम्हीं आपणाकडून तुम्हांस दिलें. श्रीमंतांकडूनही आम्हीं तुम्हांसच दिलें. अर्जीवर दसकत स्वतः करून बावांस वकिली मुतलकीचा खिलत[1] दिला. त्या अर्जीची नक्कलच सेवेशीं पाठविली आहे. नायबमुनायबीचा व बक्षीगिरीचा खिलत बादशहांनीं श्रीमंतांचे नांवें दिल्हा. तो श्रीमंतांकडे रवाना करण्याविषयीं बादशहाची जलदी आहे. बावा म्हणतात, खिलत घेऊन बादशहाकडील गृहस्थ जाणार त्याबरोबर तूं जाणें. मीं उत्तर दिलें, येथें सरकारचे जाबसाल करण्यास मजशिवाय दुसरा कोणी नाहीं. बावा म्हणतात, 'खिलत सन्मानानें यथापद्धत घेणें. गृहस्थ जातो त्याचा संतोष भेटींत व तेथील राहण्यांत व बिदागींत राखणें तुजवांचून होणार नाहीं. येथें गंगाजी हुजऱ्या आहे, तो स्मरण देईल. कामें आम्हीच करूं.' अशी रदबदल आठ रोज होत आहे. सध्यां पाटीलबावा बादशाहीच्या कारभारांत दाट गुंत्यामध्यें आहेत. नित्यशा बादशहाकडे जाणें. तेथून डेऱ्यास आले तरी बादशाही मंडळी मातबर मातबर येत असते. रात्रंदिवस कारभार व खलबताखालीं दिवसरात्र जाते. गांठ पडत नाहीं. पाटीलबावांस बाळाजी जनार्दन* जामगांवकर यांचें पत्र आलें. त्यांत श्रीमंतांचें पत्र दस्तूर खासे श्रीमंतांचें होतें. बावांचे संदेहाची निवृत्ति करून बादशाही कारभाराचा बंदोबस्त खातरजमेनें करावा या अन्वयें दुसरें पत्र, अशीं दोनही पत्रें वाचून बावांनीं सभा केली. तोफा केल्या. फार हर्षयुक्त होऊन नजरा घेतल्या. वर्तमान बादशहाकडे सांगोन पाठविलें. त्यांनीं खुषी होऊन मुबारकबादी[2] सांगोन पाठविली. नौबत वाजवावयास परवानगी दिली.'

ता. २४-१-१७८५ चें नानांचें पत्र सदाशिव दिनकरास आलें कीं, 'नायब मुनायबी व बक्षीगिरीचा खिलत श्रीमंतांचे नांवें बादशहांनीं दिल्हा तो येथें पावल्यास यथापद्धत घेण्यांत येईल. परंतु साऱ्यांहून वरिष्ठ पद वकिली मुतलकीचें, तें पाटीलबावांनीं घेतलें हें उचित कीं काय ? उच्च पद बावांनीं घ्यावें, नीच पदाचा खिलत श्रीमंतांनीं घ्यावा न घ्यावा हें बावांसच पुसणें; आणि त्यांसीं बोलून वकिली मुतलकी श्रीमंतांचे नांवें करवून त्याचा खिलत घेऊन पाठविणें.' त्यावर सदाशिव दिनकर लिहितो, 'वकिली मुतलकीचें पद घेणार तेंव्हां मजला बोलावून बावांनीं मजकूर सांगितला. मीं उत्तर केलें, वरिष्ठ पद श्रीमंतांचे नांवें

१ वस्त्रें, पोषाख. * हा पुण्यास नानाजवळ महादजीचा कारकून. २ कुशलवृत्त.

व्हावें. उत्तर आलें जे, एकदांच सारीं पदें देत नाहींत. बक्षीगिरी पूर्वीचीच आपली आहे. सध्यां अफरासिआबखानाचे लेकास अमीरुलउमराई दिल्ही असतां, आजच उघडा बक्षीगिरीचा खिलत घेतां येत नाहीं. आतां नवें पद नायबमुनायबी देतात. त्याचा खिलत श्रीमंतांचे नांवें घेतों. पुढें जसें साधन होईल तसें करूं. याप्रमाणें बोलून नायबमुनायबीचा खिलत घेऊन आले. चार पांच दिवसांनंतर बादशहाकडे गेले. तेथून वकिलीमुतलकीचा खिलत घेऊन नालकींत बसून डेऱ्यास आले. मी विचारलें, वकिलीमुतलकीचा खिलत कोणाचे नांवें जाला ? उत्तर जालें, सवाल दस्तकास गेला आहे (=अर्ज बादशहाच्या सहीस गेला आहे), उद्यां येईल तेव्हां कळेल. दुसरे दिवशीं बोलावूं आलें तेव्हां गेलों. सवाल दाखविला. बावांची मागणी श्रीमंतांचे नांवें होती; परंतु बादशहांनीं दसकत बावांचे नांवें केलें. पुढें वर्षप्रतिपदेचे दिवशीं (=१० एप्रिल १७८५) बादशाही खिलताबरोबर माझी रवानगी करणार. मजला यावयाची आज्ञा (नानाची) नाहीं तर मी होऊन कबूल करीत नाहीं. यथाक्रम सुमार्गे ध्यानांत असता तर श्रीमंतांचे नांवें प्रथमच वकिलीमुतल्की घेते, तें न करितां आपण घेतली, यावरून बावांचेच चित्तांत नाहीं हें स्पष्ट होत आहे.।प्रश्न केल्यावर बाहणे होतील. न ऐकून जात नाहीं म्हटल्यास, आग्रहपूर्वक जाच म्हणतील तर मग मी लाचार आहें. मजजवळ शब्दपांडित्य आहे, दुसरें बळ नाहीं. श्रीमंतांचे नांवें पदें घेतलीं त्यांचे लेख दाखवावे, म्हणून मागतां बावांनीं तीन फर्दा काढून दिल्या, त्या पाहिल्या, त्यांच्या नकला सेवेसीं पाठविल्या आहेत. तिहींतही श्रीमंतांचे नांवें पदच नाहीं, मग पुण्यास खिलत कसला पाठवितां ! त्यांनीं न घेतल्यास कसें होईल ! त्यावरून समजूत करीत बोलले, दाजी (सदाशिव दिनकर) उगाच आशंका घेतो. आम्हांस शक्ति श्रीमंतांची. प्रसंगोचित आम्ही कसेंही कोणाचेंही नांव केलें तें अवघें श्रीमंतांचें. माझे पोटींपाठीं काय आहे ! असें माझे पश्चात् बोलले. या पदांसंबंधानें मींच दरम्यान खूळ उभें केलें असें बावांनीं समजून परभारीं पत्रें बाळाजी जनार्दनाकडे रवाना केलीं. त्याचा जबाब आला जे, मीं पुण्यास नानाचें दर्शन घेऊन बादशाही खिलताविशीं विनंति केली. आज्ञा जाली कीं, वकिलीमुतलकी श्रेष्ठ पद पाटीलबावांनीं घेतलें. कनिष्ठ पद श्रीमंतांचे नांवें घेऊन खिलत पाठवितां, तो श्रीमंतांनीं कसा घ्यावा ? वकिलीमुतलकीचा व बक्षीगिरीचा खिलत पाठवावा

म्हणजे श्रीमंत प्रशस्तपणें घेतील. तें पत्र मला दाखवून मजशीं बोलले जे, आम्हीं जें करणें त श्रीमंतांनिमित्तच करितों. आम्हीं पद श्रीमंतांचेच नांवें मागितलें असतां तें बादशहानीं आमचेच नांवें करार केलें. दसकतांत आमचें नांव अगोदर आणावयाचें कारण मागें विसाजी कृष्णाचे स्वारींत (स. १७७१ च्या) बक्षीगिरीस श्रीमंत नारायणरावांचें नांव असतां, केव्हां झबेताखानास, केव्हां होळकरांस त्यांनीं देऊन आम्हांवर पाठविलें. उद्यां भरंवसा काय, यास्तव बोलून चालून तुमचेच (म्ह० महादजीचे) नांवें दसकत केलें. त्यास आम्हीं काय करावें ? उदंड खातरजमा केली, पण बादशहा ऐकेनात. तेव्हां तूर्त त्यांस मर्जीवर घेऊन चाललों. सध्यां त्यांजपाशीं बहुतांचे प्रवेश आहेत. त्यांस बाहेर काढावें, आपला बंदोबस्त सर्वत्र करावा, मग मना-जोगतें करून घ्यावें. मी स्वतःला पदाचा अभिलाष धरला नाहीं. श्रीमंतांचे तर्फेनें तुम्हांसच वकिलीमुतलकी सांगितली आहे. सबब वकिलीमुतलकीचा खिलत चारकुबा व नालकी व बक्षीगिरीस माहीमरातब वगैरे दोनही खिलत आहेत ते श्रीमंतांनीं घ्यावे. न घेतले उज्जनींतच राहिले तर आमचा लौकिक जातो, आणि मोठे पेंच पडतात. याचीं आणखीं कांहीं कारणें निराळीं लिहून पाठविलीं आहेत. बादशहांचा विश्वास बावांशिवाय इतरांवर नाहीं. बशर्तें तुम्हींच येथें राहून कारभार करावा, तंवपावेतोंच हीं पदें चालतील. दुसरा आल्यास आम्हांस कोणाचा इतबार नाहीं, असें बोलून त्या अन्वयें बादशहानीं खुद्द दसकत केलें. तेव्हां बावा म्हणाले, पद श्रीमंतांकडे. गुमास्तगिरी आम्हांकडे, असा अर्थ उघड असतां आम्हीं अधिकार मिळविला असें कसें म्हणतात ? यावरून मजवर बावांची मर्जी फारच खप्पा झाली. चित्तांत आलें कीं, हें खूळ सर्व सदाशिव दिनकर उभें करतो. पुणें दरबारींहून कांहीं नाहीं. पालखीनालकी आदिकरून सरंजाम हत्तीघोड्यां सुद्धां येथून अक्षतृतीयेस (११-५-१७८५) रवाना झाला, तो उज्जनींत राहील. बरोबर आनंदराव नरसिंहाचा पुत्र गेला. मला कळूं न देतां रवानगी केली. ' गंगाजी आव्हाड नांवाचा नानाचा विश्वासु हुजऱ्या महादजीजवळ होता तोही दुखणाईत होऊन परत दक्षिणेंत गेला. बादशाही कारभार चालविण्यासाठीं पातशहानें महादजीस फारसी सिक्का करून दिला, त्याचे शब्द " महाराजाधिराज उमराव अलिजाबहाद्दर माधवराव सिंदे " असे होते. या शिक्क्याची फारसी नक्कल सदाशिव दिनकरानें गुप्तपणें नानास पुण्यास पाठविली.

वकिलीमुतलकी व नायबमुनायबी पदांसंबंधानें नाना-महादजींच्या दरम्यान, केव्हां स्वतःच्या पत्रांनीं व केव्हां वकिलांच्या मार्फत पुष्कळच वाटाघाट झाली. ता. १३-६-१७८५ रोजीं महादजी नानास लिहितो, ' आपलीं पत्रें आलियावरी वकीलमुतलकी, नायबमुनायब व मीरबक्षीगिरी या तीनही फर्दा पुनः दप्तरांतून काढवून पहिल्या, त्यांत श्रीमंतांचे नांवें वकिलीमुतलकी व मीरबक्षीगिरी ऐसे दोन फर्दा दस्तक सुद्धां आहेत, नायबमुनायबी आमचे नांवें आहे. हलकें पद श्रीमंतांचे नांवें घेणें आमचेकडून होणार नाहीं. पूर्वी आपणाकडे पत्रें पाठविलीं, त्यांत लिहिण्यांत उलटें पडलें. फारसी फार्दा लिहिणारांस फारसी वाचतां येत नाहीं. श्रेष्ठ व हलकें पद कोणतें हें न जाणोन हस्तदोष पडला. आतां बजिन्नस नकलाच पाठविल्या आहेत त्यांवरून कळेल. सरंजामाची रवानगी केली ते माघारा फिरविल्यास लौकिकांत वाईट. याकरितां तूर्त उज्जनींत राहील. तीनही पदें सरकारांतच आहेत. आपले लिहिल्याप्रमाणें आम्ही सरकारची चाकरी करावयाची ते केली. आमचें येथील काम नामंजूर असेंच आपले चित्तांत आलें हें अपूर्व आहे. श्रीमंतांचे प्रतापें करून आम्हीं पातशहास आणून स्थापना केली, हा गौरव श्रीमंतांचा. यापेक्षां वकिलीमुतलक पद आपले नांवें करून घ्यावें हे विशेष नाहीं. असे जाबसाल सदाशिव दिनकरापाशीं केले. परंतु त्यांचे बोलण्यांतील अर्थामुळें आपले चित्तांत संशय आला. याकरितां सरंजाम उज्जनींत ठेवून आपणांस लिहिलें. जसें उत्तर येईल तसें करूं. खिल्त न घेतल्यामुळें येथें अनेक तऱ्हा व तर्क चालू झाले आहेत. मोठे फंद उभे राहिले.' एकंदरींत या पदांतील बादशहाच्या लेखानें विलक्षण शब्दच्छल व गैरसमज उत्पन्न झाला. ती बाजू सदाशिव दिनकरावर कशी शेकली हें ग्वा. ५. ९० वरून दिसतें. दुसऱ्या एका पत्रांत महादजी म्हणतोः—

'मुख्य पद श्रीमंतांचेच नांवें असावें असेंच आमचें मानस असून तसा सवाल लिहून दिला. त्याजवर बादशहांनीं दसक्त करितांना संशय आणून दरम्यान आमचें नांव आणून दसक्त केलें. आतां आमचें नांव काढून टाकणें होईल कीं नाहीं याविशीं संदेह वाटतो. कारण कीं, आम्हीं आटोप सर्व पदाचा केला. इतरांकडे एकही पद राहूं नये. अब्दुल अहदखानाकडे खासगी दिवाणगिरी होती ती काढिली. त्यानेंच प्रथम इंग्रजांशीं अनुसंधान लावून वकिली मुतलकीचें पद हिष्टिनास योजलें होतें. त्या आशेवर हिष्टिन लखनौस आला. फक्त बाद-

शहाची व त्याची भेट होऊन करारावर दसकत होणें बाकी होतें. एक लखनौकर वजीर बगलेंत घेतल्यानें हिष्टिनानें इतका कबजा केला. मग वकिलीमुतलक पद झालें असतें तर काय करता न कळे. परंतु श्रीमंतांची आज्ञा सादर जाली कीं, बादशाहींत कोणाचा पाय शिरूं न पावे तें करणें. त्यावरून अफरासिआबखान व आम्ही एक होऊन अब्दुल अहदखान कैद केला, म्हणून इंग्रजांचें सूत्र तुटून हिष्टीन माघारा गेला. बादशहाची बुद्धि शाश्वत नाहीं. दसकत करितांना दगाबाजी केली. आमचे स्वाधीन कारभार केला असतां इंग्रजांशीं अनुसंधान चालविलेंच आहे. क्षणभंगुर आहे. आजच वकिलीमुतलकीचा आग्रह धरावा तर कोणीकडे सूत्रें लावील, काय फंद उभे करील नकळे. फंदी आहे. शहाजादा हिष्टिनानें मागें पाठविला, त्यास लखनौंत खोळंबविला आहे. हें बादशहाचेंच कर्म असे. जेव्हां जवळचे बुद्धिनाशक सर्व दूर होतील, तेव्हां मनाजोगतें दसकत करून घेतां येईल. नाहीं तर हातचा जाईल, मग सारेंच नासेल. हा खिलत येथेंच मथुरेंत ठेवितों तर काय अंदेशा बादशहा घेईल न जाणों, म्हणून येथून रवानगी केली. उज्जनींत राहिला, पुढें गेला नाहीं यावरून तर्क कुतर्क होतील. सारीं राजकारणें श्रीमंतांचे कृपेचीं. मी हस्तक आज्ञाधारक, विश्वासु व बळकट समजोन इकडील लोक वश्य आहेत. दाबानें काम चालतें. खिलत श्रीमंतांनीं न घेतल्यास आमचा दुलौकिक होऊन चालतेक्रमांत अंतर पडेल. यास्तव खिलत श्रीमंतांनीं घ्यावा. मसलत आहे.'

वास्तविक पदें कोणास काय मिळालीं हा मुद्दा शाब्दिक होता. प्रत्यक्ष अधिकार कोणास काय प्राप्त झाला हें पाहूं गेल्यास, दिल्लीकर वकील हिंगणे यानें खुलासा केला आहे तो असा.–' अफरासिआबखान मारला गेला तेव्हां आपले घरची मुखत्यारी पाटीलबावांस द्यावी ऐसा विचार पातशहांनीं ठरविला, आणि वकिलीमुतलकीच्या दोन फर्दा तयार केल्या, एक श्रीमंतांचे नांवें व एक पाटीलबावांचे नांवें. तशाच दुसऱ्या दोन फर्दा मीरबक्षीगिरीच्या वरप्रमाणेंच तयार केल्या; आणि दसकत करून पाटीलबावांकडे पाठविल्या. सांगून पाठविलें कीं, दोन खिजमता तुम्हांकडे सांगितल्या आहेत, पाहिजे तर श्रीमंतांचे नांवें कारभार शिक्का खोदून करा, किंवा पाहिजे तर तुम्ही आपले स्वतःचे नांवें शिक्का खोदून करा. त्यावर आठ नऊ महिने स्वतःचेच नांवें वकिलीमुतलकीचा शिक्का खोदून कारभार चालविला. पण ही गोष्ट पुण्यास

पर्सत न पडून मर्जी सरकारची खट्टीसी आढळली; त्यावरून हल्लीं दुसरा शिक्का श्रीमंतांचे नांवें खोदवून कारभार चालविला आहे. तसेंच पाटीलबावांनीं पातशहाकडून पंतप्रधान साहेबांस मुखत्यारुन्मुल्क किताब घेऊन खिल्लत सुद्धां श्रीमंतांकडे रवाना केला (मे १७८५); आणि पंतप्रधानांचे नायबीचीं वस्त्रें आपण घेतलीं. पातशहांनीं देखील आपले कामासाठीं बावांचे घरास जावें, चिंता नाहीं, याप्रमाणें ठरविलें. मुखत्यारीचा कारभार म्हणजे पातशहाचे प्रतिनिधि. वजीरास व मीरबक्षीस वगैरे ज्यास ज्या समयीं चाहतील त्यास दूर अथवा बहाल करतील. एवढया अधिकारास फौज व सामान यांजपाशीं पुरेसें नाहीं. धन्यांनीं तजवीज दक्षिणेंतून केली पाहिजे.'

महादजीनें फार मोठी जबाबदारी अंगावर घेतली होती त्या बतींत पेशव्याच्या इभ्रतीची जितकी काळजी नानानें घेतली, तितकी महादजीची जबाबदारी पार पाडण्यांत घेतली नाहीं. महादजीजवळ पैसा नव्हता, फौज नव्हती; त्याच्या अडचणी सारख्या वाढत चालल्या. तो स्वत: किंवा नानाचा हस्तक सदाशिव दिनकर व दिल्लीचा वकील हिंगणे हे सर्व फौजेची व पैशाची मदत काकुळतीनें मागत असतां तिकडे नानानें साफ दुर्लक्ष केलें. याच वेळीं तशी निकड नसतां इंग्रजांकडील महादजीची मध्यस्थी दूर करण्याकरितां नानानें स्वतंत्र खटपट मुंबईस करून इंग्रजांचा वकील पुण्यास आणिला, तेणेंकरून अर्थातच महादजीचें महत्त्व कांहीं अंशीं लौकिक दृष्टया कमी झालें. तुकोजी होळकरास वास्तविक महादजीचे मदतीस ठेवावयाचें, तसें न करितां टिपूवर मोहीम घाईघाईनें उपस्थित करून तुकोजीस दक्षिणेंत नेलें; नागपुरकर भोसल्यांस पुण्यास आणून, त्यांच्या मार्फत इंग्रजांशीं स्नेह जोडून महादजीस लौकिकांत हलका बनविलें, त्यामुळें भोसल्यांस मिळणारी बंगालची चौथाई व बादशहास मिळणारी खंडणी, महादजीनें इंग्रजांकडे मागितली, तो डाव त्यास परत घेणें भाग पडलें. हा अपमान केवळ महादजीचा नसून मराठी राज्याचा होता. आपल्या पायांखालचा आधार नाना हळू हळू पोखरून काढील अशी महादजीची कल्पना नव्हती. या गाफिलपणाबद्दल डफ वगैरेंनीं सुद्धां नानासच दोष दिला आहे.

वकिलीमुतलकीच्या पदासंबंधानें ता. १७–८–१७८९ रोजीं दिल्लीचा वकील नानास लिहितो, ' गुलाम कादरानें महंमदशहाचा नातू बेदरबख्त यास तख्तावर बसविलें होतें, त्यास व त्याचे बंधूस गुलामाचें पारिपत्य जाल्यावर बादशहानें

तरवारीनें मारून टाकिलें; आणि इस्माइल बेग मोडला म्हणून खिलत पाठविला, त्या वेळीं महादजी व तुकोजी होळकर दोघे एकत्र मथुरेस होते. तुकोजीस महादजीनें विचारिलें, पातशाही खिलत आला आहे हा कोणीं कसा घ्यावयाचा ! त्यांनीं उत्तर केलें, आपली मर्जी असेल तसें करावें. महादजीच्या घरच्या मुत्सद्यांस विचारितां त्यांनीं कळविलें, ऐसा खिलत पातशहांनीं दोघांस द्यावा. त्याजवरून तूर्त जामदारखान्यांत ठेविला आहे.' हाच खिलत पुढें महादजीनें पुण्यास आणिला.

सारांश, या पदांचा पत्रव्यवहार इतका विस्तृत आहे कीं, वरील त्रोटक उताऱ्यांपलीकडे या प्रकरणास जास्त महत्त्व देतां येत नाहीं. तथ्यांश पाहतां सर्वच शब्दच्छल. क्लाइव्हनें बंगालची दिवाणी मिळविली, ती कंपनीलाच मिळाली. महादजीनें उद्योग केला तो समस्त मराठी राज्यालाच भूषणावह होता. कागदावर पदांपुढें कोणाचें नांव बादशहानें घातलें यांत मातबरी नाहीं. नाना-महादजींचीं मनें परस्पर शुद्ध नव्हतीं म्हणून हें प्रकरण इतकें वाढलें; आणि नानाच्या दृष्टीनें पाहणारा सदाशिव दिनकर हा वाद वाढण्यास बराच कारण झाला. उभय पक्षांनीं तत्त्वावर नजर देऊन समजुतीनें घेतलें असतें तर प्रकरण वाढलें नसतें. शेवटीं महादजी स्वतः स. १७९२ त पुण्यास आला, तेव्हां त्यानें हे सर्व खिलत व मरातब पुण्यास आणिले. त्या ठिकाणीही ते स्वीकारण्यासंबंधानें नानाकडून पुष्कळ आक्षेप उत्पन्न झाला. तरी शेवटीं छत्रपतीच्या मध्यस्थीनें व मुख्यतः महादजीच्या लष्करी सामर्थ्यानें हे मरातब स्वीकारणें पेशव्यास भाग पडलें. ता. २२-६-१७९२ रोजीं पुण्यांत मोठ्या समारंभानें पेशव्यानें त्यांचा स्वीकार केला. ती हकीकत पुढें येईल. प्रस्तुतच्या वादांत महादजीची हातचलाखी पाहून त्याजवद्दलचा आदर हलका होतो. †

५. महादजीची सर्व बाजूंनीं ओढ (स. १७८५-८६).–आतां पातशहाची हालत सांगितली पाहिजे. 'नारायणदास व अनूपगीर गोसावी यांचा महादजीस अत्यंत उपयोग होता. परंतु त्याच कारणास्तव यांजवर बादशहाची मर्जी फार कडवी. बहुत वेळ बावांस सांगितलें जे, या दोघांचा विश्वास न धरणें. कामांत न घालणें. त्याचें उत्तर बावा करितात, यांस कामांतून काढितों. डेऱ्यास आल्यावर

† ग्वा. ५-३५, ३६, ३९, ४७, ५७, ५८, ५९, ६२, ६३, ८३, ८९, ९२, ९३; २-१६५; दि. म. रा. १-१३१, १३२, ३९३.

तें विसरून दिवसरात्र त्यांजबरोबर करमणूक आहे. खासगी महालांचें काम राजा दयाराम करीत होता, त्याजविशीं बादशहानीं समक्ष बावांस सांगितलें कीं, कामकाज याचे हातें घेत जावें. तेथें मान्य केलें. डेऱ्यास आल्यावर गोसाव्यानें ती खासगी दिवाणी नारायणदासास सांगविली. बादशहास न विचारतां बावांनीं खासगी दिवाणगिरीचीं वस्त्रें नारायणदासास दिलीं; आणि खासगी महालांची जप्ती करून जुने आमील उठवून नवीन आपले नेमिले. याचें बादशहास विषम जालें. गोसाव्याचे खलबतापुढें इष्टतम बावांस कांहींच नाहीं. बादशहा क्षणभंगुर. आग्र्याचे मुक्कामीं रुसून कूच करून जात होते. खासगीची जहागीर जप्त केली ती सोडवून घ्यावी, हे चित्तांत कुरकूर. त्यावरून जहागीर सोडून दिली व खंडेरावहरीनीं समाधान करून राहविले. आतां इंग्रजांकडे कागदपत्रांचें अनुसंधान चोरून चालत आहे. शहाजादा लखनौस होता त्यास इंग्रजांनीं सदाशिव मल्हाराबरोबर बावांकडे जाण्यास सांगितलें. तो आतां आपणांस नवीन जहागीर द्यावी असा मुद्दा घालून अडून बसला आहे. इंग्रजांनीं खुशामत करून तोरा हातीं ठेविला आहे.'*

पातशहा दिल्लीस जाण्याची निकड करूं लागला. त्यास एकटा जाऊं द्यावा तर जवळची मंडळी कारस्थानें करणार. आपण घेऊन जावें तर मागें शत्रूंचा उपद्रव मिटलेला नाहीं, अशी विवंचना महादजीस पडली. स. १७८५ च्या एप्रिल अखेर राणेखान, आबा चिटणीस, माधवराव गंगाधर, अंबूजी इंगळे यांनीं व खुद्द महादजीनें बादशहास वारंवार भेटून त्याचें कूच थांबविलें; आणि दरमहा खर्चास एक लक्ष रुपये नेमून दिले. एक दोन महिने गेल्यावर पुनरपि बादशहानें उचल घेतली. तो महादजीस म्हणाला, 'आम्ही दिल्लीस जातों. तुम्ही मदारमुखतार आहां, चित्तास येइल तेथें छावणीस राहून कारभार करावा.' शेवटीं मथुरेवर छावणीचा निश्चय ठरला. जुलईंत बादशहा बावांजवळ येऊन राहिले. या वेळीं बादशहाजवळचा शहा निजामुद्दीन फकीर महादजीकडे व महादजीचा आनंदराव नरसिंह बादशहाकडे निरोप आणण्या नेण्याचें काम करीत. दोघांवरही बादशहा रुष्ट होता. त्या दोघांचाही आपसांत कलहकज्जा हरहंमेश होत असतो. बावांचे समक्ष त्यांचे वादप्रतिवाद शिवीगाळ होत असते. पुढें बादशहांनीं दिल्लीस जाण्याचा आग्रह फार धरिला. पाटीलबावांनीं अनेक तऱ्हा समजाविल्या,

* आधार—ग्वा. ५-५१, ५७, ६५, ९६, ९७, १०९, ११३; दि. म. रा. १. १३१, १३४, १४०, १४४; ऐ. टि. ५-१०.

तरवारीनें मारून टाकिलें; आणि इस्माइल बेग मोडला म्हणून खिलत पाठविला, त्या वेळीं महादजी व तुकोजी होळकर दोघे एकत्र मथुरेस होते. तुकोजीस महादजीनें विचारिलें, पातशाही खिलत आला आहे हा कोणीं कसा घ्यावयाचा ! त्यांनीं उत्तर केलें, आपली मर्जी असेल तसें करावें. महादजीच्या घरच्या मुत्सद्यांस विचारितां त्यांनीं कळविलें, ऐसा खिलत पातशहांनीं दोघांस द्यावा. त्याजवरून तूर्त जामदारखान्यांत ठेविला आहे. ' हाच खिलत पुढें महादजीनें पुण्यास आणिला.

सारांश, या पदांचा पत्रव्यवहार इतका विस्तृत आहे कीं, वरील त्रोटक उताऱ्यांपलीकडे या प्रकरणास जास्त महत्त्व देतां येत नाहीं. तथ्यांश पाहतां सर्वच शब्दच्छल. क्लाइव्हनें बंगालची दिवाणी मिळविली, ती कंपनीलाच मिळाली. महादजीनें उद्योग केला तो समस्त मराठी राज्यालाच भूषणावह होता. कागदावर पदांपुढें कोणाचें नांव बादशहानें घातलें यांत मातबरी नाहीं. नानामहादजींचीं मनें परस्पर शुद्ध नव्हतीं म्हणून हें प्रकरण इतकें वाढलें; आणि नानाच्या दृष्टीनें पाहणारा सदाशिव दिनकर हा वाद वाढण्यांस बराच कारण झाला. उभय पक्षांनीं तत्त्वावर नजर देऊन समजुतीनें घेतलें असतें तर प्रकरण वाढलें नसतें. शेवटीं महादजी स्वतः स. १७९२ त पुण्यास आला, तेव्हां त्यानें हे सर्व खिलत व मरातब पुण्यास आणिले. त्या ठिकाणींही ते स्वीकारण्यासंबंधानें नानाकडून पुष्कळ आक्षेप उत्पन्न झाला. तरी शेवटीं छत्रपतीच्या मध्यस्थीनें व मुख्यतः महादजीच्या लष्करी सामर्थ्यानें हे मरातब स्वीकारणें पेशव्यास भाग पडलें. ता. २२-६-१७९२ रोजीं पुण्यांत मोठ्या समारंभानें पेशव्यानें त्यांचा स्वीकार केला. ती हकीकत पुढें येईल. प्रस्तुतच्या वादांत महादजीची हातचलाखी पाहून त्याजबद्दलचा आदर हलका होतो. †

५. महादजीची सर्व बाजूंनीं ओढ (स. १७८५-८६).-आतां पातशहाची हालत सांगितली पाहिजे. ' नारायणदास व अनूपगीर गोसावी यांचा महादजीस अत्यंत उपयोग होता. परंतु त्याच कारणास्तव यांजवर बादशहाची मर्जी फार कडवी. बहुत वेळ बाबांस सांगितलें जे, या दोघांचा विश्वास न धरणें. कामांत न घालणें. त्याचें उत्तर बावा करितात, यांस कामांतून काढितों. डेऱ्यास आल्यावर

† ग्वा. ५-३५, ३६, ३९, ४७, ५७, ५८, ५९, ६२, ६३, ८३, ८९, ९२, ९३; २-१६५; दि. म. रा. १-१३१, १३२, ३९३.

तें विसरून दिवसरात्र त्यांजबरोबर करमणूक आहे. खासगी महालांचें काम राजा दयाराम करीत होता, त्याजविशीं बादशहानीं समक्ष बावांस सांगितलें कीं, कामकाज याचे हातें घेत जावें. तेथें मान्य केलें. डेऱ्यास आल्यावर गोसाव्यानें ती खासगी दिवाणी नारायणदासास सांगविली. बादशहास न विचारतां बावांनीं खासगी दिवाणगिरीचीं वस्त्रें नारायणदासास दिलीं; आणि खासगी महालांची जप्ती करून जुने आमील उठवून नवीन आपले नेमिले. याचें बादशहास विषम जालें. गोसाव्याचे खलबतापुढें इष्टतम बावांस कांहींच नाहीं. बादशहा क्षणभंगुर. आग्र्याचे मुक्कामीं रुसून कूच करून जात होते. खासगीची जहागीर जप्त केली ती सोडवून घ्यावी, हे चित्तांत कुरकूर. त्यावरून जहागीर सोडून दिली व खंडेरावहरीनीं समाधान करून राहविले. आतां इंग्रजांकडे कागदपत्रांचें अनुसंधान चोरून चालत आहे. शहाजादा लखनौस होता त्यास इंग्रजांनीं सदाशिव मल्हाराबरोबर बावांकडे जाण्यास सांगितलें. तो आतां आपणांस नवीन जहागीर द्यावी असा मुद्दा घालून अडून बसला आहे. इंग्रजांनीं खुशामत करून तोरा हातीं ठेविला आहे.'*

पातशहा दिल्लीस जाण्याची निकड करूं लागला. त्यास एकटा जाऊं द्यावा तर जवळची मंडळी कारस्थानें करणार. आपण घेऊन जावें तर मागें शत्रूंचा उपद्रव मिटलेला नाहीं, अशी विवंचना महादजीस पडली. स. १७८५ च्या एप्रिल अखेर राणेखान, आबा चिटणीस, माधवराव गंगाधर, अंबूजी इंगळे यांनीं व खुद्द महादजीनें बादशहास वारंवार भेटून त्याचें कूच थांबविलें; आणि दरमहा खर्चास एक लक्ष रुपये नेमून दिले. एक दोन महिने गेल्यावर पुनरपि बादशहानें उचल घेतली. तो महादजीस म्हणाला, 'आम्ही दिल्लीस जातों. तुम्ही मदारमुखतार आहां, चित्तास येइल तेथें छावणीस राहून कारभार करावा.' शेवटीं मथुरेवर छावणीचा निश्चय ठरला. जुलईंत बादशहा बावांजवळ येऊन राहिले. या वेळीं बादशहाजवळचा शहा निजामुद्दीन फकीर महादजीकडे व महादजींचा आनंदराव नरसिंह बादशहाकडे निरोप आणण्या नेण्याचें काम करीत. दोघांवरही बादशहा रुष्ट होता. त्या दोघांचाही आपसांत कलहकज्जा हरहंमेश होत असतो. बावांचे समक्ष त्यांचे वादप्रतिवाद शिवीगाळ होत असते. पुढें बादशहांनीं दिल्लीस जाण्याचा आग्रह फार धरिला. पाटीलबावांनीं अनेक तऱ्हा समजाविल्या,

---

* आधार—ग्वा. ५–५१, ५७, ६५, ९६, ९७, १०९, ११३; दि. म. रा. १. १३१, १३४, १४०, १४४; ऐ. टि. ५–१०.

पण खात्रेस आलें नाहीं. ता. २७-७-१७८५ रोजीं कूचकरून दिल्लीस गेले. बरोबर लाडोजी शितोळे जांवई, आनंदराव नरसिंह वगैरे दिले. बादशहानें लाडोजीस 'राजराजेन्द्रबहाद्दर' किताब व पालखी दिली. दरमहाचा खर्च चुकविण्याकरितां सदाशिव नाईक भावे सावकार याचा गुमास्ता दुकानसहित आहे. तो म्हणाला, चिठीवर पैसा देणें आम्हांस अनुकूल पडत नाहीं. त्यानें कर्जासंबंधानें महादजीस तीन शर्ती सांगितल्या,-'एक श्रीमंतांची तुमची प्रशस्तता, दुसरी बादशहाची तुमची सफाई व तिसरी ऐवजाचा भरणा वेळेवर करणें.' अशा अनेक अडचणींचें निरसन वेळ पडेल तसें महादजी करीत होता.

राज्यकर्त्यांच्या अंगीं कितीही गुण असले तरी निश्चय व हिंमत नसेल तर त्यांस कधीं यश येत नाहीं. अनेकवार अडचणींचीं प्रकरणें उपस्थित होतात, त्यांत एकदां मनाचा निश्चय ठरवून उडी घ्यावी लागते. ती उडी न साधली तर फसलें. परंतु उडी घेणारच नाहीं, असें म्हणून चालल्यास कोणताच उद्योग सिद्धीस जात नाहीं. धरसोडीनें व बेइमानीनें अखेरीस अपयश पदरीं येतें. याचीं इतिहासांत दोन उत्कृष्ट उदाहरणें आढळतात, एक बादशहा शहाआलमचें व दुसरें मराठशाही बुडविणाऱ्या बाजीरावाचें. दोघांच्याही अंगीं मनुष्यस्वभावाचें ज्ञान, बुद्धि, तरतरी, आपल्या गादीबद्दल पूज्यभाव असे कित्येक चांगले गुण होते. पण या घटकेस केलेला बेत पुढच्या घटकेस टिकेल अशी शाश्वती त्यांजबद्दल कोणासही सांगतां येणारी नव्हती. ते केव्हां फिरतील, व काय कारस्थान रचतील याचा नेम नसे. हा शहाआलमचा स्वभाव खालील पत्रांत व्यक्त होतो.

ता. १५-१०-१७८५ रोजीं हिंगणे मथुरेहून लिहितो, 'पाटीलबावांचा मुक्काम येथें आहे. पातशहा दिल्लीस आहेत. तेथून इंग्रजांकडे, लखनौस वजीराकडे व जवानबख्ताकडे फितुरीचीं पत्रें लिहितो, कीं दिल्ली, आग्रा, डीग, अलीगड वगैरे तमाम मुलूख मराठ्यांनीं आपले काबूंत घेतला. मुसल्मानीचा क्षय जाला. हें वर्तमान ऐकून पाटीलबावांनीं दिल्लीचे रोखें कोसीजवळ सेरगडास येऊन जांवयास पत्रें लिहिलीं कीं, पातशहास घेऊन यावें. आले तर उत्तम, न आले तर आपण जाऊन घेऊन यावें. कारण कीं, राघवगड, रामगड, जयपुर व पानिपत अशा चार मसलतींवर चार ठिकाणीं फौजा गुंतून राहिल्या. पातशहाची प्रकृति कुभांडी, काबूंत आणून समीप ठेवल्याशिवाय निभावणार नाहीं. इंग्रजांचे काबूंत जवानबख्त व वजीर असल्यामुळें बादशहांनीं विकल्प केल्यास मसलत भारी

पडेल. यांतून प्रत्ययास येईल तें खरें.' यावरून महादजीच्या परिस्थितीची कल्पना होईल. सामान्यतः व्यवहारांत असें दिसून येतें कीं, अंगीं पराक्रम नसतां केवळ पूर्वीच्या वैभवावर गुजराण करण्याचा प्रसंग आला, कीं त्या वैभवाचा बडेजाव व बाह्य डामडौल मुद्दाम दक्षतेनें पाळण्याकडे प्रवृत्ति होते. तशी स्थिति या पातशहाची होती. वास्तविक तो महादजीच्या हातांत बाहुल्यासारखा होता, परंतु पूर्वजांचे डौल मिरविण्याची त्यास मोठी हाव होती. शिवाजी विट्ठल विंचूरकर महादजीच्या छावणींत आल्यावर बादशहाची भेट घेणार होता. तो म्हणाला, 'पातशहास नजर करून जवळ बसण्याचा माझा परिपाठ आहे. तशी तजवीज झाली पाहिजे. परंतु पाटीलबावांनीं कळविलें, आमच्याशिवाय दुसऱ्या कोणास जवळ बसण्याची आज्ञा नाहीं. त्यावरून शिवाजीपंत बोलला, आम्हांस तरी भेटीची काय गरज. एक महिना त्याचा मुक्काम पाटीलबावांजवळ झाला. पण बादशहाची भेट नाहीं.'

'महादजीनें लष्करांत चार वर्षें टांकसाळ घालून नानाशाही रुपया पाडतात, तोच रुपया बाजारांत चालतो व फौजेसही देतात. गुजरातचे स्वारीपासून देशची फौज नवी जुनी फार झाली. सारे कर्जभरी झाले. हिशेबाची वाट पाहवी तर कट्टेबट्टे जाऊन लोकांच्या पदरीं कांहीं पडत नाहीं. सहा वर्षांचे चाकरीस तेरा महिने पदरीं पडतात, ते नानाशाही. घोडीं विकूनही सावकारांपासून सुटका होत नाहीं.' अशी पैशाकडून महादजीची हलाखी होती.

स. १७८५ सालीं फौज, खर्च, व्यवस्था वगैरे संबंधानें सदाशिव दिनकरानें नानास कळविलेली हकीकत मराठ्यांच्या अव्यवस्थित कारभाराची निदर्शक आहे. 'पाटीलबावा देशींहून हिंदुस्थानांत स. १७८० च्या पावसाळ्यांत गेले तेव्हांपासून मुलूख किती सुटला व पातशाही मुलूख किती हातास आला? मुलखाचा पैसा येत नाहीं म्हणून लिहितोस, तर पैका जातो कोणीकडे, याचा शोध करून लिहून पाठविणें.' असें नानानें विचारल्यावरून सदाशिवपंत लिहितो, 'आधीं जमेस ठिकाण असावें, नंतर खर्चास बंद असावा. नियत नीट असावी. प्रथम तीन विचार कायम असावे, तेणेंकरून चालतें. ग्वालेर गोहद भिंड, भदावर प्रांत खंडेराव हरीकडे देऊन दहालक्ष रुपये रसद घेतली. काशीकर राजास पांच लक्षांची जहागीर दिली. फौज-खर्चांत देशच्या मराठ्यांचे हाल पाहतां बेहाल आहेत. घोडीं विकूनही सावकारांपासोन सुटत नाहींत.

दहा रुपये नानाशाही दररावतास दरमहा पावत असेल नसेल. मग त्याची स्थित कशानें राहवी ! पलटणें म्हणजे पायदळें शिबंदी. यांजवर फार संतुष्ट होते. त्यांस रुपया पुष्कळ दिला. ग्वालेर–गोहद युद्धांत पायदळांनींच कामें केलीं अशी समज आहे. मराठे जागां जागां गढयांवर खासेखासेच शेंकडों मेले असतां नाकारे जाले आणि मोठी पसंती पायदळ पलटणांवर ठरून त्यांस रुपाया दिला. तो तरी यथापद्धत ज्याचा त्यास पावला असें कोठें आहे ! त्याची चौकशी, हजिरी, गणति लिहिण्याचा बंद नाहीं ! ब्रह्मघोळ ! तोफखान्याचा मनस्वी खर्च. इतर कारखाने पागा हत्ती उंट यांचा खर्च झाडून आदा झाला नाहीं. बारगीर उठउठून देशांस गेले. यास जमा म्हणावयास साहुकारांचीं कर्जें. त्यांत आवाजी नाईक ३० लाख. इतर सावकार पुष्कळ आहेत ते लाखों सांगतात. पेस्तर तेस्तर सालचे सरंजाम देखील खर्चीं पडले. पंचवीस लक्षांची खासगी होती तीही खर्ची पडली. यंदां चमेलपार उतरल्या पासोन दोन महाल घेतले त्यांचा आकार पांच सात लाखांचा ऐकतों. आधीं चार वर्षें इकडे अनावृष्टि. अंमलदार हमदानी जलाद. त्यानें मातबर गरिबांच्या अंगास चिरगुटें लपेटून वर तेल घालून अग्नि लावून उभीं माणसें जाळून रुपया घेतला. त्यामुळें हमदानीच्या अंमलांत मुलखाची आबादानी काय पहावी ! दुष्काळांत तमाम रयत मेली. लावणीस कोणी राहिलेंच नाहीं. सबब पाटीलबावांचे अंमलांत आकार कमती जाला. बादशाही मुलखाची अवस्था पाहत बादशहा व बावा चमेलपासून थेट जाटांचे मुलखांतून समागमें फिरत होते. आग्र्यावर येऊन मथुरेस आले. येथवर मुलूख सारे लष्करानें पाहिला. लावणीचें शेत कोठें पाहिलें नाही. डिगेहून आग्र्यास येतांना दहा पांच गांवीं गहूं जव दिसले. वरकड जंगल गवतच दिसत होतें. प्रथम अफरासिआबखानाचे अंमलदार वसूल घेऊन गेले. नंतर बावांचे अंमलदार आले, त्यांनीं जमा सख्ती करकरून धरिल्या. कफल्लकापासून पैका काय येणार ! निघाला तितका घेतला तो त्यांचेच खर्चास पुरला. अगोदरच अनावृष्टीमुळें रयत झाडून मेली. एके घरचीं माणसें दहा वीस मेलीं. प्रेतें उचलावयास कोणी राहिलें नाहीं. हाडांचे सांपळे घरांत तसेच पडून राहिले. ही गति चमेलपासून लाहोर काश्मीर पावेतों, पूर्वेस लखनौ पावेतों, किंबहुना पुढेंही. वांचले ते निघोन देशांतरास गेले. लाखों माणूस दक्षिणेस गेलें. ग्वालेरच्या लष्करांतून हजारों हजारांच्या झुंडी एकामागें एक जात होत्या.

मारवाडची हीच दशा. ही थोरली आफत. कांहीं वस्तीस राहिले त्यांस मुसलमान अंमलदार सख्त भेटले. या दोन आफती भारीच पडल्या. पुढें बावांचे अंमलदार मुलखांत गेले, तेही सख्ती करावयास चुकले नाहींत. जमा मात्र सर्व्तीनें बांधिल्या. पण कफल्लक. यामुळें रुपाया मिळाला नाहीं.

'रजवाडयांच्या खंडण्या म्हणायास एक जयपुरची बादशाही नजर एकवीस लक्ष ठरविली. वसूल दोन लक्ष नख्त व दोन लक्षांचें जवाहीर, बाकी सोळा लाख मुलखांतून वसूल करून घ्यावे, त्याजबद्दल फौज रवाना केली. आतां बादशहाचा खर्च खासगीचा व फौजेचा द्यावा लागतो. बावांचे फौजेचा खर्च जातीवर व कर्जावर चालतो. कर्ज मिळालें तें घेतलें. पदरीं खासगी होती तीही खर्च पडली. आतां नवें साल लागलें. कमावीसदार करून ते सावकारास लावून देऊन सावकारांनीं बादशहाचा दरमहा देत जावा, असें वर्तमान आहे. मुख्य पक्षीं धनी, साहुकार व फौज राजी, आणि रयत आबादी अशी नियत असावी. ती नसल्यास परिणाम काय!'*

भा. इ. स. सं. वृ. ९. २ वर रा. द. वि. आपटे लिहितात,'पाटीलबावा दिल्ली-कडील मुलूख एकसारखा जिंकीत आहेत, पण त्यांची खर्चाची नेहमीं ओढ असते, असें कळल्यावरून त्यांच्या धोरणाबद्दल जबरदस्त शंका (नानास) उत्पन्न झाली. तेव्हां त्यांनीं सदाशिव दिनकर नांवाच्या गृहस्थास उत्तर हिंदुस्थानांत हिंडून व सर्व चौकशी करून रिपोर्ट तयार करण्यास सांगितलें होतें.

---

*इ. सं. ऐ. टि. ५.१० वर हें सदाशिव दिनकराचें पत्र छापलेलें आहे. त्यावर १७८४ हा सन अंदाजानें घातलेला दिसतो. 'आतां नवें साल लागलें,' 'यंदां चमेल उतरल्यापासून दोन महाल अफरासिआबखान असतांच यांनीं घेतले होते.' या वाक्यांवरून पत्राचा काळ ठरवितां येतो. स. १७८४ च्या पावसाळ्यानंतर चंबळचें पाणी उतरतांच महादजी नदीपलीकडे गेला, म्हणजे तो महिना ऑक्टोबर असावा. पश्चात् ता. २-११-१७८४ रोजीं अफरासिआबखानाचा खून झाला; आणि त्यापुढचें नवीन मृगसाल५-६-१७८५ रोजीं लागल्यानंतर लवकरच नानाच्या सवालांस हा जबाब सदाशिव दिनकराने लिहिला. ता.'१२ सफर म्हणजे ३०-१२-१७८४ रोजीं नानानें कलमवार प्रश्न विचारले (ग्वा. ५-४६), त्यांचा हा जबाब सन १७८५ जूनचा आहे.

त्या रिपोर्टांत विहंगमदृष्टया पाटीलबावांच्या कारभाराचें अवलोकन केलेलें असून भावी अनर्थांची स्पष्ट इशारत दिली आहे. तो रिपार्ट हा.' असें लिहून वरील पत्राचा संक्षेप दिला आहे. या लिहिण्यांत वस्तुस्थितीचा बराच विपर्यास केलेला दिसतो. सदाशिव दिनकर हा नानाचा हस्तक स. १७७९ पासून सदोदित महादजीच्या छावणींत हजर राहून उभयतांमधील व्यवहार भागवीत असे. त्याच्या पत्रांचे दोन भाग ग्वालेर संग्रहांत छापलेले असून कांहीं पत्रें का. सं. प. या. तही छापलेलीं आहेत. अर्थात् त्यांपैकींच बरचें एक पत्र असून तो स्वतंत्र रिपोर्ट म्हणून मुद्दाम प्रवास करून पाठविलेला नाहीं. त्या रिपोर्टांत तरी महादजीला विशिष्ट दोष देण्यासारखें काय आहे ? त्यानें व बादशहानें बरोबर हिंडून सर्व प्रांत डोळ्यांनीं पाहिला. आपल्याजवळ पैसा नाहीं, आपण कर्जांत बुडालेले आहों, आपल्या हातून बादशाही कारभार उरकणार नाहीं, पैसा व फौज पुण्याहून पाठवाल तर आम्ही हा उद्योग हातीं घेऊं, असें स्वतः महादजीनेंच अनेकवार नानास कळविलें, आणि शेवटीं मोठ्या नाखुषीनें चंबळ उतरून तो पलीकडे गेला; आणि सात वर्षें खपून लभ्यांश कांहीं न होतां उलट अडचणी मात्र वाढल्या, हें पाहून वैतागानें उत्तर हिंदुस्थानचा कारभार टाकून पुढील व्यवस्था ठरविण्याकरितां तो स. १७९२त पुण्यास आला. भावी अनर्थांची इशारत महादजीस दुसऱ्यानें द्यावयास नको होती. त्यानेंच ती वारंवार नानापुढें मांडली आहे. पलटणास पगार वेळेवर पोंचतो, पण देशचे मराठे आपत्तींत आहेत असें सदाशिव दिनकर सांगतो, म्हणजे नवीन क्वाइती पलटणें महादजीनें बनविलीं ही गोष्ट त्यास संमत नव्हती. त्या पलटणांच्या रचनेची पहिलीच अट अशी होती कीं, पगार दरमहाचे दरमहा पोंचला पाहिजे. पगार न मिळाला कीं, तीं व त्यांचे अधिकारी उठून जाणार. देशच्या जुन्या फौजांस महादजीकडून वेळेवर पगार पोंचत नसे ही गोष्ट खरी, पण तसा प्रकार नेहमींचाच होता. हरिपंताच्या किंवा खुद्द हुजरातीच्या लोकांसही पुण्यास पगार पावत नसे. मराठ्यांची ही मुलूखगिरी उत्तरोत्तर आंतबट्याची होऊं लागली हें पूर्वीं दाखविलेंच आहे. परभारें खर्च भागवून राज्यें व पैसा कमाविण्याचे शिवाजी बाजीरावाच्या वेळचे दिवस गेले मुलूख सर्व उजाड होऊन गेला होता. हरिपंत व सर्व सरदार फौजांच्या देण्याखालीं सदा गांजलेले असत. महादजीचीही तीच स्थिति होती. मुलुखांत शांतता होऊन रयतेस स्वस्थता मिळाल्याशिवाय पैसा वसूल होणें आतां शक्य

नव्हतें. इंग्रजांशीं युद्ध चालू झाल्या दिवसापासून आज दहा वर्षे कलकत्त्यापासून दिल्लीपर्यंत व लाहोरापासून मद्रासपर्यंत सर्व देशभर लढाया, बंडें व दंगे चालू होते. यामुळें रयतेंत बिलकूल त्राण राहिलें नव्हतें. आजपावेतों मराठ्यांनीं मुलूखगिऱ्या करून बाहेरून पैसा कमावून आणिला, ही नानासाहेबाच्या वेळची नाना फडणिसाची भावना असली, तरी ती हल्लीं साफ चुकीची होती. इंग्रज पैशाच्या बाबतींत सदा सावध, पण या दहा वर्षांत त्यांची सुद्धां कशी धांदल उडाली हें हेस्टिंग्सच्या कृत्यांवरून उघड होतें. प्रत्यक्ष गॉडर्डचे फौजेस वेळेवर पगार मिळत नव्हता. अयोध्येच्या बेगमा, चेतसिंग, बादशहा वगैरे सर्वांचा संचय जुलूम जबरदस्ती करून लुटला जाऊन समस्त देश अगदीं धुऊन निघाला होता. प्रांत व देश कसा उजाड झाला त्याचें वर्णन वरच्या पत्रांत व इतरत्र विपुल पाहवयास मिळतें. नादीरशहा, क्लाइव्ह, अबदाली, हैदर, हेस्टिंग्स, गुलाम कादर यांच्या तुलनेनें मराठ्यांची धाड सर्वथैव किरकोळ व जुजबीच म्हणावी लागेल. रजपूत राज्यें सुद्धां कशीं भिकेस लागलीं होतीं हें जयपुर, जोधपुर वगैरे ठिकाणच्या बातमी पत्रांत स्पष्ट आहे. सारांश, बादशहा महादजीच्या ताब्यांत आल्यानें त्याच्या हातांत सोन्याची धार पडूं लागली; आणि या पैशाच्या जोरावर हा आतां स्वतंत्र होणार असा धाक नानास वाटूं लागला. पण वस्तुस्थिति अगदीं वेगळी होती. बादशहाचा खर्च महिनेमहाल भागविणेची जबाबदारी महादजीवर आली; आणि वसुलाच्या नांवानें पूज्य. वरती बादशाही सरदार व रजपूत राजे नाखूष होऊन महादजीचा पाडाव करण्याच्या विचारास लागले. 'जमेस ठिकाण नसतां खर्च करणें ही नियत नव्हे,' ही गोष्ट महादजीला ठाऊक नव्हती असें नाहीं. त्यांत आणखी महादजीनें हें प्रकरण हातीं घेण्यास व भयंकर दुष्काळ पडण्यास एकच गांठ पडली. वास्तविक महादजीच्या फौजेचा जो प्रकार तोच गॉडर्डच्या फौजेचाही होता. म्हणनच हेस्टिंग्सच्या कौन्सिलनें त्यास दिल्लीच्या कारभारांत हात घालूं दिला नाहीं. असाच सर्व साधक बाधक मुद्यांचा विचार नाना महादजींनीं एकत्र करून मग बादशाही कारस्थान हातीं घेतलें पाहिजे होतें. तसें न करितां नानानें जाग्यावर बसून तर्क चालविले. सदाशिव दिनकराचा हा रिपोर्ट आल्यावर तरी नानानें काय इलाज केले ! हा उद्योग तूर्त सोडून द्या, असें त्यानें महादजीस कळविलें नाहीं, कीं फौज व पैसाही पाठविला नाहीं. महादजीच्या उद्योगाचा फायदा मात्र नानास पाहिजे, पण त्याच्या

अडचणींची जबाबदारी घ्यावयास नको. असा हा शोचनीय प्रकार उत्तरोत्तर वाढत जाऊन नाना महादजींचें वितुष्ट आलें.

बादशाही कारभारांत महादजीची परिस्थिति आरंभीं बिलकूल अडचणीची नव्हती. होळकरासारखा बलाढ्य सरदार व मुख्य कारभारी नाना यांचें संपूर्ण पाठबळ त्यास असतें, तर तिकडील व्यवस्था अल्पावकाशांत सुरळीत झाली असती. परंतु होळकरास नानानें दक्षिणेंत टिपूच्या स्वारींत गुंतविलें आणि दिल्ली, जयपुर, जोधपुर वगैरे ठिकाणीं महादजीच्या व्यतिरिक्त आपले स्वतंत्र वकील ठेवून महादजीनें केलेला उपक्रम जरुरीप्रमाणें पोखरून काढण्याची सिद्धता ठेविली. सदाशिव दिनकर किंवा आपाजीराम महादजीजवळ राहून बातम्या पाठवीत, तेवढ्यानें समाधान न होतां आपल्या स्वतंत्र वकिलांकडून बातम्या आणविण्याची चिंता नाना अहर्निश बाळगीत असे. नाना अंतस्थ रीतीनें आपले पाय मागें ओढतो अशी महादजीची समजूत होऊन वर्ष सहा महिने त्यानें सर्वच पत्रव्यवहार नानाशीं बंद केला. संशयानें संशय वाढत गेले, तेव्हां नानानें स. १७८५ अखेर राघोबल्लाळ* गुरुजी नांवाच्या आपल्या एका विश्वासु गृहस्थास, महादजीकडे पाठवून सविस्तर हकीकत आणविली. हा गृहस्थ ता. ३०-१-१७८६ रोजीं मथुरेस पोंचला. 'कित्येक मजकूर पाटील बावांशीं बोलून उत्तरें पाठवावीं म्हणोन मशारनिल्हेस आज्ञा जाली होती.' त्याप्रमाणें ता. १९-५-१७८६ रोजीं १४ कलमी पत्र राघो बल्लाळानें पाठविलेलें उपलब्ध आहे, त्यांतील तात्पर्यार्थ असा कीं:—

टिपूचे युद्धास इंग्रजांनीं कुमक करावी, व फरासीसांची कुमक पेशव्यांनीं आणिल्यास इंग्रजांनीं विषाद मानूं नये, असें नानानें विचारल्यावर महादजीनें इंग्रज वकिलामार्फत कलकत्त्यास लिहून कळविलें. जबाब आला कीं, पेशव्यांस इंग्रजांची कुमक लागल्यास मुंबईहून मागवावी, करार होईल त्याप्रमाणें खर्चास द्यावें. फरासिसांची कुमक आणविणें इंग्रजांस पसंत नाहीं.

जंजिरा येथील हबशास जिंकून त्याचा प्रांत हस्तगत करावा हा मराठशाहीच्या कर्तव्याचा एक मुख्य भाग सिद्धीस नेण्याचा नानाचा विचार बरेच दिवस होता. प्रस्तुत तशी संधि आली. हबशाचे घरांत दुही उत्पन्न झाली तिचा फायदा घेऊन पुढील इलाज करण्याचा उपक्रम नानानें महादजीस विचारला.

* हा महादाजी बल्लाळ गुरुजींचा कोणी नव्हे.

'इंग्रजांची व हबशाची दोस्ती. पेशव्यांनीं हबशावर स्वारी केल्यास इंग्रज त्यास मदत करणार. तेव्हां इंग्रजांनीं हबशाची कुमक करूं नये किंवा सरंजाम पोंचवूं नये, असें त्यांजशीं बोलून पक्कें करावयास नानानें महादजीस कळविलें. त्यावर कलकत्त्याचें उत्तर आलें कीं, अठरा टोपीवाले यांतील हबशी ह्याचा व पेशव्यांचा तह आम्हीं दरम्यान बोलून करून देऊं. त्यांत हबशानें खलेल केल्यास पेशव्यांची कुमक करावयास येईल.'

हिंदुस्थानच्या मसलतीचा प्रकार नानानें महादजीस कळविला कीं, 'एक रोखें मसलत करावी. चोहोंकडे लांब फौजा फांकल्या म्हणजे समयास सारी फौज जवळ असत नाहीं. हिंदुस्थानचे फौजेवर केवळ विश्वास ठेवूं नये. चौकी पाहाऱ्याचा बंदोबस्त करावा.' यावर महादजीनें उत्तर सांगितलें कीं, 'प्रसंग पडल्यास मागें पुढें पाहतां येत नाहीं. खेचीनें लबाडी केली त्याचें पारिपत्य करणें प्राप्त झालें. न करावें तर नक्ष जातो, व दुसरेही लबाडी करूं लागतील. बुंदेल्याचे घरांत कलह प्राप्त जाला, तिकडे फौज पाठविणें पडली. शिखांच्या तोंडावर फौज पाठविणें आली. हिंदुस्थानी फौज बादशहाकडील चाकरीस न ठेवल्यास दुसरीकडे चाकरीस जाऊन फितूर बखेडा करूं लागतील व बादशहासही बरें वाटणार नाहीं. चौकीच्या बंदोबस्ताची सूचना केली त्यावरून केला आहे. शीखांचे तोंडावर धारराव शिंदे वगैरे दहाबारा हजार फौज, पलटणें व तोफखाना पानिपतापलीकडे नेहमीं ठेविलीं आहेत.'

सावंतवाडीकर व रघूजी आंग्रे सरखेल यांस खिलत वगैरे बहुमान महादजीनें बादशहाकडून घेऊन पाठविला, त्यास त्याची माहिती इकडे सरकारांत होऊन जें देणें तें सरकारांतून द्यावें, असें नानानें सुचविलें. त्यावर महादजीनें कळविलें कीं, 'बहुमानाबरोबर सरकारांत पत्रें लिहिलीं व त्यांसही लिहिलें जे, सरकारांत घेऊन जाऊन तेथील आज्ञेनें घ्यावीं. असें असतां त्यांनीं परभारें नेलीं. जें होणें तें सरकार आज्ञेनेंच होईल. श्रीमंत पेशव्यांचे दौलतीविशीचें नानांचें आमचें बोलणें जाहलें आहे, त्याप्रमाणें आम्हांकडून पक्कें आहे. नानांकडूनही पक्कें असावें. उभयतांचें बंधुत्वाचें बोलणें जालें आहे त्याप्रमाणेंच आमचे तर्फेनें आहे, असें बावांनीं सांगितलें. ते म्हणाले, ' आम्हीं जें केलें तें श्रीमंतांचें आहे. आमची निष्ठा श्रीमंताचे पायांशीं आहे, त्यापक्षीं जें जालें तें व पुढेंही होईल तें यांचेच प्रतापें होईल. दुसरा कोणी असता तरी त्यास पेंच पडोन केलें तितकें

व्यर्थ होऊन खुंट्या खांदाडीस घेऊन गेले असते. आम्हीं मेहनत केली व करीतच आहों तें ईश्वर जाणे, व ईश्वराचे जागां श्रीमंत आहेत, ते जाणतील. सर्व आहे तें श्रीमंतांचें आहे; श्रीमंतांपाशीं येऊं तेव्हां समक्ष विनंति करून सर्व निवेदन करूं.'

अशा आशयाचे महादजीचे स्पष्ट उल्लेख अनेक आहेत. नानामहादजींचा मतभेद पावलोपावलीं होत असे, आणि अनेक व्यक्तींकडून शेंकडों प्रकरणें निभावण्याचा ज्यांस प्रसंग येतो, त्यांच्यांत असे मतभेद, किंबहुना वर्दळीचे प्रसंग सुद्धां अवश्य येणार. पण यावरून महादजी पेशव्यांस गुंडाळून ठेवून आपणच सर्व राज्य स्वतंत्रतेनें आटोपणार होता, असें बिलकूल म्हणतां येत नाहीं. अशा मतलबाचा एकही उल्लेख, अगर नुसता दूरचा संदर्भ सुद्धां ऐतिहासिक साहित्यांत आढळत नाहीं. फार तर नानाचा वर्चष्मा त्यास खपत नव्हता, इतकेंच म्हणतां येईल; परंतु पेशव्यांशीं स्वामिद्रोह करण्याचा विचार महादजीच्या स्वप्नींही नव्हता, याबद्दल संशय नाहीं.

प्रकरण एकोणिसावें

लालसोटवर दुसरें पानिपत

सन १७८७-८८.

१. रजपुतांचा उठाव (१७८७ चा उन्हाळा).
२. लालसोटची लढाई, निष्फल विजय (२८-७-१७८७).
३. पाटीलबावांवरील अरिष्टाचें स्वरूप (ऑग०-डिसें० १७८७).
४. संकटकाळचें उपायचिंतन (जाने०-जून, १७८८).
५. पाटीलबावांनीं सरकार नक्ष व अब्रू बचावली.
६. बादशहा जवानबख्तांचे उपद्व्याप, चकसान व यमुनाकांठच्या लढाया, मोगलयांचा पाडाव (एप्रिल व जून १७८८).

* * *

१. रजपुतांचा उठाव (सन १७८७ चा उन्हाळा).—जयपुरची खंडणी ठरल्याचा उल्लेख पूर्वीं येऊन गेला आहे. कबूल केलेला पैका वसूल

होईना, म्हणून रावराजा प्रतापसिंग व नजफकुलीखान यांस बादशहाचे-द्वारें महादजीनें जयपुरावर रवाना केलें, तेव्हां त्यांचा वकील खुशालीराम बेहरा जाबसाल करण्यास लालसोट * येथें आला. याच ठिकाणीं सन १७८६ च्या आरंभीं बादशहा व महादजी यांचा मुक्काम होता. जयपुरचे कित्येक परगणे नारनोल[2] वगैरे रावराजानें दाबलेले आपणास परत मिळावे, अशी जयपुरची मागणी वकिलानें कळविली. रावराजा प्रतापसिंग महादजीचा मोठा साह्यकर्ता असून भाऊबंदकीनिमित्त जयपुरच्या मुलखावर ताव मारण्यास उद्युक्त झालेला होता. त्यानें मुळीं असा डाव महादजीस सुचविला कीं, 'जयपुरास प्रतापसिंग राज्य करतो त्याचा राज्यावर हक्क बिलकूल नाहीं. तो वर्तनानें शुद्ध नसून जातीनें स्त्रीवेष घेऊन नाचतो. कारभारी शिंपी आहे. खरा हक्कदार मयत पृथ्वीसिंगाचा मुलगा मानसिंग याचा असून तो कृष्णगडीं राहतो. त्यास आणून राज्यावर बसवावें. आपणांस याबद्दल मी पन्नास लाख रुपये देववितों.' † महादजीनें ही सूचना पसंत करून रावराजास ती अंमलांत आणण्यास पाठविलें. त्याप्रमाणें मानसिंगास[3] घेऊन रावराजा सांगानेरास आला आणि त्यानें पाटीलबावांस सांगितलें कीं, आपण यावें. त्यावरून महादजी व बादशहा कूच करून लालसोटपावेतों आले. हा व्यूह अर्थात् जयपुरकर प्रतापसिंगास अत्यंत झोंबला. त्यानें खुशालीरामास लगोलग महादजीकडे रवाना करून कळविलें कीं, आपण रावराजांस समक्ष बोलावून सर्व तपास करा आणि नंतर काय ती आज्ञा करा. त्याप्रमाणें ता. ६-३-१७८६ रोजीं समस्तांच्या भेटी झाल्या. जाबसाल सुरू झाले, त्यांत महादजीनें मागील बाकी व चालू खंडणी मिळून साडेतीन कोटींची आकारणी जयपुरावर केली. खुशालीरामानें कळविलें कीं,इतके दगड देखील आमचे हवेलीस नाहींत, मग पैका कोठचा ? या उत्तरानें महादजीस अतिशय संताप आला. त्यानें जयपुरचे वकिलांस घालवून देण्याची आज्ञा केली. त्यावर रावराजानें मध्यस्थी करून त्रेसष्ट लक्षांवर तोड ठरविली; आणि अकरा लक्ष रोख व बाकीच्या ऐवजीं मुलूख घेण्याचा लेखी करार केला. कांहीं जवाहीर व रोख मिळून तीन लक्षांचा भरणा करून खुटता ऐवज आणण्यास खुशालीराम जयपुरास गेला. परंतु राज्यांत कांहीं त्राण नव्हतें. ऐवज येईना. तेव्हां रायाजी

* जयपुरच्या आग्नेयीस ४० मैल. २ रे. स्टे., रेवाडी फुलेरा लाईन, रेवाडीचे नै० ३० मैल. † म. द. बा. १-१९. ३ जयपुरचे नै० २५ मैल.

पाटील याजबरोबर फौजा पाठवून जयपुरचा मुलूख जमीनदारांपासून महादजीनें हस्तगत केला. सर्व गोष्टी रावराजाचे तंत्रानें चालू होत्या. जशींत जयपुरचें राज्य बहुतेक खलास झालें. सदाशिव दिनकर लिहितो, 'पाटील-बावा बादशहासहित जयपुर प्रांतांत आले. चहूंकडून मुलखांत दंगा झाला. जयपुरकर राजा प्रतापसिंग माधोसिंगाचा पुत्र स्थानापन्न आहे. त्याचें वय अठरावीस वर्षांचें. स्वतः ज्ञान नाहीं. कार्यकर्ते अखत्यारमुखत्यार आपसांत परस्परें विरोध राखितात. खुशालीरामाचा भाऊ दौलतराम व एक दर्जी राजा-जवळ एकदिल कारभारी. खुशालीराम जुना कारभारी त्याजवर विश्वास नव्हता. उगाच रावराजाकडे जाबसालास पाठवीत होते. जाई. परंतु हातीं कांहीं नाहीं. बादशहाचा व बावांचा मुक्काम येथें आला. तमाम मुलखांत जपत्या पाठविल्या. महालोमहाल कमावीसदार गेले. जागोजागां मोर्चे लाविले. तेव्हां मामलतीचा ठराव साठ लक्षांचा जाला. खुशालीरामानें राजाची भेट घेऊन वर्तमान सांगितलें. ऐवजाचा फडशा करून दिला पाहिजे असें म्हटलें. राजानें उत्तर केलें, 'कुलकार-भाराचा अखत्यार तुम्हांवर, कळेल तसा उलगडा पाडा.' तेव्हां दौलतराम हल-द्यानें आपलीं कुटुंबें यमुनेपार लावून देऊन दहाबारा हजार नवी फौज चाकरीस ठेविली. शहरांत पट्टीचा डौल घालून सावकार धरले, कैद केले. मनस्वी रुपया मागों लागले. यामुळें जयपुरांत आकांत वर्तला. लोक पळूं लागले. पुढें दौलतराम रात्रौ घोड्यावर बसोन चारपांचशें स्वारांनिशीं जोधपुरकर बिजेसिंग राजास जाऊन भेटला; तेथून तो लखनौस गेला. इकडे खुशालीरामानें जुने कारभारी घरीं बसले होते त्यांस कामावर बहाल करून वस्त्रें दिलीं. नव्या कारभाऱ्यांस कैद केलें. सावकार वाणी कैदेंत होतें त्यांस मोकळे केलें. उदीम व्यवहार दीलदिलासा देऊन चालता केला. दर्जी मात्र कामावर राहिला त्यामुळें कारभारांत फंद राहिला. ऐवजास ठिकाण नाहीं. पृथ्वीसिंगाचा लेक मानसिंग कृष्णगडांत होता त्यास नजफकुली घेऊन आला. पाटीलबावांची त्याची भेट झाली. त्यास समागमें घेऊन बावा मथुरेवर छावणीस गेले. बादशहास दिल्लीस मार्गस्थ केलें.' सांप्रत जयपुरकर प्रतापसिंगाचें व बिजेसिंगाचें आंतून पक्केपणें सख्य आहे. परंतु प्रतापसिंग बद-नियती, तमाम उमराव त्याला चाहत नाहींत. शहरामध्यें रात्रीस दरोडे घालून साहुकार जव्हेरी लोकांस मारून द्रव्य व जवाहीर जमा करितात. सदा ऐषआराम पानासक्त, रागरंगामध्यें निमग्न आहेत.' ही कहाणी एका जयपुरची झाली. अशीं आणखी अनेक प्रकरणें चालू होतीं.

आजपावेतों वरून नियंत्रण नसल्यामुळें प्रत्येक इसम आपापला लाग साधण्यास सवकलेला होता, त्यास महादर्जीनें दाबांत आणतांच त्याजविरुद्ध गवगवा सुरू झाला. विशेषतः रामगड प्रकरणांत जवाहीर हस्तगत करण्यासाठीं अफरासियाबखानाच्या कुटुंबावर झालेला जुलूम व जयपुर राज्याची विटंबना, या दोन मुख्य गोष्टी महादजीला जाचक झाल्या. 'गंगेअलीकडे हिंदूंचें राज्य जालें. मुसलमानी बुडाली,' असा बोभाटा सुरू झाला. खुशालीराम, रावराजा व रायाजी पाटील असे एक होऊन आपणास बुडवितात अशी जयपुरकराची समजूत होऊन त्यानें खुशालीरामास दग्यानें ठार मारिलें; आणि जोधपुरकर विजयसिंगास मिळवून घेऊन महादजीविरुद्ध उद्योग आरंभिला. रायाजी पाटील एका गढीवर चालून गेला असतां त्याचे सातशें माणूस मारले गेले; तरी गढी हातीं आली नाहीं. तिकडे बादशहा दिल्लीस राहून नाहीं नाहीं त्या उलाढाली करीतच होता. त्याची धाकटी बहीण खैरुन्निसा बेगम इचे दोघे पुत्र उमदे व शहाणे होते, त्यांतून एकास पातशहा करावें असा घाट गुलाम कादर वगैरेंनीं रचिला. तो बादशहास समजतांच त्यानें जवानबक्षास ताबडतोब आपल्याकडे बोलावून त्यास आग्र्याची सुभेदारी दिली. जवानबक्षानें अवघी यवन मंडळी जमवून पाटीलबावांस घालवून देण्याचा व गुलामकादराचें पारिपत्य करण्याचा उद्योग चालविला.' पैकीं पाटीलबावास घालवून देण्याची मसलत मात्र बादशहानें मान्य केली नाहीं. मिळून दिल्लीच्या या कारभारांत अशा कांहीं भानगडी उपस्थित झाल्या कीं, कोणाचा पायपोस कोणाचे पायांत नाहीं. हिंगणे या स्थितीचें वर्णन खुबीदार करतो. 'हिंदुस्थान निक्षत्री जालें. शीखांत फूट आहे. लखनौस वजिराची दौलत इंग्रजांवर अवलंबून. हिस्टीन गेल्यानें इंग्रजांचा प्रकार हलका दिसतो. पातशहा म्हणावा तर एक लाख तीस हजार दरमहाचा तो चाकर. अवघ्या हिंदुस्थानचें ओझें एकटया पाटीलबावांवर आहे. परंतु यांचे पदरीं दौलत सांभाळीसा माणूस नाहीं. पाटीलबावांचा गुरुबंधु हबीबशहा फकीर बीडकर मथुरेस येऊन बावांस भेटला. त्यास समस्तांवर पट्टी करून पन्नास हजार नक्त देऊन श्रावण मासांत बिदा केलें.'

महादजीचा विरोध एवढा वाढत गेला कीं, नेहमींची खंडणी सुद्धां रजपुतांकडून वसूल होईना. राघवगडच्या मोहिमेपासून प्रकरण बनत गेलें. महंमदबेगाच्याच तंत्रांत सर्व बादशहाची फौज होती. पण तिजपैकीं एकही सरदार महादजीचे बाजूस नव्हता. महंमदबेगाची फौज कवाइती असून त्याचा पुतण्या

इस्मईलबेग हा शूर व धोरणी गृहस्थ तोफखान्याचे कामीं तरबेज व महादजीस कसून विरोध करणारा होता. राणेखान, अंबाजी इंगळे, आपा खंडेराव व डीबॉयन हे खुद्द महादजीचे हस्तक तेवढेच त्याच्या भरवंशाचे राहिले. त्यांतून पंजाबकडून शीखांचा नेट असल्याचें कळतांच, तिकडे धारराव शिंदे एकटा होता, त्याचे मदतीस महादजीनें अंबाजीस रवाना केलें. ही संधि साधून लालसोटचे मुक्कामीं रजपुतांनीं त्याजवर चाल केली.

सालवाईचा तह झाल्यावर मराठशाहीचा क्रमप्राप्त उद्योग म्हणजे सर्व देशांत आपली सत्ता स्थापन करण्याचा, तो हातीं घेण्याची चालना नानानें सर्व वकिलांस दिली. इतिहास-संग्रहांत निरनिराळ्या वकिलातींचे पत्रव्यवहार छापलेले वाचले म्हणजे मराठशाहीचा हा उद्देश व्यक्त होतो. जोधपुरचा वकील कृष्णाजी जगन्नाथ ता. १०-५-१७८५ रोजीं नानास लिहितो, 'या प्रांतीं सर्व देशामध्यें निर्नायकी जाली आहे. मुलूख तमाम उजाड पडला आहे. हरिद्वारा अलीकडे पर्यंत पाटीलबावांनीं अंमल केला. परंतु पूर्व दिशेचा मुलूख भारी, सात कोटींचा प्रांत, जमीन चांगली, वसाहत जाहल्यास खजाना सरकारदाखल होयसा मुलूख आहे; व पश्चिमेस सांप्रत काळीं शहानवाजखां परागंदा जाला. ताळपुऱ्यांनीं सिंध प्रांत अवघा घेतला. सिंध प्रांत तीन करोडींचा मुलूख, चांगला, हरबाब, हरकिराणा, रयत गरीब. असा प्रांत सरकार खालसा असावा. हा घेण्यास स्वामी सलाह योजतील तरी उत्तम आहे. मुलतानपर्यंत शीखांनीं मुलूख घेतला. त्यांस काबीज करण्यास थोड्यांत उपाय जे, फत्तेसिंग गायकवाड अगर त्याचा भाऊ पंधरा हजार स्वारांनिशीं कच्छभूजचे राजाशीं सलूख करून सिंधेंत दबाव दिल्यास व सरकारचीं पत्रें शीखांस गेल्यास काम होईसें आहे. कंदाहारचा पातशहा तैमूरशहा आपले भावाबंदांचे गरगशांत. कच्छभूजवाला आपला धर्म सोडून यवन होऊन ऐषआरामांत निमग्न आहे. आपली आज्ञा आल्यास येथील राजास उभे करीन. शीख यवनांचे परम शत्रू असून त्यांचें आपलें सख्य होणें सुलभ आहे.' अशा प्रकारें रजपुतान्यांत नानाचे व्यवहार स्वतंत्रतेनें चालू होते.

या वेळच्या परिस्थितीसंबंधानें ता. १०-११-१७८६ रोजीं आपाजीराम मथुरेहून नानास लिहितो, 'पाटीलबावा बोलत होते कीं, राजकारणी कारभाराला परस्परें वर्तमानें समजलीं पाहिजेत. आम्ही इकडे मसलतीवर आहों. पातशहाचा कारभार गळां पडला आहे. इंग्रज व वजीर संधि पाहातच आहेत. शीख, जय-

पुरवाले व मारवाडी हेही तिघे सभोंवते आहेत. आजपर्यंत युक्तिप्रयुक्तीनें व दाबानें पाऊल कमती पडों दिलें नाहीं. परंतु मसलतीस दुरोख शह पडले आहेत. यास्तव तिकडील इकडील वर्तमान एकमेकांस निखालस समजावें. तशीं पत्रें नानांचीं तपशीलवार येत नाहींत. आमचेनानांचे भेटीस फार दिवस जाले, यास्तव कागदपत्रांत किंवा परस्परें कोणीं सांगितल्यांत चित्तांत कल्पविकल्प आले असले तरी चिंता नाहीं. नानाची आमची भेट जाहल्यानंतर निघोन जातील. परंतु तूर्त मसलतीस मध्यें विकल्प नसावे. कच्चें वर्तमान आमचें त्यांस व त्यांचें आम्हांस समजावें. याचें कारण तिकडील मसलतीचा विचार पाहोन इकडील मसलत करावी लागते. पातशहाचा बंदोबस्त खर्चावेंचाचा यथास्थित चालला पाहिजे, त्यांत कमती पडल्यास पैका मिळो वा न मिळो हजरतांचा नेमणुकीऐवज दिल्हाच पाहिजे; त्यांत अंतर पडल्यास काय विचार करतील भरंवसा येत नाहीं.' यावरून नानामहादजींच्या दरम्यान पूर्ण एकोपा असण्याची आवश्यकता उभयतांसही सारखीच भासत होती, हें उघड आहे. *

२. लालसोटची लढाई, निष्फल विजय, (२८–७–१७८७).—सन १७८६ च्या दसऱ्यास बादशहा व पाटीलबावा यांनीं जयपुरावर मोहिम चालविण्याचा मुहूर्त करून सालअखेर त्या राज्याच्या हद्दींत चाल केली. फेब्रुवारी स. १७८७त त्यांचा मुक्काम जयपुराहून सात कोसांवर मोती टेकडीचे सुमारें होता. प्रतापसिंगास गादीवरून काढून मानसिंगास स्थापावें अशी सल्ला रावराजाची होती. जयपुरवाल्यानें तडजोडीचें बोलणें लाविलें, 'पाटीलबावा दोन्ही भिंतींवर हात देऊन आहेत. पैसा हस्तगत होईल तो मामला करतील. जयपुरकराचें मानस कीं, पैशावर मामला विल्हेस लागला तरी उत्तम. परंतु त्यांची मर्जी जयपुरच घेण्याची असली तर परिच्छिन्न झुंजावें. त्यांत जोधपुरवालेही सामील आहेत. जोधपुरची दहा हजारांची भीड. समोरासमोर मुक्काम करून आहेत. पाटीलबावा जयपुरावर कूच करून गेले म्हणजे यांनीं इकडून जयपुरकरांस सामील व्हावें असा त्यांचा करार आहे. जयपुरकरांचा जमाव वीस हजारांपावेतों आहे. खंडेराव हरि व अंबाजी इंगळे पाटीलबावांस येऊन मिसळले. पातशहांचा राज्यारोहणाचा वाडदिवस ता. १०–३–१७८७ रोजीं उत्तम समारंभानें उरकून महाद-

*आधार.—दि. म. रा. १–१६१–१६५, १७१, १८१; म. द. बा. १–१६; जो. रा. १. २; ग्वा. ५. १२७, १३३; Franklin P. 121.

जीनें त्यास दिल्लीस रवाना केलें. बरोबर त्याचा कारभारी शहा निजामुद्दीन फकीर व लाडोजी देशमुख यांस देऊन बंदोबस्तानें राहण्यास सांगितलें. ' जयपुरकर खंडणीचा पैका देत नाहींत म्हणून बोलतात कीं, गोहद खालीं करून घेतली, तसें जयपुरही घेतों. असा विचार एप्रिलचे आरंभीं झाला. तेव्हां जयपुरकर व जोधपुरकर एक सल्ला करून खुशालीरामाचे भावास मुखत्यार करून पाटीलबावांशीं झुंजाची तयारी करून आहेत.' हें ऐकून महादजीनेंही अनेक रीतीनें सावधगिरी केली.* ता. १२-५-१७८७ चें वर्तमान. 'बावांची स्वारी लालसोटनजीक ब्राह्मणी येथें आहे. जयपुरची खंडणी बासष्ट लक्षपावेतों ठरली, पैकीं अगदीं आठ लक्ष ऐवज आला. कारभारी शहरचे लोकांवर पट्टी करून ऐवज देत आहेत. राजा भेटीस आला नाहीं. शहरची बंदोबस्ती करून आहे. उदेपुरच्या राजावर लालाजी बल्लाळ कोटेकर सरंजाम सुद्धां गेले. उदेपुरकरानें बोलणें लाविलें कीं, शक्तिनुसार खंडणी देतों. आमचे मुलखांत खराबी न करावी. जयपुर-उदेपुरचा फडशा करून बावांची स्वारी वृंदावनावर छावणीस जाणार. गंगाजी आव्हाड व कृष्णाजी महादेव भावे चैत्र व॥ ४ स आले.' †

मे महिन्यांत महादजी दबाबाची दृष्टि ठेवीत डिगेजवळ येऊन राहिला. याच वेळीं इंग्रजांनीं आपले कंप कानपुराहून हालविले, त्यावरून बादशहा घाबरून महादजीस लिहूं लागला कीं, तुम्हीं जयपुरावरील मोहीम सोडून द्यावी. परंतु अशा रीतीनें एका ठिकाणीं माघार घेतली तर सर्वच शत्रू बळावतील, त्या पक्षीं एकदां रजपुतांस आपला जोर चांगलाच दाखवावा असा निश्चय जून महिन्यांत ठरवून तो जयपुरनजीक आला; आणि नेवाईचे बाजूस येऊन जयपुरचे ताब्यांतील जमीनदारांच्या गढ्या घेऊं लागला. महंमदबेग हमदानी हा प्रमुख मुसलमान सरदार राघवगडची मोहीम आटपून परत आल्यावर महादजीच्या आज्ञेनें जयपुरचे उत्तरेस सेखावतांचे मुलखांत होता. त्यास दररोज तीन हजार

---

* **आधार.**—ऐ. टी. ४. २९. १६. ३७, ४१; दि. म. रा. १. २०१-२०४, २२१, २२३, २२४, २२५; ग्वा. ५. १४७; २. १९०.

† हा भावे नानाकडून सदाशिव दिनकरच्या जागीं आला. सदाशिव दिनकर फार दिवस हिंदुस्थानांत राहून कंटाळला व आजारी पडला; आणि काशीयात्रा करून परत गेला. कृष्णाजी ऊर्फ बापू भावे महादजीच्या छावणींत ता. १४-२-१७८८ त मरण पावला.

रुपये करार करून जयपुरचे प्रतापसिंहानें शिंद्याचे पक्षांतून फोडिलें. राजानें हमदानीची भेट घेऊन त्याचा सन्मान केला. हें वर्तमान ऐकून महादजीनें मानसिंगास वृंदावनाहून त्वरेनें आपलेकडे बोलाविलें व खुशालीरामाचे देखरेखीखालीं त्यास जयपुरचे गादीवर बसविण्याची तयारी केली. याच वेळीं जोधपुरकरानें राणेखानभाईचे मार्फत बोलणें लाविलें कीं, 'जयपुर व जोधपुर हीं दोनही राज्यें हिंदूंचीं आहेत. आजपावेतों यवनांनीं देखील यांस बिघडविलें नाहीं. त्यास तुम्ही हिंदु आहांत, आणि आम्ही हेंच इच्छितों कीं, हिंदूचें राज्य व्हावें आणि आमचे स्थळांचें संरक्षण व्हावें. तर तुम्ही आम्हांस राज्यभ्रष्ट करितां हें ठीक नाहीं. खंडणीचा ऐवज घेऊन आमचे राज्यांतून फौज काढावी.' 'हीं बोलणीं बाह्यात्कारीं बोलतात, पण रांगड्यांचा जमाव भारी जालासें जाणून पाटीलबावा नेवाईहून पुढें न जातां माघारो खुशालगडाकडे येऊन मुक्काम केला. खंडेराव हरि, रायाजी पाटील, अंबाजी इंगळे वगैरेस जयपुर प्रांतीं घालून मुलूख ताराज करण्याची सल्ला ठरविली. समागमें बायका व बुणगे असल्यानें एकंदर गांठ न घातली.' जोधपुरचा सेनापति भीमसिंग वीस हजार फौज समागमें घेऊन जयपुरकरांस सामील झाला. राजे बिजेसिंग यानें पाटीलबावांस पत्र पाठविलें होतें कीं, 'आम्ही जमीदार आहोंत. पूर्वापारीं तुम्ही आमचा प्रतिपाळ करीतच आलां आहांत. आम्ही तुमचे स्थापित आहों. जयपुरकर प्रतापसिंग मूल आहे. त्याचे गुणदोषांवर दृष्टि न देतां कृपालोभ करावा. आमची स्थापना करीत आलां, तैसीच आतांही करावी.' हें बोलणें केवळ कालहरण करण्याचें जाणून बावांनीं गांठ घालण्याचाच निश्चय केला. महादजी नानास लिहितो, 'हमदानी सुद्धां रजपुतांचा जमाव पन्नास हजार जाला.साठ तोफा त्यांच्या होत्या. खंडोराव हरि व अंबाजी इंगळे येऊन पोंचल्यावर सड्या फौजा मुकाबल्यास होत्या, त्यां सुद्धां गांठ घालावी हें ठरवून अधिक श्रावण शु. १४ स (२८-७-१७८७) तोफखाना सुद्धां चालून गेले. तेही गोठ सोडून पुढें आले. प्रथम दोन प्रहरपर्यंत दुतर्फा तोफांची मारगिरी झाली, तेव्हां रांगड्यांनीं तीन टोळ्या करून डावे बाजूस अंबाजी इंगळ्यावर उठावणी केली. इंगळ्यांनींही घोडें चालवून त्यांचा गोल फोडून दोन तुकडे केले. इकडून शिवाजी विठ्ठल, धारराव शिंदे, रायाजी पाटील व खंडेराव हरि यांसी कबरक्यांत घोडें घालावयासी सांगितलें. त्यांनीं उठोन रजपुतांचें तोंड फिरवून पाऊण कोस मारीत गेले. राणेखानभाईचे

तोंडावर प्रतापसिंग व हमदानी होता, त्यांसीं आडवी मार देऊन त्यांची मदत करूं दिली नाहीं. हमदानी गोल बांधून उठावणी करण्याच्या विचारांत होता, इतक्यांत इकडील तोफांनीं मारगिरी दिल्ही, त्यांत हमदानी गोळा लागून ठार झाला. डावे बाजूस राठोड व कच्छवे यांचें तोंड ठेंचलें. राणेखान भाई उभे होते त्यांजवर दोनतीन तोफा थोरल्या जयपुरकरांनीं लागू केल्या. गोळे बहुत आले. शेंपन्नास घोडीं, माणसें जखमी व ठार जालीं, परंतु भाई ठिकाणावरून हालले नाहींत. तोफेच्या गोळ्यानें त्यांच्या तलवारेच्या कबजाची वाटी उडाली, तोच गोळा मोतद्दारास लागला, पण भाई ठिकाणावरून हालले नाहींत. ईश्वरें त्यांस कुशल केलें. प्रात:काळचे प्रहर दिवसापासून दोन घटका रात्रपावेतों परस्पर तोफा चालल्या. उपरांत दोघेही चौकी टेवून आपापले गोटांत गेले. ते दिवस इकडील लढाई चांगली झाली. राठोड मोडून घातले. हमदानी मेला. तसेंच चालून गोटावर जावें इतक्यांत पर्जन्य आला. त्यांचे तोंडापुढें नाले व खळ्या होत्या त्या आसऱ्यास गेले. झुंज रूबकर होऊन राठोडास मारून माघारें घातलें. शोभाराम भंडारी व भीमसिंग राठोडाचा मेहुणा व पंधरा वीस मातबर जमादार रणांत पडले. हमदानी गोळा लागून हत्तीखालीं पडून मृत्यु पावला. आपले फौजेस पाणी नजीक नव्हतें. मागें पाऊण कोस नदी होती तेथून पखालीनें पाणी पुरविलें. घोडयांस पाण्याचा ताण वसला, म्हणून ते दिवशीं रांगडे वांचले. हजार मुडदा राठोडांचा व जयपुरवाल्यांचा खेतांत राहिला. शिवाय जखमी दोन हजार जाले. त्यांचा सरंजाम पोक्त व माणूस लढवाई एकजुटीचें, परंतु श्रीमंतांचे प्रतापें त्यांचें पारपत्यच जालें. दुसरे दिवशींही फौज तयार होऊन गेली, परंतु शत्रु गोठ सोडून पुढें वाढून आले नाहींत. गोटानजीकच संगर खोदून उभे राहिले. लवकरच पुरतेपणें पारपत्य होऊन येईल.'

या लालसोटच्या लढाईंत पाटीलबावांनीं तोफखाना, पलटणें व फौजेची तजवीज फार चांगली केली होती, पण कायम निकाल न होण्याचें कारण सदाशिव दिनकर नानास सविस्तर सांगतो तें असें. 'आंतून रांगडयांनीं बावांचे फौजेंत फितुर केला हें समजलें नव्हतें. पलटणें व मोगले यांजकडे संधानें करून बावांस व भाईआदिकरून सरदारांस दगा करावा, लढाईंत घालवावें, हें न साधल्यास आमचे फौजेंत शिरून दक्षण्यांची लढाई मोडावी, अशीं संधानें सिद्ध जालीं होतीं. शनिवार ता.२८ जुलईचेच लढाईंत आमचेकडील हजारों गोळे चालले

असतां शत्रूंची फौज उभी आहे, हालत कां नाहीं,हा भाईस संदेह येऊन बातमीदार पाठविले, त्यांनीं बातमी आणली कीं, गोळा तेथपावेतों पोंचतच नाहीं. तेव्हां गोलंदाजास पुसलें. ते म्हणूं लागले तोफा धाकट्या. तेव्हां थोरल्या दोन तोफा नेऊन लाविल्या. त्यांचाच गोळा हमदानीस लागून तो ठार झाला. दुसरे दिवशीं आदितवारीं दोनचार तोफांचे गोळे मारिले, परंतु शत्रू बाहेर आले नाहींत. तों सोमवारीं (३० जुलई) आमचे सारे पलटणांनीं म्हणजे डी.बॅायनच्या पायदळांनीं आठ महिन्यांची तलब चुकवून द्या म्हणून तटाचें बोलणें घालून मलई (अडवणूक ?) केली. सात हजार माणूस एकत्र जालें. वरकड आपापले जागां बैदा करून बसले. बावांनीं बहुतांकडून तोडीजोडी बोलविल्या. शेवटीं ' बावांच्या अंगावरील वस्ता ठेवून तुम्हांस तीन रोजमऱ्याचा ऐवज देऊं, वरकड हिशेब लढाई आटोपल्यावर चुकवूं ' असें बोलले. परंतु ते कोणताही जाबसाल ऐकेनात. त्यांचे निसबतीस सवाशें तोफा दारूगोळ्या सुद्धां होत्या. तलब चुकवून द्या, नाहीं तर याच तोफांचीं तोंडें तुम्हांवर फिरवूं व तोफा घेऊन जाऊं, असें बोलले. मंगळवार ता. ३१ जुलई रोजीं सवाशें तोफा व सात हजार बंदुक गोलंदाज सुद्धां घेऊन चालले. तेव्हां बावांनीं शिवाजीपंत बापू व रावराजा आदिकरून तमाम सरदारांस सल्ला पुसली. त्यापूर्वीच जयपुरकरांस सूचना मिळून त्यांचे गोटांत तमाम फौजेची तयारी झाली. याप्रमाणें बातम्या पैदरपै (=एकामागून एक) येऊन पोंचल्या, तेव्हां सर्वांचे विचारें ठरलें जे, हिंदुस्थान्यांचा विश्वास काय, सारेच फितुरी. येसमयीं लढाई घेणें सलाह नाहीं. लष्करांत गर्दी होऊन पाणिपत होईल. याप्रमाणें बोलत आहेत तोंच कंपू दीड कोस निघून गेला; त्यास जयपुरकरानें आपले जवळ उतरविलें आणि लढाईस सिद्ध झाले. तेव्हां इकडूनही भाईसमागमें तमाम सरदार जीनबंदी होऊन लढाईस उभे राहिले. चारपांच घटका रात्रीं कंपूनें तोफांची एक शिलग केली, तेव्हां चालून येतात असें सर्वांस समजलें. बावांनीं चिलखत आणविलें आणि निश्चय केला कीं, आपण चालून जावें, ईश्वरानें नेमिलें असेल तें होईल. उपरांतिक प्रहर सहा घटिकांनीं शिवाजीपंत बापू पाटीलबावांस व भाईस एकांतीं घेऊन बोलले. ' समय पाणिपतासारखा प्राप्त झाला. आजच रात्रीं ते चालून येते तर मरणें प्राप्त. आपलीं पलटणें तोफा त्यांजकडे गेल्यानें ते हावभरी झाले. आतां परीक्षा पाहावयाची बाकी नाहीं.

दक्षणी फौज किती आपले ध्यानांत आहे. चार शेरांची धारण, बाहेरून रसद येत नाहीं. शिलेदार उपासानें मेले. घोडीं मेलीं. राहिलीं त्यांत सामर्थ्य नाहीं. वैरणीचा दुकाळ, लढाई कशाचे बळावर घेणार ! चार दिवस येथून निघावें. मसलतीस टाळा द्यावा. पुढें पाहून घेऊं. याप्रमाणें बोलून मागील प्रहर रात्रीं सड्या फौजा तोंडावर ठेऊन बावा व आपण मागें राहून बुणग्यांचें कूच माघारां करविलें. लोक आपापलें सामान लादायाचे गडबडींत असतां बुणग्यांत तोफा होत्या, त्यांतील एक दारूचा संदूक कोणे प्याद्यानें बत्ती लावून उडविला. त्यानें कडाखा उडून जवळ आणखी दारू होती तीही उडाली. संधान करणारानें कसूर केला नाहीं, परंतु ईश्वरें मोठें कुशल केलें. बाणांस बत्ती पोंचती म्हणजे लष्कर ते दिवशींच बुडालें होतें. लोकांस वाटलें, पलटणांनीं तोफा आपले लष्करावर फिरविल्या. वसवास खाऊन पळूं लागले. वस्तभाव लादालाद ज्यांची जाली होती ते घेऊन निघाले, ज्यांची राहिली ते तसेच टाकून पळाले. बाजारकऱ्यांचा दाणादुणा, कापड,राहुटी, पालें, पाटीलबावांच्या मुदपाकाचीं भांडीं व फरासखान्याचीं ओझीं तशींच तळावर राहून लोक जीव घेऊन पळूं लागले. तों लष्करचे सोद्यांनीं व पेंढारी यांनीं अफरासियाबखानाचा बाजार लुटला. विनालढाई एकच गर्दी चहूंकडून विलग्न तऱ्हेची होऊन बुणगे निघाले. पाठीमागून पाटीलबावा तळावर आले तों ही अवस्था दिसली. तेव्हां तेथें उभे राहून सामान लादविलें आणि अफरासियाबखानाची स्त्री व मूल यांस हत्तीवर मार्गस्थ करून तळास आग देविली, आणि पिंपळाईस येऊन तिसरे प्रहरीं मुक्काम केला (१ ऑगस्ट). पाठीमागून भाई वगैरे फौजा घेऊन रात्रीं गोटांत आले. बादशहाच्या तैनातींतलीं दयाराम पूरब्याचीं दोन पलटणें तलब द्या, नाहीं तर येत नाहीं म्हणून अडून उभीं राहिलीं होतीं. बावांनीं बहुतां प्रकारें सांगितलें. न ऐकत. पाठीमागून भाई आले, त्यांनीं बावांस बिदा केलें आणि सांगितलें यांसीं बोलून पाहतों. आले तर उत्तम, नाहीं तर दोनही पलटणें कापून काढून तोफा आपल्या घेऊन येतों, आपण पुढें जावें. नंतर भाईंनीं पलटणांस सख्त रीतीनें बोलून लष्करांत घेऊन आले. दुसरे दिवशीं पुनः आठा कोसांवर येऊन मुक्काम केला. पाठीमागून हमदानीचा पुतण्या इस्मईलबेग व पहाडसिंग व दौलतराम हलया पंधरा हजार फौजेनिशीं पाठलागास येतात, अशी बातमी आल्यावरून बावा, भाई व सरदार मोठमोठ्या मजला करीत डिगे पावेतों आले. लष्करानें अवाई खादली आहे. इतका फितुर केवळ

एका दों रोजांत जाला नाहीं. दोनचार महिने संधान चालत आल्याचें समजलें. चौकशी होत आहे. फितुरीयांचीं पारिपत्यें होतील. बावांनीं कुलकुटुंबें व कारखाने ग्वालेरीस रवाना करून आपण सडे झाले. हिंदुस्थानी माणूस बेइमानी, सावधपणें वर्तत जावें म्हणून स्वामींची चिठी बावांस एकांतीं दाखविली. स्वामींच्या लिहिल्याप्रमाणेंच प्रत्ययास आलें. आतां स्मरतात. हिंदुस्थानीयांनीं दौलतच गारद केली होती. पाणिपत होण्यांत बाकी नव्हती. श्रीमंतांच्या पुण्येंकरून बचाव जाला, ही मोठी गोष्ट. सांप्रत बावाही आपले जागां खिन्न आहेत. सर्वांनीं लिहिलें व सांगितलें, परंतु होणारासारखी बुद्धि जाली. पुढें बंदोबस्त होईल तो मागाहूने लिहून पाठवूं. याच वेळीं दिल्लींत लाडोजी देशमुखाच्या दोन पलटणांनीं तलबेकरितां दंगा केला, पण त्यानें व निजामुद्दीनानें युक्तीनें दंगा मोडून बंदोबस्त केला. राजा दयाराम पूर्वी वर सांगितलेला हमदानीस फितविण्यांत प्रमुख होता, हें महादजीस कळतांच त्यानें शहा निजामुद्दीनकडून दयारामास हत्तीचे पायांखालीं देऊन ठार मारिलें. योग्य प्रायश्चित्त मिळालें.

३. पाटीलबावांवरील अरिष्टाचें स्वरूप(ऑगस्ट, डिसेंबर स. १७८७).– हिंगणे पुण्यास लिहितो, 'लालसोटच्या लढाईंत सरकारची फत्ते होऊन नक्ष बराच जाला, परंतु पलटणांनीं फितूर केला त्यावरून आपले फौजेस धीर न पुरे. त्याजवरून सर्व लष्कर संभाळून पाटीलबावा माघारा आले हें वर्तमान ऐकून चहूंकडे लोकांनीं गव्हार गर्दी केली. गुलाम कादरानें तमाम मेरट आदिकरून अंतर्वेदींतील सरकारचा अंमल उठवून आपला बंदोबस्त केला, आणि आपण दिल्ली समीप शहादरियास आला. हें वर्तमान ऐकून शितोळे व निजामुद्दीन दिल्लीहून पातशहांस न पुसतां रात्रीचे पळून गेले. त्या समयीं त्यांची वस्तभाव वीस उंटें दिल्लीचे सोद्यांनीं लुटून घेतलीं. गुलाम कादरानें येऊन पातशहाची भेट घेतली. पातशहानें त्याचा सन्मान केला. तो मीरबक्षीगिरीचीं वस्त्रें मागतो. पाणिपतपासून आग्र्यापावेतोंचीं दरोबस्त ठाणीं उठोन गेलीं. अवघ्या मुलखांत मराठा दृष्टीस न पडावा ऐशी बदमामली जाली. जैसा मुलूख मेळविला होता तैसाच गमावला. पाटीलबावा अलवारेस गेले, तेथें रावराजानें एक लाख खर्चास व अलवार किल्ला सरंजाम सुद्धां राहवयास खालीं करून दिला. तेथें अंबाजी इंगळ्यांचा बंदोबस्त आहे. ता. ५ सप्टेंबर रोजीं गुलाम कादर दोन हजार रोहिले समागमें घेऊन पातशहाचे दरबारास गेले, खिजमद द्या म्हणून विनंति केली. खानाचे नेत्र आरक्त बेबदल पाहून

बादशहांनीं दबून मीरबक्षींचीं वस्त्रें इनायत केलीं. खानाजवळ तरवारीची नजर करावयास एक मोहोर पाहिली तर कोठें न मिळाली, हे अवस्था मीरबक्षीगिरीची आहे. तमाम मुत्सद्दी व लोक दिक्क व नाखूष जाले. कोणी कोणी बोलले कीं, मीरबक्षीगिरीस गुलाम कादर योग्य नाहींत. त्यावर पातशहा बोलले, 'दिल्लीहून ब्याद कशी तरी काढून द्यावी इतकाच मला विचार आहे. नाहीं तर रोहिल्यानें शहरावर हात घातला तर येथें संभाळणार कोण आहे ? याजकरितां यास येथून संतोषानें काढून द्यावें. समरूचे बेगमेनेंही गुलाम कादराची ताबेदारी करावी, या प्रमाणें कारभार ठरला.'

ता. १८-८-१७८७ रोजीं महादजीनें नानास कळविलें कीं, 'सांप्रत सडे जालों. घेराघेरी करून शत्रूस जेर करावें हाच इरादा आहे. ओढीमुळें मोठा पेंच पडला आहे. बादशहाचे नऊ महिने चढले त्याचा तगादा मोठा. या समयीं बादशहा आमचेजवळ आल्यास हातीं सर्व गोष्टी राहतील. न आल्यास सर्वांस राजकारणें करावयास जागा आहे. बादशहा कायम मिजाज नाहीं, लोभी. सावकार कोणी उभा राहत नाहीं. सबब तूर्त सरकारांतून ऐवजाची तर्तूद जरूर करून पाठवावी. मसलत पडतांच ऐवजाची तर्तूद करून पाठविली, फौज रवाना केली हें सर्वांस समजोन दबतील. इंग्रज,वजीर आदिकरून हवा बिघडली आहे. आम्ही अलवारेनजीक रावराजा माचेडीकराचे मुलखांत आलों. येथून जयपुरचे मुलखांत फौज पाठविली म्हणून राठोड व जयपुरवाले विचारांत पडले आहेत. हमदानीचा पुतण्या इस्माईलबेग यानें हमदानीच्या लेकीशीं लग्न केलें व त्यास फौजा व तोफा देऊन रांगड्यांनीं आग्र्यास रवाना केला. त्याचे मागें रायाजी पाटील यांस रवाना केलें आहे. त्यांनीं लगट केली. तीन वेळ लढाई करून माघारा फिरविला. पारिपत्य पुरतें व्हावेंसें होतें, परंतु किल्ल्याचे रखवालीस पलटण मुसा लुस्तुनो फरासीस याची होती तो फितुरांत मिळोन इस्माईलबेगास सामील जाला. फिरोन मसलत लांबणीवर पडली. सांप्रत सर्वांची हवा बदलली. फितुरामुळें मसलत कुपेचीं पडली. पैशास ठिकाण नाहीं. कोणतेही प्रकारें कोठेंच हात चालत नाहीं. इकडे सुरळीत जालें म्हणजे फौजांचा खर्च पुरा पडून सरकारांत किफायत व्हावी असें आहे.'

महादजीवरील या बिकट प्रसंगानें त्याचें धैर्य व नाना फडणिसावरील बंधुभाव हे गुण उत्कृष्ट निदर्शनास आले. सदाशिव दिनकर लालसोटच्या लढाई-

नंतर नानास लिहितो, 'पाटीलबावांच्या तोंडावाटे विशेष घाबरून शब्द निघणें मरणप्राय. या अर्थें कुमकेची जलदी करावी इतकेंच म्हणतात; परंतु पाहतां अर्थी मसलत बहुत पेंचाची दिसते. भारी सरंजाम आल्याखेरीज परिणाम लागत नाहीं. तूर्त रावराजानें आश्रय दिला म्हणून मासपक्ष दिवस निघाले. नाहीं तर आजपावेतों गुंता उरकला असता. चमेल भरली, चहूंकडून शत्रूची दाटी, जावें कोणीकडे असें संकट प्राप्त होतें. रावराजानें आश्रय निखालस दिल्यामुळें बचाव झाला. पुढें सरकारांतून फौज वगैरे उपराळा होण्याविषयीं चातकन्यायें मार्ग लक्षितात. एक वेळ असेंही शब्द निघाले कीं, आमचे शिंद्यांचे वंशांत सारे पुरुष सरकारचाकरीवरच मेले. आम्हांस लहानथोर सारेच म्हणतात, चार दिवस मसलतीस टाळा देऊन ग्वालेरीस जावें. त्यास शत्रूस समरांगणीं टाळा देऊन पळून जाऊन वांचावें, त्यास मरणें काय वाईट. वांचून पुढें तरी काय करावयाचें आहे? पुढेंमागें आशा असावी तोही अर्थ समजलाच आहे. त्याचीही क्षीत नाहीं. ये समयीं मजवर संकट, त्या पक्षीं सरकारांतून उपराळा करितील. उपेक्षा करावयाचे नाहींत, याप्रमाणें बोलले. त्यास ये समयीं फौजेचा वगैरे उपराळा जाल्यानें सरदारी व सरदार कायम राहतील. नाहीं तर दिवसगत लागल्यानें बचाव होतां दिसत नाहीं, व हेही येथोन निघोन तिकडे येतीलसें दिसत नाहीं. मोठा भरंवसा ये समयीं स्वामींचा मात्र त्यांचे अंतःकरणीं आहे. समक्ष परोक्ष बोलण्यांत हेंच निघतें. सरदारावर ये समयीं महत्संकट आहे. फौज चहूंकडून लाख जमा आहे. त्यांत दक्षणी माणूस दहा हजारपावेतों मध्यें सांपडलें आहे. येथें गजेंद्राप्रमाणें दिवस प्राप्त आहे. सर्वांच्या दृष्टि स्वामींकडील उपराळ्यावर लागल्या आहेत. चहूंकडून दाटी आहे.'

महादजीच्या अडचणींचीं पत्रें नानास पुणें येथें ताबडतोब म्हणजे ऑगस्ट सन १७८७ अखेर मिळालीं; आणि नानानें यत्किंचित् उपेक्षा न करितां प्रथम अलीबहादर व मागाहून तुकोजी होळकर वगैरे सरदारांस ताबडतोब महादजीचे मदतीस पुण्याहून रवाना केलें. ता. २१-१०-१७८७ रोजीं दसरा, त्या पूर्वींच फौजेची नेमणूक झाली. वाटेंत त्यांनीं एक वर्ष काढलें आणि वेळेवर पोंचले नाहींत, याचा दोष नानाकडे नाहीं. यापूर्वींच्या उन्हाळ्यांतच दक्षिणेंत टिपूशीं तह होऊन कर्नाटकची मोहीम संपली असल्यानें, उत्तरेंत फौजा जाण्यास बिलकूल अडचण नव्हती. सांपत्तिक स्थितीही आतां पुण्याची सुधारली असून,

उत्तरेंत दुसरें पानिपत उद्भवतें कीं काय, ही चिंता वाटत असल्यानें, तुकोजी माहीतगार व अनुभवी, आणि त्याबरोबर अलीबहादर शूर, बुद्धिमान् व तरतरीत आणि विशेषतः पेशव्यांचे घरचा खासा, अशी ही नानाची योजना अत्यंत अनुरूप होती. खुद्द नानाफडणीस या वेळीं तिकडे गेला नाहीं हें मोठें अनुचित झालें. मालकीच्या नात्यानें सर्वांस एका हुकमतींत वागविणारा अधिकारी पुरुष तिकडे कोणी नसल्यानें नवीनच तंटे उपस्थित झाले, त्यामुळें महादजी अगदीं कावून गेला आणि सन १७९१ अखेर थोडीबहुत शांति वाटतांच उत्तरेंतील पसारा तसाच टाकून तो पुण्यास आला, तो प्रकार पुढें कळेल. 'फौजेची तर्तूद करून अलीबहादर यांची रवानगी श्रावण व॥ १२ (८-९-१७८७) मुहूर्तें करून केली व खर्चाकरितां पांच लाखांची तजवीज केली म्हणून लिहिलें,तीं पत्रें पावून संतोष जाला,' असें ता. २७-१०-१७८७ रोजीं आपाजीराम पुण्यास लिहितो. 'विजयादशमीस निघणार म्हणोन पाटीलबावांस सरकारचें पत्र आलें कीं, अलीबहादर, गणेशपंत बेहरे यांचे बंधु, शहाजी भोसले व ओढेकर आणि गायकवाडांकडील फौज ऐसी हिंदुस्थानांत रवानगी जाली.' 'पाटील बावांनीं निदानीं भाऊपण्याची शर्थ घालून लिहिलें, त्यावरून जातीनिशीं सावकारांची खातरजमा करून पांच लक्ष रुपये लगेच रवाना केले. गायकवाडाचे फौजेवर या स्वारींत मानाजी गेला होता. त्यावरून बावांची मर्जी बहुत खुष जाली आणि म्हणाले, फौजेची तर्तूद नानांनीं लवकर करून पाठवावी. लांबणीवर टाकूं नये. येथें नित्य नवा दिवस येतो. सारें हिंदुस्थानची हवा फिरली आहे. एका पैक्यामुळें लाचार आहों. आणखी कैसीही अडचण सोसून जास्त पांच लक्ष पाठवावे. आम्हीं ऐवजाविशीं फिरोन नानास ल्याहावें ऐसा अर्थ नव्हता; परंतु मसलतीनुरूप लिहिणें प्राप्त जालें. पत्रें येऊन दीड-मास जाला; अद्याप अलीबहादराचें ठिकाण नाहीं. फौज व पैसा लवकर न येई तर येथें निभावून राहणें कठिण आहे. अंतर्वेदींतील अंमल दरोबस्त उठला. यमुने-अलीकडेही आपला अंमल उठला. आग्र्याचे किल्ल्यास आज दीड महिना मोर्चे इस्मईलबेगानें बसविले आहेत. सारें हिंदुस्थान एक जालें. तेव्हां थोडया सरंजामानें होणें तें काय! यास्तव होळकरांचे रवानगीचा विचार तावडतोब व्हावा. त्यांचे घरीं नारो गणेश खेळ करणारे आहेत, त्यांशीं पक्कें बोलणें करून घ्यावें, आणि सत्वर रवानगी करावी.' हें पत्र ता. २८-१०-१७८७ रोजीं आपाजीरामानें महादजीच्या लष्करांतून नानास लिहिलेलें आहे.

यावरून महादजी कशा भयंकर संकटांत सांपडला होता, त्याची कल्पना करितां येईल. पुण्यास नानास भ्रम होता कीं, बादशाही सत्ता हातीं आल्यानें महादजीचे घरांत सोन्याचा पूर वाहूं लागेल. याच समजुतीवर महादजीच्या मागणीकडे मूळपासून नाना दुर्लक्ष करीत होता; आणि याच भ्रमानें त्यानें पुढें पुण्याच्या मुक्कामीं महादजीकडे कोटयवधि घेणें काढलें. परंतु खरें पाहतां महादजी अखेरपर्यंत निष्कांचनच राहिला. पैसा भरपूर मिळविला मल्हारराव होळकरानें आणि तो अहल्याबाईच्या हवालीं केला. मनांत आणलें असतें तर ती या अडचणीच्या प्रसंगीं एक कोट रुपया सहज काढून देती. पण तसें तिनें केलें नाहीं, म्हणूनच राज्यकार्याची उपेक्षा केल्याचा दोष तिच्याकडे येतो. महादजीनें मागितल्यावरही तिनें रक्कम तर दिली नाहींच, उलट पुढें तुकोजी आला तेव्हां, त्याचेंही सहाय्य तिनें नीट केलें नाहीं.

महादजीनें नानास पत्र लिहून फौजेची मागणी केली, तेव्हां म्हणजे स. १७८७ च्या पावसाळ्यांत टिपूवरील मोहीम आटपून मराठी फौजा नुकत्याच परत आल्या होत्या. त्यांस पुढें पावसानंतर उत्तरेंत पाठवून रजपूत व इतर बंडखोरांचा आपणच बंदोबस्त करावा, आणि परभारें महादजीचा वाढता जोर कमी करावा, असा नानाचा विचार असल्याचें ग्रँट डफ लिहितो. त्या हेतुस्तव नानानें आपले वकील अगोदरच परभारें रजपूत राजांकडे पाठविले होते. जयपुरास लक्ष्मण संभाजी व जोधपुरास कृष्णाजी जगन्नाथ हे नानाचे वकील गेल्याचा उल्लेख मागें आलाच आहे. पण महादजीस सर्वथा बाजूस ठेवून आपणच उत्तरेंतील व्यवहार परभारें उलगडावे, असा नानाचा बेत सिद्ध करणारे मराठी कागद बिलकूल आढळत नाहींत. सर्व कारभार आपल्या तंत्रानें चालावा, अशी नानाची खटपट होती हें खरें; पण त्यांत महादजीस अपयश यावें, किंवा त्यास बाजूस ठेवून आपणच उत्तरेंतील सर्व कारभार परभारें उरकावा, अशी नानाची बिलकूल इच्छा किंवा धमक नव्हती. राज्याचा मुख्य आधार महादजीच होय हें नानाइतकें दुसरा कोणी जाणत नव्हता. म्हणूनच महादजीची विपन्नावस्था ऐकून त्यानें लागलीच फौजेची रवानगी केली. मात्र पेशव्याच्या घरचा कोणी खासा इसम स्वारीस जाण्याचा पूर्वापार प्रघात होता, तो कायम ठेवण्याकरितां, मुद्दाम नानानें अलीबहादराची योजना शिकाऊ भावनेनें केली. हा बाजीरावाचा नातू, व मुसल-

मान असल्यामुळें दिल्लींतील विरोधी पक्षांस सांवरून धरण्यास योग्य होता.तसेंच तो चतुर व शूरही होता. म्हणून त्याचीच नेमणूक करून नानानें आपला बोज राखिला.

अलीबहादर पुण्याहून निघाला, तो ता. २६ डिसेंबर पावेतों सीनानदीवरच रेंगाळत आहे, असें समजतांच नानानें पुनरपि त्यास त्वरेनें पुढें जाण्याविषयीं दरडावून लिहिलें. दुसरें नानानें महादजीस मुद्दाम असें सुचविलें कीं, 'अलीकडे हिंदुस्थानच्या मसलतीत संस्थानांचा अगदींच उच्छेद करणें, यावरून अवघ्यांस दहशा पडला आहे; व भाषणांतही येतें कीं, अवघ्यांचेंच पारिपत्य करावयाचें. या बातम्या शत्रूंस कळून ते खट्टे होऊन आपलें विलग पडण्याची वाट पाहतात. सबब मनांत करावयाचें असलें तरी तो दिवस येईपर्यंत बोलून दाखवूं नये.' *

नानाचीं अशीं धीराचीं व दिलासाचीं पत्रें वारंवार महादजीस आल्यानें त्यास पराकाष्ठेचा संतोष झाला. त्या संबंधानें सदाशिव दिनकर लिहितो, 'पोहणार नदींत बुडतो त्यास कांठीं उभा आहे तो म्हणतो, धैर्य सोडूं नको, मी येऊन पोंहचलों. तितक्यानें तो किती हुशार होतो ? तसा हा समय स्वामींनीं पाटीलबावांचा रक्षिला. येणेंकरून प्रस्तुत किती हुशारी आहे ! चंद्र २४ जिल्कादचें (७-९-१७८७) पत्र आल्यापासून बावा फार संतोषी आहेत. मुत्सद्दी आदिकरून अवघ्या लष्करांत गृहस्थसमुदाय, बाजारचे वाणी देखील स्वामींचा स्तुतिभाग वर्णितात. दक्षिणेंतून श्रीमंतांनीं यांचा उपराळा केला. फौजा पाठवितात, पैका पाठवितात, या बातम्या शत्रूंचे येथेंही गेल्या. स्वामींचीं पत्रें आल्यावरून शौरत चांगलीच पडली आहे. परंतु सरंजाम पोख्त यावा. थोड्या फौजेनें मसलत पार पडत नाही. सरकारच्या फौजेसमागमें अलीबहादरांची नेमणूक दुरंदेशीनें जाली ही गोष्ट त्यांचेही विचारास आली. हिंदुस्थानीयांवरही त्यांचे नांवाची सलाबत पडेल, तितकी एकाएकीं ब्राह्मण सरदाराची पडावयाची नाहीं. योजना फार चांगली जाली. जयपुर–जोधपुरचे वकील पुण्यास गेले आहेत, तेही फौजेच्या या बातम्या आपले घरीं लिहीत असतील. फौजा आल्या म्हणजे हे भारी होतील; यास्तव लवकर फौज यावी. पाटीलबावा घरच्या बाहेरल्यांस साऱ्यांस लाजवितात कीं, संकटसमयीं मला कोणी कामास आलें नाहीं. एक

*आधार. दि. म. रा. १-२२७,२२८; ग्वा. ५-१५२,१५४;२.१९१-९५, १९७, १९८; ३. ६६; रु. ३. २६; Ross P. 539.

नानाचा भाऊपणा कामास आला. उदंड झाले तरी थोर ते थोरच. याप्रमाणें भाषणें होत असतात.'

नाना व महादजी यांचा मतविरोध पावलोपावलीं होत असे. परंतु संकटसमयीं एकमेकांचें सहाय्य ते किती कळकळीनें करीत व त्या संबंधानें त्यांचा एकमेकांवर केवढा विश्वास होता हें वरील पत्रावरून दिसून येतें. मोरोबाचे कितुरांत महादजीनें नानाच्या नुसत्या निरोपावर त्याची बाजू राखिली; तसेंच सहाय्य प्रस्तुत प्रसंगीं नानानें महादजीचें केलें. हा प्रकार विशेष स्मरणीय आहे. अडचणीच्या प्रसंगीं न डगमगतां अंगीकृत कार्य नेटानें पुढें चालविणें हें थोरपणाचें लक्षण जें पानिपतावर सदाशिवराव भाऊस साधलें नाहीं, तें महादजीच्या अंगीं या वेळीं पूर्णपणें दिसून आलें. या संकटांतलें त्याचें धैर्य व उपाययोजनेच्या हिकमती पाहून प्रत्यक्ष डीबॉयननें सुद्धां तोंडांत बोटें घातलीं. आग्रा किल्ला तेवढा लखबादादानें मुसलमानांस दाद न देतां आपल्या ताब्यांत शिकस्तीनें राखिला. इंग्रजांस मात्र बादशाहींतील महादजीचा उद्योग फसलेला ऐकून समाधान वाटलें. कॉर्नवालिसनें वरिष्ठांकडे ता. ४. ११. १७८८ रोजीं लिहून कळविलें कीं, सिंद्याचें वजन बादशाहीच्या प्रदेशांतून एकाएकीं ओसरलें ही गोष्ट आमच्या फायद्याचीच समजली पाहिजे.

४. संकटकाळचें उपायचिंतन* (जानेवारी–जून १७८८).—'लालसोटच्या लढाईपूर्वींच बादशहानें महादजीस कळविलें होतें कीं, तुम्हीं जयपुरासमीप जाऊं नये. मथुरा डीगचे दरम्यान राहून चोहोंकडे दाब राखावा. पर्जन्यकाल. नदीनाले भरतील, रसद येऊन पावणार नाहीं. जरूर असल्यास आम्हीही कूच करून येऊं. यावर महादजीनें बादशहास कळविलें कीं, आपण खुशाल दिल्लींत असावें; रमजानचे दिवस, तसदी घेऊं नये. आमची व जयपुरकर फौजेची सात कोसांची तफावत आहे. त्यांचे फौजेंत फूट आहे. आपले एकबलानें सर्व मनोदयानुरूप घडून येईल.'

महादजीची परिस्थिति बिकट होत चाललीसें कळल्यावर आणि रजपुतांचे वकील परभारें पुण्यास गेले त्यांच्या हकीकती ऐकून खरी स्थिति समजून घेण्यासाठीं पुण्याहून नानानें लक्ष्मण संभाजी नांवाचा आपला इसम जयपुरास प्रताप-

---

* आधार—ऐ. टि. ३–२५; दि. म. रा. १–२३०,२६६; ग्वा २-१९९-२००; ऐ. टि. ३. २५ चीं हीं पत्रें ता.१४. ८.१७८८ चींही असं शकवील..

सिंधाकडे पाठविला, त्यानें कळविलेल्या हकीकतीचीं दोन पत्रें ता. २६-८-१७८७ चीं म्हणजे लालसोटनंतर एक महिन्याचीं उपलब्ध आहेत, त्यांवरून रजपुतांच्या लढ्याचें स्वरूप कळून येतें. प्रतापसिंगानें कळविलें कीं, 'हिशेब पाहतां आमच्या मतें कांहीं बाकी नाहीं. बाकी निघाल्यास द्यावी हें वाजवीच. आम्ही सर्व प्रकारें पेशव्यांच्या कृपेची इच्छा करितों. राज्य सर्व प्रकारें त्यांचेंच आहे. पूर्वी कै. बाजीराव व जयसिंगजी यांचा दुसरा अर्थ नव्हता. परस्परें एक घर जाणत होते. सबब आमची शाबुदी राखून आपले करून ठेवावे.

' मारवाड्यांपासून अजमेर व मामलत घेणें तर, अजमेर सोडण्याचा त्यांचा विचार नाहीं. मर्जी असल्यास दुसरा विचार निघेल. उभय राज्यांची ऐक्यता बहुत. अनेक प्रकारच्या विचारांत आहेत. शहा अब्दालीशीं संधान चालू आहे. आम्ही यांस सर्व अर्थ उमजोन सांगितले कीं, तुमचे आजे महाराज जयसिंगजी यांनीं भगीरथ प्रयत्न करून बाजीराव साहेबांस आणावे, म्लेंच्छांचें उत्थापन केलें; हिंदुस्थान पुनः स्थापून देवयात्रा यथास्थित चालू केल्या. प्रस्तुत क्षुल्लक आग्रहास प्रवर्तोन अविवेक विचारितां. येणेंपरी समजावितां गोष्टी ध्यानांत आल्या. दुसरे सोबत्यास सांगितलें कीं, म्लेंच्छास म्हणजे तयमूरशहा अब्दालीस तो साफ आणावयाचा नाहीं. परंतु रहस्याचा डौल दिसत नाहीं. पाटीलबावांचें बोलणें कीं, मागील बाकी झाडून द्यावी, व अजमेर सोडावी. यांचें बोलणें हिशेबीं पाहतां तुमची बाकी कांहीं नाहीं. मारवाडकराचें बोलणें कीं, अजमेर सुदामत आमची, ते सोडावयाची नाहीं. पाटीलबावांस हें मान्य नाहीं, यास्तव परस्परें आग्रह दिसतो. उभय पक्षीं शुद्धतेचा अर्थ ध्यानास आला तर आम्ही लष्करास पाटीलबावांकडे जाऊन जाबसाल ठरावांत आणूं.'

गुलाम कादर, इस्माईल बेग व जयपुर–जोधपुरचे राजे यांचाच मुख्यतः महादजीस या वेळीं विरोध होता. शिवाय पंजाबचे शीख व तयमूरशहा अफगाण यांची दृष्टि मराठ्यांचे हालचालींकडे होती. मात्र ते आपला मतलब साधण्यास उत्सुक असल्यामुळें, मुद्दाम महादजीशीं वैर जोडण्यास तयार नव्हते. यांशिवाय लखनौचा असोफुद्दौला व त्याचे साथीदार इंग्रज यांची नजर महादजीच्या कृत्याकडे असली तरी तो विरोधीच होती असें नाहीं. म्हणजे बऱ्याच अंशीं इ. स. १७५८–५९ त दत्ताजी शिंद्याची जी परिस्थिति दिल्लीस होती, तशीच जवळजवळ स. १७८७–८८ त महादजीची झाली. पूर्वीच्या मोहिमेंत खुद्द महादजी

वावरलेला होताच. तीस वर्षांच्या अवधींत या दोन परिस्थितींतील साम्य व तफावत सूक्ष्म रीतीनें समजून घेणें अगत्याचें आहे. पैकीं लखनौचा वजीर हल्लीं जवळ जवळ नामशेषच होता, आणि इंग्रजांचें प्रस्थ जरी या वेळीं पुष्कळच वाढलेलें असलें तरी कॉर्नवॉलिसचा आशय महादजीशीं विरोध करण्याचा विलकूल नव्हता, याचें दिग्दर्शन पूर्वी आलेंच आहे. दत्ताजी शिंद्याचे वेळीं रजपूत राजे सर्वथा स्तब्ध होते. निदान या वेळेप्रमाणें उघड विरोध दाखवीत नव्हते. पूर्वी बादशहाचा वजीर गाजीउद्दीन मराठयांचें सहाय्य मनापासून करीत होता, तर या वेळीं खुद्द बादशहा हा वरकरणीं तरी स्वसंरक्षणाचे उद्देशानें महादजीच्याच कच्छपीं होता. मात्र तो अत्यंत चंचल वृत्तीचा असल्यामुळें केव्हां काय किटाळ रचील याचा नेम नव्हता. पण महादजीनें आपल्या जांवयामार्फत त्याचा बंदोबस्त चांगला ठेविला होता. राहतां राहिला मुसलमान पक्ष. गुलाम कादर हा आजा नजीबखाना इतका वजनदार किंवा कारस्थानी नसला तरी धाडस, अविचार व दुष्टपणा या दुर्गुणांनीं तो महादजीस भारीच वाटणारा होता. त्याची मोठी हांव कीं, आजाप्रमाणें आपणही सर्व बादशाहीचा कारभार करावा. गुलाम कादराचा उच्छृंखलपणा महादजी ओळखून असला तरी त्याच्या नीच व दुष्ट स्वभावाची पूर्ण कल्पना त्यास नव्हती असें पुढील बनावावरून म्हणणें भाग येतें. हिंगणे लिहितो, ' प्रस्तुत जैसें साताऱ्याचें संस्थान तैसें दिल्लीचें संस्थान आपले स्वाधीन आहे. या दौलतीस दोन रोग आहेत. एक अब्दाली व एक इंग्रज. त्यास अब्दाली तर दूर व त्यास त्या प्रांतीं पायबंद भारी. त्याचें येणें इकडे होत नाहीं. इंग्रज समीप आहेत, ते शहाणे, बुद्धिमान् आहेत, परंतु तूर्त दिल्लीचे कामांत मुखत्यारीचा हात घालावा ऐसी बडेसाहेबांची मर्जी नाहीं. इंग्रजांचा पाय दिल्लींत शिरला म्हणजे मग आपले हातचें हिंदुस्थान गेलें. पातशहांची दौलत म्हातारी जाली आहे. एक पातशहाचें नांव गादी मात्र आहे.'

अशा संकटकाळीं जवानबख्त पातशहाजाद्यास बरोबर घेऊन इंग्रजांचे तीन कंपू लखनौहून फरुकाबादेस आले. बरोबर पामरसाहेब इंग्रज आहे. लालसोटवर फितूर होऊन महादजीवर संकट उपस्थित झालें, ही संधि घालमेलीची पाहून कॉर्नवॉलिस काशीस गेला; तेथें त्यानें जवानबख्ताची भेट घेतली. ' त्यास घेऊन लखनौस वजिराकडे गेले. तेथून त्रिवर्गेही कूच करून फरुकाबादेस भागीरथीतीरीं आले. तेथून शहाजाद्यास दिल्लीस रवाना करून आपण माघारा कानपुरास गेले.

याचें कारण असें कीं, 'जयपुरकरांचा वकील व पाटीलबावांचा वकील सदाशिव मल्हार व जवानबख्त या सर्वांनीं विनंत्या केल्या कीं, आमची कुमक करावी. त्या सर्वांस बडेसाहेबांनीं उत्तर दिलें कीं, कोणासीं बिघाड करावा व कोणाची कुमक करावी, ऐशी आम्हांस कंपनीची आज्ञा नाहीं. सर्वांशीं आमचा स्नेह आहे.' असें साफ उत्तर करून माघारे गेले. कानपुरास जाऊन तेथून काशीस गेले. पुढें मकसुदाबादेवरून कलकत्त्यास जाणार. त्यानें वजिराचे मुलखांतला आपला बंदोबस्त उठवून आपले सहा आणे हिशाचा मक्ता ठरविला. रोहिल्यांसुद्धां तमाम मुलूख सोडून ऐवजाचा मक्ता ठरवून शिबंदीचा खर्च तोडून आपण माघारा कलकत्त्यास गेला. आपणास सामील व्हावें म्हणून बावांनीं सदाशिव मल्हारास त्याजकडे पाठविलें होतें. त्याचें उत्तर केलें कीं, कोणतीही मसलत करावयास सांप्रत आमचें सामर्थ्य राहिलें नाहीं. तुमचा आमचा स्नेह आहे तो कायम आहे. परंतु फौजेची सरबरा प्रस्तुत होत नाहीं.' असा प्रकार एकंदरींत इंग्रजांचा होता.

महादजी दिल्लीस जम बसवूं लागल्याबरोबर पूर्व प्रघातानुरूप तयमूरशहा अब्दालीशीं येथील सत्ताधिशांचीं कारस्थानें खेळूं लागलीं. स. १७८६ व ८७ या सालांत उन्हाळ्याचे समयीं तो शहा अटकेजवळ अलीकडे येऊन पिशावरास राहूं लागला. 'राजा बिजेसिंगानें आपला वकील तयमूरशहाकडे पाठवून पैगाम केला आहे कीं, हिंदुस्थानची पातशहात जैफ (क्षीण) झाली आहे. तमाम मराठे मोहित जाले आहेत, याजकरितां आपण खासा स्वारी हिंदुस्थानांत यावें. लाहोराकडून शीख मार्ग देणार नाहींत. म्हणून आम्ही आपले मुलखांतून मार्ग देऊन फौज सुद्धां समागमें येऊं. आपली मर्जी यावयाची नसेल तर निदान शहाजादे हुमायून यांस पाठवावें, म्हणजे त्यांचे विचारें दक्षणी यांस नर्मदापार करून देऊं.' याबर तयमूरशहानें कळविलें कीं, 'आमचे मुलखांत हंगामा असून इकडे मुलूख रिकामा टाकून तिकडे येणें घडत नाहीं.' यावरून रजपुतांच्या राजकारणाची कल्पना होईल. महादजी त्यांचे पिच्छास ठासून कां लागला हें यांत दिसून येतें. शीखांशी महादजीनें चांगलें सख्य करून परभारें पंजाबची सरहद्द इतकी मजबूद करून ठेविली होती कीं, अब्दालीस आंत येण्यास सवडच राहूं नये. पानिपतच्या मोहिमेंतील डाव व दोष सर्व महादजीस पूर्ण अवगत असल्यामुळें त्या संबंधानें महादजीनें विशेष खबरदारी ठेविली. रजपुतांना महादजीनें निष्कारण दुखवून स्वतःवर संकट ओढून आणिलें असा

नानाफडणीसाचाही अभिप्राय होता, आणि हल्लीं आपणास तसें वाटणें साहजिक आहे. परंतु उपलब्ध कागद ध्यानांत घेतल्यावर महादजी सर्व गोष्टी अत्यंत सावधपणें व पूर्ण विचारानें करीत होता असेंच निदर्शनास येतें. विरोधकांचा पूर्ण बीमोड केल्याशिवाय दिल्लीस आपलें वास्तव्य निर्धास्त नाहीं, असें ताडून त्या उद्योगास महादजी लागला.

गुलाम कादराची चळवळ पूर्वी सांगितलीच आहे. भरपूर गळेकापूपणा जर कोणा व्यक्तींत दृष्टीस पडला असेल तर तो या गुलाम कादरांत होय. वर सांगितलेंच आहे कीं, महादजी शिंदे अडचणींत आहे असें पाहून गुलाम कादरानें बादशहाचा कारभारी खोजा मनसूरअली नाजर यास फितवून पूर्णपणें आपल्या बाजूस वळविलें. त्या खोजानें बेइमानी केली नसती तर गुलामाचा डाव साधला नसता. त्यानें योग्य संधि पाहून गुलामास दिल्लीवर बोलाविलें.त्यानें येऊन प्रथम शहादऱ्याजवळ यमुनेपलीकडे दिल्लीसमोर तळ दिला. शहा निजामुद्दीन व लाडोजी देशमुख दिल्लींत होते, त्यांनीं एकदम गुलामावर चाल केली असती तर त्यास उखडून देणें अवघड नव्हतें. पण त्यांस गुलामाचें एवढेसें महत्त्व वाटलें नाहीं. त्यांनीं नुसती एक लहानशी टोळी गुलामावर पाठविली. तिचा फन्ना उडवून गुलाम नदी उतरून पुढें वाड्यावर चालून आला, तेव्हां देशमुख व निजामुद्दीन यांनीं त्याजबरोबर सामना न करितां गर्भगळित होऊन बल्लमगडास पलायन केलें. हा प्रकार नोव्हेंबर १७८७ त घडला. फौजेच्या बळावर बादशहास नमवून त्याजकडून मीरबक्षीगिरीचे व आपल्या जहागिरीचे लेखी हुकूम त्यानें घेतले, आणि नदीपलीकडे प्रयाण केलें. या वेळीं बेगम समरू शीखांचे बंदोबस्तास पानिपतचे बाजूस होती, तिला बादशहानें ताबडतोब जवळ बोलाविलें. तिचें मात्र महादजीशीं सर्वथा संगनमत होतें. ती धावून येतांच गुलाम कादर वरमला. त्यानें तिला पैसे व कारभार देण्याचीं वचनें भरपूर दिलीं, पण ती त्याला वश झाली नाहीं व म्हणाली, मी जिवंत असेपर्यंत बादशहाचे केसास सुद्धां धक्का लागूं देणार नाहीं. असें तिनें निक्षून गुलामास कळवितांच तो वाडा सोडून यमुनेपलीकडे आपल्या छावणींत गेला, आणि तेथून वाड्यावर तोफा सोडूं लागला. तेव्हां तिनेंही इकडून गुलामावर पलीकडे तोफांचा मारा सडकून केला. महादजीचा आश्रय केला तरच बादशहाचा निभाव लागेल अशी तिची ठाम समजूत होती. नजफकुलीखानही रेवाडीस होता तो बादशहाचे मदतीस धावून आला. ता. १७-११-१७८७ रोजीं समरू व

नजफकुली यांनीं राजवाडयाच्या प्रवेशद्वारापुढें ठाणें देऊन गुलाम कादर नदीपलीकडे होता, त्याजवर तोफांचा मारा चालू केला. हा प्रकार मनसूर नाझरानें पाहून त्यानें आपला घातकी कावा लढविला तो असा कीं, लष्करास खर्चास देण्यास खजिन्यांत कांहीं एक शिल्लक नाहीं असें त्यानें बादशहास कळविलें. तेव्हां बादशहानें निरुपायानें जनानखान्यांतील जडजवाहीर वगैरे बाहेर काढून थोडी बहुत पैशाची भर केली. बादशहाच्या या अपेष्टा त्याचा मुलगा जवानबख्त यास अगोदरच कळल्या होत्या. तो बापाचे मदतीस एकाएकीं धावून येत आहे असें कळलें, तेव्हां गुलाम कादराची गाळण उडाली; आणि त्यानें खोजाच्या शिकवणीनें बादशहाची अवज्ञा केल्याबद्दल क्षमा मागून त्यास भली मोठी रक्कम नजराणा देऊन खूष केलें; आणि बळकावलेला प्रदेश सोडून देतों असें सांगून त्यानें यमुनेपलीकडील आपला तळ उठवून सहारणपुरास प्रयाण केलें. इतक्यांत शहाजादा येऊन दिल्लीस दाखल झाला. त्याच्या मनांत फार होतें कीं, एकदां प्रयत्न करून नशीबाची परीक्षा पाहवी. इस्मईल बेग, हिंमतबहादर वगैरेंनीं महादजीची दुर्दशा त्यास कळवून ताबडतोब वृंदावन येथें भेटीस बोलाविलें. त्याप्रमाणें थोडा जमाव घेऊन शहाजादा आग्र्याजवळ या सरदारांस येऊन भेटला, आणि तेथें पुढील बेत ठरवून तो स. १७८७ च्या अखेरीस दिल्लीस आला.

जवानबख्त येण्यापूर्वीच बादशहास तपासाअंतीं आढळून आलें होतें कीं, त्याची धाकटी बहीण खैरुन्निसा बेगम हिनें गुलाम कादराकडे संधान लाविलें आहे. ती म्हणाली, 'माझे भाऊ पांचजण आहेत, त्यांपैकीं एकास पातशहा करावें, याबद्दल मजकडून बारा लक्ष बक्षीस घ्यावे.' या कारस्थानाची गुलाम कादराचे हातची चिठी पातशहास मिळाली, त्यावरून तर तो गुलाम कादरावर अत्यंत चिडून गेला अणि त्याचा व रोहिल्यांचा प्रदेश सर्व हस्तगत करून त्याचा नायनाट करण्याच्या उद्योगास लागला. यामुळें प्रकरण सर्वथैव चिडीस गेलें. बादशहानें पाटीलबावा, नजफकुली, इस्मईल बेग, अनूपगीर गोसावी व इंग्रज या सर्वांस फौजा घेऊन आपणाजवळ ताबडतोब बोलाविलें. पण महादजी रजपुतांचे शहांत अडकला असल्यामुळें त्यास पुढें येण्याची सोयच नव्हती. इंग्रजांनीं तर कानांवर हात ठेविले. जवानबख्तास त्यानें बोलावलें होतें तो दाखल झाला, त्याबरोबर जयपुरकर राजा, गोसावी व इस्मईल बेग हेही आले. बादशहानें मुलास घेण्यास आपलीं माणसें पुढें पाठवून सन्मानानें जवळ

आणिलें. भेटी बोलणीं सर्व होऊन ते ता ८-१-१७८८ रोजीं प्रयाणासाठीं बाहेर पडले. जवानबख्तानें महादजीविरुद्ध सर्व रजपुतांस पत्रें लिहिलीं. त्याचा भाऊ अकबर वगैरे मंडळी त्यास सामील झाली. बादशहास मोठा आनंद झाला. संकटसमयीं बचाव करण्यास मुलगा धावून आला असें त्यास वाटलें. त्यानें लगेच कुलकारभार मुलाचे हवालीं केला. मराठे दिल्ली सोडून गेलेच होते. गुलाम कादरही स्वस्थळीं होता. अशा स्थितींत त्या कपटी नाझराच्या मात्र पोटांत दुखूं लागलें. त्यानें शक्य त्या उपायांनीं बापलेकांचें वांकडें पाडून गुलाम कादरास परत आणण्याची खटपट चालविली. त्यानें प्रथम फौजेच्या खर्चाची तुंबलेली बाकी बादशहाकडे मागितली. तिला शहाजाद्यानें वाटाण्याच्या अक्षता लाविल्या. त्याबरोबर त्या खोजानें बादशहाचे मनांत असें भरवून दिलें कीं, हा मुलगा तुम्हांस बंदींत टाकून स्वतःच सर्व राज्य बळकावण्याचे उद्योगांत आहे. बादशहाचा स्वभाव भारी संशयखोर होता. त्यास नाझराचें बोलणें खरें वाटलें, आणि जवानबख्त जी जी योजना सांगे तीस तो विरोध करूं लागला.

या हालचालींवर महादजीची नजर होतीच. 'ते स्वतः कूच करून दिल्लीचे रोखें रेवाडीस आले; आणि बादशहाचा नाझर मनसूरअलीखान याजकडे त्यांनीं पुढील उद्योगाची वाटाघाट चालविली. ' सर्वांचें मत कीं, पाटीलबावांची मुखत्यारी नसावी. ' पण पातशहाची पूर्ण मर्जी बावांवर. सलतनतीचें काम आटोपील ऐसा दुसरा माणूस कोणी नाहीं, असें जाणून त्यानें शहाजाद्यास निकडीनें परत बोलवून घेतलें. शहाजाद्यानेंही बापास कळविलें कीं, 'मी आपलेपाशीं आल्याखेरीज पाटीलबावांस जवळ बोलावूं नये. ' शहाजाद्याचा उद्देश असा होता कीं, पाटीलबावांची फौज थोडी आहे तों गुलाम कादरास बगलेंत घेऊन सर्वांनीं पाटीलबावांवर चालून जाऊन त्यांस चमलेपार काढून द्यावें. महादजी हा घाट ओळखून होता. त्यानेंही आपली तयारी जारी केली. उमरावगीर गोसावी आग्र्यावर चालून जात होता, त्यास राणेखान व रायाजी पाटील यांनीं पाडाव करून धरून आणिलें; रणजितसिंग जाटास सामील करून घेतलें; आणि गुलाम कादर व इस्मईल बेग चालून आले त्यांसीं लढाई करून हुसकून दिलें (नोव्हेंबर १७८७).

एकदम निकरावर न येतां शक्य तितका गोडीनें आपला कार्यभाग उरकावा अशीच महादजीची इच्छा असल्यापुळें, त्यानें गोसावी बंधूंस शिष्टाचारपूर्वक सन्मान करून सांगितलें कीं, 'तुम्ही आम्हांपाशीं असावें, तुमचें पूर्ववत् चालवूं.

गोसाव्यांची व पाटीलबावांची अशी एकवाक्यता झालेली ऐकून बादशहास संतोष झाला. तथापि परिस्थिति उत्तरोत्तर तीव्र होत चालली. म्हणून महादजीनें आग्र्याचा बंदोबस्त विशेष केला. आग्रा हातचा जाता तर महादजीच्या विरोधकांनीं जवानबख्तास तेथेंच पातशाही पद दिलें असतें. पाटीलबावांचें मानस कीं, सर्वस्व वेंचावें, परंतु जयपुरकराचें व जोधपुरकराचें पारिपत्य करावें, आणि पातशहाचे घरची मुख्यत्यारी करावी.' अशा भानगडी चालत असतां बादशहानें शहाजाद्यास ममतेंत घेऊन गुलाम कादराचें पारिपत्य करण्यास सांगितलें. परंतु त्यास ही बादशहाची सल्ला पटली नाहीं; उलट बाप व महादजी यांचे विरुद्धच त्यानें मोगली पक्षाशीं मिलाफ केला. 'या दिवसांत दरोबस्त यवन मंडळी दक्षण्यांशीं बेबदल जाली आहे. ज्याप्रमाणें पानिपतचे समयीं सर्व हिंदुस्थान मिळून दक्षण्यांशीं दुष्मनगी केली, तेच अवस्था आतां जाली आहे. महंमदशहाची बायको पूर्वींचीच मलिकाजमानी महादजीच्या विरुद्ध पक्षास सामील जाली. अखेरीस पातशहा सुद्धां मुलाचे व नातेबाईकांचे मोहास बळी पडला; आणि त्यानें जवानबख्तास आग्रा हस्तगत करण्याचा हुकूम दिला. हे सर्व आपल्यावर चालून येतातसें पाहून महादजीला परत फिरून ताबडतोब चमेलअलीकडे स्वसंरक्षणार्थ पळून यावें लागलें. तो ता.२१-१२-१७८७ रोजीं बुंदेलखंडांत रघुनाथ हरीस लिहितो, ' तुमची जमीयत समयास उपयोगी पडली, फार चांगलें केलें. आम्ही आग्र्याकडे इस्मईल याचे पारिपत्यास जात होतों. त्याशीं एक दोन लढाया जाल्या. तोफखाना त्याजपाशीं, याजकरितां जमल्या जागेहून त्यास बाहेर काढावा असें होतें. त्यास बादशहाही त्यांत मिळोन त्यांनीं शहाजाद्याची व गुलाम कादराची जमियत सुद्धां इस्मईलचे मदतीस रवानगी केली. जयपुरवाले व मारवाडवाले यांचेंही त्यांच्याशीं संधान. सर्व हिंदुस्थान एक जाहलें. त्या पक्षीं चार दिवस टाळा द्यावा हा विचार करून चमेल दक्षिणतीरीं आलों. येथून आपला मुलूख पाठीसीं देऊन पलीकडे सड्या फौजा पाठवून मुलखांत गनिमीनें जाळपोळ करावी; शत्रूस ताण द्यावा व देशींहून फौजा येत तोंपर्यंत इकडेच राहवें, ग्वालेर प्रांतांतील रांगड्यांचा बंदोबस्त करावा, असा विचार तुम्हांस कळावयाकरितां लिहिला आहे.' महादजी निघून गेल्यानें त्याच्या शत्रूंस मागें सर्व क्षेत्र मोकळें सांपडलें. त्याबरोबर ता. २५-१२-१७८७ रोजीं जवानबक्ष पातशहाची आज्ञा घेऊन इस्मईल बेगास बरोबर घेऊन बाहेर निघाला. पुढें येऊन

त्यांनीं आग्न्यास मोर्चे लाविले. तिकडे अजमीर किल्ला स. १७५४ पासून मराठ्यांचे ताब्यांत होता तो आतां विजेसिंगानें हस्तगत केला. दीगचा किल्ला तर महादजीनेंच रणजितसिंग जाटास दिला. रेवाडीजवळ गोकुळगड किल्ला होता तो नजफकुलीनें व अंतर्वेदींतील खुर्जी, मुंडसान, रामगड वगैरे ठाणीं गुलाम कादरानें हस्तगत केलीं. अशा स्थितींत दक्षिणेंतून नवीन मदत आल्याशिवाय महादजीला निभावणीची आशा दिसेना. इंग्रज वकील पामर त्याजपाशीं होता, त्याजकडून लाटसाहेबास लिहून त्यांचे दोन कंपू महादजीनें मदतीस मागितले, पण ते आले नाहींत. अशा स्थितींत स. १७८८ चें साल उगवलें व त्यावरोबर पातशहाचे दुर्दैवानें त्याचा छळ जास्तच आरंभिला. घटकेंत महादजीचा आश्रय तर घटकेंत त्याजविरुद्ध उठावणी, अशा कपटी वर्तनानें बादशहानें आपला घात करून घेतला. महादजीस त्यानें साफ दिलानें पाठिंबा दिला असता, तर त्याच्या पुढील आपत्ती टळल्या असत्या.

५. **पाटीलबावांनीं सरकारनक्ष व अब्रू बचावली.**—महादजीवरील संकटाच्या प्रसंग अगदीं पानिपतासारखा असूनही पानिपतासारखी स्फूर्ति मात्र राष्ट्रांत उत्पन्न झाली नाहीं. पानिपताचे प्रसंगांत महाराष्ट्रांतील लहानमोठ्या प्रत्येक व्यक्तीनें तनमनधनानें आपली कळकळ दाखविली, पण महादजीच्या संकटसमयीं एकाही प्रमुख व्यक्तीला तळमळ उत्पन्न झाली नाहीं. मुख्य चालक नाना फडणीस यानें मोठा उदारपणा करून पांच लाख रुपये पाठविले, आणि अलीबहादर व तुकोजी यांस महादजीचे मदतीस रवाना केलें. दक्षिणची फौज महिना दीडमहिन्यांत येऊन दाखल होईल, अशा भरंवशावर महादजीनें चार महिने मोठ्या पेंचांत मथुरेजवळ काढिले, आणि पुढें मदत येण्याची आशा राहिली नाहीं, तेव्हां तो डिसेंबर १७८७ त चंबूगवाळें घेऊन चंबळअलीकडे येऊन राहिला. अलीबहादरास तिकडे पोंचण्यास तवल सवा वर्ष लागलें. ही झाली पुण्याच्या मध्यवर्ती कारभारी मंडळाची कथा. परंतु याहून उत्तर हिंदुस्थानांतील या दुखांबी मराठी सत्तेचा एक खांब महादजी ढांसळून पडत असतां दुसरा खांब होळकरशाहीचा कसा वागला, तें पाहिलें म्हणजे मराठ्यांबद्दलचा आदर बाहेर सर्वत्र मावळला असल्यास आश्चर्य वाटण्याचें कारणच राहत नाहीं. होळकरशाहीचें शहाणपण आणि शौर्य या दोन गुणांत अनुक्रमें अहल्याबाई व तुकोजी यांची बरोबरी करणाऱ्या दुसऱ्या व्यक्ती महाराष्ट्रांत क्वचित्च निपजल्या असतील असें समजतात. पैकीं अहल्याबाईनें ह्या राष्ट्रीय संकटास कसें तोंड दिलें पहा.

'पाटीलबावांनीं बाईस पत्र लिहिलें कीं, हजार स्वार व दहा हजार पेंढारी पाठवून देणें. त्याचें उत्तर बाईनीं लिहिलें कीं, 'पूर्व प्रघात जाणत असतां हजार स्वार बोलावले हें काय ! पूर्वीप्रमाणें यथाविभाग म्हणाल तर दहापांच हजार पाठवून देऊं.' असें हें पहिलें हिसेरसीचें गोड उत्तर गेलें. पण त्यांतील खुबी पुढील अवतरणांत वाचावयास मिळते. 'सांप्रत चंद्र १ जिल्कादचें (१५-८-८७) पत्र पाटीलबावांचें व राणेखानभाईचें मातुःश्री बाईच्या नांवें दोन आलीं. राणेखानभाईनीं लिहिलें होतें कीं, पाटीलबावा वारंवार फौज व पेंढारी यांचे रवानगीविशीं आपणास लिहितात, पण आपल्याकडून हा कालपर्यंत रवानगी होत नाहीं. तेव्हां हिंदुस्थान कसें राहणार ! पाटीलबावांनीं लिहिलें कीं, गोहदचे मसलतीमुळें कर्जदार जाहलों. पुढें पातशहाची मसलत पडली. इंग्रज त्यास आपलेकडे घेत असतां आम्ही जाऊन बंदोबस्त केला. सारे दौलतीचा त्याचा खर्च चालवून आपले फौजेस संभाळून राजेरजवाड्यांचीं पारिपत्यें केलीं, यामुळें इंग्रज वगैरे सर्वांस असह्य झालें. जयपुरचे मसलतीस घरचे फितुराईमुळें विलग जाहलें. याजकरितां माघारे येऊन कुटुंब ग्वालेरीस पाठवून दिलें. पुढें जमाव करून रांगड्यांचें पारिपत्य करावें हाच इरादा, परंतु फौजेखेरीज होत नाहीं. याविषयीं देशाहून फौज आणविली. त्यास ऐवज रवाना करावयास पैसा नाहीं. सावकारही आमचा इतबार धरीत नाहींत. पातशाहींत आमचा पाय शिरकला, याजकरितां वजीर, रांगडे व इंग्रज सारेच एक झाले आहेत. सबब तुम्हांकडून ऐवजाची सरबरा व फौज व पेंढारी यांची तर्तूद लौकर व्हावी. पूर्वापार वडिलांस मसलती पडल्या तेव्हां परस्परें साहित्य जाहलें आहे. देशीं कारभाऱ्यांसही लिहिलें आहे. तिकडून होणें तें होईल.' या पत्रांचीं उत्तरें मातुःश्री बाईनीं लिहिलीं कीं, 'तुम्हीं फौजेविषयीं व पेंढाऱ्यांविषयीं दोन तीन वेळां लिहिलें, त्यास समय हाच आहे. येसमयीं साहित्य घडावें हेंच आमचें लक्ष, परंतु दोन तीन जोड्या कासिदांच्या देशीं तुकोजीबावांकडे रवाना केल्या. त्यांचीं उत्तरें हा कालवर येत नाहींत. तिकडून जावसाल काय येतो त्यासारखी तजवीज केली जाईल. तूर्त दोन हजार पाठविल्यानें तिकडे दाब पडतो असें नाहीं. देशीहून फौज मातबर येईल तोंवर तुम्ही डिगेचे आसपास असावें. पातशहा, इंग्रज, रांगडे एक झाले तर त्याचें कारण काय ? तुम्हांकडून नेथें बंदोबस्त आहेच. पातशहाची मसलत जयपुरकरांशीं कीं इंग्रजांशीं हें संधान वरचेवर राखीत जावें. याप्रमाणें जाब बाईनीं

लिहून दिले.' हा केवळ एकच मासला अहल्याबाईच्या कळकळीचा येथें दिला आहे. असे शेंकडों मासले पत्रसंग्रहांत आहेत, ते देण्याचें प्रयोजन नाहीं. अखेरपर्यंत बाईनें स्वतंत्र असें कांहींच साहित्य महादजीचें केलें नाहीं. तुकोजी होळकरास कारभाऱ्यांनीं महादजीकडे पाठविलें, त्यानें वाटेंत इंदुरास सहा महिने फुकट घालवून पुढें काय ध्वज लाविले, त्यांची कहाणी उत्तरोत्तर व्यक्त होणारच आहे. मिळून 'देंगे, दिलाएँगे,' अशा युक्तीच्या चार गोष्टी सांगण्यापलीकडे बाईनें कांहीं एक सहाय्य संकटांत केलें नाहीं. प्रत्यक्ष राष्ट्रकार्यांत बाईनें केव्हां काय कुमक केली व झीज सोसली ती हुडकून काढण्यास मोठेच प्रयास पडतील.

महादजी मात्र सर्व मंडळींस ओळखून होता. त्यानें दुसऱ्या कोणाचाही भरंवसा न धरितां स्वतःचे हिंमतीवर आपलें कार्य सिद्धीस नेलें. उज्जनीस कारकून पाठवून आपल्या घरच्या हवेलींतील रुपें काढून त्याचे रुपये पाडिले. सात लक्षांचें रुपें निघालें. उदेपुर हद्दींत रामपुऱ्याच्या बाजूस होळकरांचे महाल होते, त्यांजवर उदेपुरकरांची फौज चालून आली, त्यांची व होळकरांचे फौजेची लढाई कार्तिक शु. १५ ता. २५-११-१७८७ रोजीं झाली. त्यांचा जोर अधिक जाला. हे थोडे, याजकरितां होळकरांचा मोड जाला. मदत पाठविण्याची तजवीज महेश्वरास बाईनीं चालविली. पाटीलबावांनीं पांचसात पत्रें वरचेवर बाईस फौजेकरितां पाठविलीं. ह्यांनीं उत्तरें पाठवीत गेलीं. परंतु शेंदोनशें लोक सुद्धां रवाना जाले नाहींत. त्यांणीं आतां यांस पत्रें लिहिणें टाकलें; तिकडे नक्ष अथवा बदनक्ष जाला, त्याची चिंता यांस काय?' असें बाईबद्दल त्या वेळचें मत बारंवार कागदांत व्यक्त झालें आहे.

वर्षारंभींच जवानबख्त आग्र्यावर चालून येत होता. या प्रसंगीं लखबादादानें अत्यंत प्रसंगावधान दाखवून आग्र्याचा किल्ला हातचा जाऊं दिला नाहीं. तसेंच अलीगड व अजमीर हे दोन किल्ले सुद्धां शिताफीनें लढले. अजमीरचा किल्लेदार कुटुंब सुद्धां लढून मेला, तेव्हांच किल्ला जोधपुरकराचे हवालीं जाला. महादजीनें नवीन ताज्या दमाची कांहीं फौज जामगांवाहून तयार करून मागितली. त्याचा तेथील कारभारी बाळाजी जनार्दन यानें मोठी शिताफी करून फौज जमा करून ताबडतोब रवाना केली. तिची व अलीबहादराची मार्गप्रतीक्षा करीत महादजी चंबळेवर सर्व ठिकाणचीं अनुसंधानें सांभाळीत होता. तुकोजी होळकर व नारो गणेश वर्षारंभींच वाफगांवाहून निघाले. रणजितसिंग जाट

पूर्णपणें महादजीस सामील होता. इकडे पातशहाची तर सर्वथा दैन्यावस्थाच होती. साथीदार तोंडानें त्यास सगळे, परंतु प्रत्यक्ष खर्चास देण्याची ताकद मात्र कोणाचीच नव्हती. राजे बिजेसिंग यानें आपली नात जयपुरकर प्रतापसिंगास देऊन (ता. २६ मार्च १७८८) पहिली दोस्ती जास्त दृढ केली आणि महादजीचा पाडाव करण्याचा उद्योग उभयतांनीं जास्त निकरानें चालविला. हे रजपूत राजे व नजफकुली वगैरे कित्येकांच्या सल्ल्यानें बादशहा वागत होता, तरी गुलाम कादर व इस्मईल बेग या दोघांचा त्यास बिलकूल भरंवसा नव्हता. ते त्यास राजवाड्यांतून बाहेर काढूं लागले कीं, नाइलाजानें दुखण्याचें सोंग घेऊन बादशहा महालांतच पडून राही. मराठ्यांचा वकील हिंगणे त्यास वारंवार भेटे तेव्हां तो म्हणे, ‘ आमचें सर्व लक्ष पाटीलबावांकडेच आहे. रतीभार गुंता नाहीं. अलीबहादरांसह ते इकडे येऊन दाखल होण्याचीच वाट पाहत आहों.’ असें सांगून हिंगणे पुण्यास लिहितो, ‘ सासूखालें सून आज्ञेनुरूप चालते तशी पातशहाची प्रकृत; जो मुखत्यार समीप राहून जैसें बोलवील तैसें बोलतील. जातिनिशीं नेट देऊन एखादा कारभार करावा ऐसा अर्थ नाहीं. भक्षावयास नाहीं म्हणून मनुष्य मात्र दिक्क आहे. पातशहाचा कायम मिजाज म्हणावा तर मेणाचें नाक. नाचविणारा नाचवील तसे चालतील. अशीं तीस वर्षें गेलीं. आतां खर्चाची तंगी व फौजेची तडातोड. ‘ कोणी एकानें येऊन आम्हांस भक्षावयास मात्र द्यावें आणि मनास येईल त्याचें पारिपत्य करून मुलकाचा बंदोबस्त करावा, ऐसें यांचें मानस आहे. ’ तथापि आंतून वाटेल त्या खटपटी करण्यास मात्र तो कमी करीत नसे. ता. १६–१–१७८८ रोजीं हिंगणे पेशव्यास लिहितो, ‘ ता. ५ जानेवारीस पातशहा डेरेदाखल जाले. पुढें रेवाडीस जाणार. तेथें जयपुरकर प्रतापसिंग व जोधपुरकर बक्षी भीमसिंग येणार. त्यांच्या भेटी जाल्यावर आग्र्याकडे कूच करणार. त्यांस अनूपगीर गोसावी यांनीं समजाविलें आहे कीं, बुंदीकोटे, उदेपुर, करौली वगैरे ठिकाणचे राजे जोधपुर-जयपुरकरांस मिळून फौज सुद्धां आपले खिदमतींत हजर राहतील. फौजेस कपर्दिक देणें लागणार नाहीं. आपण स्वतः मुलूखगिरीस निघोन मुलूख खालसा करावा. पाटीलबावा नरम सांपडले तर ग्वालेरीपावेतों जावें. जबरदस्त दिसेल तर अंतर्वेदींत उतरून वजिरास दाबून पैका हातीं लागेल तो घ्यावा. ऐसा घाट आहे.’ बिचारा बादशहा अंगीं कुवत नसल्यामुळें जो कोणीं कांहीं सांगेल त्यास हो म्हणून काळ कंठीत होता.

महादजीनें ता. २१-१-१७८८ रोजीं नानास लिहिलें, 'चमेलपार पाच महिने दम खाऊन राहिलों. फौजेची प्रतीक्षा केली. या दिवसांत फौज येऊन पोहोंचती तर शत्रूंचीं पारपित्यें होऊन एकांत एक मिळों न पावते. पारचे मुलखांतील वसूल पदरीं पडता. दिवसगत लागल्यामुळें शत्रू सारे एकत्र होऊन बलवान् जाले आहेत. आमच्यानें मेहनत होईल तेथवर करीतच आहों. एक दोन जागां शत्रूवर निकड करून पाहिली, परंतु फौजेस सात आठ वर्षें होऊन माणूस जुनें जहालें, यामुळें मेहनत चांगली होऊन शत्रूवर जरब न बसली. सर्वांचें मानस चमेलपार जाऊन नवी फौज येऊं द्यावी. त्यावरून चमेल अलीकडे आलों. इतःपर फौज लवकर यावी.' याच आशयाचें ता. ११-३-१७८८ चें आबाजीरामाचें पत्र नानास आहे. 'फौज लवकर रवाना होते अशीं पत्रें पांच सात आलीं आणि अद्यापि फौजेस ठिकाण नाहीं. बावा म्हणतात, फौज येत नाहीं ही गोष्ट प्रथमच आम्हांस समजती तर कळेल तैसाच विचार करून आपली ठाकुरकी राखून चमेल उतरून अलीकडे येतों. आतां सर्व प्रकारें अब्रूही गेली आणि सरकारनक्षही गेला.' बावांनीं जामगांवाहून देशची फौज आणविली ती परभारें मेवाड प्रांतीं पाठविली. हल्लीं हमदानीचा लेक इस्मईल बेग व गोसावी ऐसे एकत्र होऊन चमेल अलीकडे चालून यावें या विचारांत आहेत.*

६. बादशहा जवानबख्तांचे उपद्व्याप, चकसान व यमुनाकांठच्या लढाया, मांगल्याचा पाडाव (२१. ४ व १८. ६ स. १७८८). चंबळवर महादजी स्वस्थ बसला नव्हता. धारराव शिंदे व देवजी गौळी यांस पाठवून त्यानें मथुरावृंदावन हस्तगत करून पलीकडे अंतर्वेदांत उतरून त्यांजकडून रोहिल्यांस ठिकठिकाणीं तंबी दिली. इकडे दोघां रजपूत राजांनीही नेटानें उद्योग चालविला. पातशहास दिल्लीहून काढून ते रेवाडीपावेतों घेऊन आले; आणि तुकोजी व अलीबहादर येत आहेत असें ऐकून, त्यांजकडे आपले वकील पुढें पाठवून त्यांस या रजपूत राजांनीं महादजीविरुद्ध फितविण्याचा उपक्रम केला.

महादजीस उखडून काढण्याची जरी रजपूत व मुसलमान यांची कितीही इच्छा असली, तरी नुसत्या इच्छेनें क्रिया घडत नसल्यामुळें, बारभाईंच्या

* म. द. बा. २. १४८-१५४, १५६, १५८; ऐ. टि. ६-१६; ग्वा. २. २११-१२; ३. ६८.

खेतीप्रमाणें त्यांचा प्रकार झाला. त्यांतून मुख्य बादशहा स्वतः पुढाकार घेता तर कांहीं तरी जम बसला असता. एकाची हुकमत सर्वांवर असल्याशिवाय कोणतेंही बिकट कृत्य सिद्धीस जात नाहीं. अशी हुकमत चालविणारा इभ्रतीचा इसम या मंडळींत एकही नव्हता. हाच फायदा महादजीला असल्यामुळें त्यानें हळू हळू आपला जम बसविला. ' जवानबख्त कुटुंबासह आग्र्यास इस्माईलबेगापाशीं गेले त्यासीं बनाव न बसला. तेथून कूच करून गुलाम कादरखानापाशीं गेले. त्यासींही जम न बसली. निदानीं तेथून कूच करून फर्रुखाबादेस गेले. तेथें वजिरांनीं एक लाख रुपये खर्चास पाठविले त्यावरून लखनौस गेले. हें पळाल्याचें वर्तमान पाटीलबावांनीं श्रवण करून रवळोजी सिंद्यांवर इतराजी केली आणि शहानिजामुद्दीन यास शहाजाद्याच्या पाठीवर जाण्यास सांगितलें. शहाआलम किंवा जवानबख्त यांच्या अंगीं वकूब असता तर मोगल बादशाही पुनः सावरण्याचा उत्कृष्ट समय या दहा पांच वर्षांत होता. परंतु त्यास लागणारें धाडस व निश्चय हे गुण एकांतही नव्हते. एकंदरींत या जगांत व्यक्तीच्या कर्तबगारीवरच अखेर एकंदर व्यवहार अवलंबून राहतात. स. १७८८ च्या मार्चांत हिंगणे लिहितो, 'हिंदुस्थानांत एक गुलाम कादरखान मात्र पंचवीस तीस हजार स्वार प्यादा घेऊन पाटीलबावांची बदअमली झाल्यावर बळावला आहे. इस्मईल बेग आग्र्याचे आसपास चार पांच हजारांनिशीं व नजफकुलीखान रेवाडी वगैरे महाल दाबून आहेत. तिघेही पातशहाशीं रुजू नाहींत. यास्तव पातशहा पुण्याच्या फौजेची प्रतीक्षा करितात. अगदीं शेवटचा समय येऊन टेपलेला आहे. जागा रिकामी आहे. कोणी माणूस ऐसा नाहीं कीं, सलतनतीस आळा घाली. जैसें साताऱ्याचें सस्थान आपले हातीं आहे, तोच प्रकार येथीलही प्रस्तुत आहे. पुणें व दिल्ली एक होऊन जाईल ऐसा समय आहे. वर्ष, दोन वर्षें सर्वांस मायेंत घेऊन अवघ्या मुलकांत आपला काबू करून घेतला पाहिजे. श्रीमंतांचे प्रतापें यवनांचे पारिपत्य लवकरच होईल.' महादजीचाही दम अशाच प्रकारचा होता.

महादजीची परिस्थिति अत्यंत बिकट झालेली होती. आपाजीराम म्हणतो, ' खाशांस देखील उपास पडले. पाटीलबावा थोर सरदार, हिंमत जबरदस्त, यामुळें आजपर्यंत दम धरून राहिले. त्यांतून नानांचीं पत्रें येत गेलीं कीं, अलीबहादरांची रवानगी करतों, सत्वरच फौज येऊन पोहोंचेल. आतां चैत्र आला,

अद्यापि फौजेचे येण्याचा मार्ग दिसत नाहीं. आतां फौज येऊन तरी उपयोग काय ! यांचें व सरकारचें वांकडें आहे असा जाहिराणा हिंदुस्थानच्या दृष्टीस पडला. साऱ्या हिंदुस्थानांत दोन स्तोमें जाहलीं आहेत. राजपुतांचा एक स्तोम; आणि गुलाम कादर, इस्माईल यांचा एक स्तोम. पातशहाची व नजफकुलीची लढाई जाहली. त्यांत नजफकुलीनें हजरतास दाबिलें. तेव्हां नजफकुलीशीं सलूख करून ते दिल्लीस गेले. त्यांचे मनांत आतां सहसा दिल्लीबाहेर निघावयाचें नाहीं. या गुलामाचें तोंड पाहूं नये. अंतस्थ लक्ष एकनिष्ठ पाटीलबावांकडे आहे. अनूपगीर गोसावी जवळ राहतात. फौजेची मुखत्यारी त्यांस देणार. पाटीलबावांचीं पत्रें यास गेलीं कीं, गुलाम कादर व इस्मईल बेग यांचे खुळांत तुम्हीं न यावें. फत्ते झाल्यानंतर तुम्हांशीं दुसरा अर्थ होणार नाहीं. या हिंमतबहादराशीं महादजीनें इतक्या नरमाईचें व अत्यंत उदार वर्तन केलें असतांही तो आपली फितुरी सोडीना, तेव्हांच पुढें त्यास तंबी देण्याचा प्रसंग आला.

शहाजादा जवानबख्ताचें आख्यान येथेंच संपविलें पाहिजे. बापलेकांचें जुळेना, तेव्हां आगरा प्रांताची सुभेगिरी आपल्या नांवानें करून घेऊन तो प्रांत ताब्यांत घेण्यासाठीं तो पुढें आला. इकडे इस्मईल बेग शिंद्याच्या ताब्यांतून आग्रा किल्ला हस्तगत करण्याच्या उद्योगांत होता, त्यास जाऊन जवानबख्त भेटला. दोघांनीं मिळून मराठ्यांस घालवून द्यावें अशी तयारी केली. पण फौजेस पैसा पाहिजे तो तर कोणाजवळच नसल्यानें त्यावद्दल आपसांत झगडे होऊं लागले. इकडे गुलाम कादराची नजर शहाजाद्यावर होतीच. इस्मईल बेगचे साह्यास म्हणून गुलाम कादर डीगजवळ आला. त्यानें शहाजाद्यास पकडून कैद करण्याचा घाट रचिला. हें कळल्यावर तो शहाजादा दिल्लींतील या भानगडींस वैतागून आणि सर्वस्वावर पाणी सोडून लगोलग निघून फिरत बनारसला गेला आणि दुर्दैवानें तेथें आजारी पडून ता. १ जून स. १७८८ रोजीं एकाएकीं मरण पावला. मरणापूर्वी त्यानें आसन्न स्थितींत चार ओळींचें पत्र कॉर्नवालिसला लिहविलें कीं, 'मी आतां जगत नाहीं. आपण कृपा करून माझ्या मुलांबाळांचा सांभाळ करा, त्यांस अंतर देऊं नका.' ही त्याची इच्छा इंग्रजांनीं पूर्ण केली. पूर्वी बनारसहून दिल्लीस निघतांना त्यानें इंग्रज बादशहा तिसरा जॉर्ज यास स्वदस्तुरचें पत्र लिहून आपली करुण कहाणी कळविली, आणि मदतीची याचना केली, तें पत्र फ्रँक्लिननें समग्र दिलें

आहे. त्याचें तात्पर्य असें कीं, आमचे वडिलांचा, आतां दिल्लीस निभाव लागत नाहीं. गुलाम कादर व महादजी सिंदे हे दोन जबरदस्त ग्रह बादशाहीचा विध्वंस करीत आहेत. आमचे हाल कुत्रा खात नाहीं, अशी दशा झाली आहे. हिंदुस्थानांतील इंग्रज अधिकारी आमचें साह्य करीत नाहींत. यासाठीं आपले मुख्य कारभारी अर्ल कॉर्नवालिस यांस आपण सत्वर असे हुकूम पाठवावे कीं, फौजेनिशीं ताबडतोब येऊन आमचा बचाव करावा. आपला खास हुकूम आल्याशिवाय आमची दाद लागणार नाहीं.' या पत्राचा कांहीं उपयोग झाला नाहीं हें सांगणें नकोच. 'पुत्राचें निधनवृत्त श्रवण करून पातशहांनीं बहुत दुःख केलें. महादजीच्या प्रतिपक्षांचा एक मोठा आधार तुटला.' *

शहाजाद्याच्या हातून जरी दिल्लीच्या व्यवस्थेंत नवीन भर पडली नाहीं, तरी महादजी दूर गेल्यानें हिंमत बहादर वगैरे मागील कित्येक मंडळींनीं रजपुतांचें साह्य आणून बादशहाची तजवीज लावण्याचा आणखी एक प्रयत्न केला. परंतु यांत गुलाम कादर सामील नव्हता; आणि महादजीस साफ बाजूस ठेवून बादशाहीची घडी बसविणें शक्य नव्हतें. तरी हिंमतबहादरानें उठाव करून बादशहास बाहेर काढून जयपुरचे हद्दीवर प्रतापसिंहाचे भेटीस आणिलें. बोलणीं होऊन पुष्कळ बेत ठरले, बादशहानें प्रतापसिंहाचा मोठा गौरव करून त्यास पोषाख वगैरे दिले; पण पैशाची पैदास कोठूनही न झाल्यामुळें कांहींच जम बसूं शकला नाहीं. तरी जसें तसें करून बादशहा तसाच पुढें आग्र्याकडे चालला. वाटेंत गोकुळगडावर नजफकुलीखान होता, तो शरण येईना. फौजबंद होता. त्यानें बोलणें लाविलें कीं, मला कुल अधिकार द्या म्हणजे मी तुमची सर्व व्यवस्था सुरक्षित लावून देतों. ही गोष्ट बादशहास मान्य झाली नाहीं. त्यानें गोकुळगडास वेढा घातला. हिंमतबहादर व बेगम समरू वेढा घालण्यांत पुढारी होती, व बादशहाच्या नवीन कवाइती पलटणी बरोबर होत्या. पण बादशहाचे फौजेंत अत्यंत बेबंदशाही माजल्यामुळें नजफकुलीनें कुशलतेनें बाहेर पडून बादशहाची दाणादाण उडविली. बेगम समरू मोठ्या आवेशानें बादशहाचे बचावास धावली म्हणूनच

* या वेळच्या हकीकती मराठी कागद, फ्रँक्लिनचें 'शहाआलम चरित्र,' कीनचीं पुस्तकें वगैरे पाहून संकलित केलें आहे. फ्रँक्लिनचें हें पुस्तक तरी दोन फारसी बखरींचा तर्जुमाच आहे, एक सय्यद रेझाखानाची व दुसरी गुलामलीखान मोगल याची, 'शहाआलमनामा' या नांवाची.

त्या प्रसंगीं त्याचा जीव वांचला. या उपकाराबद्दल बादशहानें ' आपली आवडती पुत्री ' अशा प्रकारच्या पदव्या वगैरे देऊन तिचा गौरव केला. गोकुळगड हस्तगत झाला हेंच पुष्कळ असें मानून पुढें आग्र्यावर जाण्याचें साहस न करितां तो हिंमतबहादरास बरोबर घेऊन ता. १५-४-१७८८ रोजीं परत दिल्लीस गेला.

गुलाम कादराचें शिंद्याच्या घराण्याशीं पिढीजाद वैर होतें. गेल्या वर्षाच्या पावसाळ्यांत महादजी जयपुरावर चालून गेल्याची संधि पाहून गुलाम कादर दिल्लीस गेला, हा उल्लेख वर आलाच आहे. दिल्लीस महादजीचा जावई होता त्यास त्यानें घालवून दिलें, आणि बादशहापासून बळजबरीनें मीरबक्षीगिरीचें पद व जहागिरींच्या सनदा उपटून तो परत अंतर्वेदींत जाऊन मराठ्यांकडे असलेलीं ठाणीं हस्तगत करूं लागला. इकडे त्याच वेळीं इस्मईल बेग आग्रा हस्तगत करीत होता, त्या कामीं त्याचा इलाज चालत नाहींसें पाहून गुलाम कादर त्याचे मदतीस धावून आला. या वेळीं रणजितसिंग जाठ सर्वथा महादजीस सामील होऊन मनापासून मुसलमानांशीं विरोध करीत होता. त्यानें आग्र्यास मोगलांचा वेढा पडला असतां लखबादादास रसद वगैरे पोंचवून चांगलें साह्य केलें. यास्तव इस्मईलखान व गुलाम कादर आग्रा सोडून प्रथम जाठांवर चालून आले. इकडून महादजीनें जाठांचे व आग्र्याचे मदतीस एप्रिलचे आरंभीं राणेखान, देवजी गौळी, डीबॅायन वगैरे रवाना केले. त्यांची गांठ इस्मईलखानाचा बाप व उमरावगीर गोसावी यांशीं पडली. त्यांजबरोबर लढून गोसाव्यास पकडून त्यांनीं पाटीलबावांकडे रवाना केलें. त्याबरोबर गुलाम कादर व इस्मईलखान यांनीं आग्र्यावर निकराचा नेट चालविला. तेव्हां त्यांचे मुकाबल्यास राणेखान, रायाजी पाटील, जिवाजी बल्लाळ बक्षी असे जाठांचा जमाव घेऊन गेले. महादजीनें मागून आपा खंडेराव* व डीबॅायन यांस राणेखानाचे साह्यास पाठविलें. भरतपुराजवळ जाठाची फौज सामील करून घेऊन मराठी फौजा, पुढें आग्र्याकडे कूच करून जात असतां गुलाम कादर व इस्मईल बेग त्याजवर चालून आले. जाठाचे पदरीं तोफखाना व पायदळ पलटण असून त्यांजवर मुसा लिस्तुनो (Listeneaux) हा फ्रेंच अधिकारी होता. ता. २१-४-१७८८ रोजीं चकसान गांवाजवळ उभय फौजांची गांठ पडून दोन प्रहरपासून सहा घटका रात्रपर्यंत खडाजंगीची लढाई झाली. तींत गुलामकादरानें जाठांचा बहुतेक फन्ना उडविला,

* खंडेराव हरीचेंच दुसरें नांव आपा खंडेराव होय.

तसाच डीबॉयननें इस्मईल बेगास हैराण केलें. बराच वेळ तोफांची सरबत्ती होऊन दोनही पक्षांचें पुष्कळ सैन्य खपलें आणि डीबॉयन व लिस्तुनो रात्र पडतांच लढाई बंद करून परत भरतपुरास आले. रणजितसिंगानें मराठ्यांचा पक्ष सोडावा म्हणून मुसलमानांनीं जानजान पछाडलें. पण तो जाठ वळला नाहीं. जाटांस मराठ्यांची करामत आज तीस वर्षे चांगली ठाऊक होती. चकसान येथील लढाईनंतर गुलाम कादर व इस्मईल बेग यांचा परस्पर बेबनाव सुरू झाला; आणि राणेखानानें पंजाबच्या शिखांस चिथवून अंतर्वेदींत रोहिल्यांच्या मुलखावर स्वारी करविली. त्याबरोबर गुलाम कादर आपल्या जहागिरीच्या संरक्षणार्थ धांवून परत गेला. ही संधि साधून मराठ्यांनीं आग्र्याचा उपराळा केला. 'लखबा किल्लेदार यांनीं पाटीलबावांस पत्र पाठविलें कीं, जकीरा (=सामुग्री) सरला. आतां आमच्यानें किल्ला राखवत नाहीं. त्यावरून रणजितसिंग जाठास सांगतां त्यानें दोन हजार बैल भरून आपली फौज बरोबर देऊन गल्ला रवाना केला. राणेखान व रायाजी पाटील आसपास होते त्यांस ताकीद गेली कीं, सामान किल्ल्यांत दाखल करून देणें. त्यावरून सर्वांनीं तीन गोल केले. एक गोल यमुनापार उतरून गल्ला नांवांत भरून यमुनेंतून किल्ल्यांत दाखल केला. हें वर्तमान गुलाम कादर व इस्मईल बेग यांनीं ऐकून फौज सुद्धां पार उतरून रसद किल्ल्यांत न पोंचे असा बंदोबस्त करूं लागले. दुसरे दिवशीं राणेखान व रायाजी पाटील यांचा एक गोल तीनशें उंट समागमें घेऊन किल्ल्यांत गेला व दोन गोल मोगलांशीं झुंजास उभे राहिले.' त्यावरूनच पुढें आग्र्याजवळ यमुनेच्या कांठीं सामने झाले त्यांचीं कित्येक सुंदर वर्णनें उपलब्ध आहेत. 'किल्ल्यांतील लोक फारच बावरे झाले होते. परंतु दादांनीं दम धरला. नाहीं तर किल्ला न राहता. पाटीलबावांनीं तीन चार पत्रें वडिलांस लिहिलीं कीं, तुमच्या मर्दुमीस जोडा नाहीं. आणखी दोन दिवस जसें कळेल तसें काढून राहवें. त्यावरून मोठ्या संकटें दिवस काढिले. खायास अगदीं नव्हतें म्हणून लोक घाबरले. एवढी आपली फौज आग्र्याजवळ जमा जाहली असोन एक शेर दाणा किल्ल्यांत पोंचविला नाहीं. हे समक्ष असतां इस्मालनें किल्ला घेतल्यावर आमची सर्वांची अब्रू गेली. आतां एक लढाई घ्यावी आणि हल्ला करावी ऐसें ठरवून, यजमानांस पत्र पाठविलें. त्यांचेही चित्तीं ऐसेंच होतें. तेव्हां इरेस पडून फौजेनें किल्ला जगवून यश घेतलें. जीवबादादा व राणेखानभाई दोन अडीच महिने किल्लेचे उपराळेस राहिले.

इस्मलबेगास गुलाम कादर सामील जाहला. उभयतांच्या तोफा दीडशेंपर्यंत होत्या. आपले फौजेवर चढाई करून आले. त्यांशीं आपल्यांनीं दोन तीन लढाया घेतल्या, त्यांचे तीन चार हजार माणूस ठार झाले. गुलाम कादर यमुनापार गेला. एकटा इस्माल मागें राहिला असें पाहून आपले फौजेनें ज्येष्ठ शु० १५ (=१८ जून)चे दिवशीं त्याशीं लढाई घेतली. त्याचा मोड जाहला. पांच हजारपर्यंत त्याचे लोक ठार जाहले. कित्येक यमुनेंत बुडोन मेले. सर्व सरंजाम लुटून घेतला. बंदुकांची गणती कोण करील ! पांच स्वारांनिशीं इस्माल पळाला. तेव्हां किल्ला मोकळा जाहला. दादांनीं किल्ला लढविला म्हणोन हिंदुस्थान श्रीमंतांचे पदरीं राहिलें. नाहीं तर उज्जनीस यावें लागतें. कठिण दिवस आले होते ते श्रीनें परिहार केले. लढाईत हत्यारानें (=बंदुकातोफांनीं) सर्वांस रक्षिलें. लढाई जीवबादादांनीं मारली व आगरें दहा महिनेपर्यंत लखबादादांनीं राखलें. दिवाणगिरी बाळोबा[१] तात्या पागनीस करितात. ईश्वरानें आतां खोटे दिवस दूर करून चांगले दिवस दाखविले. दहा महिनेपर्यंत चिंतेच्या डोहांत होते तें कोठवर लिहावें. नंतर इस्मईल बेग व गुलाम कादर एकत्र होऊन आग्र्यास मोर्चे बसवून तोफांची मारगिरी करूं लागले. आपली फौज चौफेर रसद बंद करून होतीच. परंतु यमुनापारीहून त्यांस रसद येऊं लागली, तेणेंकरून हरामखोर, हुशार होऊन आग्र्यावर जखडबंदी विशेष करूं लागले. त्यावरून जांबगांवची नवी फौज येथें वैशाखांत आली तिला बावांनीं मथुरावृंदावनाकडे पाठविली. दोनही ठाणीं इस्मईल बेगाकडे होतीं, तीं पलटणें कापून हस्तगत केलीं, तोफा वगैरे सरंजाम लुटून आणिला. नंतर तीच फौज यमुनापार जाऊन तमाम मुलूख ताराज केला.'*

वरील लढाईचे जास्त तपशील उपलब्ध आहेत ते असे. 'गुलाम कादर फौज सुद्धां यमुनापार गेला, हें वर्तमान राणेखानभाईस कळतांच त्यांनीं नवीन फौज परत आणून सर्व एकत्र होऊन इस्मईल बेगाशीं लढाई केली. प्रात:कालपासून सायंकाळपर्यंत युद्ध होऊन तृतीय प्रहरीं मुसा लिस्तुंभ व डभईसाहेब यांनीं मारगिरी बहुतच केली. श्रीमंतांचे पुण्यप्रतापें पाटीलबावांस महद्यश आलें. बेगाचीं वीस-बेवीस पलटणें झाडून फस्त केलीं. लालसोटनंतर फितुर होऊन त्यांजकड गेलेलीं

१ हा बाळाराव गोविंदानंतर महादजीचे कारभारावर आला.

* आधार-दि. म. रा. १. २६९, २७७, २८३, २८५, ३००, ३०३; ग्वा. ३. ६४, ६८, ६९, ७१, ७२; ५. १४९, १५०; जी. दा. च. ४१२-१४; Franklin P. 155-166; Keene.

सहा पलटणें व आणखी कित्येक साफ कापून काढिलीं. ऐशीं तोफा हस्तगत जाल्या. इस्मईल्याचे दोन अडीच हजार प्यादे यमुनेंत बुडाले. एकंदर आठ हजार माणूस पलटणचें कापून काढिलें. इस्मईल बेग, त्याचा बाप व हमदानीचा लेक असे तिघे पंचविसां स्वारांनिशीं यमुनापार पळोन गेले. त्याची बायको हत्तीवर बसून जात होती ती यमुनेंत बुडाली. इकडील फौजेनें लढाईची शर्थ केली. थेट तोफखान्यावर चालून घेऊन लढाई मारिली. इस्मईल बेगानें इकडील तोफां-वर चालून घेताच तिहींकडून फौजांनीं घोडे घालून त्याचीं पलटणें कापून काढिलीं. जिवावर बेतली तेव्हां इस्मईल बेगानें आपल्या चपळ घोड्यावरून यमुनाकांठ गांठला, आणि प्रवाहांत उडी घेऊन पलीकडे जाऊन जीव बचावला. तिकडे त्यास गुलाम कादरानें आश्रय दिला. त्याची बचावलेली फौज दिल्लीकडे पळून गेली. महादजीचे तीन चार अंमलदार व दोनशें माणूस ठार व पांच सातशें जखमी झाले.' या लढाईनें आग्र्याचा शह सुटला. त्याचे मोर्चे उठले, आणि मथुरेपर्यंतचा प्रदेश महादजीस मोकळा झाला. स. १७८४ पासून कष्टानें तयार केलेल्या डीबॉ-यनच्या पलटणांचा पहिल्या प्रथम उत्कृष्ट उपयोग घडून महादजीची ही नवीन योजना योग्य ठरली. शीखांचें व महादजीचें संगनमत असल्यामुळें, त्यांनीं अंतर्वे-दीत उतरून रोहिल्यांच्या तमाम मुलखांत लूट व दंगा मांडिला. यमुनाकांठच्या या प्रचंड लढाईचें नांव मराठी इतिहासांत अद्यापपर्यंत बहुतेक अज्ञातच आहे. महादजीच्या भाग्यास ओहोट लागली होती, ती खलास होऊन इतउत्तर त्याची कमान वर चढूं लागली.

या चढत्या कमानीचा आरंभ स. १७८८ च्या एप्रिलांत झाला. 'गुलाम कादर व इस्मईल बेग उभयतां एकजुटीनें यांसीं लढतात. त्यांजवळ तोफखान्याचें बळ भारी. परंतु यांनींही लढाईनें व गनिमीनें आयास आणिले आहेत. उमरावगीर गोसावी आग्र्यांतून पाडाव करून धरून आणिला. लष्करांत आणल्यानंतर बावा सामोरे जाऊन त्यास घेऊन आले. लुटींत त्याचें सामान आणिलें होतें तें माघारें देवविलें आणि सांगितलें तुमचें अंतःकरण येथें राहण्याविशीं प्रशस्त नसेल तर तुम्हांस परत पोंहचवून देऊं. त्यानें उत्तर केलें, पोटास मिळाल्यावर दुसरे जागांच आमचें काय आहे! असें बोलणें होऊन सरंजाम सरकारांतून करून दिल्हा. असा नाद कांहीं दिवस लावून हे गोसावी बावा ता. १८ मे रोजीं रात्रींचे पाटील-बावांचे छावणींतून पळून गेले!

प्रकरण २० वें.

महादजी व गुलाम कादर

सन १७८८-८९

१. तुकोजी होळकराचा महादजीस शह.
२. तुकोजीचा कार्यभेद (स. १७८८ उत्तरार्ध).
३. बादशाही भुवनांत गुलाम कादराचे अत्याचार, (ता. २९ जुलई–ता. २ ऑक्टोबर स. १७८८).
४. गुलाम कादराची भरपाई (ता. १९ डिसेंबर स. १७८८).
५. अंतर्बाह्य बिकट परिस्थिति (मार्च–जून, स. १७८९).

* * *

१. तुकोजी होळकराचा महादजीस शह.–(स. १७८८ द्वितीयार्ध). तुकोजी होळकर व अलीबहादर यांस नानानें उत्तरेंत रवाना केलें ते एप्रिलांत महेश्वरास दाखल झाले. तेव्हांपासून महादजीचा व त्यांचा पत्रव्यवहार सुरू झाला. महेश्वराहून लगोलग पुढें न येतां तेथें त्यांनीं चार महिने शुष्क वाटाघाटींत काढले. महादजीची एवढी हलाकी होती कीं, एखादा इंग्रज सेनापति असता तर रस्त्यांत असें कालहरण न करितां तडक धावून पुढें जाता; पण पुण्याच्या वातावरणांत बुद्धिभ्रंश झालेल्या या मंडळीच्या मनांत महादजीचा पाणउतारा झाल्यावर आपण पुढें जाऊन सर्व व्यवहारांची घडी पुनः नीट जमविल्याचा मान मिळवावा असें असावें; किंवा महादजीच्या अरेरावीनें पानिपतासारखें अरिष्ट उद्भवलेंसें वाटून, महादजीच्या रजपूत विरोधकांशीं आपण परभारें कारस्थान रचून तें अरिष्ट शमवावें, असा त्यांचा उद्देश असावा. कांहीं असलें तरी महादजीनें केलेला उपक्रमच पुढें सिद्धीस नेणें हें राजकारणाच्या दृष्टीनें या नवीन सरदारांचें पहिलें कर्तव्य होतें. महादजीचा डाव उखडून काढण्यांत सर्वांचाच तोटा होता. हे सरदार पुण्यशील साध्वीच्या सानिध्यांत कालहरण करीत महेश्वरास बसलेले पाहून महादजीचें पित्त खवळून गेलें, आणि बाहेर आपसांतील दुही दिसूं नये म्हणून त्यानें त्यांस लिहून कळविलें कीं, 'आपण लौकर स्वार होऊन येथें यावें; कित्येक विचार आहेत ते आपण येथें आल्याखेरीज घडत नाहींत.' 'बावांचें

मानस आहे कीं, सुभेदार आल्यावर सर्व सलतनत त्यांचे स्वाधीन करून आपण छावणीस उज्जनीस जावें; आणि अंबूजी इंगळे याजबरोबर दहा पंधरा हजार आपली फौज यांचे तैनातीस ठेवावी.*' परंतु होळकर पुढें पाय घालीना. पाटीलबावांची फत्ते झालेली ऐकून दोघेही सरदार राजपुतान्यांत गेले. तिकडे तुकोजीनें राजपुतांशीं स्वतंत्र राजकारण केलें; तेव्हां अलीबहादराचा व तुकोजीचा बेबनाव होऊन तो एकटाच पुढें जाऊन मथुरा येथें ता. ६-११-१७८८ रोजीं महादजीस भेटला. उशीराचें कारण त्यानें पाटीलबावांस असें सांगितलें कीं, 'श्रीमंतांनीं आपले कुमकेस आम्हांस पाठविलें, ते समयीं आज्ञा केली जे, तुम्हीं पाटीलबावांजवळ लौकरच जाऊन पोंचावें; आणि ते कामकाज सांगतील त्या प्रमाणें वर्तणूक करावी. याप्रमाणें आम्हांस आज्ञा आहे आणि नानांनींही याच प्रमाणें सांगितलें. त्यास मार्गीं आम्हांस बहुत दिवस लागले, तेव्हां श्रीमंतांचीं पत्रें बऱ्हाणपुरचे मुक्कामीं आलीं कीं, तुम्ही व तुकोजी होळकर ऐसे एकत्र होऊन जावें. याकरितां महेश्वराहून पुढें जाणें तों तुकोजी होळकर तुम्हांस सामील होतील, नंतर दर कूच पुढें जावें. त्यांजखेरीज पुढें जाऊं नये, असें नानांचें लिहून आलें. यास्तव इतके दिवस लागले. महेश्वरीं आलियानंतर सुभेदारांनीं लग्नाकरितां बहुत आग्रह करून राहविलें; तेव्हां मासपक्ष राहणें जाहलें. पुढें उभयतां मेवाड प्रांतीं आलों, तेथें दोन महिने लागले. पुढें होळकरांचा विचार इकडे सत्वर येण्याचा दृष्टीस न पडे आणि यजमानांचीं पत्रें निकडीचीं येत, आणि आपलींही पत्रें लवकर येण्याविशीं येत, सबब आम्ही निकड करून कूच करून येऊं लागलों, तेव्हां मागतीं सुभेदारांनीं आम्हांस आठा दिवसांचे मुदतीनें राहविलें, तों इतक्यांत आपलीं पत्रें बहुत निकडीचीं आलीं. त्यावरून कूच करून आपणापाशीं आलों. आतां सांगाल त्याप्रमाणें वर्तणूक करूं.'

नानानें आपाजी बाबाजी दामले हा खास आपल्या भरंवशाचा सरदार बाहेरच्या कारभारांत खुद्द पेशव्याचें धोरण संभाळण्याकरितां अलीबहादराबरोबर दिलेला होता. हा स. १७८६-८७ त बडोद्यास असून तेथून त्यास अलीबहादरास मिळण्याची आज्ञा झाली. त्याचीं कित्येक पत्रें भा. व. २ यांतील पत्रें यादींत ले. १६-२९ छापलेलीं आहेत. ता. २०-९-१७८८ त त्याचा मुक्काम उदेपुराजवळ नाथद्वार येथें होता. पुढील व्यवहारांत या आपाजी बाबाजीचें नांव

* दि. म. रा. १-२८९; ग्वा. ३.७६, ५-१४९.

वारंवार येईल तें ध्यानांत ठेविलें पाहिजे. अलीबहादराबरोबर सदाशिव शामराव अस्वलकर हा दिवाण म्हणून नानानें नेमून दिला होता. महादजी पेंचांत सांपडला आणि पुण्याची फौज तर येईना, तेव्हां त्यानें रामजी पाटील यास मुद्दाम पुण्यास पाठविलें. त्याची वाटेंत बऱ्हाणपुरनजीक ३ एप्रिल रोजीं अलीबहादराशीं गांठ पडली. त्यानें विचारलें, 'सहा महिने निघालां आहां, अद्याप पोंचलां नाहीं.' तेव्हां 'पाटीलबावांशीं दुसरा विचार नाहीं. म्हणूनच आम्हांस मदतीस पाठविलें,' असें अलीबहादरानें उत्तर दिलें.[1] ता. १६ एप्रिल रोजीं अलीबहादर महेश्वरास पोंचला. २० एप्रिल रोजीं त्याची बाईची भेट उत्तम प्रकारें जाली. त्याच दिवशीं तुकोजी होळकर तेथें पोंचला. नंतर मुहूर्त पाहून पुढील वाटाघाटी करण्यांत दिवस गेले. तुकोजीचे मनांत मूळपासूनच तेढ होती. एक महिना राहवून घेतल्यावर तो अली-बहादरास म्हणाला, 'आपण पुढें व्हावें, बापू होळकरास बरोबर देतों, इंदुरापर्यंत चलावें; किंबहुना उज्जनी पावेतों जावें; अमावास्या जाल्यावर दो चौ रोजीं आम्ही येतों. तेथें सिंद्यांचे जाबसाल सुरळीतपणें चालावयाचे आल्यास त्याजकडे जाऊं, नाहीं तर मारवाडचे रोखें जाऊं.' यावरून अलीबहादरानें पुण्यास लिहून विचारलें, 'आम्हीं एकटे पुढें जावें, कीं तुकोजीबावांची वाट पाहून राहवें.' या प्रकारावरून पेशवाईचा कारभार कसा चाले तें दिसतें. तुकोजीचे जाबसाल महादजीकडे काय होते, त्याचा उल्लेख आढळत नाहीं. निदान तें त्यास समक्ष बोलून ठरवितां आले असते. पहिलें परचक्राचें संकट दूर करावें, नंतर आपसांतले कलह तोडावे, तो मार्ग तुकोजीचे ध्यानींमनीं नव्हता. येऊन जाऊन त्याची मागणी काय, कीं शिंदे व आपण बरोबरीचे सरदार, तेव्हां निंमा वाटा आपणास पाहिजे. संकटें, अडचणी, पैसा, पराक्रम, यांचा निंमे वांटा मात्र सोसण्यास नको, फक्त कमाईचा वांटा घेण्यास पाहिजे, ही तुकोजीची व अहल्याबाईची कल्पना. अहल्याबाईनें या प्रसंगीं तुकोजीस त्वरा करण्यास सांगितलेलें दिसत नाहीं. अलीबहादर महेश्वराहून कूच करूं लागला, ते समयीं 'तुकोजीनें त्यास बहुत आग्रह केला कीं, तुम्हीं आम्हीं बरोबर जाऊं. तों पाटीलबावांकडून अंबूजी इंगळे महेश्वरास आले. इंगळ्यांचें म्हणणें उभयतांनीं बरोबर चलावें. हें बोलणें होत आहे तों आग्र्याजवळच्या लढाईंत इस्माईल बेग बुडविल्याचें पत्र आलें. तेव्हां होळकर व इंगळे बोलले कीं, आपण सर्वच

1 पहा रुमाल ३, ले. ३४, ३७, ४१ व अ. ब. ले. १-८.

मेवाडांतून जयपुरचे रोखें नीट जाऊं, तों पाटीलबावाही तिकडे येतील. पर्जन्य-काळीं हा मार्ग जवळ, व नद्या नाले नाहींत. त्यावरून जुलईंत हे पुढें निघाले. दोन महिने महेश्वरास फुकट गेले. पुढें मेवाडांत आल्यावर अलीबहादरास कळलें कीं, गुलाम कादरानें दिल्ली हस्तगत केली. अशा समयीं तुम्ही ताबडतोब सिंद्यांकडे जावें असें नानांचें पत्र अलीबहादरास आल्यावरून तो तुकोजीस मागें सोडून अंबूजीसह त्वरेनें मथुरेस गेला. तेथें ता. ६ नोव्हेंबर रोजीं महादजीची व त्याची भेट झाली. महादजीनें तुकोजीसही ताबडतोब आपलेकडे बोलाविलें; पण तो गेला नाहीं. त्यानें भलताच विपर्यास नानांस लिहून पाठविला. या वेळीं त्याचें वर्तन अहल्याबाईच्या अनुमतीनें किंबहुना शिकवणीनें चाललेलें दिसतें. मल्हाररावाचा अंगचोर व मतलबी स्वभाव तुकोजी व अहल्याबाई यांचे ठिकाणीं भरपूर असून स्वतःच्या अल्प फायद्याकरितां राज्याचें नुकसान झालें तर त्यांस त्याची पर्वा वाटत नसे. महादजीच्या संकटसमयीं गोड गोड शब्दांपलीकडे बाईनें यत्किंचित् हालचाल राज्याकरितां केलेली कागदांत आढळत नाहीं.

सदाशिव दिनकर पाटीलबावांवरील अरिष्टाच्या प्रसंगीं त्यांजवळ नव्हता. त्याचे जागीं कृष्णराव बापू भावे दाखल होऊन सदाशिव दिनकर काशीयात्रेस निघून गेला, तो परत पाटीलबावांजवळ ग्वालेरीस येऊन एक महिना राहून मग पुण्यास गेला. तो ता. ४-६-१७८८ रोजीं नानास लिहितो, ' होळकर व अली-बहादर उभयतां समागमें महेश्वरास येऊन एक मास झाला. पुढें यावयाचें मानस तूर्त काळीं दिसत नाहीं. श्रावण मासीं अलीबहादर डेरे दाखल झाले. फौज येत नाहीं हें पूर्वींच पाटीलबावांस निखालस समजतें म्हणजे तसेंच डौल धरून कळेल त्या रीतीनें मसलत समेटावयास येती. भरंवसा देऊन घात करणें असा प्रकार घडण्यांत आला. येथील ओढीचा प्रकार परस्परें लोपला नाहीं; असें असतां ही गोष्ट घडावयाची नव्हती. यास्तव बावा मला म्हणतात, तुम्ही पुण्यास जाऊन एक वेळ इकडील सविस्तर वर्तमान श्रीमंतांस श्रुत करावें. याप्रमाणें चार पांच बैठकांत बोलून २७ मे रोजीं मला निरोप दिला. आतां नवीन फौजेचा भरणा झाला आहे. हे साहस, हिंमत, धैर्यास चुकत नाहींत. पैका मिळत नाहीं, यामुळें अंदेशा. गंगाजी आव्हाड लष्करांत आहे. '

सदाशिव दिनकर काशीयात्रा करून स. १७८८ च्या वैशाखांत परत पाटील-बावांजवळ येऊन आठ चार दिवस राहून दक्षिणेंत येण्यास निघाला. तो १५

जुलई रोजीं लिहितो, ग्वालेरीहून पुढें येतांना वाटेनें पावसानें जागजागां खोळंबा केला, त्यामुळें उज्जेनीस पोंचण्यास आठ दिवस अधिक लागले. ता. २९ जून रोजीं उज्जेनीस आलों. पाटीलबावांनीं इस्मईल बेगाची लढाई मारल्यानंतर रायाजी पाटील वगैरे यमुनेपार उतरोन गुलाम कादरास शह दिला. राणेखान व जिवाजी बल्लाळ मथुरेवर गेले. मागाहून पाटीलबावा कुवारी नदीहून कूच करून चमेल उतरोन मथुरेस गेले. अलीबहादर व होळकर चैत्र मासांत महेश्वरास आले. तेथें दोन महिने मुक्काम जाहला. त्यांस निकडीनें पुढें येण्याविशीं पाटील-बावांनीं पत्रें पाठविलीं, आणि मुद्दाम त्यांस आणावयाकरितां अंबूजी इंगळ्यांस महेश्वरास पाठविलें. फौजेचें जुळणें व मनसब्याचें चालवणें, यामुळें समयास जाऊन पावले नाहींत. तेणेंकरून पाटीलबावा विकलच होते. तों त्यांस एकाएकीं यश आलें. ईश्वर बावांचे फौजेस अनुकूल जाहला. अगोदरच होळकरांचा इरादा पाटीलबावांचे लिहिल्याअन्वयें यावयाचा नव्हता. आतां लढाईचें ऐकिल्यानंतर निकड राहिली नाहीं. अलीबहादरांचें बोलणें मार्गाचें आहे.ते व अलीबहादर बावा महेश्वराकडून कूच करून धारेस येऊन तेथून ११ जुलईस उज्जनीस आले. मागाहून तुकोजी होळकर इंदुराहून कूच करून महीतपुर येथें अलीबहादरांस भेटले. उभयतां मेवाड्यांतून जयपुरचे रोखें जाणार असा निश्चय ठरला. हा निश्चय महेश्वरास स्वारी असतांच ठरला. वाटेंत पाटीलबावांकडील महालांस कहीकबाडाचा उपद्रव जाला, तो बोभाट पाटीलबावांकडेही गेला. महालांतून फौज जातांना थोडाबहुत उपद्रव लागतोच. उपद्रव नच लागावा म्हटल्यास उडोन तर जातां येत नाहीं. त्यांत मामलेदारांची रीत आहे, थोडें फार करून दाखवावें. पुढें होळकर व अलीबहादर मिळोन कोटयाचे मुलखांतून जाणार. बावांच्या भेटी झाल्यावर त्यांच्या सल्लेनें वागल्यास परस्परें स्वच्छता राहील. येविशीं स्वामींकडून त्यांस वरचेवर पत्रें येऊन सर्वांची वर्तणूक एकविचारें घडे असें जाहल्यास रहस्य आहे, नाहीं तर कठिण.'

सदाशिव दिनकर आक्टोबरांत उज्जनीहून अहल्याबाईचे भेटीस महेश्वरास गेला. ता. ९-११-१७८८ चे पत्रांत तो बऱ्हाणपुराहून नानास लिहितो, 'स्वामींचे पुण्येंकरून मजला महायात्रा घडली. काशीहून परत निघतांना कुटुंब परभारें घरास लावून मी पाटीलबावांचे लष्करांत गेलों. उज्जेनीहून निघून महे-श्वरास आलों. बाई निरोप देईनात. दिवाळी करून जा म्हणून आग्रह केला,

तेव्हां राहिलों. इतक्यांत सदाशिवपंत अस्वलकर अलीबहादरांचे दिवाण तेथें आले. दिवाळीची प्रतिपदा करून त्यांनीं उज्जनीकडे कूच केलें व मी इकडे कूच केलें. आतां शिबंदीचे देण्याचा निर्गम करून लवकर दर्शनास येतों.' पुढें लगेच चांगदेवावरून डिसेंबर अखेर सदाशिव दिनकर पुण्यास पोंचला. नाना व महादजी यांजमधील व्यवहारांची सांखळी जोडणारा हा इभ्रतदार व निःस्वार्थी गृहस्थ पूर्ण राष्ट्रसेवेस वाहिलेला होता. त्याची कौटुंबिक माहिती बिलकूल उपलब्ध नाहीं, ती शोधली पाहिजे. यापुढें तो लवकरच दिवंगत झाला असावा.

या संबंधांत खुद्द महादजी म्हणतो, 'होळकरांस वारंवार लिहीत गेलों कीं, तुम्हीं इकडे सत्वर येऊन बंदोबस्त करावा व आपली वांटणी घ्यावी, कोणे गोष्टीचा किलाफ आमचे तर्फेनें नाहीं. त्यांनीं आपले मुद्दे इंगळ्यांपाशीं सांगितले, त्याप्रमाणें मान्य करून त्यांस निखालसपणें पत्रें लिहीत गेलों; आणि पुण्यासही याचप्रमाणें लिहवीत गेलों कीं, लौकर येऊन बंदोबस्त राखावा. आतां लिहिण्याची पराकाष्ठा राहिली नाहीं. त्यास आमचे लिहिण्याचा अन्वय सारा एकीकडेच राहून त्यांनीं राजपुतांचा दुसराच मनसुबा उभा केला. त्या पक्षीं इतःपर लिहून फळ नाहीं.' अलीबहादरही तुकोजीबद्दल जे उद्गार काढतो ते मार्मिक आहेत. 'द्रव्याचें कार्य आहे. कळ साऱ्यासच आहे. जरबेनें विचारावें तर ज्याची जमियत अधिक तो जबरदस्त. तुकोजीबावांजवळ होतों, तेव्हांही हीच अवस्था जाली, आंतूनच खंडण्या करीत, सरकारांत एक पैसा देखील दिल्हा नाहीं. ज्याची फौज फार, तो बलवान.' भागीदारांनीं एकाच व्यवहारांत एकमेकांचे गळे कापण्याचा हा प्रकार मराठशाहीच्या उत्तर काळांत इतका बोकाळला कीं, लहानापासून मोठ्यापर्यंत त्यास अपवाद म्हणून सांपडावयाचा नाहीं. प्रत्यक्ष महादजीनें पुण्यास गेल्यावर नानास तोंडावर समक्ष कळविलें कीं, 'नानांनीं उत्तर हिंदुस्थानांत होळकरास आमचे उरावर पाठवून तंटे करविले.' [कोटा दप्तर].

होळकराचे बाबतींत महादजीनेंही नानास स्पष्ट व खरमरीत पत्रें लिहिण्यास कमी केलें नाहीं. तो म्हणतो, 'अलीबहादर आल्यावरही दोन तीन पत्रें तुकोजीबावांस पाठविलीं; परंतु त्यांचे येण्याचा योग अद्यापि दिसत नाहीं. उदेपुर प्रांतींच आहेत. उदेपुरचा राणा मूल लहान, पटाईत कारभारी यांनीं आपल्या हातीं पडल्या त्या जागा दाबून बसले. भीमसिंग कारभारी चितोडगड दाबून आहे. राण्याचा बंदोबस्त कांहींच नाहीं. आपले सरकारचे मालमतीचा पैका न ये.

सबब राण्यास आपल्या हातीं ठेवून संस्थानचा बंदोबस्त करून आपला पैसा वसूल करावा, असा विचार ठरवून आम्ही जालमसिंग कोटेवाले यांचे मदतीनें भीमसिंगास मेळवून घेतलें; आणि राणाजीजवळ कोटेवाल्याचा बंदोबस्त करून दिला. सांप्रत होळकर तेथें आले, त्यांनीं प्रथम भीमसिंगाचें पारिपत्य करून राणाजींचा बंदोबस्त करण्याचें ठरविलें. हें मारवाडे व जयपुरवाले यांस कळतांच, त्यांचें लक्ष साऱ्यांचा एकोपा असावा, याचा विचार होळकरांचे ध्यानांत येत नाहीं. आजपर्यंत सगळ्यांच्या फुटी आपसांत पाडल्या, तेव्हां आपला प्रवेश इकडे झाला. ज्याचे घरांत फूट नसेल तेथें युक्तीचे वाटेनें फूट पाडावी, तें न होतां उलटे हे रांगडे एकत्र करून देतात. उदेपुरवाले राणे व कोटेवाला यांचें लक्ष सरकारांत. आपले आश्रयावर आजपर्यंत ते रांगड्यांत न मिळाले. असें असतां सांप्रत होळकरांनीं मारवाड्यांचा पक्ष अंगीकारिला. आपले हातें सर्वांस एक करून दिल्यानें पुढें आपला परिणाम कसा हें ध्यानांत आणावें. आपसांत आपली फूट दिसों न द्यावी. अलीबहादर इकडे येऊं लागले, तेव्हां त्यांसीं विपर्यास दाखविले. अलीबहादर आमचे रानांतून गेल्यास लुटून घेऊं असें रांगडे व जयपुरकर बोलत गेले. त्यास होळकरांनीं उत्तर कांहीं न केलें. अलीबहादरांचा प्रकार असा, तेव्हां आमचा त्यांचा तर भाऊपणाच. देशीं होते तेव्हांपासून इकडे येण्याविशीं लिहित गेलों व महेश्वरीं आल्यावर इंगळे पाठविले. पत्रामागें पत्रे रवाना केलीं. इस्मईल्याची लढाई मारल्यावरही इकडेच यावें, मेवाडचे मार्गें न जावें म्हणून पैदरपै लिहिलें असतां, इस्मईल्याची लढाई मारल्यावर तुम्हीं इकडे न येणें अशीं पत्रें आलीं म्हणोन सरकारांत लिहिलें. यावरून सर्व अर्थ आपले ध्यानांत येतील. ज्यांत सरकार नक्ष दाबाची गोष्ट ती व्हावी. या गोष्टीनें दुही देसणार नाहीं आणि सर्व हिंदुस्थानी दबून राहील. इकडील बंदोबस्त श्रीमंतांचे प्रतापें पूर्ववत् करून दिला. इत:पर अलीबहादरांचा बंदोबस्त करून दिल्लीस येऊं. आतां आम्हांस इकडे राहणें नाहीं. फूट न दिसावी याकरितां हें लिहिण्यांत येत आहे.' *

२. तुकोजीचा कार्यभेद (स. १७८८ उत्तरार्ध).—स. १७८८ पासून पुढील तीन चार वर्षांचे ऐतिहासिक कागद बरेच विस्तृत उपलब्ध आहेत.

* ता. ८–१२–१७८८. ग्वा २. २२०, ३. ७२, ५. १५०, १५१, १४८, १५९, अ. प. १२; म. द. बा. २. १७०; भा. व. २ प. या. ३६.

दिल्लीचीं जोधपुरचीं राजकारणें, अलीबहादरचा पत्रव्यवहार, महेश्वर दरबारचीं पत्रें व ग्वालेरच्या पत्रांचे भाग एवढयांचीच संख्या या तीन वर्षांतली हजार पांचशें भरेल. जोधपुरजयपुर येथील संस्थानिकांकडे नानानें आपले वकील स्वतंत्र पाठविले होते, त्यांचा उल्लेख मागें आलाच आहे. हे राजे खोटीनाटीं कारस्थानें रचून महादजीचा पाडाव करण्यांत किती तत्पर होते, हेंही येथवरच्या हकीकतींत व्यक्त झालेंच आहे. भयंकर परिस्थितींतून महादजी कशी निभावणी करीत होता, याची जाणीव नानास पूर्ण होती. असें असता सर्व राजकारण महादजीच्याच तंत्रानें चालविण्याऐवजीं नानानें राजपुतांकडे आपले वकील स्वतंत्र पाठवून, शिवाय तुकोजी होळकरासही एकदम महादजीकडे न जातां प्रथम उदेपुर जोधपुरकडे जाऊन राजपुतांचा गुंता मिटवावा, असें सांगितलें. याच कारणामुळें तुकोजीनें अलीबहादराला सुद्धां दोन तीन महिने उगाच आपले जवळ महेश्वरास ठेवून घेतलें. म्हणजे महादजीच्या उद्योगास या दोघांचें पाठबळ बिलकूल मिळालें नाहीं. उत्तर हिंदुस्थानांतील सर्व उद्योग एकटया महादजीचा आहे. नानाला महादजीचा उद्योग पसंत नव्हता तर त्यानें त्यास परत बोलवायचें होतें, अगर स्वत: तिकडे जाऊन अन्य व्यवस्था लावून दिली पाहिजे होती. तुकोजी व अलीबहादर महादजीच्या तंत्रानें चालत ना,त्यांस वठणीस आणण्याचें सामर्थ्य नानांत नव्हतें. जोधपुरास कृष्णाजी जगन्नाथ वकील होता त्यास नानानें लिहिलें, 'तुमचीं पत्रें मार्गशीर्ष व० १४ (ता. ७-१-१७८८)चीं जोधपुर मुक्कामचीं पावलीं. हल्लीं पातशहाकडील पत्रांचीं उत्तरें व त्यांची हिंदवी नक्कल पाठविली आहे. त्याप्रमाणें तुम्ही त्यांशीं बोलावें. जोधपुरकर बिजेसिंग आपला वकील सरकारांत पाठविणार, त्यास सरकारची अजमेर त्यांनीं घेतली आहे, त्याचे व दुसरे कित्येक जाबसाल आहेत ते उलगडले पाहिजेत, असा मातबर वकील यावा. नाहीं तर येथें जाबसाल निघाल्यावर वकिलानें म्हणावें, राजास लिहून विचारतों, तर तो येऊन फळ काय ? राजाचीं पत्रें सरकारांत आलीं, त्यांचीं उत्तरें पाठविलीं आहेत, त्यांची हिंदवी नक्कल तुम्हांस कळावयाकरितां पाठविली आहे, त्याअन्वयें, राजाशीं बोलणें करावें.' या नकलेवर '२३ रजबीं जोडी रवाना,' असे शब्द आहेत. त्यांवरून पत्राची तारीख ३०-५-१७८८ येते.

प्रथम जोधपुरचें पत्र पुण्यास पेशव्यांस आलें त्याचा आशय. 'इकडून आपणास पत्र पाठविलें त्याचा जबाब आला नाहीं हें आश्चर्य आहे. आपण उमदे व

दुरंदेशी आहां. आपणास जाहीर आहेच कीं, इकडील तमाम हिंदु सरदार चित्तापासून श्रीमंतांचा दाब इच्छितात; आणि श्रीमंतांकडोन जो कोणी इकडील बंदोबस्तास येतो त्याचे मर्जीत सादर राहतात. कारण श्रीमंतांचा दाब ह्या प्रांतीं असल्यानेंच हिंदुधर्माचा दीप पाजळत राहील. जे समयीं तिकडून पाटीलबावा हिंदुस्थानांत आले, तेव्हांपासून त्यांची मदत व कुमकेविशीं कोणा एकाकडून कसूर झाला नाहीं; परंतु पाटलांनीं दक्षिणच्या सरदारांची वाट सोडोन बहुतांची खानखराबी करून शेवटीं जयनगरावर चालून गेले, आणि आपलें काम आपले हातें खराब केलें. हल्लीं इंग्रजांशीं संधान करून कुमकेस आणावे या इराद्यांत आहेत. त्यास हिंदुस्थानांतील सरदारांस या गोष्टी पसंत नसून तमाम उमदे सरदार एकदिलानें विरुद्ध जाले आहेत. हें आपणासही जड पडेल. सबब आपण पाटलांस चार गोष्टी चांगल्या लिहाव्या. ही आग भडकली तर तिच्या ठिणग्या दक्षिणे पावेतों जातील. अखेरीस त्या विझविणें आपणांसही कठिण पडेल. श्रीमंतांची व आमची दोस्ती कदीमपासून आहे. श्रीमंत व आपण हिंदुधर्मांचे संरक्षक, सबब हा इशारा करण्यांत आला म्हणोन, वगैरे कलमी केलें तें सर्व अक्षरशः कळों आलें. पूर्वीं आपणांकडोन पेशजी खलिते आले होते त्यांचे जबाव इकडोन रीतीप्रमाणें रवाना जालेच आहेत. ते पोंचून सर्व मतलब विदित झालेच असतील. इकडून हिंदुस्थानांत हिंदुधर्माची व्यवस्था पाहिजे तशी राहिली. कोणाच्याही अब्रूस किंवा वित्तास खलेल पोंचला नाहीं, हे मतलब आपल्याही ध्यानांत आहेत, त्यांचा तपशील काय लिहावा? अलीकडे जयनगरकरांनीं कांहींच विचार न ठेवितां महादजीराव शिंदे यांसीं बदसलूखी केली. सबब दोस्तींत तफावत आला. वास्तविक जयपुर व जोधपुर या दोनही संस्थानांशीं सरकारची दोस्ती कदीमपासून इतकी मजबूत आहे कीं, त्यांत तफावत येण्याचें कारण नाहीं. यास्तव आपलीं खतें पोंचल्यावर रावशिंदे यांसीं व दोनही संस्थानांशीं उत्तम प्रकारें सफाई करण्याची तजवीज योजून पत्रांची रवानगी करण्यांत आली आहे. ये विशींचें बोलण्यास मातबर इसम यावा असा इशारा आपणांस केला. नंतर वर्तमान आलें कीं, अजमीरच्या रोखें आपणांकडूनच फौज रवाना झाली, त्यावरून बहुत अपूर्व वाटलें. पुरातन स्नेहाचे भाव दाखवून आपणच फिसाद उभा केला. यांत काय हित पाहिलें नकळे. अशा फितुरीच्या ठिणग्यांनीं काय व्हावयाचें आहे, हें आपणांसही समजत आहे. हंमेशा दक्षिणे कडोनच प्रताप-समुद्राचे लोट व तरंग चहूंकडे समस्त

हिंदुस्थानांत असे पोंचत गेले कीं, फितवा फिसादांची आग कोठें राहिली नाहीं. सर्वांशीं दोस्ती ठेवावी हाच सरकारचा स्वभाव आहे. हिंदुस्थानच्या तमाम सरदारांचे फितवे येथें सरकारांत पुरतेपणीं समजले आहेत. नवाब अलीबहादर यांस पूर्वींच तिकडे रवाना केलें होतें. हल्लीं राव मेहेरबान तुकोजी होळकर यांसही सरकारांतून रवाना केलें असे. जलदच त्या जिल्ह्यांत येऊन पोंचतील. दक्षिण हिंदुस्थानांतील तमाम सरदारांस या सरकाराशीं दोस्ती असावी असें मनापासून वाटतें. त्यांत इंग्रजांशीं तर या सरकारचा स्नेह बहुत दिवसांपासून आहे. त्यांचे वकील इकडे व रावशिंदे यांजपाशीं हंमेश राहतच असतात, त्याजवरून आपल्या दिलांत अंदेशा गुजरला, त्याची सफाई पूर्वीं करण्यांत आलीच आहे. हल्लींही कृष्णाजी जगन्नाथ यांस इकडून लिहिलें आहे ते आपणांस कळवितील. आशा आहे कीं, दोस्तीस योग्य तेंच आपणाकडून घडेल. हंमेश खत पाठवून खैर खुशाली कळवीत जावी.' या पत्रांत नानानें जरी आपला दाब सैल सोडलेला दिसत नाहीं, तरी राजपुतांशीं स्वतंत्र व्यवहार ठरविण्यासाठीं त्यानें तुकोजीस परभारें त्यांजकडे पाठविलें आणि त्यांत महादजीची मध्यस्थी ठेविली नाहीं हें गैर होय. सर्व उत्तर हिंदचा कारभार इतकीं वर्षे महादजीच पाहत असल्यामुळें, तुकोजीसुद्धां सर्वांस त्यानें महादजीच्याच हुकमतींत ठेविलें पाहिजे होतें. येथून पुढें जो द्विमुखी कारभार सुरू झाला, त्याचे परिणामही लगोलगच दिसूं लागले. आपाजीराम २९-११-१७८८ रोजीं नानास लिहितो, 'गुलाम कादर व इस्मईल एक झाले, इलाज चालेना. पाटीलबावा होळकरांची प्रतिक्षा फार करितात. येण्याकरितां पत्रें पाठविलीं. अंबूजी इंगळे आणण्यास पाठविले. समयास येणें झालें नाहीं. पाटीलबावांच्या महालांस उपद्रव करून इंगळ्यांवर निमित्त घालून मेवाडांत गेले. श्रीमंतांस भलतेंच लिहिलें. थोर सरदार, त्यांजला खोटे कोणीं म्हणावें.'

इकडे खुद्द नानालाही राजपुतांच्या कपटनीतीचा अनुभव येण्यास फारसा वेळ लागला नाहीं. महादजीचा उलट पक्ष तुकोजीनें घेऊन राजपुतांशीं गोडगोड गोष्टी चालविल्या, त्याचा विपरीत परिणाम नानास कळतांच, आपण चूक केली असें वाटूनच कीं काय, त्यानें स. १७८८ च्या डिसेंबरांत खालील पत्र तुकोजीस लिहिलें. ' जयपुराकडे खंडणीचा ऐवज पाटीलबावांनीं ठरविला होता, त्याचा भरणा कांहीं केला, कांहीं राहिला, तो न करीत; दिवसगत लावूं लागले, तेव्हां त्यांजवर मोहीम केली. जयपुरकरास जोधपुरकर सामील होऊन पाटीलबावांचे

मुकाबल्यास गेले. फौजेंत फितूर वगैरे नाना प्रकारचे खेळ केले. लढाया झाल्या. फितुरामुळें पाटीलबावा माघारे फिरले. नंतर त्यांनीं इस्मईल बेग व गुलाम कादराकडून खूळ करवून अगदीं पातशहातीचा बंदोबस्त केला. सरकारचा बंदोबस्त राहूं दिला नाहीं. पुढें पाटीलबावांनीं दिल्लीचा वगैरे बंदोबस्त केला; परंतु हे संस्थानिक सरकार लक्षांतील पहिल्यापासून, असें असतां त्यांनीं इतकी मसलत पेंचांत आणिली. हल्लीं परस्परें ऐकण्यांत आलें आहे कीं, आपणाकडे त्यांचे वकील आले आहेत. आपणांस मिळवून घेऊन पाटीलबावांस उधळून द्यावें असें बोलतात. तसेंच उदेपुरकर व कोटेकर हे पहिल्यापासून सरकार लक्षांत. त्यांचें व जयपुर जोधपुरकरांचें विरुद्ध होतें, तें सरकार उपयोगीं होतें. परस्परें राजेरजवाड्यांत फूट असल्यानें यांत सरकार उपयोग असें आहे. हल्लीं आपण उदेपुरकरांचें व उभयतांचें ऐक्य करून दिलें; व कोटेकरांचे मुलखांत उभयतांकडील फौज व कांहीं आपलेकडील जाऊन उपद्रव होत आहे व त्यांचीं उभयतांची आपण एकी करून देणार म्हणून ऐकिलें. त्यांत सारे राजे एक हें ठीक नाहीं. दिल्लीचा बंदोबस्त जो करील त्यास हे सारे एक असल्यानें ठीक पडणार नाहीं. कोणे समयीं काय करतील हा भरंवसा नाहीं. यांत फूट असल्यानेंच चांगलें आहे. आपण पहिल्यापासून यांचे रीतीस व चालीस माहीतच आहेत. त्याहावें असें नाहीं. तर कोटेकरांस उपद्रव लागूं नये व उदेपुरकर व कोटेकर यांची व जयपुर जोधपुरकरांची एकी असूं नये असें करावें. कोणास दुखवूं नये. अलीबहादर पाटीलबावांस भेटून गुलाम कादराचे पारिपत्यास गेले म्हणून पत्रें आलीं. आपलें जाणें अद्याप होत नाहीं. पूर्वीं आपलीं पत्रें आलीं होतीं कीं, मुलेंमाणसें माघारे लावून इकडे न गुंततां लौकर जातों. त्यास किती दिवस झाले ? अलीकडे तों आपलें पत्रही येत नाहीं. त्यास तिकडे पाटीलबावांवर मसलत. फौजेचे बळाखेरीज त्यांनीं तरी काय करावें? आपण ते एक झाले असतां सर्वांवर दाब बसोन बखेडा मोडेल. याजकरितां लौकर जाण्याचें करावें. याउपर दिवसगत लागल्यानें सरकारकाम बिघडेल, याचा विचार करून करणें तें करावें.'

शिंदेहोळकरांसारख्यांवर हुकमत गाजविण्यास नाना किती दुर्बल होता हें वरील पत्रांत दिसतें. तुकोजी होळकर धडधडीत राज्याचें नुकसान करतो, चार सहा महिने मुलांमाणसांच्या लटांवरांत फुकट घालवितो, आणि महादजीच्या शत्रूंस फूस देतो, ह्याबद्दल झणझणीत कानउघाडणी करण्याचें धाडस नानास होत

नाहीं. नाना लहान कारकुनांचा काळ, पण सरदारांपुढें गोगलगाय कसा होता, हें या पत्रांत दिसतें. अलीबहादर ऑगस्टांत उदेपुराजवळ तुकोजीसह होता. तेथें नानाचें जरबेचें पत्र पोचतांच तो महादजीकडे गेला; आणि नोव्हेंबर अखेर ता गुलाम कादराचे पाठीवर निघाला. तें वर्तमान पुण्यास कळतांच नानानें वरील पत्र स. १७८८ च्या डिसेंबर अखेरीस लिहिलेलें आहे. पत्रांत कोटयाचा उल्लेख आहे, ते कोटेकर थोरल्या बाजीरावाच्या वेळेपासून मराठयांचे स्नेही; फार तर काय, कोटेकरांच्या साहाय्यामुळेंच मराठयांचा प्रवेश राजपुतान्यांत झाला. कोटा येथें शिंद्यांचे दोन कमावीसदार बाळाजी यशवंत गुळगुळे व त्याचा मुलगा लालाजी बल्लाळ हे सुमारें नव्वद वर्षें पावेतों नेकीनें काम करून राजपुतांवर आपला शह बसवून होते. कोटेकर जालिमसिंगाचा उच्छेद तुकोजीनें मांडलेला पाहून महादजी अत्यंत चिडून गेला. त्यानें पुण्यास कळविलें कीं, 'कोटेकर आजपर्यंत सरकाराशीं बदलून नव्हते. गुदस्तां तमाम हिंदुस्थानांत राजेरजवाडयांनीं दुंडी केली, पण कोटेवाल्यांनीं हद्द सोडिली नाहीं, त्यावरून जयपुर जोधपुरकरांचा दांत कोटेवाल्यांवर फार. हल्लीं होळकरांनीं त्यांचें स्वरूप रक्षावें, ती चाल मोडली. आमची कुमक करावी ती गोष्ट एकीकडेच राहून उदेपुरचा बंदोबस्त मारवाडयांचे हातून करणार. मारवाडी एकदां उदेपुरांत घुसले म्हणजे मग निघणें कठिण. तेव्हां उदेपुर, कोटेवाले, जयपुर, मारवाड एक झाले म्हणजे माळवा प्रांतास पेंच पाडतील. आम्हांसीं होळकराचें बनत नाहीं, अथवा आमचे हस्तें सरकार-चाकरी करावयाची नाहीं, तरी या गोष्टीची दिक्कत नाहीं. त्यांनीं येऊन इकडील सारा बंदोबस्त राखावा, आणि अलीबहादरांसमवेत श्रीमंतांचा नक्ष राखावा. ज्या पक्षीं फौजेस पैका देऊन चाकरी करावयाचें सामर्थ्य आम्हांमध्यें राहिलें नाहीं, त्या पक्षीं आमचेमुळें सरकार कामाचा नाश करावा ही गोष्ट ठीक नव्हे. आज चार वर्षें जो कारभार आम्हीं चमेलपार केला आहे, तो मुखत्यारीनें केला आहे, त्याचा नफातोटा जो आहे तो श्रीमंतांचा आहे. त्यांत आम्हांस वांटणी घ्यावयाची नाहीं, किंवा कोणास द्यावयाची नाहीं. हल्लीं होळकरांचे मुद्देही वांटणीचे कबूल करून सत्वर यावें म्हणोन लिहिलें असतां त्यांची खातरजमा होत नाहीं; आणि राजकारणें करितात. सारांश, होळकरांस निक्षून ताकीद आल्याखेरीज इकडील बंदोबस्त राहणार नाहीं. होळकरांकडील वर्तमान ऐकण्यांत येतें जे, मारवाडी व जयपुरवाले यांसी त्यांचें वचनकथन पक्केपणें

जाहलें कीं, आम्ही सारे एकत्र होऊन तुम्हांस (होळकरांस) हिंदुस्थानचे मालक करितों. तुम्ही आम्ही मिळोन सिंद्यांस काढून देऊं. त्याजवरून होळकरांस त्यांचे बोलण्याचा विश्वास पटोन साऱ्या राजपुतांस एकत्र करून देतात. त्यास आम्ही सरकारचा बंदोबस्त केला तो लोपला नाहीं. श्रीमंतांचे प्रतापें पूर्वीहून विशेष जरब बसली आहे. सांप्रत आपसांतील फुटीची तऱ्हा या प्रकारची, म्हणून या गोष्टीची विचारणा सरकारांतून करणें ती जाली पाहिजे.' अशा या अव्यवस्थेस कंटाळून आणि मध्यवर्ती कारभार सुरळीत चालल्याशिवाय बाहेरच्या उद्योगास जोर येणार नाहीं अशी खात्री झाल्यावर, मग स. १७९२ त महादजी पुण्यास आला. होळकरशाही संबंधानें नाना फडणिसाचें दौर्बल्य पूर्वीं दाखविलें त्याचें हें एक उदाहरण आहे. *

३. बादशाही भुवनांत गुलाम कादराचे अत्याचार (२९ जुलै–२-१०-१७८८).–चंबळेच्या अलीकडून महादजीनें मोठ्या हिकमतीनें आग्र्याजवळ बंडखोरांचा पाडाव ता. १८ जून रोजीं केला, त्याबरोबर स्वतः लगोलग पुढें जाऊन तो आषाढ शु० १ ता. ४ जुलई रोजीं मथुरेस दाखल झाला. इकडे इस्मईलखान पराभव पावून अंतर्वेदींतून लखनौस इंग्रजांकडे जाणार होता, पण इंग्रजांनीं त्याला कळविलें कीं, पाटीलबावांची व आमची दोस्ती आहे त्यापक्षीं इकडे येण्याचें प्रयोजन नाहीं. त्यावरून तो गुलाम कादरापाशीं गेला. तेथें उभयतांचा विचार वचनक्रिया होऊन दिल्लीस पातशहाजवळ जाण्याचा झाला. दरम्यान रायाजी पाटील यमुनापार त्यांजवर चालून गेला. पाटीलबावा व त्यांचे सरदार मथुरा येथें पुढील व्यवस्थेस लागले. राणेखान व जिवाजी बल्लाळ यांनीं कूच करून दिल्लीस जावें तों फौज खर्चासाठीं अडून बसली. त्याजमुळें उभयतांचें जाणें विचारावर पडलें. जिवाजी बल्लाळ व राणेखान लगेच दिल्लीस गेले असते तर पुढील अनर्थ टळले असते. परंतु गुलाम कादर भयंकर अत्याचार खुद्द आपल्या धन्यावर करील, याची कल्पना आगाऊ होणें शक्यच नव्हतें. म्हणून मथुरेस चांगला जम बसविल्याशिवाय धांदलीनें पुढें जाऊं नये असें महादजीनें ठरविलें तें योग्यच होतें. 'रणजितसिंग जाटानें मथुरेस येऊन बावांची भेट घेतली. एकविचारें

* ऐ. टि. ६. २०, ऐ. टि. १. ३; जो. रा. ८; अली. ब. प. ११; ग्वा. ३. ७९, ८०, ८१.

वागण्याचा करारमदार झाला. फौजेंचा गर्गशा बहुत पडला. एक मासपर्यंत समजूत होतच आहे. अद्यापि तोड पडत नाहीं.'

राणेखानानें गुलाम कादर व इस्मईलखान यांस यमुनेपार घालविल्यावर ते पुढील विचारास लागले. अलिगडचा किल्ला मराठ्यांच्या ताब्यांत होता, तो गलामान एकाएकीं येऊन हस्तगत केला आणि लगेच पुढें दिल्लीवर चाल केली. बरोबर त्यानें इस्मईल बेगास घेतलें. दिल्लीस अद्यापि शिंद्याची थोडी फौज हिंमतबहादराच्या हाताखालीं होती. बादशहाजवळ बादल बेगखान, सुलेमान बेग वगैरे कित्येक मंडळी होती. गुलाम व इस्मईल दिल्ली समोर शहादऱ्याजवळ यमुनेपलीकडे येऊन उतरले; आणि आपणास तुमची भेट पाहिजे, असा निकराचा निरोप त्यांनीं बादशहास पाठविला. गुलामाचा अविचारी स्वभाव बादशहा चांगला ओळखून होता. प्रसंग पडल्यास आपण जवळच्या फौजेनें गुलामास हांकून देऊं शकूं, अशा समजुतीनें बादशहानें गुलामाची भेट घेण्याचें साफ नाकारिलें. परंतु नाझर खोज्यानें अंतस्थपणें वाड्यांत सर्वत्र फितूर करून दगाबाजीनें आंतील खडान्खडा बातमी गुलामास पुरविली. 'इकडे पातशहांनीं साफ तोडन हुकूम केले कीं, उठून जावें. पाटीलबावांकडून रवळोजी व भगीरथ सिंदे दोन हजार फौजेनिशीं हुजूर आले. त्यांची मुलाजमत अनूपगीर गोसाव्यानें केली. पातशहाची मर्जी बहुत प्रसन्न जाली. नंतर १५ जुलई रोजीं अनूपगीर व रवळोजी सिंदे व मोगली फौज असे गुलाम कादराशीं झुंजावयास गेले, तेव्हां मोगल दगा करून गुलामाशीं जाऊन भेटले. हें पाहून गोसावी व रवळोजी माघारे येऊन पातशहास न भेटतां रातोरात फरीदाबादेस गेले, तेणेंकरून पातशहा फार घाबरले, आणि किल्ल्याचा बंदोबस्त केला. गुलाम कादर शहरांत आले. मनसूरअलीखान नाझर याचे विद्यमानें भेटी जाल्या. हा हरामखोर बेअदबी करावयास चुकणार नाहीं, असें जाणोन लाचार होऊन शहाजादा सुलेमानशेकोयास गुलामाचे बरोबर दिलें. त्यांनीं फरीदाबादेस पाटीलबावांवर कूच करण्याचा निश्चय केला. त्यावरून पाटीलबावा राणेखानभाईस फरीदाबादेस पाठविणार. गुलाम कादर सहा हजार स्वार प्यादे घेऊन दिल्लीस तुर्कमान दरवाजाबाहेर उतरला होता. एका दिवसाचें भक्षावयास नाहीं, मग सलतनतीचा बंदोबस्त काय करणार!' असें लिहून पुढें हिंगणे म्हणतो, 'पंचवीस हजार चांगली फौज घेऊन हरिपंतांसारखा सरदार इकडे येईल तर कांहीं दिवस सुखाची भाकर खाऊं.

असें पातशहांस वाटतें. पाटीलबावांची मर्जी स्वच्छंदी व खुशामत मतलबी बहुत. जें करणें तें स्वतः जातीनिशीं करावें. कोणाचा इतबार नाहीं. हलकें माणूस तोंडीं लावून लोभास प्रवर्ततात. यामुळें पातशहा दिक्क आहेत. पुण्याहून पातशहांस हत्ती, घोडीं, वस्त्रें नजर पाठविली तीं गुजराणलीं, त्यावरून पातशहांनीं पुसिलें कीं, श्रीमंतांस परत काय द्यावें. आम्हीं विनंति केली, पालखी, नालखी, माहीमरातब वगैरे जें मर्जीस येईल तें द्यावें. एवढ्यावरून बावांची इतराजी आम्हांवर बहुत जाली. रामरामास देखील योग्यता राहिली नाहीं. ऐसी यांची मर्जी आहे.'

गुलाम कादरास भय पडलें कीं, पूर्वीं आपण लाडोजी देशमुखास दिल्लींतून काढून दिलें, पातशहाच्या किल्ल्यावर गोळे मारले व राजपुतांस पत्रें पाठवून कारस्थान उभारलें, याबद्दल पाटीलबावा आतां आमचें पारिपत्य करतील. त्यावरून त्यानें पाटीलबावांशीं स्वच्छता करण्याकरितां इतबारी माणसें रामरतन मोदी वगैरेंस पाठविलें. इकडे शहादऱ्याच्या मुक्कामावर असतां आजूबाजूचे तमाम वाणी धरून आणून चार पांच लक्ष दंड बांधून पैसा उत्पन्न केला; आणि दोन चार काजींबरोबर पातशहास सांगून पाठविलें कीं, आपण दीनचा पक्ष सोडून मराठीयांचा धरला हे गोष्ट मुसलमानीस टीक नाहीं. त्यावर पातशहानें उत्तर दिलें कीं, मुसलमानांस सोबत द्यावी, दीनचा डंका ठेवावा हें टीकच आहे; परंतु आज दहा महिने तुम्हीं दरोबस्त मुलूख आटोपला, पैका उत्पन्न केला, त्यांत मला काय दिलें? उलट आमचे किल्ल्यास व रंगमहालास गोळे मारिले. जितकी खराबी करावयाची तितकी केली; आतां तुमची आमची संगत कशी जुळणार! त्यावरून गुलाम व इस्मईल दोघे एकविचारें झुंजाची तयारी करितात. एक लढाई मराठीयांसीं घेऊं, मग जें होणें तें होवो, या अर्थें यमुनेच्या कांठीं मोर्चेबंदी करून आहेत. पातशहा पाटीलबावांस वरचेवर पत्रें पाठवितात कीं, मातबर फौज लावून द्याल तर दिल्लीची स्थित राहील: नाहीं तर आग्र्यासारखी खराबी होईल. [२५ जुलई]. याच संधीस हिंमतबहादर कोणासही न कळवितां दिल्लींतून एकाएकीं निघून गेला, म्हणून त्याजवर बादशहाचा व महादजीचा अत्यंत रोष झाला.

सुलेमान शेको बरोबर घेऊन गुलाम कादर व इस्मईल बेग शहराबाहेर रेतींत डेरे करून राहिले. परंतु कूच न केलें. शहरांत मातबर असामी पाहून धराधर करूं लागले; तेव्हां पातशहांनीं आज्ञा केली कीं, तुम्ही जाऊन शत्रूंशीं मुकाबला करावा. शहरचे लोकांस उपद्रव देणें टीक नाहीं. गुलाम बोलला, शहर

लुटावयास मना करितां, तर पैका आपलेजवळून देववावा. दिल्लीचें बंधारण सर्व पोकळ आहे अशी खात्री करून घेतल्यावर ता. २९ जुलई रोजीं उभयतां स्वार होऊन किल्ल्यांत आले, दोन हजार माणूस आंत घेतले, व पातशहास अर्ज केले कीं, फौजेस पैका देवावा. आपण सिंद्यांस पत्रें लिहितां तीं बजिन्नस धरलीं आहेत, सबब किल्ल्याचा बंदोबस्त आमचे हवालीं करावा. लाचार होऊन पातशहांनीं कबूल केलें. नंतर उभयतांनीं किल्ल्याचा बंदोबस्त दिवाणखान्यापावेतों करून पातशहांस घेरलें. रात्रौं घेरून ठेविलें. ता. ३१ जुलई रोजीं चार घटका दिवस आल्यावर दोन तीन हजार लोक घेऊन ते दरबारास आले. किल्ल्याचे दरवाजांत तरवार चालली. वीस पंचवीस माणूस कापून दरवाजाचा बंदोबस्त करून महालांत गेले. पातशहा, त्याचे पुत्र अठरा साहेबजादे यांस कुटुंब सुद्धां धरून एका महजदेंत (मशीदींत) कैद केलें. दिल्ली सुद्धां किल्ल्याचा बंदोबस्त करून (आषाढ व॥ ३०) शुक्रवार १ ऑगस्ट रोजीं महंमदशहाचा नातू बेदरशहा तख्तीं बसविला, आणि महालांतून द्रव्य काढूं लागले. गुलाम कादर यांनीं सांगितलें कीं, बेगमांचे झाडे घ्यावे. त्यावर इस्मईल बेगांनीं म्हटलें, ' ही गोष्ट कधीं जाली नाहीं. आम्ही करूं देणार नाहीं.' यावरून दोघांत बिघाड जालें. इस्मईल बेग स्वार होऊन किल्ल्याबाहेर गेला. फौज तयार करून ताल कटोऱ्यावर जाऊन राहिला. गुलाम कादर किल्ल्यांतच राहिला. मलिकाजमानी व साहेबमेहेल बेगम किल्ल्यांत आल्या. गुलाम कादरानीं अर्ज केले कीं, रुपये द्यावे. उभयतांनीं म्हटलें, 'बारा लक्ष रुपये देणें करार, पांच लक्ष इस्मईल बेगास,व सात लक्ष तुला.परंतु किल्ल्यांत व महालांत जप्ती रतिमात्र नसावी.' इस्मईल बेग बाहेर गेला तो फरीदाबादेस सिंद्यांकडील सरदारांशीं एकोप्याचा जाबसाल बोलूं लागला. '

ऑगस्ट १ रोजीं गुलाम कादर किल्ल्यांत गेला तो प्रथम लाहोर दरवाजास गेला. तेथें बंदोबस्तास पलटणें होतीं, म्हणून नाझरखान खोजानें सांगून पाठविलें, दिल्ली दरवाजानें आंत येणें. मग तिकडून चार हजार रोहिल्यां सुद्धां आंत जाऊन दिवाणखासेंत बसून हजरतांस बाहेर बोलाविलें. जुमेची निमाज पढावयास संगी मशीदींत बसविलें. पांच सहा शहाजादे आणिले. सुलेमान शेको बाहेर इस्मईल बेगाजवळ होता, त्यासही आणून कैद केलें. पातशाही माणसें उठवून आपलीं बसविलीं. दुसरे दिवशीं २ ऑगस्ट रोजीं बेगमांचा अजबाब बाहेर आणूं लागले. शहाजाद्यांस व बेगमांस तसदी केली. बारा प्रहर पाणी पिऊं

दिलें नाहीं. बायकांचे झाडे घेऊन जडजवाहीर तमाम घेतलें. उन्हांत गच्चीवर उभ्या करोन मारविलें. चौदा उंट भरोन जवाहीर घोंसगडास रवाना केलें. हें ऐकोन इस्मईल बेगास राग आला. आपसांत दोन दिवस कज्जा जाला. शहराचा बंदोबस्त करोन सवाशें असामी धरून किल्ल्यांत बसविले. खंड मागतात.' फ्रँकिलन लिहितो,–'प्रवेशद्वाराचा बंदोबस्त करून गुलाम कादर व इस्मईल वाड्यांत आले. नाझरानें त्यांस बादशहाजवळ पोंचविलें. तेथें गेल्यावर बादशहास मसनदीवर बसवून ते दोघे दोन बाजूंस उभे राहून बोलले, 'लुच्च्यांनीं तुम्हांस घेरलें आहे, त्यासाठीं तुमच्या बचावास येणें आम्हांस भाग पडलें. याबद्दल बादशहानें त्यांचा सत्कार केला आणि भोजनासाठीं अंतर्गृहांत प्रयाण केलें. बाहेर दरबारांत मंडळी होती त्यांनीं पुढील उद्योगाची वाटाघाट करून, 'सीतलदास' खासगीकडील होता त्याजबरोबर बादशहास निरोप पाठविला कीं, प्रथम मराठ्यांचा समाचार घेऊन त्यांस उखडून काढण्यासाठीं आम्ही निघणार, त्यास आमचेबरोबर कोणी एक शहाजादा द्या, आणि वाडा व किल्ला यांचा बंदोबस्त आमचेकडे ठेवा. बादशहाचा विश्वास पटण्यासाठीं गुलामानें स्वहस्तानें शपथेचा करार त्यास लिहून दिला कीं, मी बादशहाचा सर्व प्रकारें सांभाळ करीन, कोणतेही प्रकारें तोशीस लावणार नाहीं.'

हा कागद सीतलदासानें नेऊन बादशहास दिला आणि स्वतः आणखी त्यास कळविलें कीं, 'गुलामाचे वचनावर बिलकुल विश्वास ठेवूं नये. आपण मला हुकूम कराल तर मीच आतांचे आतां जाऊन त्याचा वध करितों. अद्यापि आपले जवळ थोडे बहुत लोक आहेत, आपण नेट धराल तर या हरामखोरांचा येथेंच समाचार घेऊं.' पण एवढें साहस बादशहास होईना. त्यानें सीतलदासास परत पाठवून गुलामास कळविलें कीं, तुम्ही सांगतां त्यास माझी कबुली आहे. हें इकडे होत आहे तों बाहेर दरवाजावर ठेवलेले कांहीं रोहिले वाड्यांत घुसून दंगा करूं लागले. तो गलबला ऐकून बादशहा बाहेर आला आणि गुलामास बोलला, 'हा काय दंगा चालविला आहे ? या लोकांस बाहेर घालवा.' गुलामानें होय म्हणून उलट बाहेर निरोप पाठवून सर्वच लोक आंत घेतले. त्यांनीं लगेच बादशहाजवळ असलेल्या पहारेकऱ्यांच्या व त्यांजवरील अमलदारांच्या मुसक्या बांधल्या. तें पाहून बादशहा आश्चर्यचकित होऊन बोलला, 'काय हा गुलाम हरामखोर आहे ! शपथेच्या कागदाची शाई सुद्धां वाळली नाहीं, तोंच हा प्रकार !' तें ऐकून गुलाम

खवळून बेफाम झाला. बादशहाची कड घेणाऱ्या सर्व लोकांस पकडून बांधून तो बोलला, 'माझ्या फौजेस खर्चास पाहिजे, आतांचे आतां पैसा द्या.' त्यावर बादशहा नाइलाजानें म्हणाला, मजजवळ तर पैसा नाहींच; पण तुम्हांस कोठें दिसत असेल तर वाड्यांत शोधून सांपडेल तें घ्या.' अशी उभयतांची पुष्कळ बाचाबाची होऊन पुढें बादशहा अंतःपुरांत गेला.

दुसरे दिवशीं सकाळींच हे बंडखोर विशेष तयारीनें पुनः वाड्यांत घुसले. बादशहास सिंहासनावर बसवून त्यास त्यांनीं घेरा घातला; आणि शहाजादे वगैरे दुसरी मंडळी जवळ होती त्यांस जनानखान्यांत घालवून लगेच नजीकच्या सलीमगडांतून बेदरबख्तास पुढें आणून, ते बादशहास दरडावून बोलले कीं, 'सोडा तें सिंहासन व उतरा खालीं.' बादशहा बोलला, 'प्रथम माझ्या पोटांत खंजीर खुपसून जीव घे, मग काय तें कर.' त्याबरोबर गुलाम कादर बादशहास मारण्यास पुढें धावणार, इतक्यांत खोजानें पुढें होऊन त्याचा हात धरिला आणि बादशहास सांगितलें, 'प्रसंग बेतला आहे तर तुम्ही या वेळीं निमूटपणें खालीं उतरा.' हें ऐकून बादशहा सिंहासन सोडून जनानखान्यांत गेला. त्याबरोबर त्या बंडखोरांनीं बेदरबख्तास तख्तावर बसवून नजरा केल्या, आणि शहरांत त्याची द्वाही फिरविली. गुलामानें बेदरबख्तापासून आपल्या फायद्याचे वाटेल तसे हुकूम लिहून घेतले; आणि शहाआलमच्या मंडळीस सलीमगडांत घालवून मुख्य वाडा नवीन बादशहास राहण्यास दिला.

गुलाम कादराचे अत्याचार आतां इतके सुप्रसिद्ध झालेले आहेत कीं, त्यांचें संपूर्ण वर्णन येथें देण्याचें कारण नाहीं. शिवाय उपलब्ध मराठी कागदांत तारीखवार हकीकती दिलेल्या आढळत नाहींत. निरनिराळ्या ठिकाणीं निरनिराळीं वर्णनें गोळाबेरीज म्हणून दिलेलीं आढळतात. 'खजाना तोफखाना वगैरे तमाम लुटला, तेव्हां अवघी पन्नास लक्षांची मालियत रोहिल्याचे हातास लागली. बादशहास कैद करून गुलामानें स्वतः आपल्या खंजिरानें डोळे फोडिले आणि विचारलें जे, पैका कोठें आहे तो सांग, नाहीं तर मारतों.' यावर पैका नाहीं, इच्छेस येईल तें करणें, असें बोलले. तीन दिवसपर्यंत अन्नपाणी दिल्हें नाहीं. चार शहाजादे कोठीवरून पडून मेले. कित्येक गुलाम कादराच्या पायां पडून कैदेंत राहिले. स्त्रियांचे झाडे घेऊन बेअबरू करून एकेका वस्त्रानिशीं बाहेर काढून दिल्या. कांहीं स्त्रिया रोहिल्यांनीं नेल्या. मलिकाजमानीशीं पैक्याबद्दल बेअदबी फार केली.

बादशहाचे बहिणीचे उरावर पलंगाचे पाय ठेवून रोहिले बसले. पैका मागूं लागले. जीव निघून मेली. दिल्लीमध्यें अमीर सावकार राहिले, त्यांसीं निकर करून पैका मागतात.' अशा हकीकती पुष्कळ आहेत आणि एल्यटच्या फारशी बखरींत नाना प्रकारचे तपशील आढळतील. त्यावरून रा. नातूंनीं महादजीच्या चरित्रांत हकीकत दिली आहे, त्यांतील तात्पर्य असें कीं, गुलाम कादरानें बादशहास व त्याच्या मुलांस शस्त्रहीन करून मोतीमहालांत कोंडलें आणि अन्नपाणी न देण्याविषयीं ताकीद दिली. बेदरबख्ताच्या साहाय्यानें जनानखाना व राजपुत्रांचे महाल त्यानें लुटून भांडीं, वस्त्रें हत्यारें सुद्धां लुबाडून घेतलीं. शहाजाद्यांना व दासींनाही मरेमरेपर्यंत मारून त्यांची अत्यंत अमर्यादा केली. तरी मुबलक पैसा मिळण्याची त्याची इच्छा सफल होईना, तेव्हां त्यास सुचलें कीं, पुरलेलें द्रव्य असावें व तें बादशहास माहीत असावें; असें समजून त्यानें बादशहास दिवाणी-खासांत ओढून आणून चाबकानें मारिलें. तेव्हां बादशहा काकुळतीस येऊन बोलला, 'बाबारे मजपाशीं द्रव्य मुळींच नाहीं व पुरलेलेंही मला माहीत नाहीं. आतां माझीं आंतडीं तरी एकदां फाडून घे, पण ह्या यातना नकोत.' अशा प्रकारें बादशहा बेहोष होऊन पडल्यावर गुलामानें खाशा स्त्रियांस आणून त्यांचेही नानाप्रकारें हाल केले. कोंडून ठेवलेल्या माणसांपैकीं कोमल मुलें अन्न-पाण्यावांचून व्याकूळ होऊन मरण पावलीं. त्यांस तेथल्या तेथें गाडण्याचा त्या दुष्टानें हुकूम दिला.

मलिकाजमानीनें होतें नव्हतें तें सर्व त्यास दिलें तरी त्याची तृप्ति न होऊन त्यानें त्या वृद्ध बाईला ओढून आणून तिच्या महालांत खणती लाविली: आणि त्याचप्रमाणें सर्व राजवाडा पोंखरून काढिला. इस्मईलबेग बाहेर होता, त्यास वाड्यांतलें हें वर्तमान कांहींच समजलें नव्हतें. गुलाम कादरानें त्याच्याकडे पांच लाख रुपये पाठवून जास्त भरतीसाठीं शहर लुटावें म्हणून निरोप पाठविला. पुढें एके दिवशीं त्यानें सर्व राजपुत्रांस आपणापुढें उभे करून गाण्यास व नाच-ण्यास लाविलें. एकदां तर तो तख्तावर हुक्का ओढीत बसला; आणि वृद्ध बादशहास समोर आणून द्रव्य कोठें आहे दाखीव, असा आग्रह करूं लागला. त्यानें माहीत नाहीं असें उत्तर करतांच गुलामानें तख्ताखालीं उडी टाकून बादशहास खालीं पाडिलें व त्याच्या उरावर बसून पेषकबजानें त्याचे दोनही डोळे फोडिले. त्या वेळीं समस्त आम मंडळींनीं आक्रोश व आकान्त केला. नंतर त्यानें

बादशहास तसाच फरफटत ओढीत कारागृहांत टाकून दिलें. सारांश, सर्वथा पशु बनून आपण काय करतों याचा बिलकूल विचार त्यास राहिला नव्हता. वाड्यांतील बातम्या बाहेर कळल्या तेव्हां समस्त शहरांत हाहा:कार उडाला. बादशाहीचा एवढा उपमर्द पूर्वी कधीं कोणीं केला नव्हता. मराठे, रजपूत, जाठ किंवा शीख सुद्धां ज्या गादीबद्दल अत्यंत पूज्यभाव बाळगीत तिची अशी अवहेलना स्वधर्मी वजिराकडून व्हावी, हा अत्यंत खेदजनक योगायोग म्हणावा, दुसरें काय !

छ २५ सवालपासून १ मोहोरम पावेतों म्हणजे २७ जुलईपासून २ ऑक्टोबर स. १७८८ पावेतों अडसष्ट दिवस गुलाम कादर दिल्लीच्या किल्ल्यांत होता. पुढें महादजीच्या फौजेनें किल्ल्यास मोर्चे लाविले, तेव्हां तो घाबरून दोन प्रहर रात्र झाल्यावर बेदरशहास बरोबर घेऊन यमुनेपार पळून गेला. एवढ्या अवधींत वर सांगितलेलीं व आणखी पुष्कळ अनन्वित कृत्यें त्यानें केलीं, तीं हिंदुस्थानच्या कोनाकोपऱ्यांत पोंचून सर्व देशांत अत्यंत हळहळ वाटली; आणि गुलामाच्या सुडाची एवढी प्रचंड भावना सर्वत्र उत्पन्न झाली कीं, महादजीनें पुढें त्यास पकडून हालहाल करून ठार मारिलें, तेव्हां देशभर महादजीची मोठी वाहवा झाली. गुलाम कादर ता. १८ डिसेंबर रोजीं पकडला जाऊन ता. १ मार्च रोजीं देहान्त शिक्षा पावला.

ता. १३ ऑगस्टच्या पत्रांत आपाजीराम पुण्यास लिहितो, ' पाटीलबावांची स्वारी आषाढ शु. १ स मथुरेस दाखल झाली. नंतर पुढें फौज पाठवावयाची तर्तूद करीत होते तों गुलाम कादर व इस्मईल बेग दिल्लीस गेले. त्यांस पातशहांनीं आपला मौलवी व रामरतन मोदी यांजला मथुरेस बावांकडे पाठवून कळविलें कीं, लवकर फौजा आणून बंदोबस्त करावा. पातशहाचें अंत:करण निखालस बावांकडे होतें, परंतु कारभारी नाझर खोजाचें व बावांचें चित्त पहिल्यापासून शुद्ध नव्हतें. याजमुळें त्यानें जलदी करून गुलाम कादर व इस्मईल बेग यांजला दिल्लींत घेतलें. त्यापूर्वींच रवळोजी शिंदे दिल्लींत पोंचले होते; परंतु त्यांची फौज थोडी, रोहिले फार, यास्तव टिकाव न जाहला; रवळोजी शिंदे फरीदाबादेस मागें आले. तेव्हां दिल्ली मोकळी सहजच सांपडली. हें वर्तमान मथुरेस येतांच बावानीं पलटणें रवाना केलीं, तों गुलाम कादरानें शहराचा व पातशहाचा बंदोबस्त केला. हजरतांस कैद केलें, तमाम दौलत नाणें रोकड

जडजवाहीर सुद्धां घेतलें. बेगमांस मार दिल्हे; दहापांच घोसगडास पाठविल्या. अनेक प्रकारची बेअदबी केली ती लिहितां पुरवत नाहीं. सारांश, पातशहात बुडाली. पांचशें वर्षांत अशी बेअदबी कोणीं केली नाहीं. एक आपली फौज जाऊन पोंचली नाहीं यास्तव इतक्या गोष्टी घडल्या. अद्याप फौजेची तोड पडोन पारिपत्यास फौज जाऊन पावत नाहीं. तुकोजी होळकर व अलीबहादर यांजला येण्याविशीं पत्रें बहुत पाठविलीं, परंतु येणें न जाहलें. चाळीस हजार फौज आज रोजमऱ्यास असून, शत्रूचा पराजय जाला असतां नाझर व मोगले यांचे फितुरानें मागती शत्रु बळावून पातशहातीची खराबी केली. पातशहाचे डोळे काढले, वगैरे प्रकार घडले.'

गुलाम कादराचें वर्तन इस्मईल बेगास बिलकूल मानलें नाहीं. त्यानें पैसा उकळला, त्याचा भागही बेगास मिळाला नाहीं. उत्तरोत्तर उभयतांचें सडकून वांकडें आलें. 'त्यास मार्गांत तलबेचा गवगवा करून मारून टाकण्याचा इरादा धरून, गुलाम कादर बेगाचे डेऱ्यास बागांत गेला. खलबत करून उभयतां एक हत्तीवर बसोन शहरांत येत होते, तों रोहिल्याची बदनजर पाहून इस्मईल बेग हत्तीखालीं उडी टाकून आपले लोकांत आला. उभयतां आपापले गोटांत मोर्चेबंदी करून राहूं लागले. स्वतः गुलाम कादर निरनिराळ्या युक्त्यांनीं शहरांत व किल्ल्यांत पैसे उकळीतच होता. नऊ लक्ष रुपये नक्त व एक कोटीचें जवाहीर व जामदारखान्यांत तीन चार लक्षांचा जिन्नस निघाला. हल्लीं (२९-९-१७८८) किल्ल्यांत जागा खणून पाहत आहे. एका जागेंत कांहीं रुप्याचीं भांडीं व मोहरा निघाल्या, त्यावरून सर्व जागा खणून पाहवी असा याचा मनास आहे. सर्व शहर पळोन गेलें. मोठा उपद्रव शहरांत केला. पाटीलबावांनीं अंतर्वेद वगैरेकडे फौजा रवाना केल्या आहेत. राणेखानभाई, खंडेराव हरि, जीवबा बक्षी, अंबूजी इंगळे इत्यादि रवाना केले. सल्ला ठरली कीं, फौज दिल्लीचे भोंवतीं जाऊन रसद बंद करून ऐवजाचा पिच्छा करून पारिपत्य यथास्थित करावें. सप्टेंबर अखेरीस गुलाम कादरानें पांच हजार रोहिले यमुनापार उतरून दिले. मागाहून नांवांतून तोफखाना वगैरे सरंजाम उतरून आपण घोसगडास जावें ऐसें त्याचें मानस आहे. इस्मईल बेगाचें बोलणें अनूपगीर गोसाव्याचे विद्यमानें पाटीलबावांकडे लागलें आहे कीं, मी सेवेसीं चाकरीस हजर आहे. गुलाम कादरानें सीखांकडेही बोलणें चालविलें आहे. गोसावी व बेगम समरू यांचीं पलटणें व रवळोजी सिंदे मिळून जमाव

फरीदाबादेवर बावांनीं पाठविला आहे. इस्मईल बेग दहा बारा हजारांचा जमाव करून दिल्लीबाहेर आहे; परंतु शिबंदीचा गवगवा सख्त, म्हणून जो पैका देईल, त्याची तावेदारी करणार. राणेखानभाईनें इस्मईलाशीं एकोपा पूर्तपणें केला. ऑक्टोबर ता. १ रोजीं राणेखान वगैरे फरीदाबादेहून कूच करून दिल्लीस आले. गुलाम कादरानें बाहेरचे आपले सर्व लोक किल्ल्यांत घेतले, आणि मागें दरवाजा यमुनेकडे आहे त्या मार्गें नदी उतरावयास प्रारंभ केला. राणेखान व इस्मईल बेग यांनीं शहराचा बंदोबस्त करून किल्ल्यास मोर्चे लाविले. त्यावरून गुलाम कादर फार घाबरला आणि १ मोहरमीं (२ ऑक्टोबर) दोन प्रहर रात्र झाल्यावर यमुना उतरून पार गेला. किल्ल्यांत अन्नाची विपत्य मोठी आहे. राणेखानभाईंनीं यमुना उतरावयाचे घाट बंद केले. रायाजी पाटील यांनीं अगोदरच अंतर्वेद प्रांतीं युद्धारंभ केला आहे. गुलामानें आपले बरोबर अकबरशहा, सुलेमान शेको वगैरे १९ शहाजादे धरून नेले. पातशहामही नेत होता, परंतु मोठे रदबदलीनें सोडून दिले. हल्लीं किल्ल्यांत अंध होऊन आहेत. एक बेगम मात्र सोडून गेला. दों कोटीचें वित्त घेऊन पैकेपूर होऊन पार उतरोन गेला. परंतु चहूंकडून घेऱ्यांत पडला आहे. नबाब मनसूर अलीखान नाझर ज्यानें गुलाम कादरास प्रथम किल्ल्यांत घेतलें, त्यास गुलामानें वदमम्मली करून ठार मारिलें आणि त्याचे घरची जप्ती केली. पंचवीस लक्षांचा सरंजाम निघाला. सीतलदास व रामरतन मोदी यांनीं युक्तीनें आपलीं कुटुंबें दिल्लीतून काढून पाटण्यास पोंचविलीं.' नाझरास महादजीनें हत्तीचे पायांखालीं ठार मारविलें, असें कीन म्हणतो.

ऑक्टोबरच्या आरंभीं गुलाम कादर दिल्लींतून निघून जातांच महादजीनें पुढें काय तजविजी केल्या त्या त्याच्याच पत्रांत नमूद आहेत. ता. ८–१०–१७८८ रोजीं तो सदाशिव दिनकरास लिहितो, 'बादशाही किल्ला व माल गुलाम कादराचे हातीं लागोन बळावला, सबब कळेल तसें पारिपत्य करून दिल्ली संस्थान हातीं लागावें, सरकार नक्ष राहवा, याकरितां फौजा रवाना करावयाची योजना केली. कूच करावें तों लोकांनीं खर्चाचा गवगवा मनस्वी केला. गुजरातचे स्वारीपासोन पैशाची ओढ पडली ती वारंवार पुण्यास लिहिली व बाळाजीपंत नानास समजतच असेल. प्रस्तुत लोकांच्या विनंती न करावयाच्या त्याही प्रसंग जाणोन केल्या. सावकारांची खुशामत करून अडले वेळेस कर्जवाम मिळालें तसें घेऊन दिल्लीस फौज रवाना केली. तसेंच यमुनापार अंतर्वेदींत फौज पाठविली त्यांनीं दरोबस्त

गुलामाचीं ठाणीं उठवून आपला अंमल केला. घोसगडपर्यंत लुटून ताराज केलें. दोनही तोंडें दाबलीं. रसद बंद होत चालली, तेव्हां हातीं लागलेला माल घेऊन गुलामानें उतारा लाविला. निकड करून पारिपत्य करण्याची ताकीद दिली. गुलाम व इस्मईल यांचें जूग फोडिलें. दिल्लीस किल्ल्याखालीं मोर्चे लागू केले. गुलाम कादरास पारचे फौजेनें ताण बसवावा, अंतर फक्त तीन कोसांचें, परंतु हिंडण * नदी दरम्यान मातवर पूर येऊन उतार मोडला, म्हणून पार उतरून जाण्यास गुलाम कादरास सवड सांपडली. दिल्ली रोहिल्याचे हातीं लागल्यामुळें गोष्ट विलग पडली होती, परंतु श्रीमंतांचे प्रतापें पूर्ववत् सरकारी बंदोबस्त करावासें आहे. पैशाची ओढ फार; लोक कोणी याउपर राहणार नाहींत. आजपर्यंत खस्त खाऊन बंदोबस्त केला. सरकार नक्ष सुधारला आहे. फितुरी दूर जाले. होळकर व अलीबहादर यांस जलद येण्याविशीं पत्रें पाठवावयाचीं तितकीं पाठविलीं. इकडचा मार्ग सोडून उदेपुरच्या रानांत गेले. तिकडेच राजकारणें होतात. याकरितां त्यांजकडूनच बादशाही बंदोबस्त सरकारचा व्हावा. आजपर्यंत आम्ही राहून बंदोबस्त राखिला, इतःपर होळकरांनीं सरंजामानिशीं राहून चाकरी करावी. बरोबर अलीबहादर सरकारचे आहेतच. त्यांची पुस्तपन्हा होळकरांनीं करावी; अगर दोघांनीं मिळोन बंदोबस्त करावा, आमचा आग्रह नाहीं. पैसाच नाहीं तेव्हां आमची फौज राहत नाहीं; व ज्या गोष्टींनीं संशय वाढतात त्या करण्याचें कारण काय ? नवीन पैदा झालेला सर्व बादशाही मुलूख सरकारांत राहवा असेंच पूर्वीपासून आमचें बोलणें आहे. एक फौज शीखांचे तोंडावर व एक दिल्लींत राहिल्यानें जाबता राहील. आमचे लोकांस इकडे बहुत दिवस जाले. इतःपर राहण्यास कोणी तन देणार नाहींत. तरी पत्र पावतांच तुम्ही बाळाजीपंत नानासीं बोलोन अलीबहादर व होळकर जलद येऊन पोंचत तें करणें. येथून त्यांस लिहिण्याची आमची पराकाष्ठा झाली.' अशा विनवण्या करून महादजी सारखा पांच वर्षें आपणास देशीं बोलवून घ्या असें सांगून थकला. तेव्हां स. १७९२ त अगदीं निकरावर येऊन तो परत गेला, तेव्हां त्याच्या जाण्याचे उगाच कुतर्क पुष्यास घेण्यांत आले. आपाजीरामानेंही वरीलच आशय नानास लिहून कळविला, कीं 'होळकर व अलीबहादर न आले तरी एक मातबर सरदार येथें ठेवून आपण निघोन उज्जनीस जावें, हा सिद्धान्त बावांचा झाला आहे.'

* हिंडण नदी सहारणपुरावरून थेट दक्षिणेस दिल्लीच्या खालीं २५ मैलांवर पूर्वेकडून यमुनेस मिळते.

गुलाम कादरानें दोन महिने दिल्लींत अभूतपूर्व दंगल माजविली असतां, त्याचा प्रतिकार कोणाच्याही हातून वेळेवर झाला नाहीं, किंवा त्याचे अनाचार बंद पडले नाहींत, याचें एक प्रकारें आश्चर्य वाटतें. मुख्य गोष्ट खुद्द बादशहांत यत्किंचित् पाणी असतें तर जवळचे नोकरचाकर व पाहरेकरी वगैरे जमवून त्यास गुलामाचा धाडाव करतां आला असता. गोसावी, रवळोजी शिंदे वगैरे प्रथम जवळ होते; आणि बादशहा पुढाकार घेता तर इस्मईल बेग सुद्धां त्यास वळला असता; परंतु मोगल बादशाहीचें दुर्दैव त्या वेळीं किती खालावलें होतें याची उमज या प्रकरणावरून चांगली पडते. महादजी मथुरेस असतां तो गुलामाचा प्रतिकार करूं शकला नाहीं, याबद्दल त्याजला दोष देण्यांत येतो; परंतु त्याच्या तर्फेनें असें म्हणतां येतें कीं, प्रथम त्यास गुलामाच्या बेफामपणाची बिलकूल कल्पना नव्हती; शिवाय खुद्द बादशहाचा महादजीवर विश्वास नव्हता. गुलामास पुढाकार देऊन व राजपुतांस मिळवून घेऊन खुद्द आपणावरच तो उलटणार नाहीं कशावरून, अशी महादजीस मोठी धास्ती होती. गुलामाचें जोधपुरकरांशीं अत्यंत सूत असून, त्यानें केलेली बादशहाची विटंबना ऐकून बिजेसिंगानें मोठी खुशी केली. बादशहा व महादजी दोघांचाही संहार झालेला पाहण्यास बिजेसिंग अत्यंत उत्सुक होता. तेव्हां फौजेचें बळ हातीं पुरेपूर असल्याशिवाय साहसांत मुद्दाम उडी घालणें महादजीस योग्य वाटलें नाहीं. त्यास पैशाची अडचण भयंकर असून मोठ्या शिकस्तीनें तो आपला जम मथुरेस बसवीत होता. होळकरानें याच वेळीं बिजेसिंगाशीं राजकारण चालविलेलें पाहून महादजीला केवळ स्वतःच्या बचावाचें धोरण ठेवावें लागलें. उलट नानाकडून पैसा व फौजा वेळेवर आल्या नाहींत, त्या पूर्व संकेताप्रमाणें महेश्वराहून लगेच पुढें येत्या, तरी पावसापूर्वींच दिल्लीचा कबजा मराठ्यांच्या हस्तगत होऊन गुलाम कादराचा नायनाट होऊं शकला असता. यावरून या प्रकरणाची महादजीची बरीचशीं जबाबदारी हलकी होते. शिवाय आतां मागाहून घडलेल्या गोष्टी नजरेसमोर ठेवून आपण महादजीला दोष देतों, पण तीनशें वर्षें बादशहाचें अन्न खाल्लेले रोहिले आपल्या समानधर्मी धन्याची अशी भीषण व किळसवाणी अप्रतिष्ठा करतील याचें स्वप्न सुद्धां प्रथम कोणास पडलें नव्हतें. यापूर्वीं कैक वेळां गुलाम कादर व त्याचे बाप आले, त्यांस बादशहानें जवळ करून त्यांची प्रतिष्ठा वाढविली होती. अर्थात् गुलाम कादरापासून अपाय होण्याची भीति कोणास असेल तर ती मुख्यतः महादजीस होती, तितकी

बादशहास नव्हती. मात्र असले अत्याचार मुसलमानांसच शक्य आहेत हेंही लक्षांत ठेवणें जरूर आहे.*

४. गुलाम कादराची भरपाई, (१९-१२-१७८८).-गुलाम कादराच्या अंगीं आजाचें शहाणपण बिलकूल नव्हतें. मराठयांचा द्वेष ही एकच गोष्ट त्यानें नजीबखानाची उचलली होती. पण त्या द्वेषाच्या भरांत मुसलमानांचा पक्ष बळकट करण्याऐवजीं, आपल्या अनन्वित वर्तनानें त्यांचें वैर मात्र जोडिलें. महादजी पुढील व्यवस्थेस लागला त्यापूर्वी त्यानें वजिरास व इंग्रजांस पत्रें पाठवून सल्ला विचारिली कीं, 'दिल्लीचा बंदोबस्त केला, गुलाम कादर निघोन गेला. लौकरच त्याचें पारिपत्य होईल. त्यास दिल्लींत पातशहा बसविला पाहिजे, त्यास आपला विचार कळवावा.' शीखांस त्यानें उत्तरेकडून गुलामाचे रोखावर बोलाविलें. ऑक्टोबरांत नदीस उतार मिळतांच राणेखान, रायाजी पाटील, जिवबा बक्षी हे सरदार रोहिल्यांवर गेले. सर्वांस ताकीद कीं, गुलामास जिवंत धरून आणावें. इस्मईल बेग दोहींकडे चित्त ठेवून पुढें कसा बनाव बसतो तो पाहत स्वस्थ होता. बाहेरून त्यानें पाटीलबावाशीं सख्य केलें. आश्विन शु० ६ रविवारीं (५-१०-१७८८) राणेखानभाई दिल्लीस दाखल झाले. इस्माल बेग, रवळोजी सिंदे व अनूपगीर त्यांच्या भेटीस जाऊन त्यांस घेऊन आले. गुलाम कादर किल्ल्यांतून पार फौजेंत गेला. त्याशीं लढाई करावयाचा मजकूर इस्माल बेगानें भाईशीं केला कीं, 'नावा जलद आणवा, पार उतरून लढाई करून लुटून टाकावा. भाई म्हणाले,गुलाम किल्ल्यांत आहे.इस्मईल बेगांनीं सांगितलें पार गेला. आमचा मनुष्य पाहून आला. रामरतन मोदी याचा अंमल भाईनीं शहरांत बसविला.'

मागें गुलामाचे हस्तक 'दिल्लीचा किल्ला लढवीत होते. पंधरा दिवस मोर्चांतून मारामारी झाल्यावर रोहिल्यांचा इलाज खुंटला. तेव्हां त्यांस गुलाम कादरानें सांगून पाठविलें कीं, किल्ल्यांत वस्तभाव आहे तीस अग्न देऊन निघोन येणें. त्यावरून किल्ल्याची खबरदारी करून परत गेले. दारूची कोठी उडाली त्यांत पुष्कळ लोक मेले. जातांना उभय पक्षीं लढाई जाली, शेंपन्नास माणसें ठार झालीं. जीवबा बक्षीनें किल्ल्यांत जाऊन बंदोबस्त केला. गुलाम कादरानें किल्ल्यांत धामधूम आरंभिली, तेव्हां गोविंदराव पुरुषोत्तम हिंगणे वकील जीव बचावून

---

* दि. म. रा. १. ३०४, ३०८,-३१०,-३१३,-१५; जा. रा. ले. ७; ग्वा. ३. ७४, ७५; २. २०२-२०४.

मथुरेस पाटीलबावांचे आश्रयास गेला, तो पुढें दोन महिन्यांनीं परत दिल्लीस आला. ता. ११ ऑक्टोबर रोजीं मराठी फौजा किल्ल्यांत आल्यावर हिंमतबहादर व रवळोजी शिंदे अंध पातशहास भेटले. अर्ज केले कीं, 'तुम्हींच पातशाहीवर असावें. गुलामाचें पारिपत्य करून तुमचे लेंक आणूं.' हें वर्तमान गुलामानें ऐकून बेदरशहास कैद करून अकबरशहास पातशहा करून आंधळ्यास सांगून पाठविलें कीं, 'तुमचें लेंकास पातशहा केलें आहे. तुमचा सरंजाम दरोबस्त परत देतों. माझी तकसीर माफ करावी.' हें ऐकून आंधळ्यांनीं राणेखानास सांगून पाठविलें कीं, तुम्ही म्हणाल तर गुलामास बोलावून तकसीर माफ करून आमचे लेंकांस आणवूं. त्याजवरून राणेखान वगैरे बहुत विषम मानून बोलले, 'आंधळे जाले तरी बद्दबाजी गेली नाहीं. त्यांनीं अकबरशहास पातशहा केलें तें प्रमाण नाहीं, आम्ही पारिपत्य करून आणून पातशहा करूं तें प्रमाण.' या वेळीं राणेखानाचे फौजेनें तलवेचा हंगामा केला, यास्तव नदी उतरावयास विलंब लागला. 'ता. २२ ऑक्टोबरीं राणेखान वगैरेंनीं आंधळे पातशहासीं नजर वगैरे शिष्टाचार करून म्हणाले, आपण दिवाणीखासांत गादीवर बसावें, जवानबख्त नातवास पुढें घ्यावें; आणि शिरस्त्याप्रमाणें दरबार करावा.' परंतु गुलामाचे कैदेंत शहाजादे आहेत त्यांस सोडवून आणल्याशिवाय गादीवर बसणें ठीक नाहीं, असा निश्चय झाला. रायाजी पाटील वगैरे आठ दहा हजार फौज अंतर्वेदींत होतीच. आणखी फौज व तोफा शेरगडाजवळ यमुना उतरून रवाना केल्या. या वेळीं जयपुर जोधपुरकरांखेरीज इतर सर्व सरदार मुसलमान सुद्धां पाटीलबावांस अनुकूल होते.

गुलाम कादरावर फौजा रवाना झाल्या असतांच ६ नोव्हेंबर रोजीं अलीबहादर मथुरेस येऊन दाखल झाला. आदले दिवशीं अंबूजी इंगळ्यानें पुढें येऊन पाटीलबावांस वर्तमान कळविलें. दुसरे दिवशीं बावा तीन कोस सामोरे जाऊन भेटले. तिसरे दिवशीं बावांनीं अलीबहादरास मेजवानी करून हत्ती व पोषाख दिले. उभयतांनीं सविस्तर वर्तमान एकत्र बसून ऐकिलें. नंतर बावांनीं साहेब नौबत व जरी पटका बरोबर देऊन दिल्लीचे रोंखावर रवानगी करविली. या वेळच्या महादजीच्या वर्तनाची तारीफ आपाजीरामानें विशेष केली आहे. 'प्रस्तुत यांची चाल बरी दिसत आहे. याप्रमाणें निभावल्यास कोणे गोष्टीचें जड पडणार नाहीं. दिल्लीचा बंदोबस्त साताऱ्याचे संस्थानासारखा अनायासें जाला आहे. पाटील-

बावांचा विचार आहे कीं, सर्व बंदोबस्त सरदार आले आहेत यांचा यथास्थित करून घ्यावा आणि आपण यांचा निरोप घेऊन उज्जनीस देण्याचा फडशा करून पुढें श्रीमंतांचे दर्शनास जावें. मुख्य अडचण कायती मसलतीस पैका पाहिजे, त्याचें ठिकाण दिसत नाहीं. ' तुकोजी होळकरास सोडून रांगडयांचे तोंडावरून आपला नक्ष राखून अलीबहादर त्वरेनें पुढें आले. भेट झाल्यावर बावांनीं पुसलें, बरोबर फौज किती आहे ? तेव्हां सांगितलें नऊ हजार आहे. मागाहून सदाशिवपंत दिवाणाबरोबर चार हजार येत आहे. पाटीलबावांनीं भोजनास बोलावून सन्मान केला. भोजन झाल्यावर एकांतीं बसोन बोलणें झालें. नंतर अलीबहादरांस गुलाम कादरावर रवाना केलें. फरीदाबादेजवळ यमुना उतरून नोव्हेंबर अखेर अंतर्वेदींत आलों. मेरटेस आल्यावर आम्हांस घोसगडाच्या तोंडावर उतरावयास सांगितलें, आणि छबिना बसवावयास जागा दिली. रात्रीस खासा अलीबहादर छबिन्यास जाऊन बसत होते. गुलाम पळाला तर आम्हांकडे नाकर्तेपण येईल, त्यांत घोसगडाचा रस्ता हाच, याकरितां नवी फौज दरमहा एक लाख खर्चून ठेविली. '

आपले पापाचे घडे भरत आले असें खुद्द गुलामासही वाटूं लागलें. त्यानें अहल्याबाईकडे पत्रें पाठवून पूर्वापारप्रमाणें होळकरांनीं आपला बचाव करावा अशी विनंति केली; तसेंच अनूपगीर गोसाव्यास पत्र लिहिलें कीं, ' पाटीलबावांची व आमची सफाई करून द्यावी. गोसाव्यानें तें पत्र राणेखानभाईस दाखवून गुलामाचा निरोप सांगितला कीं, ' पातशाही गारत करण्याचें काम मनसूरअली नाझर वगैरे लोकांचें. त्यांचीं पत्रें आलीं त्याप्रमाणें जाऊन बंदोबस्त केला. पातशहाचे जन्मांतरीं ऐसेंच होतें. जो सरंजाम व नगद आम्हांकडे आला असेल, तो तुम्हीं माघारा घ्यावा, मजकडे अन्याय नाहीं. ' असें बोलणें लाविलें आहे. परंतु पाटीलबावांचें मानस एकच कीं, जिवंत धरून आणावा. गुलामानें काबूलच्या शहास पत्रें पाठविलीं कीं, ' आपण या प्रांतीं येऊन दिल्लीचा बंदोबस्त करून आपला दीन कायम ठेवावा. सत्वर स्वारी आली पाहिजे. ' महादजीनें दिल्लींत बादशहाचे घरची सर्व मोजदाद करून एकंदर माल गेला किती याचा शोध लाविला.

गुलाम कादरास कसा पकडला त्याची हकीकत खुद्द महादजीनें २३-१२-१७८८ रोजीं नानास लिहून पाठविली ती अशी:—'गुलाम कादर यानें बादशहाशीं बेकैद

आणखी हरामखोरी केली, त्याचा नतीजा त्यास तसाच देऊन जिवंत धरून पारिपत्य करावें, याकरितां फौजेनें, पैक्यानें व मेहनतीनें जितके प्रयत्न होते तितके केले. त्यांचें सार्थक श्रीमंतांचे प्रतापें होऊन मार्गशीर्ष व ७ स (१९ डिसेंबर) गुलाम कादर यास जिवंत धरिला. संतोषाचें वर्तमान श्रुत व्हावयाकरितां लिहिलें आहे. गुलाम कादर याचे हातीं बादशहाची सलतनत मालमालियेत सुद्धां लागल्यानें बलवान होऊन फौजेचा जमाव भारी केला होता. चाळीस पन्नास हजारांचा भरणा होता. मेरटेस आसरा धरून गुलामानें लढाई पाडिली. ऐशीं तोफा, शिवाय पलटणें, तशांत किल्ल्याचा आसरा, यामुळें दोन महिने लढला. परंतु लोकांनीं रात्रंदिवस मेहनत करून निकडीनें हल्ला करून पलटणें कापून काढिलीं. त्या गडबडींत गुलाम पळून जात होता, तों पंचवीस कोसांवर फौजेनें धावून जाऊन शामलीचे गढींत धरून फौजेंत आणिला. त्या समागमें रोहिले पांच सातशें मिळून पळत होते ते कापून काढिले. या उपरी त्याचे अपराधानुरूप त्यास फळ देऊन त्याचें पारिपत्य होईल. या मागेंच हल्ला करून पारिपत्य केलें असतें; परंतु अलीबहादर पोंचून त्यांच्या हातें गुलामाचें पारिपत्य जालें हें हिंदुस्थानी राजेरजवाडे या सर्वांस समजावें, त्यावरून हल्ला न केला. रसद बंद करून चौक्यांचा बंदोबस्त करणें म्हणोन लिहिलें, आणि अलीबहादराची रवानगी येथें येतांच केली. ते पोंचल्यावर निकड करून गुलामाचें पारिपत्य जालें. पुढें घोसगड व सहारणपुर येथें धावून जाऊन दोन्ही जागां लवाजमा व घोसगडांत त्याची आई आहे त्यांस हस्तगत करणें म्हणून लिहून पाठविलें. फौजा गेल्या आहेत. दोनहीं स्थळें हस्तगत करतील. आम्हांकडील लोकांस हिंदुस्थानचे स्वारी समागमें आठ नऊ वर्षें जाहलीं. इतःपर लोक राहणार नाहींत. या मागेंच गवगवा करून जावेंसें केलें होतें, परंतु रोहिल्यानें हरामखोरी केली, त्याचें पारिपत्य करण्याकरितां, ज्यानें जें गांवखेडें अगर महाल मागितला, तो देऊन लोकांस दिल्लीस रवाना केलें. त्यांनीं रात्रंदिवस मेहेनत करून गुलाम हस्तगत केला. तेव्हां आतां लोक पोटाविशीं गवगवा करून चालूं लागतील. पैसा असता तर या फौजेचे फडशे करून नवी फौज ठेवून अलीबहादराचा बंदोबस्त करून द्यावयास येता. येथील ओढीचा अर्थ वारंवार लिहिण्यांत आलाच आहे. अलीबहादरांची पुरवणी फौजेनें व खर्चानें करावी, बादशाही संस्थान, आपल्याकडे निमित्त न येतां, सातान्याप्रमाणें आलें आहे. बादशहाचे लवाजम्याचा खर्च

थोडाबहुत उणा जाला. रोहिल्यांचें खूळ मोठें होतें तें मोडलें. मुलखाची लावणी चांगली जाहल्यानें एका वर्षानें सुबत्ता पडेल. होळकर आले आहेत ते रांगडे सांगतात त्याप्रमाणें करून, सरकार लक्षीं आहेत त्यांस (कोटेकर वगैरेंस) उपद्रव करितात. या गोष्टीनें आपसांतील फूट दिसते; साधले मसलतीस पेंच पडतात. हें लिहून कळवावें असें नाहीं. त्यास होळकरांस पत्र येऊन, अलीबहादरांस अनुकूल राहून इकडील बंदोबस्त राखीत तें जालें पाहिजे. मुख्य क्रोडो रुपयांचा बादशाही मुलूख सरकारांत आला त्याचा बंदोबस्त होय ते पैरवी व्हावी.'

वरच्यांत आपाजीराम कांहीं तपशील जास्त देतो तो असा: 'गुलाम कादर याजला मेरटेमध्यें कोंडला होता. चौफेर रस्ता बंद करून बाहेरून तोफांची मारगिरी चालली होती. या करण्यास दीड महिना जाला, तेव्हां अलीबहादरांचें येणें जाल्यानें त्यांस पाटीलबावांनीं रवाना केलें. घोसगडाकडे जावयाचा गुलाम कादराचा रस्ता होता, त्याजवर अलीबहादरांनीं मुक्काम केला. उपरांत मेरटेमध्यें महर्गता बहुत पडोन अन्न कोणास न मिळे. तेव्हां नित्य उठोन आंतले लोक रोहिले वगैरे तीन चारशें बाहेर येत. तेव्हां त्याजकडील फौजेनें धर सोडिला. हें गुलाम कादरास समजल्यावर हरामखोरांनीं रायाजी पाटलाकडे भेटीचें संधान लाविलें. त्यास बावांची सक्त ताकीद कीं, गुलामास हरकसें धरून आणावें, सलूखाची गोष्ट कोणीं बोलूं नये. तेव्हां लोकांनीं व देशच्या नव्या फौजेनें जखड फार बसविली. त्यामुळें मार्गशीर्ष व॥ ६ गुरुवार (१८ डिसेंबर) रोजीं गुलाम कादर दिवसास बाहेर येऊन, लढाई देऊन अस्तमान जाल्यानंतर हजार दीड हजार फौजेनिशीं हरामखोर पळोन गेला. लगेच अलीबहादरांनीं फौज पाठीवर पाठविली. त्यांनीं मेरटेपासून दहा कोसांवर गुलामासीं गांठ घातली. तेथून दुतर्फा लढाई होत होत आणखी पांच सात कोस चालला असतां निकड करून धरून आणिला. मेरटेंत दरोबस्त तोफखाना व झाडून फितुरी सांपडले. सरंजाम पाडाव आला. श्रीमंतांचे पुण्यप्रतापें दिल्लीश्वराचा बदला यथासांग उगविला. अलीबहादरांचा लौकिक ईश्वरें उत्तम केला. सलूख्याचें बोलणें लावून मग आपण निघोन जावें तरच निभाव, असा पक्का विचार करून मुख्य कारभारी विलासराय याजला रायाजी पाटलाकडे पाठविलें कीं, सर्व मालियत असेल ती घेऊन अब्रूनिशीं सोडावें. तो जातीनेंच रायाजी पाटलाकडे आला होता. मोर्चाजवळ उभा राहिला. देवजी गौळी जाऊन भेटले आणि त्यापुढें रायाजीजवळ

बोलाविलें. तो म्हणाला, रायाजी एकटे पुढें आले तर भेटेन, नाहीं तर माघारा जाईन. असें बोलण्यांत संध्याकाळ होऊन तो माघारा गेला. साऱ्यांची भेट जाली नाही. गुप्त मजकूर व खलबतें होतात, तीं समजण्यांत येत नाहींत. याप्रमाणें सलूख्याचे डौल घालून हरामखोर चार पांचशें स्वार जिवाचे सोबती निवडून, घोसगडास जाण्याचा विचार ठरवून सायंकाळच्या तीन घटका दिवस बाहेर पडला, घोसगडाचे मार्गें चालला. तों जिवाजी बक्षी मोर्चांचा बंदोबस्त करीत त्या मार्गानें आले. हरामखोर पळोन गेला हें वर्तमान ऐकतांच अलीबहादर, राणेखान वगैरे लहान मोठ्यांस चहूंकडे फौजा शोधास पाठविण्यास सांगोन,जीवबा बक्षी तसेच पाठलाग करीत गेले. तों मेरटेपासून वायव्येस वीस कोस शामली परगणा आहे, त्याचे अलीकडे अडीच प्रहर रात्रीं गांठ घातली. तेवढया रात्रीं तीन चारशें रोहिले कापून काढिले. त्या समयीं गुलाम कादर हवालदील होऊन घोडयाखालीं आला. तसाच पायउतारा एका स्वारानिशीं बोळांत जाऊन दडून राहिला. रात्रीचा प्रकार जाणून तलास करणें राहिलें. फुरसत सांपडोन निघोन गेला. दुसरे दिवशीं अलीकडे पलीकडे शोध केला, पण ठिकाणा लागला नाहीं. तेव्हां जीवबा बक्षी परत आले. फौजा आसपास नाहींतसें पाहून, बोळांत दडून राहिला होता, तेथून निघोन शामलीपासून दोन कोसांवर एका गांवीं ब्राह्मणाचे घरीं जाऊन सांगितलें कीं, मी अमका आहें, दोन तट्टू देऊन घोसगडास पोहोंचावून देणें. जें मागशील तें तुला देईन. तेव्हां त्या ब्राह्मणानें त्याची खातरजमा हरतरेनें करून आपले घरांत कोंडून ठेविला आणि म्हणाला, तूं येथें स्वस्थ बसणें. बाहेर फौजा गलीमाच्या फिरत आहेत; एक दोन दिवस विसर पाडोन मग तट्टू देऊन पोंचवीन. असें सांगून आपण तसाच राणेखानभाईकडे खुषीचें वर्तमान सांगण्यासाठीं येत होता. तों अलीबहादराची फौज गुलामाचे शोधास फिरत असलेली भेटली. त्यांनीं ब्राह्मणास उभें करोन वर्तमान विचारतांच त्यानें ठिकाण दाखवून देतों असें सांगतांच त्यास अलीबहादराकडे घेऊन गेले. त्यांनीं आपले निवडक स्वार ब्राह्मणाबरोबर देऊन रवाना केले. ब्राह्मणानें गुलामास दाखवून देतांच कैद करून धरून आणिला. पाटीलबाबांनीं त्यास व पाडाव झालेल्या सर्व लोकांस आपले जवळ आणविलें. डिसेंबर ३१ रोजीं ते मथुरेस पोंचले. *

* पकडलेल्या ३३ इसमांची यादी दि. म. रा. १ ले. ३६२ येथें दाखल आहे, यांत १७ शहाजादे होते.

नाझरखोजा, बिलासराय व मण्यारसिंग हे गुलामाचे मुख्य साथीदार, त्यांस व गुलामास वाड्यांत नेऊन पृथक् चौकशी केली. दंड करण्याची तऱ्हाही बहुतप्रकारची दाखविली. परंतु त्यांचें बोलणें कायम मिजाजीचें. पातशाही जवाहिराचा भ्रम फारच होता, परंतु सर्व मिळोन पांच सहा हजारच हातीं लागलें. गुलाम कादराचे सांगण्यांत वीस एकवीस लक्ष आलें. होळकर अद्याप तमाशाच पाहत बसले आहेत, येविशीं सरकारांतून त्यांस निकडीचीं पत्रें आल्यास कदाचित् मसलतीस सामील जाले तर होतील.'

'गुलाम कादर, नबाव नाझर वगैरेंस पाटीलबावांनीं बेड्या घालून कैदेंत ठेविले आहेत. गुलाम कादराचें कुटुंब लाहोर प्रांतीं निघोन गेलें. पातशहा व सर्व शहाजादे दिल्लीचे किल्ल्यांत आहेत. अलीबहादर, राणेखान वगैरे कुंजपुऱ्यापावेतों सीखांचे मुलखांत पावले. गुलाम कादर मेरटेंतून घोसगडाकडे पळोन जात असतां विहिरींत घोडा पडोन मौजे जादीगांव येथें राहिला, त्याची बातमी गांवकरी यांणीं सांगतांच पुरंदरे व धारकर पवार यांस अलीबहादरांनीं पाठवून धरून पालखींतून आणिला. बावांनीं खुषीच्या तोफा सोडोन दिवाणखान्यांत जाऊन बसले. लोकांनीं नजरा केल्या. आपाजीराम, सदाशिवपंत आस्वलकर दिवाणजी, गोविंदराव हिंमणे, अलीबहादराचा कारभारी भिकाजीपंत पाळंदे, आबाजी रघुनाथ चिटणीस, भाऊबक्षी वगैरे त्या प्रसंगास बावांजवळ होते. सर्व लोकांनीं स्वामींचे मर्जीनुरूप नक्षानेंच काम केलें. महद्यश प्राप्त जालें.' गुलाम कादरास पकडल्याचे तपशील निरनिराळ्या सरदारांच्या हकीकतींत निरनिराळे आढळतात. ज्यानें त्यानें आपलें भूषण दाखविण्याचा प्रयत्न केलेला उघड दिसतो. पडताळा पाहण्यास असे लेख या प्रकरणाचे मुबलक आहेत.

बादशहाचा सांभाळ करण्यांत थोडीशी चालढकल महादजीनें केली असेल, तर पुढें गुलामास पकडून पुढील बंदोबस्त करण्यांत त्यानें अतिशय दक्षता दाखविली, यांत संशय नाहीं. एका अर्थानें आपली कर्तबगारी व कर्तव्यनिष्ठा दाखविण्यास गुलाम कादरानें पाटीलबावांस चांगला योग आणून दिला. 'आपल्याकडे निमित्त न येतां बादशाही संस्थान साताऱ्यासारखें जाऊें.' महादजीचे शब्द मार्मिक आहेत. गुलाम कादरानें बादशहाचा छळ केला नसता तर महादजीनें केलेला बंदोबस्त केवळ स्वार्थमूलक व राज्यापहारक असा लोकांस वाटला असता. तें स्वरूप आतां साफ पालटून, महादजी बादशहाचा मोठा उपकारकर्ता व सहाय्यक

असा सर्वांस वाटूं लागला. विशेषतः स्वधर्मीयानें छळ केला, पण परधर्मीयानें संरक्षण केलें, अशी इतउत्तर या प्रकरणाची आख्या सर्वत्र झाली. *

५. अंतर्बाह्य विकट परिस्थिति, (मार्च–जून १७८९).–गुलाम कादरास पकडल्यावर तदनुषंगिक आणखी कित्येक कामें उपस्थित झालीं. गुलामाची आई व भाऊ वस्तभाव घेऊन कुंजपुऱ्याकडे शीखांच्या आश्रयास पळून जाऊं लागले, त्यांस पकडण्यासाठीं रायाजी व अलीबहादर गेले. 'घोसगड, रामगड, व सहारणपुर येथें आपलीं ठाणीं बसलीं. घोसगड पाडून जमीनदोस्त केला. पातशहानें बावांस कळविलें कीं, रामरतन मोदी तीस वर्षे कारभारावर आहे, गुलामाचे खुळांत होता. त्यावरून त्यास पकडून मथुरेस आणिलें; आणि कैदेंत ठेवून त्याजकडून पैसे काढण्याची तजवीज चालविली. गुलामाकडून सर्व जिनसांच्या याद्या करून घेतल्या. नाझर, बिलासराय, मण्यारसिंग यांस जेरबंदाचा मार दिला. गुलामाची आई लाहोराकडे पळाली, तिला परत येण्याविशीं गुलामाचे हातून पत्रें लिहून घेऊन तिजकडे पाठविलीं. सर्व मालियत हस्तगत होईपर्यंत गुलामास दुखवूं नये,' अशी व्यवस्था महादजीनें ठेविली. पण त्याजकडून कांहींच लभ्यांश होईना. नंतर १ मार्च रोजीं त्याचे पांच पाट काढून उंटावर बसवून लष्करांत फिरविला. दुसरे दिवशीं नासिकहीन केलें. मागतीं फिरविला. तिसरे दिवशीं सर्व अंग हीन करून डोळे काढून पातशहाकडे पाठविलें. तेथें बंद बंद वेगळे करून त्यास बाहेर काढून' ३ मार्च रोजीं मारून टाकिला. बिलासराय व मण्यारसिंग यांस ग्वालेरच्या किल्ल्यावर कैदेंत ठेविलें. आपाजीराम लिहितो, 'अलीबहादरांच्यानें मुलखाचा बंदोबस्त राखून, फौजेचें पोट भरून शत्रूवर दाब राहणें ही गोष्ट कठिण दिसते. कारण मसलतीस पैका बहुत पाहिजे. किमान पक्ष दहावीस लक्ष रुपये मोबदल्यास असल्याशिवाय भागणार नाहीं. शत्रू उशापायथ्यास बसलेच आहेत. तुकोजी होळकर येऊन बंदोबस्त करतील हा अर्थ दिसण्यांत येत नाहीं.' यावर नानानें जबाब पाठविला कीं, 'पाटीलबावांनीं तिकडचा बंदोबस्त अलीबहादरांचे गळां घालूं नये. इकडे आले असतां आजपर्यंतचा उद्योग व्यर्थ होऊन नक्ष राहणार नाहीं.' कारभाराच्या भानगडींस महादजी अगदीं कंटाळून

* दि. म. रा. १. ३३४, ३४२, ३४४, ३४९, ३५०; भा. व. २ प. या. ३९, २६, २८, २९; ग्वा. ३. ७६१; २. २०६; अ. प. १०, १४; म. द. बा. २. १८४;

गेला होता. तो नानास म्हणतो, 'तुमच्या पत्रांचे जबाब आम्ही ल्याहावे तर, उत्तरास प्रतिउत्तर करावें लागून गोष्टी बहुत विलग पडतील. ईश्वरेच्छेंकरून आमचें येणें देशीं घडेल, ते समयीं उत्तरें द्यावयाचीं तीं देऊं. कागदोपत्रीं लिहून फळ नाहीं.' कारभाराच्या वाटाघाटीसाठीं अलीबहादरास मोहिमेवरून महादजीनें सडाच मथुरेस बोलाविलें. ता. १४-२-१७८९ रोजीं भेटी जाल्या. अलीबहादराची महादजीकडे खर्चाची मागणी असून, त्यासाठीं त्यास स्वतंत्र प्रदेश व किल्ले तोडून देण्याची वाटाघाट चालू होती. अलीबहादर नानास लिहितो, 'पाटीलबावांचा इरादा आमच्या गळां मुलूख घालून आपण निघोन देशास जावें. कदाचित् ते गेले तर फौजेमुळें व पैक्यामुळें आमचा गळाठा होईल. आमचें म्हणणें, आम्ही हें जोखीम घेत नाहीं. यावरून बावा बहुत नाखूष आहेत. म्हणतात कीं, नानांसीं माझा इतका स्नेह, आणि मी सरकारांत हरामखोरी केली नाहीं कीं, मला धन्याचे पाय नजरे न पडावे. धन्याचे आज्ञेवरून खर्चाखालीं जेरवार झालों. आणखीही उमेद बाळगितों कीं, जिवांत जीव आहे तों सरकारांत चाकरी करावी. सारांश, त्यांचें मानस येथें राहवयाचें दिसत नाहीं. त्यांचे दरबारची मंडळी आम्हांस बहुत हांसतात कीं, हे देखणे बरे आहेत, परंतु एखादें कार्य डोईवर घ्यावयास सामर्थ्य नाहीं. आम्हांस तों आपलीं पत्रें आलीं आहेत कीं, कारभार न सांभाळावा. आम्हांस मुख्य आपण. आपण सांगतील ती वर्तणूक करावयाची, मग पाटीलबावा रागें भरले तरी चिंता नाहीं.' यासंबंधाचीं उभयतांमधील उत्तरें प्रत्युत्तरें अलीबहादराच्या पत्रांत भरपूर आहेत, तीं वाचून पाहवीं. त्यांवरून एक गोष्ट उघड होते कीं, नानानें पुण्यांतून आपल्या सर्व मंडळीस पाटीलबावांशीं विरोधानें वागावयास मुद्दाम शिकविलें. हरएक गोष्टीविशीं प्रत्येकाची तक्रार व घोळ पाटीलबावांजवळ इतका पडे कीं, लहान सहान गोष्टींत सुद्धां पुण्यास विचारल्याशिवाय महादजीची मसलत अगर सल्ला कोणीच ऐकेना. महादजीची प्रत्येक सूचना किंवा योजना सर्वथा आपमतलबी असावयाची, असा प्रत्येकाचा ग्रह होता. मासल्यासाठीं खालील उपदेश नानानें अलीबहादरास केलेला वाचावा.

'तुम्ही चांगल्या गोष्टी सांगत असतां, ते बांकडे उदासपणें चालूं लागल्यास तुम्ही थोरपण करून घराऊ रीतीनें, चौघांच्या साक्षीनें दोन चारदां बोलून समेटावें. तुम्ही होऊन त्यांस दुखवूं नये. याच रीतीचीं उत्तरें आमचेकडून त्यांस जातील, त्याविशीं चिंता करूं नये. पाटीलबावांची चाल संदेह न पडावयाचे तेथें

पाडतील, दुही नसेल तेथें करतील, त्यास तुम्हीं दुही दिसूं देऊं नये. तुम्हांस भ्रम वाटत होता कीं, पाटीलबावा तुमचे हातें राजकारण करवितील; परंतु असें होणार नाहीं. तुम्ही त्यांजशीं बहुत संभाळून चालत जावें. तुम्हांसीं निखालस बोलून एखाद्यास कागद लिहवितील. तुम्ही ल्याहाल, तो धरून बोलूं लागतील कीं, अलीबहादर असे फितुर करतात. तुम्ही म्हणाल बावांचे सांगितल्यावरून लिहिला. ते म्हणतील, आम्ही सांगितलें नाहीं. अशावर आणतील. याकरितां कोणाचें राजकारण करा म्हणाले, अथवा पत्र ल्याहा म्हणाले, तर तुम्ही त्या मजकुराची याद लिहून त्यांवर त्यांचे हातचें चिन्ह कांहीं करून घेऊन मग करणें तें करावें. अशा बेभरंवशानें कारभार यशस्वी कसा व्हावा !'

यावरून नानाच्या राजनीतीचा बोध होतो. महादजी जर सर्व कारभाराची मुखत्यारी सांभाळणार, तर सर्वांनीं त्याचे हुकूम बिनतक्रार पाळावयास नकोत काय ! आणि महादजी जर कामें बिघडवितो अशी कारभाऱ्यांची पुण्यास समजूत होती, तर त्याला तेथून बदलून दुसरा कोण तो चांगला सरदार त्यांनीं पाठविला पाहिजे होता. एवढेंच नव्हे तर खुद्द महादजीचीच तशी मागणी मनापासून होती. असें असतां नानानें त्याला पूर्ण पाठबळ देण्याऐवजीं आंतून त्याचे पाय मागें ओढण्याचा अश्लाघ्य प्रयत्न केलेला पाहून उद्वेग वाटतो. ईस्ट इंडिया कंपनीच्या कारभारांत किंबहुना हल्लींच्या मनूंत सुद्धां, जागेवर कारभार करणारास (Man on the spot) इंग्लंडचे अधिकारी किती वर्तनस्वातंत्र्य देतात हें मनांत आणल्यास,त्या वेळच्या आमच्या कारभारांतील व्यंगें जास्त स्पष्ट दिसतील. महादजीशिवाय दुसरा कोणी बादशाही कारभार क्षणभर सुद्धां सांभाळण्यास लायक नव्हता, हें नाना पूर्णपणें जाणत असून, त्याच्यावर त्यानें संपूर्ण बेभरंवसा दाखवावा हें आश्चर्य आहे. पोटास मिळाल्याशिवाय लोक नोकरी करीतना, तेव्हां अलीबहादरानें सुद्धां खोटया वराता पुण्यास दिल्या. तो नानास लिहितो,'यशवंतराव नाईक निंबाळकर यांनीं बलात्कार करून लाख रुपयांची वरात घेतली, ती आपण रद्दच करावी. त्यांनींही समजोनच घेतली आहे कीं, तूर्त चार महिने लोकांस सांगावयास येईल, वरात दिल्ही आहे. आपले विचारास येई, तसें वरातेचें उत्तर द्यावें.' ता. २२-३-१७८९ रोजीं आपाजी दामल्यानें नानास विचारलें कीं, 'पाटीलबावा व अलीबहादर एकांतीं उभयतांच बसोन बोलावयाचें तें बोलले. त्यांचा आग्रह एकत्र कीं, अलीबहादरांनीं कारभार सांभाळल्यास उत्तम करून

देऊं. न कबूल करीत तर त्यांजबरोबर एखादा सरदार ठेवावा, आणि आपण देशीं जावें. स्वामिआज्ञेप्रमाणें (नानाचे सांगण्याप्रमाणें) कबूल करीत नाहींत. परंतु त्यांनीं एखादा सरदार ठेवून त्याचे ताब्यांत अलीबहादरास ठेवूं लागले तर त्यांनीं राहवें कीं उठोन यावें येविशींची आज्ञा करावी. '

या वेळीं महादजींच्या फौजेची स्थिति किती निकृष्ट होती आणि लोक किती बेदील होते हें खालील त्याच्या लष्करांतील दंग्यावरून व्यक्त होतें, आणि गुलाम कादराच्या दंग्यांत महादजीनें मुद्दाम टाळाटाळ केली कीं काय याचीही खात्री होते. ' गोपाळराव सोळस्कर याच्या निसबतीच्या वीस पंचवीस एकांड्यांच्या असाम्या पाटीलबावांकडे चाकरीस होत्या. त्यांचे रोजमरे चढल्यामुळें गोपाळराव सुद्धां एक दोन दिवस धरणें धरून बसले. तोड न पडे. कृष्णोबा चिटणीसांकडून बोलणें लाविलें तरी तोड पडली नाहीं. त्यावरून कृष्णोबाची व त्यांची बोलाचाली झाली. त्यांनीं कृष्णोबावर तलवार चालविली, तीन चार जखमा केल्या. वाड्यांत चार घटका बैदा झाला. त्यावरून कांहीं मंडळींनीं चालून जाऊन गोपाळरावासुद्धां एकांड्यांस कैद केलें. नंतर पाटीलबावांचा हुकूम झाला कीं, त्यांचीं डोकीं मारावीं. छ १३ मिनहूस (११-३-१७८९) नऊ जणांचीं डोकीं मारलीं. कृष्णोबावर वार चालले तेव्हां राणेखानभाई जवळ होते, म्हणून ते वांचले. कृष्णोबाच्या जखमा शिवून डेऱ्यास पाठविलें, व चौकीचा बंदोबस्त केला. कृष्णोबाचे बंधु आबा चिटणीस यांनीं नोकरी सोडून उज्जनीस जाण्यास निरोप मागितला. बावांनीं सर्वांची खातरजमा करून राहविलें. सर्व शिलेदार बेदील आहेत. कोणास धीर पुरत नाहीं. दरबारांत कोणी येत नाहीं. ' *

या वेळीं खंडेराव हरी भालेराव याजवर महादजीची इतराजी झाल्याचें आढळून येतें. तो बहुतेक बुंदेलखंडाच्या कारभारावर असे. ' मामलतींसंबंधीं त्याजकडे दोन तीन लाख घेणें निघालें, सबब पाटीलबावांनीं जप्ती केली, जिवें मारावा ऐसा विचार आहे.' पुढें हें प्रकरण मिटलेंसें दिसतें. अंबाजी इंगळे व त्याचा कनिष्ठ भाऊ विठोजी हे पानिपताकडे शीखांच्या बंदोबस्तास होते. तिकडे लढाया वगैरे सारख्या चालूच होत्या. गोसावी अनूपगीर याची व्यवस्था लावून देऊन त्यानें

* कृष्णोबा, आबाजी व गोपाळराव रघुनाथ हे तिघे बंधू ऋग्वेदी देशस्थ ब्राह्मण महादजींच्या पदरीं सुप्रसिद्ध असून, त्यांचीं नांवें पुढें वारंवार येणार आहेत. यांचे वंशज ग्वालेरीस जहागीरदार आहेत.

निष्कपटपणें चाकरी करावी असा महादजीनें करार करून घेतला. गुलाम कादरानें तख्तावर बसविलेला बेदरबख्त यास व त्याचे भावास बादशहानें तरवारीनें मारून टाकिलें. तुकोजी होळकर एका स्थळीं सहा महिने होता. चोरांचा उपद्रव, फौजेच्या देण्यामुळें लाचारी वगैरे कारणांनीं राजपुतान्यांत कुचंबून पडला. काम तर हातून विशेष कांहीं झालेंच नाहीं. कारभारी नारो गणेश दुखणें काढून घरीं बसला. बाईनें महेश्वराहून पत्रें लिहून त्याची समजूत पुष्कळ केली. तुकोजीनें बाईकडे खर्चास बारा लक्ष रुपये मागितले, परंतु हिशेबाच्या भानगडी काढून तिनें रक्कम पाठविली नाहीं. स. १७८९ एप्रिल अखेर तुकोजी मथुरेस पाटील- बावांजवळ पोंचला. वाटेंत राजपुतांनीं त्यास पुष्कळ त्रास दिला आणि साफ कळविलें कीं, ' जयपुरकर व जोधपुरकर यांस टाकून दिल्लीचा बंदोबस्त करूं म्हणाल तर घडणार नाहीं. ' भेट झाल्यावर महादजी व तुकोजी यांचा पहिला वाद मुलखाच्या वांटणीसंबंधानें लागला. महादजीनें कळविलें, मसलतीमुळें खर्च बहुत जाला आहे, त्यास सावकारांचे देण्यापासून सुटल्यावर वांटणी करून घ्यावी. त्यावरून तुकोजीबावांची मर्जी उदास आहे; ते म्हणतात, ' तुमचा आमचा भाऊपणा; एक भाऊ घरीं असतो, एक कमाई करतो. परंतु वांटयास उभयतां बराबर. ' या तुकोजीच्या शब्दांत मराठ्यांचा स्वभाव पूर्णपणें सांठवि- लेला दिसेल. उद्योग करो वा न करो, भावास वांटा हा पाहिजेच.

' मोतीगीर गोसावी तपोनिधि जमात सुद्धां पाटीलबावांकडे आला त्यास ठेवून घेऊन हरिद्वाराचे नाक्यावर जहागीर देऊन गुलाम कादराचे मुलखाचे शिरोभागीं बंदोबस्तास ठेविलें. ' (जानेवारी, १७८९).*

गुलाम कादराचें पारिपत्य झाल्यावर बादशाहीचा कार्यभाग उरकला होता आणि तेथील कारभार अलीबहादराकडे सोंपून महादजी दक्षिणेंत येता तर त्यानें व नानानें मिळून राज्याचें पुढील धोरण चांगलें जमविलें असतें. परंतु महादजीला दूर गुंतवून ठेवणेंच नानास श्रेयस्कर वाटून, त्याला योग्य सबब गोसाव्याच्या प्रकरणानें आणून दिली. ती हकीकत आतां पुढील प्रकरणीं सांगावयाची आहे.

◆━◆━◆

---

* आधार.—दि. म. रा. १·३६७-३९०; भा. व. २ प. या. २३, २४; म. द. बा. २·१७८, १७९; अ. प. १९; ऐ. स्फु. ले. ३·७; ग्वा. ३·८४, ८६.

प्रकरण एकविसावें.

महादजी व अलीबहादर.

१७८८—१७९२.

१. महादजीचा आजार, गोसाव्याचें प्रकरण (जुलई १७८९–मार्च १७९०).
२. गोसावी प्रकरणाचा विकोप (१७९० जानेवारी–ऑक्टोबर).
३. अलीबहादराचा कार्यद्रोह (स. १७९०–९१).
४. शिवाजीपंत विंचूरकर वगैरेंची विफल शिष्टाई (स. १७९१).
५. अलीबहादराचा बुंदेलखंडांतील कारभार (१७९१–१८०२).

१. महादजीचा आजार, गोसाव्याचें प्रकरण (जुलई १७८९ मार्च १७९०).–उत्तर हिंदुस्थानांत महादजीची परिस्थिति कितीही विकट असली, तरी एकहाती कारभार होता, तोंपावेतों त्याची जबाबदारी त्याला कळून कामें उलगडत होतीं. परंतु अलीबहादर व तुकोजी तिकडे दाखल झाल्यावर जास्तच अडचणी उद्भवल्या, आणि लहानशा कार्यास निष्कारण विलंब लागूं लागला. हे दोघे आले नसते तर राजपुतांस नरम करण्याचें काम एकट्या महादजीनें चार सहा महिन्यांत उलगडलें असतें, असा तर्क होतो. त्यास पुढें दोन वर्षें लागलीं. अलीबहादराचा खर्च महादजीनें द्यावा अशी नानाची सांगी होती. पण महादजीला स्वतःलाच खर्चाला नव्हतें, तो अलीबहादरास कोठून देणार ? शिवाय महादजीच्या मदतीचें प्रयोजन उरकल्यावर अलीबहादरानें बुंदेलखंडांत जाऊन मस्तानीच्या वेळेस बाजीरावास मिळालेल्या जहागिरीचा ताबा घेऊन, तिकडील व्यवस्था करावी असा त्यास नानाचा हुकूम होता. महादजीस वाटत होतें, कीं अलीबहादरानें आपल्या हुकमानें चालावें. वास्तविक नानानें होळकर व अलीबहादर या दोघांसही युद्ध-परिस्थिति चालू असेपर्यंत महादजीच्याच हुकमतींत सर्वस्वी चालण्यास ताकीद दिली पाहिजे होती. कोणतेंही युद्ध एकाच्या हुकमतीशिवाय यशस्वी होत नसतें. अर्थात् तुकोजीनें येतांक्षणीं परभारें राजपुतांकडे कारस्थानें चालवून महादजीनें आवळीत आणलेला त्यांजवरील दाब ढिला केला, आणि कोणत्याही उद्योगापूर्वी मुलखाच्या वांटणीचा प्रश्न काढून तो अडून बसला. वांट

णीच्या या प्रश्नांत अलीबहादराचेंही अंग होतेंच. या कारणांनीं नवीन तक्रारी उपस्थित होत असतांच हिंमतबहादर गोसाव्याचें प्रकरण उद्भवलें. त्यानें दीड वर्ष पावेतों प्रखर वाग्युद्ध मथुरा व पुणें यांच्या दरम्यान चालून, तेवढ्या अवधींत इतर राजकारणें तटून बिघडत गेलीं. या गोसावी प्रकरणाचे कागद इतके विपुल व तपशीलवार आहेत कीं, त्यांचा थोडाच गोषवारा घेऊं म्हटलें तरी बराच विस्तार होतो. *

नानास पत्र अलीबहादराचें गेलें कीं, 'पाटीलबावांची प्रकृत बहुत बिघडली आहे. अशक्त जाले आहेत. यांचें राहणें इकडे होतां दिसत नाहीं. पीराचे दर्शनास बीडास जावयाचें व देवदेवही देशीं जाऊन करावयाचे, याकरितां अगत्य येतीलसें दिसतें. फौजेचा गवगवा फार आहे. मर्यादा कांहीं राहिली नाहीं. दरवाजावर लोकांनीं येऊन दगड देखील मारले. सारांश, देशीं येतील.' यावर नानानें अलीबहादरास लिहिलें, 'पाटीलबावा देशीं आले असतां तिकडील बंदोबस्त राहणें कठिण, म्हणून जेणेंकरून राहवयाचें घडे तें करावें. कदाचित् इतकें बोलणें व लिहिणें एकीकडे ठेवून, येऊंच लागले तर, यास ईश्वरी इच्छा म्हणावी. आल्यास तुम्हीं मात्र मागें राहूं नये. चमेल उतरोन बुंदेल्यांचे बंदोबस्तास जावें.' याप्रमाणें स. १७८९ च्या उन्हाळ्यांत पाटीलबावास जबरदस्त दुखणें येऊन केवळ पुनर्जन्म जाहला. 'आरोग्यतेविषयीं प्रयत्नही फार केला. अति अशक्त जाले. देशीं जाऊन पीराचें दर्शन घ्यावें व देवदेवही करावे असे विचार चालू असतां, फौजेचा गवगवा फार जाला. प्रकृतीस गुण पडेना, तेव्हां थोरथोर ज्योतिषी वगैरे मंडळीच्या विचारांस आलें, कीं हा शरीररोग नव्हे. कोणी प्रयोगादिक केलें आहे. पुढें अनुष्ठानास ब्राह्मण घातले, तेव्हां थोडासा आराम वाटूं लागला. त्यावर प्रयोगासंबंधानें बारकाईनें शोध करितां, गोष्ट प्रसिद्धेत आली कीं, जयपुरवाल्यांनीं व येथें हिंमतबहादर गोसावी आला आहे त्यानें, बावांस समाधान नसावयाकरितां अनुष्ठानास ब्राह्मण घालून हा प्रयोग नेहमीं चालविला आहे. तेव्हां याची चौकशी करावयास शिवाजी विठ्ठल व दुसरे दोघे यांस बोलावून सांगितलें कीं, गोष्ट खरी कीं खोटी याची पुर्तेपणें चौकशी करून आम्हांस सांगणें, त्याप्रमाणें बंदोबस्त करावयास येईल. त्यावरून सर्वांनीं एके जागां बैठका

---

* **आधार.**—रुमाल ३. ६७, ७३, ९२, १५९, ९५, १०४, १०५, ११३, १२३, १३२; ऐ. टि. ४. १३; खंड १०. ३३१; ग्वा. ३. ८९.

करून बहुत शोध व चौकशी केली. नागरीण बायको वृंदावनास प्रयोग करीत होती. तिजला धरून आणिली. मारहाण करून चौकशी केली. दांत पाडिले. हातांस पलिते बांधून बोटें जाळिलीं. तिनें गुलजार खोजा दिम्मत हिंमतबहादर गोसावी याचें नांव घेतलें. तेव्हां अलीबहादरांकडील दिवाण सदाशिवपंत यांस बोलावून सांगितलें कीं, याप्रमाणें गोसाव्याचें कर्म आहे, तुम्हांस समजावें. अलीबहादरांनीं सांगून पाठविलें, त्याचे अंगीं दोष असल्यास पारिपत्य करावें. दोष नसल्यास उगेच दुखावूं नये. नंतर त्यांनीं चौघां देखत पंचाईत करून त्याजकडे दोष ठरविला; अलीबहादरांस बोलावून काय करावें म्हणून बोलले. त्यांनीं उत्तर केलें, अन्यायाप्रमाणें पारिपत्य करावें. त्यावरून रायाजी पाटील व लखबादादा यांस हिंमतबहादराकडे बोलावयास म्हणोन पाठविलें. बोलण्याचा नार (भाव) करून हे आपणास धरणार ही बातमी त्यास कळली. नंतर तो तयार होऊन गोटाबाहेर आला, तों हे जाऊन पोंचले, व गोसावी यास बोलले कीं, तुम्हांसीं कांहीं बोलावयाचें आहे. त्यानें उत्तर केलें, आम्हीच तेथें येतों. असें म्हणोन चालला. पुढें पाटीलबावांचे डेऱ्याची वाट सोडून अलीबहादरांचे डेऱ्याची वाट धरली. तेव्हांच रायाजी पाटील आडवे झाले, त्यांस धक्का देऊन कुदोन अलीबहादरांचे डेऱ्यांत आला. बराबर दोन अडीचशें लोक होते, त्यांपैकीं दहा वीस डेऱ्यांत आले. मागाहून रायाजी पाटील व लखबा आले. गडबड जाल्यावर अलीबहादरांनीं लोक जमा केले, आणि रायाजी व लखबा यांस पुसिलें कीं, यास आमचे डेऱ्यास कां आणिला ? आणिला तसा पाटीलबावांकडे घेऊन जावा. परंतु गोसावी जाईना; म्हणाला, 'मजवर नाहक तुफान आहे, तुम्हीं सरकार आहां, माझा इनसाफ करावा, मी दिव्य करीन. श्रीमंतांच्या जरीपटक्याजवळ आलों, मी येथून जाणार नाहीं.' हें बोलणें उभयतांनीं पाटीलबावांकडे सांगोन पाठविलें. अशा भानगडीखालीं सायंकाळ जाला. अलीबहादरांनींही सांगून पाठविलें कीं, ही ब्याद आमचे डेऱ्यांतून घेऊन जावी. त्यांनीं जबाब पाठविला, उदईक काय तें करूं. दिवस उगवतांच अलीबहादर फौज सुद्धां तयार झाले, पाटीलबावांकडील फौज आणून उभी करविली; आणि बावांस सांगून पाठविलें. त्यावरून दीड प्रहर दिवसास कृष्णोबा चिटणीस, लखबा व सदाशिव मल्हार आले. ते अलीबहादरास बोलले, तुम्हीं त्यास बोलावें कीं, तुजला मारीत नाहीं, अब्रूही घेत नाहीं. हें त्यास अलीबहादरांनीं कळविल्यावर त्यानें उत्तर केलें कीं, आम्हांस पाटीलबावांचा विश्वास

येत नाहीं. तुम्हीं आपला जिम्मा करून घेतल्यास मग चिंता नाहीं. हें बोलणें पाटीलबावांकडील कारभारी यांस सांगितलें. त्यांणीं उत्तर केलें कीं, आपल्याजवळ असल्यास चिंता नाहीं. कैदेंत मात्र पक्का असावा. पुढें पाटीलबावांचें उत्तर आलें कीं, तो आमचा चोर आहे. आमचा आम्हांकडे पाठवून द्यावा; अगर त्याणें आमचे डेऱ्यास यावें, मग जो विचार करणें तो करूं. त्यावर अलीबहादर बोलले, आपला चोर घेऊन जावा, आम्ही अडथळा करीत नाहीं. आम्ही स्वाधीन करावा तर, श्रीमंतांचे आश्रयास आला, लौकिकास ठीक नाहीं. त्यावरून बावांस दुराग्रह पडोन फौज पाठवून कैद करावें ही मसलत ठरवून, तीन चार हजार स्वार अलीबहादरांचे गोटांत पाठविले; ते तीन चार दिवस चौकी देऊन गोटाभोंवतीं उभे होते. हल्ला करावा तर अलीबहादरांचे गोटांत गर्दी होऊन लष्कर लुटलें जाईल. तेव्हां अलीबहादरांनीं आपाजी दामले, भिकोबा पाळंदे व सदाशिवपंत दिवाणांचे पुत्र बळवंतराव या आपल्या तीन गृहस्थांस पाटीलबावांकडे पाठवून कळविलें कीं, आंज चार दिवस जाले, तोड पडत नाहीं. यास्तव कांहीं वचनकथन देऊन बैदा मोडावा.' त्यावर बावांनीं मोघम आज्ञा केली कीं, 'तुम्हींच तोड पाडावी.' त्यावर 'आपलेकडील दोन गृहस्थ चांगले यावे म्हणजे ते व आम्हीं मिळोन कोणते तोडीवर येतो तें पाहूं.' तें बावांनीं मान्य करून रायाजी पाटील व कृष्णोबा चिटणीस यांस पाठविलें; परंतु सर्वांची एकत्र बैठक होऊन जाबसाल जाला नाहीं. त्यावर अलीबहादरांनीं बावांकडे सांगून पाठविलें कीं, 'आम्ही गोसावी यास वचन दिलें आहे कीं, तुजला पाटीलबावांचे हातीं देत नाहीं. मात्र तुझी दौलत जितकी येथें असेल ती झाडून आम्हांजवळ आणून द्यावी, आणि तूं मुलांमाणसां-सुद्धां आमचे कैदेंत राहणें. तें गोसाव्यानें मान्य केलें आणि म्हणाला, माझी चौकशी पुरतेपणें करावी; मजकडे दोषच आला तर माझी दौलत सरकारांत घेऊन मजला कैदेंत ठेवणें. हा निरोप जातांच पाटीलबावांची मर्जी बहुतच खट्टी झाली. मनस्वी भाषणें बोलूं लागले कीं, रायाजी व कृष्णोबा यांचे विद्यमानें जाबसाल न होतां यांणींच आपले जागीं वचन काय म्हणून दिल्हें ! आतां आमचा चोर आमचेकडे पाठवून द्यावा तरच ठीक. अलीबहादरांचें म्हणणें कीं, आपली आज्ञा जाल्याप्रमाणें तोड पाडून जाबसाल ठरविला, त्या अर्थी आम्ही हातीं देत नाहीं. उभय पक्षीं असा दुराग्रह पडला आहे, याचा परिणाम कसा होईल पाहवें.' वरील पत्र स. १७८९ च्या जुलईच्या शेवटच्या आठवड्यांतलें

असून, त्याचा जबाब नानानें १२ऑगस्टास पुण्याहून अलीबहादरास पाठविला. त्यावरून जून महिन्यांत महादजीचा वाखा होऊन जुलईत अनुष्ठान व प्रयोग यांचा तपास चालला. म्हणजे २० जुलईच्या आंतबाहेर गोसाव्यास पकडण्याचा घोळ सुरू झाला असें दिसतें. गोसाव्यासीं बुंदेलखंडांत झांशीस किंवा अरुणास कैदेंत ठेवावा किंवा पुण्यास न्यावा, अशी सूचना अलीबहादरानें नानास लिहिली. पैकीं पुण्यास नेण्याचें नानानें मान्य न करतां झांशीस ठेवण्याचें मंजूर केलें, आणि अलीबहादराची पाठ थोपटली कीं, 'तुम्हीं चांगलेच जावसाल केले. वचन दिल्हें असतां बावांनीं फिरोन दुसरी गोष्ट सांगणें ही रीत नव्हे. असो. त्यांस चांगलें वाटेल तसें ते करितात. परंतु त्यांत सरकारचा नक्ष राहत नाहीं. आपले कडून वांकडें अगदीं दाखवूं नये. रहस्यानेंच बोलत जावें.'

गोसाव्याच्या या प्रकरणाचे कागद विशेषतः अलीबहादराच्या पत्रव्यवहारांत (रुमाल ३. ले. ७३–१५२) इतके मुबलक आहेत कीं, ते वाचतां वाचतां कंटाळा येऊं लागतो. परंतु या प्रकरणावरून निरनिराळ्या व्यक्तींचे स्वभाव, अंतस्थ कावे व मराठ्यांच्या राज्यकारभारांतील भयंकर अव्यवस्था या गोष्टी उघड नजरेस येतात. त्यांत मुख्य प्रकार व्यक्त होतो तो हा कीं, उत्तर हिंदुस्थानांतील समस्त कारभाराची जबाबदारी नानानें महादजीवर सोंपवून त्याला पूर्ण पाठिंबा दिला पाहिजे होता. त्यांतून महादजी कामें बिघडवितो, राज्याचें नुकसान करितो असें जर नानाचें प्रामाणिक मत होतें तर महादजीस त्या कारभारांतून साफ काढून दुसरी कांहीं व्यवस्था त्यानें केली पाहिजे होती. परंतु महादजीशिवाय दुसऱ्याच्या हातून हिंदुस्थानचा कारभार उरकणार नाहीं अशी तर नानाची खात्री होती. मात्र त्या योगानें तो स्वतंत्र होतो, निदान नानास डोईजड होतो, या संशयास्तव अंतस्थ खटपटींनीं त्यास दाबांत ठेवण्याची नानाची युक्ति अर्थात्‌च राज्यास घातक होय. कारभार उरकतांना यःकश्चित् गोष्ट सुद्धां पुण्यास लिहून जबाब आणवि-ल्याशिवाय अलीबहादर महादजीचें बिलकूल जुमानीत नसे; नाना त्याला पुण्याहून आणखी भर देई व पाठ थोपटी. हा प्रकार महादजी पूर्णपणें ओळखून होता. महादजी स. १७८४ पासून आज पांच वर्षे जिवाचें पाणी करून एक एक व्यवहार उलगडीत होता, तथापि राजकारणाच्या दृष्टीनें, त्याचा केवळ प्रथम दिवस होता. राजपूत राजे उघड त्याच्यावर उठले होते. त्यास चिथावून इस्मईल बेग महादजीचा जम बिलकूल बसूं देत नव्हता. मराठ्यांचें मुदैव कीं,

इंग्रजांच्या कारभारावर हेस्टिंग्ससारखा खटपाळ पुरुष या वेळीं नव्हता. नाहीं तर मराठ्यांचा अव्यवस्थित कारभार उडवून देण्यास इंग्रजांस विलंब लागला नसता. पण इंग्रजही मराठ्यांच्या बाजूस जितकी अव्यवस्था माजेल, तितकें पुढें आपलें काम सुलभ, असें मनांत धोरण बांधून स्वस्थ राहिले. या संधीस नाना, तुकोजी व अलीबहादर यांनीं महादजीस पूर्ण साहाय्य मनापासून केलें असतें तर चार दोन महिन्यांत उत्तरेंतील व्यवस्था निर्वेध भागली असती. अर्थात् नानाच्या चिथावणी-वरून हे दोघे प्रसंगानुसार महादजीच्या विरुद्ध वागत असल्यामुळें तिकडील कारभार सुरळीत झाला नाहीं. उलट आपसांतील या चुरशीचा फायदा गोसावी बंधु वगैरे सडकून घेऊं लागले. गोसाव्यास महादजीविरुद्ध चिथावून देण्यांत अलीबहादराचा अंतस्थ कावा कसा होता हें पुढें निदर्शनास येईल. तूर्त या गोसावी–प्रकरणानें महादजीचें एक वर्ष फुकट गेलें. स. १७८९च्या जुलईंत तंटा सुरू झाला, त्याची थोडी बहुत तडजोड मार्च १७९० त झाली. दरम्यान कसकसे प्रकार घडले त्यांची आतां थोडी वासलात लाविली पाहिजे.

गोसावी बंधूंस कायमचे ठिकाणीं बसविण्याचा महादजीचा निश्चय असून, त्यास निष्कारण अलीबहादराकडून अडथळा आल्यानें महादजीचे सर्वच उद्योग खोळंबून पडले. वचन, न्यायान्याय, पेशव्यांच्या निशाणाचा आश्रय, हे शब्द केवळ महादजीस दबकावण्यापुरते उच्चारण्यांत येत होते. त्याबद्दलची जबाबदारी व अब्रूची चहाड फक्त अलीबहादरास होती आणि महादजीस नव्हती असें थोडेंच आहे. 'हिंमतबहादराचा बंधु उमरावगीर यास आणून द्यावा,' असें पाटीलबावांचें बोलणें पडलें. त्यावर हिंमतबहादर बोलला, 'मी अटकेंत आहें, त्यापेक्षां तो येणार नाहीं. त्याचे पोटाचा बंदोबस्त करून द्या; आणि त्याजपासून अंतर पडल्यास माझें पारिपत्य करा.' पण हा विचार पाटीलबावांच्या विचारास येईना. खुद्द नानानें त्यास लिहिलें, 'आपले सांगितल्यावरून गोसाव्यास दिलेलें वचन पार पाडावें. आपण व अलीबहादर दोन नाहींत. वचन देऊन दुसरी गोष्ट केली असतां लौकि-कांत कसें दिसतें हें आपणास ल्याहावें असें नाहीं. गोसाव्यास हवालीं न केलें तर आम्ही देशीं जाऊं, तुम्ही सर्व येथील आटोपावें, ऐसें आपण बहादरांस सांगून पाठविलें, त्यास थोर सरदारांनीं अशा गोष्टी बोलाव्या कीं काय!' तदुत्तर अलीबहादर नानास लिहितो, 'बावांची मर्जी दिवसेंदिवस आम्हांवर फार रुष्ट आहे. हिंमतबहादरास हवालीं करण्याविषयीं बहुत आग्रह आहे.' नानानें अली-

बहादरास बुंदेलखंडांत जाण्याची आज्ञा केली होती, त्यावर पाटीलबावांनीं कळविलें, 'बुंदेलखंडांतील राजांकडे आमचा मागील पैका येणें असून त्याचे वसुलास आम्हीच फौजा पाठवितों, तुम्हीं जावयाचें करूं नये.' पुढें शिवाजीपंत बापूच्या मार्फत गोसाव्यास झांशीस ठेवण्याची वाटाघाट चालली. पुण्यासही सर्वत्र कांहीं दिवस हाच चर्चेचा मुख्य विषय होऊन बसला. नाना व हरिपंत यांचीं बोलणीं होऊन ठरलें कीं, 'गोसावी हातीं दिल्यानें सरकारचा नक्ष जातो. मुद्दाम पुण्याहून पेशव्यांची फौज रवाना केल्याचा नक्ष राहिला पाहिजे.' या प्रकरणांत पुढें तुकोजीनें मध्यस्थी केली कीं, 'गोसावी मथुरेस ठेवावा; रखवालीस दोन चारशें स्वार अलीबहादरानें ठेवावे; जयपुरची मसलत प्राप्त झाली असतां अलीबहादरांनीं बुंदेलखंडांत जाऊं नये; मोहिमेवर दाखल व्हावें म्हणजे बावा खर्चास देतील.' अशा रीतीनें प्रकरण घांसूं लागलें. खुद्द अलीबहादराच्या आईनें त्यास पुण्यांतून खालील आशयाचें पत्र लिहिलें. 'तुम्ही तेथून नानास कित्येक पाटीलबावांच्या न्यून गोष्टी लिहितां तशा कोणास लिहूं नयेत. पत्रें भलत्याचे हातीं गेल्यास आश्चर्य नाहीं. तें तुम्हांस वाईट. याजकरितां डांकेंतून असा मजकूर बिलकूल लिहूं नये. कोणी इतबारी येईल त्याजबरोबर मुखजबानी अशा गोष्टी सांगून पाठवाव्या. चोराच्या अगर प्रवासाच्या अगर हरएक वहाण्यानें पाटीलबावा पत्र धरून वाचून पाहतील. अशी सूचना आपणांस कळविण्याविषयीं नानांनीं सांगून पाठविलें त्यावरून लिहिलें आहे. पाटीलबावांचा व तुमचा स्नेह असणें बहुत उपयोगाचें आहे. विरुद्धांत जोड नाहीं. तुमचे अभिमानी एक नाना आहेत. वरकड कोणी नाहींत. सबब लक्ष वांटयानें तोड पाडून स्नेह राखणें बहुत उत्तम आहे. राजकारणांत शपथ कोठें धरून बसतात? रंग पाहून काम करावें लागतें. निजामलीखांनीं तुमचे देखत दादासाहेबांस शपथ कुराण उचलून हातीं दिलें, पुढें वर्तणूक जाली ती तुम्हांस माहीतच आहे. दमाजी गायकवाडास शपथ देऊन लुटिलें, व बाबूजी नाईकाबरावर मराठ्यास शपथ देऊन आणिला आणि डोकें मारिलें, अशा गोष्टी राजकारणाच्या आहेत. तुम्ही पाटीलबावांचा दस्ताऐवज पक्का न घेतां शपथ देऊन चुकलां म्हणून असा प्रकार बनला.' यावरून उघड दिसतें कीं, अलीबहादरास नानानें भर दिल्यावरून तो हटून बसला. महादजी बरा झाल्यावर स. १७८९ च्या कार्तिक वद्यांत सूर्यपर्वासाठीं महिनाभर गंगास्नानास जाऊन आला.

पुढें अलीबहादरानें नानास कळविलें, 'पाटीलबावा बुंदेलखंडांत जाण्यास आम्हांस निरोप देत नाहींत, लक्ष्मण हरीस पाठवितात. आम्हीं जाऊं लागलों तर

आपणही कूच करून जावें, अशी मर्जी आहे. उमरावगीराचे फितुराच्या चिठ्या त्यांनीं आमच्याकडे पाठविल्या आणि सांगितलें कीं, हिंमतबहादराचें पारिपत्य करावें, नाहीं तर त्याचीं मुलेंमाणसें आमचे हवालीं करावीं. कोणीकडून जाबसाल उरकावा, लांबवूं नये.' नानाचा जबाब आला कीं, 'गोसाव्याचा लवाजमा आहे तसा कायम ठेवून त्यास झांशीस ठेवावा; आणि बुंदेलखंडांत तुमची रवानगी करावयाविशीं पाटीलबावांस आज्ञा केली आहे. कदाचित् महादजी व तुकोजी उभयतां जयपुरचे मसलतीवर गेले तर तुम्हांस त्यांजबरोबर जाणें प्राप्त आहे. जावें. ते न गेले तर तुम्हांस जावयाचें प्रयोजन नाहीं. उभयतां खासा गेले तर जावें लागेल.' या शेवटच्या सूचनेची तारीफ करावी तेवढी थोडीच आहे. खुद्द पेशवे स्वारीस निघाल्याशिवाय बरोबरचे सरदार बाहेर पडत नसत, याचा हा मासला आहे. महादजीच्या हुकमानें पडेल ती कामगिरी जर अलीबहादरानें करावयाची नाहीं, आणि महादजी खुद्द जाईल तरच त्यानें बाहेर पडावयाचें, तर मग अलीबहादराची मदत आली ती कशाकरितां !

बुंदेलखंडासंबंधानें नानानें पाटीलबावांस कळविलें, 'पूर्वीं बाजीरावसाहेब व हिंदुपतराजे यांचा भाईपणा होऊन मुलकाच्या वांटण्या जाल्या. आतां हिंदुस्थानांतील बंदोबस्त प्रकरणीं पत्रें येत गेलीं असें आपण लिहितां, त्यास आपण दौलतींत थोर सरदार, जीं कामें पडत गेलीं तीं लिहिण्यांत आलीं. एक हिंदुस्थानचाच दाखला कशास पाहिजे ? बुंदेलखंडांत अलीबहादर गेले म्हणजे हिंदुस्थानचा बंदोबस्त आपलेकडून जातो असें नाहीं. बुंदेलखंड एक संस्थान, तेंही निखालस सरकारहिशांतील. तेव्हां तेथील बंदोबस्तास अलीबहादर गेले असतां काय बाध? गोसावी प्रकरणावरून ते आपल्याजवळ राहिल्याचा संतोष नाहीं, सबब त्यांस तिकडे पाठविलें असतां ठीक पडेल ! त्यांचे हातून तिकडील बंदोबस्त होणार नाहीं म्हणोन आपलीं पत्रें येत गेलीं, आणि बुंदेलखंड मात्र जागा सरकारची आणि हिंदुस्थानांत बंदोबस्त करतों हा सरकारचा नव्हे कीं काय ? असो. आम्हांस देशीं येणें, समक्षच विनंति करूं म्हणून आपण लिहिलें, त्यास सुभेदार व आपण उभयतां सरकारचे मातबर सरदार, जीं कामें पडलीं तीं उभयतांस लिहिण्यांत आलीं. अलीबहादर बुंदेलखंडांत गेले म्हणजे हिंदुस्थानचा बंदोबस्त उभयतांकडून जातो कीं काय ? आपणास मागील माहितगिरी आहेच, त्या अर्थीं लिहिल्याअन्वयें करावें.' अशी ही घासाघीस सारखी चालूच राहिली. महादजीनें अली-

बहादरास कळविलें कीं, 'तुम्ही बुंदेलखंडांत जाऊं नये; काशीराव होळकरांबरोबर इकडील मोहिमेस जावें, म्हणजे खर्चास देऊं. गोसावी मथुरेस ठेवावा, त्याचा लवाजिमा व बायका तुम्हांकडे देत नाहीं.' यावर अलीबहादरानें सांगून पाठविलें कीं, 'पहिल्या बोलल्याप्रमाणें होत असल्यास राहतों, नाहीं तर डंघाईत (बुंदेलखंड) जातों. तुम्हीं अडविणें असल्यास पांच खून होत तों पाहूं, काकांची सेवा करूं.' हे सवालजबाब अलीबहादरानें पुण्यास लिहून पाठविल्यावर नानानें त्यास लिहिलें, 'पाटील बावांस जाबसालांत विषाद येई असें उत्तर तुम्हीं करीत न जावें. रहस्यानें होईल तें करावें. जरबेनें बोलूं नये. ते थोर सरदार आहेत. याकरितां त्यांस वाईट न वाटे व आमचें काम घडे असेंच उत्तर करीत जावें. तुम्हीं जीद खाऊन (रागानें) बुंदेलखंडांत जावयाचें करूं नये. युक्तीनें त्यांस विषाद न वाटतां जाणें जालें तर चांगलें. गोसाव्यापासून पांच हजार रुपये भिकाजीपंतांनीं घेतले नसतां पाटीलबाबांनीं त्याची व्याख्या फार लिहिली, परंतु ज्या अर्थी गोष्ट जालीच नाहीं, त्या अर्थी परभारें साक्षीमोझ्यानिशीं रुजवात करावी. तुम्हीं स्वतः कांहीं बोलूं नये. त्यांस विषम न वाटतां खातरजमा घडे ऐसें करावें. होळकरांची वांटणी जाली. उत्तम. वरचेवर होईल तें लिहून पाठवावें.'

गोसावी प्रकरण घांसतच होतें. महादजीची उग्रता पाहून नाना सुद्धां वरमूं लागला. कांहीं दिवस गोसाव्यास झांशीजवळ अरुणास पाठविण्याचा विचार चालला. त्या संबंधानें अलीबहादरानें वारंवार नानास कळविलें कीं, 'आपला जाब येईपर्यंत त्यास गुप्तरूपें खर्चास द्यावें लागतें. त्यास फक्त आपले पायांचा आश्रय आहे. त्याचें म्हणणें हेंच कीं, मला विकल्यास उजूर नाहीं. हा फार सरकारउपयोगी केलेला, शहाणा, मर्द माणूस. पाटीलबावांस मुलूक मेळवून द्यावयास मूळ हाच. पुढेंही सरकारांत नक्ष व किफायत होय अशी चाकरी करून दाखवील.' यावर नानानें अलीबहादरास कळविलें, 'त्याची मालियत सरकारांत घेऊं नये. उगाच बोभाट व्हावयास राहणार नाहीं. तसेंच गोसाव्यास खर्चासही तुम्हीं देऊं नये. पाटीलबावांस कळवून ते सांगतील तसें करावें. गोसावी अरुणास पाठवावयाचें ठरलें असतां, तो जात नाहीं, मारून घेईन म्हणतो, तें ऐकून तुम्ही ओढून घेऊं नये. ठरल्याप्रमाणें करून आपण मोकळे व्हावें. गोसाव्याकरितां आपला नाश काय म्हणून करावा! राजपुतांचीं वगैरे राजकारणें तुम्हांकडे आलीं व येतात, त्यास जी कांहीं मसलत करणें ती सर्व पाटीलबावांचे विचा-

रानें करीत जावी. सर्व जोखीम त्यांजवर आहे. त्यांस कळल्याखेरीज राजकारण करूं नये. गोसाव्यास चार गोष्टी समजोन सांगोन अरुणास रवाना करावा. याउपर ठेवूं नये.' यावरून पुढें जानेवारी स. १७९०त अलीबहादर व पाटीलबावा यांची अल्प काळ गोडी झाली असें दिसतें. पेशव्यानेंही तुकोजीला निक्षून लिहिलें कीं, ' आपण पाटीलबावांशीं निखालस बोलणीं करावीं, ज्यांत विरुद्ध पडून सरकारनुकसानी व फूट दिसे ती गोष्ट घडूं नये, हें निरोपसमयीं बोलणें जालेंच आहे. आपण निखालसपणें ज्यांत सरकारकाम ती गोष्ट केली असतां पाटीलबावा ओढणार नाहींत.' यावरून दिसतें कीं, महादजीच्या विरुद्ध वागण्यास पुण्याहून भर देणें नानानें पुढें बंद केलें. मात्र मराठयांच्या स्वभावानुरूप ज्याचें त्याचें लक्ष वाहत्या गंगेंत हात धुऊन घेण्याकडे होतें, मग त्यांत मुख्य कर्तव्य बिघडलें तरी त्यास परवा नसे. अलीबहादरास पुण्याहून त्याचा कारभारी काय लिहितो पहा: ' गोसावी प्रकरणीं राडा पडला तो हल्लीं निवळला. आपल्यास अद्यापि जातीस सरंजाम किंवा पथकास कांहीं नाहीं. प्रसंग हाच आहे. मोहीमसीर असतां रदबदल व खातर बहुत पडते, पुढें स्वा॰॥ देशीं आल्यावर बहुत प्रयत्न लागतील. या समयांत नानाजवळ मसलत देणार रात्रंदिवस निकटवर्ति मुत्सद्दी तात्या आदिकरून आहेत, त्यांस व मुख्यांस साधून सरंजामाचें काम करावयाचा प्रसंग आहे. तेथेंही पाटीलबावांची मर्जी व सख्यत्वाची तऱ्हा राखून कार्यमतलब साधणें असल्यास साधावयाचा समय हाच आहे.' मर्जी संभाळण्यासाठीं पेशवे, माधवराव, नाना, तात्या वगैरेंस उत्तरेंतून अंगुरांच्या पेटया वगैरे सामान अलीबहादरानें वारंवार पाठविल्याचा उल्लेख पत्रांत आहे. नानाचा उपदेश मात्र अलीबहादरास सरळ वृत्तीचा बहुधा नसे. ता.१८-२-१७९० रोजीं नाना त्यास लिहितो: ' अलीकडे गोसावी याचे कारभारावरून तुम्हांसी पाटीलबावांचे मनांत वैषम्य आलें, पुढें तुमचें राहणें तेथें जाहलें असतां त्यांची स्वच्छता नाहीं. पाटीलबावा दरमहाचे दरमहा खर्चास देतील हा भरंवसा नाहीं. सुटलेल्या मुलखाची वांटणी वाजवी त्यांनीं द्यावी तें घडत नाहीं. मसलत उभी जाली असतां तुम्ही फौज घेऊन जावें असें म्हणतील, परंतु आंतून कसें हें समजत नाहीं. कदाचित् तोंडघशीं द्यावयाकरितां सांगितलें तर सांगतील. त्यांत वांकडें कांहीं झालें तर यांनीं बदनक्ष केला हें मात्र वाजवितील. सबब ते स्वतः खासेच गेले, तरच तुमचें जाणें चांगलें. इतके पेंच एक स्वच्छता नाहीं यामुळें आहेत. त्यांतही तुम्हीं बुंदेल-

खंडांत जावयाचें त्याचे विचारास येत नाहीं. पाटीलबावा गंगास्नानास गेले आहेत ते आल्यावर जाबसाल होईल तो लिहून पाठवावा.' ता. ७ फेब्रुवारी १७९० च्या पत्रांत अलीबहादरानें नानास कळविलें, 'गोसावी मोकळा असों द्यावा असें पाटील-बावांनीं सांगितलें आहे. पाटीलबावांची व आमची सफाई जाली. शपथपूर्वक पक्केपण झालें. खीश कांहीं राहिला नाहीं. गोसावी यास सर्फराज करावा. कदाचित् त्याची वर्तणूक वांकडी पडल्यास पारिपत्य करावें, असा निश्चय ठरला. आठ चार रोजांत डेऱ्यांतून बाहेर पडेल.' ही सर्व गोष्ट निजामाचा वकील बाबाराव महादजीजवळ होता, त्यानें आपल्या वजनानें घडवून आणिली. ही गोष्ट नानास आवडली नाहीं. अशा कामांत परदरबाऱ्यांचें साहाय्य बिलकूल घेऊं नये, त्यामुळें आपल्या राजकारणांत हात घालण्यास परक्यांस संधि मिळते, असें नानानें कळविलें.*

२. गोसावी प्रकरणाचा विकोप (स. १७९० जाने०-ऑक्टो०).—बिलकूल जरूर नसतां अलीबहादरानें गोसाव्यास पाठीशीं घालून महादजीस अडविण्याचा उपक्रम आरंभिला आणि त्याला नानानें सुद्धां उगाच आपला

---

* येथें अभ्यासकांस एक सूचना अवश्य करणें आहे कीं, इतिहाससंग्रहांत कै० पारसनीस यांनीं मेणवली दप्तरांतले कागद छापतांना, त्यांजवर इंग्रजी तारखा घातल्या आहेत, त्यांतल्या बऱ्याचशा चुकलेल्या आहेत. दिल्ली येथील मराठ्यांचीं राजकारणें व विशेषत: त्यांतील शेवटची पुरवणी, किरकोळ प्रकरणांतील अली-बहादराचीं पत्रें, ग्वालेर दरबारासाठीं छापलेल्या चार भागांतील कागद, अशांतल्या कित्येक तारखा चुकीच्या छापल्या आहेत, हें प्रत्यंतर पुराव्यानें स्पष्ट होतें. मूळ कागदांवर सन बहुधा नसतोच, कित्येकांवर मुसलमानी महिना व चंद्र, तर कित्ये-कांवर नुसता चंद्र, आणि कांहींवर पैवस्तीची भरपूर किंवा अपूर्ण तारीख, अशांनीं इंग्रजी तारीख नक्की केलेली आहे. पण ठळक घडामोडींची बिनचूक शकावलि जशी आतां तयार करितां येते, तशी पूर्वी पारसनीसांजवळ सिद्ध नसल्यामुळें त्यांनीं ठरविलेल्या तारखा एक दोन वर्षांनीं व क्वचित् जास्त सुद्धां मागें पुढें झाल्या आहेत. हा घोटाळा स. १७८९ व ९० या दोन सालांसंबंधानें गोसाव्याच्या प्रकरणांत तर विशेष झाला आहे. प्रत्येक सरदाराच्या हालचाली कालक्रमानें दृष्टी-समोर असल्याशिवाय कागदाच्या तारखा ठरवितां येणार नाहींत. क्वचित् प्रसंगीं मजकुराचें अनुसंधानही कालनिश्चितीचें गमक ठरतें.

पाठिंबा दिला, ही गोष्ट त्यांच्याच पत्रव्यवहारावरून उघड सिद्ध होते. ‘ पाटीलबावा खर्चाची सोय करीत असल्यास तिकडे राहवें, नाहीं तर निरोप घेऊन देशीं यावें. इकडेही फौजेचें प्रयोजन आहे, त्यास तुम्ही आल्यानें इकडे नवी फौज तरी ठेवावी लागणार नाहीं, ’ असें नानानें अलीबहादरास स. १७९० च्या उन्हाळ्यांत कळविलें. तसेंच ‘ स्वत: सिंदे व होळकर मोहिमेवर जातील तरच तुम्ही जा, नाहीं तर तुम्ही पाटीलबावांजवळ रहा, ’ असाही नानानें त्यास हुकूम पाठविला. या शिकवणीचा अर्थ काय? पाटीलबावांजवळ पैसा नाहीं, हीच त्याची मुख्य ओरड. अलीबहादराची मदत नानानें पाठविली याचा सरळ अर्थ त्या मदतीचा खर्च नानानेंच भागवावा असा नाहीं काय? मागतील तो खर्च देऊन महादजीनें पुण्याहून मदत कां मागवावी? तो स्वत: कवाइती पलटणें तयार करीत होताच; आणि त्याजपाशीं पैसा असता तर अतोनात दिवसगत लागणारी पुण्याहून डोईजड सरदारांची मदत आणून आपलेच हातपाय आंखडून घेण्यापेक्षां, महादजीनें कवाइती पलटणेंच कां वाढवूं नयेत? दर खेपेस नानाचें बजावणें अलीबहादरास आहे कीं, ‘ तुमचे हातून स्वतंत्र कामगिरी पाटीलबावा घडूं देणार नाहींत. कदाचित् तोंडघशीं पाडावयाकरितां सांगितलें तर सांगतील, पण तुमचा बदनक्ष वाजवितील.’ अशा शिकवणीनें कोणता मुत्सद्दी किंवा सेनापति विजय संपादूं शकला आहे? असा हा चढेल मदतनीस महादजीला बिलकूल पसंत पडला नाहीं यांत आश्चर्य काय? यांत नानाच्या अशक्य राजनीतीचें मात्र प्रदर्शन होतें. यामुळेंच अलीबहादराचा व महादजीचा अनिर्वाच्य वेबनाव झाला. अलीबहादर नानास लिहितो, ‘ गोसाव्याचे प्रकरणामुळें आम्हीं बावाशीं कोणतीही गोष्ट बोलल्यास अधिकच वाईट वाटतें. आम्हांस ते तिळमात्र मोजीत नाहींत. जे जाबसाल करितात ते जबरदस्तीचे असा रंग जाला आहे. ’ शेवटीं नानानें अलीबहादरास लिहिलें, ‘ गोसावी हवालीं करावा आणि गोडी करावी. त्यांजकडून तुम्हांस बोलावयास कोणी येईल त्याचे हवालीं गोसावी करावा, आणि सफाई करावी; हें न घडेल तर गोसावी झांशीस ठेवून देशीं यावें. पाटीलबावांचा खिजमतगार रवळू जगदाळा यानें पाटीलबावांस लिहिलें कीं, तुम्ही (अलीबहादरांनीं) भाचेडीकर रावराजाचे गांव लुटले, जाळले. अशा गोष्टी तुम्हीं करूं नयेत. याउपर कोठें खटला न करितां, पाटीलबावांचे लक्षांतील लोकांशीं राजकारण न करितां उगीच मुक्काम करून असाल तेथें राहवें. ’

भिकाजी नारायण पाळंदे व सदाशिव शामराव अस्वलकर हे दोन हुशार आपल्या खात्रीचे कामगार नानानें मुद्दाम अलीबहादराबरोबर दिले होते. त्यांचें सुद्धां अलीबहादराशीं पटलें नाहीं. पाळंदे ता. २३-१-१७९० रोजीं नानास लिहितो, 'आम्ही अलीबहादरास वारंवार सांगितलें कीं, ज्या गोष्टींत सरकारनफा होऊन नक्ष राहील, तीच गोष्ट आपण करावी. परंतु हे परभारें पाहिजे तशा खटपटी करितात, त्या पुर्तेपणें समजूं देत नाहींत. एक वेळां कोणी कारभारी समागमें न नेतां आपणच आबा चिटणीस (पाटीलबावांचे) यांचे घरीं जाऊन चार घटका खवलत केलें. हे आवास बोलले, 'पाटीलबावांची आमची सफाई करून द्या कीं, त्यांनीं आम्हांवर ममता पूर्ववत् करावी.' तेव्हां चिटणीस बोलले, 'गोसाव्यास एखादे स्थळीं पोंचवा म्हणजे सफाई होईल.' त्यावर हे बोलले, 'मग तुम्हासारख्यांस मध्यस्थीस घालण्याचें फळ काय? गोसावी पाठविला मग तर ममता करतीलच. परंतु गोसाव्याची मुक्तता होऊनच त्यांची आमची सफाई व्हावी, ही गोष्ट तुमच्यासारख्यांनीं करावी.' परंतु चिटणीसांचा भाव कीं, 'विना गोसावी स्थलांतरीं गेल्याशिवाय सफाई होणें शक्य नाहीं.' तेव्हां फिरोन यांनीं उत्तर केलें कीं, 'बावा आम्हांवर ममता न करीत तर येथें राहणेंच ठीक नव्हे. पाटीलबावांचा निरोप घेऊन देशींच जाऊं.' अशीं उदासीनतेचीं बोलणीं चिटणीसांचे घरीं जाऊन बोलणें लोकांत चांगलें दिसलें नाहीं.'

सदाशिवपंत दिवाणाचें व अलीबहादराचें तर चांगलेंच वांकडें पडलें. पाळंदे लिहितो, 'अलीकडे सदाशिवपंत दिवाणजीशीं व अलीबहादराशीं वैमनस्यता पडली आहे. चौघांनीं रदबदल करून उगेच बाह्यात्कारीं ऐक्य करून दिलें आहे; पण चित्त शुद्ध नाहीं. याजकरितां जयपुरचे मुलखांत फौज पाठवावयाची तिजबरोबर सदाशिवपंतांस पाठविणें यांच्या चित्तांत येत नाहीं. दुसरे कोणाबरोबर मोठे सरदार जाणार नाहींत. त्यांचे चिरंजीव बळवंतराव गेले, त्यांजबरोबर कोणी सरदार दरोवस्त गेले नाहींत. तेव्हां हे आम्हांस म्हणतात, तुम्ही जा. आम्ही उत्तर केलें, माझें लिहिण्याचें काम. फौजेंत मी कांहीं पाहिलेलें नाहीं. दुसरा कोणी केलेला माणूस पाठवावा. तेव्हां ते बोलले कीं, 'सदाशिवपंतास तों पाठवावयाचें नाहीं, दुसरे कोणाबरोबर लोक जाणार नाहींत; आणि फौज गेल्याशिवाय पाटीलबावा खर्चास देतात तेंही देणार नाहींत.' माझ्यानें टाळवेल तोंपर्यंत टाळीत आहें. गोसावी याजकडे जयपुरचे वकील येऊन खलबतें करतात त्यामुळें पाटीलबावांस बरें वाटत नाहीं.'

नानानें सदाशिवपंतास लिहिलें, 'तुमची व बहादर यांची स्वच्छता नाहीं ही गोष्ट ठीक नव्हे. तुम्ही पोख्त बहुत पाहिलेले, असें असोन अशा गोष्टी कशा होऊं दिल्या ? अलीबहादरांनीं एक वेळ गोष्ट न ऐकिली तर तुम्हीं दहा वेळ समजावून मर्जी राखावी. लोकांत वांकडेपणा दाखवूं नये. दहा जणांत अधिक-उणें बोलणें तें संभाळून बोलत जावें, बाहेर फूट दिसों देऊं नये. इस्मईल बेग किंवा राजपूत राजांकडील अनुसंधानें लागतात, त्यास पाटीलबावांस पुसोन बोलत जावें.' यावर सदाशिवपंत नानास लिहितो, 'अलीबहादर राजकारणीं बोलत असतील ते पाटीलबावांस पुसोनच बोलत असतील. आम्हांकडे कोणी वकील येत नाहींत व आम्ही बोलत नाहीं. सर्व फौजेचे लोक आम्हांकडे येऊन रोजमरे मागतात. आम्ही दिवाण, तेव्हां कर्ज काढून द्यावीं म्हणतात. अलीबहादरांची आम्हांवर कृपा नाहीं, तेव्हां आम्हांस कर्ज जातीवर मिळत नाहीं. आमची अब्रू राहणें कठिण. गोसाव्यास हवालीं करावें म्हणोन पाटीलबावांचा तगादा आहे. हल्लीं आमचे हातीं द्यावा, जो हरामखोरच आहे, त्यास इमान देऊन पारिपत्य केल्यास चिंता नाहीं, ऐसे जाबसाल करितात. त्यांनीं अलीबहादरांस सांगून पाठ-विलें कीं, भिकाजीपंतास फौज देऊन पाठवितां, त्यास त्यांनीं कांहीं पाहिलें नाहीं, यास्तव त्यांस पाठवूं नये. सदाशिवपंत तेवढा माणूस रंग पाहून स्वामिसेवा करीसा आहे. साल गुदस्तां पट्यालाचे स्वारीस हे व राणेखानभाई होते. कज्जा होतां वहिवाटून आले. यांची वांकडी चाल नाहीं. यांस पाठविल्यानें आम्हांकडील सरदारांचें सुरळीत चालून तंटे पडणार नाहींत. सबब त्यांजसमागमें फौज लवकर रवाना करावी, दोन लक्ष रुपये तूर्त देवितों.' यावरून अलीबहादरांस संशय आला कीं, 'आम्हीच पाटीलबावांकडे सांगून निरोप आणविला. ऐशास पाटीलबावांची आमची पूर्वील ओळखही नाहीं. आम्ही शपथ सुद्धां केली, तरी यांस आमची सरळ वर्तणूक दिसोन न आली. आम्ही सर्व सोडून स्नानसंध्या करून होतों, पण आमच्या दैवास हें प्राप्त झालें. आम्ही गोसाव्याशीं किंवा राजपुत वकिलांशीं खलबतें करीत नाहीं, म्हणून आमचे ठायीं पाटीलबावांचें वांकडेपण नाहीं. यास्तव आम्ही हट्ट धरून स्वारीस न गेलों तर पाटीलबावांच्या मनांत विपर्यास व पैसा देणार नाहीत; आणि दिवसगतीवर पडल्याचा दोष मजवर येईल. अलीबहादर निखालसपणें चाकरीस पाठवितील तरच जाईन. आम्ही भिकाजीपंतास नेमिलें असतां पाटीलबावा, यांचा आग्रह धरून पाठवा

म्हणाले, तेव्हां यांचेंच सूत्र त्यांजकडे असेल, असे अंदेशे मनांत आणून आम्हांस द्वेषांत घातलें. आम्हीं आजपर्यंत सेवा केली, पण द्वेष संपादिला नाहीं, आणि लोभ धरिला नाहीं.'

पुढें स. १७९०च्या पावसाळयांत होळकराशीं स्नेह करून त्याजकडून खर्चास घेऊन अलीबहादरानें कांहीं दिवस निभावले. अशांत यांच्या मनांत आलें कीं, गोसाव्याचा बचाव करण्याविषयीं आपलेकडून बहुतां प्रकारें प्रयत्न केला; सवा वर्ष बचाव करून आतां त्यांनीं पारिपत्य केलें तर आपण जवळ असल्याचें स्वरूप काय, असें मनांत आणून गोविंदराव बारवकरास व मला अलीबहादरांनीं पाटीलबावांकडे बोलणें करण्यास शांनुकुंडांवर पाठविलें, (ऑक्टोबर १७९०). आम्ही आबा चिटणीसांकडे जाऊन मतलबाच्या गोष्टी आर्जवानें बोललों कीं, गोसाव्याचा बचाव करावा आणि अलीबहादराचें स्वरूप राखावें. आबांनीं पाटीलबावांस भेटून एकच जाबसाल साफीचा आणिला कीं, गोसाव्याचे गोष्टीशिवाय जें सांगाल तें ऐकूं. तो आमचा मारेकरी. त्याची मुक्तता होणें नाहीं. इतक्यांत गनीबेगाच्या दुर्वर्तनाचा बोभाटा आल्यावरून त्यास अलीबहादरानें सदाशिवपंताकडून कैद करवून चीजवस्त जप्त केली. ही आणखी भानगड निघाली.

सारांश, गोसाव्यास आश्रय देण्यास अलीबहादरास बिलकूल प्रयोजन नव्हतें. सदाशिवपंत दिवाण सांगत होता तसें वागून महादजीस मनापासून साहाय्य करण्याचें त्याचें कर्तव्य त्यानें मुळींच बजावलें नाहीं. पुढें विकोपास गोष्टी गेल्यावर नानानेंही गोसाव्याचा आग्रह सोडिला. परंतु आरंभीं तरी नानाच्याच बळावर अलीबहादरानें पाटीलबावाशीं तेढ उपस्थित केली, हें त्याच्याच खालील पत्रावरून दिसून येतें. ता. १३–९–१७८९ रोजीं त्यानें नानास लिहिलें, ' गोसावी प्रकरणीं आपलीं पत्रें येऊन आमचा नक्ष राहिला कीं, याजवर सरकारची कृपा आहे. आमचा सर्व अभिमान आपणासच आहे. आईबापाचे पोटीं जन्म मात्र घेतला, परंतु प्रत्यक्ष आईबाप धनी आपणच आहेत. एक जोड आपले पायांची केली आहे. इच्छा आहे कीं, या देहापासून आपली सेवा घडावी, आणि आपले छायेखालीं सदोदित आनंदांत राहवें. आपणास कांहीं अधिकउणें असल्यास पंचवीस दिवसांत येऊन आपल्याजवळ दाखल होऊं. आपली सेवा घडण्यांतच जन्म घेतल्याचें सार्थक.'

गोसावी प्रकरणांत महादजीनें नानास खालील खोंचदार अभिप्राय लिहून कळविला: ' गोसावी यानें प्रयोग केला तेणेंकरून शरीरास उपद्रव होऊन दोन तीन महिने शरीर स्वस्थ नव्हतें. अशा गोष्टी असोन, त्यास झांशीस पाठवावें, त्याची सलतनत घेऊं नये, पुढें त्याचे आचरणाप्रमाणें होणें तसें होईल, म्हणोन आपण लिहिलें, त्यावरून आश्चर्य वाटलें. गोसावी यानें प्रयोग करून आम्हांस मारावयाचा विचार करावा, त्याचें साहित्य आपणाकडून असें व्हावें, हें भाऊपणास उचितच आहे ! अलीबहादरांचे लिहिल्यावरून आम्हांस पत्रांवर पत्रें यावीं आणि आम्हीं पांचसात पत्रें पाठविलीं असतां त्यांचें उत्तर येऊं नये. ज्याचा वशिला असेल त्याचें साहित्य होऊन उत्तरें यावीं. आमचा वशिला एक धनी किंवा ईश्वर आहे. आपला आमचा भाऊपणा आम्हांकडून देशीं असतां घडला न घडला हें सर्व ध्यानांतच आहे. इकडून धन्याचें काम पडलें त्यास व भाऊपणा म्हटला तेथें दुसरें जालें नाहीं. आपलाही भाऊपणा शर्तीचाच होता. सांप्रत पत्रें येऊं लागलीं या अन्वयें पाहतां शर्तच झालीसी दिसण्यांत आली.' *

३. अलीबहादराचा कार्यद्रोह (स.१७९०-९१).-उत्तरेकडील राजकारणांतील भयंकर अव्यवस्था आणि तिजबद्दल नाना फडणिसाची जबाबदारी व्यक्त करणारा एक खुलसेवार कागद इतिहाससंग्रहांत छापलेला बोधप्रद आहे. नानाचा एक हस्तक विठ्ठलराव गोपाळ तांबे जयपुरास होता, त्यानें तेथून ता. २५-७-१७९१ रोजीं, म्हणजे राजपुतांचा पाडाव होऊन महादजीचा बंदोबस्त पूर्ण झाल्यावर, जयपुराहून नानास समस्त हकीकतीचें पत्र लिहिलें, त्यांतील विचार तिन्हाईत दृष्टीचे, वस्तुस्थितीचे निदर्शक व निर्भीड समजण्यास हरकत नाहीं. महादजीनें अलीबहादरास पराक्रमाची संधि आरंभापासून कशी दिली हें मागें आलेंच आहे. हे उपकार त्यानें कसे फेडले हें या कागदांत चांगलें दिसून येतें. तांबे लिहितो, 'तिगस्तां गोसावी अलीबहादराजवळ आला. त्यांचीं व पाटीलबावांचीं बोलणीं होऊन सरकारांत पत्रें गेलीं; आणि गोसावी दहापांच माणसांनिशीं कैदेंत होता. नंतर सरकारचीं पत्रें आलीं कीं, पाटीलबावांचे हवालीं करूं नये, झांशींत ठेवावा. त्यावरून त्यांणीं पाटीलबावांजवळ श्रीमंतांचे पायाची शपथ

---

* **आधार**.-अ. प. १९, ३५, ३६, ४२, ५१, ५३, ५७-५९, ६५-६९. रु. ३.९७, ११४, १४७; ग्वा. २.२२७; खंड १०.३४०.

वाहिली कीं, दोन महिने गोसावी बाहेर सोडावा, नंतर आपले स्वाधीन करूं. या प्रमाणें बोलणीं होऊन गोसावी बाहेर काढिला, वस्त्रें दिल्हीं. त्याजवर गोसाव्यानें अलीबहादरांस मसलत दिली कीं, या प्रांतीची सारी दौलत तुमचे हातास येऊन पाटीलबावा पहिल्याप्रमाणें (स. १७७३ त) या देशींहून जात असें करून देतों. माझीं मुलेंमाणसें त्यांच्या अटकेंत आहेत तेवढीं सोडवून द्यावीं. या प्रयत्नांत नबाबाकडील वकील बाबाराव व आबा चिटणीस यांस पंचवीस हजार रुपये देऊन, दोन महिने गोसाव्याचे कबिले सोडावे, नंतर कबिले सुद्धां गोसाव्यास पाटीलबावांचे हवालीं करूं असा करार केला. * त्या प्रमाणें बावांनीं कबिले सोडून गोसाव्याचे हवालीं केले. नंतर श्रीमंतांचे पायांची शपथ व सरकार-आज्ञेचें लक्ष कांहींच ध्यानांत न आणितां, (अलीबहादरांनीं) गोसाव्याचे हातून इस्मईल बेग व जयपुरवाले व बिजेसिंग राठोड वगैरेंकडे मनस्वी राजकारणें कर-विलीं. पाटीलबावांची फौज राजपुतांवर स्वारीस निघाली, तेव्हां अलीबहादरांस त्यांनीं बहुतां प्रकारें सांगितलें कीं, श्रीमंतांचे आज्ञेचें व शपथेचें स्मरण असावें. तुम्ही गोसाव्याशीं मसलती करितां, येणेंकरून राज्यास अपाय आहे. गोसावी हवालीं करावयाची मर्जी नसली तर अरुणास ठेवावा. त्याजवरून सरकारांत पत्रें पाठवून अरुणचे कमावीसदारास हुकूम आणवून होळकरांचे विद्यमानें पाऊण लक्ष दरमहा खर्चास नेमून, अरुणास रवाना करावयाचा करारमदार जाला. एक महिना खर्चासही दिलें. पुढें फौजेची रवानगी राजपुतांवर करावी म्हणून पाटील-बावांनीं अलीबहादरांस बहुत आग्रह केला. तेव्हां दोन महिन्यांनीं दोन हजार फौज सर्व फौजेंतून गाळशी निवडून बळवंतराव सदाशिव याजबरोबर रवाना केली; आणि आंतून लोकांस ताकीद करविली कीं, प्रसंग पडल्यास हत्यार धरूं नये.† याप्रमाणें सांगून फौज पाठविली. श्रीमंतांचे प्रतापेंकरून (पाटणचे लढाईंत) इस्माल बेग मोडला त्याच दिवशीं (ता.२०–६–१७९०) ही फौज तेथें गेली. बळवंतराव सदाशिवांनीं कामकाज उत्तम केलें. तेथून फौजा विजेसिंगाकडे गेल्या. त्या वेळीं पाटीलबावांनीं अलीबहादरांस बहुतां प्रकारें सांगितलें कीं, गोसाव्याचें लक्ष सोडावें; सरकारचाकरीचा दिवस वारंवार येणार नाहीं. आणखी फौज जलद

---

* गोसावी महा खटपटी असल्यामुळेंच त्याच्याविषयीं महादजीनें एवढा आग्रह अलीबहादराशीं धरला होता.

† या अपराधाबद्दल नानानें अलीबहादरास शिक्षाच केली पाहिजे होती.

पाठवावी. तेव्हां यांणीं कळविलें, फौजेस खर्चास नाहीं, गवगवा आहे. त्यावरून पाटीलबावांनीं दोन लक्ष रुपये रोख देऊन सदाशिवपंत दिवाणजीस बाहेर काढिलें. तरी फौजेनें न जावें म्हणून मनस्वी गवगवे घालून शेवटीं यांनीं सदाशिवपंतास जाऊं दिलें नाहीं. मथुरेपासून चार कोसांवर सदाशिवपंत हजार दीड हजार फौज घेऊन होते. अलीबहादराची ही लबाडी पाटीलबावांस पुरती समजली, म्हणून आपण बाहेर निघोन यांजकडे बहुतां प्रकारें बोलणीं घातलीं कीं, गोसावी आमचे हवालीं करावा, त्याचे छंदास तुम्हीं लागूं नये, तुम्ही मागाल त्याप्रमाणें मुलूख व रोख ऐवज देतों. परंतु या समयीं सरकारचाकरी करून दाखवावी. याप्रमाणें पंधरा दिवस आबा चिटणीसाचे बंधु, अप्पाजीराम दाभोळकर व शिवाजीपंत बापू यांजकडून मध्यस्थी करविली, तरी अलीबहादरांनीं दुरंदेशी पाहून सरकार किफायतीचें लक्ष ध्यानांत आणून वर्तणूक करावी ती न केली. बेर्वास लक्षांचा मुलूख, चार लक्ष खर्चास, याशिवाय पांच लक्ष बक्षीस घ्यावें आणि गोसावी आमचे हवालीं करून तुम्हीं आम्हीं एक विचारें वागावें, असें सदाशिवपंतामार्फत कळविलें. त्यांनींही चार कोस माघारें येऊन अलीबहादरांस बहुतां प्रकारें सांगितलें. त्या समयीं गोसाव्यानें त्यांस भर दिली कीं, हा समय पाटीलबावांचा गारद होण्याचा आहे. आपली फौज घेऊन बळवंतराव सदाशिव व होळकर पुढें गेले आहेत त्यांसही माघारें आणवावें, आणि आपण व होळकर असे कूच करून जयपुर प्रांतीं चलावें, अशी मसलत सिद्ध केली. तेव्हां अलीबहादरांनीं होळकरांस बहुतां प्रकारें आणशपथ देऊन पाटीलबावांचें लक्ष सोडण्याचा मनसबा केला. होळकरांचा कारभारी नारो गणेश पाटीलबावांचे लक्षांत चालतो, म्हणून त्यास कैद करविला, (सप्टेंबर १७९०) बापू होळकरांस पत्र पाठवून परत आणविलें. बळवंतराव सदाशिव पुढें फौजेंत सडे होते त्यांनीं अजमेर शहर घेतांना पाटीलबावांचे फौजेपेक्षां अधिक कामकाज केलें (ऑगस्ट १७९०). नंतर बिजेसिंगची लढाई मेडत्यावर झाली (१० सप्टेंबर १७९०). तेव्हां बळवंतराव सदाशिवास अलीबहादरांनीं वारंवार पत्रें पाठविलीं कीं, तुम्हीं पत्रदर्शनीं निघून येणें. त्यांचे समागमें चौ पथकांचे लोक गेले होते. त्यांसही त्यांचे सरदारांकडून पत्रें पाठविलीं कीं, बळवंतराव सदाशिव निघून येण्यास अनमान करतील तर तुम्हीं उठून येणें. याप्रमाणें पत्रें पाठवून ऐन समयास फौज उठवून आणिली. बापू होळकरांसही उठवोन आणविलें. याप्रमाणें गोसाव्यानें मसलत केली, त्याचीं राजकार-

णाचीं पत्रें पाटीलबावांस सांपडलीं. अलीबहादरांनीं इतकें केलें असें पाटीलबावांस समजल्यावरही त्यांनीं राठोडाचा व जयपुरचा मामला कळेल तसा उरकून घेतला. इतक्या उपरही गोसाव्याचें लक्ष सोडून त्यास कैद करावा आणि पुढें पाटीलबावांचें धोरण राखावें हें अलीबहादरांचे ध्यानांत कांहींच येत नाहीं. पाटीलबावांनीं येथें अलीबहादरांजवळ आपला वकील ठेविला आहे,त्याजकडून हे नित्य काय करतात, त्याची अखबार पाटीलबावा आणवीत असतात. गोसाव्याशीं खलबतें, नाचरंग दोनप्रहर रात्रपर्यंत हंमेश होत असतात. अद्यापिही हे गोसाव्याकरितां राजेरजवाड्यांस पत्रें पाठवितात. ही बातमी पाटीलबावा राखीत असल्यामुळें त्यांस व राणेखान, शिवाजीपंत बापू वगैरेंस आपण पुण्याहून बहुतां प्रकारें पत्रें पाठवितां तीं त्यांनीं कशीं मान्य करावीं? आपलें बोलणें त्यांस कसें खरें वाटेल? पाटीलबावा बोलत असतात कीं, "इतकें सर्व नानांनीं केलें. अलीबहादरांचें करण्याचें सामर्थ्य किती? नानांनीं त्यांजकडून असें करवावें हाच काय त्यांचा व माझा ऋणानुबंध? या ऋणानुबंधाचा परिणाम गोसाव्याचे योगेंकरून अलीबहादरांनीं करविला. याचे जाबसाल पुण्यास गेल्यावर नानाचे माझे रूबरू होतील." * हें वर्तमान स्वामींस श्रुत असेलच. आपण अंदेशा करावयाचा होता कीं, इतकें कारण गोसाव्यामुळें जालें असतां त्यास कैद केल्याशिवाय आपण लिहितों याजबद्दल पाटीलबावांची खातरजमा कशी होईल? आपण वारंवार अलीबहादरांस गोसाव्यास कैद करण्याविषयीं लिहीत असतां अद्यापि ते गोसाव्यास कैद करीत नाहींत. माघ मासीं (फेब्रुवारी १७९१) यशवंतराव नाईक निंबाळकर व बळवंतराव सदाशिव अलीबहादरांकडून पाटीलबावांकडे गेले होते. त्यांनीं बहुतां प्रकारें पाटीलबावांची खातरजमा केली कीं, गोसाव्यास आणून देतों, नाहीं तर तुम्ही सांगाल तेथें ठेवतों. त्यावर पाटीलबावा बोलले, 'गोसावी देतों हें तुम्हीं येथें मात्र बोलतां, परंतु हें बोलणें तेथें घडण्यांत यावयाचें नाहीं. अलीबहादरांचे बोलण्यांत प्रमाण नाहीं. बोलतात एक आणि करतात एक.' मग आबा चिटणीसांनीं सांगितलें कीं, गोसावी ग्वालेरीस ठेवून तुम्ही डंघाईत जावें आणि पाटीलबावांचे लक्षांत चालावें. तुम्हीं त्यांचे लक्षांत चालतां, अशी चार सहा महिन्यांनीं यांची

* हेंच महादजीस पुण्यास जाण्याचें कारण. महादजीनें तेथें नानास कसे खरमरीत जाबसाल विचारले आणि त्याची गाळण उडविली, ती गोष्ट कोटेकर दप्तरांत नमूद आहे.

खात्री जाल्यावर तुम्हांस बोलावून तुमचा बंदोबस्त करून देतील. इतकें सांगितल्यावर तरी गोसाव्यास कैद करून पुढील धोरण राखावें हें त्यांच्या ध्यानांत येत नाहीं. माघ मासीं होळकरासीं विरुद्ध पाडून अलीबहादरांनीं डंघाईकडे जाण्याचा निश्चय ऐकण्यांत आला. तेव्हां होळकरांनीं त्यांस बहुतां प्रकारें निषेध केला कीं, "तुम्ही श्रीमंतांचे घरचे. पाटीलबावांसीं विरुद्ध पाडून आम्हांस इकडे घेऊन आला, तुम्हांमुळें आम्हीं पाटीलबावांसीं विरुद्ध पाडून सरकार लक्ष धरलें, त्यास जयपुरापासून दहा कोसांवर येऊन खंडणी वसूल जाहली नाहीं तों उठून जातां, याला काय म्हणावें. आपण चाकर सरकारचे, वदनक्ष जाहला तर तो सरकारचा कीं कोणाचा, हें ध्यानांत आणून उत्तर दिलें तें करावें." याप्रमाणें सांगून राहविलें. पुन्हा वैशाख मासीं जलदी करून जाऊं लागले तेव्हां खर्चास घेऊन आणखी राहिले. याप्रमाणें होळकरांशीं अलीबहादरांनीं स्नेह राखिला. पुढें आपलीं (नानाचीं) पत्रें आलीं कीं, डंघाईकडील स्वारी करावी, तेव्हां यशवंतराव नाईक व अक्कलकोटकर भोसले राजे व गोविंदराव बारावकर या सर्वांशीं एकमत करून मनसबा केला कीं, गोसाव्यास कैद करूं नये, डंघाईंत जाऊन तिकडील सारें मसलतीचें काम गोसाव्याचे हातून घ्यावें, पुढें नाना व पाटीलबावा रागें भरतील तर साऱ्यांनीं एकविचारें असावें. साऱ्यांनीं एकमेकांचे हातांत गोसाव्याचा हात घालून अलीबहादरांचे व सदाशिवपंत दिवाणजीचे हातांत गोसाव्याचा हात घातला. त्या वेळीं दिवाणजींनीं सांगितलें कीं, नानांचें लक्ष असेल त्याप्रमाणें चालावें तरच परिणाम ठीक लागेल. या गोसाव्याचे मसलतींत अप्पाजी बाबाजी दामले अध्वर्यु, सारें करून, अलीबहादर व गोसावी यांना शिकवून पुन्हा आपण कशांत नाहीं असें बाहेर दाखवितात. त्यांच्या विचाराशिवाय अलीबहादर कांहीं एक करीत नाहींत, हें आपणांस माहीत असेलच. सदाशिवपंत दिवाणजीस मी परम निषेध करून बोललों कीं, 'तुम्ही वृद्ध पुरुष, याचा परिणाम तुम्हांस समजला असतां गोसावी कैद होत नाहीं यास काय म्हणावें!' त्यांनीं उत्तर केलें, 'मी सांगून दमलों. नानांस व तात्यांस सर्व श्रुत आहेच. गोसाव्यास कैद करण्याविषयीं नाना वारंवार लिहीत असतां हे ऐकत नाहींत.' त्यांचें कोणी चालूं देत नाहींत. सर्व खेळ अप्पाजीपंतांचे आहेत. अलीबहादर त्यांचे नादांत आहेत. यांचे वस्तु गोसावी कैद करवत नाहीं. झांशीस सात आठ हजार गोसावी आहेत त्यांचें सूत्र हिंमतबहादराकडे आलें आहे. त्याचा भाऊ उमराव-

गीर श्रीगंगेचे तीरीं आहे त्याजकडे हिंमतबहादराचें सूत्र गेलें आहे कीं, अलीबहादर डंघाईकडे जातात, सारें काम आमचे हातून घेणार, तुम्हीं पांच हजार सरंजामानिशीं डंघाईकडे यावें. त्याप्रमाणें चाळीस पन्नास तोफा व हत्ती वगैरे झाडून सरंजाम डंघाईंत आणविला. कोणीकडून तरी गोसाव्याचा खर्च चालवावा, ही कळकळ आप्पाजीपंतांस व अलीबहादरांस फार आहे. गोसाव्यास झांशीस ठेवून मग डंघाईकडे जावें अशीं आपलीं निक्षून पत्रें ९ जून १७९० चीं अलीबहादरांस आलीं. परंतु त्याप्रमाणें गोसावी कैद करावा हें लक्ष कांहींच दिसत नाहीं. पुरंदरे, भोसले, यशवंतराव नाईक अशा सर्व सरकारच्या सरदारांस हत्ती वगैरे देऊन त्यांची मर्जी रक्षून गोसावी कैद करूं नये असा निश्चय अलीबहादरांनीं केला आहे. कदाचित् आपली मर्जी रुष्ट होईल असा अंदेशा यांस येतो. त्यांस वाटत असावें कीं, आजपर्यंत दोन वर्षें नाना लिहीतच आहेत आणि आपणही कालहरण करीत आहों, असेंच पुढें वर्षें दोन वर्षें डंघाई प्रांतीं गोसाव्याच्या हातून कालहरण करावें. पुढें तो बळावला म्हणजे मग त्यास कैद करणें कळतच आहे. इतक्या उपर हे गोसाव्यास कैद करतील या भरंवशावर आपण जाऊं नये. पुरंदरे, अक्कलकोटकर भोसले, बारावकर व यशवंतराव नाईक निंबाळकर या चौघां सरदारांस निक्षून पत्रें पाठवावीं, तसेंच खुद्द अलीबहादर, दिवाण सदाशिवपंत व अप्पाजीपंत दामले यांसही निक्षून लिहावें कीं, गोसावी एकदम कैद करावा. आजपर्यंत आपलेकडून लिहिण्यांत कमती जहाली, म्हणून एवढें खूळ माजलें. आपणांस अलीबहादर लिहितात तें सत्य वाटून आपण स्वस्थ असाल, तर यांचे सारे प्रकार मायिक आहेत. यांचें लिहिणें एक व करणें एक. पूर्वीं यांचें लक्ष आपल्याशीं दुसरें नव्हतें व गुणही उत्तम होते; परंतु गोसावी आला त्यानें बुद्धि शाश्वत ठेवली नाहीं. मंत्री अप्पाजीपंत तेही त्यास अनुकूल झाले. गोसाव्याचे प्रकरणीं पाटीलबावांकडे दोष यत्किंचित् नाहीं. त्यांचें धोरण राखावें हें अलीबहादरांचे चित्तांत असतें तर आपणांस पुण्याहून पाटीलबावांकडे इतकें लिहावयाचा प्रयास न पडता. एके पत्रानें कार्य होऊन येतें. आपला व पाटीलबावांचा केवढा ऋणानुबंध होता तो यांनीं बुडविला. सरकारचे पन्नास लक्ष रुपये स्वारीसंबंधीं खर्च केले. पंचवीस लक्षांची सरकारची वांटणी बुडविली. गोसाव्याचे बुद्धीस लागून आपण व गोसावी. निष्कांचन होऊन वरतीं आपणांस (नानास) अडचणींत घातलें. इतक्या उपर पत्र पावतांच सरदारांस निक्षून

पत्रें पाठवावीं आणि गोसाव्यास झांशींत अगर ग्वालेरींत कैद करून ठेवावा, आणि बाळाजी गोविंद खेरे व रघुनाथ हरी नेवाळकर यांस हातीं घेऊन डंघाईचा बंदोबस्त प्रथम करावा, आणि मग बुंदेल्यांचे चौकशीस लागावें. प्रथमच बुंदेल्यांशीं विरोध केल्यास ते मसलत सिद्धीस जाऊं देणार नाहींत. काल्पीपासून गढेमंडळापर्यंत ४०–५० लाखांचा मुलूख असोन सरकारांत उत्पन्न किती येतें हें स्वामीस विदित आहेच. बाळाजी गोविंद व गंगाधर गोविंद यांचें काम त्यांजकडे राखून जमेची व खर्चाची वहिवाट योग्य ठेवल्यास सरकार किफायत होईल. जनार्दन अप्पाजी फडणीस व त्रिंबक कृष्ण कानिटकर * मुजुमदार दोघे घरीं बसल्या रुपये घेतात. गनीबेग अलीबहादरबाबा यांचे मावसभाऊ. † यांस तिगस्तां पाटीलबावांनीं अंतर्वेदींत आठ लक्षांची जागा दिली, एक वर्ष सुभा सांगितला, त्यांजला आतां पाटीलबावांनीं दंड केला आहे, हें वर्तमान आपणांस श्रुत आहेच. हल्लीं गनीबेगाचें व अलीबहादरांचें वांकडें पडलें. गनीबेगास कैद करून त्याची चीजवस्त सरकारांत घेतली, कारण त्यानें भवानी कलावंतीण मथुरेंत आपले बिन्हाडीं जिवें मारिली; आणि तिच्या दोन पोरी देशीं न्यावयास ठेविल्या आहेत. अलीबहादरांसही मारावें असा संकेत होता. आपला कोणी मुसलमान वाढवूं नये असें यांस (अलीबहादरांस) आतां समजत चाललें. हीं पत्रें मनन करून फाडून टाकावयाची आज्ञा असावी. येथून अलीबहादर श्रावण मासींच डंघाईकडे जातील असें दिसतें. याजकरितां पुढील बंदोबस्त पत्र

१ हे बुंदेलखंडांतले पेशव्यांचे जुने सरदार.

* हे दोघे सदाशिवराव भाऊचे हिशेबी कारकून पानपतच्या वेळीं गोविंदपंतांजवळ कामावर होते ते अद्याप पावेतों तिकडेच होते असें दिसतें. राजवाडे खंड १ पहा.

† गनीबेग हा अलीबहादराचा मावसभाऊ असें येथें आहे. पारसनीस कृत ‘ मराठ्यांचे पराक्रम ’ यांत पृष्ठ २१५ वर यास अलीबहादराचा मेहुणा म्हटलेलें आहे. रुमाल ३, लेखांक १०० व १०८ यांत गनीबेगानें ब्राह्मणाची मुलगी जबरदस्तीनें घरांत घातली, त्याचे दिवाणानेंही बदकर्म केलें, असा बोभाटा पाटीलबावांकडे आला, नानांनीं त्यास शिक्षा करण्यास लिहिलें, असा मजकूर आहे. मुसलमान रिवाजाप्रमाणें मेहुणा व मावसभाऊ एकच होऊं शकतील. रुमाल ३ ले. ३९ चे पत्रांत गनीबेगाचें मोडकें मोडी आहे तें पाहवें.

पावतांच व्हावा. मी सुद्धां अलीबहादरांजवळ एक दोन वेळ भीड न धरतां बहुत निषेध केला. परंतु या कामांत खुशामत करील त्याची गोष्ट मान्य पडते. ईश्वरें सर्वज्ञता आपणांजवळ ठेविली. आपण सर्व जाण आहेत.'

हें पत्र सर्वच तत्कालीन व्यवहारांची चांगली स्पष्टता करणारें व नानाच्या हस्तकानें स्पष्टोक्तीनें लिहिलेलें बहुतेक जशाचें तसें वर दिलें आहे. सर्वच लोक मतलबी व स्वार्थी, तेव्हां त्यांत कोणास नावाजावें व कोणास दोष द्यावा हें ठरविणें कठिण आहे. या बेबंदशाहीपुढें हात टेकून अखेरीस दाद लावून घेण्याकरितां महादजी पुण्यास आला, हें निर्विवाद आहे.

एवंच स. १७८९ च्या उन्हाळ्यांत महादजी शिंदे आजारी पडला, तेव्हांपासून एक वर्ष त्याच्या हातून म्हणण्यासारखी महत्त्वाची कामगिरी कांहीं झाली नाहीं. तीन सरदारांच्या भांडणांत व गोसाव्याच्या प्रकरणानें उपस्थित झालेल्या भानगडींत हे दिवस गेले. राष्ट्रीयदृष्ट्या ही मराठ्यांची मोठी हानि होय. स. १७८९ च्या मार्चांत गुलाम कादर आपल्या पातकांचें प्रायश्चित्त पावला. तो क्षण इतका सुगीचा होता कीं, एकदिलाच्या नेटानें त्रिवर्ग सरदार उद्योग करते, तर चार दोन महिन्यांत राजपूत राजे व इस्मईल बेग यांचा निकाल होऊन उत्तरेकडील कार्यभाग पुरा झाला असता; आणि महादजी दक्षिणेंत टिपूवर जाण्यास सुद्धां मोकळा झाला असता. असेंही वाटूं लागतें कीं, नानाचा टापटिपीचा कारभार, हरिपंताची कर्तव्यनिष्ठा, महादजीचें युद्धनैपुण्य, अलीबहादराची हांव आणि तुकोजी होळकराचें धाडस हे त्या वेळच्या राष्ट्रीय पुरस्कर्त्यांचे अमोलिक गुण एकसमयावच्छेदानें उपयोगांत येते, तर इंग्रजांसारख्या परकीय शत्रूस सुद्धां ठिकाणीं बसवून मराठ्यांची हिंदुपदपातशाही या देशावर कायम होण्याचा उत्कृष्ट योग त्या वेळीं होता. इमारतीचें इतकें समृद्ध व निवडक साहित्य एकंदर मराठ्यांच्या इतिहासांत या वेळेइतकें पूर्वीं कधीं नव्हतें. उणीव काय ती सर्वांस एकसूत्री कामास लावणाऱ्या धन्याची होती. शिवाजी किंवा बाजीराव सोडले तरी नानासाहेब किंवा सदाशिवराव यांजकडून सुद्धां हें कार्य निःसंशय सिद्धीस गेलें असतें. ही जोमानें पुढें जाण्याची, कार्य करण्याची भावना नानाफडणिसाच्या पत्रांत उमटलेली दिसत नाहीं. त्याच्या ठिकाणीं लष्करी पराक्रम व मालकी या दोन गुणांचा अत्यंताभाव होता. वादविवादाच्या दृष्टीनें नानाचीं त्या वेळचीं पत्रें प्रतिपक्षास कुंठित करणारीं वाटतील, पण नानासाहेब पेशव्याची राष्ट्रीय उमेद त्यांत झळकत नाहीं.

सरदारांची चित्तशुद्धि नाहीं हा प्रकार ऑक्टोबर सन १७९० च्या पूर्वीच नानास जाहीर झाला होता. ता. ३-११-१७९० रोजीं हिंगणे लिहितो: 'अलीबहादरांचा जावसाल पूर्वी ठरण्यांत आला होता, त्याप्रमाणें अंमलांत न आला. सबब ते बेदील होऊन फौजसुद्धां भरतपुरास कूच करून गेले. हिंमतबहादर समागमेंच आहे. होळकर अद्यापि छावणींत आहेत. त्यांचीं परस्परें सरदारांशीं चित्तशुद्धि नाहीं. पाटीलबावांनीं आपल्या फौजेंत बंदोबस्त केला आहे कीं, कोणी इसम बाहेर होळकर अगर अलीबहादर यांजकडे जाऊं न पावे. मारवाडांत काशीराव व बापूजी होळकर गेले होते त्यांस तुकोजींनीं निक्षून पत्रें पाठविलीं कीं, तुम्ही लौकर कूच करून परत येणें. अलीबहादरांनींही बळवंतराव सदाशिव मारवाडांत पाठविले होते, त्यांस तेथून दरकूच भरतपुरास बोलावून घेतलें. याप्रमाणें त्रिवर्ग सरदारांत विरुद्ध जाल्यानें रजपूत राजे सावध होऊन फौज जमा करितात. त्यांनीं पाटीलबावांचीं ठाणीं उठवून दिलीं. अलीबहादर पाटीलबावांच्या निरोपास येत होते त्यांस चित्तांत संशय येऊन भेट न घेतां परत मथुरेस माघारे गेले; आणि सुभेदारांची भेट घेऊन त्यांस जालें वृत्त सांगितलें; नंतर दुसऱ्या दिवशीं (२३ ऑक्टोबर) कूच करून भरतपुरास गेले. पुढें बुंदेलखंड प्रांतीं जावें ऐसा इरादा आहे. सदाशिवपंत आस्वलकर डिगेस होते ते मागें छावणींत दाखल झाले. इकडे पाटीलबावा कूच करून गोवर्धनाकडे जातांच सुभेदारांनींही भरतपुराकडे हिंडौनच्या रोखें कूच केलें. पुढें अलीबहादराकडे जाणार.' मिळून स. १७९० ची विजयादशमी एकमुखानें विजयास निघण्याची तिथि न ठरतां चौघांनीं चार दिशांस फुटण्याची अपेशी मुहूर्ताची ठरली. *

४. शिवाजीपंत बापू वगैरेंची विफल शिष्टाई (स. १७९१).—अलीबहादराचें व महादजीचें वितुष्ट कसें पडलें या संबंधानें आप्पाजीरामाचें खालील नानास लिहिलेलें पत्र ता. १-१२-१७९० चें खुलासेवार आहे. ' हिंमतबहादर गोसाव्यामुळें अलीबहादर व पाटीलबावा यांची चित्तशुद्धता नाहींशी झाली. याचीं पत्रें स्वामींस गेलींच आहेत. उभयतांची सफाई होऊन सरकार उपयोगाच्या गोष्टी घडाव्या यासाठीं शिवाजीपंत बापू (विठ्ठल शिवदेवाचा पुत्र) व मी पंधरा दिवस दरम्यान पडून उभयतांचें सख्यत्व करावयाकरितां बहुत श्रम केले, परंतु यशाची जात कांहींच न घडे, तेव्हां स्वस्थ बसलों. अलीबहादर व पाटीलबावा

* ऐ. टि. ३. ३३; दि. म. रा. पुरवणी ४७-५२.

यांची शपथ आबा चिटणीस व बाबाराव गोविंद यांचे विद्यमानें जहालेली आज-पर्यंत गुप्तच होती. पाटीलबावांचें मथुरेहून कूच जाहलें तेव्हां अलीबहादरांचें कूच होईना, याचें कारण काय हा शोध घेतला. तेव्हां पाटीलबावांनीं मला एकीकडे घेऊन सांगितलें कीं, 'अलीबहादरांनीं आम्हांशीं श्रीमंतांचे पायाची शपथ वाहिली कीं, गोसावी आपण आम्हांपासून घ्यावा आणि आमचे खर्चाचा बंदोबस्त यथा-स्थित करून द्यावा. याप्रमाणें करार असतां गोसावी आमचे हवालीं करीत नाहींत व चाकरीसही जात नाहींत. दोन लक्ष रुपये देण्याचा सिद्धांत जहाला असतां रुपये मात्र घेतले आणि फौज तर अद्याप पाठवीत नाहींत. या गोष्टीनें परिणाम कसा लागेल? आम्हांसच तुम्ही फिरून शब्द ठेवतां कीं, त्यांची खातरजमा करून चाकरीस पाठवाव्या, त्यास आमची निखालसता त्यांणीं केली, ते समयीं गोसाव्याच्या स्त्रिया आमचे कैदेंत होत्या त्या देखील आम्हीं सोडून दिल्या, तर आतां विना गोसावी आमचे स्वाधीन झाल्याखेरीज आमची खात्री होत नाहीं. आम्हीं श्रीमंतांचे घरीं कामें करतों आणि कारभारासंबंधानें संकटसमयीं शपथा बेलभंडाराच्या देतों घेतों; परंतु श्रीमंतांचे पायाची शपथ कधीं वहात नाहीं. असें असतां अलीबहा-दरांनीं आम्हांपाशीं श्रीमंतांचे पायाची शपथ वाहिली, तेव्हां आमची खातरजमा जाहली आणि आम्हीही त्यांजपाशीं बोललों कीं, गोसावी स्वाधीन केल्यानंतर तुमचा बंदोबस्त यथास्थित करून देऊं. ही गोष्ट षट्कर्णी न होतां ठरली. असें असतां पुढें सहा मासपर्यंत वाट पाहिली. परंतु गोष्ट कांहीं अमलांत येईना. इस्मईल बेगावर फौज पाठवा म्हणून बहुत वेळ सांगितलें, परंतु समयास फौज न पाठविली. शेवटीं बळवंतराव सदाशिवास पाठविलें ते लढाई जहाली त्या दिवशीं जाऊन पोंचले. पुढें इस्मईलाचें पारिपत्य होऊन मारवाडांत फौज गेली, तेव्हांही पुन्हा होळकरांच्या व अलीबहादरांच्या फौजा रवाना करण्याविषयीं किती प्रयत्न केला तो तुम्हांस ठाऊकच आहे. ऐवजाची निशा करून घेतली तरी फौज जात नाहीं यास काय म्हणावें? बोलणीं वचनें करार झाले तरी कांहींच गोष्ट अमलांत न येई त्या पक्षीं आम्हांकडे दोष तो काय?

'त्यावर शिवाजीपंत बापू व मी असे अलीबहादरांकडे गेलों. हे सर्व जाबसाल त्यांस पुसतां त्यांनीं उत्तर केलें, 'ते तुम्हास सांगतात तेंच खरें व आम्ही खोटे असें तुमच्या समजण्यांत आलें तर जे मध्यस्थ आहेत त्यांजला समक्ष बोलावून विचारावें.' अशा प्रकारें बोलणीं झाल्यानंतर तूर्त बंदोबस्त करून

देतात, तो कबूल करून मसलतीस चलावें असें आम्हीं त्यांस सांगितल्यावर, त्यांनीं उत्तर केलें, एवढ्या ऐवजांत परिणाम लागत नाहीं. श्रीमंतांचीं पत्रें आलीं आहेत त्याप्रमाणें बंदोबस्त करून दिल्यास आमचें राहणें होईल. फौज उपाशीं मरते यामुळें बदनक्ष करून राहणें ठीक नाहीं. असें स्पष्टच उत्तर जहालें. आमचा बंदोबस्त करून दिल्याखेरीज गोसावी द्यावयाचा नाहीं असा अलीबहादरांचा निश्चय; आणि पाटीलबावांचा सिद्धांत कीं, गोसावी स्वाधीन आल्याखेरीज आमची खातरजमा होत नाहीं. त्यावर पाटीलबावा बोलले, 'दोनचार जाबसाल करारांत आले असतां एकही गोष्ट घडेना, तेव्हां येथें आम्हांपाशीं राहून तरी फळ काय ? श्रीमंतांचीं पत्रें आलींच आहेत, त्या पक्षीं त्यांनीं आमचा निरोप घेऊन सुखरूप जावें.' याप्रमाणें ठरावांत गोष्ट येऊन अलीबहादर जाण्यास सिद्ध जहाले. निरोप न घेतां परभारें जात होते. तेव्हां शिवाजीपंत बापूंनीं त्यांना सांगितलें, निरोप घेतल्याशिवाय जाणें ठीक दिसत नाहीं. पाटीलबावांचाही निरोप यांस आला कीं, तुम्हीं देशीं श्रीमंतांकडे जाणार त्या अर्थीं आम्हांस भेटून जावें. त्यावरून यांणीं शिवाजीपंत बापूस पुसलें, आम्हीं निरोपास कधीं यावें ? त्याजवरून पाटीलबावांनीं कळविलें, निरोपास येतांना बरोबर मंडळी कार्याकारण यावी आणि त्यांची याद लिहून द्यावी. अलीबहादरांनीं उत्तर केलें, आम्हीं पांचसातशें खाशांनिशीं येऊं. तितके बाडाचे आंत उतरून निरोप घेऊं. यांनीं कळविलें, पांचसातशें येण्याचें काम काय ? हंमेशा येतां त्याप्रमाणें आताही यावें. त्यांनीं उत्तर केलें, आम्ही बहुत मंडळी घेऊन आलों तत्राप चिंता नाहीं. तुम्हांस जितक्यांचा सत्कार करावयाचा असेल तितक्यांचाच करावा. त्यावरून पाटीलबावांनीं कळविलें, इतक्या जमावानिशीं येणें ठीक नाहीं. त्या अर्थीं इकडे येण्याचा प्रकार तहकूब करावा. त्यावर पुन: अलीबहादरांनीं हेंच बोलण्यांत आणलें कीं, आमची फौज सर्व गोटाबाहेर उभी राहील. शेंदीडशें मात्र निरोपास येतील. आम्हांस वस्त्रांचें प्रयोजन नाहीं. रामराम करून जावें इतकाच प्रकार आहे. त्याजवरून पाटीलबावांनीं आपले जागीं गोटांत बंदोबस्त केला. दोन तीन हजार लोक डेऱ्यांत आणून बसविले आणि सभोंवतीं पलटणें तोफा सुद्धां उभीं केलीं. तों अलीबहादरांची स्वारी दोन कोसांवर आली. तेथून कारकून बातमीस पाठविले. ते ही तयारी पाहून न बोलतां माघारे गेले. नंतर अलीबहादरांनीं सदाशिवपंत दिवाणजी व अप्पाजीपंत दामले यांजबरोबर पाटीलबावांकडे सांगून

पाठविलें, आपणांस आमचे येण्याचा संशय प्राप्त जाहला, त्या अर्थी आम्ही निरोपास येत नाहीं. यांजवरोबर निरोपाचे विडे द्यावे. त्यांजला पाटीलबावांनीं सांगितलें, तुम्ही परत जाऊन अलीबहादरांस घेऊन या. ते न जातां निरोपाचे विडेच मागूं लागले. त्यावर पाटीलबावांनीं राणेखानभाई, शिवाजीपंत बापू, आबा चिटणीस व मी अशा चौघांस अलीबहादरांस समजावून आणावयास पाठविलें. सर्वांनीं बहुत प्रकारें त्यांची खातरजमा केली. शिवाजीपंत बापूंनीं स्पष्टच जिम्मा घेतला, तरी अलीबहादरांनीं साफच उत्तर केलें कीं, आम्हांस कोणाचाच भरंवसा पुरत नाहीं, तुम्हांस आमची गरज असली तर उदईक साऱ्यांनीं येऊन खातरजमा करावी तरच आमचें येणें घडेल, नाहीं तर हाच आमचा रामराम. असें बोलून कूच करून माघारे मथुरेचे मुक्कामीं गेले.' *

३१ जानेवारी १७९१ च्या पत्रांत पुढील हकीकत आहे. 'स्वामींचीं पत्रें येण्यापूर्वीच उभयतांचें वांकडें पडोन अलीबहादर मथुरेहून कूच करून गेले, तेव्हांपासून आजपर्यंत आमची सेवकपणाची रीत होती तितकी खर्च केली. पाटीलबावांजवळ बहुत वेळ बोलण्यांत आणिलें. पुढें आपलें पत्र आल्यावर पुन्हा उद्योग केला. परंतु पाटीलबावांचा खंबीर एकच कीं, 'आम्ही सरकारचे सरदार, तेही सरकारचे सरदार. श्रीमंतांनीं माझे लिहिण्यावरून त्यांस व होळकरांस आमचे कुमकेस पाठविलें. सरकार आज्ञेप्रमाणें ते येथें आले. उभयतांचा सन्मान यथास्थित राहिला. असें असतां त्यांनीं चित्तास येईल तशा वर्तणुकी केल्या. त्यांनीं आम्हांस प्रथमच सांगावयाचें होतें कीं, तुमचें आमचें बनत नाहीं. ती गोष्टी न करितां आम्ही गोवर्धनाहून कूच केलें, ते समयीं उभयतांनीं सडया फौजेंतून आपली फौज बोलवून घेतली. त्यास हें काम आमचे घरचें नव्हतें. सरकारचाकरी होती. ती चाकरी करून मग फौजा आणावयाच्या होत्या. उभयतांनीं आपली फौज माघारी आणल्यामुळें सारी मसलतच दगा खात होती. परंतु आमची निष्ठा श्रीमंतांचे पायाशीं, तेणेंकरून मारवाडी व जयपुरवाले दोघेही रुजू होऊन सलूख केला; आणि दोनही राज्यांची मसलत आटोपली. अजमीरचा किल्ला मुलूख सुद्धां हस्तगत करून घ्यावयाचा ठराव त्यांच्याशीं केला आहे. इतक्याही गोष्टी श्रीमंतांचे प्रतापेंकरूनच यथास्थित होतील. या उभयतांनीं मात्र आमचा नाश करण्याचा इरादा धरला होता. अद्यापि तीच चाल आहे. त्या पक्षीं त्यांचें आमचें कधीं

* ग्वा. ३. ९९-१०१.

बनावयाचें नाहीं. आम्हांस आमचे अन्नाची दरकार आहे. धन्यांनीं चाकरी सांगितली ती कबूल करून बजावून दाखविली आहे. पुढेंही स्वामिसेवेंत अंतर पडावयाचें नाहीं. परंतु या उभयतांनीं इतका आमचा द्वेष करावा. याजकरितां इत:पर यांचा आमचा सहवास उपयोगाचा नाहीं. येविशीं श्रीमंतांस व नानास पत्रें लिहिलीं आहेत व हल्लींही लिहितों. वरकड यांतील आणखी बारीक गोष्टी वहुत आहेत, त्या पत्रीं लिहितां येत नाहींत. मुख्य गोष्ट हीच कीं, या उभयतांची पुढें स्वच्छता होऊन पाटीलबावांशीं बनावें असा अर्थ राहिला नाहीं. यापुढें सरकारची फौज या प्रांतीं राहून सरकारउपयोग नाहीं, असें इकडील चालीवरून दिसतें. पहिल्या काळीं सरदार धन्याचे आज्ञाशक्तींत चालत होते तेव्हां सर्व गोष्टी सरकारमर्जीप्रमाणें घडत होत्या. परंतु येथें सत्तेपुढें शहाणपण चालत नाहीं. न बोलावें तरी सरकारें नुकसानी व सरकार नक्ष राहत नाहीं. सालमजकूरचे वहिवाटीवरून उभयतां सरदारांची दगाबाजीची चाल वहुतच आढळली. अलीवहादरांबरोबर सदाशिवपंत अस्वलकर यांजला स्वामींनीं दिवाणगिरी सांगोन पाठविले, त्यांची चाल सुधोट, पण यजमान छलछिद्री पडले, तेव्हां त्यांचें शहाणपण यांचे पसंतीस कसें येणार ! भिकाजीपंत पाळंदे गढीवर पाठविले तेथें त्यांचा काल जाला. जिवानिशीं गेले. सुभेदारांनीं तर नारो गणेशाचें निष्ठुर पारिपत्य केलें. सारांश, अलीवहादर व सुभेदार उभयतां सरदारांस कुमकेस पाठविलें असतां ती गोष्ट सोडून आपलें स्वतःचें स्वरूप वाढवावें, या चाली धरल्या आहेत. त्यांत अन्य अर्थ असतील ते स्वामींचे ध्यानांत असतीलच. येविशींचा विचार हुजुरूनच जो होणें तो व्हावा. ' या गोसावी प्रकरणाचे अरसपरस गेलेले कागद पुष्कळच आहेत, त्यांतील कांहींचा उल्लेख वर केला आहे. ग्वा. २. २०७, २१५, २१६, २२२, २२३, २२४, व ग्वा. ३.७७, ७८, ८९, ९०, ९१, ९२, तसेंच अलीबहादरचीं पत्रें, वगैरे पाहण्यालायक आहेत. या प्रकरणांत नानाच्या कागदी कारभाराचा उत्कृष्ट प्रत्यय येतो. येथून तेथून सर्वच शब्दावडंबर, मसुदे करितां करितां कारकून बेजार, त्या मानानें प्रत्यक्ष कृति फारच थोडी घडून आलेली पाहून उद्वेग वाटल्याशिवाय राहत नाहीं.

अलीबहादर व तुकोजी होळकर यांच्या गैरवर्तणुकीचें माप महादजीनें पुरेपूर नानाच्या पदरांत घातलेलें पुढील त्वेषाच्या उद्गारांत व्यक्त होतें. ' गोसावी

स्वाधीन करितों व पुढें निखालस वर्तणूक करूं, अंतर करणार नाहीं, येविशीं श्रीमंतांचे पायांची शपथ केली. शपथेची पराकाष्ठा करून दगाबाजीची चाल, तेव्हां विश्वास कसा पुरेल व मनाची स्वच्छता कशी होईल! मथुरेहून कूच करून गेले, तेव्हां होळकरांचा व त्यांचा संकेत जाला असेल तो ते जाणोत. अलीबहादर करोलीचे सुमारें गेले. आम्ही बाहेर निघाल्यावर कूच करून येतों म्हणून होळकरांनीं करार केला. परंतु कूच न जाहलें. वांटणीविशीं बोलूं लागले, ती कबूल केली. आम्ही पातशाही मुलकाचा बंदोबस्त केला, किती खुळें होतीं तीं मोडलीं, लढाया किती जहाल्या, करोडों रुपयांचे पेंचांत आलों. तरी खर्चाचा विचार मनांत न आणितां वांटणी मागितली ती देऊन जाजती मुलूख दिला, तरी समाधान नाहीं. मारवाडचे स्वारीस कबूल करून आले नाहींत. काशीबा व बापू होळकर मोहिमेवर होते त्यांस माघारें बोलवून घेतलें. मारवाडयांच्या फौजेस रसद पोंचवितात. मारवाडयांचे वकील त्यांजवळ आहेतच. इस्माल्याची फौज नागोरास आहे त्यांस पत्रें लिहून पाठविलीं कीं, आम्हीं आपली फौज माघारें आणिली, शिंद्यांचे फौजेंतील लोक फोडून आणवितों. आतां अलीबहादर व ते एकत्र होणार म्हणून वर्तमान आहे. उभयतांच्या चाली या प्रकारच्या. ऐन प्रसंगीं उभयतांनीं घालविलें. परकी सुद्धां सोबत सोडून जात नाहींत. त्यांतून होळकर भाऊ, अलीबहादर पुतणे त्यांची ही चाल. याउपर त्यांनीं आम्हीं एकत्र राहून काम घडावें हा अर्थ राहिला नाहीं.'

अलीबहादराचें महादजीशीं पटणें अशक्य झालें तेव्हां नानानें त्यास बुंदेलखंडांत जाण्यास परवानगी दिली. 'बाळाजी गोविंद व गंगाधर गोविंद यांस तिकडील माहीतगारी आहे. याजकरितां त्यांस बोलावून व तुम्हीं व ते एक होऊन सरकार काम करावें. गोसावी तुम्हांजवळ आहे त्यास कामांत घालूं नये. तो हरदमख्याली आहे, त्याचा विश्वास धरावयाचा नाहीं. त्यास कैदेंतच बंदोबस्तानें ठेवावा. गनीबेगाचा जाबसाल फार आहे त्यास कैद करून जप्ती केली. त्याची चौकशी हुजूर आणविल्याशिवाय होणार नाहीं. त्याजकडे ऐवज फार निघेल तो आला पाहिजे.' असें नानानें ता. ७-११-१७९१ रोजीं अलीबहादरास लिहिलें. पण त्याप्रमाणें कांहीं एक त्यानें मानलें नाहीं. *

* ग्वा. २.२२९; रु. ३.१८१.

पुढें अलीबहादर बुंदेलखंडांत पोंचल्यावर पुनरपि त्यास नानानें लिहिलें 'गोसावी यास बरोबर नेऊन मसलत करणें चांगलें नाहीं. त्यास नेऊं नये. ग्वालेर अथवा पाटीलबावा सांगतील तेथें ठेवावा. तुम्ही डंघाईंत जातांना पाटीलबावांचे महालांस उपद्रव करून पैका घेतला म्हणोन पाटीलबावांचें लिहिणें आलें. असें जालें असल्यास ठीक नाहीं. गोसाव्याचें विद्यमान कारभारांत बिलकूल नसावें. डंघाईकडे गेल्यापासून तुमचीं पत्रेंही येत नाहींत. येथून बुद्धिवादेंकरून लिहितों त्याप्रमाणें वागत नाहीं. आजपावेतों तुमचें स्वरूप येथून केवढें रक्षिलें आणि तुम्हीं कोणत्या थरावर आणलेंत हेंही मनांत येत नाहीं. गोसाव्यास झांशीस ठेवावा म्हणोन वारंवार लिहिलें असतां तें घडत नाहीं, उलट त्याचा जमाव करवून त्याचे हातें राजकारणें घेतां हें तों फारच अनुचित, तुमचें स्वरूपच गेलें. कोणाचे संगतीचें फल कीं, आपलें व खावंदाचें बरें दिसोंच नये. गोसाव्यास कैद करून ठेवणें होतच नसेल तर सरकारचा नाश कित्येक गोष्टीस होतो, यास्तव जसें करणें तसें करावें लागेल. आमचे सांगण्याप्रमाणें करूं अशी तुमची प्रतिज्ञा आहे, सबब मुद्दाम सुचवून विस्तारें लिहिलें आहे. गनीबेगापासून अपराध घडला असतां त्यास पागा पालखी देऊन प्रांताचा सरसुभा सांगितला, दुसऱ्याच्याही पागा पालख्या वाढवितां म्हणोन समजण्यांत आलें. कारभारी सदाशिवपंत करून दिले, तेही वाईट बोलतात, हें तुम्हांस समजत नाहीं. गोसाव्यास कैद करण्यास विलंब लागणार नाहीं ऐसें बहुत तऱ्हेनें लिहीत गेलेत, व दिनकर बल्लाळ गोरे येथून गेले, त्यांचीं व तुमचीं पत्रें आलीं, परंतु अद्यापि कांहींच घडलें नाहीं. राघोपंत गोखले यांस पालखी देण्याविशीं लिहिलें त्यास तीस चाळीस वर्षे सेवा व सरकार कामें मोठीं करतात, तेव्हां पालखीची योग्यता येते, तरी त्यांस पालखी परिच्छिन्न देऊं नये.' अशा प्रकारें सारखा तीन वर्षें नाना अलीबहादरास अनेक प्रकारें लिहून थकला, पण त्यानें बिलकूल तें मानलें नाहीं. जो कोणी खुशामत करून भुलवील, त्याचे मुठींत अलीबहादर वागे. स्वतः शूर व उद्योगी असूनही मनुष्याची पारख नसल्यामुळें त्याच्या हातून सरकारचें किंवा स्वतःचें हित कांहीं एक झालें नाहीं. गोसावी, गनीबेग यांच्यासारख्यांनीं त्यास भुरळ पाडून आपले लाग साधून घेतले. पुढें महादजी पुण्यास गेल्यावर गोसाव्यास कैदेंत ठेवण्याविषयीं तो हट्ट धरून बसला. पण अलीबहादराचें सामर्थ्य नानाच्या वरानें भस्मासुरासारखें वाढल्यामुळें त्यानें नानाचे व पेशव्याचे हुकूम सुद्धां

धाव्यावर बसविले. हरिपंत फडके वगैरेंस पत्रें लिहून त्यानें आपली बाजू समविण्याचा प्रयत्न करून वेळ मारून नेली. पुढें महादजीनें पुण्यास गोसाव्याबद्दल अत्यंत नेट लाविला, तेव्हां अलीबहादरानें कळविलें कीं, 'गोसाव्यास कैद करावा तर तो हुशार जाला, दगा चालावयाचा नाहीं, लढाई करून पारिपत्य करावें तेव्हां होईल, त्यास जसें लिहून येईल तसें करूं.' तदुत्तर खुद्द सवाई माधवरावानें ता. ९-६-१७९३ रोजीं लिहिलें कीं, 'गोसावी हातांत असतां कैद करावा तें केलें नाहीं. सरकारांतन पत्रें लिहिण्यांत फार आलीं, पण अंमलांत गोष्ट येईना, याजकरितां गुदस्तां दिनकर बल्लाळ गोरे पाठविले त्यास एक वर्ष जालें. त्यांनीं सरकारची आज्ञा कळविली, त्याजवर तुम्ही गोसाव्याचा जमाव वाढविला, परंतु सिंद्याशीं गोष्ट करारांत आली ती शेवटास गेली पाहिजे. ही गोष्ट ध्यानांत न राहिली. सरकारचें लक्ष ध्यानांत ठेवून वर्तणूक करावी तो प्रकार तुम्हांजवळ नाहीं. येथून लिहावें एक, तुम्हीं करावें एक, अशी तऱ्हा चालली हें चांगलें कीं काय ? आणि आतां लिहितां कीं, गोसाव्यास वर्तमान कळवून सावधगिरीनें वागतों, जंग करावी लागेल, त्यास पूर्वीं लिहिल्याप्रमाणें केलें असतें तर इतका प्रकार कशास घडता ? सिंद्याशीं निश्चय जाला कीं, गोसावी हवालीं करूं आणि तुम्ही तर अशा तऱ्हेनें लिहितां. आतां तरी हरतऱ्हेनीं गोसावी कैद करून झांशीस पाठवावा.' यावर अलीबहादरानें हुकमाची तामिली न करितां उलट मनधरणी नानाची चालविली कीं, 'सर्व प्रकारें आश्रय आपला. आपणच इतके दिवस पालण करून रूपास आणिलें, आतां पार पाडणें आपणाकडे आहे.' असें करतां महादजी मरून गेला, व गोसावी तर अलीबहादरासही डोईजड झाला. गनी बेगानेंही तोच कित्ता चालविला. आप्पाजी बाबाजी दामले त्याजपाशीं होता, 'त्यांस हुजूर पाठवून देण्याविषयीं दोन वेळां लिहिलें असतां, हल्लीं त्यांची स्त्री गरोदर आहे याजमुळें चार महिने गुंता आहे म्हणोन लिहिलें त्यास, सरकारकामास असे गुंते लिहिणें चांगलें नाहीं, तरी त्यांस सत्वर पाठवून देणें,' असें पेशव्याचें पत्र २-९-१७९४ चें अलीबहादरास आहे, त्यावरून त्याचा कारभार कसा धरसोडीचा होता तें दिसून येतें. महादजी मेल्यावर आणखी नवीनच भानगडी बुंदेलखंडांत उपस्थित होऊन एकंदर राजकारण उत्तरोत्तर बिघडतच गेलें, तो प्रकार पुढें कळून येईल. *

---

* ह. ३. १८३, १८९, १९५, २०१, २०२, २०४, २०८.

५. अलीबहादराचा बुंदेलखंडांतील कारभार (१७९१-१८०२).- अलीबहादरानें पुढें हिंमतबहादर गोसाव्यास बरोबर घेऊन बुंदेलखंडावर स्वारी केली, आणि तिकडेच आपली कायम व्यवस्था करून घेतली, तो प्रकार येथेंच ओघांत संपविण्याजोगा आहे.

स. १७९० च्या दसऱ्यानंतर अलीबहादर पाटीलबावांशीं तणतणून निघाला, तेव्हां कांहीं महिने तो तुकोजीजवळ जयपुरच्या बाजूस राहिला. स. १७९१ च्या मे महिन्यांत बुंदेलखंडांत जाण्याचा विचार त्यानें कायम केला, तरी तुकोजीनें त्यास चार मास बरसातीकरितां ठेवून घेतलें. इंदुराहून अहल्याबाईनें पत्रें पाठविलीं कीं, ' दरमहा देऊन त्यांची सोय करावी. सप्टेंबर १७९१ त तुकोजीचीं पत्रें बाईस आलीं कीं, अलीबहादर निरोप घेऊन ढंघाईस कूच करून आम्हांपासून दोन कोस गेले. आम्हीं साडे तीन लाख रुपये कर्ज घेऊन त्यांस दिले. ' ही रकम पुढें बाईनें तुकोजीकडे पाठविली. म्हणजे सन १७९१ च्या पावसाळ्यानंतर अलीबहादर बुंदेलखंडांत गेला, हें सिद्ध आहे. ' अलीबहादर भदावरचे मार्गे डिसेंबर १७९१ त झांशीनजीक दतियास दाखल जाले. दतियाकर राजा छत्रजित यांशीं खंडणीचा जाबसाल करीत आहेत. तेथील खंडणी हमेशा पाटीलबावांकडे येते. सबब राजा अनमान करितात. अलीबहादरांनीं वाटेनें तमाम कमाविसदारांपासून खंडण्या सक्तीनें घेतल्या, त्यावरून पाटीलबावांनीं सर्वांस पत्रें पाठविलीं कीं, खंडणीचा ऐवज इकडे पाठविणें. उमरावगीर गोसावी चार हजार लोकांनिशीं दतियाचे मुक्कामीं अलीबहादरास सामील जाला. ढंघाई प्रांतीं जाऊन पन्नाचा धोकलसिंग व त्याचा मुलगा अर्जुनसिंग यांची व वरकड बुंदेल्यांची जागा जप्त करावी, असा विचार ठरला आहे. त्यावरून सर्व राजेरजवाडे लढाईस सिद्ध जाले आहेत. सिमथरकर गुजराचा मामला ठरून जालौनचे रूखास आले. वेणीहुजुरीचा पुत्र पहाडसिंग यानें नोने अर्जुनसिंगाचा पाडाव केला, त्यावरून तो पळोन बांद्यास गेला. गुदस्तां अर्जुनसिंगाचा मामला पाटीलबावांनीं ठरविला, त्या भरंवशावर राहून आतां अर्जुनसिंगास उपद्रव जालेला ऐकून पाटीलबावा बहुत बेदील जाले. बाळाजी गोविंद व गंगाधर गोविंद या बंधूंची आपसांत चित्तशुद्धि नसून ते अलीबहादरांकडे आले नाहींत. ' पुढें स. १७९२ त महादजी दक्षिणेंत आला, तेव्हां त्यानें गोपाळराव रघुनाथास बुंदेलखंडांत पाठविलें. तेथें खंडणीच्या कारणावरून त्याची व अलीबहादराची बरीच झटापट झाली. दतियानजीक

उभयतांनीं लढाईची सुद्धां तयारी केली. हा प्रकार महादजीच्या मृत्युसमयाचा आहे. अर्थात् आपसांतील यादवीची सुरवात नारायणरावाच्या मृत्यूनें झाली, तिचा हा परिपोष होत गेलेला दिसतो. या पूर्वींच म्हणजे ता. २०–९–१७९२ रोजीं लाखेरीच्या समरभूमीवर शिंदे–होळकरांचाच जंगी सामना झाला, त्यानें या यादवीचा उघड देखावा महाराष्ट्राच्या परिचयास आणून दिला. नाना-महादजी सारख्या शहाण्यांस तो अटकावतां आला नाहीं. असो. तूर्त अलीबहादराच्या कामगिरीचे पुढील तपशील उपलब्ध आहेत.

हिंमतबहादरास प्रथम बुंदेलखंडांत जहागीर असतां ती काढून महादजीनें त्यास मथुरेजवळ नवीन जहागीर दिली, हें एक त्यास अलीबहादराच्या आश्रयानें पुनरपि बुंदेलखंडांत आपलें वास्तव्य करण्यास कारण झालें; आणि या कामीं अलीबहादरानें गोसाव्यास पाठीशीं घातला म्हणून महादजीस संताप आला. पुढें स. १७९१ त महादजीशीं भांडून अलीबहादर हिंमतबहादरासह बुंदेलखंडांत आला. जानेवारी १७९२ पासून स. १७९४ अखेर त्यानें केलेल्या उद्योगाचें टांचण अ. व. प. ले. ४८ त, ले. ४७ च्या नानाच्या प्रश्नास जबाब म्हणून, तात्पर्यार्थानें लिहिलें असावें. बुंदेलखंडांत येतांच त्या दोघांनीं चाळीस हजार फौज जमवून बांदा, पन्ना वगैरे ठिकाणें हस्तगत करण्याचा उपक्रम केला. ‘ अर्जुनसिंग पवार अजयगड येथें बातेऱ्या बांधून किल्ल्याचे आश्रयास होता, तेथें १८–४–१७९२ रोजीं आम्ही तयार होऊन गेलों. दोन प्रहरपर्यंत मारगिरी करून पायदळ उधळून दिलें, अर्जुनसिंग चालून आला. तिकडील इकडील सात आठशें माणूस जखमी जालें. तीन चार असाम्या पाडाव आल्या. हत्ती, तोफा वगैरे असबाब लुटून आणिला. श्रीमंतांचे प्रतापें सरकारची फत्ते जाली. ’ असे संग्राम सारखे तीन वर्षे चालूच राहिले. ‘ बेणीचा लेक गजसिंग पन्न्याहून यशवंतराव निंबाळकरावर चालून आला. त्यांचे कुमकेस सदाशिवपंताची रवानगी केली. मागाहून गोसाव्याची रवानगी करीत आहों. ’ स. १७९३ च्या ७ जून रोजीं यशवंतराव निंबाळकरानें पर्णेकराचा एक मोठा पहाडी किल्ला काबीज केला. या पर्णेकरांशीं म्हणजे पन्नाच्या राजाशींच मुख्य लढणें झालें. एप्रिल स. १७९४ त नऊगांव व अजयगडच्या दरम्यान मोठी लढाई होऊन अर्जुनसिंग मारला गेला; आणि त्याचें डोकें कापून अलीबहादराकडे आणिलें. तेव्हां पन्न्याचें प्रकरण संपलें. तदुत्तर अलीबहादरानें हिंमतबहादरास बरोबर घेऊन बुंदेलखंडांतील दुसरीं

संस्थानें जिंकिलीं. गोसाव्यानें चर्खारीवर चाल करून बीजावरचा राजा बीरसिंगदेव यास ठार मारिले. अलीबहादरानें छत्रपुरच्या सैन्याचा व कोठीच्या राजाचा पराभव केला. या वेळीं मिसलबॅक नांवाचा एक युरोपियन वलंदेज गोसाव्याच्या पदरीं होता. अशा रीतीनें उभयतांनीं मिळून बुंदेलखंड निर्वीर्य केल्यावर अलीबहादरानें बांदा येथें आपली मुख्य वसतीची जागा तयार केली.

गोरे आडनांवाच्या एका गृहस्थास नानानें अलीबहादराचा दिवाण नेमून पाठविलें, त्याच घराण्यानें चर्खारी येथें राहून बुंदेलखंडाचा कारभार पुष्कळ दिवस केला. अलीबहादराचा पत्रव्यवहार जो हल्लीं प्रसिद्ध आहे तो या गोरे घराण्यांतून उपलब्ध झाला. दिनकर बल्लाळ गोरे पुण्यास होता, तो सन १७९२ त यजमानाची बायको घेऊन बुंदेलखंडांत गेला. तो बहुधा तिकडेच राहिला असावा. गंगाधर बल्लाळ व निलो बल्लाळ गोरे म्हणून नांवें येतात तीं त्याच्याच भावाचीं असावीं. रामचंद्र नारायण गोरे म्हणून आणखी एक नांव येतें, तो इसम निराळा, गोपीकाबाईजवळ गंगापुरास होता. ' अण्णासाहेब गोरे व त्यांचे चिरंजीव पांडुरंगराव तात्या यांनीं चर्खारी संस्थानांत दिवाणगिरीचें काम करून उत्तम लौकिक संपादन केला. अण्णासाहेब स. १८६७ त मृत्यु पावले. ' सारांश, या गोरे घराण्याची वंशावळ व हकीकत पैदा करून बाहेर आणल्यास उत्तरेंतील इतिहासांत चांगलीच भर पडेल. रा. भावे यांनीं रु. ३ यांत छापलेलीं पत्रें या गोरे घराण्यांतलींच आहेत. (पहा बुंदेलखंडांतील म. प.).

अलीबहादराचा मुलगा समशेरबहादर याची सुंता स. १७९१ त पुण्यास झाली, तेव्हां त्यास दरमहा २०० रु. ची नेमणूक पेशव्यानें करून दिली. अलीबहादरानें नानाफडणिसामार्फत बांदा संस्थानचे नबाब या नांवानें पेशव्याची सनद मिळविली; आणि दक्षिणेंतून फौजा आणवून मराठ्यांचा अंमल त्या भागांत पक्का केला. यशवंतराव नाईक निंबाळकर हा त्याचा शूर सरदार रेवानें राज्य जिंकीत असतां मारला गेला; त्याचा सूड म्हणून अलीबहादरानें अजयगड व जेतपुर हे किल्ले लढून हस्तगत केले. या कामगिरीबद्दल पुणें दरबारांत अलीबहादराची प्रतिष्ठा वाढली. पुढें त्यानें कलिंजरच्या प्रचंड व दुर्भेद्य किल्ल्यास वेढा घातला असतां दोन वर्षें लढाई चालून त्यांतच अलीबहादर मारला गेला (स. १८०२). गनीबेग व हिंमतबहादर गोसावी यांचा अलीबहादरास शेवटपर्यंत पाठिंबा होता. अलीबहादराच्या मृत्यूनंतर गनीबहादर व हिंमत-

बहादर गोसावी सर्व सत्ता बळकावून बसले. तेव्हां अलीबहादराचा मुलगा समशेर-बहादर (दुसरा) पुण्याहून फौज जमवून बुंदेलखंडांत गेला. तेथें त्यानें गनी-बहादरास कैद करून बांद्याची नबाबगिरी मिळविली. हिंमतबहादर गोसावी पुढें इंग्रजांशीं स्वतंत्र तह करून मराठशाहींतून स्वतंत्र झाला. त्यास इंग्रजांनीं 'महाराजा' असा किताब दिला. तो स. १८०४ त मरण पावल्यावर त्याची जहागीर खालसा झाली. समशेरबहादराचें राज्य सुद्धां इंग्रजांनीं हस्तगत केलें.*

बुंदेलखंडांतील अलीबहादराचें पराक्रम म्हणजे मराठशाहीच्या अगदीं अखेरची जिवंत तडफ होय. इकडे बाजीराव पेशवा डबघाईस येत असतांच मराठ्यांनीं ही उत्तरेंत तडफ दाखविलेली आहे. बाजीरावाचा पाठिंबा बाहेर वावरणाऱ्या सर-दारांस असता तर मराठ्यांचें पूर्वीचें पाणी अद्यापि भरपूर कायम असल्यामुळें त्याचा परिणाम फलदायीच झाला असता. मध्यवर्ती सत्तेचा पाठिंबा गेल्यावरोबर अलीबहादर, यशवंतराव होळकर, दौलतराव शिंदे वगैरे सरदार फौजबंद असूनही कसे आंखडले गेले, हें खंड १० तील व इतर कागदांवरून चांगलें दिसून येतें. प्रत्यक्ष बुंदेलखंडांत वावरणारे गोरे, निंबाळकर, खेर, झांशीवाले, चांदोरकर वगैरे अनेक सरदारांच्या अज्ञात हकीकती अद्यापि हुडकून त्यांच्या हालचाली इतिहासांत नमूद झाल्या पाहिजेत. अजून आपली मजल मालकम व पारसनीस यांच्या जीर्ण लेखांपलीकडे गेलेली नाहीं.

भारतवर्ष २ मस्तानीचा वृत्तान्त,—यांतून अलीबहादराच्या वंशाची अल्प हकीकत येथेंच देऊन विषय पुरा करणें इष्ट होईल:—

अलीबहादर मृत्यु पावल्याची वार्ता त्याचा मुलगा समशेरबहादर यास पुणें मुक्कामीं कळतांच तो अमृतराव पेशवे यांच्या परवानगीनें लगेच बुंदेलखंडांत गेला; आणि तेथें त्यानें आपलें वर्चस्व संस्थापित करून सन १८०३ सालीं स्वसैन्यानिशीं कलिंजरवर स्वारी केली. तेथें अलीबहादराचें लष्कर व सर्व लवाजमा होता. तो हस्तगत करून घेऊन त्यानें बांद्याच्या नबाबाचीं वस्त्रें धारण केलीं. समशेरबहादराच्या हक्कास हरकत करणारा त्याचा मुख्य शत्रु गनीबहादर हा होता. त्यास त्यानें कैद करून अजयगडच्या किल्ल्यांत टाकिलें. समशेरबहादरास शांतपणानें राज्योपभोग घेण्याची संधि मिळाली नाहीं. ह्याच सुमारास बाजीराव पेशवे आणि इंग्रज सरकार यांच्यामध्यें वसईचा सुप्रसिद्ध तह ठरून, पेशव्यानें

* पारस० कृत म. प. पृ. २११.

(पुरवणी कलम ४ मध्यें) अलीवहादराचे ताब्यांतील २६१६००० चा प्रांत ईस्ट इंडिया कंपनीस सैन्याचे खर्चाकरितां लावून दिला. या तहनाम्याप्रमाणें कर्नल पावेल नामक इंग्रज सेनापति हिंमतबहादर गोसाव्यास वश करून घेऊन त्याच्या साह्यानें तो प्रान्त सर करण्याकरितां चालून आला. हिंमतबहादरास २० लाखांची जहागीर देण्याचें इंग्रज सरकाराकडून अभयवचन मिळाल्यामुळें त्यानें बुंदेलखंडांत ब्रिटिश सत्ता संस्थापित करण्याचे कामीं चांगली मदत केली. अर्थात् बुंदेलखंडाचा पूर्ण माहितगार व मर्मभेदी सरदार हिंमतबहादर हा प्रतिपक्षास मिळाल्यामुळें समशेर-बहादराचा स्वातंत्र्यरक्षणाचा प्रयत्न फार वेळ टिकला नाहीं. त्यानें इंग्रज सैन्याशीं बऱ्याच चकमकी केल्या; परंतु त्यास अपयश येऊन शेवटीं इंग्रजांशीं सलोख्याचें बोलणें लावणें त्यास भाग पडून त्यानें आपला वकील त्यांजकडे पाठविला. बुंदेलखंडाचे पोलिटिकल एजंट कॅप्टन बेली यांनीं समशेरबहादर यास "आमच्या लष्करांत येऊन लवकर दाखल झाल्यास तुमचें व तुमच्या मालमत्तेचें संरक्षण करूं; तुम्हांस वंशपरंपरेनें ४ लाख रुपयांचा पेशव्यांच्या संमतीनें रोख किंवा जहागीररूपानें तनखा देऊं; पुण्यांतील वाडे व तेथील गांवें वगैरे पेशव्याकडून जहागीर मिळालीं आहेत तीं तुमच्याकडे चालविण्यावद्दल शिफारस करूं; आणि पेशव्यांची तुमच्यावर गैरमर्जी झाल्यास ती दूर करूं." इत्यादि आशयाचें ता. १२ जानेवारी सन १८०४ रोजीं पत्र पाठविलें. त्याप्रमाणें समशेरबहादर हा ता. १८ रोजीं ब्रिटिश लष्करांत जाऊन इंग्रज सरकाराचा दोस्त बनला. बांद्याचा प्रमुख नवाव इंग्रजांस मिळतांच बुंदेलखंडांतील सर्व किल्ले त्यांच्या हस्तगत होण्यास विलंब लागला नाहीं, हें निराळें सांगावयास नकोच. बुंदेलखंडांतील सर्व सत्ता इंग्रजांचे हातीं गेल्यानंतर त्यांनीं समशेरबहादरास दरसाल चार लाखांचा तनखा देऊन बांदा येथें नबाबाच्या इतमामानें ठेविलें. तेथें तो स. १८२३ मध्यें मरण पावला. त्या वेळीं त्याचें वय ३९ वर्षांचें होतें. तो मृत्यु पावल्यानंतर त्याचा भाऊ झुलफिकारअली हा गादीवर वसला. त्याजकडेही इंग्रजांनीं तीच तैनात चालविली होती.*

---

* म. द. वा. २. २१८, २१९, २२४; दि. म. रा. २. ४९, ५०, (तारखांत एक वर्षाची चूक), ८७, ८८, १०७; खंड १०. ३०५, ३०८, ३४२, ३४८, ३५०; रु. ३. १८४, १८७, १९३, १९६, २००, २०५, २१८, २१९; म. प. पृ. २११; पे. द. पृ. १५८.

प्रकरण बाविसावें.

उत्तरहिंदच्या कारभाराचा समारोप.

स. १७९०-९२

१. निजामाचा वकील बाबाराव गोविंद करमाळेकर (स. १७८४-९१).
४. राजपुतांच्या चढाईच्या बाता (स. १७९० प्रथमार्ध).
११. महादजींचें दक्षिणेंत प्रयाण (१३-१-१७९२).

* * *

१. निजामाचा वकील बाबाराव गोविंद (१७८४-९१).—सालबाईच्या तहानें इंग्रजांशीं महादजींचें वजन सिद्ध झाल्याबरोबर स. १७८४ त बाबाराव गोविंद नांवाचा निजामाचा वकील पाटीलबावांकडे आला तो सुमारें सात वर्षे स. १७९१ पावेतों त्यांजवळ होता. निजामाचा सरदार रावरंभा महाराव निंबाळकर यास पाटीलबावांची बहीण आनंदीबाई म्हणून दिलेली होती, तीही या वकिलाबरोबर निजामाचे कामाचा वशिला बांधण्यासाठीं आली होती. या खटपटीचें प्रयोजन असें होतें कीं, हैदराबादच्या पूर्व किनाऱ्यावर गंटूर सरकार नांवाचे निजामाचे परगणे इंग्रजांनीं इजाऱ्यानें घेतले होते. इजाऱ्याची रक्कम त्यांनीं आरंभीं कांहीं वर्षे दिली, हल्लीं देत नव्हते. त्याचा ऐवज एक कोटीच्या वर निजामाचा इंग्रजांकडे येणें. तो पाटीलबावांनीं मध्यस्थी करून इंग्रजांकडून निजामास देववावा, अशी शिष्टाई करण्याकरितां हा

बाबाराव गोविंद महादजीकडे येऊन बसला. महादजीनें इंद्रसेनाचे मार्फत कलकत्त्यास पत्रें लिहविलीं. पण हेस्टिंग्स निघून गेल्यावर महादजीचें इंग्रजांजवळचें वजन संपलें, आणि इंग्रज तरी तत्त्वाशीं गांठ आली म्हणजे वशिला किंवा स्नेह थोडाच मानणार ! मात्र या निजामाच्या खटपटीचे पुष्कळ कागद छापलेले आहेत. पाटीलबावांची बहीण आनंदीबाई हिला कर्ज झालें होतें, तें फेडण्यास रक्कम मागण्यासाठीं ती मुद्दाम त्यांचे भेटीस आली. वाटेंत तिनें आक्टोबर स. १७८३ त महेश्वरास मुक्काम करून अहल्याबाईचा पाहुणचार घेतला, त्याचें वर्णन वाचण्याजोगें आहे. ‘ आनंदीबाईस निजामांनीं तीन लक्षांची जहागीर देऊन पाटीसबावांकडे अंतस्थ राजकारणास पाठविली, ’ असा त्या वेळीं बाहेर लौकिक होता. या वकिलास निजामाकडून खर्चास मिळालें नाहीं, कर्ज मात्र फार झालें. मध्यें तो वकील हेस्टिंग्स यास भेटण्यासाठीं लखनौसही गेला होता.

निजाम व पाटीलबावा यांचीं अंतस्थ राजकारणें काय चाललीं आहेत त्याचा बारीक शोध काढून वर्तमान कळवावें, असें नानाफडणिसाचें सदाशिव दिनकरास लिहून गेलें. नानास या कारस्थानाची मोठी हुरहूर लागली होती. सदाशिव दिनकर नानास लिहितो, ‘ शोध काढतां ठिकाण लागलें जे, बाबाराव गोविंद दोन कामें घेऊन आले आहेत. एक इंग्रजांनीं मुलूख दावला आहे तो सोडवून द्यावा. दुसरा मतलब असा कीं, बादशहाकडे इंग्रजांनीं सूत्र लाविलें आहे तें जर सिद्धीस गेलें तर सर्वांसच संकट. ‘ आमची (निजामाची) वजिरी पिढीजाद ती जाईल. म्हणून पाटीलबावा व निजाम यांनीं एक होऊन बंदोबस्त करावा. निजामानें आपले चिरंजीवास वजारतीवर पाठवावें. अशी बाटाघाट चालली. आम्ही उद्योग करूं, साहित्यास चुकणार नाहीं, असें महादजीनें निजामास कळविलें. ‘आनंदीबाई निंबाळकर ही बरोबर रदबदलीस आली होती. बंधूकडून निजामाचे मतलब साधून देऊन यश मिळवावें, ही तिची इच्छा. परंतु कांहीं साध्य जालें नाहीं. शरीरें करून विकल, म्हणून परत जात होती. त्रासून दोन तीन कोस निघून गेली. बावांपासोन लाखों रुपये मिळवावे असा हेत होता. कर्ज फार झालें. बावांनीं तीसएक हजाराचे हवाले घेतले.’ ही बाई स. १७८५ चे अखेरीस ग्वालेर येथें मृत्यु पावली. बावांनीं सुतक धरिलें. कन्येच्या दोघी कन्या बरोबर होत्या. बाबाराव संकटांत पडले. ’ एकंदरींत बादशाही कारभार हातीं आल्याबरोबर आतां पाटीलबावा सोन्याच्या राशीवर बसले, असा पुष्कळांचा समज झाला, पण तो साफ चुकीचा होता.

निजामलीचा पुतण्या धाकटा गाजीउद्दीन अद्यापि दिल्लीकडे कारस्थानें करीत होता, त्याजला महादजीमार्फत आळा घालण्याची निजामाची खटपट असावी. या गाजीउद्दीनास पेशव्यांकडून काल्पी येथें जहागीर असून त्यास महादजीनें पाठिंबा देऊं नये, अशी सुद्धां निजामलीची खटपट असेल. दिल्लींत थोरल्या निजामापासून वाडे, बागा व गांव वगैरे मोठी जिंदगी असून शिवाय गाजी-उद्दीनचीही कांहीं होती. ती महादजीच्या मार्फत आपणांस मिळावी व आपण कांहीं नवीन किताब व हक्क बादशहाकडून मिळवावे, अशी निजामलीची खटपट असल्याचें दिसतें. शिवाय दक्षिणेंत उत्तरोत्तर निजामाचें नानाफडणिसाशीं फाटूं लागलें, तेव्हां महादजीचा विरुद्ध कल पाहून त्याजकडे आपला वशिला कायम ठेवण्याचाही निजामलीचा उद्देश होता. महादजी जिवंत असता तर खडर्याची लढाई बहुधा झालीच नसती. निजामाचा वकील बाबाराव गोविंद हा पुढें पुढें महा-दजीचा एवढा दोस्त बनला कीं, गोसाव्याच्या भांडणाची तडजोड त्यानें केली, त्याचें नानाफडणिसास मोठें वैषम्य वाटलें. राजपुतांचे वकील सुद्धां बाबारावाच्या वशिल्यानें महादजीकडे बोलणें करूं लागले. बादशहानें दक्षिणेंत निजामलीस पोषाख वगैरे पाठवून गौरव केल्याचे उल्लेख आहेत. ‘बाबारावांनीं पातशहास अर्जी करून नवाबाचे नांवें गंज आबाद करून घेतला. नवाबाची बाग वगैरे दरोबस्त बहाल व्हावी म्हणून आज्ञा आहे. आतां जहागीर वगैरे करून घेण्या-करितां राहिले आहेत. पाटीलबाबांनीं गुदस्तां निजामलीकडून दहा लाख रुपये कर्ज घेतलें. यंदां आणखीही दहा लाख घेत आहेत’ (स. १७९० मे). निजामानेंही पाटीलबावांस व पातशहास पोषाख व सामान नजरेदाखल पाठविलें. म. द. बा. २ ले. २३३ यांत, ‘नबाबाकडील वकील **आबाराव** करमाळे-कर पाटील बावांजवळ पातशहांकडे नजर गुजरण्यास गेले होते ते फिरून जाब घेऊन महेश्वरीं येऊन भागानगरास गेले,’ असा मजकूर ता. १९-१२-१७९१ चा आहे. उघड दिसतें कीं, बाबाराव गोविंद हाच वरील करमाळेकर होय. म्हणजे हा वकील ब्राह्मण असून हुषारीनें वागून आपल्या धन्याची कामगिरी बजावीत होता. उत्तरेंत व दक्षिणेंत दोनही ठिकाणीं दरबारी बोलणीं व हिशेबी वगैरे काम करण्यास मुसलमानांजवळ पुष्कळदां ब्राह्मणच असत, ही गोष्ट स्मर-णीय आहे. बाबाराव गोविंद करमाळेकर याच्या घराण्याचा तपास केला पाहिजे. कदाचित् त्याच्या दप्तरांत तत्कालीन राजकारणाचे कागद सांपडतील. ‘आबाराव’

ह्या नांवांतील 'आ' मोडी वाचनाची चूक असावी. 'निजामलीखानाचा विचार आहे कीं, दिल्लीची नहर दरोबस्त तयार करून पुन: जारी करावी. दोन लाख रुपये खर्च येणार; बाबाराव गोविंद यांचे विद्यमानें पाटीलबावांशीं बोलणें चालू आहे.' (डिसेंबर १७९०). असे अनेक व्यवहार निजामाचे महादजीकडे चालले होते. * महादजी हयात असतांच बाबाराव गोविंद निजामाकडून समेट करण्यासाठीं स. १७९३ च्या पावसाळ्यांत पुण्यास आला होता, असे उल्लेख खंड ७ पृ. १८१-१८२ वर आहेत. खड्यांच्या प्रसंगांत गोविंदराव काळ्याच्या लेखांतून या बाबारावाचें नांव वारंवार येत असून पुढें बाजीरावींत तो पुण्यास येऊन मश्रूनमुल्कास सोडण्याच्या खटपटींत होता. नानाफडणीस वारल्यावर त्यास निजामानें गंगातीरीं तीर्थावर पाठवून ठिकाणीं बसविलें.

२. **गाज़ीउद्दीन व मीर्झा अहसनबख्त.**—मोगलांच्या राजघराण्यांत शहाजाद्यांचा भरणा सदैवच मोठा असे. लग्नाच्या व निक्याच्या बायका जनानखान्यांत मुबलक असून शिवाय कंचन्या म्हणजे रक्षा असत. पुष्कळदां पूर्वीच्या मुलांसह या रक्षा जनानखान्यांत आणीत, त्यामुळें हीं नवीन मुलें बादशहाचींच गणलीं जात. शिवाय बादशहाचीं नातवंडें सुद्धां अशींच पुष्कळ वृद्धि पावत. प्रस्तुत शहा आलमचा परिवार फार मोठा होता. त्याच्या पुत्रांत मीर्झा अहसनबख्त, मीर्झा फिरोजबख्त वगैरे नांवें प्रसंगानुसार त्या वेळच्या कागदांत आढळतात. स. १७९१ च्या उन्हाळ्यांत फिरोजबख्त आजारी पडून मरण पावला, तेणेंकरून बादशहास अतिशय दु:ख झालें. 'त्याचे शरीरास ज्वराचे वगैरे अनेक उपद्रव जाले. पातशहा रात्रंदिवस बहुत सचिंत आहेत. भरंवसा नाहीं. ७ तारखेस मागील चार घटका रात्र राहतां मृत्यु पावले. पातशहांस परम दु:ख जालें. दोन दिवस अन्न देखील भक्षिलें नाहीं.' मीर्झा अहसनबख्त याचें नांव इस्मईल बेगाच्या संबंधांत वारंवार येतें. दरबारांतील महत्त्वाकांक्षी मुत्सद्दी एखाद्या शहाजाद्यास वगलेंत घेऊन नशीबाची परीक्षा पाहत फिरत. अहसनबख्त हा कांहीं काळ शीखांकडे तर कांहीं काळ अफगाणिस्तानांत तयमूरशहा व जमानशहा अब्दाली यांच्या आश्रयास होता. थोरल्या निजामुलमुल्काचा नातू गाजीउद्दीन पानपत प्रसंगा-

* **संदर्भ.** दि. म. रा. १. ११३, २. १५, ४३, ९०, पुरवणी ८, २०; म. द. बा. १. ११४; खंड १०. ३३५; रु. ३. १४०, १४३, १४६, १५२; ग्वा. ४. ७९, ८१, ५, ११, ३७, ८०, ९६, १३५, खरे ले. ५७८२.

पूर्वी वजिरीवर असून मराठ्यांस मदत करीत होता, तोही कैक वर्षे देशभर भटकून हल्लीं पुनः बादशाहींत उलाढाली करण्यास आला होता. पण शहाआलमच्या बापाचा त्यानें खून केल्यामुळें त्याचा त्याजवर बिलकूल विश्वास बसला नाहीं; आणि याचमुळें महादजीनेंही त्यास थारा दिला नाहीं. अर्थात् गाजीउद्दीनाचा उद्योग सफल झाला नाहीं. मात्र तो अहसनबख्तास हाताशीं धरून एकसारख्या उलाढाली करीत होता. पुढें त्यांचें वांकडें आलें आणि अहसनबख्त निघून अफगाणिस्तानांत गेला. तेथील शहा तयमूर अब्दाली ता. ३-६-१७९३ रोजीं मरण पावून मुलगा जमानशहा गादीवर आला, तेव्हांच अहसनबख्त काबुलास त्यांचे आश्रयासाठीं गेला होता. गाजीउद्दीन यास पेशव्यांकडून कांहीं जहागीर काल्पीजवळ दिलेली होती. तो स. १८०२ मध्यें मरण पावल्यावर जहागिरीचा मोबदला झाल्याचा उल्लेख ता. २८-५-१८०२ चा आहे.

गाजीउद्दीनखान वजीर यांची बेगम व चिरंजीव झियाउद्दीन व हुसेनबक्ष काल्पींत होतीं, त्यांस पुण्यास नेण्यासाठीं महादजीस पत्रें आल्याचा उल्लेख मार्च स. १७८४ चा आहे. काल्पी येथें गाजीउद्दीनाचा वाडा होता. शहाआलमनें स. १७८३ त पेशव्यांस कळविलें होतें कीं, ‘गाजीउद्दीन निमकहराम आहे, त्यास बिलकूल थारा देऊं नये, किंवा आदर दाखवूं नये.’ परंतु पानिपतपूर्वीच्या कारस्थानांत बादशाहीमध्यें मराठ्यांचा प्रवेश होण्यास तोच मुख्यतः कारण झाला असल्यामुळें, त्याचा अखेरपर्यंत पेशव्यांनीं चांगला परामर्ष घेतला. जिलानीखान नांवाचा गाजीउद्दीनाचा एक मुलगा त्याजबरोबर उत्तरेंतील राजकारणांत होता. *

३. मीर्झा मुज्फरबख्तास वलीअहद करण्याचा वाद, (स. १७८९-९०).-वलीअहद म्हणजे युवराज. शहाआलम बादशहा अंध झाल्यामुळें कारभार करण्यास कोणी तरी युवराज नेमण्याची आवश्यकता वाटूं लागली. वास्तविक शहाआलमनें कारभार कधीं सोडला नाहीं व वलीअहदची नेमणूकही झाली नाहीं. पण यासंबंधीं वाद मात्र भरपूर माजले. उत्तरेंतील प्रश्नांचा निकाल सर्वस्वी महादजीवर न संपवितां, पुण्याहून वाद चालल्याचीं जीं कित्येक प्रकरणें नानानें अंगावर घेतलीं, त्यांतलेंच शहाजाद्याचें एक प्रकरण आहे. या प्रकरणावर पुष्कळ पत्रव्यवहार झाला, त्यांतून वेंचे घेऊन त्याची संगति सांगतां येण्यासारखी

---

* दि. म. रा. १. ९५; २. १५, १६, ५२, ५४; ग्वा. ४. ९२; ब. पे. अ. पृ. ११६.

आहे. शहाजादा जवान्बख्त काशी येथें मरण पावला. त्याचा वडील मुलगा सुलेमान शेको लखनौस असे. धाकटा मुज्फरबख्त काशीहून हैदराबादेस नबाबाकडे गेला. ' नबाबानें त्याची भेट घेतली नाहीं. म्हणून तेथून निघोन गारदोंडाजवळ येऊन पुढें पत्रें पेशव्यास पाठविलीं व उरळीस येऊन दाखल झाले. त्यांचें म्हणणें आपले तीर्थरूपांस भाऊसाहेबांनीं वलीअहद (युवराज) केलें होतें, तर आतां आपणासही वलीअहद करावें. गुलाम कादरानें अकबरशहास तख्तीं बसविलें होतें, त्यांस आपण बसवूं नये. हे सरकारांत आले, यांच्या व श्रीमंतांच्या भेटी जाल्या. सबब यास वलीअहद केलें असतां सर्वोपरीं चांगलें पडेल. '

' सातशें कोशांवरून आपलें घर जाणून तुम्हांजवळ आलों. आजपावेतों तुम्हांकडूनच बंदोबस्त जाला, आपणापर्यंत येऊन ही गोष्ट न घडेल तर मक्केस जाऊं ' अशी विनंति यांहीं श्रीमंतांपाशीं भेटींत केली. बंदोबस्त जाल्याशिवाय गेले असतां लौकिकांत चांगलें दिसणार नाहीं. श्रीमंतांनीं खुद्द आज्ञा केली आहे कीं, ही गोष्ट जरूर घडावी. ' असें नानानें महादजीस स. १७८९ च्या जुलईंत कळविलें.

यावर पाटीलबावांनीं जबाब पाठविला कीं, ' हल्लीं पुण्यास. गेलेले शहाजादे लग्नाच्या स्त्रीचे नव्हत. मकसुदाबादी कंचनीच्या पोटचे आहेत. हें वर्तमान हैदराबादच्या नबाबास माहीत असेल म्हणून त्यांनीं त्यांची भेटही घेतली नाहीं. सरकारांत आले त्या पक्षीं बहुमान करावा; पण वलीअहद केलें असतां अलीगाहर पातशहा हल्लीं सरकारउपयोगी आहेत, ते राजकारणें करावयास चुकणार नाहींत. वरकड शहाजाद्यांप्रमाणें ते इकडे आल्यावर त्यांचाही बंदोबस्त करून देऊं.' त्यावर नानानें लिहिलें. ' हे शहाजादे कंचनीच्या पोटचे नव्हत. सयदाणीशीं निका लाविला तिच्या पोटचे आहेत. पातशाही चाल निक्याचे व लग्नाचे बायकोचे पोटचे दोनही बरावर; त्यांत अधिक उणें नाहीं. यांस वलीअहद केलें असतां सरकार उपयोगी पडतीलच. शहाआलम पातशहा आहेतच; यांस वलीअहद करावें. श्रीमंतांकडे आले यांचा बंदोबस्त करून दिल्हा असतां पाटीलबावांचाच लौकिक आहे. यांचें म्हणणें कीं, वलीअहद करणें नसेल तर आम्ही येथेंच राहूं. आमचा बंदोबस्त खर्चाचा करून द्या. सबब वलीअहद करणें नसेल तर त्यांस तिकडेच जहागीर देऊन ठेवावें.' हें लिहून आल्यानंतर महादजीनें शहाआलमचे मर्जीनुसार अकबरशहास वलीअहद केलें; मुज्फरबख्तास केलें नाहीं. पुढील एक लेखक म्हणतो, ' पातशहाजादा हडपसरावर आहे. त्याचे कारभारी दोघेजण ता. १९-७-१७८९ रोजीं नानाचे वाड्यांत आले. नाना खालीं उतरून दिवाणखान्यांत घेऊन गेले.

दोन घटका बोलणें जालें. नंतर श्रीमंतांची स्वारी, नाना व तात्या ता. २१ रोजां शहाजाद्याचे भेटीस गेले. बोलण्याचा सारांश हाच कीं, ' मी येथें आलों आहें याची लाज तुम्हांस असावी. तूर्त यांस सहा हजार रुपये दरमहा खर्चास करार करून गारदौंडेस रवाना केले. तेथें सदाशिव रामचंद्राचा वाडा आहे त्यांत राहवें. सिंदे यांजकडून बंदोबस्त जाल्यास जातील. नाहीं तर येथेंच राहिले. '

हें शहाजाद्याचें प्रकरण नाना-महादजींच्या दरम्यान जवळ जवळ दोन वर्षे धुमसत होतें. नानानें महादजीस कळविलें कीं, 'मुज्फरबख्त शहाजादे जवांबख्ताचे पुत्र पुण्यास आले. त्यास वलीअहदीचे पद मुकर करावें म्हणून पेशजी आपणास सरकारचें पत्र गेलें. त्याचें उत्तर आलें कीं, ' उत्तम आहे, त्यांची रवानगी इकडे करावी, सरकारचे मर्जीप्रमाणें त्यांचा बंदोवस्त करून देण्यांत येईल. ' त्यास शहाजादे यांचे बोलण्यांत आलें कीं, आपण वलीअहदीचें पद आम्हांकडे मुकर केलें उत्तम जालें. हल्लीं दिल्लीचा कारभार सिंदे यांजकडून शहा निजामुद्दीन यांजकडे आहे तो त्यांनीं बेवसवसा आम्हांकडे सांगावा. आम्ही सर्वथा त्यांचे लक्षांत राहूं, त्यांत काडी मात्र अंतर करणार नाहीं. याप्रमाणें त्याचें म्हणणें आहे, त्यास आपले-कडून उत्तर आलें म्हणजे शहाजादे मार्गस्थ केले जातील. ' यावर पाटीलबावांनीं कळविलें कीं, ' पूर्वी लिहून पाठविलें त्या वेळीं यांची रवानगी जाली असती तर त्यांस दिल्लीस नेऊन पातशहांस भेटवून वलीअहदीचे पदावर मुकर केलें असतें. सांप्रत आम्ही मेवाडांत आहों. आठ दहा रोजांत उज्जनीस पोंचून पुढें श्रीमंतांचे दर्शनास येत असों. म्हणून शहाजादे आहेत तसेच तूर्त असावे. श्रीमंतांची आज्ञा घेऊन माघारे येऊं, त्या समयीं शहाजाद्यांस समागमें आणून त्यांचा बंदोबस्त करून देण्यांत येईल, ' (ता. ३-८-१७९१). यावर ' आमची रवानगी दिल्लीकडे सत्वर व्हावी, नाहीं तर आम्ही मक्केस निघून जातों, ' असें शहाजाद्याचें म्हणणें नानानें महादजीस कळविलें; पण महादजीनें जबाब लिहिला कीं, 'आमचे येण्यास दिवसगत नाहीं. आतांच शहाजाद्यांची रवानगी सरकारांतून जाल्यास मार्गांत गांठ पडेल. कागदोपत्रीं बंदोबस्त खातरखा होणार नाहीं. याकरितां तूर्त तेथेंच असों द्यावे. ' याउपर शहाजाद्याचें पुढें काय झालें त्याचा थांग लागत नाहीं. खर्ड्याच्या लढाईपर्यंत तो पुण्यास गारदौंडास राहत होता. लढाईहून सवाईमाधव-राव परत आला तो शहाजाद्यास चुकविण्यासाठीं दौंडास गेला नाहीं. (का. सं. प. या. ५४). निजामाशीं तहाचीं कलमें ठरवितांना या शहाजाद्याच्या खर्चाचा

हिस्सा नानानें निजामाकडे मागितला. (भा. व. १ प. या. ८). बहुधा हा पुढें इकडेच मरण पावला. विश्वासराव आपाजी म्हणून हिंगण्याचा कारकून दिल्लीस होता त्याचीं या शहाजाद्या बाबतचीं पत्रें खंड १० त आहेत.*

४. राजपुतांच्या लढाईच्या वाता, (स. १७९० प्रथमार्ध).—उत्तर हिंदुस्थानांतील राजकारणांत जीं भिन्न भिन्न सोंगें वावरत होतीं त्यांस आपला धिंगाणा मनसोक्त घालण्यास गोसावी प्रकरणानें चांगलाच वाव दिला. स. १७८९ च्या मार्चांत गुलाम कादराचा निकाल लागल्याबरोबर त्याच्या साथीदारांस पकडून आणि अलीबहादराकडे बादशहाची व्यवस्था निर्वेध करून देऊन, आपण मराठी राज्याची घडी नीट बसविण्याकरितां पुण्यास जावें असा महादजीचा निश्चय झाला होता. तेवढ्याचसाठीं त्यानें अलीबहादरास स्वारींतून एकट्यासच भेटीस बोलाविलें. नाहीं होय करतां तो भेटीस आला, पण पुढील व्यवस्था ठरविण्याऐवजीं त्यानें आपल्या जहागिरीचे, मुलूखवांटणीचे व खर्चाचे प्रश्न काढून तंटा सुरू केला. त्याची वाटाघाट चालू असतांच महादजी मे महिन्यांत आजारी पडला; जूनमध्यें दुखणें विकोपास गेलें, औषधानें गुण येईना, तेव्हां कांहीं प्रयोग असावा अशा भावनेनें तपास सुरू झाला, त्यांतून गोसावी प्रकरण उद्भवलें. मिळून स. १७८९ च्या दसऱ्यास सर्व व्यवस्था पुरी होण्याऐवजीं मराठ्यांचे छावणींत घोटाळा मात्र माजला. या दसऱ्यास महादजी दक्षिणेंत जाता तर टिपूच्या स्वारीस निराळें स्वरूप प्राप्त झालें असतें. कदाचित् टिपूच्या साह्यानें इंग्रजांसच काढून लावण्याचा उपक्रम झाला असता. असो. स. १७९० च्या आरंभींची हिंदुस्थानांतील परिस्थितिदर्शक एक अखबार उपलब्ध आहे, तींत असें वर्तमान आहे कीं, 'महादजीचा सरदार बापू मल्हार सीखांचे बंदोबस्तास पाणिपत जिल्ह्यांत आहे. देवजी गौळी व गोपाळराव दिल्लीस जाऊन पुढें सीखांचे तंबीस जाणार. खंडेराव हरि कानोडचे किल्ल्यास मोर्चे लावून आहे. त्या ठाण्यांत नजफकुलीची बायको व इस्मईल खानाचा जनाना आंतून तोफांनीं व बंदुकांनीं चार पांच हजारांनिशीं आपला बचाव करीत आहेत. बायकांचा इरादा कीं, सरंजाम आहे तों लढूं; आखर जाल्यानंतर दारू पसरून उडोन जाऊं. अंबूजी इंगळे चितोड व उदेपुर प्रांतांत आहेत. तुकोजी होळकराचा विचार अहल्याबाईचे बोलावल्यावरून इंदुरास जाणार.

---

* स. मा. रो. ४१२; रु. ३–६३, ६४, ८१, ११५, १२५, १४८; खंड १०. ३३१, ३३८; ग्वा. २. २३९, २४१; खरे ३१७७–७८.

गाजुद्दीनखान व त्यांचा मुलगा जिलानी मुलतान जिल्ह्यांत मीर्झा अहसनबख्त यांस घेऊन तयमूरशहाचे मदतीनें लाहोरावरून दिल्लीवर येण्याच्या इराद्यांत आहेत. त्या प्रांतीं सीखांच्या व त्यांच्या लढाया होत आहेत.' यावरून महादजीच्या उद्योगास निरनिराळ्या दिशांनीं किती फांटे फुटत होते त्याची कल्पना होईल.

महादजीच्या उत्तरेंतील कर्तबगारींत स. १७९० चें साल अत्यंत महत्त्वाचें आहे. जयपुर, जोधपुर येथील राजे व इस्मईल बेग हे तिघेच त्याला विरोध करणारे आतां उरले होते. गोसाव्याचें प्रकरण स. १७८९ त उद्भवलें नसतें तर गुलाम कादराबरोबरच यांचाही निकाल लागला असता. हा गोसावीच अलीबहादराच्या आश्रयानें सर्वत्र कारस्थानें खेळवीत होता. अलीबहादर व तुकोजी दोघेही महादजीच्या वितुष्टानें पछाडले जाऊन भलभलतींच कारस्थानें शत्रूंशीं करूं लागले. हा देखावा पाहून, सर्वांच्या आगळिकी पोटांत सांठवून, स. १७९० त स्वतःच्या हिंमतीवर कंपूच्या साह्यानें महादजीनें एकएका प्रकरणाचा तावडतोब निकाल लावला. ह्या निकालाचें साल स. १७९० होय. स. १७९१ त उदेपुर प्रकरण, तहाच्या वाटाघाटी, प्रांताची व्यवस्था, व इस्मईल खानाचा पाठलाग या गोष्टी झाल्या. या सर्व बाबतींचे तपशील आतां सांगावयाचे आहेत.

महादजीच्या हालचाली व योजना तुकोजी व अलीबहादर यांजकडून राजपुतांस तावडतोब कळत असत; आणि ते सुद्धां मराठे सरदारांमधील या फुटीचा शक्य तितका उपयोग करून वेळ मारून नेत होते. विजेसिंगानें आपले वकील पुण्यास पाठविले, पण महादजीच्या विचाराशिवाय नाना तरी पुण्यास त्यांच्याशीं स्वतंत्र वाटाघाट काय करणार? गोहद व खेचीवाडा या संस्थानांचा महादजीनें साफ उच्छेद केलेला पाहून बिजेसिंग मनांत भयभीत झाला. 'पाटीलबावांचा विश्वास किमपि धरीत नाहींत. आपले ठायीं सावधानता राखून नाना प्रकारचीं राजकारणें लावून ठेविलीं आहेत. यापूर्वीच पुण्यास वकील पाठविणार होते. परंतु राजाची पट्टमहिषी व उभयतां चिरंजीवांच्या स्त्रिया पंधरा दिवसांचे अंतरानें गत जाल्या, म्हणून विलंब लागला. सांप्रत हिंदुस्थानांत चोहोंकडून तुर्काणी उठली आहे. एकदां श्रीमंतांचे प्रतापें दिल्ली आगरे प्रांतीं असिधारावलोकन जाहल्याविना अंमल बसणार नाहीं.' हें जोधपुरच्या वकिलाचें नानास पत्र ३१-३-१७८८ चें आहे. हें असिधारावलोकन स. १७९० त पाटण, मेडता व अजमीर येथें व पुढें कानोड वगैरे ठिकाणीं यथेच्छ घडून आलें.

' विजेसिंगानें अंतरंगीं होळकरांशीं स्नेह बांधलेला दिसतो. पाटीलबावांचा कारभार खुद्‌-पसंति, गैरवचनी, आपसामध्येंच छळाचा विचार. लोक बेराजी. पैसा असून देणें नाहीं. अलीबहादरांचा अपमान करतात. इस्मईल बेगाजवळ पांच हजार स्वार, चौदा हजार प्यादा व एकशें दहा तोफा याप्रमाणें सरंजाम आहे. सर्व प्रकारें फितूर राठोडाचा आहे. इस्मईल बेगावर मोहीम करण्यास बावांनीं अंबाजीस रवाना केलें, परंतु होळकर व शिवाजी विठ्ठल बावांस सामील होत नाहींत. अजमेरीचा जाबसाल ठरल्याशिवाय स्नेह होत नाहीं. तूर्त अलीबहादर व होळकर जयपुर प्रांतीं आहेत. त्यांजकडे जयपुरवाल्यांचा जाबसाल आला असतां त्यांस उभयतांनीं साफच सांगितलें कीं, तुम्ही आमचा व पाटीलबावांचा जाबसाल स्वतंत्र करावा. त्यावरून जयपुरवाल्यांनीं पाटीलबावांशीं सलूख केला. तें पाहून हे सरदार आतां जयपुरवाल्यास म्हणतात कीं, आम्ही येथें असतां तुम्ही पाटील-बावांचा जाबसाल अगोदर कसा उरकलात ? सारांश, होळकरांचे सरदारींत कर्ते-पणा कांहीं राहिला नाहीं. तयमूरशहा दुराणीचा वकील पाटीलबावांकडे आला आहे, बोलणें सलूखाचें आहे कीं, लाहोरपर्यंत अंमल श्रीमंतांचा बसवावा. लाहोर-पासून अटकपर्यंत शहाचा अंमल असेल. एकमेकांनीं एकमेकांची कुमक करावी. गुलाम कादराचें पारिपत्य जाहल्याची शहानें खुशी बहुत मानिली. या प्रसंगीं श्रीमंतांचे प्रतापें मागें न घडल्या गोष्टी आतां घडत आहेत. ' असें जोधपुरचा वकील लिहितो.

बाबाराव गोविंद निजामाचा वकील याचें प्रस्थ उत्तरोत्तर महादजीजवळ इतकें वाढलें कीं, बहुतेक मोठमोठ्या राजकारणांत बाबारावाच्या सल्ल्याशिवाय महादजीचें पान हालेना. नानाफडणिसाच्या विरुद्ध महादजीस चढवून, आपलेवरील दक्षिणचा शह हलका करावा, असा हा निजामाचा घाट होता. महादजी व नाना यांचीं मनें एकमेकांविशीं उत्तरोत्तर विटत जाण्यास अशीं अंतस्थ कारणें किती तरी झालीं. प्रस्तुत या बाबारावाकडे राजपुतांचे वकील येऊन वाटाघाट करूं लागले. बाबा-रावानें आपलेकडून त्यांस समजुतीच्या गोष्टी पुष्कळ सांगितल्या. निजामाचा निरोप म्हणून त्यानें विजेसिंगास कळविला कीं, ' पाटीलबावांशीं कलह करण्यांत कांहींच नफा नाहीं. त्यांच्या स्नेहानेंच आम्ही राज्यसुख अनुभवितों. दक्षिण्यांस तुम्ही कधीं दडपूं शकणार नाहीं. पाटीलबावांस अजमेर देऊन स्नेह संपादावा हें उत्तम आहे. दक्षिणेंत फौज विशेष. मराठे सर्व एक आहेत, पाटीलबावांची कुमक

करण्यास चुकणार नाहींत. या अर्थी स्नेह रक्षून असावें. जयपुरकरांशीं प्रीत नसावी, यांतच गुण आहे. ' याजवर राजांनीं उत्तर केलें, ' आम्हीं उभयतां राजे हिंदुस्थानचे स्तंभ आहोंत. चाहूं त्याजला उभे करूं. ईश्वरें तुम्हांस सहा कोटींचा मुलूख दिला असतां अजमेरीसाठीं किमर्थ उपद्व्याप करितां ? तयमूरशहा अब्दाली सवाशें कोसांवर आला आहे. म्हणून आम्हांशीं स्नेहानें चाललां तरच तुमचा निभाव लागेल ! ' इकडे ही भाषा बिजेसिंग बोलत असतां तिकडे पुण्यास त्याचे वकिलांनीं नरमाईची भाषा चालविलेली पाहिली म्हणजे त्याचें कपटी वर्तन उघड होतें. ते बोलत, ' हिंदुस्थानांत पेशव्यांचा अंमल झाला असतां आम्हीं हेंच मनांत आणिलें कीं, तुर्कीपेक्षां हिंदु राज्य बरें; ब्राह्मणी राज्य बहुतच उत्तम समजून त्यांस खंडणी द्यावी; यांत गुंता तिळमात्र नाहीं. राज्यच उच्छेद होऊं लागलें, सबब लढाई घेणें प्राप्त झालें. त्यास आपण धन्यांनीं पाटीलबावांस लिहावें. ' राजपुतांच्या या युक्त्या केवळ कालहरणाच्या होत्या. असिधारावलोकन त्यांस घडल्याशिवाय महादजीचा अंमल बसला नसता. अब्दालीचा धाक दाखवून पानिपतचा बाऊ पुढें करणारास भीक घालण्याची महादजीची वृत्ति नव्हती. सबब त्याच उद्योगास तो स.१७९०च्या उन्हाळ्यांत लागला.×

५. पाटणच्या दोन लढाया.(२४ मे व २० जून, १७९०).— गोसावी प्रकरणांत अलीबहादराशीं महादजी निकड लावीत असतां, त्याचे निरनिराळे हस्तक आपापले उद्योग करीतच होते. राजपुतांनीं महादजीचा उपक्रम हाणून पाडण्याचे अमुक म्हणजे उपाय बाकी ठेवले असें नाहीं. ' महादजीच्या लष्करांत 'बजाज'* व सराफ जयपुरमारवाडकडील होते, त्यांशीं संधान करून पाटीलबावांस दगा करावयाच्या सूत्रावर मारेकरी पाठविले. त्यांमध्यें मोटामल्ल म्हणून गोहदच्या राण्याकडील चाकर सामील असलेला आढळला, त्यास पकडून कैदेंत ठेविलें. ' (फेब्रु. १७८९). तदुत्तर महादजीनें प्रथम जयपुराकडून दरसाल पंधरा लक्ष रुपये खंडणीचा ठराव करून घेतला, (फेब्रु. १७९०). अलीबहादर व तुकोजी होळकर जयपुर हद्दींत मोहीमशीर असतांच महादजीनें जयपुर प्रकरण संपविलें हें पाहून त्यांस वैषम्य वाटलें. तसेंच दुराणी तयमूरशहाशीं बोलणें करून महादजीनें त्याच्याशीं स्नेह जोडला, तेणेंकरून अफगाणांची धास्ती नाहींशी होऊन,

×ऐ. टि. ५. ३७; खंड १०. ३३१; जो. रा. ११, १२, १३; ग्वा. ३. ८६ ता. २-३-१७९०. *कापडाचे व्यापारी.

राजपुतांचा तेवढा आधार तुटला. राहतां राहिले जोधपुरकर बिजेसिंग व इस्मईल-खान. दोघेही महा चिकट व भयंकर कारस्थानी. खंडणीचे तह व करार लिहून दिले, अजमीरची सोडचिठ्ठी लिहून दिली, तरी अंतःकरणांतील पीळ गेला नाहीं. गोपाळराव रघुनाथ फौज घेऊन जोधपुरच्या कामगिरीवर होता. स्वतः महादजी सांबर, अजमीरकडे तीन चार महिने स. १७९० च्या आरंभीं सडया फौजेनिशीं फिरून आला. अजमीर किल्ल्याची सोडचिठ्ठी बिजेसिंगानें महादजीस दिली, मात्र किल्ला हवालीं करणें बाकी राहिला. हुताशनीस किल्ला स्वाधीन होणार होता, तो झाला नाहीं. मे महिन्यांत त्रिवर्ग सरदार छावणीकरितां मथुरेस आले. परंतु मार-वाडकरांनीं करार पाळला नाहीं. नजफकुलीखान व अंबूजी इंगळे त्यांचे शहावर होते. इस्मईल बेगानें एक शहाजादा अहसनबख्त यास आपले बाजूस घेऊन मार-वाडयांकडे महादजींविरुद्ध भेद चालविला. बादशहानें पाटीलबावांस पत्र पाठविलें कीं, 'शहाजादा अहसनबख्त इस्मईल बेगाजवळ पावला. राजे बिजेसिंग व जय-पुरकर प्रतापसिंग यांचा विचार झाला आहे कीं,अहसनबख्तास सल्तनत देऊन दिल्ली-वर यावें. त्यास हे गोष्ट आम्हांस पसंत नाहीं.अकबरशहास पातशहा केल्यास उत्तम आहे' (मे १७९०). शहाआलम अंध झाल्यानें लौकिकांत नालायक ठरला, यास्तव दुसरा पातशहा करण्याची वाटाघाट त्या वेळीं सर्वत्र चालू होती. इस्मईलखानाच्या ताब्यांत गोकुळगड होता, तो घेण्यास नजफकुलीनें पाटीलबावांचे मदतीनें मोर्चे लाविले. पूर्वी तेथें इस्मईल बेगानें अहसनबख्तास दिल्लीहून आणून ठेविलें होतें. तेथून त्यास फौज पाठवून नार्नोलास आणिलें; सर्वांनीं नजरा करून सन्मान केला; आणि राजपूत राजांस पत्रें पाठविलीं कीं, 'तुमच्या सांगण्यावरून शहाजाद्यांस आणिलें आहे, त्यास छत्राची व खर्चाची तजवीज करून पाठवावी.' इकडे याच वेळीं इस्मईलचे पलटणांत फितूर झाला. अंबूजी मार्फत त्याच्या लोकांनीं बोलणें लाविलें कीं, दोन लाख रुपये दिल्यास आम्ही सर्व उठोन येतों. जोधपुरवाल्यांस ही गोष्ट समजल्यावर त्यांनीं पैसा भरून पलटणाची समजूत केली. त्यावर इस्मईल व बिजेसिंग यांनीं महादजीशीं लढण्याची सिद्धता केली. ही मोहीम जयपुरचे उत्तरेस नार्नोळ व पाटणचे दरम्यान झाली. जयपुरचे उत्तरेस पाटण सुमारें ८० मैल, पाटणचे उत्तरेस नार्नोळ ३० मैल, व त्याच्या उत्तरेस कानोड २० मैल अशी हीं स्थळें जयपुरच्या सेखावत परगण्यांत आहेत. 'ता. १३-५-१७९० रोजीं इस्मईल बेग नार्नोळाहून वीस कोस दक्षिणेस पाटणास गेला. तेथें चोहोंकडून पहाड

आहेत त्यांत मुक्काम करून राहिला. समीप जोधपुर व जयपुरची फौज आहे. त्याचा कंपू फितुरांत आहे. गोपाळराव रघुनाथ, जीवबा बक्षी, अंबूजी इंगळे, काशिराव होळकर, नजफकुलीखान, रावराजा प्रतापसिंग व डिभाई कंपू सुद्धां सर्व एक होऊन पाटणचे अलीकडे नदीवर मुक्काम करून आहेत. ता. २३ मे रोजीं इस्मईल व राठोड एक होऊन लढाईस आले. दोन प्रहर लढाई झाली. मीर्झा घांट सोडून एक कोस माघारा गेला. संध्याकाळ झाल्यानें डिभाई माघारे मुक्कामावर आले.' या लढाईची हकीकत आपाजीरामानें पुण्यास लिहून पाठविली ती अशी: 'इस्मईल बेग नार्नोळावर होता, तेथें त्याचीं पलटणें फुटोन आपलेकडे संधान लाविलें व मारवाडी यांजकडेही संधान लाविलें. तेव्हां फक्त मोगली फौज चार हजार राहिली, ती घेऊन जयपुर प्रांतीं चालला. त्याजवर आपले फौजेनें निकड केली. निभाव न होय तेव्हां पाटण परगण्यांत लहान किल्ला आहे तेथें मुक्काम केला. तेव्हां ज्येष्ठ शु० १० व ११ स (ता. २४-५-१७९०) दोन लढाया झाल्या. त्याजकडील माणूस जखमी व जायां फार झालें. तूर्त आपली जरब त्याजवर चांगली बसली आहे. या लढाईनें निकाली परिणाम लागला नाहीं. फौजांचा मुकाबला चालू असतां शत्रूंकडील त्रिवर्गांनीं आपसांत सख्य करून सर्वांची आणभाषक्रिया श्रीकृष्ण व कुराण मध्यें ठेवून झाली.' अशा या कारस्थानाचा निरास वेळेवर करणें महादजीस जरूर पडलें.

यानंतर ता.२० जून रोजीं पाटणजवळ पुन: तुंबळ रणकंदन होऊन महादजीच्या फौजेस जय मिळून शत्रूंचा संहार झाला, आणि त्याची हकीकत आपाजीरामानें नानास लिहून कळविली, ती अशी:—' इस्मईलबेग, मारवाडी व जयपुरवाले एकत्र होऊन पाटणचे मुक्कामीं डोंगराचा आसरा धरून एक मासपर्यंत होते. डोंगराचे आसऱ्यामुळें आपल्या फौजेची काबू कांहीं न चाले. यास्तव चार कोस मागें हटून आपली फौज आली. आषाढ शु० ८ रविवारीं लढाई केल्यास आपल्या फौजेस यश येईल असें जोशांनीं वगैरे स्पष्टच सांगितलें होतें. तदनुसार मिति मजकुरीं गोपाळराव रघुनाथ, जिवाजी बल्लाळ व डिभाईचे कंपू असे तयारी करून गेले. कांहीं लोक व पलटणें ह्यांनीं डोंगराचे आंत जाऊन हरामखोरांवर मारगिरी केली. तेव्हां ते चालोन आले. परस्परें युद्धप्रसंग तोफखान्यानिशीं होऊं लागला. शत्रु मैदानांत न निघे, तेव्हां आपली फौज पुढें गेलेली मागें हटवून घेतली, आणि पथकांनीं मारवाड्यांचे तोंडावर कामगिरी केली, तेव्हां त्यांनीं आपले पथकांवर चालोन घेतलें. हे मागें हटूं लागलेसे पाहून ते पुढें वाढून आले. त्याबरोबर

तोफांची मारगिरी करून जीवबा व लखबादादा यांनीं उठावणी केली. अशी लढाई उजवे बाजूस होत आहे, तों डावे बाजूनें इस्माईल्या व मोगली फौज यांनीं शेंसवाशें तोफांनिशीं कंपूवर चालोन घेतलें. ते समयीं डिभाईनीं उजवी बाजू संभाळून डावे बाजूनें वेतऱ्हा मार देऊन चोहोंकडून साऱ्यांनीं एकदांच उठून शत्रूंस उधळून दिलें. तमाम पळों लागले. यांनीं पाठलाग केली. जीवबा, अंबूजी, शिवाजी विठ्ठल वगैरे झाडून पाठीस लागले. एक प्रहर रात्र झाली तोंपर्यंत जिवाजी बल्लाळांनीं बारा कोस पाठलाग केली. परंतु इस्माल्या हातीं लागला नाहीं. शंभर तोफा लहान-मोठ्या पाडाव झाल्या. हत्ती वगैरे लूट बहुत आली. अलीबहादराकडील बळवंत-राव सदाशिव दोन हजारांनिशीं लढाईचेच दिवशीं गोपाळरावांजवळ दाखल जाले. होळकरांचे काशीबा व बापूजी चारपांच हजारांनिशीं लढाईंत हजर होते. लहान मोठ्यांनीं एकचित्तानें लढाई मारून यश मिळविलें. डिभाईच्या नव्या कंपूची जरब चांगलीच पडली. जानीनेंही तो मर्द माणूस आहे. इस्माईल वेग, मारवाड्यां-कडील गंगाराम भंडारी व जयपुरचा दौलतराम हळद्या लढाईंतून बचावून पळून गेले. आपल्याकडील ५२ असामी ठार, ३०९ जखमी अशी याद नांवनिशीची आहे.' महादजी पुण्यास आपल्या वकिलास लिहितो:—'पाटण येथील लढाईचें वर्तमान आलाहिदा पत्रीं लिहिलें आहेच. शत्रूच्या पारिपत्यास घरच्या अडचणीमुळें मोठा पेंच होता. लढाई सुरू जाली असतां सरदारांकडे शत्रूंच्या वकिलांचीं खलबतें नित्य. घोडे, बंदुका, उंट, बैल वगैरे रांगडे आणून देत, त्यांचें ग्रहण होळकरांनीं व अलीबहादरांनीं करावें. वकिलांनीं अष्टौप्रहर जवळ राहून येथील कच्चें पक्कें वर्तमान लिहीत असावें, असे पेंच होते. वकील ठेवणें अगर त्यांसीं खलबतें करणें, व त्यांजकडील घोडे वगैरे ग्रहण करणें, हें लढाई सुरू झाली नाहीं तोंपर्यंत असल्यास असो, परंतु लढाई सुरू जाल्यावर या गोष्टी जहाल्या आहेत, तेव्हां पेंचास कारण झालें. परंतु श्रीमंतांचे प्रतापें शत्रूचें पारिपत्य जालें. श्रीमं-तांस व बाळाजीपंत नानास मोघम पेंच लिहिले आहेत. येविशींचा उल्लेख निघा-ल्यास हें पत्रच दाखवावें.' नानानें या तक्रारीचा निकाल काय केला व कोणास शिक्षा केली? पुण्यास गेल्यावर महादजी कोणाची भीडमुर्वत न धरितां रागानें कळकळून कारभाऱ्यांस बोले, त्याचीं कारणें या दहा वर्षांतल्या लाखों आगळिकी असून त्या त्याच्या पोटांत कशा सांचलेल्या होत्या, हें ध्यानांत आणिलें पाहिजे.*

* पहा रुमाल ३. ले. १५९.

इस्मईल बेग लढाईतून चौदा स्वारांनिशीं पळाला, तो २३ जून रोजीं जयपुरांत दाखल झाला. राजे बिजेसिंगानीं लढाई शिकस्त झाल्याचें श्रवण करून गंगाराम भण्डारी वगैरे सरदारांस जिवें मारावेंसें केलें होतें, परंतु राणीनें रदबदल करून त्यांस वांचविलें. नंतर राजेमजकुरांनीं इस्मईल बेगास व प्रतापसिंगास खातरजमेचीं पत्रें पाठवून पुन: जमाव करून आणखी एकवार संग्राम करण्याची भर दिली. म्हणजे पाटणच्या लढाईनें महादजीचा कार्यभाग न उरकतां पुनरपि सर्व खेळ उभारावा लागला. ता. २०-७-१७९० रोजीं आपाजीराम लिहितो: ‘ आपल्या फौजांनीं जयपुर व मारवाड दुरोंखी शह राखून मुक्काम केला आहे. कांहीं फौज अजमेरकडे गेली आहे. मारवाडयांचा मुलूख जाळून लुटून फस्त करावा अशी ताकीद आहे. सांप्रत काळीं या मंडळींत सदाशिव मल्हार तेवढे सरकार लक्ष ठेवून उपयोगीं पडतात. वरकड थोर आहेत, त्यांस काय म्हणावें !’ या वेळीं महादजी सर्व बाजूंनीं पेंच येऊन अगदीं कावून गेला होता. ता. ११-८-१७९० रोजीं आपाजीराम नानास लिहितो: ‘ पाटीलबावांनीं सेवकास एकांतीं घेऊन वर्तमान सांगितलें कीं, ‘ सालमजकुरीं मसलत भारी पडावी असा अर्थ नव्हता. परंतु आप्त फितुरामुळें मारवाडी व जयपुरवाले यांनीं इस्मईल्यास पुढें करून मसलत उभी केली. पाटणावर पारिपत्य केलें. पुढें दोनही राजांचें पारिपत्य करावें हा इरादा आहे. तरतुदीस लाखों खर्च होणार, म्हणून अलीबहादरांस व होळकरांस बोलावून मसलती पुसल्या; त्यांनीं मुखदाक्षिण्यार्थ साऱ्या गोष्टी तोंडावर कबूल केल्या; परंतु एकही गोष्ट न घडली. वांटणीचा मात्र तगादा नित्य उठोन होत आहे. जो मुलूख सुटेल त्याची निम्मे वांटणी मागतात. त्याप्रमाणें वांटणीही दिली, आणि करार ठरला कीं, याउपर तरी निखालसपणें सरकारचाकरी व्हावी. तथापि छलछिद्रें व मसलती करावयास चुकत नाहींत. आम्ही आजपर्यंत श्रीमंतांचे पुण्यप्रतापें दहा वर्षें एकटेच बऱ्यावाईट मसलती शेवटीत आहों. पाटणावर इस्मईल्याचे पारिपत्यास फौज रवाना केली, तेव्हां उभयतां सरदारांस अंदेशा होताच कीं, आमची फौज यश मिळवील कीं न मिळवील. उभयतांकडे शत्रूंचे वकील बसलेच होते. आम्ही उभयतांस पुष्कळ सांगितलें कीं, वकील काढून द्यावे, ही गोष्ट आमची न ऐकिली. धन्याचा प्रताप थोर, त्यामुळें यांचे खेळ यांजपाशींच राहून त्रिवर्गाचें पारिपत्य जालें, व शेष राहिलें आहे, तेंही होईल, चिंता नाहीं. परंतु यांच्या चाली या प्रकारच्या

नसाव्या, तुम्हांस वाकबगारी असावी, व धन्याचे कामास हिसके बसतात म्हणून बोलतों. होळकरांचा विचार तरी पथरगडचे स्वारीपासून (स. १७७०) आम्हांसीं त्यांच्या अशाच वांकड्या चाली चालत आल्या, त्याच हल्लीं चालतात; त्याचें फलही त्यांस तसेंच प्राप्त होईल. परंतु अलीबहादरांनीं त्यांची चाल न धरावी. आम्ही लढाया मारून शत्रूंचीं पारिपत्यें करावीं आणि यांनीं दुस्मानांकडून वस्त्रें, घोडे व सामानें घ्यावीं! असा हाच मजकूर चार घटका एकांतीं सांगत होते. तलश केल्यास खरेपणा पाटीलबावांचाच पडेल; व त्या उभयतांकडे दोष लागेल. हल्लीं पातशहांनीं मथुरावृंदावनच्या सनदा व श्रीमंतांकरितां वकिलीमुत्लकीचा खिलत पाठविला तो ता. २१-७-१७९० रोजीं येथें दाखल झाला. त्याजवरून बावांनीं ७ ऑगस्ट रोजीं फर्मानवाडीचा मोठा समारंभ केला. सवाशें तोफ सुटली; होळकरांशिवाय अलीबहादर सुद्धां सर्व समारंभास हजर होते.'

पाटणच्या लढाईनें महादजीचा दरारा कसा बसला हें वरील बादशहाच्या कृत्यावरून व्यक्त होतें. मीर्झा अहसनबख्त व इस्मईल बेग पुनः जोधपुरास जमा झाले, तेव्हां बादशहास भीति पडून त्यानें बेदरबख्त व त्याचा भाऊ मीर्झा हिंगा यांस तोफांनीं उडवून किल्ल्यांतच पुरून टाकलें. या बेदरबख्तास गुलाम कादरानें पातशहा केलें होतें, म्हणन त्याजवर शहाआलमचा एवढा राग.

डी बॉयनच्या कंपूचा खरा प्रभाव पाटणच्या लढाईंत सिद्ध झाला. महादजीस मोठी अडचण खर्चाची असून नियमित पगार लोकांस मिळण्यावर या कंपूचें सामर्थ्य अवलंबून होतें. मागें लालसोटच्या प्रसंगीं पलटणांनीं फितुर केला, पण खुद्द डी बॉयननें आपलें इमान सोडलें नाहीं. कठिण प्रसंगांत व पुढें गुलाम कादराच्या वेळीं चाकरी चांगली करून दाखविली, यास्तव हल्लीं अकरा पलटणांचा नवीन कंपू तयार केला. खर्चाची निर्धास्त झाल्यावांचून हें जोखीम डी बॉयन स्वीकारीना. सबब खर्चासाठीं बारा लक्षांची स्वतंत्र जहागीर महादजीनें कोळजळेश्वर व त्याच्या आसपास त्याचे हातीं तोडून दिली. याशिवाय दुसरा उपाय महादजीस राहिला नाहीं. अलीबहादर व तुकोजी होळकर यांस मुलखाच्या वांटण्या देऊन, रडत राऊत घोड्यावर चढवून, नाकदुराया काढीत बसण्यापेक्षां, डी बॉयनच्या पलटणांवर केलेला खर्च सर्वथा फायदेशीर, अशी महादजीची अलीकडच्या पांच सहा वर्षांच्या भरपूर अनुभवानें खात्री झाली. महादजीची ही खात्री स. १७९२ त पुण्यास गेल्यावर तेथील परिस्थितीनें जास्तच वाढून, ऑगस्ट

स. १७९३ त त्यानें एक कंपू नवीन वाढवून त्याच्या खर्चाकरितां सत्तावीस लाखांचे जास्त महाल डी बॉयनच्या ताब्यांत नेमून दिले. लखबादादाचा मुलगा भास्कर लक्ष्मण याजकडे सर्व पलटणांचा अंतस्थ कारभार महादजीनें सोंपिला. आग्र्याच्य कारखान्यांत दारूगोळा, तोफा व हत्यारें अगदीं पाश्चात्य धर्तीचीं तयार होऊं लागलीं आणि डी बॉयनजवळ राहून महादजीचे पुष्कळसे सरदार त्याची ही पाश्चात्य युद्धकला शिकून निष्णात झाले. महादजीला पुण्यास एकाएकीं मृत्यु न येतां, तो परत हिंदुस्थानांत गेला असता तर त्यानें ही सर्व नवीन फौज हिंदी अधिकाऱ्यांच्याच ताब्यांत सर्वथैव आणिली असती, असा तर्क वाटतो. डी बॉयनच्या कंपूंची व्यवस्था व शिस्त याचें विवेचन अन्यत्र केलेलें पाहवें. डी बॉयननें महादजीच्या हरएक महालांत दिढीनें जमाबंदी वाढविली. जमीनदारांनीं हंगामा केला तो तोफांच्या बळावर मिटविला. असें हुकमी बळ हातीं असल्याशिवाय कोणत्याही सरकाराचा कारभार सुरळीत चालूं शकणार नाहीं हें उघड आहे.

पाटण येथील पराभवानंतर बिजेसिंगानें डी बॉयन यास अजमीर देण्याचें आमिष दाखवून फितविण्याचा प्रयत्न केला. त्यावर डी बॉयननें एकच जबाब दिला कीं, 'एक अजमीरच काय, पण सबंध जयपुर व जोधपुर या दोन राज्यांचा मुलूख सिंद्यानीं मला कायमचाच दिला आहे.' हें उत्तर देऊन पुढें लगोलग ता.२१-८-१७९० रोजीं त्यानें अजमीर व तेथचा किल्ला तारागड हस्तगत केला.*

६. मेडत्यावर राजपुतांचें चंदन व पुष्करचा तह (१० सप्टेंबर १७९० व ६-१-१७९१).—'पाटीलबावांचें दैव थोर आहे आणि कर्तेपणाही चांगला. दुसरे त्याप्रमाणें करावयास जातात, परंतु सर्वांस त्या गोष्टी साधत नाहींत.' असा अभिप्राय आपाजीरामाच्या लेखणींतून सहजगत्या निघालेला मोठा मार्मिक आहे. एकट्या महादजीनें या पांच चार वर्षांत मराठी राज्याची जी कामगिरी बजावली, ती एकंदर पेशवाईंत पहिल्या प्रतीचीच गणावी लागेल. कारण बाळाजी विश्वनाथाच्या स्वारीपासून प्रत्यक्ष दिल्लीचा व बादशहाचा कबजा घेऊन

---

* Keene's Mahadji Scindia P 155; ग्वा. ३. ८५, ८६, १०२, ९४–९७; खंड १०. ३५५; ग्वा. २. २२४, २२५; दि. म. रा. २. १८, २७, १०१ व पुरवणी ९१, ३, ४, ६, ११, १७, १८, २५, २८, ३०; २. २२.

नर्मदोत्तर हिंदुस्थान साताऱ्याप्रमाणें निर्वेध मराठी अंमलाखालीं आणण्याचें काम एकट्या महादजीनेंच तेथें ठांमून बसून केलें. यापूर्वी मराठ्यांनीं तिकडे जरी अनेक स्वाऱ्या केल्या, तरी यत्किंचित् संकट उद्भवतांच ते लगेच नर्मदेच्या अलीकडे परत येत. परंतु महादजीनें आपल्या पराक्रमाचें केंद्रच मुळीं उत्तरेंत नेऊन ग्वालेर मथुरेची रेषा ही आपल्या मुख्य पायाची मर्यादा बनविली; आणि हें सर्व काम दुसऱ्याची मदत नसतां, उलट स्वकीयांचा विरोध असूनही केलें, हा प्रकार मनांत आणिला म्हणजे दैव आणि कर्तेपणा या दोन गुणांत आरंभीं एक शिवाजी अनुपमच, पण त्याच्या खालीं महादजीचेंच नांव घ्यावें लागेल. स. १७९० व ९१ हीं दोन सालें तो राजपुतांच्या छातीवर दडपण ठेवून होता. त्याच्या हाताखालचे दहा पांच सरदार तरी जवळ जवळ त्याच्याच तोडीचे, स्वतःच्या हिंमतीवर नेमलेली कामगिरी उरकणारे असून, त्यांपैकीं एकही महादजीवर कधीं रुष्ट असल्याचें उदाहरण आढळत नाहीं. अंगावर आलेली कामगिरी यशस्वी करून धन्याची शाबासकी मिळविण्यांत ते सर्व आपणास कृतार्थ समजत. स्वतःच्या हातीं धनीपणा नव्हता, किंवा त्यास पाठबळ देणारा दुसरा धनी वर नव्हता, एवढेंच त्याच्या परिस्थितीचें मोटें वैगुण्य होतें.

'पाटणच्या लढाईनंतर सुभेदारांच्या व पाटीलबावांच्या भेटी श्रावण शु० १० स. (१९-८-१७९०) होऊन महालांची वांटणी इनाम सुद्धां पाटीलबावांनीं दिली. पुढें मसलत कशी करावी येविशीं तुकोजीबावांस दोन चार वेळ बोलाविलें. मनसब्याचा सिद्धान्त झाला, त्याप्रमाणें गोष्टी अमलांत आल्या नाहींत. गुलाम कादराचें पारिपत्य जाल्यानंतर इस्माल्या फिरोन चाकरीस राहिला. मेवाडची जाईदाद घेऊन चाकरी करावी असा निखालस करार जाला असतां हरामखोरी केली, तेव्हां पारिपत्य करणें प्राप्त जालें. न करावें तर बरकड भय कसें बाळगतील ? यास्तव त्याजवर फौज पाठविली. मारवाड्यांनीं त्याचा अभिमान पुरता धरून कुमक केली. त्यावर पाटण येथें यश मिळाल्यावर पाटीलबावांची स्वारी मथुरा येथें अंगप्रस्थानें करूनच श्रावण वद्यांत (२७-८-१७९०) डेरेदाखल झाली, डेऱ्यांतच गोकुळअष्टमीचा उत्सव केला, (२-९-१७९०). आषाढ मासींच वद्य १३ स लाडोजी देशमुखास पुढें रवाना करून बावांनीं आपण मागाहून त्वरेनें कूच केलें. 'पाटणच्या लढाईनंतर जोधपुरवाले गळां पडोन मामल्याचें बोलणें बोलत असतां फिरोन उलट गोष्टी सांगू लागले, तेव्हां

दरकूच फौज सुद्धां आम्हांसच येणें प्राप्त जालें. मार्गीं जयपुरावरून आलों, तेव्हां जयपुरचे वकील येऊन मामलतीचें बोलणें बोलले.' सारांश, नवीन कंपूंच्या साह्यानें राजपुतांचा कायम निकाल करण्याच्या इराद्यानें स्वतः महादजी रण-क्षेत्रावर दाखल झाला. गोपाळराव रघुनाथ, जीवबा बक्षी, काशीराव होळकर वगैरेंनीं जयपुरचा रोंख सोडून जोधपुरच्या मुलखांत रूपनगर, पर्वतसर, सांबर वगैरे ठाणीं घेऊन अंमल कायम केला. नंतर अजमेरीस कूच करून शहर घेऊन किल्ल्यास मोर्चे लाविले, (१५ ऑगस्ट). ते उठवावयास जोधपुरकरांनीं फौजा पाठविल्या आणि वकील पाठवून सलूखाचें बोलणें लाविलें. पाटीलबावांनीं एकच निक्षून जबाब सांगितला कीं, अजमीर खालीं करून ठाणें गोपाळराव रघुनाथाच्या स्वाधीन केल्याचें त्यांचें पत्र आणावें, मग पुढें काय बोलणें तें बोलावें. इतक्यांत काशीराव होळकर व अलीबहादराचा बळवंतराव सदाशिव एकाएकीं मोहीम सोडून परत गेले, तेणेंकरून शत्रूंस जोर चढला; जोधपुरकरानें कळविलें कीं, ' होळकर व अलीबहादर यांचे विद्यमानें जाबसाल ठरवूं, तुमच्या एकट्याचा धीर आम्हांस पुरत नाहीं. ' त्यावरून एकदमच सोक्षमोक्ष करण्याचा निश्चय करून मेडता येथें राठोडांचा तळ होता त्याजवर महादजीनें डी बॉयन व सरदार यांस रवाना केलें.

मेडता शहर अजमीरच्या पश्चिमेस ३० मैलांवर लुनी नदीपलीकडे उंचवट्या-वर असून सभोंवार लढाईस योग्य असें विस्तीर्ण मैदान आहे. विजयसिंगानें गांवोगांव तपासणी करून १४-६० वर्षांच्या वयाचे सर्व पुरुष लढाईसाठीं जमा करून आणिले. ता. ८ सप्टेंबर रोजीं मराठी फौजा लुनी नदी उतरून शत्रूस हैराण करूं लागल्या. परंतु डी बॉयनचा तोफखाना पलीकडे गेला नव्हता, त्यापूर्वीं मराठ्यांवर हल्ला करावा असा राठोड सेनापति गंगाराम भंडारी याचा उद्देश होता. पण इस्मईल बेगाची मदत येणार होती तिची वाट पाहत राठोड बसले. त्यामुळें डी बॉयननें नदी उतरून १० तारखेस भल्या पहांटे कर्नल डी रोहान यास पुढें अचानक छापा घालण्यास पाठविलें, आणि मागाहून आपण एकदम त्यांजवर तोफांचा भडिमार सुरू केला. पाटीलबावांचा रोख आपणास राज्यभ्रष्ट करावयाचा आहे असें पाहून, बिजेसिंगानें तमाम भाईबंद व मांडलिक एक करून सावधपणें केसरी पोषाख चढवून मरण्याच्या तयारीनें आणिले होते. राजाकडील राजपूत निशा घेऊन लढाईच्या तयारीनें निजले असतां, त्यांजवर तोफांचे गोळे अक-स्मात् येऊन पडल्यानें त्यांचा गोंधळ उडाला. अंगीं कितीही शौर्य असलें म्हणून

तोफांपुढें त्यांचें काय चालणार ! चार हजार राठोडांनीं थेट तोफांवर चालून घेतलें, पण तोफांपुढें एकही जिवंत राहिला नाहीं. दोन प्रहरांपूर्वीच राजपुतांचा पराभव होऊन ते पळून गेले. मराठ्यांनीं मेडता हस्तगत करून तोफा, हत्ती, घोडे, सामान वगैरे पुष्कळ लूट मिळविली. त्यांचा दुसरा सेनापति भीमराज सिंगवी नागोरास पळून गेला व तेथें त्यानें जहर घेऊन प्राण दिला. गंगाराम भंडारी मराठ्यांच्या हस्तगत झाला. रणांगणावर प्रेतांचे ढीग पडले. शत्रूकडील कित्येक प्रमुख लोकांस मराठ्यांनीं आपल्याकडे आणून औषधोपचार केले. या लढाईची खालील हकीकत आपाजीरामानें पुण्यास कळविली. ' पाटीलबावा सांबर वगैरे ठाणीं घेऊन अजमेरीस गेले. शहर घेऊन किल्ल्यास मोर्चे लाविले. मारवाड्यांचा जमाव मेडत्यावर झाला होता, तेथून लढाईच्या इराद्यानें पांच कोस पुढें आले, त्यांजवर सरदारांकडील फौजा चालून गेल्या. लढाई मातबर झाली. मारवाड्यांचा मोड होऊन पाटीलबावांस यश आलें. गंगाराम भंडारी आल्यावर बेगखान मेडत्यांत धरून आणले. ' लगोलग गोपाळराव रघुनाथ व जिवाजी बल्लाळ मेडत्याहून कूच करून कंपू सुद्धां जोधपुरचे सुमारें गेले, व पाटीलबावा मागें सेखावटींत आले. या दबावानें जोधपुराहून फौजेंत वकील येऊन मामलतीचें बोलणें बोलूं लागले. दोन महिने वाटाघाट चालली; फौजांचा व तोफांचा मारा राजपुतांवर चालूच होता. मारवाड्यांचा वकील बुधसिंग पाटीलबावांकडे अजमेरीस येऊन ता. ६-१-१७९१ रोजीं तहाचा ठराव झाला तो असाः—

१ चालू सालीं हप्तेबंदीनें ४० लक्ष व पुढील सालपासून दरसाल पांच लक्ष याप्रमाणें साठ लक्षांचा भरणा करावा.

२ सांबर निंमे, गोधा व आणखी १ असे तीन महाल कायम द्यावे.

३ अजमेरचा किल्ला पूर्वीचे सरंजामासह व हल्लीं राजानें किल्ल्यासाठीं नवीन गांव लावून दिल्हे त्यां सुद्धां हवालीं करावा.

सारांश, पाटीलबावांनीं मोठमोठ्या मसलती सिद्धीस नेऊन यश मिळविलें. अजमीर किल्ल्याचा ठाणेदार दमराज यानें मराठ्यांपुढें जेरीस येऊन जिवंतपणीं किल्ला देऊं नये म्हणून हिरकणी खाऊन प्राण दिला, तेव्हां तें ठिकाण पाटीलबावांस मिळालें. स. १७५६ पासून अजमीर मराठ्यांकडे होती. मध्यंतरीं महादजीवर संकट आल्यावर मारवाड्यांनीं घेतली, ती तीन वर्षें त्यांजकडे राहून फिरून आतां मराठ्यांकडे आली. अजमीरबरोबर पुष्कर तीर्थ सुद्धां महादजीच्या ताब्यांत

आलें. तेथें त्यानें लाखों रुपये धर्म करून मोठें देवालय बांधिलें. जिंकिलेल्या मुलखाचा कारभार त्यानें लखवा दादाकडे सोंपिला. जोधपुरकर वकील नानास लिहितो, 'अजमेर किल्ला पहिल्यापासून बादशाही जागा, जोधपुरकर अभेसिंगानें महंमदशहा बादशहाची कृपा संपादून आपलेकडे घेतला असतां स. १७५६ त शिंद्यांनीं हस्तगत केला, तो बावांकडेस राहिला. अजमेरीस सरकारचा सुभा जालियास मेवाड सुद्धां उदेपुर, जोधपुर, हाडोती व जयपुर चारही राजस्थानें त्याखालीं राहतात. येथें माणूस चांगला फौजबंद राहिला असतां सुरळीत काम चालेल. सांबर परगणा बावांस दिल्हा आहे तोही उत्तमपैकीं असून, अजमेरीखालीं चारही राजस्थानें कांपत राहतील.'

जोधपुरप्रमाणेंच जयपुरचा मामलाही स. १७९० अखेर उरकला. प्रतापसिंगानें पूर्वीच्या मागणीप्रमाणें खंडणी कबूल करून आपला बचाव केला. विजयसिंगानें पुढें महादजीविरुद्ध हालचाल केली नाहीं. जसा तो भयंकर कारस्थानीं तसाच विषयलंपट व सदैव निरनिराळ्या रक्षांच्या नादांत निमग्न राहिल्यामुळें राज्यांत खटपटी, विषप्रयोग व कारस्थानें यांस कसा ऊत आला होता, त्याची असंबद्ध व कंटाळवाणी हकीकत सवड असेल, त्यानें 'जोधपुरचीं राजकारणें' या प्रकरणांत लिहिलेली वाचावी. मासला म्हणून लेखांक २०. २१ वाचून पाहवे. नानाफडणिसानें देशभर पसरलेले बहुतेक वकील हुशार, कर्तव्यदक्ष व समयज्ञ होते. त्यास अपवाद असेल तर तो हा जोधपुरचा वकील कृष्णाजी जगन्नाथ याचाच होय. तो लिहूं लागला म्हणजे दहा दहा, वीस वीस पानें भरकटून त्यांत काय बरळतो आहे हें समजण्याची मारामार पडते. मराठ्यांचें राजकारण काय हें तर त्यास बिलकूल समजलें होतेंसें दिसत नाहीं. जयपुरचा प्रतापसिंग ता. ७-७-१७९३ रोजीं मरण पावला. 'मारवाडच्या या स्वारींत महादजीचा एकनिष्ठ व जुना कारभारी आपाजीराम दाभोळकर लढाईंत मरण पावला. त्याचा बाप रामाजी अनंत पानपतावर मेला. तसेंच गोपाळ जनार्दन वैद्य हाही जयपुरचे लढाइंत जुरत करून कामास आला.'

महादजी राजपुतांशीं लढाया व जाबसाल करण्यांत गुंतला असतांच अलीबहादरचें प्रकरण विकोपास जाऊन शेवटीं उभयतांचा शेवटचा रामराम झाल्याशिवाय स. १७९१ च्या आरंभीं अलीबहादर बुंदेलखंडांत निघून गेला. परमेश्वरी संकेतच होता कीं, त्यांचें परस्पर मुखावलोकन सुद्धां पुनः होऊं नये. कारण पुढें

महादजी दक्षिणेंत येऊन दोन वर्षांनीं मरण पावला. नोव्हेंबर स. १७९० त भिकाजीपंत पाळंदे अलीबहादराचा कारभारी मृत्यु पावला. तुकोजी होळकरानें नारो गणेशाची विटंबना केली ती याच नोव्हेंबर-डिसेंबरांत होय. त्याचप्रमाणें महादजीचा परम दोस्त प्रतापसिंग माचेडीकर ता. २५-११-१७९० रोजीं मरण पावला. शरीरास बहुत दिवस समाधान नव्हतें. रामघांटीं भागीरथी स्नानास जाऊन वाटेंत दोन दिवस पाटीलबावांजवळ लष्करांत राहून परत माचेडीस गेला. दत्तपुत्र बखतावरसिंग यास सरदारी देऊन होशदारखान व रामसेवक दिवाण यांस प्राणोत्क्रमणसमयीं बखतावरसिंगाचे आज्ञेंत वागून राज्याचें संरक्षण होय तें करावें; असें सांगून १७ रबिलावल रोजीं मृत्यु पावला. स्त्रीनें सहगमन केलें. पाटीलबावांनीं समाधानाचीं पत्रें व सरफराजीचीं वस्त्रें बहुत खातरजमेचीं बखतावरसिंगास पाठविलीं. माचेडीचें म्हणजे पर्यायानें अलवारचें राज्य वस्तुतः जयपुरचा प्रांत; तो पुनः जयपुरकरांनीं हस्तगत करूं नये अशी तजवीज महादजीनें ठेविली. अलवार, धोलपुर व थोडें बहुत भरतपुर हीं हल्लींचीं राज्यें महादजीच्या कर्तृत्वानें निर्माण झालीं, हें इतिहासास विसरतां येणार नाहीं.*

७. इस्मईल बेगाची कसलात (डिसेंबर १७९१-एप्रिल १७९२).— गुलाम कादर जसा महादजीस वर्ष दोन वर्षें पुरला, तसा इतउत्तर त्याचा साथीदार इस्मईल बेग यानें आतां त्याचा पिच्छा पुरविला. त्यास सामोपचारानें वळवून उद्योगास लावण्यांत महादजीनें पराकाष्ठा केली. आरंभीं म्हणजे गुलाम कादराचे अत्याचार चालू असतां इस्मईलनें सर्वथा त्याचा पक्ष सोडिला; आणि नजफकुली म्हणून जो दुसरा एक बादशाही सरदार अंग लपवून दूर दूर राहत होता, त्याचें पारिपत्य करण्यासाठीं पाटीलबावांनीं इस्मईलास रवाना केलें. राणेखानाचे विद्यमानें पाटीलबावांशीं सलूख करून तो नजफकुलींवर चालून गेला. दोघांच्या तीन चार लढाया झाल्या. दोन बादशाही उमराव एकमेकांविरुद्ध लढवून दुर्बल करण्याची ही तोड होती. त्यावरून इस्मईलच्या खऱ्या अंतःकरणाची परीक्षा होणार होती. 'उभयतांचें पारिपत्य युक्तिप्रयुक्तीनें होईल येविषयीं चिंता नाहीं,' असा स. १७८८ च्या डिसेंबरांत महादजीचा अंदाज होता. तो खरा ठरला नाहीं. रेवाडी-

* संदर्भ—ग्वा. ३. ९८, ६५, ६६, १०५; २. २३; दि. म. रा. २. २१; २७, ३८, ३९, ९३, ९४; रु. ३. १५९; का. सं. प. यां. ३४५, ४४१; जों. रा. पृ. १०४ व. ले. २३.

कडील प्रदेशांत नजफकुली बंडखोरी करीत होता, तोच प्रदेश महादजीनें इस्मई-लच्या नांवें करून दिला, त्यावरून इस्मईलनें नजफकुलीशीं लढून प्रांतात बंदोबस्त केला, तेव्हां तो पळून जसलर्मीरकडे कानोडाजवळ जाऊन राहिला. याच ठिकाणीं नजफकुली आजारी पडून ता. ४-९-१७९० रोजीं मरण पावला, तेव्हां त्याची बायको लढण्यास सिद्ध झाली. नजफकुलीचे पाठीवर इस्मईलही तिकडे गेला. परंतु बाहेरून महादजीशीं गोड गोड गोष्टी बोलून अंतस्थ रीतीनें त्यानें जयपुर जोधपुर-करांस चिथवून पाटीलबावांचा पाडाव करण्याची खटपट चालविली. महंमद बेग हमदानीच्या कन्येशीं त्यानें लग्न केलें. या वेळीं गुलाम कादराकडेच पाटीलबावांचें लक्ष असल्यामुळें, इस्मईलचा समाचार घेण्यास त्यांस सवड झाली नाहीं. वास्त-विक हा इस्मईल व गोसावी हिंमतबहादर हे दोनच उलाढाली गृहस्थ नाहीं नाहीं त्या उपायांनीं महादजीस विरोध करणारे आतां उरले होते; आणि त्यांच्याच हकीकतींनीं या वेळचे कागद भरलेले आहेत. या वेळीं महादजीचे व तुकोजीचे सरदार पानिपतच्या बाजूस शीखांवर गेले होते,त्यांचा वावर इस्मईलच्या मुलखांतून पडला. त्या स्वारींत होळकराच्या फौजेनें इस्मईलच्या मुलखाची नासाडी केली व ठाणीं हस्तगत केलीं. त्याची तक्रार त्यानें पाटीलबावांकडे केली. त्यावरून इस्मईलचें ठाणें सोडून देण्याविषयीं पाटीलबावांनीं होळकरास लिहिलें असतां त्यानें मानलें नाहीं. या कारणावरून इस्मईलचीं बोलणीं सक्त पडत गेलीं. मनांत विचार बिघाड करावयाचा. जोधपुरचे वकील जवळ होतेच, त्यांस इस्मईल बोलला, ‘ पाटीलबावांनीं गुलाम कादरची काय गत केली, तुम्ही पाहतां. तर पुनः तुम्ही यांचे उमेदवारीवर आहां हें काय ? आम्हांकडे उठोन यावें. ’ अशा प्रकारचीं राजपुतांचीं व इस्मईलचीं परस्परें बोलणीं होऊन महादजीविरुद्ध त्यांचे करार झाले. महादजीस या प्रांतांतून घालवून देण्याचा विचार त्यांनीं ठरविला. पानि-पतापूर्वीं जसा नजीबखान रोहिला, तसा या वेळीं इस्मईल बेग, पुनरपि मरा-ठ्यांचा संहार उडविण्यासाठीं नाहीं नाहीं त्या खटपटी करीत होता. लखनौकर वजिरास सुद्धां त्यानें महादजीविरुद्ध उठविलें. तेव्हां या वजिरावर मोहीम करण्याचा विचार महादजीनें ठरविला. याची कागाळी वजिरानें मा-बाप कॉर्नवॉलिसकडे केली. त्यावरून कॉर्नवॉलिसनें वकील पामरच्या मार्फत महादजीस कळविलें कीं,‘ वजिराशीं तुमचा तंटा असल्यास तो तिऱ्हाईतपणें तोडण्यास आम्ही केव्हांही तयार आहों. परंतु वजीर आमचा दोस्त आहे, त्याचे वाटेस तुम्ही गेल्यास, त्याचा बंदोबस्त

करण्यास आम्ही कधीं मागें पुढें पाहाणार नाहीं.' एवढयावरच हें प्रकरण मिटलें. पुढें इस्मईलच्या पारिपत्यास आबा चिटणीसाचे कनिष्ठ बंधु गोपाळराव रघुनाथ व जीवबा बक्षी व अंबूजी इंगळे यांची योजना चैत्र शुद्धांत (एप्रिल १७८९) झाली. अशा अडचणींत राजपुतांनीं तुकोजीकडे व अलीबहादराकडे सलूखाचें बोलणें सुरू केलें. राजपुतांच्या कारस्थानांत शिंदे–होळकरांनीं भिन्न पक्ष स्वीकारावयाचे हा न्याय पूर्वापारचाच होता. 'त्रिवर्गांची एकवाक्यता होऊन कामगिरी घडत नाहीं. पाटीलबावांची इच्छा बिलकूल नसतां ही मसलत करणें आली.' मे महिन्यांत गोपाळराव व इस्मईल यांच्या लढाया चालू झाल्या. 'जिवाजी बल्लाळ व डभईसाहेबांचा कंपू तोफां सुद्धां बावांनीं रवाना केला. मारवाडी सांबरजवळ मुक्काम करून होते. त्यांजवर बावांची फौज जातांच, ते अजमीरकडे गेले.' बिजेसिंग जबरदस्त कारस्थानी होता, तोच समस्त शिंदे घराण्यास पुरला. जेवढे जेवढे म्हणून मराठ्यांच्या किंवा महादजीच्या विरुद्ध होते, तेवढया सर्वांशीं अनुसंधान जुळवून त्यानें शक्य तितका त्रास दिला. कोटेकर जालमसिंगाचा व महादजीचा स्नेह असल्यामुळें, बिजेसिंगानें जालमसिंगास कळविलें, 'तुम्ही दक्षण्यांस आश्रा दिल्हा म्हणोन यांचे पाय टिकले. आमचे मर्जीनें वर्ताल, तर तमाम माळवा प्रांत व हिंदुस्थान आपले हातीं राहतें. तर तुम्ही पाटीलबावांचें लक्ष सोडावें, होळकरांचा तुमचा स्नेह करून देऊं. तुमची फौज आमचे समागमें द्यावी. आम्ही पहिले मोहऱ्यास पुढें आहों. जयपुरवाले समागमें येतीलच.' इस्मईल बेगाकडे बिजेसिंगानें आपला वकील गंगाराम भंडारी यास पाठवून त्यासही आपल्या मसलतींत घेतलें. परंतु त्यानें महादजीला आरंभीं तरी उघड विरोध दाखविला नाहीं. तसेंच बिजेसिंगानें होळकराकडे व अलीबहादराकडे आपले वकील पाठवून त्यांचा महादजीशीं शक्य तितका विरोध घडवून आणिला. शोचनीय प्रकार एवढाच कीं, महादजी जसा बिजेसिंगास पूर्णपणें ओळखून होता, तसे होळकर किंवा अलीबहादर त्यास बिलकूल ओळखत नव्हते. म्हणून त्याच्या भुलथापांस भाळून ते आपल्याच शहाणपणानें महादजीस सोडून स्वतंत्र कारस्थानें करीत. पण केवळ अकलेपेक्षां तोफांस शत्रु जास्त वचकतो, ही साधी गोष्ट लक्षांत न आणिल्यानें होळकर व अलीबहादर फसत व महादजीस यश येई. कृष्णाजी जगन्नाथ जोधपुराहून पुण्यास लिहितो, 'बिजेसिंगाचा वकील शिवचंद होळकरांकडे गेला. मागाहून यांनीं दीडशें उंट व पशिमना नजर पाठविला. त्यांनीं घेतला. कोणेही

प्रकारें सुभेदारांस आपले ममतेंत घेऊन पाटीलबावांशीं फाट पाडावा, त्यांस व अलीबहादरांस आपसांमध्यें लढवून पाटीलबावांस हिंदुस्थानांतून काढून द्यावें, असे यांचे घाट होत आहेत. त्रिवर्ग सरदार एकचित्तें सरकारचाकरीवर राहतील तरच निभाव आहे.'

ता. २२-८-१७९१ रोजीं महादजीनें पेशव्यास पत्र लिहिलें त्यावरून इस्मईल बेगाच्या एकंदर हालचाली व खटपटी चांगल्या कळतात. तें पत्र येणेंप्रमाणें: 'स्वामींनीं आज्ञापत्र पाठविलें, त्यांत मजकूर कीं, इस्मईल बेगानें कोटकर जालीमसिंगास जमाव सुद्धां येण्याविषयीं पत्र पाठविलें तें मानाजी गायकवाडांस सांपडून त्यांनीं सरकारांत पाठविलें, त्याची नक्कल तुम्हांकडे पाठविली आहे, तरी इस्मईल बेगाचा बंदोवस्त लौकर करणें म्हणोन आज्ञा, त्यास,—

ता. १०-९-१७९० रोजीं मेडत्यावर लढाई होऊन मारवाड्यांची फौज मोडली, त्या वेळेस जयपुरवाल्याकडून दौलतराम हळद्या व इस्मईल बेग मारवाड्यांचे कुमकेकरितां नागोरास आले होते. याकरितां तसेच पुढें जोधपुरीं जाऊन बिजेसिंगाशीं गांठ घालून इस्मईल बेगा सुद्धां मारवाड्यांचें पारिपत्य करावें असा विचार आमचे सरदारांनीं केला, त्या समयीं त्यांचा शिलशिला कागदोपत्रीं अलीबहादर व होळकर यांजकडे चालूं लागला आणि त्यांनीं आपल्या जमियती मेडत्याहून माघारें कूच करून नेल्या. हा पेंच ओळखून आम्हीं सांबरानजीक मारवाड्यांचे व इस्मईल बेगाचे पारिपत्याकरितां आलों. होळकर व अलीबहादर यांचा फितूर नसता तर त्यांचें नांव सुद्धां न राहवें असा प्रसंग होता. उभयतां सरदार जयपुर नजीक आहेतच. त्यांस इस्मईल बेगाचे कबिले जयपुरास आहेत ते हस्तगत करण्याची आज्ञा व्हावी. इस्मईलचा बाप गोकुळगड बळकावून बसला होता. त्याचें पारिपत्य करून गोकुळगड घेऊन त्यास कैदेंत ठेविला आहे. इस्मईल दोन तीन वेळ लढाईंत मोडला, पळोन गेला. जमियत राहिली ती मारली व पळाली. मानाजी गायकवाड एवढे मोठे सरदार गुजरातेंत असतां त्यांच्यानें इस्मईल्याचें पारिपत्य होत नाहीं, अपूर्व आहे. बिजेसिंगासही पत्र येथून पाठविलें. त्यावरून त्यांनीं आपली जमियत माघारी बोलावून इस्मईल्यास निरोप देतों असा जबाब आला. बिजेसिंगाचा कारभारी खूपचंद संगई होता, त्यानें आपला भाऊ इस्मईलबरोबर पाठविला. त्यांचा विचार राजावर व कारभाऱ्यांवर जबर व्हावें असा बिजेसिंगास समजला. त्यावरून बिजेसिंगानें खूपचंदास व त्याचे भावास मारून टाकिलें,

व रांडापोरें कैद केलीं असें वर्तमान आलें व बिजेसिंगाचेंही पत्र याच मजकुराचें आलें. याउपर इस्मईल बेगाचा बंदोबस्त लवकरच होईल.' पेशव्यांचे मोठे सरदार होळकर, गायकवाड व अलीबहादर यांची राज्यसेवा व आपली यांची तुलनात्मक जाणीव महादजीनें या पत्रांत पेशव्यास खुबीनें करून दिली आहे.

इस्मईल बेगास मुख्य आश्रय बिजेसिंगाचा होता. दिल्लीकडे महादजीचा बंदोबस्त झाल्यानें तिकडे त्यास थारा नाहींसा होऊन राजानें त्यास फौज, तोफखांना व भारी जमियत देऊन सुरई, (शिरोही) पालनपुर, राधनपूर, पाटण, अहमदाबाद वगैरे गुजरात प्रांतींच्या संस्थानांत खंडण्या घ्यावयाकरितां पाठविलें. 'पट्टणाहून चाळीस कोसांवर येऊन दाखल झाला. शिरोहीवाला पळून आबूचे पहाडांत गेला. शिरोहीची खंडणी चार लक्ष घेतली. जुलई १७९१ त इस्मालखान गुजरात प्रांतीं येऊन बावीचे मुलखांत पठाणास मिळून गायकवाडाचे मुलखांत दंगा बहुत मांडला आहे. जमाव चाळीस हजारपर्यंत आहे,' असें वर्तमान पुण्यास आलें. त्यावरून त्याच्या बंदोबस्ताविशीं नानानें महादजीस लिहिलें. स. १७९१ च्या पावसाळ्यांतच महादजी त्याच्या पाठीबर नाथद्वार चितोड पावेतों चालून गेला. तेथून महादजीनें नानास लिहून कळविलें कीं, 'इस्मईल पाटणचे लढाईतून पळून जयपुरास गेला. तेथून तो व दौलतराम हलद्या मारवाड्यांचे कुमकेकरितां नागोरास आले. पुढें जयपुरचा व मारवाडचा दोनही मामले उरकले. आम्हीं बिजेसिंगास निक्षून लिहून पाठविलें, तेव्हां त्यांनीं इस्मईलास निरोप दिला. उपरांत पुनः सेखावटी * प्रांतांत जाऊन जयपुरवाल्याकडे संधान बांधिलें. पण जयपुरकरांनीं साफच सांगून त्याचीं रांडापोरें त्याजकडे लावून दिलीं. दोन्ही राजांकडील आश्रय तुटला. उपाय राहिला नाहीं. त्या वेळीं कानोडचा किल्ला नजफकुलीकडील, त्यास खंडेराव हरीनीं मोर्चे लाविले होते. किल्ल्यांत नजफकुलीची बेगम होती, तिजकडे इस्माईल्यानें संधान लावून सेखावटींतून दरकूच कानोडास गेला. बरोबर सहा सात हजार फौज व पंचवीस तोफा होत्या. या पूर्वींच ता. ४-९-१७९० रोजीं नजफकुलीचा खून होऊन त्याचे स्त्रीनें इस्मईलखानाकडे वकील पाठवून पैगाम केला होता कीं, या प्रसंगीं कानोडची कुमक केलीया जागा कायम राहते. त्यावरूनच इस्मईल कानोडास गेला. त्या वेळीं कानोडास खंडेराव हरीचा वेढा होता. त्यानें इस्मईलखान पांच कोसांवर येतांच मोर्चे

---

* सेखावट हा जयपुर राज्याचा उत्तर परगणा, पाटणच्या पश्चिमेस.

उठवून फौज पलटणें सुद्धां एक जागां झाले. तों इस्मईल पहाडी वाटेनें कानोडास येऊन भिडला. दुसरे दिवशीं मार्गशीर्ष शु० ९ रविवारीं (४-१२-१७९१). खंडेरावांनीं गांठ घातली. चहूंकडून हल्ला करून शिकस्त केली. दोनहीकडून एक प्रहर तोफांची मारगिरी चालली. त्यास शिकस्त करून तोफा झाडून पाडाव केला. सडा पळोन जाऊन कानोडास दाखल होतांच नजफकुलीचे स्त्रीनें खर्चास पाठवून पुनः लढाईस मुस्तेद केलें. या स्त्रीचा हा झगडा इतिहासांत विशेष स्मरणीय आहे. तिनें इस्मईलास कानोडांत घेऊन खंडेराव हरीशीं निकरानें लढाई चालविली. त्यांचा वकील होळकरांकडे येरझारा करूं लागला. खंडेरावास मथुरेहून जास्त मदत आली. तेव्हां बाहेर मैदानांत येऊन लढण्याची ताकद इस्मईलची राहिली नाहीं.' घरच्या फितुरामुळेंच म्हणजे होळकराच्या मदतीनें तो कानोडास तरी पोंचूं शकला असें महादजी लिहितो. पुढें मथुरेहून कंपू आणून खंडेरावानें कानोडचें ठाणें हस्तगत केलें. त्यावरून बादशहास अति संतोष झाला आणि इस्मईल बेगास पकडल्याबद्दल खंडेराव हरीची सर्वत्र वाहवा झाली. या संबंधानें ता. १६-४-१७९२ रोजीं लखबा दादा लिहितो, ' तूर्त आम्हीं कानोडच्या किल्ल्यास मोर्चे लाविले आहेत. श्रीमंत शिंदे देशीं गेले. आजच इस्मईल बेग धरून आणून कैद केला. ईश्वरें मोठें यश दिल्हें. किल्ला अद्यापि खालीं जाहला नाहीं. त्यांणीं सलूखावर घातलें आहे. आठ पंधरा रोजीं किल्ला खालीं होईल. वाडीकर राजास सार्वभौमाकडून किताब, खिलत व पत्र पाठविलें आहे. पसंत न पडले तर घरांत ठेवितील, पसंत पडले तर लौकिकांत आणितील. '

. गुलाम कादराप्रमाणेंच इस्मईल बेगास सडकून सजा करावी असा बादशहानें आपला अभिप्राय महादजीस कळविला; पण त्याचा संपूर्ण जिम्मा डी बॉयननें आपल्याकडे घेऊन त्याचा बचाव केला. त्याचें कारण असें कीं, नजफकुलीच्या बायकोची एक कन्या मोतीबेगम म्हणून कलावंतीण होती, तिच्याशीं डी बॉयननें ता. १२-२-१७९२ रोजीं लग्न केलें. तिच्या मार्फत डी बॉयनची हमी पैदा करून इस्मईलनें आपला जीव वांचविला. ' लग्न ठरतांना बेगमेचें बोलणें जालेंच होतें कीं, इस्मईल बेगास तुम्ही आपलेजवळ रुबरू ठेवीत असल्यास तुमच्या विद्यमानें कानोडच्या किल्ल्यांतून निघोन किल्ला खालीं करून देईन, परंतु त्याचें संरक्षण होय तें करावें. ' असें बोलणें अंतस्थ होऊन इस्मईल बेग कुटुंबसहित पीरूसाहेबाचे विद्यमानें पलटणांत येऊन राहिला. हल्लीं डीभाईनीं हत्तीवर बसवून

सभोंवार आपले लोकांचा बंदोबस्त ठेवून गोपाळराव रघुनाथापाशीं नेलें. कुटुंबसहित आग्र्याचे किल्ल्यांत ठेवण्याचा विचार पाटीलबावांचे मर्जीनें ठरला. दरमहा सहाशें रुपये खर्चाची नेमणूक जाली. ' डी बॉयन आग्र्यास जाऊन वारंवार त्याची खबर घेत असे. आग्र्यांत आठ वर्षें कैद भोगून हा इस्मईल बेग शेवटचा मोगल मुत्सद्दी व शिपाई स. १७९९ त मरण पावला. कैदेंत असतांही पूर्वींचे खेळ खेळण्यास त्यानें कमी केलें नाहीं. ' खर्चाची विपत्य रात्रंदिवस राहते, सबब किल्ल्यांतील लोक व इस्मईल बेग उपद्व्याप व खूळ उत्पन्न करणार आहेत. पातशहानें आग्र्याचे किल्लेदारास शुका लिहून पाठविला कीं, त्यास जिवें मारून टाकावें. कदाचित् बाहेर निघोन गेल्यास उपद्रव होतील. त्याजवळ डीभाईकडील दोन पाहारे तैनात किल्ल्यांत होते. पातशहाचा शुका किल्लेदारास पावल्यावर, लखबा दादाचा कारकून वेंकाजीपंत किल्ल्यांत कामावर होता, त्यानें डीभाईकडील पाहारेकऱ्यांस दूर करून आपलेकडील मातवर लोक तैनात केले. त्यावरून डिभाईसाहेब आग्र्यास जाणार होता ' अशी हकीकत आढळते. गुलाम कादर व इस्मईल बेग यांचे निकाल लागले, तेव्हांच महादजीचें चित्त स्वस्थ व उत्तरेंतील कारभार निर्वेध झाला. *

८. चितोड काबीज, राजपूत युद्धाचा उपसंहार (स. १७९१अखेर). उदेपुर प्रांतांत बहुशः होळकरांनीं अंमल बसविला होता. उदेपुरकर राणा भीमसिंगानें पाटीलबावांचे व होळकरांचे महालांत उपद्रव करून त्यांचा तमाम अंमल उठविला आणि आपलीं ठाणीं बसविलीं. तेव्हां अहल्याबाईनीं फौज व पेंढार पाठवून राणाचे लोकांसीं लढाई घेऊन दस्तुरप्रमाणें अंमल बसविला. त्या वेळीं कोटेवाला जालमसिंगाचे मार्फतीनें राणाजीचा व बाईचे फौजेचा सलूख ठरला कीं, बाईचे दोन हजार स्वार राण्याजवळ चाकरीस ठेवावे, त्यांनीं राण्याचे शत्रूचें पारिपत्य करावें. परंतु लालसोटच्या लढाईनंतर महादजीच्या विरुद्ध राजपूत राजे उठले त्यांत मारवाडच्या बिजेसिंगानें उदेपुरच्या राण्यासही चिथवून त्याजकडून मराठ्यांचीं ठाणीं उठवून दिलीं. त्यावरूनच तुकोजीस तरी दक्षिणेंतून येतांना मथुरेचा रोख

* **संदर्भ**—ग्वा. ३. ७०,७६, ८२; २. १९३, २३१, २३२, २३६, २४२, २४३; दि. १. ३५२,३६५ ३६७, ३७१, ३९३; २. २९, ७३, ९०, ११०; खरे ३३५७; अ. प. ३०; जो. रा. पु. ३; जी. च. ले. ४१९; Keene P. 162.

सोडून उदेपुराकडे जाण्याचें प्रयोजन पडलें. पुढें मारवाडचा बंदोबस्त झाल्यावर भीमसिंगास विचार पडला. सरदार लोक त्याचे हुकमांत नाहींत. जवळ पैका नाहीं. रावत भीमसिंगासारखा माणूस हातचा जाऊन चितोडगड बळकावून बसला, तेणेंकरून नवीनच खूळ उत्पन्न झालें. मारवाडयांनीं उदेपुरचा प्रांत दाबला, याबद्दल उभयतांचा दावा. उदेपुरचा राणा लहान मूल, पटाईत कारभारी यांनीं आपल्या हातीं पडल्या त्या जागा दाबून बसले. भीमसिंग कारभारी चितोड किल्ला वगैरे जागा दाबून बसला आहे. राण्याचा बंदोबस्त कांहींच नाहीं. सरकारचे मामलतीचा पैका येत नाहीं. तेव्हां राण्यास आपल्या हाताखालें ठेवून पटाईत वगैरेंस दाबून संस्थानचा बंदोबस्त करून द्यावा व आपले मामलतीचा कारभार करून घ्यावा. संस्थान हातीं राहिल्यानें सरकारची मामलत सुरळीत येईल. याकरितां कांहीं फौज पाठवावी, पटाईताचे भाऊबंद हाताखालें घ्यावे अशी योजना करून जालीमसिंगाचे हातें भीमसिंगाचे भावास मेळवून घेतलें, आणि राणाजीचा बंदोबस्त करून दिला.' ही व्यवस्था पुढें तुकोजीनें बदलली, म्हणून जयपुर–मारवाडचीं प्रकरणें उरकतांच महादजीनें अंबूजी इंगळ्यास उदेपुरास पाठवून जालीमसिंगास भेटीस आणिलें; आणि त्याजबरोबर पुढील बेत ठरवून,महादजी स्वतः देवगडास* गेला. कसा तरी कारभार विल्हेस लावून आपण पुण्यास जावें अशी त्यास मोठी उत्कंठा लागली होती. स. १७९१ च्या मार्चीतील वर्तमान. 'पाटीलबावा पुष्कराजवळ आहेत. तेथेंच हुताशनीचा समारंभ बहुत केला. संवत्सर प्रतिपदेपावेतों(४ एप्रिल) रागरंग बहुत अप्रतिम जाला. डभई पलटणा सुद्धां तेथेंच आहेत. पुढें दोन मनसबे, एक उज्जनीस यावें; हें न जालें तर मथुरेस छावणीस जावें. पुढें रूपनगरास× आले. रूपनगर कृष्णगडकरास दिलें होतें तें फिरून परत घेतलें. मेवाड प्रांतीं फौज पाठवून १५ लक्ष रुपये घेऊन कृष्णगडास शह देऊन तेथून जहागीर कांहीं घेऊन सांवराजवळ मुक्काम केला. जोधपुराकडील खंडणीचा ऐवज येणें तो आल्यावर छावणीस मथुरेस जाण्याचा विचार आहे.'† परंतु तो परत गेला नाहीं. जुलईत चितोडनजीक सहा कोसांवर मुक्काम होता. चितोडकरांनीं साफ उत्तर केलें कीं, 'आम्हापाशीं दारूगोळी आहे. प्रांतांतील पैसा तुम्हीं घेतला. आतां मेहेरबानगी राखोन आल्या मार्गी जावें. आम्हीं द्यावें काय? आम्हांपाशीं पैका

---

* रे. स्टे. मारवाड जंक्शनचे पूर्वेस × सांबरच्या पश्चिमेस ४० मैल.

† म. द. बा. २१८. २२१.

राहिला नाहीं. अंबूजी इंगळे व जालीमसिंग कोटेकर यांच्यामार्फत सामदंड दोन्ही प्रकार नेटानें चालविले. जालीमसिंग, लालाजी बल्लाळ व अंबूजी यांस पाठवून राणाजीस आपले भेटीस आणिलें. भाद्र. शु० ७ सोमवारीं (ता. ५-९-१७९१) भेटी होऊन चितोडजवळ उराळ्याचे मुक्कामानजीक येऊन उभयतांनीं मुक्काम केला. बावा दोन कोस सामोरे जाऊन भेटले. पुढें खंडणीचा जाबसाल लागला. चितोडचा मुलूख बावांनीं घेतला. फक्त किल्ला राहिला आहे. भीमसिंग किल्ल्यावर होता, त्याची भेट राणेखान, सदाशिव मल्हार व जालीमसिंगानीं जाऊन घेतली. जाबसाल जमेना, तेव्हां चितोडगडानजीक दोन कोस जाऊन महादजीनें ऑक्टोबरांत गडास मोर्चे बसविले. त्यावरून भीमसिंग चितोडकर हिरासा होऊन सलूखाचा पैगाम राणेखान व आबा चिटणीस यांचे विद्यमानें करून १७ नोव्हेंबर रोजीं चितोड खालीं करून महादजीचे हवालीं केला. उदेपुरकर राण्याचे कारभारी व आपले पांचशें लोक किल्ल्यांत दाखल करून महादजीनें भीमसिंगाची भेट घेतली. नंतर भीमसिंगास बरोबर नेऊन राण्याची भेट करून त्यांची आपसांत सफाई केली.'

ता. ४-१२-१७९१ रोजीं महादजी पेशव्यास लिहितो, 'स्वामींचें दर्शन घ्यावयाचा बेत करून मेरवाडांतून येत असतां उदेपुरकर राणाजीचे राज्याचा बंदोबस्त नाहीं, उमराव आपापले जागां मुलूख वळकावून राहिले; भीमसिंगाकडें चितोडचा किल्ला, तो भीमसिंग राणाजीचे लक्षांत नाहीं, याकरितां राणाजी येऊन भेटले. चितोड वगैरेचा बंदोबस्त करून द्यावा म्हणोन बजिदी (विनवणी) केली. त्यावरून राणाजीसह चितोडानजीक येऊन मुक्काम केला. भीमसिंगानें गोळी वाजविली. सबब मोर्चे लावून तोफांची निकड करतांच भीमसिंग घाबरा होऊन बारावे दिवशीं बोलणें लावून कार्तिक व० ६ गुरुवारीं (१७-११-१७९१) येऊन भेटला. किल्ला हस्तगत करून त्यावर राणाजीचा बंदोबस्त करून दिला. चितोडचा किल्ला ह्यापूर्वी अकबर बादशहांनीं बारा वर्षांनीं घेतला, तोच स्वामींचे प्रतापें थोडक्याच दिवसांत हस्तगत झाला. इतक्यावर राणाजीजवळ फौज पलटण सुद्धां सरदार ठेवून निघून उज्जनीस विशेष दिवस न राहतां दरमजल स्वामींचे दर्शनास येतों.' या पत्रांत एकंदर प्रकरणाचें सार आहे.' पाटीलबावांनीं भीमसिंगापासून बावीस लक्ष रुपये मामल्याचे वगैरे घेऊन राणाजीस सांगून पाठविलें कीं, आम्हांस उज्जनीस जरूरीनें जाणें आहे. आपली भेट झाल्यावर

'कूच करूं. त्यावरून राणाजी भेटीस आले. चार घटका खलबत होऊन राण्याचे अनुमतें ठरतें कीं, अंबूजी इंगळ्यांबरोबर दहा हजार फौज व समरूचीं पलटणें चार अशी जमात ठेवून मामलयाचे बाकीचा पैसा वसूल करावा. ता. ५-१-१७९२ रोजीं राणा व भीमसिंग निरोपास आले. भीमसिंग व अंबूजी यांस राणाजीचे तैनातीस नेमिलें आणि पोषाख देऊन रजा दिली. जोधपुराकडील व इतर राजे-रजवाडे यांस वस्त्रें देऊन सर्वांची खात्री करून रुखसत केलें आणि आपण राणाचे डेऱ्यास जाऊन निरोप घेतला. ता. ६ जानेवारी रोजीं चितोडाहून विदा होऊन उज्जनीचे रोखें कूच केलें. प्रतापगडापावेतों अंबूजी इंगळे व समरूचीं पलटणें बरोबर पोंचविण्यास गेलीं. उदेपुरचा सर्व कारभार अंबूजी इंगळ्यांकडे सोंपिला.' हें काम अंबूजीनें इतक्या हुशारीनें केलें कीं, राज्यांत स्वस्थता होऊन प्रजा सुख पावली, याबद्दल मराठ्यांचा द्वेष्टा टॉड यानेंही त्याची तारीफ केली आहे. ' जालीमसिंगाचा जाबसाल लालाजी बल्लाळाचे विद्यमानें उरकून त्यांस सर्फराजीचीं वस्त्रें देऊन निरोप दिला. रायाजी पाटील यांनींही देशीं जाण्याचा निरोप घेतला.' उदेपुर व इतर राजपूत रजवाड्यांसंबंधीं पुढें अनेक तक्रारी व भानगडी चालूच होत्या, त्यासंबंधीं जो. रा. ले. २६ पाहवा.

पाटीलबावांच्या उत्कर्षानें होळकर कसे रंजीस झाले हें पूर्वीं सांगितलेंच आहे. शिंदे-होळकर बरोबरीचे सरदार असतां दिल्लीचा आटोप एकट्या शिंद्यांनीं पाडिला आणि होळकर मागें पडले, हेंच कारण मुख्यत: उभयतांचें वितुष्ट पडण्यास झालें. मनुष्य अंगच्या लायकीनें पुढें येतो याची आठवण बहुधा मनांत राहत नसून, जो तो मागील मोठेपणावर पुढील संसार चालवूं पाहतो; आणि त्या कामीं त्यास यश आलें नाहीं म्हणजे त्याचा दोष तो दुसऱ्यावर लादतो. प्रस्तुत तुकोजी होळकर राजकारणास नालायक व शरीरानें असमर्थ होता, त्यांतून कारभाराचीं सूत्रें सर्व बाईच्या हातांत. बाई हुशार, परंतु जाग्यावरून सूत्रें चालविणारी. या द्विमुखी व्यवस्थेनें होळकरांचे तेज होतें तें ही चमकूं शकलें नाहीं. आरंभीं शिंदे-होळकर दोघेही दक्षिणेंत होते, तों पावेतों महादजीचा विचार बाईशीं मिलाफी होता. बाईला नेमणूक देऊन तुकोजीला कारभार सांगावा अशी सूचना नानानें केली, ती पूर्वीं महादजीनें झिडकारून लाविली होती. परंतु महादजीचा उत्तरेंत बडेजाव होत गेला, तेव्हां बाईच्या मनांत त्याजबद्दल हळू हळू हेवा उत्पन्न झाला; आणि पुण्याहून तुकोजी स. १७८८ उत्तरेंत गेला, तेव्हां तुम्ही महादजीचा केवळ

मदतनीस म्हणून न वागतां कांहीं तरी स्वतंत्र कारभार करावा, आणि राजपुतांस मिळवून आपले पूर्वींचे हक्क शाबूद राखावे, अशी शिकवण तिने त्यास देऊन प्रथम उदेपुराकडे रवाना केलें. पुढें महादजीनें तुकोजीची परवा न ठेवतां लष्कराच्या व हिंमतीच्या जोरावर सर्व राजपुतांचा कारभार रगडून उरकला. याबद्दल बाईनें एकदांही त्याचें अभिनंदन केलें नाहीं. उलट चितोडगड महादजीनें सहज हस्तगत केल्याचें ऐकून तिला वैषम्यच वाटलें. ' वर्तमान बाईस कळल्यावर संतोष असंतोष. संस्थान होळकरांकडील, यांचे मार्फतीनें तेथील जाबसाल घडावा तें न घडलें, त्यामुळें असंतोष. किल्ला घेतल्याचें पत्र महादजीचें आलें नाहीं, व बाईनींही त्यास लिहिलें नाहीं. याच सुमारास म्हणजे मार्गशीर्ष शु० ९ शनिवारीं (३-१२-१७९१) बाईचा जांवई यशवंतराव फणसे याचा काळ झाला. मुक्ताबाई सुद्धां तिघां स्त्रियांनीं सहगमन केलें. दुःखाचे पर्वत लोटले. तुकोजीचें वृद्धपण, त्यांच्याही शरीरास समाधान नाहीं. यांस बरेंवाईट जालें तर मग तोंड दाखवावयास जागा नाहीं. जहर खाऊन प्राण द्यावा, अशी बाईची स्थिति झाली असून, महादजी अगदीं जवळून गेला, पण बाईचे समाचारास जाऊन तिला भेटला सुद्धां नाहीं. यावरून उभयतांमध्यें बिलकूल सौरस्य राहिलें नव्हतें हें उघड आहे. अर्थात् अशा मनःस्थितींत नर्मदेच्या घांटाचें व सत्वासच्या ठाण्याचें प्रकरण उद्भवून, अहल्याबाईनें महादजीस शाप दिल्याचा प्रवाद जनतेच्या मुखांत कायम झाला. ' सत्वास'ची तक्रार बाईनें पेशव्यांपर्यंत पोंचविली होती. *

९. राणेखानाचा मृत्यू व जावई साहेबखान टोका (स.१७९१). — चितोडगडाजवळ मुक्काम असतांच, महादजीचा परमसहायक व निकट दोस्त **राणेखानभाई** ता. २२-१२-१७९१ रोजीं मरण पावला. पाटीलबावा बहुत श्रमी झाले. मीर्झा रहीम बेगांनीं पाटीलबावांस सांगितलें कीं, भाईचे घरांत कंचनी आहे तिजपाशीं तीस लक्षांचा सरंजाम आहे, तो जप्त करावा. हें वृत्त ऐकोन उत्तर केलें कीं, 'इतक्यांतच जप्ती करणें ठीक नाहीं. राणेखानभाई व त्याचे दोन भाऊ दक्षिणेंत राहणारे पूर्वीं पेशव्यांचे पदरीं भिस्ती म्हणून नोकर होते. पानिपतचे समरभूमीवर महादजी जखमी होऊन पडलेला राणेखानास आढळला, तेव्हां

* **संदर्भ.**—जो. रा. ११; म. द. बा. २-२१८, २२१, २२६, २२७; ग्वा. २-२२०, २४१; भा. व. २ प. या. २; दि. म. रा. पुरवणी ६७, ७०, ८३ व २. ५३.

त्यास भाईनें आपल्या बैलावर सांभाळून आणून शुश्रूषा करून बरा केलें. या कारणानें महादजीची त्याजवर अत्यंत भक्ति बसली. त्यास 'भाई' हा मानाचा लकब व खवासींत बसण्याची मनसब महादजीनें दिली. अखेरपर्यंत हरएक बिकट प्रसंगांत राणेखानभाईच्या सल्ल्याशिवाय महादजीनें कधीं पुढें पाऊल टाकिलें नाहीं. पेशव्यांचा गौरव कायम राखण्याकडे त्याचा कल असून नानाफडणिसासारखे कारभारी महादजीपुढें कुंठित झाले म्हणजे राणेखानभाईकडे वशिला लावीत; आणि तोही सरळ व न्यायाची गोष्ट असेल तीच महादजीकडून करवी असें

राणेखांभाई
हसनखां समशेरखां
समशेरखां
शहाबाजखां
हसनखां
राणेखां (विद्यमान)

पत्रव्यवहारावरून दिसतें महादजीला अगदीं स्पष्टपणानें चार गोष्टी सांगणारा राणेखानाइतका दुसरा कोणी त्याजवळ नव्हता. त्याच्या पश्चात् मुलगा हसनखान यानेंही लढवय्या म्हणून नांव गाजविलें. यांचें घराणें अद्यापि शिंदेशाहींत सरदारीवर आहे. अंबूजी इंगळे, रायाजी पाटील, राणेखान वगैरे पुरुषांच्या कर्तबगारी संशोधनानें सिद्ध होतील तेव्हां राष्ट्रेतिहासांत बहुमोल भर निःसंशय पडेल.

साहेबखान टोका.—ता. १०–११–१७८९ रोजीं आपाजीरामानें मथुरेहून पुण्यास लिहिलें, ' राणेखानभाईचा जावई साहेबखान टोका रुसून न पुसतां देशीं गेला. परभारां खानदेशांत जाऊन शिरसाल्याची गढी दग्यानें घेऊन आपण पुण्यास दरबारीं गेला आहे, त्यास तेथें नानांनीं नोकरींत ठेवूं नये, इकडे पाटीलबावांचे तैनातीस रवाना करावा. ' राणेखानाचा मुलगा समशेरखानही या जावयाबरोबर पुण्यास गेला होता. त्यानें बंडावा सुरू केला आहे अशी तक्रार नानाकडे येतांच त्यानें त्याच्या बंदोबस्ताचे हुकूम सोडिले. त्यावरून खुद्द साहेबखानानें आपली हकीकत ता.११–१०–१७८९ रोजीं नानास रुजू केली ती अशीः– ' आपण महादजी सिंदे यांचे निसबतीस देऊन हिंदुस्थानांत पाठविलें. त्यांहीं आम्हांस राणेखानभाईचे गोटांत ठेविलें. आज्ञेप्रमाणें सरकारचाकरी दहा वर्षें केली. खासा असामी एक, दोन भाकरी पोटास व अंगास वस्त्रें दोन वर्षांनीं द्यावीं. चोळणा दोन पैसे हात कापडाचा, त्यास चार ठिगळें लागे तेथपावेतों दुसरा द्यावयाची आज्ञा नाहीं; व खर्चावयास दहा वर्षांत धातुस्पर्श न जाहला; व मनस्वी बोलूं लागले तें सोसून आज्ञेप्रमाणें राहिलों. सालमजकुरीं पाटीलबावा व

राणेखानभाई यांनीं छावणीकरितां उज्जनीस जावयाचा निरोप दिला. तेव्हां निघोन एक मजल येऊन राणेखान भाईंस सांगोन पाठविलें कीं, आम्ही मातु:श्रीचे भेटीस देशीं जातों. तेथून भेलशास आलों. समागमें भाईंचे चिरंजीव समशेरखान[1] होते ते उज्जनीस गेले. आम्ही निघोन डांगरी[2] परगण्यांत आलों. मातु:श्रीची भेट घेऊन साहेबांपाशीं (नानांकडे) यावें तों राणेखानभाईंकडून पाटीलबावांनीं बाळाजीपंत जांबगांवकरास पत्र पाठवून साहेबांस (नानास) गैरवाका समजा-विला कीं, टोके न पुसतां तिकडे येऊन महालीं बखेडा करितात. त्यावरून सर-कारचें आज्ञापत्र छ २६ जिल्कादचें आलें, तेणेंकरून बहुत चिंता निर्माण जाली. कोणाशीं एक पैसा मागितला नाहीं. पाटील व फौजा आम्हांवर चढाव करून आले. त्याजवरून ठाणें सोडून प्राण वांचवावयाशीं पहाडांत गेलों. मागें जमीन-दारांचीं घरें जमीनदोस्त करून माती तापींत टाकून दिली. वस्तभाव घेऊन गेले. नानाप्रकारें रयतेची छळणा करून गांव उजाड केले. रयतेस ताकीद केली कीं, टोके यास भेटूं नये. आम्हांस धरून कैद करावया अर्थें पाठीस स्वार लाविले. जीव वांचवावयाचें संकट पडलें व खर्चास कांहीं नाहीं. बहुत चिंता प्राप्त होऊन आपणांस विनंति जाहीर केली. आज्ञा केली कीं, हुजूर यावें. त्यावरून पहाडांतून येऊन मौजे मांडलपरा येथें बसलों आहों. आतां आज्ञा होईल तशी वर्तणूक करूं. साहेबांचे पदरचे आहों. वडिलांपासून आपण चालविलें त्याप्रमाणें पुढेंही चाल-विणार आपण आहेत. वडिलांमागें आपणच आम्हांस वडील. सर्व प्रकारें सांभाळ करणार धनी समर्थ आहेत.' या हकीकतीनंतर साहेबखानाचें पुढें काय झालें त्याचा अंदाज लागत नाहीं. महादजीविरुद्ध असलें कुलंगडें नानास तरी आपल्या हातीं पाहिजेच होतें. त्याचाच वचपा पुढें सचिव प्रकरणीं महादजीनें काढिला. बेगम टोके या बाईचा एक अर्ज पुढें नानाकडे आलेला उपलब्ध आहे, तो बहुधा साहेबखानाचे बायकोचाच आहे. तो असा:–'सावकार वगैरेंनीं बहुत उपद्रव दिला आणि संसाराचा गलावा आला यास्तव तोंड चुकावून जात होतों. त्यास बहिरो-पंतांनीं मना करून राहविलें. त्यास स्वामी कृपाळू होऊन बंदोबस्त करून देत असल्यास यादी पाठविली आहे. येविशीं आज्ञा व्हावी अथवा आम्हांस निरोप द्यावा कीं,आपले जिवाचें सार्थक मक्केस जाऊन करूं. आमचीं मुलें पायां-

१ समशेरखान हा राणेखानाचा मुलगा, म. द. बा. २. ९०. २ खानदेश, ता. अमळनेर. अमळनेरच्या उ० १० मैल, तापीचे दक्षिणेस.

पाशीं आहेत त्यांजवर कृपा मजप्रमाणेंच करीत जावी. सविस्तर विनंती मुले करतील.' मीरखान टोका बाजीरावाच्या वेळीं होता तो याचा कोण असावा ? तसेंच छत्रसिंग व भावसिंग टोके हे कोण ? स. १७३१ त डभईच्या लढाईंत भावसिंग टोके यानें त्रिंबकराव दाभाडे यास मारलें असा दाभाड्याच्या बखरींत उल्लेख आहे. हें टोके घराणें कोठचें ? त्यांत हिंदु व मुसलमान दोनही नांवें येतात, याचा उलगडा झाला पाहिजे. *

१०. **मथुरा-वृंदावनच्या सनदा व गोवध मनाईचें फर्मान, (स. १७९०).**—मथुरा शहर महादजीचें अत्यंत आवडतें. उत्तरेंतील सात वर्षांचा त्याचा काळ बहुतेक मथुरेसच छावणींत गेला. तेथील त्याची छावणी बादशाही थाटाची व कायम स्वरूपाची होती. ग्वालेर, आग्रा, मथुरा, दिल्ली व पुढें पंजाब पावेतोंच्या लष्करी महत्त्वाच्या हमरस्त्यावर हें ठिकाण मध्यवर्ती असल्यामुळें समस्त विरोधकांवर दृष्टि व दाब ठेवण्यास अत्यंत सोयीचें होतें. शिवाय त्यास धार्मिक पावित्र्य होतें, म्हणून खुद्द महादजीच्या वृत्तीस व मराठशाहीच्या मुख्य ध्येयास तें ठिकाण विशेष अनुरूप होतें. कारभाराच्या दगदगींतून, अल्प काळ कां होईना, पण मन निवृत्त करून तें भगवद्भक्तीकडे लावण्यास मथुरेइतकें दुसरें उत्कृष्ट स्थळ तिकडे नाहींच म्हटलें तरी चालेल. महादजी स्वभावतः धार्मिक वृत्तीचा व सत्समागमाचा भुकेला होता. ईश्वरावर अढळ श्रद्धा ठेवल्यानेंच आपले मनोरथ इतके सिद्धीस गेले अशी त्याची भावना होती. महादजीनें आपल्या जवळ दिल्लीस राहवें असें बादशहाचें म्हणणें होतें. परंतु ज्या कारणास्तव सातारकर छत्रपतीपासून आपण दूर पुण्यास राहवें असें पेशव्यांस वाटलें, त्याच कारणास्तव महादजीसही दिल्लीपासून दूर राहणें सोयीचें वाटलें. नाहीं तर बादशहाची पिरपीर कधींच संपली नसती. शिंद्यांचें वास्तव्य माळव्यांत झालें, तेव्हां त्यांनीं आपलें मुख्य ठिकाण उज्जनीस केलें. पुढें लढाईच्या व लष्करी सोयीकरितां त्यांस ग्वालेरसाठीं अट्टाहास करावा लागला. पण महादजीला अकलित मृत्यु न येतां त्याचे हेतु सिद्धीस जाते तर मथुरा हीच मराठशाहीची उत्तरेंतील राजधानि बनली असती यांत संशय नाहीं. परिस्थिति बदलल्यानें राजकारणांतील पुण्याचें केंद्र उत्तरेकडे सरकण्याची आवश्यकता कधींच वाटूं लागली होती. अलीकडे आग्र्यास लष्करी

* दि. म. रा. पु. ८१; ग्वा. २. २०१, २०४; व ३. ७७; भा. व. २ प. या. १६२; ब. पे. अ. पृ. २१,२३.

साहित्याचा प्रचंड कारखाना व पलीकडे दिल्लीस बादशहाचा प्रचंड पसारा, यांच्या दरम्यान गोपाळकृष्णाच्या छायेखालीं महादजीनें हिंदुपदपातशाहीची ही नवीन राजधानि निर्माण केली; आणि असें करण्याबद्दल पुण्यांतूनही समस्त कारभाऱ्यांचा महादजीस सारखा आग्रह चालला होता.

शिवाजी महाराजांचा अवतार हिंदु धर्माच्या उद्धाराकरितां झाला. त्यांच्या पश्चात् हिंदुपदपातशाहीचें धोरण स्वीकारितांना समस्त पेशव्यांनीं हें स्वधर्मोद्धाराचें कार्य सदैव आपल्या दृष्टीसमोर ठेविलें होतें. काशी, प्रयाग, मथुरा, अयोध्या वगैरे हिंदूंचीं पवित्र स्थळें आपल्या ताब्यांत असावीं आणि त्या ठिकाणीं हिंदूंच्या धर्माचरणास मुसलमानांकडून यत्किंचित् उपसर्ग होऊं नये, असा पक्का बंदोबस्त करणें हें पेशव्यांनीं आपलें एक मुख्य कर्तव्य मानलें होतें. हें कर्तव्य केव्हांही राज्यचालकांनीं दृष्टिआड केलें नव्हतें. सन १७८५ त महादजीनें बादशहाचा बंदोबस्त केला, तेव्हां नानानें त्यास कळविलें होतें कीं, 'मथुरा-वृंदावन हीं दोनही स्थळें सरकारचे नांवें पातशहापासून करून घ्यावीं.' त्यावर महादजीनें कळविलें कीं, हीं स्थळें हिंमतबहादर गोसाव्याचे जहागिरींत लावून दिलेलीं आहेत. पुढें गोसाव्याचा फितूर उघडकीस येऊन त्याची जहागीर जप्त झाली, तेव्हां तीं स्थळें सरकारचे नांवें करून घ्यावीं असें पुनः नानानें महादजीस कळविलें. त्यावर महादजीनें नानास जबाब पाठविला कीं, 'मथुरा, वृंदावन, नंदग्राम, व बरसानें या जागा तीर्थांच्या अविंधांकडे होत्या, त्या घेऊन तीर्थांच्या ब्राह्मणांकडेस दिल्या आहेत. ब्राह्मणांस उत्पन्न पोंचतें. पातशहा जादा व मीर्झा शफी स. १७८२ त भेटीस आले, त्यांजपासून स्थळांचा करार करून घेतला. देखरेख मात्र गोसाव्याकडे होती तीही सांप्रत त्याजकडून दूर करून आपले कारकून क्षेत्रीं ठेविले आहेत.' एवढ्यानें स्थळें आपल्या कबजांत आलीं असें झालें नाहीं, म्हणून नानानें पुनः स. १७८९ च्या आरंभीं लिहिलें, 'श्रीकाशींत विश्वेश्वराचें देवालय जुनें हजार वर्षांचें मोडून मसीद केली, त्यास विश्वेश्वराचें स्थळ मोकळें होऊन पूर्ववत् देवालय व देवस्थापना व्हावी हें हिंदुधर्मास उचित आहे. या काळीं पातशहाजवळ उद्योग करून फिरोन दावा न राहे व उपद्रव न होय ऐसें पत्र करून घ्यावें. विश्वेश्वराचे स्थळांत वसती असल्यास, त्याचे इमलयाचा पैका देविला जाईल. परंतु पातशहाची परवानगी निर्वेध जाली पाहिजे. तसेंच मथुरा–वृंदावन हीं स्थळें सरकार मालकीचीं असावीं; त्यांच्या सनदा सरकारचे नांवें घेऊन पाठविणें.'

त्यावर महादजीनें कळविलें, ' ही गोष्ट केल्यानें सर्वां यवनांस वांकडें वाटेल. काशीबद्दल असोफुद्दौला व इंग्रज एक आहेत, ते पर्यायाचीं बोलणीं बोलतात. मथुरा-वृंदावनाबद्दल पातशाही फर्मानाचे मसुदे केले आहेत. सनदा तयार होऊन आल्यावर सेवेशीं रवाना करितों.' पुन: मे १७९० त महादजीनें कळविलें, " मथुरा-महालच्या सनदा दरोबस्त वृंदावन सुद्धां आणविल्या आहेत. वृंदावन स्वतंत्र परगणा नाहीं, मथुरा परगण्यापैकीं गांव आहे. सनदा दाखल होतांच रवाना करितों." या सनदा स. १७९० च्या ऑगस्टांत बादशहानें स्वत: महादजीस दिल्या. त्या पुढें महादजीनें आपल्या बरोबरच पुण्यास नेल्या.

याच वेळीं महादजीनें समग्र हिंदुस्थानांत गोवध मनाई करण्यासंबंधाचें फर्मान बादशहापासून ता.४-९-१७८९ रोजीं मिळवून पुण्यास आल्यावर तें भरदरबारांत वाचलें. या फर्मानाचा अंमल हिंदु संस्थानांत अद्यापि होतो. त्याचा तर्जुमा मुसलमानी रियासत भा. २, पृ. ४३१ वर पूर्वीं छापला असल्यामुळें त्याची येथें पुनरावृत्ति करण्याची आवश्यकता नाहीं. यावरून हिंदु धर्मवृद्धीचे शिवाजीचे प्रयत्न पेशव्यांनीं स्वीकारून ते अखेरपावेतों आपल्या नजरेसमोर कसे ठेविले आणि मराठ्यांचें राज्य धर्माच्या भावनेवर कसें उभारलेलें होतें, हें दिसून येईल. *

११. महादजीचें दक्षिणेंत प्रयाण.— (स. १७९२ चा प्रथमार्ध)

'ता.१३-१-१७९२ रोजीं महादजीनें प्रतापगडाहून उज्जनीस कूच केलें. काबुलाहून विलायती घोडे आणविण्यासाठीं चाळीस हजार रुपये गोपाळरावास दिले. ' उज्जनीस दोन आठवडे मुक्काम करून मागील सर्व कारभाराची व्यवस्था लावून महादजी पुढें निघाला. ' अहल्याबाईची भेट न घेतां परभारें पानीच्या घाटानें नर्मदा उतरून १ फेब्रुवारीस पिपळोदास आले. बाईनीं नारो विश्वनाथ कारकून पाठविला होता, त्यास दर्शन मात्र झालें, बोलणें झालें नाहीं. याचें कारण पाटीलबावांचा रघु खिजमतगार बैल व म्हशी घेऊन जांबेच्या घाटानें गेला, त्याजपासून शेंदोनशें रुपये हांशिलाचे घेतले. त्याजकडून कोणी भला माणूस हांशील माफ करण्याकरितां बाईसाहेबांकडे आला होता. त्यांनीं रक्कम माफ केली नाहीं. हें वर्तमान रघूनें बावांस सांगितलें. त्यावरून बावांनीं नवाच घांट पाडून तोच चालवावा असें केलें. नर्मदेच्या दक्षिणेस नेमावर महाल मोठा सिंदे-होळकरांचा सनाईक.

* Keene P. 162; ऐ. टि. १-६, ४-१८; ग्वा. २. १८०; ३-८८, ९७, १००; अ. प. ५२.

त्यांत सत्वास जागा बहुत दिवस उजाड पडली होती, तेथें बाईनीं ठाणें ठेविलें. निंमे ठाणें बावांचें असावें, तें बाई ठेवून देत. म्हणत कीं, खर्च पडला तो देणें. असें एक वर्ष लोटलें. सांप्रत बावा त्याच मार्गें आले; त्यांनीं ते जागा खाली करून घेतली. त्याचे बदलां दुसरें स्थळ यांस लावून दिलें म्हणोन वर्तमान आलें. बाई फार श्रमी आहेत.' बाईनें महादजीस शाप दिल्याची आख्यायिका तात्पर्यार्थानें खरी दिसते.

सत्वाससंबंधीं ता. १५-७-१७९२ रोजीं महादजीनें व्यंकाजी रामचंद्रास पंचमहाल येथील सरमंडळाचें वतन करार करून दिलें आणि लिहिलें कीं, 'तुम्हीं पदरचा खर्च लावून मवासांचें पारिपत्य करून सत्वास येथील किल्ल्याची झाडी तोडून गांवगन्नाची वस्ती केली. तुम्हीं सरकारचाकरी केली ही समक्ष पाहिली.' पुढें दरकूच बऱ्हाणपुरास आले. बऱ्हाणपुरचा कमावीसदार माधवराव कृष्ण भुसकुटे हा नुकताच स. १७९१ च्या कार्तिक शु० १५ स मरण पावला. या गृहस्थाचा लौकिक त्या प्रांतीं मोठा होता. 'वय फार थोडें, रीत फारच चांगली; उदारत्व, देवब्राह्मणांचे ठायीं आस्था, मामलतीस योग्य, सरमंडळाचा कारभार व पाटीलबावांकडील मामलती व सावकारी कामाची सावधता, या गुणांनीं आटोप चांगला केला. दुर्गुणाची जात नव्हती. सर्व अनुकूलता असून भोक्तृत्व दैवयोगें थोडें जालें. मृत्यूचें वर्तमान ऐकून अहल्याबाई फार श्रमी जाली. भुसकुटे यांचे कनिष्ठ बंधु व पदरीं माणसें चांगलीं यामुळें बंदोबस्त राहील.' आबाजी बल्लाळ सोमण, हरिपंत गोखले, कृष्णाजी अनंत भागवत वगैरे त्या बाजूच्या हुशार कमावीसदारांचीं नांवें नमूद आहेत. भुसकुटे यांच्या घराण्यांत ऐतिहासिक कागद पुष्कळ असल्याचें कळतें. 'बऱ्हाणपुर येथें ता. ८ मार्च रोजीं हुताशनी करून निजामलीखांकडील पत्रोत्तर आल्यानंतर पुढें कूच करणार.' महादजी नर्मदेवरून येतांना भोसल्यांचे वकील येऊन भेटले त्यांची हकीकत अन्यत्र सांगितली आहे.

बऱ्हाणपुराहून महादजी पैठणास आला. बीड येथें गुरूचें दर्शन घेऊन तुळजापुरास देवीस नवस फेडणें हीं कामें पुण्यास जाण्यापूर्वी करावयाचीं असल्यामुळें, तो प्रथम गुरु मनसूरशहा बीड येथें होता, त्याच्या दर्शनास गेला. बीडास आठ दिवस राहून १३ एप्रिल रोजीं पुढें निघाला. कसबे बाशी येथें बहिणीची लेक कल्याणराव कवडे याची स्त्री यांची मेजवानी घेऊन पुढें तुळजापुरास जात असतां, वाटेंत १६ एप्रिल रोजीं पार नांदूर येथें बायको मरण पावल्यामुळें दहा दिवस

गुंता पडून मुक्काम झाला. नंतर ५ मे रोजीं महादजी तुळजापुरास पोंचला. तेथें भोपे कदम यांची कन्या नवरी केली व परत जांबगावास आला. जांबगाव येथें त्यानें दौलतरावाचें लग्न केलें. या गोष्टी आटपून पुण्यास जाण्यास निघाला तो ११ जून रोजीं संगमावर मुक्कामास दाखल झाला.*

प्रकरण तेविसावें

टिपूवर बदामीची स्वारी.

स. १७८५–मे १७८७.

१. टिपूचा व मराठ्यांचा इंग्रजांवर प्रकोप.
२. यादगीरची भेट, नाना–निजामांचें खलबत (मे १७८४).
३. युद्धारंभ, नरगुंद व कित्तूर यांचा टिपूकडून विध्वंस (स. १७८५).
४. मराठ्यांची जमवाजमव, बदामी काबीज (२१–५–१७८६).
५. गजेंद्रगड व अदवानी येथील प्रसंग, युध्यमान फौजांची तुलना (१७८६).
६. समेटाचा उपक्रम, गजेंद्रगडचा तह (मार्च १७८७).

* * *

सवाई माधवरावाच्या इतिहासांत पहिलें महत्त्वाचें प्रकरण इंग्रज–मराठ्यांचें युद्ध होय. त्यानंतरचें दुसरें प्रकरण म्हणजे महादजी शिंद्याचा उत्तर हिंदुस्थानांतील कारभार. हा कारभार चालू असतांच दक्षिणेंत पुणें दरबाराकडून कर्नाटकांत टिपूवर स्वाऱ्या झाल्या, त्यांचें वर्णन प्रथम देऊन मग महादजी शिंद्यानें पुण्यांत जीं अवांतर कामें केलीं, त्यांचें विवेचन यथाक्रम करण्यांत येईल.

१. इंग्रजांवर प्रकोप, टिपूचा सालबाईच्या तहानें, व मराठ्यांचा मंगळूरच्या तहानें.–पेशवाईच्या इतिहासांत निजामाचें प्रकरण कायमचें समकालीन आहे. त्याचप्रमाणें उत्तर पेशवाईत हैदर–टिपूचें प्रकरण एक प्रकारें

* संदर्भ—म. द. बा. २. २२८, २३५; दि. म. रा. पु. ६७, ७०; जी. च. ले. ७७; ऐ. टि. १. १३; नातू कृ. म. शिं. च.; ना. भो. ब.; रु. ३; *Brougyton's letters P. 142*, इ०.

कायमचेंच समजलें पाहिजे. या दोन सामान्य प्रकरणांशिवाय, इंग्रजांचें युद्ध व दिल्ली येथील बादशाही व्यवस्था या सवाई माधवरावाच्या वेळच्या दोन मुख्य बाबती होत. या दोन बाबतींचे तपशील विशेष भानगडीचे, अनेक ठिकाणीं विखुरलेले व वाचकांस बहुधा अपरिचित असल्यामुळें मुद्दामच विस्तारानें स्पष्ट करावे लागले. तसा प्रकार निजाम–हैदरांचे प्रकरणांचा नाहीं. हीं प्रकरणें खऱ्यांच्या पुस्तकांत व इतरत्र सुस्पष्ट मांडलेलीं उपलब्ध आहेत. 'श्रीरंगपट्टणावरील दोस्तांची स्वारी' वगैरे कित्येक स्वतंत्र पुस्तकेंही या प्रकरणांवर आहेत. यास्तव आतां सांगावयाच्या टिपूवरील स्वाऱ्यांचा वृत्तान्त विस्तारानें देण्याची आवश्यकता नाहीं. त्यांतील ठळक प्रसंग व त्यांचे एकंदर राजकारणावर घडलेले परिणाम एवढेच मुद्दे विवेचक व सुसंबद्ध रीतीनें दाखवावयाचे आहेत.

स.१७७९ त चौकडीचें कारस्थान सिद्ध होऊन हैदर-मराठ्यांच्या आणा शपथा झाल्यावर मग हैदर इंग्रजांच्या मुलखावर चालून गेला. कोणींही परभारें इंग्रजांशीं तह करूं नये असा करार होता. पुढें हैदरअलीस न पुसतां इंग्रज–मराठ्यांनीं सालबाईचा तह पुरा केला व त्यांत हैदरास बंधनकारक कलमें घातलीं. याचा परिणाम पुढें दोघांसही भोंवला. हैदरअलीनें इंग्रजांचे किंवा महंमदअलीचे जे प्रांत जिंकले असतील ते त्यानें त्यांस परत करावे, आणि इंग्रज–मराठ्यांनीं एकमेकांच्या दोस्तांस उपद्रव देऊं नये, असें त्या तहाचें नववें कलम असून, तें अंमलांत आणून देण्याची जामीनगिरी महादजीनें पतकरिली होती. इंग्रजांचे दोस्त म्हणजे अर्काटचा महंमदअली व लखनौचा वजीर; आणि मराठ्यांचे दोस्त म्हणजे निजाम, नागपुरकर भोसले व हैदर अली अशी स्पष्टता तहांत होती. अर्थात् या तहानें हैदर अत्यंत चिडून गेला आणि मद्रासच्या बाजूचा प्रदेश दोन वर्षें तो दाबून बसला होता तो सोडून देण्याचें सालबाईच्या तहांतलें कलम त्यानें साफ नाकारिलें. इंग्रज सेनापति आयर कूट मद्रासेकडे हैदराशीं झुंजत होता, त्यास सालबाईच्या तहाची माहिती कळतांच त्यानें ता. १२–७–१७८२ रोजीं हैदरास पत्र लिहून इंग्रजांचा मुलूख सोडून जाण्याची सूचना केली. त्यावर ता.१९–७–१७८२ रोजीं हैदरानें जबाब पाठविला कीं,' मला न विचारतां परभारें मला बंधनकारक तह ठरविण्याची तुमची शक्कल अजब म्हटली पाहिजे. तथापि त्या तहाची नक्कल घेऊन तुमचा वकील मजकडे पाठवा, मग पुढें काय तो विचार करूं.' त्यावरून कूटनें लगेच आपला वकील श्रीनिवासराव यास तहाची नक्कल

देऊन हैदराकडे पाठविलें. त्याजपाशीं हैदरानें इंग्रज कसे दगाबाज आहेत याचें उत्कृष्ट प्रतिपादन केलें; आणि परत निक्षून असें कळविलें कीं, ' छाती असेल तर निजाम-मराठ्यांसह तुम्ही माझे सामन्यास या आणि माझी करामत पहा. आज दोन वर्षें जो मी या प्रांतांत तळ देऊन बसलों आहें, तो नुसता हात हालवीत तुमच्या सांगण्यानें परत जाण्यासाठीं नव्हे; आणि परत्र जाण्याचीच माझी मर्जी झाल्यास, मग तुमच्या हुकमाची तरी मला काय जरूर आहे ? हल्लीं या प्रांतांतून एका पैशाची सुद्धां तुम्हांस प्राप्ति होत नाहीं, पुढेंही मी ती होऊं देणार नाहीं.'

हैदर नुसत्या दटावणीनें निघून जात नाहींसें पाहून कूटची मोठी निराशा झाली. तो वार्धक्यानें खंगलेला असून हैदरास खडे चारण्याचें सामर्थ्य आपल्या अंगीं नाहीं याबद्दल अत्यंत कष्टी झाला; आणि वैद्यकी सल्ल्यानें प्रकृति सुधारण्यासाठीं युद्धाचें काम जनरल स्टुअर्ट याजकडे सोंपून आपण जलमार्गानें कलकत्त्यास निघून गेला, (ऑक्टोबर १७८२).

यावरून दिसून येईल कीं, मूळ सालबाईचा तह कसा घाईनें व अप्रयोजकपणानें घडून आला. हेस्टिंग्सनें त्याचा फायदा घेऊन अँडर्सन मार्फत महादजीस टोंचणी लाविली कीं, नवव्या कलमाची पूर्तता करून द्या. तुम्हीं उभय पक्षीं जामीनगिरी पतकरिली आहे तर हैदरानें दाबलेला मुलूख सोडवून द्या. त्यावर महादजीनें हेस्टिंग्सला कळविलें कीं, ' या बाबतींत पुणें दरबार टिपूस लिहून तहाप्रमाणें त्याजकडून मुलूख सोडवून देतील व इंग्रज कैदी त्याचे ताब्यांत असलेले मोकळे करवितील. पुणेदरबाराची ही मध्यस्ती टिपू न ऐकेल तर मराठे व इंग्रज मिळून त्याजशीं युद्ध चालवूं, आणि ज्यांचे ज्यांचे मुलूख गेले असतील ते सर्व सोडवून ज्याचे त्यास देऊं; त्यांत जास्त मुलूख सुटेल तो पेशवे, सिंदे व इंग्रज यांनीं सारखा वांटून घ्यावा . या बाबतींत टिपू तहाचें बोलणें पेशव्यांकडे करील तर त्यास इंग्रजांनीं मान्यता द्यावी; आणि तो इंग्रजांकडे बोलणें करील तर त्यास पेशव्यांनीं मान्यता द्यावी. परभारें मात्र त्याजशीं कोणी तह ठरवूं नये.' नवव्या कलमाची ही स्पष्टता उभय पक्षांनीं मान्य केली; आणि ती ता. २४-३-१७८३ रोजीं मद्रासकरांस कळविण्यांत आली. (Forrest's Imp. Series Vol 3 p. 936 & 1104).

हैदर जिवंत असतांच म्हणजे स. १७८२ च्या ऑक्टोबरांत महादजीनें त्यास स्वतः दरडावणीचें पत्र लिहून सालबाईच्या तहांतील नववें कलम पुरें करण्याची

इशारत दिली होती, आणि प्रसंग पडला तर इंग्रजांची व आपली फौज एकत्र होऊन तुमच्याबरोबर सामन्यास येण्यास सिद्ध आहे असेंही कळविलें होतें. पश्चात् हैदर मरण पावला आणि पुणें दरबारानें महादजीच्या आग्रहावरून आपल्या फौजा टिपूच्या सरहद्दीकडे रवाना केल्या, इतकें टिपूचें शत्रुत्व मराठ्यांनीं संपादन केलें असतां स. १७८४ त मद्रासकरांनीं परभारें टिपूशीं तह केला, आणि त्या तहांत मराठ्यांचा उल्लेख सुद्धां करण्यांत आला नाहीं, ही गोष्ट हेस्टिंग्स यास अत्यंत गैर वाटली. महादजी शिंदेही त्यामुळें इंग्रजांवर चिडून गेला. त्यानें आपला वकील भाऊ बक्षी यास हेस्टिंग्सच्या भेटीस लखनौस स. १७८४ च्या आरंभीं पाठविलें, तेव्हां त्याची समजूत करतां करतां हेस्टिंग्सच्या नाकीं नव आले. या भानगडींचा ठसा सदाशिव दिनकराच्या मराठी पत्रव्यवहारांत उमटलेला आपणास दिसतो. अंतस्थ घडामोडी कळल्याशिवाय तीं पत्रें समजतच नाहींत.

से. कूट कलकत्त्यास गेल्यावर मागें स्टुअर्टनें कांहींच करामत केली नाहीं. पुढें हैदर मरण पावला, तरी युद्ध न थांबतां उलट टिपूनें इंग्रजांवर जास्तच कहर मांडिला. तेणेंकरून मद्रासचे इंग्रज रडकुंडीस आले; आणि मराठ्यांची व मुंबईची कुमक आणवून टिपूस उखडून देण्याची सिद्धता हेस्टिंग्स करीत असतां मद्रासकरांनीं बिनहुकमानें टिपूशीं साधेल तसा तह घडवून आणण्याकरितां त्याजकडे आपले वकील पाठविले. यामुळें हेस्टिंग्सला अतोनात दुःख झालें. त्यानें मद्रासकरांस तहाची परवानगी तर दिली नाहींच, उलट निकरानें लढाई चालविण्यासाठीं आयर कूट यास मुद्दाम भीड घालून पुनरपि मद्रासेस रवाना केलें(२०-३-१७८३). रस्त्यांत जहाजावरच कूट यास अर्धांग वायूचा झटका होऊन कांहीं दिवसांनीं किनाऱ्यावर आल्यावर ता. २७-४-१७८३ रोजीं हा शूर इंग्रज सेनापति मरण पावला. त्यामुळें हेस्टिंग्सचें मुख्य अवसान खचलें, तरी पण टिपूशीं लढण्याचा त्याचा निश्चय बिलकूल ढळला नाहीं. पुढील पावसाळ्यांत इंग्रज-फ्रेंचांचें युरोपांतील युद्ध थांबल्याची बातमी आली, तेव्हां मद्रासच्या गव्हर्नरानें टिपूशीं तह करण्याची हेस्टिंग्सकडे पुनरपि परवानगी मागितली; परंतु हेस्टिंग्सनें त्यास पहिल्यासारखाच खलिता पाठविला कीं, 'टिपू आपण होऊन तहाची मागणी करीपर्यंत तुम्हीं त्याजबरोबर कांहीं एक बोलणें करूं नये.' गव्हर्नर मेकार्टनें हा हुकूम मानला नाहीं; आणि तीन महिने टिपूशीं खटपट करून ता. ११-३-१७८४ रोजीं त्यानें तह घडवून आणिला. या तहानें एकमेकांनीं हस्तगत केलेले मुलूख परत करावे असा

ठराव झाला, पण उभयतांच्या मनांतलें शल्य मात्र गेलें नाहीं. खरें म्हटलें तर पुढील म. १७९१–९२ च्या युद्धाचें बीजच या तहांतून उत्पन्न झालें.

हेस्टिंग्सला तर हा तह विलकूल पसंत वाटला नाहीं. त्यांत अकार्टच्या नबाबाचा उल्लेखच नव्हता. तो तर इंग्रजांचा दोस्त. म्हणून त्याजला टिपूनें पाहिजे तसा नरम केला तर त्याचा प्रतिकार करण्याचा उपाय या तहानें इंग्रजांच्या हातीं राहिला नाहीं.यामुळें इंग्रजांची सर्व इभ्रत नाहींशी होते असें हेस्टिंग्सला वाटलें. टिपूला नरम आणण्यासाठीं पुणें दरबार व महादजी यांनीं इंग्रजांचा पक्ष घेतला होता. सालबाईच्या तहांतील ठराव त्यानें मान्य करावे म्हणून सर्वांचा उद्योग चालू असतां, मध्येंच मद्रासकरांनीं अपुरा तह केल्यानें टिपूला मराठ्यांवर सूड घेण्यास जोर आला आणि सालबाईचे करार निष्फळ ठरले. महादजी व नानाफडणीस यांचा जो निकराचा वाद झालेला तत्कालीन कागदांत दिसतो त्याचें बीज हें आहे. आपणास विचारल्याशिवाय इंग्रजांनीं परभारें टिपूशीं तह केला, हें नानास दुःसह होऊन, महादजीनें जामीनगिरी पतकरिली असल्यामुळें, त्यानें आतां हे प्रकार इंग्रजांकडून सुधारून द्यावे, असा नेट नानानें महादजीस लाविला. त्यावरून महादजीचें व हेस्टिंग्सचेंही बिनसलें. महादजीची समजूत काढतां काढतां हेस्टिंग्सला पुरेवाट झाली आणि दिल्लीच्या प्रकरणांत मोकळा हात महादजीला देणें त्यास भाग पडलें. ‘आमच्या या भलत्याच कृतीमुळें आतां मराठ्यांस टिपूशीं लढण्याचा प्रसंग येणार, त्यांस मदत करण्याचीही सोय आपणांस राहिली नाहीं,’ असें हेस्टिंग्सनें मद्रासकरांस व इंग्लंडास लिहून कळविलें. सारांश, सालबाईच्या तहानंतर नाना, महादजी व इंग्रज यांजमध्यें ज्या भानगडी उपस्थित झाल्या आणि ज्यांच्या संबंधानें मराठी कागदांत अतिशय ऊहापोह झालेला दिसतो, त्याचें कारण मद्रासकर इंग्रजांनीं वरिष्ठांच्या हुकुमाविरुद्ध परभारें टिपूशीं मंगलूर येथें अनधिकारी तह बनविला हें होय. टिपूशीं पुणें दरबाराचें कां बिनसलें हें समजण्यास हे पूर्व प्रकार लक्षांत ठेविले पाहिजेत.

टिपूशीं इंग्रजांनीं स्वतंत्र तह केल्यामुळें नाना व महादजी यांच्या दरम्यान जो निकराचा पत्रव्यवहार झाला, तो सारांशरूपानें सुद्धां येथें देतां येण्याजोगा नाहीं. ग्वालेर कागदांत त्याचे लेख भरपूर आहेत. विशेषतः भा. २ ले. १५२–१५४, १६०–१६१,१६८–१७१ व १७६ वगैरे कागद पाहवे. ता. २८–१०–१७८३

रोजीं महादजी व हेस्टिंग्स यांचा असा करार झाला कीं, टिपूकडील जावसाल सहा महिन्यांत व्हावा, न झाल्यास त्याजवर फौज रवाना करावी. त्या फौजेस इंग्रजांनीं सामील होऊन टिपूवर मसलत करावी. ही मुदत होऊन गेल्यामुळें इंग्रजांनीं आपला कंपू कर्नेल पापन(Popham)बरोबर पाठविला. पापन पाटीलबावांजवळ आला व विचारूं लागला, मसलत करतां कीं नाहीं. सरकारांतून म्हणजे पेशव्यांकडून फौज न गेली तर पुढें काय तें आम्हांस सांगा.' तेव्हां पाटीलबावांनीं त्याची खातरजमा केली कीं, सरकारची फौज न गेली तर आम्ही तुम्हांबरोबर येतों. इतकें ठरल्यावरही मग इंग्रजांनीं परभारां टिपूशीं तह केला, यावरून त्यांची चाल चांगली ध्यानांत यावी, असें महादजीनें नानास कळविलें. *

हेस्टिंग्सनें मद्रासकरांस तह केल्याबद्दल कितीही दोष दिला, तरीं टिपूशीं लढण्यांत त्यांनीं कांहीं एक कसूर केली नाहीं, हें त्या वेळच्या हकीकती वाचल्यास स्पष्ट कळून येईल. हैदर मरण पावल्यावर टिपूनें इंग्रजांशीं जास्तच निकरानें युद्ध चालविलें. मुंबईकर इंग्रजांनीं पश्चिम किनाऱ्यावरून टिपूच्या मुलखावर चाल केली, त्यावरोबर मद्रासचा शह सुटला. स. १७८३ च्या जानेवारींत जनरल मॅथ्यूज बरीच फौज घेऊन मुंबईहून निघाला तो फेब्रुवारीच्या आरंभीं होनावरास उतरून होनावर व मंगलोर हीं टिपूचीं ठाणीं व घांटाखालील प्रदेश हस्तगत करून नंतर वर चढला, आणि बिदनुरास वेढा घालून १६ फेब्रुवारीं रोजीं टिपूचें तें मजबूद ठिकाण त्यानें अल्पायासें काबीज केलें. या ठिकाणीं इंग्रज फौजेस ८१ लक्ष होन व पुष्कळ जवाहीर अशी अतोनात लूट मिळाली. शेख अयाज म्हणून बिदनूर प्रांताचा सुभेदार होता, त्याचा व टिपूचा द्वेष असल्यामुळें, तो इंग्रजांस अनुकूल झाला, म्हणूनच त्यांची अशी सहज फत्ते झाली. पश्चिमेकडील अपजयाची ही वार्ता कळतांच टिपू आपली पूर्वेकडची एक लाख फौज व तोफखाना घेऊन इतक्या त्वरेनें मॅथ्यूजवर चालून आला कीं, त्यास पळून जाण्यासही संधि मिळाली नाहीं. त्यानें इतर वाटेंतलीं ठाणीं घेऊन बिदनुरास वेढा घातला आणि ता. ३० एप्रिल रोजीं तें शहर हस्तगत केलें. तेव्हां साडेतीन हजार इंग्रज फौज व मॅथ्यूजसह सर्व गोरे अंमलदार टिपूच्या हातीं पडले. त्यांस त्यानें बिड्या ठोकून श्रीरंगपट्टणास रवाना केलें. नंतर घांटाखालीं उतरून त्यानें समुद्रापर्यंतचा सर्व प्रदेश ताब्यांत घेऊन त्या सालच्या ता. ४ मे रोजीं मंगलोरास वेढा घातला. त्या ठिकाणचे इंग्रज कर्नल

* ग्वा. २. १६०.

कँपवेलच्या हाताखालीं इतक्या शौर्यानें व शिताफीनें लढले कीं, टिपूच्या लाख फौजेचा कांहीं इलाज चालेना. ऑगस्टच्या आरंभीं उभय पक्षीं युद्ध थांबवावें असा करार ठरला, परंतु टिपूकडून तो करार मोडला गेल्यामुळें पुनः मंगळूरवर निकरानें लढाई चालली. तरी पुढें उपासमारीमुळें इंग्रजांचा निरुपाय होऊन त्यांनीं जानेवारी ३० स.१७८४ रोजीं मंगळूरचें ठाणें टिपूच्या हवालीं केलें. यावरून मद्रासकर इंग्रजांचा टिपूनें कसा धुव्वा उडविला तें ध्यानीं येईल.पूर्वेच्या बाजूनें कडाप्पाकडे व पश्चिमेकडे डिंडीगलवरून कोइमतुर पावेतों असे आणखी दोन दिशांनीं टिपूच्या राज्यांत घुसण्याचे इंग्रजांनीं प्रयत्न केले,पण तेही सिद्धीस गेले नाहींत. तेव्हां गव्हर्नर मेकार्टनेचा अगदीं नाइलाज झाला आणि दातीं तृण धरून त्यानें टिपूकडे तहाची याचना केली,आणि आपण होऊन युद्ध बंद ठेविलें. हा लांछनकारक प्रकार ताबडतोब बंद करण्याबद्दल हेस्टिंग्सनें हुकमावर हुकूम पाठविले, पण ते अंमलांत आणण्याचें कांहीं एक साधन मद्रासकरांच्या हातीं राहिलें नाहीं. टिपूनेंही तहाच्या प्रकरणीं इंग्रजांची भरपूर टवाळी केली. त्यानें अंतस्थ रीतीनें आपला हस्तक मद्रासेस पाठवून त्याजकडून गव्हर्नरास सूचना केली कीं, इंग्रजांनीं तहाचे वाटाघाटीसाठीं आपले वकील मंगळूर येथें पाठवावे. त्याप्रमाणें दोन इंग्रज वकील मद्रासेहून आले. ते येतांच टिपूनें चहूंकडे पुकारा केला कीं, 'तहाचे बाबतींत माझी मनधरणी करण्यासाठीं इंग्रजांनीं हे वकील पाठविले आहेत.' नंतर त्यानें पदोपदीं त्या वकिलांची मानहानि करून टर उडविण्याचा उपक्रम केला. प्रवासांत त्यांची सामान्य माणसांप्रमाणें अडवणूक केली. तीन महिने त्यांस अडकवून ठेवून मग त्यांस आपल्या वकिलाबरोबर परत मद्रासेस खुलाशासाठीं पाठविलें. तेथून ते पुनः मंगलोरला येत असतां पावलोपावलीं त्यांची मानखंडना केली. त्यांच्या उतार्‍यावर तंबूच्या सभोंवार फांशीं देण्याचे खांब उभे करून दिले. त्यामुळें त्या वकीलांची इतकी घाबरगुंडी उडाली कीं, त्यांनीं पळून बंदरांतील जहाजांवर जाण्याचा बेत ठरविला. शेवटीं बरेच दिवस वाटाघाट चालून ता. ११ मार्च १७८४ रोजीं तह कायम झाला. त्या वेळचें वर्णन टिपूनें असें जाहीर केलें कीं, 'इंग्रजांचे वकील दोन तास पावेतों हातीं टोप्या घेऊन तहावर सही करण्याची आम्हांस याचना करीत होते. त्यांतच पेशव्यांच्या व निजामाच्या वकिलांनीं सुद्धां नाना प्रकारें आमचीं आर्जवें केलीं. तेव्हां मग आम्हांस करुणा उत्पन्न होऊन सदय अंतःकरणानें इंग्रजांची विनंति आम्हीं मान्य केली.' एकमेकांनीं जिंकलेले प्रदेश परत द्यावे, एवढा एकच मुद्दा या

तहांत मुख्य होता. तह पदरांत पडतांच इंग्रज वकील ताबडतोब निघून मद्रासेस गेले. टिपूच्या ताब्यांत इंग्रज लोक कैदी होऊन पडले होते, त्यांच्या सुटकेची त्या वकीलांनीं वास्तपूस सुद्धां केली नाहीं. पुढें हे कैदी म्हणजे ९०० इंग्रज व १००० एतद्देशीय शिपाई आणि १८० अंमलदार हे मोठ्या मिनतवारीनें सोडवून आणण्यास भारी प्रयास पडले. जनरल मॅथ्यूज व दुसरे अनेकांचे प्राण टिपूनें निष्कारण घेतले होते. कैदेंतील क्रूर वागणुकीच्या यातना या कैद्यांनीं सांगितलेल्या कानांनीं ऐकूं नयेत असल्या होत्या.

हैदराची दूरदृष्टि किंवा राजकारणाचा अनुभव टिपूच्या ठिकाणीं बिलकूल नव्हता. तो अत्यंत गर्विष्ठ व बेफामपणें वागणारा होता. कपटीही तसाच. काय बोलेल व काय करील याचा विश्वास कोणालाच येत नसे. ' नवजबानी व हरदम-ख्याली, ' असें त्याचें वर्णन एका लेखकानें केलें आहे. हिंदुस्थानांतील सर्व दौलतदार एकीकडे व मी एकीकडे, प्रसंग कसाही आला तरी मी डगमगणार नाहीं, असें तो वारंवार बोलून दाखवी. निजामास तर तो बिलकूल मोजीत नसे. तसेंच इंग्रजांना हिंदुस्थानांतून साफ घालवून देण्याचीच त्याची प्रतिज्ञा होती. याशिवाय मुसलमानी धर्माचा त्याला अभिमान असून तो धर्म भूतलावर प्रसृत करण्याची मला परमेश्वराची आज्ञा आहे, असे त्यानें जाहीरनामे लाविले आणि आपल्या राजमुद्रेंत देखील तशा अर्थाचीं वाक्यें घातलीं. अडीच कोटींचें राज्य, तुडुंब भरलेला खजिना, आणि शस्त्रास्त्रांनीं सज्ज असें दीड लाख सैन्य पदरीं बाळगून बापाच्या पश्चात् अल्पावधींत टिपूनें आपला दरारा चहूंकडे बसविला. फ्रेंचांशीं त्यानें पूर्वीचा स्नेह दृढ केला. तेणेंकरून त्यांची मदत आपणास पाहिजे तेव्हां येईल, अशी त्याला अखेरपर्यंत खात्री होती. राज्यक्रान्तीच्या वावटळींत फ्रेंच राष्ट्र सांपडलें नसतें तर टिपूची ही इच्छा सफल झाली असती.

स. १७८४ च्या पावसाळ्यांत नानानें महादजीस लिहिलें, 'टिपूची चाल ठीक नाहीं. उजम (=गर्व) भारी आहे. वर्तणूक मनस्वी आणि क्षेत्र चांगलें नाहीं. अलीकडे नूर महंमदखानास टिपूचें पत्र आलें कीं, एके दिवशीं पन्नास हजार हिंदु बायकामुलें सुद्धां बाटवून मुसलमान केले. असी गोष्ट, तो म्हणे, पूर्वीं पातशहा व वजीर मोठेमोठे जाले, परंतु जाली नाहीं; ती खुदाचे फज्लें करून जाली. नबाबाचे लष्करांत टिपूचे वकील आहेत त्यांसही त्यानें असेंच लिहिलें आहे. संवत्सर व महिने यांचीं नांवें मोडून नवीं केलीं. पुढेंही गांवचे गांव बाटवीत

चालला आहे. यास्तव हरिपंत त्याजवर चालून सुरापुरपावेतों गेले. इतक्यांत मुंबईकरांचें पत्र टिपूचा तह जाला म्हणोन आलें. त्यावरून मजबूद मनसुबा केल्याखेरीज टिपूचे तालुक्यांत उपद्रव करूं नये असें हरिपंतास नानानें लिहून पाठविलें.' ꣿ

२. यादगीरची भट, नाना-निजामाचें खलबत (मे १७८४).— सालबाईच्या तहानंतर टिपूशीं मराठयांचें वैर कां वाढत गेलें हें वरील हकीकतीवरून स्पष्ट होईल. महादजीनें हेस्टिंग्सच्या कारवाईस भुलून, पुणें दरबार, हैदर व फ्रेंच यांस तोंडघशीं पाडून परभारें इंग्रजांशीं तह केला, त्याचीच पुनरावृत्ति मद्रासकरांनीं टिपूशीं परभारें तह करून उचलली, आणि मराठयांस तोंडघशीं पाडिलें. खरें म्हटलें तर हैदर-टिपूशीं मराठयांचा वैरभाव जुना व कायमचाच होता. इंग्रज-मराठयांचें युद्ध जुंपतांच हैदरअलीनें जवळ जवळ कृष्णेपावेतों मराठयांचा सर्व मुलूख दावला, आणि पुढें चौकडीच्या कारस्थानांत हैदरास सामील करून घेतांना नानानें हा तीस लक्षांचा मुलूख त्याला देऊन खूष केलें. कराराप्रमाणें हैदरानें आपली कामगिरी चांगली बजाविली, आणि मद्रासकर इंग्रजांस दोन अर्डाच वर्षें दावून टाकिलें. अशा स्थितींत युद्ध ऐन रंगांत आलें असतां आपणास सोडून मराठयांनीं इंग्रजांशीं सालबाईवर परभारें तह केला, ही गोष्ट हैदर-टिपूंस शल्यासारखी झोंबली; आणि उभय पक्ष हळू हळू वर्दळीस येऊं लागले.

मराठयांच्या अडचणींचा फायदा निजामानेंही चांगलाच घेतला होता. दादाशीं व इंग्रजांशीं लढण्यास निजामानें आपणांस साहाय्य करावें म्हणून नानानें त्यासही तीस लक्षांचा मुलूख दिला, पण युद्धांत त्यानें मराठयांची कांहींच मदत केली नाहीं. चौकडीच्या कारस्थानांतही त्यानें कबूल केलेली कामगिरी बिलकूल पार पाडिली नाहीं. या गोष्टी नानाफडणिसाच्या मनांत चांगल्या वागत होत्या. म्हणून रघुनाथरावाचा बंदोबस्त होऊन इंग्रजांचें युद्ध बंद होतांच मराठी राज्याचा चालू कार्यक्रम नानानें हातीं घेतला. या कार्यक्रमांत ओघानेंच तीन मुख्य भाग प्राप्त झाले. माधवराव पेशव्याच्या वेळचा दिल्लीचा अपुरा कार्यभाग पुरा करणें हें एक मुख्य काम महादजीनें पतकरिलें; आणि दक्षिणच्या कार्यभागापैकीं निजाम व हैदर-टिपू यांचीं प्रकरणें नानानें अंगीकारिलीं. या दोघांशीं एकदम वैर न जोडतां प्रथम निजामास हातीं धरून टिपूस नरम करावें; आणि टिपूचा कार्यभाग

१ पुणें येथील टिपूचा वकील. ꣿ ग्वा: २.१६१.

उरकल्यावर मग निजामाचा समाचार घ्यावा, असा पुढील उद्योग पोक्त विचाराअंतीं नानानें मनांत ठरविला, व तोच पुढें अंमलांत आणिला.

हा कार्यक्रम लक्षांत ठेवल्यानें पुढील तेरा वर्षांचा सवाई माधवरावाच्या अखेर-पर्यंतचा मराठीशाहीचा उद्योग सुसंगत दिसेल. स. १७८४ सालांत यादगिरी येथें नानानें घेतलेली निजामाची भेट, त्यानंतर स. १७८५ व ८६ या दोन सालांत टिपूशीं युद्ध, व स. १७९०–९१ सालांत इंग्रजांच्या सहाय्यानें त्याची पूर्तता, आणि शेवटीं खर्ड्याच्या प्रसंगानें निजामाचा समाचार, अशी ही मुख्य व्यवहारांची सांखळी नजरेसमोर ठेविल्यानें ऐतिहासिक संगति सुस्पष्ट होईल. तात्पर्य, इंग्रजांशीं झगडतांना निजाम टिपूनीं जितकें राज्य मराठ्यांचें दाबलें तितकें सर्व नानानें पुढील बारा वर्षांत परत मिळविलें. मात्र राज्याची नवीन वृद्धि कांहींच झाली नाहीं. जी काय वृद्धि झाली ती उत्तरेस महादजीनें केली.

महादजीनें उत्तरहिंदचा कारभार हातीं घेतल्यावर नानानें दक्षिणेंत आपल्या लष्करी कारभारासाठीं ज्या कांहीं योजना केल्या, त्यांत १ मॅलेटची नेमणूक करून घेणें, २ नागपुरकर भोसल्यांची समजूत काढणें व ३ निजामास आपल्या पक्षांतून बाहेर जाऊं न देणें, या गोष्टी विशेष लक्षांत ठेवण्याजोग्या आहेत. हरिपंत फडके आतां त्याचा केवळ उजवा हात होता. परंतु तो नानाचा मिंधा असून स्वतंत्र बुद्धीनें इतर सरदारांवर वचक बसविण्याचें त्यास सामर्थ्य किंवा कसब नव्हतें. पटवर्ध-नांशीं त्याचा आप्तसंबंध होता. शिवाय नानास कोठेंही स्वारीस जाणें झाल्यास त्यास हरिपंतच सन्निध हवा असे. अलीकडे कारभारांतही नानाचें दुय्यमपण हरि-पंताकडे असून, तरुण पेशव्याच्या जिवास अपाय होऊं न देण्याची जोखीम त्याज-कडेच होती. तेव्हां वरील तीन गोष्टी नानास कां कराव्या लागल्या त्याची स्पष्टता होईल. निजामाची भेट घेऊन स. १७८४ त परत आल्यावर नानानें भोसल्यांस पुण्यास आणिलें, त्याची हकीकत त्यांच्या कलमांत व मॅलेटची त्याच्या वृत्तांतांत स्वतंत्र दिली आहे ती लक्षांत आणावी.

टिपूकडील कार्यभाग उरकेपर्यंत नानानें निजामलीस बिलकूल न दुखवितां उलट अत्यंत घरोब्यानें वागविलें. सवाई माधवराव अल्पवयी बालक, त्याचा सांभाळ पितृतुल्यभावनेनें करून खुनी रघुनाथरावाचा पाडाव करण्यास नानानें निजामास भर दिली; चौकडीच्या कारस्थानांत त्यास मुद्दाम पुढारपण दिलें; आणि सर्व संकट निरसन झाल्यावर पेशव्याच्या लग्नसोहळ्यास त्यास आग्रहानें पुण्यास बोलाविलें.

त्या प्रसंगास निजाम अवश्य येणार होता, व त्या भेटींत टिपूवरील स्वारीचा उपक्रम ठरावयाचा होता. परंतु ऐन वेळीं त्याच्या राज्यांत कांहीं बंडावा उत्पन्न झाल्यामुळें तो स्वतः लग्नास येऊं शकला नाहीं. त्यानें आपला मुलगा पोलादजंग यास पाठविलें. इकडून नानानें गणेशपंत वेहेरे यास पाठवून निजामाकडील बंडावा मोडून देऊन शांतता केली. पुढें सालबाईचा तह पुरा होऊन त्याच्या अंमलबजावणीची वाटाघाट वर्ष सहा महिने चालली. हैदर मेला, आतां नुसत्या दबकावणीनें टिपू शरण येऊन सालबाईचा तह कबूल करील, अशी नानाची अटकळ होती ती खोटी ठरली. तह अमलांत आणण्याची जबाबदारी महादजीची असल्यामुळें त्याजला पेंच उत्पन्न होऊन हेस्टिंग्सशीं ता. २८–१०–१७८३ रोजीं स्वतंत्र करार करावा लागला हें वर सांगितलेंच आहे. पण या उपक्रमानें महादजीचें प्रस्थ अतोनात वाढून पुण्याचा कारभार नामशेष होणार अशी भीति नानास पडली. म्हणून त्यानें मुंबईकर इंग्रज, फ्रेंच वगैरेंकडे स्वतंत्र घाट रचून टिपूवर एकदम उचल केली नाहीं; आणि हरएक बाबतींत कलकत्त्यास लिहून जाब मागविण्यांत वेळ जातो व राजकारण बिघडतें असें मुंबईकरांस दाखवून, पुण्यासच स्वतंत्र इंग्रज वकील आणण्याचा विचार केला. इतक्यांत इकडे टिपूनें मद्रासकरांस जेरीस आणून त्यांजला आपणास पथ्यकर असा तह करण्यास भाग पाडिलें. त्यामुळें पुढील राजकारणास निराळा रंग चढला. हेस्टिंग्सच्या व मद्रासकरांच्या तक्रारी लंडनास गेल्या; तेथें मंगलोरचा तह मंजूर होऊन हेस्टिंग्स यास थप्पड बसली; आणि सन १७८५ च्या आरंभीं त्यास कारभार सोडून स्वदेशीं जावें लागलें. त्या पूर्वींच्या वर्षी मुंबईचा गव्हर्नर हॉर्नबी हाही ता. १–१–१७८४ रोजीं कारभारावरून जाऊन त्याच्या जागीं धिमा गृहस्थ बॉडम दाखल झाला. या घडामोडी येथें ध्यानांत आणिल्या पाहिजेत.

टिपूला नरम आणण्याचा कार्यभाग आपण सालबाईच्या तहांत उरकून घेऊं अशी नानास मोठी उमेद होती, ती मंगलोरच्या तहानें साफ नाहींशी झाली. उलट इंग्रजांस ठिकाणीं बसवून आतां दुप्पट जोरानें मराठ्यांचा सूड घेण्यास टिपू मोकळा झाला; आणि तशा प्रकारची वाणी व कृति यांचा त्यानें एकदम अवलंब केला. शिवाय फ्रेंचांचें त्याला पाठबळ होतें. इकडे महादजीवर विसंबून राहण्याची नानास बिलकूल सोय नव्हती. तेव्हां तुकोजी होळकरास जवळ करून निजामासच बगलेंत मारण्याचा नानानें उद्योग चालू केला. निजामलीचाही पुष्कळसा मुलूख

टिपूनें घेतला होता, तेव्हां तो आपल्यास सहज अनुकूल होईल असें ताडून नानानें स्वतःच निजामास भेटण्याचें ठरविलें. अशा भेटीला कांहीं तरी सबब पाहिजे. याकरितां त्यानें निजाम व टिपू या दोघांकडेही कित्येक वर्षे तुंबलेल्या खंडण्यांची एकदम उघड मागणी केली. टिपूनें यावर नरमपणाचें बोलणें करून हळू हळू खंडणीची बाकी चुकती करतों असा जवाब पाठविला. टिपूप्रमाणेंच नानानें निजामलीकडेही चौथाईच्या बाकीचा सक्तीचा तगादा केला; परंतु तो केवळ वरपांगी असून आंतून उभयतांचा चांगला मिलाफ होता. नानाची व आमची समक्ष गांठ पडल्याशिवाय चौथाईचा निकाल करितां येत नाहीं, असें पूर्वसंकेतानुरूप निजामाचें उत्तर आलें. त्यावरूनच पुढें भेटीचा विचार ठरला. कृष्णा-भीमांच्या कपाटसंगाजवळ उभय राज्यांच्या सरहद्दीवर यादगीर येथें ही भेट व्हावी असा बेत ठरून, दोघेही आपापल्या संपूर्ण लष्करी इतमामानें तेथें गेले. पुण्याहून हरिपंत आधीं आणि मागाहून नाना व तुकोजी होळकर जानेवारी १७८४ च्या आरंभीं निघाले. पंढरपुरावर सर्व एकत्र होऊन पुढें रवाना झाले. तिथे पटवर्धन, शहाजी भोसले वगैरे सरदार रस्त्यांत त्यांस येऊन मिळाले. वाटेंत हरिपंताची तब्यत एकाएकीं फार बिघडली. आजूबाजूच्या गांवांस होळकराचा उपसर्ग अतोनात झाला. गोविंदराव पिंगळे निजामाकडून भेटीचा तपशील ठरविण्यासाठीं नानास येऊन भेटून परत गेला. भीमा दक्षिणतीरावर यादगिरीपासून तीन कोसांवर आजूर येथें भेटीची जागा ठरली. वैशाख व० १२स म्ह० ता. १६–५–१७८४ रोजीं प्रथम नाना नवाबास त्याच्या डेऱ्यावर जाऊन भेटला. गोटाबाहेर पोलादजंग नानास घ्यावयास आला. त्यांस कारभाऱ्यांनीं जवाहीर, वस्त्रें, हत्ती घोडा याप्रमाणें दिलें. ' तदुत्तर नबाबांची भेट त्यांचे डेऱ्यांतच प्रहररात्रीस जाली. परत गोटास आले, तेव्हां पहांटेची सहा घटका रात्र राहिली. ' ते दिवशीं रात्रीं संध्या देखील नाहीं. नबाबाचे व आमचे लष्करास अंतर दीड कोसांचें आहे. नवाब आज (२१ मे) सरकारचे डेऱ्यास येणार, यास्तव परवांपासोन नवे डेरे व मंडप उभे होत आहेत. कारंजीं वगैरे साहित्य सर्व समागमें आहे. दहा दिवसपर्यंत भेटी होऊन सर्व सफाईचीं बोलणीं जालीं. उभयपक्षीं मेजवान्या, देणग्या वगैरे होऊन भेटीचा हा अपूर्व समारंभ समाप्त जाला. ' मात्र मुख्य उद्देश टिपूवरील मसलत ती पुढच्या वर्षी करण्याचें उभय पक्षीं ठरलें. लगोलग स्वारी करण्याची तयारी दोघांचीही नव्हती. मोगलाईत मराठ्यांचीं ठाणीं पूर्वीपासून असलेलीं निजामानें उठवून दिलीं

होतीं, तीं पुनः बसवून देण्याचें व गेल्या दोन सालच्या चौथाईची रक्कम देण्याचें त्यानें मान्य केलें. मागील हिशेबासंबंधानें भानगडी होत्या, हिशेब स्वस्थपणें करावे, तफावत येईल तेथें माधवराव बल्लाळ पेशव्याची वहिवाट प्रमाण मानावी, व त्यावरूनही संशयनिवृत्ति न होईल त्या बाबतींत निजा-मुल्मुल्काच्या कारकीर्दीची वहिवाट उभय पक्षांनीं पाळावी, असे ठराव झाले. यावरून दिसून येईल कीं, या भेटींत कायम निकाल असा कांहींच झाला नाहीं. सैन्याच्या पायमल्लीनें ठिकठिकाणची रयत नागवली गेली, हें नुकसान पदरांत पडून या भेटीपासून टिपूवर जरब बसविण्याचा उद्देश तर बिलकूल साध्य झाला नाहीं. कारण त्यानें लगोलग नरगुंदवर स्वारी करून मराठ्यांस जेरीस आणिलें. स. १७८४ च्या जुलई महिन्यांत नाना पुण्यास परत आला. हल्लीं पुण्याहून यादगीरचा २८० मैलांचा आगगाडीचा मार्ग बारा तासांत संपतो, तर त्या वेळीं पौष व० ५ पासून वैशाख व० ५ पर्यंत चार महिने या भेटीस लागले. फौजेचें लटांबर बरोबर असलें तरी यांत मराठ्यांच्या कारभाराची अव्यवस्था प्रगट झाल्याशिवाय राहत नाहीं. होळकराच्या बेकैदी कारभारास तर सर्व रयत अत्यंत त्रासलेली असे. 'त्यांचे फौजेंत कैद नाहीं. घरेंदारें लुटलीं गेलीं. रानांतील गांवाची फार खराबी जाली. मंगळवेढयाहून सर्वांस निरोप देऊन नाना लांब लांब मजलीनें पुण्यास गेले.'

नानाच्या मनांत टिपूला नरम करण्याचा विचार चालू होता, तर वरील भेटींत नुसत्या कारवाईनें शक्य तितका फायदा पदरांत पाडून घेण्याची निजामाची धडपड चालू होती. बऱ्हाणपुर, दौलताबाद, अहंमदनगर, व विजापुर हीं चार मुसलमानी वैभवाचीं मुख्य ठिकाणें उदगीरच्या प्रसंगांत मराठ्यांनीं घेतलेलीं परत यावीं अशी निजामाची तीव्र इच्छा होती. पैकीं दौलताबाद त्यानें नानापासून पूर्वीच घेतलें होतें. प्रस्तुत यादगीरच्या भेटींत त्यानें नानाजवळ अहमदनगर व विजापुर हीं दोन स्थळें परत मागितलीं. हीं स्थळें द्याल तर आम्ही तुम्हांस टिपूशीं लढण्यांत सामील होतों, असें त्याचें बोलणें पडलें. त्याला वाटलें, नाना या वेळीं गरजू आहे, आपली मदत त्यास पाहिजे असेल तर तो आपली ही मागणी मान्य करील. नानानें उलट निजामास कळविलें कीं, 'तुंगभद्रेच्या उत्तरेकडील टिपूच्या ताब्यां-तील प्रदेश तुम्हीं जिंकून आम्हांस द्या म्हणजे तुम्हांस विजापुर देऊं.' पुण्यास कांहीं बंडावा झाल्याची वार्ता आल्यामुळें नाना त्वरेनें पुण्यास परत आला. अशा

परस्पर अडवणुकीमुळें भेटीचा उद्देश सिद्धीस गेला नाहीं. शिवाय इकडे 'माधवराव नारायण पुण्यास वाड्यांत असतां बळवंतराव पटवर्धन वगैरे बंदोबस्तास होते त्यांनीं व विष्णु नरहर यांनीं फितूर केला जे, हरिपंत व बाळाजीपंत यांस धरावें. हा फितूर सांपडला, त्यावरून गुन्हेगारास बेड्या घालून किल्ल्यावर टाकलें.' वरील बळवंतराव म्हणजे वळवंतराव कृष्ण पटवर्धन मंगळवेढेकर असावा. नानानें आपल्यावरील बिकट प्रसंगांत याचा उल्लेख केला आहे.*

यादगीरचीं बोलणीं अगदीं गुप्त म्हणून झालीं, तथापि तीं इत्थंभूत टिपूस कळलीं, यावरून बातम्या काढण्याची त्या वेळची चतुराई आजच्याहूनही वरचढ म्हणावी लागेल. निजामली परत जाऊन पोंचतो तों टिपूनें त्याजकडे 'विजापुरावर हक्क आमचा आहे, तें स्थल आमचें आम्हांस ताबडतोब द्या, आणि तुम्ही आमचे मांडलिक आहां, सबब आपले राज्यांत आमच्याकडचीं वजनें व मापें चालू करा,' अशी निक्षून मागणी केली; आणि पाऊस काळांतच त्यानें कृष्णेच्या दक्षिणेकडील निजामाच्या प्रांतांत फौजा रवाना केल्या. या चढाईनें निजामली खडबडून जागा झाला. त्यानें टिपूची मनधरणी करण्यास वकील रवाना केले आणि पुण्याहून नानाची मदतही निकडीनें मागविली. यामुळें स. १७८४ च्या पावसाळ्यानंतर टिपू व मराठे यांचें उघड युद्ध सुरू झालें, त्यास मराठ्यांच्या कागदांत सामान्यत: 'बदामीची स्वारी' असें नांव आहे, तेंच या प्रकरणाच्या आरंभीं ओळखीसाठीं स्वीकारिलें आहे. पण तेवढ्यावरून बदामीचा पाडाव हा कांहीं त्यांतला विशेष महत्त्वाचा प्रसंग होता असें समजूं नये. वास्तविक युद्धशास्त्रदृष्ट्या दुसरे अनेक महत्त्वाचे बनाव या युद्धांत घडले, आणि विशेषत: परिस्थितीचा उत्कृष्ट फायदा घेऊन युद्धाचे डावपेंच लढविण्यांत टिपूनें जी चतुराई दाखविली ती पाहून, मराठ्यांनीं लाजेनें आपली मान खालींच घातली पाहिजे. गनिमी कावा विरुद्ध कवायती पायदळ, या वादाचा निकाल कवायती युद्धाच्या तर्फेनें झाल्याचीं जीं अनेक उदाहरणें मराठ्यांच्या इतिहासांत आहेत,त्यांतच याही युद्धाची गणना करावी लागेल. स.१७८४च्या उन्हाळ्यांत निजामअली व नानाफडणीस यांची भेट झाल्यानें युद्धोपगामी परिस्थिति उत्पन्न झाली, आणि प्रत्यक्ष फौजांचे संचार त्या सालच्या दसऱ्यापासून होऊं लागले, ते स.१७८७ च्या एप्रिलांत गजेन्द्रगड येथील तहानें संपले. म्हणून या युद्धाचा काल अडीच वर्षांचा समजण्यास हरकत नाहीं.†

* ऐ. टि. १. ३७. † खरे २७९२, २७९४; धा. शा. च.

३. युद्धारंभ, नरगुंद व कित्तूर यांचा टिपूकडून विध्वंस (स. १७८५).- या युद्धाची तपशीलवार हकीकत येथें द्यावयाची नाहीं. त्यांतील संग्रामांच्या भरपूर व संगतवार हकीकती खरे यांच्या आठव्या भागांत सुंदर विचार-सरणीनें नमूद केलेल्या आहेत. त्यांतील मुख्य प्रसंग खालीं दाखविल्याप्रमाणें:—

१ नरगुंदचा संहार टिपूचा बुराणउद्दीन याजकडून, जानेवारी १७८५-सप्टेंबर.

२ कित्तूरचा पाडाव-स. १७८५ सप्टेंबर—मार्च १७८६.

३ बदामीचा वेढा, मराठ्यांकडून काबीज, मे स. १७८६.

४ अदवानी, गजेंद्रगड, सावनूर, कोपळ वगैरे ठिकाणचे प्रसंग व छापे.

५ तहाची लांबण व गजेंद्रगडचा ठराव.

नरगुंद व कित्तूर या दोन संस्थानांची टिपूनें विश्वासघातानें जी दुर्दशा केली ती वाचून कोणाचेंही हृदय कळवळून येईल. चौकडीचें कारस्थान ठरलें, त्यांत नानानें तुंगभद्रा व मलप्रभा या नद्यांमधला प्रदेश हैदरास देऊन टाकला. मात्र याबद्दल दरसाल सहा लक्ष रुपये त्यानें पेशव्यांस द्यावयाचे, असा करार होता. या टापूंत कित्तूर व नरगुंद हीं दोन संस्थानें पेशव्यांचीं मांडलिक होतीं, तीं टिपूकडे गेलीं. पैकीं नरगुंदकरांवर टिपूची विशेष वक्रदृष्टि होती. कारण तेथील संस्थानिक भावे यांचा पटवर्धनांशीं आप्तसंबंध असून, काळो बहिरव पेठे म्हणून एक पाणीदार गृहस्थ नरगुंदचा कारभारी होता. तो शूर व मसलती असून पेशव्यांच्या पाठिंब्यावर टिपूस जुमानीत नसे. तो टिपूच्या राज्यांतील सर्व बातम्या पटवर्धनांस पुरवी. एकदां त्यानें टिपूच्या फौजेची चांगली खोड मोडिली होती. तेव्हांपासून नरगुंदकरांवर टिपूचा भारी द्वेष वाढला; आणि आपल्या वकिलामार्फत तहाचें कपटी बोलणें टिपूनें पुण्यास चालवून इकडे नरगुंदचा फडशा उडविला. कपटनाटकाचा हा एकंदर प्रकार मुळांतूनच तपशीलवार वाचला पाहिजे. खंडणीची बाकी चुकती करण्याविषयीं आज दोन वर्षें टिपूस पेशव्यांचा तगादा लागला होता. त्या प्रकरणीं बोलणें करण्याकरितां टिपूनें आपला वकील महंमद फैयाजखान यास पुण्यास पाठविलें, आणि आपण इकडे बुराणउद्दीन याजबरोबर फौज पाठवून स. १७८५ च्या जानेवारींत नरगुंदास वेढा घातला. वकिलानें नानास भूलथापा देऊन असें भासविलें कीं, पेशव्याशीं विरोध करण्याचा टिपूचा बिलकूल उद्देश नाहीं, फक्त खंडणी वसूल करण्याकरितां नरगुंदास फौज आली आहे. परशुरामपंत व दुसरे पटवर्धन सरदार चांगली फौज घेऊन नरगुंदजवळ

होते, त्यांस टिपूच्या खुनशी स्वभावाचें व दुष्ट कृत्यांचें चांगलें ज्ञान होतें. त्यांनीं एकदम टिपूवर चाल करून जाण्याची परवानगी मागितली असतां, नाना व हरिपंत यांनीं वारंवार त्यांस असें कळविलें कीं, टिपूस कोणत्याही प्रकारें दुखवूं नये, नाहीं तर तहाचें बोलणें फिसकटेल. काळोपंतानें मोठ्या शिताफीनें सात महिने किल्ला लढविला आणि पटवर्धनांकडे वरचेवर मदत मागितली; पण नानाच्या हुकमाविरुद्ध टिपूशीं युद्ध सुरू केल्यास उगाच सर्व जोखीम आपल्याच अंगावर येईल असें वाटून, पटवर्धन बातमी राखीत दूर राहिले. निजामलीकडेही नानानें विचारणा केली कीं, यंदाच टिपूशीं युद्ध सुरू करावें कीं नाहीं, व तुम्ही सामील होतां कीं काय ? त्यावर निजामाचा जबाब आला कीं, ' तुम्ही बिघाड करीत असल्यास आमची तयारी आहे. ' तरीही नानानें युद्धाचा निश्चय केला नाहीं. फक्त गणेशपंत बेहेरे यास पांच हजार फौज देऊन पटवर्धनांच्या मदतीस पाठविलें; आणि टिपूच्या वकिलाकडून पत्र लिहवन नरगुंदचे मोर्चे थोडा वेळ उठविले. पण ही केवळ हूल होती. नानानें परशुरामभाऊस लिहिलें कीं, ' तूर्त आपण होऊन त्यांचेशीं कजिया करूं नये, व त्यांचे मुलखांत काडीमात्र दंगा करूं नये. दिवस अखेरीचे आले, सबब चार महिने टाळा द्यावा. रामदुर्गाजवळ मागें बातमी राखोन असावें. नरगुंदची ब्राह्मण मंडळी बाहेर काढून सुरक्षित जागीं पोंचवावी. बायका, मुलें, ब्राह्मण कोणी आंत ठेवूं नये. ' त्यावर परशुरामभाऊ लिहितो, ' कलागत करूं नये अशीं पत्रें पुण्याहून येतात, पण शत्रु तर बेजरब चालून यावयाच्या मनसब्यांत आहे. आजपावेतों सबुरी केली; आतां मागें सरकावें तर लौकिकांत चांगलें नाहीं; कलागत करावी, तर तहास पेंच पडतो. काय करावें तें सुचत नाहीं. ' या वेळचीं भाऊचीं पत्रें अत्यंत कळवळ्याचीं व धूर्त युद्धनीतीचीं निदर्शक आहेत. परंतु जाग्यावर बसून हुकूम सोडणाऱ्या कारभाऱ्यांस रणभूमीकडील बनावांची बिलकूल कल्पना नव्हती. पुढच्या वर्षी ज्या फौजा टिपूवर चालून आल्या, त्या या वेळींच आल्या असत्या तर पुढील दोन वर्षांचें अयशस्वी युद्ध या वेळींच यशस्वी झालें असतें. परशुरामभाऊस तर या द्विमुखी कारभाराचा इतका तिट्कारा आला कीं, पुढील स्वारींत बदामीच्या लढाईनंतर त्यानें बिलकूल भाग घेतला नाहीं. तो देवस्थानें व घांट बांधीत तासगांवाकडे स्वस्थ राहिला, आणि कोंकणांत गणपतिपुळें, परशुरामक्षेत्र, राजापुरची गंगा वगैरे यात्रा करून आला. प्रत्यक्ष रणक्षेत्रावर असणाऱ्या अधिकाऱ्यांस पाठबळ देण्याचा सामान्य रिवाज नानानें पाळिला नाहीं, यामुळेंच इतउत्तरचीं त्याचीं प्रकरणें विघडत गेलीं, असें विनदिक्कत म्हणतां येतें.

टिपूच्या फौजेनें ही संधि साधून पेशव्यांच्या मुलखांत सर्वत्र नासधूळ चालविली. जाळपोळ व लूट करून मुलूख बेचिराख केला. नरगुंदची तर त्यांनीं धूळधाण उडविली. काळोपंत व त्याचे यजमान व्यंकटराव भावे अनन्यगतिक होऊन २९जुलई १७८५ रोजीं शत्रूच्या स्वाधीन झाले. त्यांस व त्यांच्या तर्फेनें लढणाऱ्यांस टिपूनें अत्यंत क्रूरपणानें वागविलें. किल्ल्यावरून खालीं उतरतांच काळोपंताची मातुःश्री मृत्यु पावली. सर्व कैदी माणसांस व विशेषतः ब्राह्मणांस मुसक्या बांधून रस्त्यानें हाल करीत श्रीरंगपट्टणाच्या तुरुंगांत नेऊन त्यानें डांबिलें. तेथून पुढें स. १७८७ च्या उन्हाळ्यांत त्यांची सुटका झाली. 'सर्व ब्राह्मण मंडळी पन्नास, नारो दादाजी व शास्त्री आदिकरून एका घरांत घातले आहेत. एकाची खबर एकास नाहीं. काळोपंताची कन्या नारो दादाजीची सून सुस्वरूप आहे, ती नवाब घेणार. सोडतील म्हणून भ्रांत ठेवून जीव धरून बसले आहेत.' नरगुंदकरांची मुलगी टिपूनें आपल्या जनानखान्यांत ठेविली असें डफ म्हणतो, ती हीच असावी. पटवर्धन, बेहेरे, रास्ते, व्यंकटराव घोरपडे वगैरे सरदार नजीक रामदुर्गच्या बारींत असतां नरगुंदची ही दशा झाली. नानाचा स्वभाव मूळचाच युद्धभीरु व शस्त्रापेक्षां वकिली डावपेंचांवर अवलंबून राहणारा असल्यामुळें, हा परिणाम घडून आला. हाच अभिप्राय महादजीनेंही नानास एका पत्रांत लिहून कळविला. 'प्रथमच नबावाची आपली भेट जाली (मे १७८४), त्या वेळीं, दोन्ही फौजांचा जमाव भारी असतां, एकविचारें दिवसगत न लागतां कूच करून तुंगभद्रेपर्यंत जाणें जालें असतें, तर मुलूख ठाणीं सुटोन टिपूचें पारिपत्य होऊन नक्ष अधिकोत्तर जाला असता. आतांही श्रीमंतांचें दैव समर्थ आहे, शत्रू पादाक्रान्त होतील. हरिपंत, होळकर, भोसले वगैरे सरदार मोहीमशीर आहेत, जातच असतील, पण त्यांची पुस्तपन्हा आपणांकडून वरचेवर व्हावी.' हें लिहिणें थोडेंसें व्याजोक्तीचें आहे. महादजी सर्वांचे पराक्रम ओळखून होता.

नरगुंदचा प्रकार उरकतांच बुऱ्हाणुद्दीन रामोलग रामदुर्गच्या बारींतून पुढें उत्तरेस बेळगांवच्या पुढें गोकाक पावेतों चालून आला. मराठी फौजा जवळ होत्या त्यांजकडून त्याचा कांहीं एक प्रतिकार होऊं शकला नाहीं. कित्तूरचा संस्थानिक देसाई पेशव्यांचा मांडलिक, पण नरगुंदचें उदाहरण पाहून तो बुराणुद्दीनास शरण गेला. तरी शरणागताचें रक्षण करणें हें टिपूचें ब्रीदच नव्हतें. देसाई, त्याचीं

बायकामुलें व कारभारी गुरुनाथपंत यांस कैद करून श्रीरंगपट्टणास नेलें, आणि इकडे संस्थानाचा सर्व मुलूख काबीज केला (सप्टेंबर १७८५). त्यानंतर पुढील दोन महिन्यांत बुराणुद्दीनानें दोडवाड, खानापुर, संपगांव, बागेवाडी, जांबोटी, नेसरी, सडें, होस्कोटें, पाछापुर हीं ठिकाणें एका मागून एक हस्तगत केलीं. कित्तूर व इतर ठिकाणांतून सावकार तेवढे निवडून त्यांजपासून अतोनात पैसा त्यानें जमा केला. एक कानडी लेखक म्हणतो, 'लिंगाइताचे चांगले बायका धरिले. तमाम सुंदर बायका बारा वाटा पळून गेले. बायका धरावयास कारण, टिपूनें पालक मुलगे बाळगले आहेत त्यांस स्त्रिया करून देणेस नेतात.' अशा पालक चेल्यांच्या पांच सहा पलटणीच टिपूनें बनविल्या होत्या. खुद्द कित्तुरांतून पुष्कळ संपत्ति त्यास मिळाली. देसायाचा वाडा खणून भांडेंकुंडें, दागदागिने वगैरे सर्व संपत्ति हरण केली. संस्थानांतील रयतेस पूर्णपणें नागविलें. धारवाड टिपूच्या ताब्यांत होतें तेथें त्यानें ही संपत्ति व सामान भरून ठेविलें. विशेषतः सुंदर बायका व दांडगे जवान पुरुष बाटवून, टिपूनें आपल्या जनानखान्याची व फौजेची भरती केली, हा प्रकार अत्यंत जाचक झाला.*

४. मराठ्यांची जमवाजमव, बदामी काबीज (२१-५-१७८६).- वरील प्रकार स.१७८५ च्या अखेर घडत असतां,त्या सालच्या पावसाळ्यापासूनच नानानें मोहिमेची तजवीज चालविली होती. तुकोजी होळकर व नागपुरकर भोसले मुद्दाम या स्वारीसाठीं त्यानें बोलावून आणिले. निजामाकडेही बोलणीं चालू होतीं. पण शुष्क वाटाघाटींत काळ निघून गेला. प्रत्येकास आपापले अर्थ साधून घेण्याची वेळ हीच. एकएकाच्या शेंडीस फुलें बांधून समजुती काढण्यांत नानाच्या नाकीं नव आले. कोणाचे रुसवे तर कोणाचे मुहूर्त, एवंच निघण्यास विलंब होत गेला. खुद्द नाना बाहेर पडल्याशिवाय दुसरे पुढें निघेनात. असें होतां होतां स.१७८५ साल संपलें. पुढील जानेवारींत नाना व हरिपंत लष्कर घेऊन बाहेर पडले व प्रथम निजामाच्या भेटीस चालले. पूर्वी जसा महादजी शिंदे नानाचे हुकूम नेटानें उठविणारा त्यास हाताजवळ होता, तसा आतां दुसरा कोणी नसल्यानें होळकर, भोसले, निजाम यांच्या कच्छपीं लागून आणि मेजवान्या, पोषाख वगैरे उपचारांनीं त्यांची मनधरणी करून, त्यांस नानानें बाहेर काढिलें. तरी प्रत्यक्ष रणक्षेत्रावर या फौजा दाखल होण्यांत स. १७८६ चा उन्हाळा संपत आला.

---

* खरे २८१३, २८१८, २८२८-३०, २८३४-३६, २८३८, २८६७, २८७९-२९००, ३००५, ३०१०.

या वेळीं दुसरी एक धार्मिक क्लृप्ति देव-ब्राह्मणांच्या संरक्षणाची कारभाऱ्यांनीं योजलेली पाहून विस्मय वाटतो. शाहू छत्रपतीच्या नांवानें माधवराव नारायण प्रधानास याच सालीं (स. १७८५) खालील आज्ञा सुटली. 'सालमजकुरीं टिपु सुलतान यांणीं देव-ब्राह्मण प्रजेस उपद्रव बहुत केला आहे. त्यास त्यांजकडील तुम्हांकडे आहेत त्यांस ताकीद करून ब्राह्मणांचीं कुटुंबें अटकेंत आहेत त्यांस लौकर आणवावें. न ऐकिलें तर शत्रूवर मोहीम करून त्यास लयास नेऊन प्रजा संरक्षण करावी. सर्व प्रजेची सुटका जाली तरच मग खंडणीचा जाबसाल. नाहीं तरी परिच्छिन्न पारिपत्य केलेच पाहिजे. नागपुरास भोसल्यांकडे पत्र लिहून रवाना केलें. याउपर अंदेशा न धरितां स्वारीची तर्तूद व त्वरा करणें. शत्रूनें कांहीं हिंदुधर्म राखिला नाहीं. तस्मात् नाश पावणार.' अशीं नेमळट आज्ञापत्रें बाहेर आणणारांचें मनोदौर्बल्य मात्र व्यक्त होतें.

मातबर मसलत कर्नाटकची करावयाची असा मनसत्रा, नरगुंदला गेल्यावरोबर नानानें चालविला. भोसले येऊन पुण्यास बसल्यामुळें तेथें महर्गता फार झाली. श्रावण शु० १५ स (ता. २०-८-१७८५) मुधोजीनें श्रीमंतांस मेजवानी केली. तिसरे दिवशीं श्रीमंतांनीं भोसल्यांस मेजवानी केली. व्यंकोजी मन्या बापूस इकडे ठेवून स्वतः मुधोजी आणखी दहा हजार फौज आणण्यासाठीं नागपुरास गेला. हरिपंतानेंही श्रीमंतांस मेजवानी केली. इकडे पुण्यास मेजवानीचा हा समारंभ चालू असतांच महादजीनें दिल्लीचा आक्रम करून वकिलीमुतलकी पैदा केली. त्यासंबंधानें पुण्याचा पटवर्धनांचा कारकून लिहितो, 'तूर्त आजच्या प्रसंगीं सिंद्यांचें काम बनून आलें असे.' या वाक्यांत महादजीच्या कामगिरीबद्दल आदरापेक्षां कुचेष्टाच उमटलेली दिसते. डिसेंबरांत नाना व हरिपंत मिरे दाखल झाले. जानेवारी अखेर पंढरपुरच्या पुढें मुक्काम झाला. 'दुसरे दिवशीं हरिपंत तात्या वडिलांचे (परशुरामभाऊंचे) डेऱ्यास आले. बोलणें जालें. भोजनास राहिले. सायंकाळीं नानाफडणीस मुधोजी भोसल्यांचे डेऱ्यास गेले. इकडून तात्याही गेले. रात्रौ भाऊ व तात्या माझ्याचकडे (गंगाधरराव) भोजनास राहिले. दुसरे दिवशीं पुनरपि नाना व तात्या आमच्या डेऱ्यास आले. घटकाभर बसून विडा घेऊन गेले.' अशा वर्णनांवरून ही काय वरातीची स्वारी आहे कीं, शत्रूचा सूड घेण्याची युद्धाची स्वारी आहे, याचा भ्रम पडतो. याच सुमारास टिपू समाप्त झाला, म्हणून वर्तमान उठलें, तें सारखें चार दोन महिने चहूं ठिकाणीं घुमत

होतें. कदाचित् टिपूनेंच मजेनें तें मुद्दाम मराठ्यांस बेसावध ठेवण्याकरितां उठविलें असेल. मात्र पुण्याकडील हालचालींच्या इत्थंभूत बातम्या त्यास कळत असून त्यानें आपल्या सर्व सरदारांस निक्षून ताकिदी दिल्या कीं, 'तहाचा जाबसाल संपला, तुम्हीं मिरजेपावेतों रोंख ठेवणें, आम्ही मागून सर्व पुरवणी करितों, खबरदारीनें झुंज करावें, चिंता कोणे गोष्टीची न करावी.' मिरजेकडील पश्चिम बाजूस गणेशपंत बेहेरे होताच, त्याच्या साह्यास होळकर गेला आणि पूर्व बाजूनें मुधोजी भोसले, हरिपंत व अक्कलकोटकर शहाजी भोसले वगैरेंसह खुद्द नाना निजामास मिळवून घेण्यासाठीं टिपूच्या मुलखांत गेले. फौज व सरंजाम कडेकोट होता; पण सर्वांवर एक हुकमत चालविणारा युद्धकलाभिज्ञ करडा अंमलदार कोणी नसल्यानें, दोन वर्षांच्या या प्रचंड खटाटोपापासून म्हणण्यासारखा परिणाम झाला नाहीं. याच्या उलट उत्तरेंत याच वेळीं महादजीनें स्वतःच्या हिंमतीवर केलेली करामत डोळ्यांसमोर ठेविल्यास या दोन उपक्रमांतील तफावत चांगली लक्षांत येईल.

निजामाची भेट घेऊन त्याच्या फौजेचा व मराठे सरदारांचा मिलाफ करून स्वारीचें काम चालीस लाविल्यावर आपण परत यावें असा नानाचा मनोदय मूळ-पासूनच होता. परंतु निजाम काय किंवा मुधोजी काय, खुद्द पेशवा किंवा प्रस्तुत प्रसंगीं स्वतः नाना बरोबर असल्याशिवाय ते पुढें पाय टाकीनात. याच भानगडींत दीड दोन महिने फुकट गेले. पेशव्यास मागें पुण्यास एकटा ठेवणें नानास धोक्याचें वाटे. नानानें परत जाण्याची गोष्ट काढतांच, निजाम मागें पाय घेऊं लागला, आणि मुधोजीलाही नागपुरास जाण्याची इच्छा झाली. परशुरामभाऊ सुद्धां मोहिमेंतून अंग काढून आपल्या जहागिरीचा बंदोबस्त ठरवून द्या म्हणून अडून बसला होता. यावरून मराठी राज्य कसें घसरणीस लागलें होतें याची कल्पना होईल.

माघ व० २ फेब्रुवारी १५ स. १७८६ रोजीं यादगिरीजवळ पूर्वीच्याच जागीं नानाच्या व निजामाच्या भेटी झाल्या. निजामली म्हणजे दक्षिणच्या सहा सुभ्यांचा मोगली सुभेदार, त्या डौलानें पेशव्यांच्या कारभाऱ्याची भेट घेऊन औपचारिक बडेजाव करण्यांत दीड महिना गेला. मोकळेपणीं बोलणीं झालीं, पण प्रत्येकाच्या पोटांत कपट भरपूर होतें. नानाचें बोलणें पडलें जे, 'आम्ही पुण्यास जातों, हरिपंत व नबाबांनीं पुढें जावें. त्यास नबाबाचें म्हणणें, 'तुम्ही जातां,

तेव्हां आम्हीही जातों. आज चाळीस वर्षें आमचा हैदर-टिपूंशीं बिघाड नाहीं, तो तुम्हांमुळें करणें प्राप्त जाला. तुम्ही जातां त्या अर्थी आमचें राहण्याचें कारण काय ?' या मनसब्यास इतके दिवस गेले. शेवटीं मनसबा बुडतो, लौकिक वाईट होतो, यास्तव नानांनीं राहवयाची मसलत केली. उदईक (९ मार्च) येथून कूच करून कृष्णातीरास जाणार. भोसले नबावाच्या डेऱ्यास जाऊन भेटले. नबाब एक वेळ नानाच्या डेऱ्यास ८ मार्च रोजीं आले. खरे ले. २९७१ मधील नबाबाचा युक्तिवाद वाचण्यालायक आहे. निजाम आपली फौज ठेवून स्वतः परत गेला. त्यास वळविण्यांत नानानें जी खटपट केली तीच युद्धाच्या कामीं खर्च केली असती तर जास्त उपयोग झाला असता. कारण निजामाच्या फौजेनें कांहीं एक काम केलें नाहीं, फुकटचा शत्रूकडून अनेकवार मार मात्र खाल्ला, हें पुढें दिसून येईल. मनसुब्यानें राजकारण साधण्याची नानाची हातोटी ही अशा आंतबट्याची होती. या स्वारींत महादजीनें जीवबा दादा बक्षी यास फौज देऊन पेशव्यांच्या मदतीस पाठविलें होतें असें महादजीच्या चरित्रांत नातू लिहितात (पृ. १९३) तें बरोबर नाहीं. जीवबादादा या वेळीं उत्तरेंतच होता, हें दि. म. रा. १. २१२ वरून सिद्ध आहे.*

आतां स्वराज्यांतील होळकराच्या वागणुकीचा मासला पहा. 'होळकराचे पेंढारी व लुटारू कहीनें गांव सर्व लुटले. पेवें काढून नेलीं. कांहीं गांवांस आग लाविली. एक गांवच्या दोन बायका नासल्या, फार अनाहूत केलें. रयतांचीं गुरें नेलीं. थाळा, तांब्या सर्व लुटलें. गांवचें माणूस सांपडलें म्हणजे धरून मारहाण करून पेवें काढिलीं. परगण्यांत बाकी ठेविली नाहीं. हुकेरी प्रांतांतून गणेशपंत आले त्यांणीं आणखी लुटलें. लष्करांत अगदीं कैद नाहीं. ही सरकारची फौज, रखवालीस स्वार आले म्हणजे चिंता नाहीं, या विश्वासावर रयता मुलेंमाणसें, गुरेंढोरें घेऊन स्वस्थ होत्या, त्यांची गत या प्रकारची. रानांतील वैरण व हंगामाचे दिवस खळ्यांतील दाणेदुणे नेले. पिकें ओलींच कापून नेलीं. वर्दळीमुळें गोकाक व यादवाड दोनही परगणे खराब जाले. चिकोडी पहिलीच जाली होती. ईश्वरसत्ता प्रमाण. कित्तुरावर टिपूचा जमाव पंचवीस हजार होता, तो होळकर व बेहेरे पंधरा कोसांवर जातांच धारवाडचे आश्रयास गेला, म्हणून बातमी मार्चच्या आरंभीं आली.'

---

* संदर्भ—२९१९, २९३९, २९४७, २९०२-०३, २९६६-६९, २९८४ टीप, ३००३-०४; खंड १०-२८३; भा. व. २. प. या. १४.

एप्रिल १५ स मराठी फौजा बदामीजवळ दाखल झाल्या. 'अक्षय्यतृतीयेस मोर्चेबंदी जाली (१ मे), आणि २१ मे रोजीं किल्ल्यावर सरकारचें निशाण लागलें. किल्ला बहुत वांका, खंदक पंधरावीस हात खोल, व रुंदही फार, रेवेण[1] मोटी, याजमुळें तोफांची मारगिरी लागू न होय. चहूंकडून मारगिरी चालू जाली. किल्लेदार गुलाम हैदर व कुमेदान यांनीं जवांमर्दीनें पंधरा दिवस किल्ला लढविला. २१ रज्जबीं प्रातःकाळीं हल्ला केली. हल्ला येतांच बत्ती दिली, त्यांत लोक फार ठार जाले. लोकांनीं एकच लगट करून किल्ल्याचे दरवाजे जाळिले. इकडील व तिकडील कित्येक लोक ठार व जखमी जाले, तेव्हां किल्ला हस्तगत जाला.' हें वर्तमान ऐकून महादजी नानास लिहितो, 'माणूस जायां जाले, त्यास लढाईच आहे. आपण मेहनत केली त्याप्रमाणें यशही श्रीमंतांचे प्रतापानें आलें. तथापि लढाईंत फार लोक मेले हें वाईट. अजून पुष्कळ लडाया व्हावयाच्या आहेत, पहिल्याच लढाईंत असें जाल्यावर पुढें निभावणी कशी होईल! बदामीच्या लढाईंत भोसले, पटवर्धन, पेशवे व निजाम मिळून आठशें माणूस ठार जालें. किल्लेदारास पकडून निराळाच ठेवला आहे.'

या वेळीं कृष्णराव बल्लाळ काळे निजामाजवळ होता, तो नानास लिहितो, 'नबाब गेल्यानंतर आपण हिंमत बांधून हें काम केलें, त्याजवरून आपलें तेज चांगलेंच राहिलें. नबाबासही थोडेंसें कळलें, आणि शत्रूवरही दाब, परंतु एक्याच कामावर माणूस फार जायां झालें, इतकें होऊं नये. टिपूची मसलत तयार होण्यास दों चहूं वर्षांचा बेत आहेच, त्या पक्षीं माणूस बहुत जायां न होतां काम होईल तसें करावें. दौलतींत माणूस असल्यानंतर तीच दौलत. फौजांस पोट भरावयास जागा कर्नाटक खेरीज करून कोठें राहिला नाहीं,' (ता. १४-६-१७८५). बाबूराव केशव ठाकूर हा एक पेशव्यांचा हुशार कामगार बदामीच्या लढाईंत नानाफडणिसाबरोबर होता. त्याचें नांव पुढील कारभारांत यावयाचें आहे.

बदामीच्या प्रसंगांतील शौर्याबद्दल मोठा गौरव त्या वेळीं झाला, याचें कारण कदाचित् बरेच लोक हल्ल्यांत मेले हें असावें. वीस दिवसांत किल्ला हस्तगत झाला, म्हणजे आंतील लोकांनीं तो विशेष निकरानें लढविलाही नाहीं. खुद्द नानाफडणीस मोर्चांत बसून गोळे मारवी असें सांगतात. इंग्रज वकील मॅलेट पुण्यास आला, त्यास नानानें स्वारींतच भेटीस बोलाविलें. बदामीजवळ भेट झाली, तेव्हां

१ खंदकाच्या कांठावरील मातीचा उतार.

ानानें चालू युद्धांत इंग्रजांची मदत मागितली. तेव्हां मॅलेट बोलला, 'पेशव्यांचा आमचा स्नेह, तसाच टिपूचाही स्नेह. तेव्हां आम्हीं टिपूचे शत्रूची मदत कशी करावी?' त्यावर नानानें उत्तर केलें, 'कलकत्त्याहून एक लिहितात व तुम्ही एक बोलतां हें काय? कलकत्त्याचे पत्रांत आहे कीं, रावपंतप्रधानांचा स्नेह टिपूपेक्षां आम्हांस अधिक मंजूर. प्रसंग पडेल तेथें हजर आहों. आमचीं पलटणें पाहिजे तेथें येतील.' त्यावर मॅलेट म्हणाला, 'आमचीं पलटणें सरहद्दीवर येतील व टिपू आपण होऊन चालून आला तरच त्याचे मुलखांत शिरतील.' हें बोलणें नानानें महादजीस लिहून कळविलें. तेव्हां महादजीनें जबाब दिला कीं, 'टिपूची जरब इंग्रजांवर बसत गेली. जरबेनें हार खाऊन तह केला. अद्यापि पाडाव केलेले इंग्रज टिपूनें सोडले नाहींत. यावरून टिपूशीं झुंजण्यांत त्यांचा उपयोग आपणास होण्याजोगा नाहीं. तथापि कलकत्त्यास लिहून पाठवीत आहों.' या वेळीं कॉर्नवालिस नुकताच अधिकारावर दाखल झाला होता. त्यास एकंदर परिस्थिति समजून पुढील राजकारणाचा निश्चय करण्यास एक दोन वर्षें लागलीं. स. १७८८ पासून त्यानें टिपूवर चढाई करण्याचा निश्चय केला. अर्थात् या चालू स्वारींत टिपूविरुद्ध इंग्रजांची मदत नानास मिळाली नाहीं. बदामी काबीज होतांच हरिपंतास छावणीस ठेवून नाना पुण्यास परत गेला; आणि लगेच मुधोजी भोसलेही पंढरपुरची यात्रा करून पुण्यास व पुढें नागपुरास निघून गेला.

५. गजेंद्रगड व अदवानी येथील प्रसंग, युद्धमान फौजांची तुलना (पावसाळा १७८६).—बदामीच्या आग्नेयीस तीस मैलांवर गजेन्द्रगडचा किल्ला टिपूच्या ताब्यांत असून तेथें रजबखान म्हणून किल्लेदार होता. 'जवळ मराठी फौजा आल्या तेव्हां किल्लेदारांनीं विचार केला कीं, हल्ला करून कापून काढतील, कौल घ्यावा. लढल्यानें परिणाम नाहीं. प्राण वांचवावा म्हणून अजीजी करून कौल मागितला, त्यावरून किल्लेदारास उतरून सरकारी निशाण चढविलें, (जून ८). किल्ला पूर्वीं दौलतराव हिंदुराव घोरपडे याजकडे होता, तो स. १७७६ त हैदरानें घेऊन बंदस्ती बांधोन फौज ठेवून बंदोबस्त पक्का केला होता.' गजेन्द्रगडचें हें मध्यवर्ति ठिकाण या स्वारींत मराठ्यांस सोईचें पडलें. मोहीम समजण्यासाठीं वाचकांनीं नकाशा डोळ्यांसमोर ठेवावा.

बदामीच्या पूर्वेस सुमारें शंभर मैलांवर तुंगभद्रेच्या दक्षिणेस अदवानी हें निजामाचें महत्त्वाचें ठिकाण मयत बसालतजंगाचा लेक महाबतजंग याच्या ताब्यांत

होतें. निजामाचा सूड घेण्याच्या इराद्यानें टिपूनें पूर्व बाजूनें फत्तेअलीखान यास मोठी फौज व तोफखाना देऊन अदवानीवर पाठविलें; व मागाहून स्वतः तिकडे गेला. धारवाडकडील मराठ्यांचा शह उठविण्याची ही युक्ति होती. टिपूच्या फौजेनें तीन हल्ला मातबर केल्या, त्या महावतजंगानें मारून काढिल्या. लवकर कुमकेस यावें, म्हणून नबाबाचीं निकडीचीं बोलावणीं आलीं, त्यावरून कृष्णराव बळवंत मेहेंदळे, बाजीपंत अण्णा व रघुनाथराव पटवर्धन यांस जून महिन्यांत हरिपंतानें अदवानीवर पाठविलें; आणि भागानगराहून पोलादजंग, मोगलअली, मोईनउद्दौला व तेगजंग वगैरे सरदार आले. या फौजांच्या भेटी होऊन त्या तुंगभद्रेपलीकडे गेल्या. हे जवळ आलेले पाहतांच टिपू अदवानीचे मोर्चे उठवून थोडा मागें सरला. तेव्हां २२ जून रोजीं आपा बळवंत वगैरे मराठे सरदार हिंमतीनें टिपूवर चाल करून गेले. अस्तमानपर्यंत लढाई होऊन मराठ्यांनीं टिपूस त्याच्या गोटांत परत रेटीत नेलें. या प्रसंगीं मोगली फौज ४०-५० हजार असतां ती मराठ्यांबरोबर लढा‍ईस आली नाहीं. गोटांतच तमाशा पाहत होती. इतक्यांत हरिपंतही स्वतः अदवानीच्या कुमकेस आला. परंतु पर्जन्य लागून तुंगभद्रेस पूर आल्यानें पलीकडे शत्रूच्या मुलखात एवढ्या फौजेनें राहणें धोक्याचें वाटून हरिपंतानें सर्वांस नदीच्या उत्तरेस परत बोलाविलें. तेव्हां महाबतजंगास घेऊन जुलईच्या आरंभीं फौजा अलीकडे आल्या; आणि अदवानीचें ठिकाण सहज टिपूस प्राप्त झालें. अदवानी सोडून फौजा परत आणण्याचा डाव परशुरामभाऊस पसंत पडला नाहीं. भाऊ स्वतः नानाफडणिसाबरोबरच परत तासगांवीं आला होता. कृष्णराव बल्लाळ काळे निजामाकडून नानास लिहितो, 'टिपूनें अदवानीचा किल्ला पाडून जमीनदोस्त केला, विरूपाक्षाचे देवालयास उपसर्ग लाविला आहे. लोचनगड वगैरे ठाणीं अगोदर घेतलीं होतीं तीं पाडून बरोबर केलीं. तुंगभद्रे-पलीकडे त्याचा अंमल झाला आहे. तो बल्लारीस छावणीस गेला. आपल्या सरदारांची मर्जी होती कीं, अदवानीजवळ छावणी करावी; परंतु मोगलांकडील सरदार मशीरुन्मुल्क व तेगजंग व शरफुद्दौला वगैरे पहिलेही लढाईस आले नाहींत. यांचे ध्यानास छावणीचा मजकूर न येतां, महाबतजंगास कबिले सुद्धां पुढें घालून तुंगभद्रेअलीकडे आणिलें; व रायचूरचे किल्ल्यांत राहिले आहेत. सेवक लष्करांत तात्यापाशीं आहे. खर्चाची अडचण फार आहे.' या पुढचे मोहिमेचे तपशील भा. व. ७ ले. ८७, ९२ हे कागद देतात. †

---

* हाच पुढें प्रसिद्धीस आलेला मशीरुन्मुल्क. † ग्वा. २. १८६; खंड १०-२८४.

बेहेरे व होळकर पश्चिमेकडून एक एक ठाणीं हस्तगत करीत धारवाड सोडून पुढें हुबळीवर गेले. कित्तूर घेण्याच्या भरीस ते पडले नाहींत. दक्षिणेस सावनूरचा नबाब पेशव्यांचा मांडलिक असून त्याजकडे टिपूनें खंडणीचा तगादा लाविला होता. अर्थात् त्याच्या बचावास धावून जाणें मराठयांस जरूर होतें. हा नबाब टिपूचा मेहुणा होता, पण त्या दोघांचें वांकडें होतें. टिपूचा वकील फौज घेऊन खंडणीच्या वसुलीस सावनुरावर आल्याचें कळतांच, होळकर व बेहेरे एकदम चाळीस कोसांची दौड करून एका अहोरात्रांत सावनुराजवळ पोंचले. ही बातमी ऐकून टिपूचा वकील जीव घेऊन तुंगभद्रेपार गेला. तेव्हां बेहेरे यास सावनुरजवळ ठेवून जूनच्या आरंभीं तुकोजी होळकर परत कित्तूरकडे आला. सावनूरच्या लगत्याचीं ठाणीं सावशी, गदग, नवलगुंद वगैरे मराठयांनीं हस्तगत केलीं. या पावसाळ्यांतच जुलई अखेर गणेशपंत बेहेरे आजारी पडून स्वारींत मरण पावला. अदवानी काबीज केल्यावर टिपू प्रचंड फौज व दीडशें तोफा घेऊन हरिपंतावर चाल करून तुंगभद्रेच्या दक्षिणतीरीं सावनूरच्या समोर आला; परंतु नदीस उतार नसल्यामुळें त्याचा इलाज चालला नाहीं. सावनूरचा नबाब मात्र टिपूस घाबरून हरिपंताच्या फौजेंत येऊन राहणार होता, परंतु हरिपंतानें त्यास मदतीचें आश्वासन देऊन राहविलें. इकडे टिपूनें नदीकाठानेंच वर पश्चिमेकडे जाऊन हरिहरच्या बाजूस गलगनाथाच्या उतारावर तुंगभद्रा नदी टोकऱ्यांच्या होडींतून ओलांडून पलीकडे म्हणजे सावनूरच्या पूर्वेस वर्धा नदी तुंगभद्रेस उत्तरेकडून मिळते त्या संगमावर ऑगस्ट महिन्यांत तळ दिला; आणि अडचणीच्या जागेंत सर्व छावणीची उत्कृष्ट योजना करून हरिपंताशीं लढण्यास तो तयार राहिला.

हैदराच्या पश्चात् टिपूनें फौजा, तोफा, द्रव्य व सामान वगैरे पुष्कळच वाढविलें होतें. शिवाय संग्रामाचे डावांत दिसणाऱ्या साहस व सावधपणा या गुणांचा योग्य मिलाफ त्याच्या ठिकाणीं होता, हें या युद्धांत अनेकवार निदर्शनास आलें. भर पावसाळ्यांत अदवानीपासून गलगनाथपर्यंत दोनशें मैल पश्चिमेस लाख पन्नास हजार फौज व तोफखाना चिपळाईनें नेऊन संग्रामास उभें राहणें हें बिकट कोडें टिपूनें मराठयांस घातलें, हें काम सामान्य नव्हे. हरिपंतही टिपूच्या हालचालींवर नजर ठेवीत गजेन्द्रगडावरून नैरृत्येस लक्ष्मेश्वराजवळ बनीकोप येथें शत्रूपासून तीन कोसांच्या अंतरावर येऊन बंदोबस्तानें राहिला (ऑगस्ट २). एक शिंदे शिवाय करून महाराष्ट्रांतले बहुतेक सुप्रसिद्ध योद्धे व

लहानथोर पथके हरिपंताजवळ होते. आपा बळवंत, बेहेरे गणेशपंत व त्याचा पुतण्या महादाजीपंत, रघुनाथराव व गंगाधरराव पटवर्धन, रास्ते, विसाजीपंत आठवले, बाजीपंत अण्णा जोशी, रंगराव ओढेकर, पुरंदरे, शहाजी भोसले अक्कलकोटकर व त्याचा बंधु भवानजी, मन्या बापू भोसले नागपुरकर, वगैरे अनेक सरदार मराठ्यांचे व शिवाय तुहव्वरजंगाच्या हाताखालीं निजामाची फौज पंचवीस हजार मुख्यत: गारदी तोफांची, असा एकंदर पाऊण लाखाचा जमाव या स्वारीचा मनांत आणिला म्हणजे, पानिपतच्या खालोखाल ही बदामीची स्वारी होती असें म्हणण्यास चिंता नाहीं. मात्र हरिपंताच्या सैन्यांत मुख्यत: घोडदळ आणि टिपूचें मुख्यत: कवाइती पायदळ व त्यास भरपूर तोफांचा आश्रय असें असल्यामुळें, गनिमी कावा विरुद्ध कवाइती कंपू यांच्या सामन्याचें हें एक आणखी उदाहरणच म्हटलें पाहिजे. त्यांतून सेनानायकाचें कौशल्य हरिपंताच्या मानानें टिपूचें जास्त होतें; शिवाय एकहुकमी ताबा टिपूचा होता, तसा हरिपंताचा बिलकूल नव्हता. मराठ्यांची नेहमींची बिनशिस्तीची पद्धत आपल्या परिचयाचीच आहे. पावसाळ्याचे दिवस, अडचणीची जागा, पाठीशीं भरपूर सामुग्रीचा विस्तृत प्रदेश या बाबती टिपूस जशा अनुकूल, तशा हरिपंतास प्रतिकूल होत्या. हरिपंतास माणसांशिवाय घोडीं, बैल वगैरे लाखों जनावरांचा सांभाळ करावयाचा असून टिपूकडे अशीं जनावरें फारशीं नव्हतींच. आपली परिस्थिति बिकट होत चाललेली पाहून हरिपंतानें तुकोजी होळकरास हुबळीहून आपल्याकडे बोलाविलें, परंतु रस्त्यांत बुराणुद्दीनानें त्यास अडवून धरल्यामुळें एक महिनापर्यंत होळकरास पुढें येण्याची संधिच मिळाली नाहीं. पुढें टिपूनेंच बुराणुद्दीनास आपल्या बाजूस बोलाविलें, तेव्हां सप्टेंबर अखेर होळकर येऊन हरिपंतास मिळाला. तावत्कालपर्यंत युद्धमान फौजांचे पहिले तळ बदलून ते सावनूरच्या जवळ येऊन भिडले.

पण एवढ्या तयारीनें प्रत्यक्ष लढाई एकही झाली नाहीं. चार दोन वेळां मराठी फौजांवर टिपूनें रात्रीचे छापे घालून त्यांस पुरेपुरेसें केलें. पण या छाप्यांनीं कायम निकाल लागला नाहीं. ता. १ ऑक्टोबर रोजीं रात्रीं टिपूनें हरिपंतावर घातलेला छापा मोठ्या आणीबाणीचा होता, परंतु सुदैवानें मराठ्यांचें फारसें नुकसान झालें नाहीं. या छाप्याच्या प्रसंगीं आघाडीस नारोपंत चक्रदेव हा नवीन होतकरू ब्राह्मण सरदार होता. सवाई माधवरावाच्या मृत्यूनंतर नानाफडणि-

साऱ्या कारभारांत त्याचें नांव विशेष येतें. अशा छाप्यांच्या धास्तीस्तव मराठ्यांस तीन महिने पावेतों अहोरात्र घोड्यांवर जिनें ठेवून सज्ज राहवें लागल्यामुळें ते अगदीं हैराण झाले. 'अदवानीची गत तीच सावनूरची,' असा रंग दिसूं लागला. सभोंवारची दाणावैरण संपली, तेव्हां सावनूरकर नबाबास आपल्या लष्करांत घेऊन हरिपंत मागें हटत मावशी कुंदगोलकडे आला. लगेच ता. १० ऑक्टोबर रोजीं टिपूनें सावनूर हस्तगत केलें., त्या संबंधानें पटवर्धन लिहितो: 'शत्रू फार शेर जाला. तोफेचें सामान भारी. यास्तव आमची कारगिरी चालत नाहीं. सावनूर रक्षावें हें बहुत होतें, परंतु नबाबाच्या लोकांनीं धावरून शत्रूवर गोळी न उडवितां त्याचे लोक आंत घेतले. शत्रूचा मुक्काम ऑक्टोबर अखेरीस बंकापुरानजीक आला. मोहरम जाल्यावर एकदां दिवसाचे चालून येऊन मराठ्यांस हटवावें, किंवा त्यांनीं हटविल्यावर परत तुंगभद्रापार जावें, अशी त्याजकडील बोलवा आहे.' १४ नोव्हेंबर रोजीं पटवर्धनांनीं शिरहट्टीचें ठाणें हस्तगत केलें. त्यानंतर २ डिसेंबरास पुन: टिपूनें हरिपंतावर छापा घातला, त्या वेळीं प्रचंड कहर गुदरला असता, परंतु 'श्रीमंतांचें पुण्य विशेष म्हणोन हरिपंत जरीपटका, नौबत, तोफखाना सुद्धां निघोन बाराअलीकडे आले.'*

६. **समेटाचा उपक्रम, गजेंद्रगडचा तह,** (मार्च १७८७).—अशा प्रकारची रणभूमीवरील परिस्थिति असतां, नोव्हेंबर स. १७८६ पासून टिपूनें निरनिराळ्या इसमांच्या मार्फत तहाचा संदर्भ चालू केला. ही त्याची नेहमींचीच हुलकावणी असल्यामुळें प्रत्यक्ष तह कायम होण्यास पुढील एप्रिल महिना आला. दरम्यान थोडेबहुत युद्धप्रसंग चालूच राहिले. तहाच्या हुलकावणीचे मासले भरपूर आहेत. खं. १० ले. २८६ (ता. १-७-१७८६) व खं. १० ले. २८९ (ता. १९-९-१७८६) हीं पत्रें वाचावीं म्हणजे टिपूच्या कपटनीतीची खात्री पटेल. पैकीं पहिलें पत्र हरिपंताचें नानास असून त्यांत टिपूचा वकील शृंगेरीपंत याची हकीकत आहे. दुसरें पत्र टिपूच्या वकिलाचें रास्ते यांस आहे. हरिपंतास अडचणींत गांठून त्याजवर मात करण्याचा हा डाव होता, तो ओळखून हरिपंत मागें हटत गदगपर्यंत आला. त्यांत त्यानें कांहीं टिपूचीं ठाणीं घेतलीं, तर बहादुरबिंडा वगैरे मराठ्यांनीं काबीज केलेलीं कांहीं ठाणीं टिपूनें घेतलीं. या युद्धांत इंग्रज व फ्रेंच यांजकडे टिपूनें कसकसे खेळ चालविले त्याचें तपशीलवार वर्णन

* खरे २९९०, ३०४०-४३, ३०६१, पे. द. पृ. १७४ ले. २१.

पेशव्यांचा मद्रास येथील वकील जनार्दन शिवराम याच्या ता. १८-१-१७८७ च्या पत्रांत वाचण्यालायक आहे. त्याच पत्रांत होळकरानें शत्रुपक्षाशीं संधान बांधल्याचा खालील मजकूर आहे. 'चतुर्थवर्ण (होळकर) व त्याचेच पक्षींचे विप्र यांनीं शत्रूकडे डौल दाखविला. कित्येकांस शत्रूनें हिरण्यश्राद्धें केलीं, करितां लढाईस कोणी तन देत नाहींत.' या गोष्टी सोडल्या तरी एकंदरींत टिपूबरोबरच्या या युद्धांत मराठ्यांचा दरारा व लौकिक पुष्कळ नाहींसा झाला. मराठ्यांनीं काबीज केलेलीं कांहीं ठाणीं टिपूनें घेतलीं. असें असतांही टिपूनें युद्धभाग आवरून तहाचें बोलणें लाविलें यांत त्याची दूरदृष्टीच दिसून आली. इंग्रजांचें पुरें वैर टिपूनें संपादिलें असून, मॅलेट मराठ्यांकडे आला, तेव्हांपासून इंग्रज-मराठ्यांचें सख्य वाढत चालल्याचें टिपूनें ताडिलें. शिवाय कॉर्नवालिसनें आल्यापासून सर्व इलाख्यांत फौजेची व काटकसरीची नवीन तयारी तडाख्यानें चालविली, तेव्हां मागें पुढें इंग्रजांचा घसरा आपणावर होणार हें उमजून टिपूनें मुद्दामच या वेळीं मराठ्यांशीं मिटतें घेतलें. भोसले, निजाम व पेशवे या तिघांच्या फौजांस आपण पुरे पडलों, जास्त ओढून धरल्यास व कदाचित् त्यांस इंग्रज सामील झाल्यास, सर्वच नुकसान होण्याचा संभव,त्यापेक्षां आतांच तह केलेला बरा, अशा पोक्त विचारानें टिपूनें तहाची उत्कंठा केली. मात्र ही आतुरता बरेच दिवस प्रगट न करितां एके बाजूनें युद्धोपक्रम व दुसरे बाजूनें समेटाची बोलाचाली, या गोष्टी चार सहा महिने सारख्या चालवून, शेवटीं शक्य तितका फायदेशीर तह त्यानें पदरांत पाडून घेतला. खरें म्हटलें तर पावसाळ्यानंतर मराठ्यांनीं निकरानें युद्ध चालविण्यास कांहीं हरकत नव्हती; पण मोठ्या शिकस्तीने बांधलेली आवळ्यांची ही मोट किती दिवस एकत्र टिकणार ! मराठ्यांस या वेळीं धनी असा कोणच नव्हता. नानाफडणिसास रणभूमीवर पुढाकार घेण्याचें सामर्थ्य व इच्छा दोनही नव्हतीं. निजाम, भोसले, होळकर, यांस तर हा कर्नाटकांतील युद्धाचा प्रकार भाडोत्री असा वाटत होता. पटवर्धन, रास्ते व हरिपंत कसून मेहेनत करीत होते; तरी यांतही परशुरामभाऊ नानावर रुसून अलग राहिला. खुद्द नानाचें सुद्धां असावें तसें लक्ष मोहिमेंत राहिलें नाहीं. नानास हरिपंतानें पुनः स्वारींत बोलावलें, त्या संबंधानें पटवर्धनांचा कारकून लिहितो, 'फौज घेऊन निघण्याची नानाची वार्ता पुण्यांत नाहीं; व फौजही पुण्याजवळ नाहीं. तोफा वगैरे रवाना करावयाचा मार्ग दिसत नाहीं. नानाचे चित्तांत राजकारणाविषयीं काय चिंता असेल ती असो, परंतु

लौकिकांत कांहीं एक दिलगीर नाहीं. दहा घटका दिवसास भोजन करून नाना-प्रकारचे विलास भोगून आनंदमय आहेत. आश्विन मासीं नाना निघणार म्हणून वर्तमान दाट होतें, परंतु आतां कार्तिकांत तों कांहींच नाहीं. लष्करांतून परत आल्यापासून गैररावता बहुत करूं लागले. कोणाचीच गांठ पडत नाहीं. गाघोपंत गोडबोल्यावर पूर्ण कृपा. उभयतांनी बसोन प्रहर प्रहर खलबत करावें. बाहेर मातबर गृहस्थ वाट पाहत बसतात, आणि आंत यांचें खलबत चालतें, हें चांगलें नव्हे. ज्या पक्षीं राज्याचा सर्व भार त्यांजवर आहे, तेव्हां ते करितात तें उचितच म्हणावें.' हा गाघोपंत गोडबोले नानाच्या विश्वासांतला घांशीरामाच्याच पंक्तींतला गृहस्थ होता, हें पुढें प्रसंगानें निदर्शनास येईल. असो.

अशा परिस्थितींत टिपूनें तहाचा उपक्रम केला हीं हरिपंतानें पडत्या फळाची आज्ञा समजून, कसाबसा तह भागवून काढता पाय घेतला. आपल्या नेहमींच्या स्वभावास अनुसरून तहाची वाटाघाट टिपूनें आरंभापासूनच चालविली होती. त्या वाटाघाटींतच नरगुंदचें प्रकरण त्यानें उरकलें. पुढें बदामीस वेढा पडतांच त्याचा वकील नूरमहंमदखान याचीं पत्रें हरिपंतास व इतर सरदारांस येऊं लागलीं. ' दोनही दौलती मातबर, लघु गोष्टीविशयीं खलप पडले ते घालवून उभयतांचा स्नेह अक्षतमरिष्ट चालेल असें व्हावें, ' ही वकिलाची मोघम भाषा सारखी चालू होती. पुढें मुधोजी भोसले स्वारींतून पुण्यास परत गेला त्याजबरोबर टिपूचे वकीलही गेले, परंतु निकाली ठराव कांहींच झाला नाहीं. निजामाकडे व होळकराकडेही वाटाघाटीसाठीं टिपूनें वकील पाठविले, परंतु बोलण्यांतील भाव चढाईचे असल्यामुळें त्यांचें बोलणें कोणीच मनावर घेतलें नाहीं. ता. ७ डिसेंबर रोजीं लढाई बंद ठेवावी म्हणून टिपूचीं पत्रें घेऊन स्वार रास्ते व होळकर यांजकडे आले, पण त्यानंतर टिपूनें अकस्मात् छापा घातल्यामुळें तहाची वाटाघाट मराठ्यांनीं मनावर घेतली नाहीं. पुनः होळकरानें लढाई बंद ठेविली असतां स. १७८७ च्या जानेवारींत टिपूनें बहादुरबिंड्याचा किल्ला तोफा लावून घेतला, त्यावरून तह फिसकटत होता; परंतु लगेच टिपूचे वकील होळकराकडे येऊन त्यांनीं युद्ध बंद ठेविलें. मात्र हरिपंतानें अखेरपर्यंत आपल्या बाजूस युद्धाची ढिलाई बिलकूल होऊं दिली नाहीं. म्हणूनच मार्च महिन्यांत हरिपंतास गजेन्द्रगडनजीक टिपूचे वकील भेटून यादी ठरल्या, त्या अशाः—

१ पांच सालच्या खंडणीची बाकी पांसष्ट लक्ष येणें, त्याची तडजोड अठ्ठेचाळीस लक्ष झाली, पैकीं बत्तीस लक्ष रोख व बाकीचे सोळा लक्ष सहा महिन्यांनीं टिपूनें भरावे.

२ गजेंद्रगड, बदामी, नरगुंद, कित्तूर हीं टिपूनें मराठ्यांस व अदवानीचें संस्थान निजामास द्यावें.

३ सावनूर व त्या खालचा मुलूख तेथील नबाबास परत द्यावा. नरगुंद, कित्तूर वगैरे ठिकाणचे कैद केलेले लोक सर्व सोडून द्यावे. गजेंद्रगडाजवळ मराठ्यांचा व कोपळजवळ टिपूचा तळ असतां वरील तह ठरला म्हणून त्यास ' **गजेन्द्रगडचा तह** ' असें नांव दिलें आहे.

हीं कलमें ठरल्यावर मार्च अखेर बत्तीस लाखांचा भरणा हरिपंताकडे झाला, आणि टिपूनें श्रीरंगपट्टणास जाऊन कैदी मंडळी सर्व परत पाठविली. काळोपंत पेठे कैदेंत असतांच मरण पावला. एप्रिलच्या आरंभीं मराठी फौजा परत निघाल्या. तहाचे बाबतींत होळकराचे हात टिपूकडून ओले झाले, अशी दाट बातमी होती. हरिपंतानें तपास केला, परंतु प्रत्यक्ष पुरावा मिळाला नाहीं. ' जनवार्ता आहे जे होळकरांनीं तह घडविण्यांत टिपूकडून सुवर्णदर्शन घेतलें. ' ता. ४ मार्च रोजीं होळकराचा मुक्काम पंढरपुरास होता. हरिपंत मागें राहिला, तो सर्व उस्तवारी करीत मे अखेर पुण्यास आला.

युद्धाचा फलितार्थ पाहूं जातां कायम निकाल असा कांहींच लागला नाहीं. सरासरीनें तुंगभद्रेपर्यंत मराठ्यांची हद्द गेली, तथापि धारवाड वगैरे कित्येक महत्त्वाचीं ठिकाणें टिपूकडे राहिलीं. मिळून दोनही पक्ष नाराज राहून दुसऱ्या युद्धाचा संभव मात्र कायम झाला. हीं युद्धें आपलीं आपण स्वतः लढण्याची ताकद नानानें दाखविली नाहीं, म्हणूनच तो नेहमीं निजाम, इंग्रज वगैरेंच्या पायधरण्या करीत असे. शिवाजीनें किंवा पुढें पेशव्यांनीं परस्थांची मदत आणून राज्यें जिंकलीं नाहींत. आपलें राज्य आपण जिंकावें व आपणच टिकवावें व वाढवावें, हा पूर्वीचा कित्ता नानानें प्रथम चौकडीच्या कारस्थानांत सोडला, आणि नंतर त्याची अनेकवार आवृत्ति होत गेली. परक्यांस आपल्या मदतीस बोलावण्याचा हा प्रकार महादजीस बिलकूल पसंत पडला नाहीं. *

---

* चि. प. रा. ले. ९; खरे ३०४७, ३०५७, व ३०६३; टीप पृ. ४२३७

प्रकरण चोविसावें.

टिपूचा पाडाव, त्रिवर्ग दोस्तांची करामत.

(स. १७९० जून—फेब्रुवारी १७९२)

१. हिंदी राजकारणांतील कॉर्नवालिसचा डाव, (१७८८–९०).
२. त्रिवर्गीचा पुण्यास तह, (१–६–१७९०).
३. युद्धक्षेत्रांतील विस्कळित प्रसंग, धारवाड व बंगलोर, (मार्च १७९१).
४. टिपूची त्रेधा, श्रीरंगपट्टणचा तह व त्याचा निष्कर्ष, (२७–२–१७९२)
५. इंग्रजांशीं महादजीची नेट; टिपू व बंगालची चौथाई.

* * *

१. हिंदी राजकारणांतील कॉर्नवालिसचा डाव,(स.१७८८-९०).– ता. १२–९–१७८६ पासून २७–१०–१७९३ पर्यंत सात वर्षें कॉर्नवालिसनें हिंदुस्थानांत इंग्रजांचा कारभार केला. कारभाराचीं सूत्रें हातीं घेतल्यावर त्यानें एक दोन वर्षेंपर्यंत समग्र हिंदी राजकारणाचें बारकाईनें निरीक्षण केलें. हेस्टिंग्सची मुख्य चुकी त्यास दिसून आली ती अशी कीं, त्यानें एकदम सर्वच हिंदी राज्यांशीं कलह सुरू केले; आणि त्यांतले बरेचसे त्याच्या अंगाशीं आले. विशेषत: मद्रास प्रांताचा कारभार आज कैक वर्षें फारच अव्यवस्थित चालल्यानें तिकडे इंग्रजांचें नांव अत्यंत कलुषित झालें. स. १७८४ चा मंगलोरचा तह म्हणजे त्यांची मोठीच नाचक्की होय. पुढें मराठ्यांनीं टिपूवर मोहीम केली तींत त्याचा पाडाव व्हावा तसा झाला नाहीं; आणि मराठ्यांशीं मिळतें घेऊन टिपूनेंही पुढें आपल्या सर्व सामर्थ्याचा आघात इंग्रजांवर चालू ठेविला. फ्रेंचांशीं तर त्याचें सारखेंच सूत होतें. त्या वेळीं हिंदी राजकारणांत इंग्रजांस डोईजड वाटणारे प्रतिस्पर्धी म्हटले म्हणजे टिपू व मराठे हे दोनच उरले होते. तिसरा निजाम होता, पण त्यास इंग्रज बिलकूल भीत नव्हते व तोही इंग्रजांचे कच्छपीं लागून आपला बचाव करूं पाहत होता. या गोष्टी कॉर्नवालिसनें बरोबर ताडल्या. वास्तविक इंग्रजांच्या इभ्रतीसंबंधानें हेस्टिंग्स व कॉर्नवालिस यांच्या भावनेंत मुळींच फरक नव्हता. हिंदी सत्ताधीशांचा हळू हळू पाडाव करून आपली सार्वभौम सत्ता या देशांत कायम

करावयाची, हें इंग्रजी राज्याचें धोरण क्लाइव्हनें दिवाणी कबजांत घेतल्या वेळेपासूनच नक्की झालें होतें. तेंच धोरण कॉर्नवालिसनेंही आपल्या दृष्टीपुढें खेळत ठेविलें. स्वतः योद्धा असून, पाहिजे तेव्हां सल्लागार मंडळाचें मत बाजूस ठेवून स्वतःचीच हुकमत चालविण्याचा अधिकार त्यास पार्लमेंटाकडून मिळाला होता. अमेरिकेंत त्याची जी नाचक्की झाली, ती केव्हां तरी इकडे भरून काढावयाची असा त्याचा संकल्प होता. म्हणून प्रथम दोन वर्षेपर्यंत अत्यंत काटकसर करून सरकारी खर्च कमी करणें, लांचलुचपत व नजराण्याची देवघेव बंद पाडणें, आणि मुख्यतः एकंदर लष्कराची स्थिति सुधारणें, या तीन गोष्टी त्यानें अव्याहत श्रम करून व स्वतः ठिकठिकाणीं हिंडून सिद्धीस नेल्या; आणि स. १७८८ अखेर आपली तयारी झाली असें दिसतांच त्यानें एकदम चढावाचें धोरण स्वीकारिलें.

मराठे व टिपू या दोन प्रतिस्पर्ध्यांपैकीं कॉर्नवालिसनें प्रथम टिपूवरच आपला मोर्चा फिरविण्यास विशिष्ट कारणें घडत गेलीं. एक तर टिपूनें उघड उघड इंग्रजांचा उपमर्द चालविला. फ्रेंच सत्ता त्या वेळीं जोरांत असून तिचा पाठिंबा टिपूस मिळण्याचा मोठा संभव होता. स. १७८९ च्या राज्यक्रान्तीनें फ्रेंच राष्ट्र कमकुवत होणार हा अंदाज आगाऊ कोणासच नव्हता. मराठे तर इंग्रजांचे टिपूहूनही जास्त कट्टे प्रतिस्पर्धी होते. महादजी शिंद्याविषयीं कॉर्नवालिसला सदैव दहशत वाटत होती. पण मॅलेटला पुण्यास नेमून त्याच्या मार्फत नाना व महादजी यांच्यामध्यें त्यानें भरपूर फूट पाडण्याची चलाखी केली. दिल्लीच्या राजकारणांत आपण हात घातल्यास महादजीशीं लढण्याचा प्रसंग येणार, आणि त्याची फौज फ्रेंच पद्धतीनें जय्यत तयार झालेली सिद्ध होती; महादजीवर आपण युद्ध पुकारल्यास, पुणेकर त्याच्या साह्यास धावून येतील ही खात्री कॉर्नवालिसला होती. कदाचित् हैदराप्रमाणें टिपूही त्यांस सामील होण्याचा संभव होता. अशा द्विधा भावनेनें कॉर्नवालिसनें आपला मोर्चा टिपूवरच प्रथम वळविला, यांत त्याची मोठी चतुराई दिसून येते. बाकी स्नेह किंवा वैर हे प्रकार राजकारणांत कोणासही सोयीप्रमाणें पाहिजे तेव्हां पाहिजे त्या सत्ताधीशांशीं बनवितां येतात. ते बनविण्यास योग्य सबबींची वाण त्यांस कधीं पडत नाहीं, हा आजचा अनुभव त्या वेळीं सुद्धां दृष्टोत्पत्तीस येतो. अर्थात् त्या दृष्टीनें टिपूशीं वैर करण्यास त्रावणकोर किंवा कोचीन यांचीं प्रकरणें युद्धपूर्व वाटाघाटींत प्रामुख्यानें पुढें आलीं, व तीं तशींच इतिहासांत नमूद झालीं. कॉर्नवालिसनें मराठ्यांशीं युद्ध

करण्याचें ठरविलें असतें, तर त्याच्याही समर्पक सबबी निघाल्या असत्या, व तशा बनावांत कदाचित् त्यानें टिपूसही आपल्या बाजूस वळविलें असतें. प्रथम टिपूचा समाचार घ्यावा, मागाहून मराठ्यांचा विचार पाहतां येईल, अशी तूर्त तरी कॉर्नवॉलिसची भावना होती.

परंतु टिपूशीं सामना करावयाचा तर, मराठे किंवा निजाम यांस मोकळें सोडल्यास टिपू वाटेल ती खटपट करून त्यांस आपल्या बाजूस वळवील आणि तसें झाल्यास आपणास दोन शत्रूंशीं एकदम झगडावें लागून सर्व देशभर युद्धाचा प्रसार होऊन त्यांत आपला टिकाव लागणार नाहीं, असा कॉर्नवालिसनें दूर-दृष्टीचा कयास करून, प्रथमपासूनच मराठे व निजाम यांस निश्चित तहानें बांधून घेण्याचें त्यानें योजिलें. इंग्रज, टिपू व मराठे या तीन सत्ता त्या वेळीं जवळ जवळ समानबल होत्या. त्यांपैकीं कोणतेही दोन एक झाल्यास ते तिसऱ्यास भारी झाले असते, ही गोष्ट लायलनें आपल्या ग्रंथांत चांगली मांडली आहे. हेस्टिंग्सनें मराठ्यांशीं युद्ध पुकारतांना जर हैदरास अगोदर आपल्या बाजूस वळविलें असतें, तर मराठे लगेच हतवीर्य झाले असते. हाच डाव नानाफडणिसानें ओळखून हैदराशीं मिलाफ केला, तेव्हां इंग्रज फिके पडले. अर्थात् तशी चूक पुनः होऊं द्यावयाची नाहीं असा कॉर्नवालिसचा संकल्प असून त्या दिशेनें त्यानें प्रयत्न सुरू केले. पुण्याच्या दरबारासंबंधानें त्यानें मॅलेट यास लिहिलें; आणि बंगालची फौज खुष्कीनें मद्रासेस जावी लागेल, त्यासाठीं भोसल्यांचा कटक प्रांत व निजामाचा गंटूर प्रांत आपल्या कबजांत आणावयासाठीं त्यानें जून १७८८ त फॉस्टर यास नागपुरकर भोसल्यांकडे व कॅप्टिन केनावे यास निजामाकडे वकील म्हणून रवाना केलें. निजामाशीं पूर्वी स. १७६८ चा करार होता, त्यांत त्यानें गंटूर प्रांत इंग्रजांस देण्याचें कबूल केलें होतें, परंतु कांहीं ना कांहीं सबबीवर तो अद्यापि हस्तगत झाला नव्हता. कॉर्नवालिस यास मोठी धास्ती होती कीं, निजाम भलत्याच हरकती सांगेल. पण केनावेनें आपलें काम उत्कृष्ट बजावून अल्पावधींत निजामास खूष करून गंटूर प्रांत ताब्यांत घेतला. तेव्हां कॉर्नवालिसचें मन निश्चित झालें, आणि त्याची मर्जी केनावेवर विशेष बसली. नागपुरास याच संधीस मुधोजी मरण पावल्यानें तेथें फॉस्टरचा मात्र जम बसला नाहीं, आणि पुढें तो गृहस्थही तेथेंच मरण पावला, ती हकीकत अन्यत्र दिली आहे.

कॉर्नवालिसच्या या उद्योगाची माहिती टिपूस भरपूर होती, म्हणून त्यानेंही पुणें दरबारास आपल्या बाजूस वळविण्याची शिकस्त केली. महादजी त्यास

अनुकूल होता व कॉर्नवालिसचा डाव त्या वेळीं सर्व चाणाक्ष लोक ओळखून होते. महादजी या युद्धांत इंग्रजांस मदत करण्यास सर्वथा नाखुष होता. नानानें मात्र हा डाव ओळखला असें दिसत नाहीं. मॅलेटनें गोड भाषणें करून नानाचा असा समज करून दिला कीं, ' तुम्ही इंग्रजांस सामील न व्हाल तर आमच्या एकट्याच्या हातून टिपूचा पाडाव होणार नाहीं; आणि खरें पाहतां टिपूनें तुमच्या धर्माचा समजूत उच्छेद चालविला आहे, तो तुम्हीं होऊन थांबविला पाहिजे. ' प्रत्यक्ष युद्धांत मराठ्यांची मदत आपणास हवीच आहे, अशी कॉर्नवालिसची बिलकूल समजूत नव्हती. उलट त्यांचें लोढणें गळ्यांत अडकविल्यापासून मदत होणें बाजूस राहून शिवाय त्रासच कसा वाढतो याची जाणीव त्यास भरपूर होती. तेव्हां मुद्दाम गैरसोय सोसूनही कॉर्नवालिसनें आपलीं इंग्रजी पलटणें निजामाच्या व मराठ्यांच्या तैनातीस त्यांच्या संपूर्ण हुकमतींत दिलीं, याचें प्रयोजन एवढेंच कीं, त्या दोघांस टिपूस सामील होण्याचा मोह राहूं द्यावयाचा नाहीं. मराठ्यांच्या किंवा निजामाच्या मदतीशिवाय आपणास हें युद्ध लढतां येणार नाहीं, अशी त्याची भावना मुळींच नव्हती. हा त्याच्या पोटांतला भाव मोहीम चालू असतां इंग्रज अधिकाऱ्यांनीं वारंवार बोलूनही दाखविला. 'ह्यांचे असेही उद्गार निघतात कीं, मराठे किंवा नबाब यांच्या भरंवशावर कांहीं आम्हीं ही मसलत केली नाहीं. उगेच सामील असावे म्हणून शरीक (अंशभागी) केले. भर पावसाळ्यांत कोणाची वाट न पाहतां आम्हीं टिपूचा मुलूख घेतला, तर आतां श्रीरंगपट्टणची चीज काय! जातां जातां घेऊं. इंग्रज तोंडानें बोलत नाहींत, पण मगजांतील भाव बाहेर दिसतो कीं, ' तुम्ही कुमकेस न आलां, तरी काय गेलें ! आम्ही पट्टण सुद्धां घेतों. ही गोष्ट हिंमतीची आहे. ' या स्वारींत स्वतः कॉर्नवॉलिस निघणार, तेव्हां इकडून खुद्द श्रीमंत पेशव्यांनीं निघावें, असा आग्रह मॅलेट व नबाब निजामली यांचा विशेष होता. पण नानानें ती गोष्ट मंजूर केली नाहीं. उगाच देखावा करण्याकरितां थोडे महिने नाना मात्र स्वतः कांहीं मजल स्वारींत गेला, व लगेच परत आला. या प्रसंगीं स्वतः तरुण पेशवा स्वारीस जाता तर युद्धाचा व राजकारणाचा अनुभव मिळून आपल्या पायांवर उभें राहाण्याची थोडीबहुत ताकद त्यास येऊन त्याचें कर्तृत्व शत्रुमित्रांपुढें प्रगट होण्यास संधि मिळाली असती. थोरला माधवराव असाच सोळावे वर्षी राज्यभार वाहूं लागला. पण 'मिष्यांत जन्म गेलेल्या ' नानास एवढें धाडस कसें व्हावें ! पुढें मोहीम सुरू होऊन

इंग्रजांनीं टिपूचा वारंवार पाडाव करून, अल्पावकाशांत बंगलोर घेऊन खुद्द श्रीरंगपट्टणावर चाल केली, आणि मराठ्यांच्या फौजा मागेंच रेंगाळत राहिल्या, हें पाहून नानाच्या पोटांत धस्स झालें. आपण हजर नाहीं, सबब जिंकलेल्या मुलखाचा हिस्सा आपणास इंग्रज देणार नाहींत, अशी धास्ती नानास वाटून त्यानें परशुरामभाऊ व हरिपंत यांस त्वरा करून इंग्रजांस सामील होण्याविषयीं पुन: पुन: आग्रहानें लिहिलें. एवढेंच नव्हे तर आतां श्रीरंगपट्टण इंग्रजांच्या हातीं पडून, टिपूचें सर्वच राज्य नाहींसें होणार, असा संभव दिसूं लागतांच हरिपंत वगैरे मराठे सरदार गडबडून गेले. हरिपंतानें निजामास गुप्तपणें भेटून त्याच्याशीं करार केला होता कीं, इंग्रज जर टिपूस साफ बुडवूं पाहतील, तर आपण दोघांनीं त्यांस विरोध करून टिपूचा बचाव करावा. असाच प्रकार शेवटीं घडून आला. सारांश, इंग्रज-मराठ्यांच्या या वेळच्या भिन्न भावनांची जाणीव अवश्य लक्षांत ठेविली पाहिजे. इंग्रजांच्या मदतीनें टिपूचा पाडाव करणें आपल्या राज्यास अपायकारक होय, असें समजून नाना इंग्रजांस सामील न होतां, तटस्थ राहता तर युद्धाचा डाव मराठ्यांच्या हातांत राहिला असता. टिपू व इंग्रज यांस परभारें लढूं देऊन, प्रसंग पडेल त्याप्रमाणें पुढें डाव टाकणें हेंच या मोहिमेंत पुणेकरांचें कर्तव्य होतें असें वाटल्याशिवाय राहत नाहीं. कॉर्नवालिसनेंच नानावर मात केली, हें उघड आहे.

मराठ्यांस मिळवून घेण्याच्या वाटाघाटीसाठीं मॅलेट वारंवार पुण्याहून मुंबईस जात होता. स. १७८८ च्या एप्रिलांत नानाचा वकील रघुनाथ रणछोड मुंबईहून त्यास लिहितो, 'मॅलेटचे व सरकारचे मसलतीचें बोलणें लागलें असें ऐकिलें.' म्हणजे टिपूवरील स्वारीच्या दोस्तीचा तह जून १७९० त झाला, त्याची वाटाघाट पूर्वी दोन वर्षांपासून चालली होती, हें उघड आहे. ता. १२-१०-१७८८ च्या पत्रांत तोच वकील लिहितो:[1] 'मॅलेट येथें आले आहेत. आज दहा रोज जाले. गव्हर्नरच्या त्याच्या तीन चार भेटी जाल्या. आणखी पांचसहा रोजांनीं परत पुण्यास जातील. मसलतीचा भाव बारकाईनें शोध घेतां कर्नाटकेवर लक्ष आहे. फरासीसांचा व इंग्रजांचा सलूख चालतो. पण इंग्रज त्यांचा विश्वास काडीमात्र धरीत नाहीं. विलायतेंत आपला सलूख दाखवून परभारें मुंबईवर घाला घालावा हें लक्ष फरासीसांचें आहे. टिपूचा व इंग्रजांचा बेबनाव जाल्यावर फरासीस टिपूचें

१ प. द. म. व. पृ. ११ व २१ इ०; खरे ३२०८-११.

साहित्य करील अथवा परभारें हरएक ठिकाणावर हल्ला करील, या पुढील विचाराची छाननी येथें होत आहे. इंग्रज पातशहाचा हुकूम आहे कीं, आपल्या ठिकाणांचा बंदोबस्त यथास्थित जाहालीयार मग कर्नाटक येथील मसलत उभी करावी. पोक्त विचार जाल्याशिवाय पाय पुढें टाकीत नाहींत.' परंतु कॉर्नवालिसचे खालील उद्गार पाहिले म्हणजे टिपूला नरम करण्याची त्याची उत्कंठा दिसते. तो लिहितो: 'या युद्धांत पेशव्यांचें साह्य ताबडतोब व भरपूर मिळविण्यासाठीं मी वाटेल ती झीज सोसण्यास तयार आहें. टिपूकडून मिळणारी चौथाईची रक्कम बंद होईल अशी मराठ्यांस शंका वाटत असेल तर प्रथम बारा लाखांचा मुलूख स्वतंत्र त्यांचा काढून मग बाकी राहील त्याचे तीन वांटे करूं.' ता. ४-११-१७८८ रोजीं कॉर्नवालिसनें गुप्त समीतीला हकीकत कळविली, तींत तो लिहितो: 'अलीकडे नानानें आमची दोस्ती संपादण्याची विशेष उत्सुकता चालविली आहे, इतकेंच नव्हे तर टिपूशीं आमचा कलह झालेला ऐकून नानानें आपण होऊन मॅलेटला कळविलें कीं, आम्ही टिपूचे युद्धांत तुमची कुमक करण्यास तयार आहों. नानाच्या या सूचनेनें मला अत्यंत संतोष होतो, आणि तशीच जरूर पडल्यास मी मराठ्यांची मदत स्वीकारूं इच्छितों.'*

यानंतर पुन: स. १७९० त मॅलेट मुंबईस घाईघाईनें जाऊन परत आला. तेथें त्याचा मुक्काम २९ मार्चपासून ११ एप्रिलपर्यंत होता. 'तहाच्या कलमबंदीची याद ठरून निजामलीकडे पत्रें गेलीं आहेत. आज चार वर्षें इंग्रज टिपूवर मसलत करणार. एकट्याच्यानें शेवटास जाईना, तेव्हां पंतप्रधान व नबाब यांस मिळवून घेण्याच्या विचारांत आज दोन वर्षें इंग्रज होते. कलकत्त्याहून नबाबाकडे अगोदरच मंधान करून त्याची मसलत सिद्ध झाल्यावर मग पुण्यांत मालिटनें सरकारांत बोलणें लाविलें कीं, आम्ही व नबाब टिपूशीं विघाड करितों. तुम्हींही करावा. त्रिवर्गांनीं आपापले सरदेनें (सरहद्दीनें) चालून जावें आणि मुलूख सुटेल तो तिघांनीं सारखा वांटून घ्यावा.' तेव्हां मसलत करावी न करावी या विचारासाठीं नानानें परशुरामभाऊस तावडतोब पुण्यास भेटीस बोलावलें. त्यानें कळविलें, 'माझें शरीर अशक्त, माझे हातून निभाव पडणार नाहीं, सरकार काम नासेल तें

* रॉस कृत कॉर्न० पत्रव्यवहार भा. १ पृष्ठ ५१९. १ खरे ले. ३१८७, ३१८८-९०, ३२०८, ३२०९; इ. सं. तंजावर इ. पृ. १०४.

चांगलें नाहीं दुसऱ्या कोणाची योजना करावी. माझें मागील देणें आहे त्याची वाट कांहीं करून दिल्यास मी यात्रेस जाईन.' 'हरिपंताचे पोटांत फार दुखतें, म्हणून ते मसलत अंगावर घेत नाहींत. सरकारांत कारभारी नाना यांचा भितांना जन्म गेला. सरदारांवरही (सिंदे-होळकरांवर) विश्वास नाहीं. फौजेस पैका देत नाहींत. श्रीमंत राव प्रधानांची मर्जी म्हणावी तर तूर्त हरणांवर आहे. कारभाऱ्यांचा प्रकार समजलाच आहे. वाईहून टिपूचा वकील घेऊन रास्ते आज उद्यां इकडे येत आहेत. यावरून सरकारची मसलत अंगबळाची नाहीं. सर्व भार नवाब व इंग्रजां-वर आहे, यास्तव येथें प्रकरण मंदीवर आहे.' हें लिहिणें पटवर्धनांच्या कारकुनाचें आहे, त्यावरून टिपूवर युद्ध पुकारण्यास एकट्या नानाशिवाय बहुतेक सर्व मराठ-मंडळ कसें विरुद्ध होतें, त्याची थोडीशी कल्पना होते. शिंदे, होळकर, हरिपंत, परशुरामभाऊ वगैरे सर्व या मोहिमेच्या विरुद्ध होते. एकटा नाना मात्र इंग्रजांस भाळून गेला होता. अर्थात् इंग्रजांचें हृद्गत त्यास उमगलें नाहीं. परशुरामभाऊचें व त्याचें तर यापूर्वींपासूनच फाटत चाललें होतें. महादजीच्या स्पर्धेनें नाना किती गांगरला होता, तें या वेळीं व पुढें हरएक बाबतींत स्पष्ट होऊं लागतें. खुद्द महादजीला पुणेकरांच्या बेतांची माहिती होतीशी दिसत नाहीं. टिपूनें तंजावरच्या राजास फार उपद्रव केला. या राज्याचें संरक्षण करण्याबद्दल मराठ-मंडळास नेहमीं मोठी आस्था वाटे. ता. १६-२-१७९० रोजीं महादजीनें नानास कळविलें कीं, 'चंदीचंदावरकर भोसले राजे यांजवर टिपूची फौज जाऊन परस्परें लढाई जाली. भोसल्यांनीं टिपूचे फौजेस ठांसून राखिली. इंग्रजांनींही त्यांची कुमक केली. इंग्रज वकील पामर साहेब येऊन आम्हांस बोलला कीं, 'तंजावरचे राज्यास टिपूनें खलष केल्यामुळें टिपूचा आमचा कलह वाढला. प्रस्तुत मुंबई वगैरेकडील झाडून जमाव टिपूवर रवाना होत आहे. तर त्याचे पारिपत्यास पुण्याहून फौज रवाना करण्याबद्दल लिहून पाठवावें.' त्यावरून कळविण्याचें कीं, चंदावरचे संस्थानास टिपूनें उपद्रव केला असतां पेशवे सरकारांतून त्याची कुमक जाहली. इंग्रजांनीं त्या संस्थानांची कुमक करून तें राखिल्यास, संस्थान इंग्र-जांचे पेटयांत गेलें असें होतें. दोन तीन वर्षें इंग्रजांची जमावाची तर्तूद होत आहे. खासा गौरनरच कलकत्त्याहून मदरासेकडे जात आहे. पक्केपणें टिपूचा मोड करावा असे यांचे बोलण्यांतील भाव दिसतात. तरी इंग्रज व आपण एक होऊन टिपूचें पारिपत्य करावें असा आपला (नानाचा) विचार पक्केपणें

असल्यास, तसेंच लिहून पाठवावें, म्हणजे त्याप्रमाणें इंग्रजांस सांगावयास येईल. हल्लीं इंग्रजांचें बोलणें कीं, आम्हीं आपला जमाव भारी केला आहे. तुम्हांस आमचा इतबार नसला, तर मुंबईचा जमाव तुमचे फौजे समागमें देऊं. दोहींकडून ताण बसवून पुर्तेपणें पारिपत्य करावें असा इंग्रजांचा विचार दिसतो. तरी उत्तर जलद लिहून पाठविणें. ' खं. १०.३५६ चा कागद याच संबंधाचा आहे.

२. त्रिवर्गाचा पुण्यास तह (१–६–१७९०).—श्री. आपटे यानीं ' दोस्तांची श्रीरंगपट्टणवर मोहीम ' या नांवाचें स्वतंत्र पुस्तक या स्वारीसंबंधानें लिहिलें असून, त्यांत नानाविध मनोरंजक हकीकती व अप्रसिद्ध माहिती गोवली आहे. मात्र एकंदर मराठशाहीच्या तत्कालीन राजकारणासंबंधानें त्यांत विचार केलेला नाहीं. अर्थात् तशा दृष्टीनें राजकारणाची संगति दाखविण्यापलीकडे स्वारीचा भरपूर तपशील देण्याची येथें आवश्यकता नाहीं. शिवाय आपटे यांच्या जोडीस श्री. खरे यांचा छापील पत्रव्यवहार आहेच. मुख्य प्रकार युद्धांत घडले ते हे:—

१ पुणें येथें त्रिवर्गाचा दोस्तीचा तह, १ जून १७९०.

२ धारवाडचा वेढा (ऑक्टोबर–मार्च, १७९०—९१).

३ बंगलोर काबीज (मार्च ता. २१–१७९१).

४ श्रीरंगपट्टणवर चढाई व तह (फेब्रुवारी २७ स. १७९२).

वर प्रास्ताविक भागांत हें युद्ध कसें उद्भवलें व त्यांत निरनिराळे पक्ष कसे सामील झाले, हें दाखविलें आहेच. ह्याशिवाय पश्चिमेस मलबार किनाऱ्यावर त्रावणकोर, कोचीन व डच यांच्या ज्या भानगडी झाल्या, त्या श्री. आपटे यांच्या पुस्तकांत तपशीलवार दिलेल्या आहेत. त्रावणकोरच्या किरीटी रामराजानें टिपूचें अंकितत्व झुगारून इंग्रजांची हुकमत पतकरिली, आणि कोचीन संस्थान टिपूच्या ताबेदारींत राहिलें. या दोन हिंदी संस्थानांचा परस्पर कलह होता, त्यामुळें त्यांच्या संबंधानें मद्रासकर इंग्रज व टिपू यांची चुरस वाढत चालली. त्रावणकोरवर टिपूनें मारा केला, तेव्हां त्याच्या संरक्षणार्थ कॉर्नवालिसनें टिपूवर शस्त्र धरिलें, अशी या प्रकरणाची थोडक्यांत संगति आहे. पुण्यास मोहीम घाटतें असतां श्रीरंगपट्टण-कडील प्रदेशाचा नकाशा आणविणें, व मद्रासेकडील बातमी आणण्यास नवीन माणसें नेमणें वगैरे गोष्टी नानानें केलेल्या दिसतात. या व्यवहाराचीं मुख्य सूत्रें नानाचा हस्तक गोविंद कृष्ण काळे हैदराबादेस निजामाजवळ राहून हालवीत होता. त्यास सर्व ठिकाणची बातमी पोहोंचत असून स्वतः निजाम सर्व पुढाकार घेऊन टिपूवर

स्वारी करण्याची सिद्धता इंग्रजांमार्फत करवीत होता. त्या वेळीं म्हणजे स. १७८८–८९ त टिपू पश्चिम किनाऱ्यावरून कोइमतुर पावेतों पुढील युद्धाची तयारी नेटानें करीत होता.

टिपू इ. स. १७५३ त देवनहल्ली येथें जन्मला. त्याची आई फकिरुन्निसा ही मीर मोइनुद्दीन नामक एका प्रतिष्ठित सरदाराची मुलगी. बापानें त्यास लहानपणापासून चांगलें शिक्षण देऊन सुविद्य केलें होतें. लिहिणें वाचणें, घोड्यावर बसणें, शस्त्रास्त्रें वापरणें इत्यादि कामें त्यास चांगलीं अवगत असून शौर्य व महत्त्वाकांक्षा हे गुण त्याच्या अंगीं उत्कट होते; पण त्यांबरोबरच फाजील धर्मवेड, वृथाभिमान, क्रूर स्वभाव व सर्वज्ञतेची घमेंड वगैरे कित्येक दुर्गुण त्याच्या ठिकाणीं असल्यामुळें तो बापासारखा लोकप्रिय झाला नाहीं. मलबार प्रांतांत त्यानें एक लक्ष हिंदूंस बळजबरीनें मुसलमान केलें, आणि त्यांचीं देवालयें पाडून त्या ठिकाणीं मशिदी बांधिल्या. स. १७८६ त त्यानें आपणास पातशहा असें पद घेऊन म्हैसूर राज्यास 'खुदादाद सरकार' हें नांव ठेविलें, आणि प्रत्येक मशिदींत पूर्वी बादशहाच्या नांवानें खुत्बा वाचण्याचा प्रघात होता तो बदलून आपल्या नांवानें खुत्बा वाचण्याचा प्रघात घातला. इंग्रजांविषयीं त्याच्या मनांत उत्तरोत्तर तीव्र द्वेष वाढत चालला, आणि पुढें पुढें त्यांस हिंदुस्थानांतून समूळ काढून टाकण्याचे बेत त्यानें कसे चालविले, ती हकीकत पुढच्या युद्धांत येईल. इंग्रजांच्या हालचालींवर टिपूची नजर भरपूर होती. खालील बातमी पुण्यास लिहून आली. ' टिपू सुलतान यानें दोघे टोपीवाले आपलेकडून शहाणे पाहून त्यांजबरोबर अंतस्थ दोन पत्रें, एक इंग्रजांचे पातशहास व दुसरें फरासीसांचे मुलुखास देऊन बसऱ्याचे मार्गें त्यांची रवानगी ता. ४–८–१७८८ रोजीं केली. जाबसाल घेऊन यावें असी तजवीज केली आहे. ' ' इंग्रज फौजेशीं गोळी वाजली म्हणजे कर्नाटकाचा मुलूख तख्तताराज करावा. यावत्शक्ति अर्थें प्राणें आपल्याच्यानें होईल तेथवरी भांडावें, म्हणून टिपू फौज जमा करीतच आहे. आपल्या सरहद्दीवरील रयत लोकांस बेंगरुळास पाठवून गांव उजाड केले. पाणी नासून टाकिलें. किल्ल्याचे शिवाय भारी दाणा मुलखांत ठेविला नाहीं. तमाम लोकांस कौल दिल्हा कीं, जिरायत न करणें; वसूल माफ केला. दोन हात यांसी पाहीन म्हणून जोम फार वागवीत आहे. जयापजय श्रीचे स्वाधीन. धमक भारी आहे. पैकाही आहे. '*

* ऐ. टि. २. १४; ५. ३४; खंड १०. ३३०, ३५१: इ सं. पूर्णय्या च.; प. द. म. व. पृ. १५; चि. रा. पृ. ४०.

ता. २९-५-१७८८ च्या पत्रांत रघुनाथ रणछोड लिहितो: ' टिपुमियास कांहीं इंग्रजांकडून मसलतीचा भाव समजण्यांत आल्यामुळें तो खुद्द फौज सुद्धां जाऊन बंदरच्या ठिकाणांची बंदोबस्ती करून कालिकोटचा किल्ला बांधीत आहे. ' स. १७८८ त कँप्बेल म्हणून मद्रासचा गव्हर्नर होता, त्याची प्रकृति बिघडून स. १७८९ च्या फेब्रुवारींत तो स्वदेशीं गेला व त्याच्या जागीं गव्हर्नर हॉलंडची नेमणूक झाली. या हॉलंडचें धोरण टिपूशीं कुरापत काढण्याचें नसल्यामुळें कॉर्नवालिसला तें बिलकूल पटलें नाहीं. त्रावणकोरच्या बाबतींत, न्यायानें पाहतां, इंग्रजांस पडण्याचें कांहीं कारण नाहीं, असें त्यानें कॉर्नवालिसला लिहून पाठविलें. त्यावरून कॉर्नवालिसनें स. १७९० त हॉलंडच्या जागीं मुंबईचा नर वुइल्यम मेडोझ याची नेमणूक केली. तेव्हां हॉलंड राजीनामा देऊन इंग्लंडास परत गेला. टिपूवर चढाई करण्याचा कॉर्नवालिसचा निश्चय झाला असून, त्यास कांहीं तरी निमित्त कुरापत काढण्यासाठीं पाहिजे होतें. पार्लमेंटच्या खास मंजुरीशिवाय हिंदुस्थानांत तह किंवा युद्ध करूं नये अशी त्यास वरिष्ठांची सक्त ताकीद असून, त्यासाठीं वर्ष दोन वर्षें तो नाना तऱ्हेच्या खटपटी करीत होता, त्यांचें सार ग्रँट डफनें दिलें आहे. मेडोझची नेमणूक मद्रासेस करण्यांत त्याचा हाच उद्देश होता. स. १७८० च्या सप्टेंबरांत हैदरानें मद्रासेजवळ बेली व मेडोझ यांस पकडून फार तसदी केली होती, ' त्या समयींचा सूड टिपूवर घ्यावा हा मेडोझचा मोठा आग्रह. हा मेडोझ 'एककल्ली, बांका शिपाई, साधा आहे. त्यास राजतंत्र किंवा देशतंत्र विशेष कळेना. ' कॉर्नवालिसनें मात्र संधि येतांच सेनापतीचें काम आपणांकडे घेतलें आणि लष्करी हालचाली इतक्या धडाडीनें केल्या कीं, त्यामुळें टिपू अगदीं आश्चर्यचकित झाला, आणि प्रत्यक्ष इंग्रजी फौजेस सुद्धां मोठी हुरूप आली. रेसिडेंट केनावेच्या मार्फत निजामलीशीं सौरस्य करून स. १७८८ त कॉर्नवालिसनें गंटूर प्रांत आपल्या ताब्यांत घेतला. तेणेंकरून बंगालची फौज मद्रासेकडे येण्यास मध्यें परमुलखाचा अडथळा राहिला नाहीं.

अठराव्या शतकाच्या चरम पादांत इंग्रजांचें बल वाढत जाऊन, त्यांच्या आश्रयाशिवाय आपलें चालणार नाहीं अशी असहाय स्थिति बहुतेक हिंदी सत्ताधीशांची होत चालली. लखनौकर व अर्काटकर नवाब तर निर्माल्यवत् झालेच; आणि निजामाची घसरपट्टी त्यांच्या मागोमाग चालली. टिपू सुद्धां इंग्रजांचे तंत्रानें वागता तर त्याचेंच राज्य आज म्हैसूर संस्थानांत दिसलें असतें. मराठे मात्र

डोकें उचलून होते, आणि हे केव्हां तरी आपल्यावर चालून येऊन आपला नाश करतील. अशी निजामास मोठी भीति असल्यामुळें, तो उत्तरोत्तर इंग्रजांशीं जास्त लगट करूं लागला. या कामीं त्यास विशेष भर मशीरुन्मुल्क याची होती. निजामली व हा त्याचा दिवाण यांनीच प्रथम मराठयांस मिळवून घेऊन टिपूवर स्वारी करण्याचा बेत रचिला. गोविंदराव काळ्याच्या मार्फत त्यांनीं नानाफडणिसाचें मन वळविलें. 'टिपूवर मसलत करावी हा मनसबा नवाबाचा व इंग्रजांचा ठरला आहे. तीन वांटण्या कराव्या हें कलम चांगलें असें मनांत आणून, नानांनीं करा. रांत गोष्ट आणिली. स. १७९० च्या मे महिन्यांत इंग्रज सेनापति मेडूस चार्लास पलटणें घेऊन मद्रासेस पोंचला.'

स. १७९१ च्या आरंभीं हरिपंत फडके पुण्यांहून फौज जमवीत टिपूवर निघाला. वाटेंत रायचूरच्या पूर्वेस ५० मैल पानगल येथें त्यानें निजामलीची भेट घेतली, त्याच्या अगोदर पेशवे-निजामाच्या ज्या भानगडी चालू होत्या, त्या संबंधानें हरिपंतास व गोविंदराव काळ्यास नानानें पत्रें लिहिलीं, त्यांचा उल्लेख भा. व. २ प. या. ले. १३ व खं. १०. ३८१ यांत पाहवा. नाना म्हणतो, 'इंग्रजांशीं घरोबा करावयाचें दौलांनीं (मशीरुन्मुल्क) मांडलें आहे, हा खुलासा मनांत यावा. पत्राचे जाब नबाबाकडे रवाना केले व भोसल्यांस पत्रें त्यांणीं लिहिल्याप्रमाणें गोविंदरावाकडे पाठविलीं. गोविंदरावास लिहिलें कीं, दौला इतका घरोबा इंग्रजांशीं करितात, हा होऊं न देणें. बदामीच्या सालचा संशय नबाबाचे चित्तांतील काढावा, म्हणून तुम्हांस जाते समयीं सांगितलें, व लिहून पाठविलें; व तुम्ही तेथील माहीत असतां कारस्थान जालें. बदामीचा संदेह घेऊन इंग्रजांचा आश्रय बळकट करावा येथपर्यंत गेले. आमचे मतें त्यांस घरोब्याचे रीतीनें समजावावें. तुमचे विचारें होईल तसें करणें.' त्यावर हरिपंतानें जबाब पाठविला कीं, 'ज्याचे मनांत जी गोष्ट असते ती त्यालाच समजते, दुसऱ्याचे मनांत एकाएकीं येत नाहीं.' *

तिघां स्वतंत्र सत्ताधीशांनीं युद्धासारखी कामगिरी एकमतानें करावयाची म्हणजे कोणी कोणाच्या हाताखालीं वागावयाचें, मोहीम केव्हां कशी करावयाची, वगैरे अनेक लहान मोठया मुद्यांची वाटाघाट वर्ष सहा महिने चालून व तहाच्या कच्च्या यादी एकमेकांस पाठवून मग कायम तहावर सह्या पुण्यास १-६-१७९०.

---

* खरे ३१३२, ३१८२-८४, ३१८९; का. सं. प. या १६०.

रोजीं झाल्या. परशुरामभाऊनें आपल्या हाताखालीं वागावें असें नवाब म्हणत होता, पण ती गोष्ट भाऊनें साफ नाकारली. पुण्यास मॅलेट व नाना यांनीं कायम तहावर सह्या केल्यानंतर पुढें ४ जुलई रोजीं त्या तहावर निजामाची सही झाली. तहनाम्यांत १४ कलमें असून तीं सर्व येथें देण्याचें प्रयोजन नाहीं. पारसनीसांनीं मॅलेटच्या चरित्रांत पृ.४० वर तो तह संपूर्ण दिला आहे, ऐ.टि.५-३६ येथेंही तो दिला आहे. त्यांतील मुख्य आशय असा कीं, तिघांनीं टिपूच्या राज्यावर मोहीम करून जो मुलूख सुटेल तो सारखा वांटून घ्यावा. तह ठरत असतां एक पेशव्यांनीं व एक निजामलीनें अशा दोन अवांतर बाबती इंग्रजांकडून कबूल करून घेण्याचा प्रयत्न केला,पण त्या इंग्रजानीं मान्य केल्या नाहींत. काशी क्षेत्र इंग्रजांच्या ताब्यांत असून तेथील विश्वेश्वराचें मंदिर औरंगजेबानें पाडून तेथें मशीद बांधली होती, ती मशीद पाडून पुन: तेथें मंदिर पूर्ववत् करण्यास इंग्रजांनीं मान्यता द्यावी अशी नानानें मागणी केली. मॅलेटनें हें म्हणणें युक्तीनें रहित करविलें. निजामलीनें इंग्रजांकडून या तहांत असें कलम सुचविलें कीं, मागें पुढें पेशव्यांनीं आपणांवर स्वारी केल्यास, इंग्रजांनीं आपणांस मदत करून त्यांचें निवारण करावें. ही गोष्ट मान्य न करितां कॅप्टन केनावेनें तहावर निजामाची सही घेतली. मराठ्यांच्या फौजेबरोबर मॅलेट व निजामाच्या फौजेबरोबर केनावे मोहिमेंत हजर होते. इंग्रज सेनापति प्रथम स. १७९० त मेडोझ व स. १७९१ पासून पुढें युद्ध संपेपर्यंत खुद्द लॉर्ड कॉर्नवालिस, मराठ्यांचे हरिपंत फडके व परशुरामभाऊ पटवर्धन, आणि निजामाच्या तर्फेनें त्याचा मुलगा पोलादजंग, मशीरुन्मुल्क व मीर आलम वगैरे युद्धांत होते. श्रीरंगपट्टणावर जाण्याचे मार्ग व तिकडचे नकाशे वगैरे नानानें मागविले होते.*

३. युद्धक्षेत्रांतील विस्कळित प्रसंग, धारवाड व बंगलोर (मार्च १७९१).—युद्धारंभींच स. १७९० च्या पावसाळ्यांत इंग्रजांचीं दोन पलटणें आपल्या फौजेबरोबर घेऊन परशुरामभाऊ धारवाडावर आला; आणि धारवाड घेण्याच्या भरीस तो पडला नसता तर लगोलग पुढें त्याची व मुख्य इंग्रज फौजेची गांठ पडून स. १७९१ च्या पावसाळ्या पूर्वींच युद्ध संपलें असतें. मुख्य श्रीरंगपट्टणची राजधानीच हस्तगत झाली असती तर धारवाडसारख्या मागच्या ठाण्यांची काय मातबरी होती? मराठे या युद्धांत केवळ शेंडीस फुलें

* ऐ. टि. ३-१७, २. १, ५.३६.

बांधून लढण्यास सिद्ध केलेले होते. त्यास इंग्रजांचा बिलकूल भरंवसा नव्हता. धारवाड आपण हस्तगत न केलें तर तें पुढें आपल्या कबजांत येणार नाहीं, असें वाटूनच परशुरामभाऊ सात महिने त्या ठिकाणीं हटून बसला. शिवाय तें स्थळ हल्ला करून एकदम काबीज करण्याची उतावळ इंग्रज सेनापति लिट्ल व फ्रेड्रिक यांनीं केली, म्हणून तेथें जे कित्येक स्मरणीय प्रकार घडले, त्यांचें वर्णन श्री. आपटे यांनीं दिलेलेंच तपशीलवार वाचलें पाहिजे. ता.२२–९–१७९० रोजीं परशुरामभाऊ धारवाडास दाखल झाला. या ठिकाणीं टिपूचा शूर सरदार बदरी-जमालखान किल्ल्याचा उत्कृष्ट बंदोबस्त करून लढण्यास सज्ज होता. ऑक्टोबरच्या आरंभीं मराठ्यांनीं किल्ल्यास वेढा घालून त्याजवर तोफांची मारगिरी चालविली, तेव्हांपासून छापे, हल्ले वगैरे नाना प्रकार होऊन एप्रिल ता. ६ रोजीं किल्ल्यावर मराठ्यांचें निशाण चढलें. बदरीजमालखान सर्व इतमामासह स्वाधीन झाला. प्रथम दोन महिन्यांत किल्ला हस्तगत झाला नाहीं हें पाहून, मुंबईकर इंग्रजांस वैषम्य वाटून त्यांनीं तेथून कर्नल फ्रेड्रिक यास आणखी फौज देऊन धारवाडावर पाठविलें. त्यानें उतावळेपणानें ता ७-२–१७९१ रोजीं किल्ल्यावर हल्ला केला, तो यशस्वी झाला नाहीं. या योगानें तो इंग्रज सेनापति झुरणीस लागून ता. १२–३–१७९१ रोजीं मरण पावला. ले० मूर यानें धारवाडच्या लढाई-संबंधीं रोजनिशी लिहिली ती छापली आहे, तींत या सर्व हकीकती भरपूर आहेत. तसेंच ऐ. टि. ५. २६ यांतील ता. १५–१–१७९१ चें वर्णनही चांगलें आहे. कर्नल फ्रेड्रिक मुंबईहून संगमेश्वरास उतरून येत असतां वाटेंत त्यानें मराठी मुल-खाची कशी नासाडी केली त्याची हकीकत खऱ्यांचे भागांत दिलेली वाचण्यालायक आहे. 'यून साहेब' (इव्हॅन्स) म्हणून एक इंग्रज कामगार पुण्यास नानानें दोन अडीचशें कवाइती लोकांनिशीं चाकरीस ठेविला होता, तो परशुरामभाऊच्या दिमतीस असून धारवाडच्या वेढ्यांत लिटलीकडे लढत होता, तो वरील फ्रेड्रिकच्या हल्ल्यांत मारला गेला. *

स. १७९० च्या मे महिन्यांत इंग्रज फौजांच्या हालचाली सुरू झाल्या. मुंबईची फौज प्रथम कर्नल हार्टलेनें व पुन: अबरक्रांबीनें जहाजांतून मलबार किनाऱ्यावर उतरून टिपूच्या मुलखावर चाल केली व मलबार प्रांत सोडविला. त्याच वेळीं मेडोझनें पूर्वेकडून ता. २६–५–१७९० ला मोहीम सुरू केली. करूर, दिंदिगल,

* खरे ३२२३,–२४, ३२४६,–५२,–५४, ३२८५, ३३२९.

कोइमतूर, पालघाट वगैरे ठिकाणें त्यानें घेतलीं. पण या पहिल्या मोहिमेंत मेडोझ अपशय येऊन ता. २७–१–१७९१ रोजीं मद्रासेस परत आला. या इंग्रजी मोहिमेचा मराठयांच्या हालचालींशीं विशेष संबंध नाहीं. मेडोझच्या हातून युद्ध यशस्वी होणार नाहीं असें कॉर्नवालिसला वाटून तो लगोलग स्वतः मद्रासेस आला, आणि ता. २९–१–१७९१ रोजीं त्यानें इंग्रजी फौजेचें आधिपत्य स्वीकारिलें. मेडोझ सुद्धां अखेरपर्यंत त्याच्याच हाताखालीं राहिला. इतकेंच नव्हे, तर श्रीरंगपट्टण काबीज होण्यापूर्वींच कॉर्नवालिसनें तह करून युद्ध संपविलें. याबद्दल वैषम्य वाटून त्यानें आत्महत्त्या केली तो प्रकार पुढें येईल.

मद्रासेहून स.१७९१च्या फेब्रुवारींत कूच करून टिपूचे हल्ले परतवीत कॉर्नवालिस एकदम बंगलोरवर चालून आला. श्रीरंगपट्टणच्या खालोखाल बंगलोर हेंच टिपूचें सधन व मजबूद शहर असून तें लगेच कॉर्नवालिसनें हस्तगत केलें, त्याची हकीकत मॅलेटजवळ असलेला बहिरो रघुनाथ मेहेंदळे याचा भाऊ बचाजी रघुनाथ मराठयांच्या तर्फेनें कॉर्नवालिसच्या बरोबर होता, तो २१ एप्रिल रोजीं लिहितो: 'लाट कॉर्नवालिस ता. ५ मार्च रोजीं बेंगरुळास दाखल जाले. दुसरेच दिवशीं किल्ल्याजवळची पेठ हल्ला करून घेतली. आठा रोजांनीं मोर्चे तयार होऊन तोफांची मारगिरी रात्रंदिवस चालविली. मार्च २१ रोजीं बारा घटका रात्रीस हल्ला करोन किल्ला सर केला. उत्तरेकडील दरवाजाचा बुरूज जमीनदोस्त होतांच हल्ला केला. किल्लेदार बहादरखान पोख्त माणूस होता, तो कामास आला. आणखी दीडशें माणूस मेलें. तेथे आठ रोज मुक्काम करून लाट साहेब स्वार जाले ते दासरपल्लीचे मुक्कामीं दाखल जाले. तेथें १३ एप्रिल रोजीं निजामलीची फौज घेऊन रायबहारमल्ल तेजवंत बहादर गंजीकोटयाहून येऊन मिळाले. लाटसाहेबांच्या व त्यांच्या भेटी जाल्या. घांटाखालून रसद येत आहे, ती येतांच श्रीरंगपट्टणास नमूद होणार.' (ऐ. टि. २–२).

कॉर्नवालिस बेंगरुळाजवळ पोंचल्याची बातमी येतांच, टिपूनें तेथें असलेला आपला कबिला श्रीरंगपट्टणास पाठवून बंगलोरचा किल्ला शिकस्तीनें लढविण्याची तयारी चालविली. त्यानें रात्रींच्या वेळीं अचानकपणें इंग्रजांच्या तळावर घाले घालून सामान लुटलें व नुकसानी केली; आणि वारंवार ताज्या दमाची फौज किल्ल्यावर पाठवून व स्वतः आंतबाहेर सारखा फिरता राहून किल्ला लढवूं लागला. कॉर्नवालिसनें हल्ल्याची बातमी अगदीं गुप्त ठेविली होती,पण तिचा सुगावा टिपूस

लागून, त्यानें किल्ल्यांतून आपल्या एका तुकडीस हल्ला करणाऱ्यांवर पाठविलें, त्या हातघाईंत किल्लेदार बहादूरखान गोळी लागून पडला, त्यामुळें इंग्रजांस मार्ग मोकळा सांपडून किल्ला त्यांच्या कबजांत गेला.

बेंगरूळसारखें मजबूद स्थळ टिपू समक्ष हजर असतां कॉर्नवालिसनें अल्पावधींत घेतलेलें पाहून मराठे, निजाम वगैरे लोक विस्मयानें स्तंभित झाले. कोणताही किल्ला वर्ष सहा महिने करून मेहनत व पुष्कळ प्राणनाश केल्याशिवाय हस्तगत होत नाहीं, अशी इकडे सर्वत्र समजूत असल्यामुळें ते कॉर्नवालिसची अत्यंत वाखाणणी करूं लागले; आणि त्याबरोबरच इंग्रजांची दहशत सुद्धां सर्वत्र बसली. एकंदर युद्धांतील तपशीलवार घडामोडी येथें देण्याचा उद्देश नाहीं. राजकारणाच्या दृष्टीनें महत्त्वाचे तेवढेच प्रसंग सांगावयाचे आहेत. स. १७९० त युद्ध सुरू झालें, त्यानंतर पुढील वर्षाच्या मार्चांत धारवाड मराठ्यांनीं व बंगलोर इंग्रजांनीं हस्तगत केलें, हे दोन मोठे विजय दोस्तांना टिपूवर मिळाले. इंग्रजांचा उद्देश टिपूला नष्ट करावयाचा असून, मराठे व निजाम केवळ आपापल्या प्रदेशांपुरतेच मेहनत करीत होते. कॉर्नवालिसनें सांगितल्याप्रमाणें निजाम-मराठ्यांच्या फौजा लगोलग श्रीरंगपट्टणावर येत्या, तर स. १७९१ च्या उन्हाळ्यांतच युद्ध संपलें असतें. पण हरिपंताजवळ फौजच जमली नव्हती, ती जमवीत व निजामाच्या फौजेस घेऊन तो हळू हळू पूर्वेकडून श्रीरंगपट्टणकडे गेला. पश्चिमच्या बाजूनें परशुरामभाऊ गेला तो धारवाडावर गुंतला. ता.६-४-१७९१ रोजीं धारवाड हस्तगत झाल्यावर तो पुढें निघाला. निजामाचा सरदार दाराजहांबहादर रायचूर दुआबांतून पुढें येत असतां, त्याच्या तोंडावर टिपूचा सरदार कुत्बुद्दीन चालून आला. सप्टेंबर १७९०त या दोघांची लढाई होऊन कुत्बुद्दीन श्रीरंगपट्टणकडे परत आला. त्याच्या पाठोपाठ निजामाची फौज एक एक ठिकाण हस्तगत करीत पुढें आली, ती स.१७९१च्या एप्रिलांत बंगलोरजवळ कॉर्नवालिसच्या फौजेस सामील झाली.त्यांनीं लगेच पट्टणवर चाल केली. पश्चिमेकडून अवरकांबीही चालून आला. श्रीरंगपट्टणजवळ येतांच ता. १४ मे रोजीं अरिकेर* येथें टिपू त्यांस अडविण्यास पुढें आला

* 'अरिकेरे' असें नांव खरे ले. ३३४६ च्या कागदांत आहे. करीकट्टे किंवा कर्रीकेरे असें नांव खरे सुचवितात. ले. ३३६२ पहा. मराठी कागदांत मेलकोट नांव आहे.

असतां त्या ठिकाणीं तुंबळ रणसंग्राम होऊन टिपू पराभव पावून परत पट्टणच्या बचावास धांवत गेला.

ता. १४-५-१७९१ रोजीं परशुरामभाऊ लिहितो: 'आम्हीं धारवाडचा बंदोबस्त करून तुंगभद्रापार होऊन मायकोंडा, चेनगिरी वगैरे ठाणीं घेऊन रामगिरीस आलों.' †

पुढें इंग्रज फौजा पट्टणावर चालून गेल्या असतां, त्यांस दाणावैरणीचा तुटवडा पडून परत फिरावें लागलें आणि मराठी फौजांनीं मोठ्या संकटांतून त्यांचा बचाव केला, तो सर्वच प्रसंग इतिहासांत स्मरणीय झाला आहे. त्याची हकीकत नानानें महादजीस लिहून कळविली ती अशी: 'हरिपंत व परशुरामभाऊ तुंगभद्रापार गेले, ते नागमंगळास एकत्र होऊन पुढें फौज सुद्धां मेलकोट, श्रीरंगपट्टणापासून दहा कोस, तेथें गेले व लॉर्ड कॉर्नवालिस कलकत्तेकर जनराल जमाव सुद्धां बेंगरुळांतून निघोन श्रीरंगपट्टणास आले. तेथें टिपूची व इंग्रजांची लढाई जाली (१४ मे १७९१). टिपूच्या चार तोफा पाडाव करून आणिल्या. पुढें इंग्रजांचे लष्करांत महर्गता बहुत होऊन बैल व माणसें बहुत मेलीं. नवाबाची फौज दहा बारा हजार इंग्रजांबरोबर होती, त्यांचीही दुर्दशा जाली व कांहीं फौज पोटास नाहीं म्हणोन उठोन गेली. तेव्हां इंग्रजांनीं मागें बेंगरुळास जावयाचा विचार करून जमाव सुद्धां कोसभर मागें येऊन मुक्काम केला. इतक्यांत हरिपंत तात्या व परशुराम-भाऊ पन्नास हजार फौज व गाडद तोफखान्यानिशीं इंग्रजांचे उपराळ्यास मेलकोटयाजवळ जाऊन पोंचले. ता. २८ मे रोजीं मोर्तातलावानजीक सर्वांच्या भेटी जाल्या. सरकारची फौज ऐनवक्त आली, त्याजवरून जनरलास हिंमत येऊन संतोष होऊन बहुत खुशी केली.' भुकेनें व्याकुळ झालेल्या इंग्रजी सैन्यास मराठ्यांकडून मुबलक अन्नसामुग्री मिळाल्यानें अपरिमित संतोष झाला. पुढें पट्टणास महसरा करावा तर बरसातीचे दिवस, कावेरीस पाणी, अन्नाची महागाई, सबब इंग्रज व मोगल यांनीं बंगलोरास राहवें, हरिपंतांनीं शिऱ्याचे आसपास व परशुरामभाऊंनीं चित्रदुर्गाजवळ राहवें, आणि पावसाळा झाल्यावर पुन: सर्वांनीं पोक्त तयारीनें पट्टणावर चालून जावें असा बेत ठरला. ता. ६ जून रोजीं कूच करून लष्करें आपापल्या सोयीप्रमाणें छावणी करून राहिलीं. हरिपंतास खर्चास नव्हतें, त्याची नड कॉर्नवालिसनें १२ लक्ष रुपये देऊन भागविली, तेव्हां हरिपंतही पुढें

† का. सं. प. या. १२५.

बंगलोर प्रांतीं इंग्रजांनजीक येऊन राहिला. ता. ७ जुलई रोजीं कॉर्नवालिसनें आपल्या सर्व फौजेची कवाईत व शिस्त हरिपंत व परशरामभाऊ यांस दाखविली.*

या पावसाळ्यांत परशुरामभाऊची प्रकृति नादुरुस्त होऊन तो दोन तीन महिने अगदीं हैराण होता. त्याच्या उपचारासाठीं नानानें पुण्याहून लागवणकर वैद्यास पाठविलें. दसरा झाल्यावर प्रकृतीस आराम पडला. परंतु परशुरामभाऊचें लक्ष मुख्य मोहिमेकडे नसून, बिदनूर वगैरे मराठशाहीचे नानासाहेब-माधवरावांनीं घेतलेले प्रदेश टिपूनें हिसकून काबीज केले होते, ते पुनरपि जिंकण्याची त्याची तीव्र इच्छा मराठशाहीच्या पूर्वेतिहासास अनुरूप होती. पावसाळ्यांत दुसरी कामगिरी नाहीं, लिटलचीं इंग्रजी पलटणे आयतीं बरोबर आहेत, तर हें काम आपण लगेच उरकून घेऊं अशा बुद्धीनें त्यानें पश्चिमेस फौजा रवाना केल्यां, आणि दसरा झाल्यावर तो स्वतः बिदनुराकडे गेला. पटवर्धनांचे कैक पुरुष हैदराशीं लढतांना मेले, कैदेंत त्यानें त्यांचे हाल केले, मुरारराव व शिवराव घोरपडे त्याच्या कैदेंत मरण पावले, या गोष्टी परशुरामभाऊच्या मनांत सारख्या जळत होत्या. नरगुंदकरासंबंधीं टिपूचा विश्वासघात जगजाहीर होता. गेल्या सोळा सतरा वर्षांत धारवाड व तुंगभद्रेच्या प्रांतांतून एक पैचें उत्पन्न पटवर्धनांस मिळालें नव्हतें. माधवरावांच्या वेळेपासून बिदनूर प्रांत हस्तगत करण्याचे प्रयत्न चालले ते सिद्धीस गेले नव्हते. तो प्रांत या वेळीं विशेष सधनही होता. तेव्हां या वेळीं हा सर्व मागचा सूड भाऊनें उगवून घेतला. त्याच्या लष्करानें गांव लुटण्याचा व जाळण्याचा असा कांहीं कहर केला कीं, त्यांतून पन्नास वर्षेपर्यंत त्या प्रांतानें वर डोकें काढलें नाहीं. (खरे पृ. ४४९४). चित्रदुर्ग, हसनबेळूर, होळी होन्नूर, तुमकूर, शिमोघा इत्यादि जिल्ह्यांत भाऊच्या लष्करानें अनर्थ उडवून दिला. शृंगेरीचा मठ रघुनाथराव पटवर्धनानें लुटला, तो याच वेळीं होय. या मोहिमेची कांहीं हकीकत २८-९-१७९१ च्या एका पत्रांत दिलेली आहे ती अशी: 'पेशजी इसुरावर लढाई जाली. इसूर सोडून रेजाबेग कुमर्सीचे किल्ल्यास गेले. त्यानंतर बिदनुराहून दोन हजार माणूस येऊन इकेरीचे किल्ल्यास उपद्रव करूं लागले. तेथें घटकाभर गोळी वाजवून बंदोबस्त केला. तों मागें शिकारपुरचे किल्ल्यांत रेजाबेग यांणीं फितूर करून व शिवमोघ्याची जमियत आणून वेढा दिला. बातमी कळतांच कूच करून माघारे आलों. १८ मोहोरमीं (२६-९-१७९१)

* खरे ३३५१-५२,-७१ ग्वा. २. २३०; ऐ. टि. ६. ३: ग्वा. २. २३३.

शिकारपुरास दाखल होऊन लढाई केली. सायंकाळपावेतों सर्वांनीं चांगली मेहनत केली; वेढा उठवून रेजाअलीवर चाल केली. २७ मोहोरमीं रेजा अली कूच करून बारा कोस शिवमोघ्यास गेले.' मोहीम पुढें तह होईपर्यंत चालूच होती.

स. १७९२ च्या जानेवारींत बिदनूर सुभ्यांतलीं ठाणीं व वाटेंतला अनंतपुरचा किल्ला घेऊन भाऊनें बिदनूरवर चाल केली. परंतु किल्लेकऱ्यांनीं हिंमत धरून किल्ला लढविण्याची तयारी केल्यामुळें तें स्थळ लगेच हातीं आलें नाहीं. इकडे कॉर्नवालिस यास भाऊचें भलतीकडेच दूर जाणें बिलकूल आवडलें नाहीं. त्यानें पुण्यास तक्रार केल्यावरून, नानानें भाऊस निक्षून हुकूम पाठविला कीं, बिदनूरचें कामतसेंच सोडून तुम्ही विलंब न करितां इंग्रजांस जाऊन मिळावें. त्यावरून फेब्रुवारीच्या आरंभीं भाऊ बिदनुराहून शिमोघ्यास व तेथून श्रीरंगपट्टणास झपाट्यानें मजला मारीत आला, तो पट्टणास दाखल झाला, त्याच दिवशीं तहाची कायमी झाली. मिळून परशुरामभाऊची युद्धकला पाहण्याची संधीच कॉर्नवालिसला आली नाहीं.

पावसाळा संपतांच इंग्रजांनीं बंगलोराहून लगेच टिपूवर मोहीम सुरू केली. कॉर्नवॉलिसनें हरिपंतास व परशुरामभाऊस आपल्याकडे बोलाविलें आणि स्वतः बाहेर पडून ऑक्टोबरांत त्यानें मागडीगड, नंदीगड, कपालदुर्ग वगैरे ठाणीं हस्तगत करून श्रीरंगपट्टणकडे चाल केली.

४. टिपूची व्यथा, श्रीरंगपट्टणचा तह व निष्कर्ष, (२७-२-१७९२).- अद्यापपावेतों टिपूनें पांच चारशें मैलांच्या रणक्षेत्रांत विजेसारखा फिरता राहून तिघां सत्ताधीशांच्या फौजांस फारच हिंमतीनें टक्कर दिली. या युद्धाचे सर्व उपलब्ध कागद जेत्यांच्या बाजूचे आहेत. खुद्द टिपूच्या हालचाली, योजना, किंवा ठिकठिकाणच्या आपल्या सरदारांस त्यानें दिलेले हुकूम वगैरे त्याच्या तर्फेची माहिती आतां कधींच उपलब्ध होणें शक्य नाहीं. ती माहिती आली तर दोन वर्षांच्या कालावधींत त्यानें केलेला रणसंग्राम युद्धेतिहासांत चिरस्मरणीय होण्याच्या लायकीचा आहे. नेहमींचे शत्रू वेगळे व इंग्रज वेगळे अशी त्याची उत्तरोत्तर खात्री झाली. कॉर्नवालिसची तडफ व चिकाटी पाहून टिपू विस्मित झाला; आणि आरंभीं केवळ हुलकावण्या दाखविण्याकरितां जीं तहाचीं बोलणीं निरनिराळ्या दरबारांशीं त्यानें चालविलीं होतीं, तीं पुढें सोडून देऊन, आतां हे इंग्रज आपला समूळ नाश करणार अशा भावनेनें तो तहाची याचना केवळ अजीजीनें करूं लागला. कपट व विश्वासघात हे दोष त्याच्या अंगीं नसते तर मोठ्या अद्वितीय योद्ध्यांत त्याची गणना झाली असती. कॉर्नवालिसनें

स. १७९१ च्या आरंभीं मोहिमेचें आधिपत्य स्वीकारलें तेव्हांपासूनच टिपूनें मराठ्यांशीं सलूखाचीं बोलणीं करून, हिंदूंस व हिंदु देवस्थानांस विशेष आदर तो दाखवूं लागला. ता. १४-२-१७९१ ची खालील हकीकत उपलब्ध आहे.

'टिपू फौजेसहित कंचीवर आहे. मेडोझ चेनापट्टणपासून पांच कोसांवर उतरला होता, त्याजकडे सलुखाचा पैगाम लाविला. रयत लोकांस बिलकूल उपद्रव नाहीं. टिपूकडून बोलणार पूर्णय्या, गुलाबखान व वेणीपंत देव महंमदअलीखानाचे मार्फत आले कीं, ' ज्यांत चारही दौलतीचीं घरें राहतील असें करा. आजपर्यंत इंग्रजांनीं बदमामलीचा बट्टा लावून घेतला नाहीं, तो आतां घेऊं नका. इतक्या उपर आग्रहच धरल्यास मी सिद्धच आहें. दौलत माझे बापानें व मीं मेळविली. वंशपरंपरेची नाहीं. नशिबीं असल्यास करीन. नाहीं तरी तरवारीनें मिळविली तशी तरवारीनें हरवीन. ' यावर इंग्रजी बोलणें कीं, बारा आणे मुलूख तुम्हीं ठेवावा,चार आणे आम्हांस द्यावा.अशीं उत्तरें प्रत्युत्तरें झालीं.(खरे ३२८६). इंग्रजी सरदार उमदे गोरे शेंदोनशें टिपूनें धरिले, त्यांची शर्त टिपूशीं कीं, आम्हीं सलूख करून देतों. कंचीस पुष्करिणी तीर्थ भारी आहे, तेथें सहल करावयास टिपू रोज तिसरे प्रहरीं येतो. पूर्वीं कंचीचे देवालयाचें गोपुर बांधावयास हैदरानें आरंभ केला होता, तें काम अपुरें राहिलें. पुरें करण्यासाठीं टिपूनें दहा हजार होनांची परवानगी देऊन काम चालीस लाविलें. तेथें पूर्णिमेस रथोत्साह होणार, त्याचे आदले दिवशीं टिपूनें स्वतः हजर राहून रथोत्साह करविला. आपण शरीक होऊन आतषबाजी अर्ती सोडली. ' काय हा हिंदूंकरितां आदर ! !

यानंतर ता. १८-११-१७९१ रोजीं खालील बातमी हरिपंतानें लिहून पाठविली. 'रंगस्वामीपाशीं व शिवालयीं ब्राह्मण अनुष्ठानास घालून टिपूनें प्रयोग चालविले आहेत. एक ब्राह्मण जलांत अनुष्ठान करतो. चाळीस ब्राह्मण दुसरा पर्याय चालवितात. शृंगेरीकर स्वामींस तेथें नेलें आहे. ते उपवास करितात. त्यांस बहुत प्रकारें टिपूनें सांगितलें कीं, तुम्हीं स्वस्थ असावें. सर्व यथास्थित करून देईन. असें बोलून सुवर्णप्रतिमा त्यांस फार करून दिल्या; चाळीस सहस्रांचा शिधा ब्राह्मणभोजनाकरितां देवविला. ' रघुनाथराव पटवर्धनानें शृंगेरीचा मठ वरील सालच्या उन्हाळ्यांत लुटला; त्यावरून स्वामींचा संतोष करून मराठ्यांस हिणविण्याकरितां मुद्दाम टिपूनें त्यांस श्रीरंगपट्टणास नेलें असावें.(ऐ. टि. ५.२३).

स.१७९१ च्या अखेरीस भुजंगराव अण्णाजी म्हणून नानाचा टिपूकडे असलेला एक बातमीदार लिहितोः ' आपाजीराम टिपूकडून संधानाकरितां आला आहे

म्हणून ऐकिलें तें खरें. नानांनीं तहासंबंधीं बोलणें ऐकोन जुळत असल्यास मीच पुण्यास येतों. आमचें बोलणें सर्व ऐकून घेऊन जेणेंकरून टिपूची दौलत राही, अशी एखादी तोड काढून समेटांत आणावें, अशी बहुत तपशिलें विनंती करावयासी सांगितली. टिपूकडून जवाहीर नजरेचें आणावयाचें, त्यास खांडणीस्वार देण्याविशीं पत्रें तात्या व भाऊ यांस यावीं. बदरीजमालखान याचे बोलण्याचा भाव आतुरपणा बहुत दिसतो. कसेंही करावें आणि तह होय अशी गोष्ट व्हावी, हें बोलणें आहे. टिपू केवळ या समयीं बुडाल्यासारखा आहे. अंतरंगाचा भाव इंग्रजांशीं स्नेह करून घेऊन, उपरांतिक इकडील (मराठ्यांचा) समाचार घ्यावा या याचनेंत आहे. येविशीं इंग्रजांशीं जाबसाल फरासीसांचे विद्यमानें विलायतींत लिहून पाठविला आहे.' (खंड १०. ३५७–३६१).

ता. ५-२-१७९२ रोजीं श्रीरंगपट्टणास वेढा घालण्याची दोस्तांची तयारी झाली. कॉर्नवालिसच्या मनांत इतरांच्या मदतीवांचून आपण श्रीरंगपट्टण काबीज करूं शकलों हें दाखवावयाचें होतें. हरिपंत सदा निर्धन व त्याची फौज टेकीस आलेली. कॉर्नवालिस पूर्ण दमांत होता. प्राथमिक लढायांवरून टिपूस हा प्रसंग अत्यंत निकराचा दिसला, आणि सांगाल त्या शर्ती मान्य करितों, आतां तह करून युद्ध थांबवावें, असें टिपूनें निकडीचें बोलणें कॉर्नवालिस व हरिपंत यांजकडे लाविलें. कॉर्नवालिस टिपूला साफ बुडविण्याचा हट्ट धरून बसला होता. पण पूर्वी हरिपंत व निजाम यांची भेट आदल्या वर्षीच्या मार्चांत झाल्या वेळीं असें ठरलें होतें कीं, टिपूला नरम करावा, पण सपशेल नाहींसा करूं नये. तसें झाल्यास इंग्रज बलिष्ठ होऊन त्यांजला कांटा असा कोणीच राहाणार नाहीं. या उद्देशानें हरिपंतानें विशेष रदबदली कॉर्नवालिसकडे करून युद्ध थांबविलें आणि तह घडवून आणिला. वाटाघाटींत सबंध मार्च महिना खलास झाला. *

* इतिहाससंग्रहांत ऐ० कि० प्रकरणें या नांवाखालीं हरिपंतानें नानास लिहिलेलीं १७ पत्रें फेब्रुवारी १७९२ महिन्यांतलीं छापलेलीं आहेत, त्यांत श्रीरंगपट्टणची लढाई व तहाची संपूर्ण वाटाघाट चांगली दिलेली, सर्वांनीं वाचण्याजोगी आहे. रोजची हकीकत जर हरिपंतानें अशी लिहून पाठविली आहे, तर संपूर्ण युद्धाचीं व तशींच दुसऱ्या युद्धांचीं रोजचीं पत्रें स्वारींतून सर्व सरदारांचीं नानास आलेलीं शाबूद असलीं पाहिजेत. तीं मिळतील तेव्हां एकएका प्रकरणाचा इतिहास मोठा खुलून उठावदार दिसेल. (ऐ. कि. प्र. २).

हरिपंत लिहितोः ' श्रीरंगपट्टणावर चाल करण्याचें ठरवून, पुढें इंग्रज, त्याचे मागें हरिपंत व त्याचे मागें नबाबाची फौज ५ फेब्रुवारी १७९२ रोजीं पट्टणापासून तीन कोसांवर येऊन उतरले. दुसरे दिवशीं इंग्रजांनीं मोर्चांचा निश्चय केला; आणि रात्रीस पंधरा पलटणें बरोबर घेऊन टिपूचे उताऱ्यावर बंदुकांची मारगिरी केली. टिपूचा सरंजाम भारी, आणि इंग्रजांची जुवामर्दी भारी. इंग्रजांचें माणूस फार जायां झालें. पांच सातशें गोरा व हजारपर्यंत इकडचे. टिपूकडील दोन हजार माणूस पडलें. दुसरे दिवशीं लढतां लढतां दोघेही थकले. तेव्हां आम्हीं इंग्रजांचे मदतीस पांच हजार फौज पाठविली, तेणेंकरून संतोष मानिला. तिसरे दिवशीं उभयतांनीं विसांवा घेतला. पुनः इंग्रज पलटणें चालून गेलीं. दोहोंकडचा तोफा, बाण बंदुका यांचा वर्षाव अवशीचे बारा घटका रात्रीपासून सकाळीं प्रहर दिवसपर्यंत चालला. टिपूनें लढाई फार चांगली दिल्ही. इंग्रजांचे शिपाईगिरीची शर्थ जाली. अशी लढाई कधीं पाहिली नाहीं. इंग्रजांनीं घेतली जागा कायम करून राहिले. टिपूचा सरंजाम भारी आहे. लवकर पट्टणचें स्थळ येईलसें दिसत नाहीं. ता. ११ फेब्रुवारीस टिपूचें पत्र इंग्रजांस व आम्हांस आलें कीं, मातबर वकील बोलणें करण्यास पाठवितों, जवाब यावा. त्यावरून इंग्रजांचे मतें वकील मातबर पाठवावा. अकलेस आलें तर बरें, नाहीं तर निरोप देऊं. किल्ल्याबाहेर चौथाई अंमल टिपूचा, तीन वांटे इंग्रजांचा. इंग्रजांनीं मोर्चांचा सरंजाम भारी केला आहे. किल्ल्यावरून टिपू तोफा मारतो. परशुरामभाऊ बिदनुराकडून निघाले. लवकर येतील. ते आल्यावर फौजेचा जथ चांगला पडेल. प्रायशः सलूख होईलसें दिसत नाहीं. ' त्यानंतर तीन दिवसांनीं टिपूचे वकील आले. भवति न भवति फार जाली. ' शेवटीं गोष्ट ठरली कीं, तीन सरकार मिळोन मसलत केली आहे, त्या पक्षीं आम्ही सांगतों तें ऐका. निम्मे मुलूख व तीन क्रोड रुपये द्यावे व फैसल्ला होय तों दोघे पुत्र ओलीस द्यावे. वकील टिपूकडे जाऊन याद दाखविली. त्यांनीं कबूल केली. त्याप्रमाणें मान्य होऊन याद मोहोर करून पाठविली. दोघे पुत्र इंग्रजांचे गोटाजवळ येऊन उतरले. टिपूस पुरतें समजलें कीं, तीनही सरकार एक, त्यापक्षीं परिणाम नाहीं. कोणी कोणी म्हणतात, इंग्रजांनीं अंतस्थ कांहीं घेतलें, परंतु खरें वाटत नाहीं. टिपूचे निरोप आम्हांकडे येत गेले, त्यावरून शेवटची गोष्ट ठरली. इंग्रज लढाईंत दमले, याजकरितां सलूख जाला. प्रथम वकील येण्यापूर्वीं लॉट साहेबांनीं

किन्वीशीं बोलणें करण्यास सांगितलें; नंतर आम्हांस व मैनुद्दौला यांस सांगण्यास सांगितलें. म्हणून किन्वी व नबाबकडील मीरकासम आमचे येथें आले. दौलाही आले. दौलाचें व आमचें एकीकडे बसून बोलणें जालें. दौला बोलले, एक करोड रुपयांची दौलत टिपूकडे ठेवावी, पंधरा करोड रोख मागावे. आम्ही बोललों, ज्यांत काम होय असें बोलावें. नंतर किन्वी, मीरकासम, दौले, आम्ही, गोविंदराव काळे, बचाजीपंत मेहेंदळे, व आपा बळवंत याप्रमाणें बसोन बोललों. किन्वी बोलला, दौलांचें बोलणें चढाचें आहे. नंतर किन्वी, मीरकासम व बचाजीपंत यांचें खल होऊन निश्चय ठरला, तो वकिलांस सांगितला. सांगितल्या प्रमाणें कर्तव्य असेल तर फडशा करा, नाहीं तर मोर्चे लागल्यावर ऐकणार नाहीं. वकीलांनीं परत टिपूकडे जाऊन कबूली आणिली. इंग्रजांचे मनांत सल्ला करावासा नव्हता, पण पहिले दिवशीं खराबी फार जाली, त्यावरून सलूखाकडे मन लागलें. ता. २५ फेब्रुवारीस टिपूचे लेक लष्करांत आले, त्याच दिवशीं परशुरामभाऊ येऊन दाखल जाले. टिपूनें वकीलां हातीं कळविलें, दोन पुत्र पाठवितों, लॉर्डसाहेबांचे हातीं द्यावे. आपले पुत्र असें समजोन ठेवावे. आंतून इंग्रजांचें व टिपूचें मिळालें असें सर्वत्र म्हणतात. टिपूचे लेक लॉर्ड साहेबांस भेटले. दुसरे दिवशीं लॉर्ड त्यांचे घरास गेले. दोन घड्याळें, एक बंदूक, व दोन पिस्तुलें मुलांस दिलीं. आगतस्वागत, घोड्यावर कसे बसतां, लिहितां पढतां काय, अशा गोष्टी करून लॉर्ड डेऱ्यास परत गेले. किन्वी व चेरी यांस पोशाख दिले. आमच्याकडील बचाजीपंत व नबाबाकडील मीर आलम समागमें होते त्यांसही पोशाख दिले. नंतर एक दिवस ते मुलगे आमचे भेटीस व दुसरे दिवशीं नबाबाचे येथें भेटीस गेले. आमचे डेऱ्यास येणार, तेव्हां आपा बळवंत यांस पुढें पाठवून घेऊन आले. दोन घटका इकडील तिकडील गोष्टी बोललों. मग म्हणाले, आम्हांस भूक लागली. त्यावरून दोन मुलें व रजा अलीखान राहुटींत गेले. पेढे, बर्फी, मुरंबा, बदाम, पिस्ते यांचा फराळ केला. पाणी प्याले, मग निरोप दिला. मुलकाचे व पैशाचे जाबसाल ठरवावयाचे, त्यासाठीं किन्वी, मीरआलम व बचाजीपंत याप्रमाणें नेमले आहेत. टिपूकडून पूर्णय्या येणार. ता. २९ फेब्रुवारीस लॉर्डसाहेब व मेडूस यांचें भाषण जालें. नंतर मेडूस एकांतीं आपले डेऱ्यांत जाऊन बसला. दोन पिस्तुलें झाडून पोटांत गोळ्या मारून घेतल्या. येविशींचें कारण चेरीनें बचाजीपंताजवळ सांगितलें कीं, 'याची प्रकृत खाष्ट. पहिल्यानें

पट्टणांत आलों ते दिवशीं वाट चुकले, हा खेद. याकरितां असें केलें. मेडूससारखा मर्द माणूस इंग्रजांचे मंडळांत थोडा.' नंतर हरिपंत शेवटीं नानास लिहितोः 'दिनचर्येचे प्रकार स्वामींकडे पाठवीत गेलों, परंतु पत्रें पावलीं नाहींत यास इलाज नाहीं. लिहिण्याचे श्रम केले ते व्यर्थ गेले. एकंदरींत या मसलतींत लाभ मोठा व खराबीही मोठी. असा समेट व्हावा असें नव्हतें, परंतु श्रीमंतांचे प्रतापेंकरून गोष्ट घडली. आम्ही मोकळे झालों. देशीं लवकर जावें हाच इरादा, परंतु इंग्रजांचें बोलणें पडलें कीं, सर्वांनीं शिवगंगेपर्यंत बरोबर चलावें; आणि तेथें निरोप घ्यावे.'

या वेळीं महादर्जी उत्तरेंतून दणकत दक्षिणेंत येतो अशी वार्ता पुण्यास आदळून नानानें हरिपंतास लगबगीनें पुण्यास बोलाविलें. लिहिलें कीं, 'तुमचें राहणें तेथें जरूर असें जाल्यास उपाय नाहीं. अव्वल दर्जा कसेंही करून तुमचें येणें व्हावें. मसलतीमुळें राहणें जाल्यास भाऊचें येणें तरी लौकर जाल्यास बरें. तसा डौल तुम्ही धराल.'

विशेष ओढून न धरितां कॉर्नवालिसनें झटपट तह उरकून घेतला याचें खरें कारण वेगळेंच आहे. कॉर्नवालिसनें स्वतः सेनापत्य स्वीकारून अतोनात घाई केली, तरी स. १७९१ त त्याच्या फौजेची दुर्दशा होऊन युद्ध लांबलें, खर्च अतोनात झाला, चीनकडे कंपनीनें सोनें व नगद व्यापाराकरितां पाठविलें, तें यानें मधच्यामध्यें युद्धाच्या कामीं वापरिलें. त्यामुळें मोठीं हानि झाली, अशी इंग्लंडांत त्याच्याविरुद्ध कंपनीची व पार्लमेंटाची ओरड जोराची सुरू होऊन, त्याजवरचा कंपनीचा भरंवसा सर्वथा उडाला, आणि 'हें युद्ध आतां पुढें न चालवितां एकदम संपवा, त्यांत कंपनीचा कमी फायदा झाला तरी पुरवेल,' असा स्पष्ट हुकूम त्यास डायरेक्टरांकडून आला. त्यामुळें संधि येतांच कॉर्नवालिस तह घडवून मोकळा झाला. त्याची कारकीर्द संपत आली होती, इंग्लंडांत हेस्टिंग्सच्या चौकशीचे धिंडवडे चालले होते, तसा प्रसंग आपणावर न यावा हा कॉर्नवालिसचा मुख्य हेतु होता.†

तहाची हकीकत पेशव्यानें महादर्जीस लिहून कळविली ती अशीः–'हरिबल्लाळ, निजामलीखानाचे पुत्र पोलादजंग व इंग्रज मिळोन फौज सुद्धां पट्टणानजीक तीन कोसांवर गेले. ता. ७ फेब्रुवारीस रात्रीं इंग्रजांनीं सडीं १५ पलटणें घेऊन पुढें

† श्री. मो. पृ. २३१.

चाल केली. टिपूस खबर कळली. तोही तयार होता. इंग्रजांची व टिपूची लढाई सुरू जाली, ती दुसरे दिवस प्रहर दिवस पावेतों चालली. दोहींकडील माणूस ठार व जखमी तीन हजार पावेतों जालें. प्रातःकाळीं लढाई होतच आहे, तों सरकारची व नबाबकडील फौज जाऊन पोंचली. टिपू माघारा हटून गेला. नंतर त्यानें तहाचा पैगाम लाविला. वकील पाठविले. तहावर शिक्के करून यादी एकमेकांस देण्यांत आल्या, तेव्हां उभयतांकडून तोफांचे आवाज जहाले. गुंता उरकला.'§

मॅलेट प्रथम हरिपंताबरोबर स्वारींत गेला, पण तहाच्या पूर्वीं तो परत पुण्यास आला.* मराठी फौजा स्वारींत येण्यास विलंब लागल्याबद्दल त्यानें नानास वारंवार इतकें टोचून लिहिलें कीं, त्याची लाटसाहेबास सांगून बदली करावी, अशीच हरिपंतास नानाची सूचना होती. परंतु हरिपंतानें वेळ निभावून नेली. हरिपंत लिहितो, 'तूर्त माल्टिाचे बोलण्याची कडसरी, त्यास मसलत शेवटास जाई-तोंपर्यंत क्लेशाच्या गोष्टी बोलेल त्या चष्मपोशी(=डोळेझांक) करून ऐकल्य पाहिजेत. हे मालिट आम्हांशीं गोड बोलतात, परंतु अंतर्यामि मतलबी.' वर सांगितलेला चेरी हा इंग्रज दुभाष्या पुढें लखनौकर नबाब वजीरअली याच्या व्यवहारांत प्रसिद्धीस आलेला होय.

हरिपंत लिहितो: 'तह झाल्यावर त्रिवर्गीनीं शिवगंगेपर्यंत बरोबर जावें, तेथून इंग्रजांस व नबाब मशीरुन्मुल्क यांस निरोप व्हावा असा ठराव जाला. निम्मे पैका येईतों टिपूचे लेक इंग्रजांजवळ राहतील. जनरल मेडोझ यास प्रथमच्या मोहिमेंत अपयश आलें, तेव्हां श्रीरंगपट्टण घेईन नाहीं तर मरून जाईन, असा मनांत पण केला. तह करूं नये हा आग्रह व्यर्थ गेला. म्हणून टिपूचे मुलगे छावणींत आले, त्याच समयीं त्यानें मस्तकांत गोळीबार मारून आत्महत्त्या केली. मेडोझचें वय ६५ अधिक होतें, दांत बिलकूल नव्हते.' कॉर्नवालिसच्या संबंधानें हरिपंताचे खालील उद्गार स्मरणीय आहेत.

'लाटसाहेब बहुत दुरंदेश. प्रामाणिक, बोलण्याची कायमी, संकोच, सहनशील, सर्वगुणसंपन्न, असा इंग्रजांत थोडा. वय साठ पासष्ट, संपूर्ण केश पांढरे. आतां पुढें बंगाल्यांत चार महिने राहून विलायतेस परत जाणार.' श्रीरंगपट्टणाहून निघ-ण्यापूर्वीं एक दिवस टिपूनें सहज भेटीचें मिष करून हरिपंताची चार घटका

§ ग्वा. २-२३४; ऐ. टी. ५-२८; ऐ. टि. ३. २; ऐ. कि. प्र. ले. १३.
* फॉरेस्ट.

एकान्तांत भेट घेतली. या भेटींत एकच मुद्याची खूण टिपूनें हरिपंतास सांगितली असली पाहिजे. ती ही कीं, ' तुमचा खरा दुष्मन् मी नव्हें, तर इंग्रज होत. त्यांच्याशीं सांभाळून वागा, '

टिपूचा पराभव झाला, पण पाडाव झाला नाहीं. पोटांत त्याच्या दंश राहिला; आणि फ्रेंचांची मदत आणून आपण इंग्रजांवर सूड घेऊं अशी त्याची कल्पना होती. त्रिवर्गास एक होऊं दिलें, निदान मराठयांस दुखविण्याचें तरी कारण नव्हतें, एवढीच आपली चुकी, असें त्यास वाटलें; आणि तूर्त पडतें घेऊन वेळ निभावावी, आणि पुन: सर्व सिद्धता करून चुकलेला डाव सुधारावा असा त्याचा मनोदय होता. खुद्द कॉर्नवालिसचीही समजूत अशीच होती कीं, मागें पुढें टिपूशीं पुन: युद्ध करावें लागणार; असें युद्ध केल्याशिवाय इंग्रजांस हिंदुस्थानांत सार्वभौम पद प्राप्त होणार नाहीं. परिस्थितीचे व राजकारणाचे हे पुढील डाव हरिपंतास चांगले कळले असल्याचें दिसत नाहीं.

परशुरामभाऊबरोबर कॅप्टिन लिट्लचीं मुंबईची पलटणें होतीं, तीं तह पुरा झाला तेव्हां परत पाठवून द्यावीं असें कॉर्नवालिसनें लिहून पाठविलें; परंतु महादजीविरुद्ध प्रसंग पडल्यास तीं पुण्यास आणावीं असें नानानें भाऊस लिहिलें, ती गोष्ट कॉर्नवालिसनें मंजूर केली नाहीं. तदनुसार भाऊनें कॅप्टिन लिटल यास बहुमानार्थ हत्ती देऊन, तो व बरोबरचे सात अंमलदार यांस वस्त्रें देऊन गौरवानें निरोप दिला. तीं पलटणें ॲबरक्रांबीच्या सैन्यास मिळून मुंबईस परत गेलीं. परशुरामभाऊ सुद्धां मुख्य फौजांबरोबर न जातां नवीन मिळालेल्या मुलखाची व्यवस्था लावण्याकरितां वेगळा निघाला. इंग्रजांजवळ सतरा अवजड बिडाच्या तोफा होत्या, त्या परत नेण्याची अडचण असल्यामुळें कॉर्नवालिसनें पेशव्यास नजर केल्या. त्या सांभाळून घेऊन परशुरामभाऊ मेलकोटयावरून मार्च अखेर निघाला, तो तुंगभद्रेवर फौजेस रजा देऊन मे अखेर तासगांवास पोंचला.

पुढें महिना दीड महिना इंग्रज मराठी फौजा बंगलोरपर्यंत एकत्र होत्या. दरम्यान एकमेकांस मेजवान्या वगैरे झाल्या. ता. ५ एप्रिल रोजीं हरिपंतानें लाटसाहेबास मेजवानी दिली. वीस इंग्रज भोजनास होते. वारंवार सर्व प्रमुख मंडळीच्या भेटी व बोलणीं झालीं. ता. १० एप्रिल रोजीं हरिपंत, मशीरुन्मुल्क व कॉर्नवालिस पृथक् होऊन आपापले ठिकाणास गेले. एक वर्षाच्या सहवासानें एकंदर मराठयां-बद्दल व विशेषत: हरिपंताबद्दल कॉर्नवालिसच्या मनांत मोठा आदर उत्पन्न झाला,

आणि पूर्वीची त्याची सर्व अढी दूर झाली. निजामापेक्षां मराठ्यांचें बळ व व्यवस्था वरचढ अशी कॉर्नवालिसची खात्री होऊन, त्यांच्या इमानावर त्याचा विश्वास बसला. म्हणून जेणेंकरून हरिपंताचें मन दुखावेल असा शब्द न उच्चारण्याची व शक्य तितकें हरिपंताच्या कलानें वागण्याची खबरदारी त्यानें घेतली. यांतच निजाम पेशव्यांचें पुढील वैर रुजलें गेलें. पेशव्यांनीं आपणांवर स्वारी केल्यास इंग्रजांनीं आपणास मदत करावी, अशी निजामाची टोंचणी सारखी केनावे व कॉर्नवालिस यांस होती; परंतु ' या संबंधांत निश्चित जबाब कधीं देऊं नये, ' असें उभयतांनीं धोरण ठेविलें होतें. टिपूची मोहीम संपल्यावर वरील विषयाची वाटाघाट सारखी खर्ड्याच्या प्रसंगापर्यंत चालूच होती.परत जातांना कॉर्नवॉलिसनें बंगलोरचा किल्ला टिपूच्या हवालीं केला.पुढें कॉर्नवालिसनें मद्रासकडे जाण्याकरितां हरिपंताचा निरोप घेतला आणि मशीरुन्मुल्कासह हरिपंत रायदुर्गापर्यंत बरोबर गेले. वाटेंत चिनापट्टणचा पेशव्यांचा वकील जनार्दन शिवराम महंमदअलीकडून हरिपंतास पोषाख घेऊन भेटीस आला. त्यास परत पाठवून कपाटसंगमाजवळ कृष्णा उतरून हरिपंत ता.२५ मे रोजीं गारपिरावर दाखल झाला. रस्त्यांत रावरंभा यांजकडे जाऊन त्यानें भेट घेतली. स्वारींतील सर्व व्यवहारांत हरिपंताबरोबर आपा बळवंत, गोविंदराव काळे व बचाजीपंत मेहेंदळे हजर असून, लहान मोठ्या बाबतींत व खलबतांत ते योग्य सल्ला देऊन दक्षता ठेवीत. बदामीच्या स्वारीच्या वेळीं गोविंदरावाचा बाप कृष्णराव हयात होता, त्याच्याच बरोबर राहून हाही बापासारखा हुशार निघाला. तो व गोविंद भगवंत पिंगळे, तसेंच चिंतोपंत देशमुख, त्रिंबकराव परचुरे, बजाबा शिरवळकर वगैरे नानाच्या तालमेंतील अनेक गृहस्थ ऐन्हांपासून वरील स्वाऱ्यांत कामें करून पुढें बाजीरावाच्या राजवटींत प्रसिद्धीस आले.

मेडोझ मोहिमेवर असल्यामुळें त्याच्या जागीं ओक्ले हा गव्हर्नरचें काम पाहत होता, त्यास ता. २६–२–१७९२ रोजीं खालील पत्र कॉर्नवालिसनें लिहिलें. 'टिपूचे मुलगे, दुसरा व तिसरा, आज आमचे छावणींत दाखल झाले. पहिला दहा वर्षांचा व दुसरा आठ वर्षांचा आहे. हा दुसरा पुढें राज्याचा वारस होणार अशी समजूत आहे. या मुलांना मी अत्यंत प्रेमानें वागवीत आहें हें सांगणें नकोच. तेही मला बापाचेच ठिकाणीं मानतात. माझी दहशत त्यांस वाटत नाहीं. ' वरील दोन मुलांचीं नांवें अनुक्रमें अब्दुल खलील व मोजुद्दीन अशीं असून, ते दोघेही पुढें रक्कमेचा भरणा झाल्यावर ता. २९–५–१७९४ रोजीं सुटून परत गेले. या दोघां-

शिवाय गुलाम महंमद म्हणून टिपूचा आणखी एक मुलगा स. १८५७ च्या बंडापर्यंत जिवंत असून तो इंग्लंडास गेला होता. वेलोर येथें स. १८०७ साली बंडावा करणारा टिपूचा मुलगा मोजुद्दीन हा होय. यांशिवाय आणखी दोन वडील पुत्र टिपूस होते. पैकीं एकाचें नांव फत्ते हैदर म्हणून मराठी कागदांत येतें. (रॉस २ पृ. १५१) टिपूच्या या युद्धांत निजामाची फौज इंग्रजांबरोबर होती तिच्या संबंधानें कॉर्नवालिसनें वारंवार अत्यंत नाराजी व्यक्त केली आहे. 'ही फौज ऐदी, कुचकामाची, खाऊन मात्र फन्ना करणारी आणि काम करणाराच्या वाटेंत भलभलत्या अडचणी उपस्थित करणारी होय,' अशा प्रकारचा त्याचा अभिप्राय पत्र-व्यवहारांत आढळतो. या फौजेचा टिपूवरील या युद्धांत कांहीं उपयोग झाला नाहीं.

५. इंग्रजांशीं महादजीची तेढ, टिपू व बंगालची चौथाई.—सन १७८३त सवाई माधवरावाचें लग्न होऊन देशांत स्थिरस्थावर झाल्यावर पूर्वींच्या दहा वर्षांत हैदर-टिपूनें दक्षिणेकडील मराठ्यांच्या मुलुखांत जें आक्रमण केलें होतें, त्याचा निरास करून आपली पूर्वींची सत्ता तिकडे पुनरपि चालू करण्याचा उद्योग पुणे-दरबारानें हातीं घेतला; आणि त्या कामीं नानानें महादजीला लिहून इंग्रजांची मदत मागितली; परंतु इंग्रजांनीं ही मदत न पाठवितां उलट मराठ्यांस विचारल्याशिवाय परभारें टिपूशीं कायम तहही करून टाकिला. या दोन गोष्टींनीं सालबाईच्या तहास व्यत्यय आला. त्याचा जाब नानानें महादजीस सडकून विचारिला. त्या संबंधाची घासाघीस पुढें सारखी दोन वर्षें चालू होती. इंग्रजांनीं साफ उत्तर न देतां टोलवाटोलवी चालविली. वास्तविक टिपूशीं जो मंगळूर येथें तह झाला, तो मद्रासकरांनीं हेस्टिंग्सला न विचारतां परभारें घाबरेपणीं केला; आणि त्याचा जाब देण्याची पाळी पुढें हेस्टिंग्सवर आली. शिवाय आपण होऊन मराठ्यांस मदत करून टिपूस नाहींसा केल्यानें मराठ्यांची सत्ता वाढली असती ती इंग्रजांस इष्ट नव्हती. महादजीच्या हातून साफीचा जाब मिळेना, उलट त्यानें दिल्लीच्या कारभारांत हात घातल्यानें इंग्रजांशींच त्याची तेढ उत्पन्न झाली, शिवाय त्यानें डी बॉयन यास चाकरीस ठेवून कवाइती फौजेची सिद्धता चालविली. या त्याच्या वाढत्या शक्तीचा पुणेकरांस धाक पडून त्यांनीं मुंबइकर इंग्रजांमार्फत पुण्यास त्यांचा स्वतंत्र वकील कायमचा राहण्यास आणण्याचें ठरविलें. यापूर्वी इंग्रजांशीं कोणतीही बोलाचाली पुणेकरांस करणें झाल्यास ती केवळ महादजीच्या मार्फत करावी लागे. ही महादजीची मध्यस्थी दूर होऊन पुणें दरबारांत आपला स्वतंत्र वकील ठेवणें इंग्रजांस इष्टच होतें. मराठमंडळांत फूट असणें केव्हांही

त्यांच्या फायद्याचें होतें. पुण्यास आपण स्वतंत्र वकील इंग्रजांचा ठेवला तर ती गोष्ट महादजीस आवडणार नाहीं हें नाना जाणून होता. म्हणून त्यानें फ्रेंचांचा पेंच महादजीस ता. ४-११-१७८५ रोजीं लिहून कळविला तो असा. " फ्रेंच जनरल मारिशसहून जमाव घेऊन फुलचरीस आला. त्यानें पुण्यास पत्र पाठविलें कीं, इंग्रजांस जरबेंत आणून त्यांचा अमेरिकेंतील मुलूख घेऊन आम्हीं तह केला. या मसलतीमुळें आमचा भारी जमाव पूर्वी इकडे येऊं शकला नाहीं. हल्लीं आम्ही पुणेकरांशीं स्नेह चाहतों." याप्रमाणें मजकूर लिहून येथें त्यांचा वकील मुसा मूतीन आहे त्यासही राजकारणाचे अर्थ लिहिले: " परंतु फरासीसांसीं राजकारण करूं नये, असा आमचा इंग्रजांशीं तह, याकरितां आम्ही फ्रेंचांच्या राजकारणाची उपेक्षाच केली. त्यावरून फ्रेंच टिपूस सामील जाहले, तर या समयीं इंग्रजांनीं उगीच बसावें कीं काय? करारप्रमाणें त्यांनीं टिपूचे मसलतीस पलटणें लौकर येऊन पोंचतसें करावें. इंग्रजांनीं मदत तर पाठविली नाहींच, उलट तपास चालविला कीं, मुसा मूतीनचे विद्यमानें पुणेकर फ्रेंचांशीं संधान कां राखतात? हे केवळ फुटकळ फ्रेंच, चाकरीचे उमेदवारीनें फिरतात कीं, फ्रेंच राष्ट्राशीं पुणेकरांचा स्नेह जुळला आहे!"* या भानगडीमुळेंच मॅलेट पुढें पुण्यास आला, तेव्हां टिपूवर मोहीम चालू होती, व नाना स्वारींत होता, त्यानें मॅलेट यास आपल्याजवळ बदामीस बोलाविलें. त्यावरून बाह्य देखावा तरी नानानें टिपूस असा दाखविला कीं, इंग्रज पूर्वीचे तहास अनुसरून पेशव्यांचे मदतीस आले. ता. ८-३-१७८६ रोजीं नाना महादजीस लिहितो, " परभारां तह टिपूशीं करूं नये, असा करार असतां तिगस्तां इंग्रजांनीं करार मोडून तह कला. साल मजकुरीं टिपूचे मसलतीस इंग्रजांनीं पलटणें कुमकेस पाठवावीं, म्हणून ज्येष्ठापासून लिहीत गेलों, त्याचा निकाल नाहीं. फ्रेंचांशीं राजकारण केलें असतां ते येते. परंतु इंग्रजांच्या तहामुळें त्यांस आणावयाचा उद्योग केला नाहीं. वास्तविक दोघांशीं संबंध नसावा, परंतु टिपूची मसलत लांबली असतां हे इंग्रज उगीच राहणार नाहींत, कोणी तरी त्यांस सामील होईल, याकरितां इंग्रजांचीं पलटणें आपलेकडे यावीं हें चांगलें." यावर ता. ११-५-१७८६ रोजीं महादजीनें कळविलें, " हल्लीं मालट पुण्याहून दोन पलटणां सुद्धां स्वारींत पोंचला, तेव्हां टिपूसही समजेल. मालट आपलेजवळ असतां इंग्रज टिपूशीं संधान करणारच

* ग्वा. प. २.१६९.

नाहींत. " पाश्चात्यांच्या मदतीशिवाय मराठ्यांच्या मोहिमा इतउत्तर साफ अडूं लागल्याचें पाहून महादजीनें कवाइती फौजेचा उद्योग स्वत: आरंभिला; परंतु नानानें इंग्रजांशीं लगट करून त्यांच्या मदतीची सिद्धता करून ठेविली. त्यावरून पुढें इंग्रज म्हणाले, ' घडोघडी मदत देण्यापेक्षां आम्ही कायमचेच तुमच्या मदतीस येऊन राहतों. ' त्याप्रमाणें ते पुढें घरांत आले.

इकडे महादजीनें इंग्रजांवर आपला वचक बसविण्याचे शक्य तितक्या कसोशीचे प्रयत्न केले. इंग्रजांच्या विरोधकांस त्यानें आपल्या लगामीं लाविलें. चेतसिंगास आपल्याजवळ कायम आश्रय दिला. टिपूशीं तर त्यानें एवढा गुप्त पत्रव्यवहार चालविला कीं, त्याची वार्ता बाहेर कोणासच नव्हती. पंजावचे शीख व सिंधूपलीकडचे अफगाण यांस सुद्धां महादजीनें आपल्या लगामीं लाविलें. याशिवाय बंगालची चौथाई व बादशहास इंग्रजांनीं द्यावयाची खंडणी, असले शिळे विषय उकरून काढून इंग्रजांच्या मागें आपलें शुक्लकाष्ठ त्यानें सारखें चालू ठेविलें. या बाबतींत इंग्रज आपणांस भीक घालणार नाहींत हें महादजी पक्कें जाणून होता, तरी पण मराठ्यांची सार्वभौम सत्ता जिवंत आहे, याची जाणीव इंग्रजांस करून देण्यांत महादजीनें यत्किंचित् हयगय केली नाहीं. चौथाईच्या मागणीचा मुद्दा मुख्यत: नागपुरकर भोसल्यांकडून पुढें आला. पूर्वीं जानोजी व मुधोजी इंग्रजांकडे चौथाईची मागणी करकरून थकले, ही गोष्ट रघूजी व त्याच्या समस्त कारभाऱ्यांच्या मनांत सारखी डांचत राहिली. त्या संबंधानें भोसल्यांनीं नानाची सल्ला घेतली, आणि सर्वांनीं मिळून पुनरपि ही मागणी करण्याचें काम लष्करी जोर हातीं असणाऱ्या महादजीकडे सोंपविलें. महादजीचें मन इंग्रजांबद्दल हळू हळू बिघडत चाललेंच होतें. तेव्हां त्यानें हेस्टिंग्सची पाठ वळतांच गव्हर्नर मॅक्फर्सन याजकडे भोसल्यांच्या तर्फेनें बंगालच्या चौथाईची व बादशहाच्या तर्फेनें बंगालच्या खंडणीची मागणी केली. इंग्रज केवळ बंगालचे सुभेदार असून मालक नव्हते; अर्थात् पूर्वीच्या सुभेदारांप्रमाणें खर्च भागवून वसुलाचा कांहीं अंश मालकांस दिलाच पाहिजे, अशी ही मागणी होती. या मागणीनें मॅक्फर्सन अत्यंत चिडून गेला. त्यानें मुधोजीस तर असा सुद्धां धाक घातला कीं, तुम्ही ही मागणी सोडून न द्याल तर आम्ही एकदम तुमच्या कटक प्रांतावर स्वारी करूं. तेव्हां मुधोजीला माघार घेणें प्राप्त झालें. तिकडे महादजीलाही मॅक्फर्सननें नकारात्मक उत्तर देऊन पुणें दरबाराशीं स्नेह जोडण्याकरितां त्यानें मॅलेटची नेमणूक केली.

स. १७८५ च्या मे महिन्यांत हा मॅलेट वकील आग्रा येथें महादजीच्या भेटीस गेला, तेव्हां त्यास महादजीनें कसें धुडकावून दिलें, त्याची हकीकत त्या वकिलानें आपल्या रोजनिशींतच लिहून ठेविली आहे. शिंद्याच्या चढाऊ धोरणाबद्दल मॅलेटचा जळफळाट तेथें पदोपदीं व्यक्त होतो. वेळींच सावध होऊन आपण महादजीचा दम मोडला पाहिजे, असा इशारा मॅलेटनें त्या वेळीं आपल्या वरिष्ठांस दिला. फ्रेंच राज्यक्रान्तीचें लांबलेलें अरिष्ट व महादजीचा अनपेक्षित मृत्यु या दोन गोष्टींनीं पुढील राजकारण सर्वथैव बदललें. पण महादजीच्या उद्योगाचें हृद्गत पुण्यास राहणाऱ्या नानाफडणिसास न उमजून उलट त्यानें महादजीचा नक्षा कमी करण्याचाच उद्योग अव्याहत चालविला. इकडे नाना बरोबर मुंबईकरांनीं गुलगुल गोष्टी चालवून पुण्यास मॅलेटची बैठक कायम ठरविली; आणि मराठी राजकारणाचा महादजीच्या सामर्थ्यवान् हातांतला डाव त्यांनीं युक्तीनें काढून घेतला. यापेक्षां पेशव्यांचें राज्य जाऊन त्या ठिकाणीं महादजीचें झालें असतें अशी कल्पना केली तरी त्यांत काय बिघडत होतें ! पण मराठशाहीचें खरें नुकसान नानाच्या कृतीपेक्षां महादजीच्या मृत्यूनेंच मुख्यतः झालें. माल्कम् लिहितो, " महादजी शिंद्याचें वजन दिल्लीच्या कारभारांत वाढूं लागलेलें पाहून त्याजवळ राहणारा चतुर इंग्रज वकील जेम्स अंडर्सन यानें गव्हर्नर जनरल मॅक्फर्सन यास असा इशारा लिहून पाठविला कीं, 'महादजीच्या वाढत्या सत्तेस वेळींच आळा घातला नाहीं तर त्याजपासून आपल्या राज्यास फार मोठा धोका उत्पन्न होण्याचा संभव आहे.' पण हिंदी राजकारणांत बिलकूल हात घालूं नये अशी सक्त ताकीद वरिष्ठ सरकारची असल्यामुळें मॅक्फर्सन व कॉर्नवालिस या दोघांनींही शिंद्याच्या वाटेस जाण्याचें मनावर घेतलें नाहीं. त्यामुळें शिंद्यांस उत्तरेंत आपली सत्ता वाढविण्यास चांगली संधि मिळाली. त्यानें बादशहास ताब्यांत घेऊन फ्रेंच ऑफिसरांकडून आपली कवाइती फौज तयार करून व तोफा ओतण्याचे कारखाने काढून आपलें सामर्थ्य इतकें वाढविलें कीं, पुढें याच फौजेशीं इंग्रजांस निकराचा सामना करावा लागला. इंग्रजांनीं स. १७९९ त श्रीरंगपट्टण हस्तगत केलें तेव्हां तेथील वाड्यांत महादजीचा व टिपूचा गुप्त पत्रव्यवहार त्यांस मिळाला." *

* Malcolm's Pol. History of India, vol. 1 P. 87–90; Malleson's Final French Struggles P. 177. कीनकृत महादजी चरित्र, रूलर्स ऑफ इंडिया, पृष्ठ १०६–११०, १७३–१७४; डफ.

राजकारणांत आपल्या तर्फेच्या वर्तमानपत्रांचें साहाय्य घेण्याची इंग्रजांची हातोटी आजच्याप्रमाणें त्या वेळींही अमलांत होती. ज्या गोष्टी अधिकारावर असलेल्या पुरुषास उघड बोलून दाखवितां येत नाहींत, त्या हलकेच वर्तमानपत्रद्वारां प्रथम प्रसिद्ध करावयाच्या; मग त्याचा इनकार किंवा कधीं समर्थन करण्याचा प्रसंग आणून किंवा कानावर हात ठेवून, राजकारण खेळवायचें. असाच प्रकार इंग्रजांनीं महादजीशीं केला.

ता. १२-५-१७८५ च्या 'कलकत्ता गॅझेटां'त खालील मजकूर प्रसिद्ध झाला. "आम्ही सर्व वाचकांस अधिकारयुक्त वाणीनें अशी खबर कळवितों कीं, या महिन्याच्या सातव्या तारखेस बादशहा व त्याचा कुलमुखत्यार महादजी सिंदे यांजकडून गव्हर्नर जनरलांकडे बंगालच्या चौथाईची मागणी आली आहे. आजपावेतों चढलेली सर्व रक्कम एकदम चुकती करून द्यावी अशी ही मागणी आहे. गव्हर्नर जनरल यांनीं आपला वकील अंडर्सन यास असें लिहून पाठविलें आहे कीं, तुम्ही सिंद्यास निक्षून कळवा, चौथाईच्या मागणींत दरम्यानगिरी करण्याचा तुम्हांस बिलकूल अधिकार नाहीं; तुम्ही असा अतिप्रसंग कराल तर तो आम्ही आपला अत्यंत अपमान समजून त्याचा प्रतिकार केल्याशिवाय राहणार नाहीं." इंग्रज वकील मेजर ब्रॉऊन याच सुमारास बादशहाच्या भेटीस दिल्ली येथें गेला असतां, तेथेंही त्याजपाशीं बंगालच्या चौथाईचा व बादशहाच्या खंडणीचा हा विषय महादजीनें काढला. त्या वेळीं अंडर्सननें आपण होऊन अगोदरच ही मागणी फेटाळून लाविली होती. महादजीचें म्हणणें असें होतें कीं, सन १७६५ त बादशहाशीं इंग्रजांचा दिवाणीसंबंधानें तह झाला, त्याअन्वयें बंगाल, बहार व ओरिसा या तीन प्रांतांची खंडणी बादशहास मिळाली पाहिजे, आणि मराठ्यांच्या चौथाईची रक्कमही भोसल्यांस मिळाली पाहिजे. ती मागील बाकीसह एकदम सर्व चुकवून, पुढें नियमितपणें देत जावी. महादजीनें तरी ही मागणी एकदम निकरानें न करितां हळू हळू चांचपडत केली. त्याची परिस्थितिच त्या वेळीं अशी होती कीं, एकदम सर्व बाजूनीं आपल्या नवीन कारभारास विरोध उत्पन्न करून घेण्याची त्यास सोय नव्हती. त्यामुळें इंग्रजांनीं या मागणीचा तीव्र इनकार केलेला पाहून महादजीनें तो डाव तूर्त तसाच राहूं दिला. मात्र इंग्रजांशीं कधीं तरी दोन हात करावे लागणार असें मनांत ताडून, त्यानें आपली लष्करी तयारी शांत चित्तानें चालविली.

पुढें स. १७९० त कॉर्नवालिसनें टिपूवर युद्ध पुकारतांना महादजीची मदत मागितली, तिचा त्यानें तिरस्कारपूर्वक अव्हेर केला; आणि सन १७९२ त पुण्यास गेल्यावर तेथें पुनरपि इंग्रजांकडून खंडणी वसूल करण्याचा बादशहाचा हुकूम आपणांस आला असल्याचें त्यानें इंग्रजांस कळविलें. यावरून इंग्रजांसंबंधींची महादजीची मनोवृत्ति व्यक्त होते. सन १७९२ च्या जुलईंत दिल्ली येथील 'कोर्ट सरक्युलर' वर्तमानपत्रांत बादशहाच्या 'या हुकुमाचा' सडकून इनकार केलेला आहे. लगेच कॉर्नवालिसनें खंडणीच्या प्रश्नाचा पूर्ण विचार करून ता. ९-८-१७९२ रोजीं महादजीजवळ असलेला वकील पामर यास पत्र लिहून, सिंद्यास कळविलें कीं, "बादशहाचें नांव पुढें करून तुम्ही असा इंग्रज सरकारचा भलताच अपमान करूं लागाल तर, त्याबद्दल आम्ही तुम्हांस व्यक्तिशः जबाबदार धरूं. जसे बादशहाच्या कारभारांत आम्ही हात घालूं इच्छित नाहीं, तसे तुम्ही आमच्या कारभारांत हात घालूं नये हें बरें." हा रोखठोख जबाब ऐकून महादजीनें लगेच माघार घेतली, तरी मनांतला दंश सोडला नाहीं. या प्रसंगीं नानाशीं महादजीचा सडकून विरोध चालू असल्यामुळें त्यास गप्प बसावें लागलें. नानाचें पाठबळ त्यास असतें तर इंग्रजांशीं पुनः एकदां सामना करण्याची त्याची पूर्ण तयारी झाली होती. वरील कॉर्नवालिसच्या खलित्यास महादजीनें प्रसंग पाहून तूर्त असें गुळमुळीत उत्तर पाठवून कळविलें कीं, बादशहाचे ताब्यांत जेवढा प्रदेश आहे, तेवढ्याचीच जोखीम आम्हां तूर्त बाळगितों. त्याबाहेर बावरण्याची आमचीही इच्छा नाहीं. एवढ्यावर हें प्रकरण त्या वेळीं थांबलें.

मॅलेसन् म्हणतो, " डी बॉयन नवीन तोफा ओतून सर्व प्रकारें नवीन युद्ध पद्धतीची तयारी करीत असतांना, इंग्रजांनीं पेशव्यांस सामील करून टिपूवर युद्ध सुरू केल्याचें वर्तमान महादजीस येऊन त्यास अत्यंत वाईट वाटलें कीं, इंग्रज सर्व हिंदवासीयांचे समान शत्रु असतां पेशव्यांनीं त्यांस मदत करून आपल्यापैकींच एका बलिष्ठाचा संहार करण्यास आपण होऊन प्रवृत्त व्हावें. परंतु पेशव्यांस प्रतिबंध करण्याचें सामर्थ्य या वेळीं महादजीस नसल्यामुळें त्यास तूर्त मूग गिळून स्वस्थ बसणें भाग पडलें. मात्र इंग्रजांशीं आपणांस लौकरच झगडावें लागणार या उद्देशानें त्यानें आपली लष्करी तयारी उत्कृष्ट चालविली. हें त्याचें सुखस्वप्न तडीस जाण्यापूर्वीच त्यास मृत्यूनें गांठलें. त्याची एवढी ईर्षा होती कीं, समस्त हिंदी सत्ताधीशांची एक मोठी जूट बनवून इंग्रजांचा नक्षा कायमचा मोडावा. तो एकाएकीं मरण पावला नसता तर एकवार तरी इंग्रजांस खडे चारल्याशिवाय राहिला नसता."

वस्तुतः बंगालच्या चौथाईची महादजीची मागणी न्याय्य होती. पानिपतावर मराठ्यांस जय आला असता तर दक्षिणेंत हैदराचा उदयच झाला नसता, व बंगाल्याची दिवाणी इंग्रजांस मिळाली नसती. पानिपतावर पराभव होऊनही जरी पुढें माधवरावास चुलत्याशीं झगडावें लागलें नसतें, तरी त्यानें भोसल्यांस साह्य करून इंग्रजांना बंगाल्यांत आपली सत्ता विस्तारूं दिली नसती, हें कनकापुरच्या तहांतील कलमांवरून स्पष्ट दिसतें. पुढें माधवरावही मृत्यु पावला, आणि सालबाईच्या तहापर्यंत बाह्य राजकारण सांभाळण्यास पेशव्यांस ताकद राहिली नाहीं. ती ताकद महादजीस सन १७८४ त येतांच त्यानें आपले हक्क बजावण्यास सुरवात केली. पंचवीस वर्षें मराठ्यांनीं या हक्कांची हेळसांड केली, म्हणूनच इंग्रज तरी आतां महादजीस असे दम देऊं लागले. तरी पण डावास डाव लढविण्यांत या वेळीं मुद्दां महादजीनें कमी केलें नाहीं. सन १७९० त इंग्रजांनीं टिपूवर शस्त्र धरिलें, तेव्हां त्यांनीं महादजीची मदत मागितली. त्यावर महादजीनें असें कळविलें कीं, " राजपुतांनीं कट करून आमच्याशीं दांडगाईनें युद्ध चालविलें आहे, अशा प्रसंगीं तुम्हीं आपले उत्तरेकडचे कंपू आमचे मदतीस देऊन इकडचा आमचा मुलुख सांभाळण्याची हमी घ्यावी, म्हणजे आम्ही आपल्या फौजेनिशीं तुमच्याबरोबर टिपूवर चालून जाण्यास सिद्ध आहों. " परंतु या अटी अर्थात् इंग्रजांना मान्य होण्याजोग्या नव्हत्या, म्हणून त्यांची दोस्ती जमली नाहीं. उलट महादजीचा प्रतिकार करण्याचेच विचार कॉर्नवालिसच्या मनांत घोळूं लागले. तूर्त त्यांनीं नाना व महादजी यांची चुरस वाढवून टिपूस नरम केलें. तदुत्तर महादजी पुण्यास आल्यावर प्रकरण रंगलें असतें, पण पुढें पुण्यास त्या दोघांचा उघड विरोध सुरू झाला, तो मजेनें पाहत इंग्रज स्वस्थ बसले. लायल लिहितो, " मराठ्यांची सार्वभौम सत्ता इंग्रज हिसकून घेत आहेत, ही गोष्ट महादजीस चांगली पटली असून टिपूवरील युद्धांत इंग्रजांस मदत करून त्यांची सत्ता बळकट करण्याचें पुणेकरांचें धोरण महादजीस अत्यंत घातुक वाटलें. उलट टिपू व आपण एक होऊन उभयतांनीं इंग्रजांस नरम करण्याचा उद्योग महादजीनें चालविला होता." डी बॉयनला नोकरींत ठेवून फौजेचा प्रचंड व्यूह मुद्दाम अंगावर घेणें व आग्र्याच्या कारखान्यावर पाण्यासारखा पैसा ओतणें, हीं कामें महादजीनें केवळ बादशहाच्या संरक्षणासाठीं केलीं नाहींत. त्याचा अंतिम हेतु इंग्रजांशीं लढण्याचा होता, तो त्याच्या मृत्यूबरोबरच लयास गेला. कीनचाही अभिप्राय असाच आहे.

प्रकरण पंचविसावें

गनिमी कावा विरुद्ध कवाइती कंपू.

१. पाश्चात्य पोटभरूंचा हिंदुस्थानांत संचार.
२. बेन्वा डी बॉयन, (८.३.१७५१–२१.६.१८३०).
३. पेरॉन, (स. १७५५–१८३४).
४. मिकेल फिलोज, हेसिंग, पेड्रोन, वुर्क्विन, ड्यूड्रनेक.
५. रेमंड, जॉर्ज टॉमस, माडेक.
६. समरू व त्याची बेगम.
७. पुण्याचे इंग्रज वकील, चार्लस मॅलेट.
८. पामर, क्लोझ, एल्फिन्स्टन.
९. कवाइती पद्धतीचे गुणदोष.
१०. कवाइती लष्कर विनाशक ठरण्याचें कारण.

* * *

गनिमी काव्याची युद्धपद्धति महादजीस निरुपयोगी वाटून त्यानें डी बॉयन या सुप्रसिद्ध फ्रेंच सेनानायकास नोकरास ठेवून त्याजकरवीं कवाइती कंपू तयार करविले, ही उत्तर मराठशाहींतील महत्त्वाची घडामोड असून तिच्यावरच पुष्कळसें राज्याचें जिणें अवलंबून होतें. सबब ती पद्धत, तिच्यांत काम करणाऱ्या व्यक्ती व त्यांची योग्यता, तसेंच या नवीन पद्धतीचे गुणदोष इत्यादि बावतींचा विचार या प्रकरणांत करावयाचा आहे. अनुषंगानें पुण्याच्या इंग्रज वकिलाची हकीकतही याच ठिकाणीं घेतली आहे.

१. **पाश्चात्य पोटभरूंचा हिंदुस्थानांत संचार.**—अठराव्या शतकाचा उत्तरार्ध हिंदुस्थानांत येणाऱ्या पाश्चात्य साहसी सेनानायकांना अत्यंत फलदायी होता. पाश्चात्य कवाईत, पाश्चात्य तोफखाना व शस्त्रास्त्रें आणि पाश्चात्य युद्धपद्धति यांची सर्वत्र मोठी चहा होऊन त्यांचा तो एक मोठा किफायतशीर धंदाच होऊन बसला. यूरोपच्या राष्ट्रांतील अनेक साहसप्रिय लोक त्या काळीं हिंदुस्थानांत येत. डी बॉयन, पेरॉन, रेमंड, पेड्रोन, बुरकां, हेसिंग, फिलोज, ड्यूड्रनेक, जॉर्ज टॉमस, वॉल्टर रेन्हार्ट,रीन मादेक वगैरे अनेक आंग्लेतर, आणि स्किनर,व्हिकर्स वगैरे इंग्रज

गृहस्थ त्या काळीं येथें वावरत होते. शंभर दोनशें पासून चार दोन हजार पावेतों एतद्देशीय लोक जमा करून त्यांस थोडें बहुत लष्करी शिक्षण देऊन ते तयार करीत; साधल्यास फ्रेंच वगैरे राष्ट्रांतले चार दोन समव्यवसायी सोबती आपल्या मदतीस घेत; आणि जो कोणी एतद्देशीय सत्ताधीश त्यांस जास्तींत जास्त पैसे देईल त्याची नोकरी ते तात्पुरती पतकरीत. आज एकाचा पक्ष तर उद्यां दुसऱ्याचा. एखाद्या साहसांत किंवा लढाईंत त्यांनीं करामत करून दाखविली कीं, त्यांचा दर वाढला. आज हैदरअलीकडे, तर उद्यां लखनौच्या वजीराकडे; आज जाठांकडे, तर उद्यां बादशहाकडे; अशा रीतीनें नोकरी करून पैसे व नांव कमविण्याचा पाश्चात्य उपटसुंभांचा तो एक मोठा धंदाच होऊन बसला होता. देशांत धामधूम व बंडाळी माजून राष्ट्राभिमानाच्या नांवानें पूज्य होतें; मग राष्ट्रीय सेना कोठची असणार ! अशा स्थितींत एखाद्या कुचंबलेल्या एतद्देशीयानें वरच्यासारख्या पाश्चात्य सैनिकाचा आश्रय केला कीं, त्याची नड तात्पुरती भागे; मात्र त्या सौद्यांत जिंकिलेल्या किल्ल्यांतील किंवा राजधानींतील अगणित संपत्तीचा ठेवा त्या सैनिकास आयताच प्राप्त होई. शांत व दूरदृष्टि ठेवणारें मन आणि निधडी छाती या दोन गोष्टींच्या जोरावर त्या अंदाधुंदीच्या काळांत पाश्चात्यांच्या साहसास केवढें तरी विस्तृत क्षेत्र या देशांत उपलब्ध होतें. म्हणूनच 'बेगम समरू' सारखी गरीब स्थितींत वाढलेली लहानशी काश्मिरी पोर युरोपीय तोफखान्याच्या जोरावर पराक्रम गाजवून पांच चार लाखांची सारधानाची जहागीर कमावूं शकली; आणि कांहीं काळ पावेतों दुर्दैवी शहाआलम बादशहास तिनें बराच टेका दिला.

सतराव्या शतकांत पाश्चात्य व्यापाऱ्यांनीं हिंदुस्थानांत आपला जम बसविला आणि अठराव्या शतकांत त्यांनीं येथें आपली राजसत्ता स्थापण्यास सुरवात केली. ही राजसत्ता स्थापण्याचें मुख्य साधन म्हणजे लष्कर. अशीं लष्करें तयार करण्याची इच्छा एतद्देशीय सत्ताधीशांस उत्पन्न झाल्याबरोबर पाश्चात्य सैनिकांना उद्योगाचें एक अत्यंत किफायतशीर क्षेत्र उत्पन्न झालें; त्या योगानें लष्करी पेशा घेऊन अनेक पाश्चात्त्य गृहस्थ हिंदुस्थानांत येऊन निरनिराळ्या ठिकाणीं वावरू लागले. या पद्धतीनें यश येण्यास निपुण सेनानीची दूरवर पाहणारी दृष्टि व परिस्थितीचें यथार्थ आकलन करणारी बुद्धि या दोन गोष्टी अवश्य पाहिजेत. हे गुण फ्रेंच सेनापति बुसी याच्या अंगीं प्रथम उत्कटत्वानें वसत होते, म्हणूनच त्यास निजामाच्या दरबारीं यश येऊन त्या योगानें पहिल्या प्रथम या नवीन पद्धतीकडे

हिंदी लोकांचें लक्ष वेधलें. सदाशिवराव भाऊनें या पद्धतीचा पुरस्कार केला, परंतु त्याच्या अंगीं या बुसीचें सेनानीत्व मुरण्यास अवकाश न मिळाल्यानें, पानिपतावरील प्रयोग निष्फल झाला असें म्हणण्यास जागा आहे. इब्राहीमखान व सदाशिवराव दोघेही अर्धवट पोहणाऱ्या नवशिक्यांप्रमाणें एकमेकांच्या बंधनांत माना अडकून प्रवाहांत बुडून मेले. त्यानंतर महाराष्ट्रांत हा नवीन प्रयोग मोठ्या व व्यवस्थित प्रमाणावर महादजीनें हातीं घेतला.

यावरून अठराव्या शतकाच्या हिंदी राजकारणांत या नानाविध पाश्चात्यांचें महत्त्व अतिशय वाढलें होतें, ही गोष्ट राजकारणांत प्रधान मानली पाहिजे. त्यांनीं येथील अपार संपत्ति हस्तगत करून स्वदेशीं नेली. सबब ते कोठें काय उद्योग करीत होते व त्यांच्या हालचालींचा परिणाम काय झाला हें समजण्यासाठीं प्रथम त्यांच्यां चरित्रांतील मुख्य घडामोडी समजून घेणें अवश्य आहे. नुसतीं ऐतिहासिक चरित्रें म्हणून सुद्धां तीं चित्तवेधक व नमुनेदार वाटतील यांत संशय नाहीं. सबब प्रथम तीं चरित्रें देऊन मग मराठ्यांच्या लष्करी धोरणाचा सामान्य विचार करूं.

२. बेन्वा डी बॉयन* (८-३-१७५१–२१-६-१८३०).–महादजी शिंद्यानें पाश्चात्य लष्करी पद्धत स्वीकारून नवीन कवाइती कंपू तयार केले आणि त्यांच्या योगानें त्यानें बादशाही प्रदेशांत आपला अंमल बसविला, हा नवीन प्रयोग झपाट्यानें सिद्धीस नेण्यासाठीं त्यानें बेन्वा डी बॉयन् ह्या सुप्रसिद्ध फ्रेंच सेनापतीचा उपयोग केला. हिंदुस्थानांत नशीब काढण्याकरितां आलेल्या पाश्चात्यांपैकीं सर्वांत नामांकित, आपल्या कलेंत हुशार व कर्तव्यांत स्वामिनिष्ठ असा बेन्वा डी बॉयन् हा एक फ्रेंच गृहस्थ स. १७८४ च्या सुमारास महादजीच्या नोकरींत येऊन राहिला. फ्रान्सच्या आग्नेय भागांत इटलीच्या सरहद्दीवर सेव्हॉय प्रांत आहे, त्यांत शांबेरी नामक गांवीं ता. ८–३–१७५१ रोजीं डी बॉयनचा जन्म झाला. शांबेरी गांव पॅरिसहून ट्यूरिनला जाणाऱ्या आगगाडीच्या मोठ्या रस्त्यावर आहे. त्या वेळीं सेव्हॉय प्रांतावर सार्डिनियाच्या राजाचा ताबा होता; अर्थात् डी बॉयन सुद्धां सार्डिनियाचाच प्रजाजन होता. परंतु तेथील फौजेंत हलक्या कुळांतील लोकांचा प्रवेश होत नसल्यामुळें,

---

* **आधार**–ग्रँट डफ; हिस्टॉरिकल रेकॉर्ड कमिशन रिपोर्ट ९ (स. १९२६) मधील सर इव्हॅन्स कॉटन् यांचा लेख, 'निबंध रत्नमालें'तील कै. प्रो. लिमये यांचा लेख ' कवाइती कंपू व देशी संस्थानें,' वगैरे.

लष्करी पेशाची आवड सिद्धीस नेण्याकरितां डी बॉयननें सन १७८६ त फ्रान्स देशांत येऊन तेथील एका फ्रेंच लष्करी तुकडींत नोकरी पतकरिली; आणि तीन वर्षें फ्रान्सांत तें काम केल्यावर त्याच्या पलटणीची मॉरिशसला बदली होऊन तेथें त्याचें दीड वर्ष गेलें. तेथून परत आल्यावर त्यानें फ्रान्सची नोकरी सोडून ग्रीस देशांत प्रयाण केलें. तेथें त्या वेळीं रशिया व तुर्क यांचें युद्ध चालू असल्यानें रशियन फौजेंत त्यास कॅप्टनची जागा मिळाली, तेणेंकरून साहसानें नांव काढण्याची त्याची सोय झाली. परंतु अल्पावधींतच त्यास तुर्कांनीं पकडून कॉन्स्टांटिनोपल येथें विकलें. युद्ध संपल्यावर बापानें दंड भरून त्यास सोडवून घेतलें. नंतर रशियांत सेंटपिटर्सबर्गला जाऊन तो राणी कॅथराईन हिला भेटला. तिला हिंदुस्थानकडील इंग्रजांच्या व्यवहारांची माहिती पाहिजे होती. ती मिळवून देण्याचें काम यानें पतकरिलें. लॉर्ड मेकार्टने हा त्या वेळीं रशियांत इंग्रजांचा वकील असून त्याची डी बॉयननें ओळख करून घेतली व ती पुढें त्याच्या उपयोगी पडली. त्या नंतर त्यास पीटर्सबर्ग येथें पुनः रशियन फौजेंत अंमलदाराची जागा मिळून त्या पेशानें त्यास ग्रीस देशांत लढाईवर यावें लागलें. पुढें कांहीं काळानें तो स्मर्नामध्यें गेला असतां तेथें हिंदुस्थानांतून आलेले कांहीं इंग्रज गृहस्थ त्याला भेटले. त्यांच्याकडून त्यास हिंदुस्थानची हालहवाल कळून त्यानें इजिप्तच्या मार्गें इकडे येण्याचा निश्चय केला.

इजिप्तांत गेल्यावर तेथें इंग्रज वकील जॉर्ज बॉल्डविन म्हणून होता, त्यानें डी बॉयन यास शिफारसपत्रें देऊन मद्रासेस पाठविलें. जानेवारी स. १७७८ त डी बॉयन मद्रासेस दाखल झाला आणि लगेच कर्नल बेलीच्या हाताखालील एका इंग्रज पलटणीवर त्याची नेमणूक झाली. स. १७८० च्या पावसाळ्यांत कर्नल बेलीची फौज हैदरानें कापून काढली, त्या प्रसंगीं डी बॉयन मारला जावयाचा, पण धान्य आणण्याच्या कामावर तो बाहेर असल्यामुळें बचावला. पुढें वरिष्ठांशीं न पटल्यामुळें त्यानें मद्रास लष्करांतील नोकरीचा राजीनामा दिला आणि तेथील गव्हर्नर लॉर्ड मेकार्टने याचीं शिफारसपत्रें घेऊन स. १७८२ त तो कलकत्त्यास गेला. तेथून उत्तर हिंदुस्थानांत व वायव्य सरहद्दीकडे प्रवास करून त्या वाटेनें परत सेंटपिटर्सबर्गला जाऊन राणी कॅथराईनला भेटण्याचा त्याचा मुख्य हेतु होता. हेस्टिंग्सनें शिफारसपत्रें देऊन त्यास लखनौ येथें वजीर असोफउद्दौल्याकडे पाठविलें. स. १७८३ च्या आरंभीं तो लखनौस पोंचला. हेस्टिंग्सच्या

शिफारसीमुळें नबाबानें त्याची बरदास्त उत्तम ठेविली, आणि काबूल-कंदाहारकडे प्रवास करण्यास त्यास बारा हजार रुपयांच्या हुंडया दिल्या. लखनौस त्याचा मुक्काम पांच महिने झाला. त्या मुदतींत तो थोडेंबहुत हिंदुस्थानी बोलण्यास शिकला. इतक्यांत इंग्रज वकील मेजर ब्रॅाऊन बादशहाची भेट घेण्यासाठीं लखनौहून दिल्लीस निघाला, त्याच्याच बरोबर डी बॅायनही पुढें निघाला. दिल्लीच्या बादशहास महादजीच्या हातांत न जाऊं देतां आपल्याकडे वळवून घ्यावा, या कामगिरीवर मेजर ब्रॅाऊन चालला असून, इकडे त्याच वेळीं सालबाईचा तह पुरा होऊन महादजी सुद्धां बादशहाच्या व्यवहारांत हात घालण्यास मोकळा झाला होता. परंतु गोहदचा राणा महादजीच्या विरुद्ध वागून ग्वालेरचा कबजा घेऊन बसला होता, तेव्हां प्रथम महादजीनें गोहदच्या राण्याशीं युद्ध चालविलें. दिल्लीस जातांना ब्रॅाऊनला रस्त्यांत थांबून राहवें लागलें असतां, महादजीजवळ इंग्रज वकील अंडर्सन म्हणून होता त्याची गांठ डी बॅायननें घेतली; आणि त्याच्याच मार्फत त्याची व महादजीची ओळख झाली. त्या वेळीं महादजीचें गोहदच्या राण्याशीं चाललेलें युद्ध पाहून त्यांत राण्यास मदत करण्याच्या उद्देशानें, महादजीस पेंचांत कसें आणतां येईल याविषयीं सूचनांचा एक कागद तयार करून, डी बॅायननें अंतस्थपणें गोहदकरांस लिहून दिला. त्याचें उत्तर येण्यापूर्वीच तो सूचनांचा कागद महादजीच्या हातीं पडून त्यास अत्यंत संताप आला. इंग्रजांशीं आपला स्नेह असतां आपल्याच छावणींतून त्यांचे शत्रूशीं बेत चालले आहेत असें पाहून महादजीनें हेस्टिंग्स यास लिहून डी बॅायन यास लगोलग कलकत्त्यास रवाना केलें. पुढें थोडी स्थिरस्थावर झाल्यावर डी बॅायन पुनः लखनौस आला आणि तेथून जयपुरकरांचे नोकरीस राहण्याची त्यानें खटपट चालविली. याच वेळीं मेजर ब्रॅाऊन बरोबर दिल्लीस जाऊन त्यानें बादशहाची गांठ घेतली. पण बादशहानेंही त्यास महादजीकडेच परत पाठविलें. दैवयोगच असा कीं, ज्या महादजीच्या विरुद्ध गोहदकर व जयपुरकर यांजकडे नोकरीस राहण्याचा त्यानें यत्न केला आणि ज्याच्या उत्कर्षाविषयीं त्यास भीति वाटत होती; त्याच महादजीच्या पदरीं राहणें त्यास भाग पडलें.

फ्रान्स, रशिया, तुर्कस्तान व ग्रीस इत्यादि अग्रगण्य युरोपीय राष्ट्रांत प्रत्यक्ष अनुभव मिळवून डी बॅायनच्या अंगीं हरएक लष्करी कसब पूर्ण मुरलें होतें. ही गोष्ट महादजीस पटून आणि त्याच्या पूर्वीच्या सर्व विरोधी खटपटी विसरून जाऊन

त्यानेंच त्यास स. १७८४ च्या आरंभीं दोन पायदळ पलटणी, दरएकींत साडे-आठशें लोक असलेल्या तयार करण्याची कामगिरी सांगितली. गेल्या दोन तीन वर्षांच्या युद्धांत महादजीला इंग्रजी कवाइती पलटणांची योग्यता चांगलीच समजली असल्यामुळें, प्रथम आपली फौज सुधारण्याचा त्यानें निश्चय केला होता. अशा वेळीं युरोपांत युद्धानुभव मिळविलेला डी बॉयन त्यास उपयोगी वाटून त्यानें त्यास या कामीं नोकरीस ठेविलें. यासाठीं त्यास दरमहा एक हजार रुपये पगार व प्रत्येक शिपायास आठ रुपये पगार याप्रमाणें रक्कम देण्याचें महादजीनें कबूल केलें. डी बॉयननें या लष्करासाठी हिंदुस्थानांतील इंग्रजी पलटणींचीच पद्धत स्वीकारिली आणि रात्रंदिवस खपून त्यानें दोन पलटणी इतक्या लवकर तयार केल्या कीं, त्याच्या कर्तबगारीविषयीं महादजीच्या मनांत मोठा आदर उत्पन्न झाला. डी बॉयननें आपल्या हाताखालीं अनेक युरोपीय कामगार नेमिले; आणि प्रथम त्यानें आपा खंडेरावाच्या दिमतीस राहून बुंदेलखंड व राजपुताना वगैरे ठिकाणीं महादजीची छाप बसवून दिली. अशा रीतीनें चार पांच वर्षें काम केल्यावर दोन पलटणींची संख्या वाढवून दहा हजारांचा एक मोठा कंपू (ब्रिगेड) तयार करण्याची सूचना डी बॉयननें महादजीस केली. परंतु ती पसंत न झाल्यानें स. १७८९ त संतोषानें त्यानें महादजीची नोकरी सोडली, व तो लखनौस जाऊन कांहीं दिवस तेथें कापडाचें व रंगांचें दुकान घालून राहिला. तो धंदा चांगला चालूं लागला, पण महादजीनें स. १७९० त फिरून त्यास आपल्याजवळ बोलावून घेतलें. राजपूत व मुसलमान पुनरपि एक होण्याचा संभव दिसूं लागला, आणि पुणें दरबाराचा महादजीस असावा तसा पाठिंबा नव्हता. म्हणून एकंदर गोष्टींचा विचार करून महादजीनें ठरविलें कीं, आपलें सैन्य वाढवून जय्यत तयारींत ठेवावें. पंजाबपासून नर्मदेपर्यंतच्या समस्त प्रदेशाची देखरेख त्याच्या एकट्याच्या शिरा-वर होती. एवढी जबाबदारी पार पाडण्यास फौज सुद्धां तशीच पाहिजे. मराठे शिलेदार हुकमत मानण्यास नेहमींच कुचराई करीत. उलट पक्षीं उत्तरहिंदकडचे पठाण व पुरभय्ये गनिमी पद्धतीस नालायक होते. कवाइती सैन्याचा यंत्रासारखा उपयोग कसा होतो हें महादजीनें आतां पूर्णपणें ओळखलें होतें. तेव्हां डी बॉयनला बोलावून आणून दहा कवाइती पलटणींचा एक कंपू, एक लहानसा तोफखाना, व स्वारांचा लहान रिसाला, तयार करण्याची त्यानें आज्ञा केली; आणि हा सर्व कारखाना त्यानें आग्र्यास ठेवण्याचें ठरविलें. त्याच्या खर्चा-

साठीं महादजीनें त्यास गंगा-यमुनांच्या दोनही तीरांवर कांहीं सुपीक प्रदेश जहागिरीदाखल तोडून दिला. या प्रदेशाचें आरंभींचें उत्पन्न सालीना सोळा लक्ष होतें. डी बॉयननें या प्रदेशाची व्यवस्था उत्कृष्ट ठेवून तें उत्पन्न तीस लक्षांपर्यंत वाढविलें. त्यानें आपलें मुख्य ठाणें अलीगडास ठेवून तेथें वाडा बांधिला त्याचें नांव 'साहेबबाग' होतें. हा वाडा अद्यापि अलीगडचा कोट व कोयल यांजमध्यें दिसतो. डी बॉयनच्या फौजेच्या सामर्थ्यानें सर्व शत्रूंस नरम करून महादजीनें आपला अंमल उत्तरेंत पक्का केला. स.१७९०त डी बॉयन यास त्यानें चार हजार रुपये पगार ठरविला; आणि लौकरच त्यास बढती देऊन तो दरमहा दहा हजार केला. डी बॉयनकडून लोकांस पगार नियमितपणें मिळत असल्यामुळें या नवीन सैन्यांत लोकांची भरती होण्यास बिलकूल अवकाश लागला नाहीं. त्यांजवरचे अधिकारी डच, जर्मन, इंग्रज, इटालियन वगैरे सर्व युरोपियन होते. सर्वांत महत्त्वाचें काम दारूगोळा तयार करण्याचें व तोफा ओतण्याचें. हें आग्र्या येथील कारखान्यांत चाले, त्यांजवर सँगस्टर नांवाचा स्कॉच गृहस्थ पूर्वीं गोहदकरांच्या पदरीं होता त्यासच डी बॉयननें नेमिलें. हा सँगस्टर आपलें काम इतकें चोख बजावी कीं, त्याच्या कारखान्यांतील हत्यारें हुबेहूब युरोपांत तयार झालेल्या हत्यारांइतकीं उत्तम ठरलीं. एक वर्षांतच डी बॉयनचे नवीन कंपू तयार झाले आणि त्यांची प्रचीति महादजीस आली. तेव्हां आणखी दोन कंपू एक स. १७९१ त व दुसरा स. १७९३ त डी बॉयनकडून महादजीनें तयार करविले आणि त्यांजवरच उत्तर हिंदुस्थानचा सर्व कारभार सोंपवून स. १७९२ च्या जून महिन्यांत महादजी पुण्यास आला, तो तेथेंच स. १७९४ च्या फेब्रुवारींत मरण पावला. पेरॉन नामक दुसरा एक फ्रेंच गृहस्थ डी बॉयनच्या हाताखालीं होता त्यानेंच शिंद्याचीं पलटणें दक्षिणेंत आणून खर्ड्याच्या लढाईंत काम केलें. पुढें डी बॉयनची प्रकृति अतिशय खालावली. स. १७८४ पासूनच्या दहा वर्षांत त्यास अतोनात कष्ट पडले. म्हणून तब्यतीकरितां स्वदेशीं जाण्याचें त्यानें ठरविलें. आणि स्वदेशास जाण्यासाठीं दौलतरावाची रजा घेतली व 'कांहीं झालें तरी इंग्रजांशीं लढाईचा प्रसंग आणूं नका' अशी निर्वाणीची सूचना[1] दौलतरावास करून डी बॉयन स. १७९५ च्या क्रिस्तजयंतीस आपलें जहागिरीचें ठिकाण

---

१. ही सूचना खरी नसून केवळ आख्यायिका आहे. बुसी, सफ्रां वगैरेंचें पाणीच डी बॉयनच्या अंगीं असावें.

कौल ऊर्फ अलीगड सोडून निघाला आणि लखनौवरून कलकत्त्यास जाऊन तेथून पुढील सालच्या सप्टेंबरांत जहाजांत बसला, तो १७९७ च्या आरंभीं इंग्लंडास पोंचून तेथून पुढें शांबेरीस जाऊन राहिला.

परत गेल्यावर शांबेरी गांवाच्या बाहेर विस्तीर्ण जागा घेऊन तेथें स. १८०३ सालीं त्यानें एक मोठा वाडा बांधिला. त्याचें हें गांव स. १७९२ त सार्डिनियाकडून फ्रान्सच्या कबजांत गेलें होतें. डी बॉयन परत गेला तेव्हां फ्रान्सांत नेपोलियनची मोठी धामधूम चालू होती, पण तिकडच्या कोणत्याही व्यवहारांत तो पडला नाहीं. नेपोलियनचा पाडाव झाल्यावर डी बॉयनच्या संपत्तीमुळें त्याची प्रतिष्ठा फार वाढली. हिंदुस्थानांत असतां त्यानें एका मुसलमान बाईशीं लग्न केलें. तिला सन १७९२ त दिल्ली येथें मुलगा झाला तोच पुढें युरोपांत त्याच्या जिंदगीचा वारस झाला. त्याचें नांव प्रथम अलीबक्ष असें होतें. पण युरोपांत त्यास क्रिस्त-दीक्षा मिळाल्यावर त्याचें नांव चार्लस अॅलेक्झांडर असें ठेवण्यांत आलें. परत गेल्यावर इंग्लंडांत बॉयननें दुसरें लग्न गेलें. पण त्याची व त्या नवीन बायकोची दहा महिन्यांनींच फारकत झाली. ती बाई पुढें पुष्कळ दिवस जगून स. १८६६ त मरण पावली. याच बाईनें फ्रेंच भाषेंत डी बॉयनचें चरित्र लिहिलें आहे. तिनें आपल्या लेखांत त्याची बरीचशी नालस्ती केली आहे. हिंदुस्थानांत एतद्देशीय सत्ताधीशांनीं पाश्चात्य धर्तीवर 'कवाइती कंपू तयार केले त्यांचा उदय, विस्तार व अस्त' या नांवाचें एक इंग्रजी पुस्तक लुई फर्डिनंड स्मिथ या गृहस्थानें स. १८०५ त छापलेलें आहे, त्यांत डी बॉयनचा भरपूर तपशील आहे. शिवाय राजस्थानचा इतिहासकार टॉड व मराठ्यांचा ग्रँट डफ या दोघांनीं हिंदुस्थानांतून परत गेल्यावर शांबेरी येथें जाऊन डी बॉयनची गांठ घेतली व प्रत्यक्ष त्याच्या तोंडून पुष्कळ माहिती मिळवून ती आपल्या इतिहासांत लिहून ठेविली. शांबेरी गांवांत 'हत्तीचा कारंजा' म्हणून चार हत्तींवर एक उंच मनोरा करून त्यावर डी बॉयनचा पुतळा बसविलेला आहे. तसेंच त्या गांवांतील मंदिराच्या आवारांत त्याची एक सुंदर कबर आहे. तींतही त्याच्या थडग्यावर त्याचा पुतळा बसविलेला आहे. तसेंच त्याच्या नांवानें दोन रुग्णालयें, एक भिक्षागृह, एक विद्यालय, आणि एक पुस्तकालय, अशा संस्था त्याच्याच खर्चानें अद्याप पावेतों चालल्या आहेत. या शांबेरी गांवीं डी बॉयन ता. २१-६-१८३० रोजीं मरण पावला.

उत्तर मराठशाहींत पूर्वीची गनिमी पद्धत सोडून पाश्चात्यांची कवाइती पद्धत अनेकांनीं स्वीकारिली, तिची व्यवस्था डी बॉयनच्या प्रयोगावरून कळून येते. या नवीन पद्धतीनें नफा नुकसान काय झालें याचा विचार कै. प्रो. हरिभाऊ लिमये यांनीं ' कवाइती कंपू व देशी संस्थानें ' या उत्कृष्ट निबंधांत केला असून तो अभ्यासकांनीं वाचावा अशी सूचना आहे.

३. पेरोन * (१७५५–१८१४).—डी बॉयनचा जोडीदार **पेरोन** हा त्याच्या अगदीं उलट होता. त्याचाही जन्म फ्रान्सांतच ' शाटो डूल्वा ' गांवीं स. १७५५ त होऊन सफ्रांच्या आरमारी फौजेबरोबर तो स. १७८२ त हिंदुस्थानांत आला. पुढें त्यास डी बॉयननें आपल्या हाताखालीं घेतलें. स. १७९९त त्यानें आग्र्याचा किल्ला जिंकून घेतल्यानें त्याजवर दौलतरावाची मर्जी बसली, आणि त्यास चंबळपासून सतलजपर्यंतच्या तमाम प्रदेशाचा संपूर्ण कारभार दौलतरावानें सुपूर्त केला. एवढा अधिकार महादजीनेंही डी बॉयनला दिला नव्हता. पेरोन रणांगणावर शौर्य दाखविण्यांत कमी नव्हता, पण त्यास अक्कल कशी ती नव्हती. महादजीच्या तुलनेनें जसा दौलतराव हीन, तसाच डी बॉयन्च्या तुलनेनें पेरोन होय. डी बॉयन निघून गेल्यावर शिंद्याच्या कवाइती फौजेचें आधिपत्य पेरोनकडे आलें. हें काम त्यानें स. १७९६ पासून १८०३ पर्यंत आठ वर्षें केलें. तो कृतघ्न, स्वार्थपरायण व क्षुद्र खटपटी करण्यांत निमग्न असे. आपण येथून दोन कोट रुपये कमावून युरोपास नेले असें तो स्वतःच सांगतो. या रकमेवर त्यानें बावीस वर्षें स्वदेशांत यथेच्छ चैन केली.

पेरोन व दौलतराव ही जोडी अगदीं जशास तशी होती. दोघेही उल्लू व अविचारी, थोड्याशा विजयानें असे फुगून जाणारे कीं, मग कोणत्याही गोष्टीचें भान राहवयाचें नाहीं. स. १८०२ च्या आरंभीं दोघांचीही सर्वत्र चलती होऊन त्यांस आकाश ठेंगणें झालें. उत्तरोत्तर पेरोन दौलतरावास कस्पटासमान समजूं लागला. शिंद्याच्या एकूण एक अनुभवी सरदारांस त्यानें दुखविलें, आणि त्या सर्वांनीं दौलतरावाकडे त्याजबद्दल कागाळ्या केल्या. दौलतरावानें स. १८०२ च्या आरंभीं त्यास उज्जेन येथें भेटीस बोलाविलें. त्या भेटींत पांच लाख रुपये नजर करून पेरोननें दौलतरावाची समजूत केली.

---

* Malleson's Final French Struggles P. 211–216.

दौलतरावास भेटून पेरोन अलीगड येथें परत गेला तों बाजीरावाकडून दौलतरावाकडे निकडीची मागणी फौज पाठविण्याविषीं आली. या वेळीं दौलतरावाजवळ उज्जेन येथें तीन कंपू होते. एक सदर्लंडचा, दुसरा फिलोजचा व तिसरा बेगम समरूचा. पेरोनजवळ दोन कंपू होते, त्यांपैकीं आणखी एक आपल्याकडे पाठविण्याविषीं दौलतरावानें पेरोनला हुकूम पाठविला. त्यावरून पेरोनला वाटलें कीं, दौलतरावाचा विचार आपल्याजवळचा फौज काढून आपणास निर्बळ बनविण्याचा आहे. फौज हातची गेल्यावर आपणास कोण विचारतो ! अशा विश्वासघातकी भावनेस बळी पडून तीन महिने पावतों पेरोननें दौलतरावाकडे बिलकूल फौज पाठविली नाहीं. इकडे स. १८०२ च्या ऑक्टोबरांत यशवंतराव होळकरानें पुणें हस्तगत केल्यावर बाजीराव पळून गेला आणि त्यानें दौलतराव शिंद्यास निकडीचीं पत्रें पाठवून आपल्या मदतीस बोलाविलें. दौलतरावानें कंपू मागितला असतां तो पेरोननें पाठविला नाहीं. मागितलेला कंपू न पाठविला तर इंग्रज लोक बाजीरावास कबजांत घेतील ही गोष्ट पेरोन जाणून होता. पेरोनचा कंपू वेळेवर न आल्यानें दौलतरावाकडून बाजीरावाची कुमक झाली नाहीं. त्या योगानें त्यानें वसईस इंग्रजांशीं तह करून त्यांची तैनाती फौज आपल्या मदतीस आणिली, तेव्हां मग पेरोननें चवथा कंपू उज्जनीस पाठविला, पण वेळ निघून गेल्यावर त्याचा काय उपयोग ? आपल्या हयगयीबद्दल दौलतराव आपणास आतां शिक्षा केल्याशिवाय राहणार नाहीं हें जाणून पेरोननें आपल्या नोकरीचा राजीनामा यजमानाकडे पाठवून दिला; आणि इंग्रज गव्हर्नर जनरल वेल्स्लीच्या मार्फत युरोपास परत जाण्याची सिद्धता केली. इतक्यांत मराठे सरदारांनीं इंग्रजांशीं लढण्याचा बेत ठरविला, आणि दौलतरावानें पेरोनचे अपराध माफ करून त्याचा राजीनामा रद्द केला. पेरोननेंही बाह्यतः इंग्रजांशीं लढण्याचा खूब डौल आणिला. फ्रान्सांत या वेळीं नेपोलियन इंग्रजांशीं नेटानें लढत असून, पेरोन जर शिंद्यास सोडून इंग्रजांस मिळता तर त्यास फ्रान्सांत परत जाण्यास तोंडच राहिलें नसतें. अंबाजी इंगळ्याशीं पेरोनचें मूळपासून हाडवैर होतें. हा आयत्या वेळीं विश्वासघात करून तुम्हांस बुडवील, अशी इंगळ्यानें दौलतरावाची समजूत पाडून त्याजकडून पेरोनच्या हातांतील दिल्लीचा कारभार काढून घेतला, त्याबरोबर पेरोनचें वजन संपलें.

वसईच्या तहानें दौलतरावाचे डोळे उघडले. महादजीनें एवढी फौज उभारण्याचा अट्टाहास कां केला, त्याचा उलगडा आतां त्यास झाला. ज्या होळकराशीं

लढण्यांत त्यानें इतके दिवस कृतकृत्यता मानली, त्याजपाशीं आतां गयवयां करून तो मदतीची याचना करूं लागला. परंतु यशवंतराव होळकर अत्यंत खुनशी व घमेंडखोर. त्याला तर पुढचा पोंच किंवा विचार बिलकूल नव्हता. या परिस्थितीचा फायदा वेल्स्लीनें घेऊन १८०३ च्या ऑगस्टांत एकदम मराठ्यांवर युद्ध पुकारिलें. त्या वेळीं पेरोन अलीगडला होता. त्याचा दुय्यम बूर्किन म्हणून शिंद्याच्या फौजेंत होता, त्यानें पेरोनला पकडून ठार मारण्यास आपली फौज सुद्धां पाठविली. त्यापूर्वींच शिंद्याच्या फौजेचें व इंग्रजांचें युद्ध सुरू होऊन, इतके दिवस खाल्लेल्या अन्नाचें चीज करून दाखविण्याची उत्कृष्ट संधि पेरोनला आली असतां, आणि इंग्रजांच्या दीडपट फौज हाताखालीं असतां, त्यानें समरविन्मुख होऊन पलायन केलें, फितुरानें धन्याची मान कापिली, आणि आपल्या शिपाईबाण्यास कायमचा डाग लावून घेतला. थोड्याच दिवसांत आपल्या बायकामाणसांसह तो मथुरेनजीक सास्नी येथें इंग्रज सेनापति लेक याच्या स्वाधीन झाला. येथें त्याची करामत संपली. तो स. १८०५ त युरोपास जाऊन नेपोलियनला भेटला; पण त्या निमकहरामी गृहस्थाला नेपोलियननें बिलकूल आदर दाखविला नाहीं. पुढें पुष्कळ दिवस जगून तो स. १८३४ त मरण पावला. फ्रान्स देशांत डी बॉयनची अद्यापि प्रतिष्ठा आहे, पण पेरोनचें नांव सुद्धां कोणास माहीत नाहीं. पेरोन नेहमीं लोकांजवळ येथें दिमाखानें सांगे कीं, ‘डी बॉयनला कसा मी घालवून दिला !’ डी बॉयननें या त्याच्या शेखीची बिलकूल पर्वा केली नाहीं, पेरोननें दौलतरावास व त्याजबरोबर समस्त मराठशाहीस तोंडघशीं पाडिलें. शस्त्र तयार करणें सोपें, वापरणेंच कठिण. दौलतरावाचा पाडाव झाल्यावरही त्याजवळ फ्रेंचांचें वजन थोडें बहुत चालू राहिलें. त्यांत जीन बॅप्टिस्ट फिलोज हा गृहस्थ मोठ्या योग्यतेस चढला. त्याचा वंश अद्यापि शिंद्याच्या पदरीं आहे.

४. मिकेल फिलोज.—हा इटालियन गृहस्थ फारसा हुशार किंवा शिकलेला नव्हता. डी बॉयनजवळ त्यानें बरेच दिवस काम केलें; पण खटपटी व फितुरी स्वभावामुळें त्याचें डी बॉयनशीं पटलें नाहीं, तेव्हां महादजीनें त्यास स्वतंत्र करून नवीन पलटण बनविली. ती घेऊन तो पुण्यास आला. तेथें तो व त्याचा मुलगा फिडेल फिलोज यांनीं मिळून आणखी फौज वाढविली. खड्र्याच्या लढाईंत या पलटणांनीं चांगलें काम केलें. मिकेल अत्यंत विश्वासघातकी होता. महादजीच्या मृत्यूनंतर त्यानें नानाफडणिसाशीं संधान बांधून धन्याशीं बेइमानी केली. स. १७९७ त

नाना दौलतरावाच्या भेटीस गेला, तेव्हां मिकेलनें नानास कोणताही अपाय होणार नाहीं अशी जामीनगिरी बायबलच्या शपथेची पत्करिली असतांही त्यानेंच ता. ३१-१२-१७९७ रोजीं नानास पकडून दौलतरावाच्या हवालीं केलें. या त्याच्या विश्वासघाताबद्दल सर्व युरोपियन व एतद्देशीय सरदारांत फिलोजची अत्यंत नाचक्की झाली. यानें युरोपीय लोकांचें नाक कापलें अशी सर्वांची भावना झाली. नाना सुटून आल्यावर तो आपला सूड घेईल या भीतीनें मिकेल पळून मुंबईस गेला. त्याचा मुलगा फिडेल मात्र दौलतरावापाशीं राहिला. स. १८०१ सालीं नुरी,उज्जेन व इंदुर (ता. १४-१०-१८०१) येथें शिंदे-होळकरांच्या निकराच्या लढाया झाल्या, त्यांत फिडेलनें चांगलें नांव गाजविलें. पुढें त्यानें आपली मान कापून घेऊन जीव दिला. याचें कुटुंब अद्यापि ग्वालेर येथें नांदत आहे.

जॉन हेसिंग.—याचें नांव पूर्वी आलें आहे. हा डच गृहस्थ आरंभापासून डी बॉयनच्या हाताखालीं होता. महादजीच्या सर्व लढायांत यानें चांगलें काम केलें. पुढें डी बॉयनचें व त्याचें वांकडें आलें, तेव्हां शिंद्यानें नवीन बॉडीगार्डची पलटण बनवून तिचें मुख्य काम हेसिंग यास दिलें. हाच बॉडीगार्ड घेऊन महादजी पुण्यास आला. तेथें हेसिंगची प्रकृति बिघडून तो परत आग्र्यास गेला, आणि स. १८०३ सालीं मरण पावला. पुण्याहून तो गेला, तेव्हां त्याचें काम महादजीनें त्याचा मुलगा जॉर्ज हेसिंग यास दिलें. महादजीच्या मृत्यूनंतर दौलतरावानें या हेसिंगची फौज पुष्कळ वाढविली. तिचा उपयोग शिंद्यास स.१८०१ त होळकराशीं लढतांना झाला. उज्जनपासून ३५ मैलांवर नुरी येथें लढाई होऊन यशवंतरावानें शिंद्याचा पराभव केला. या लढाईत उत्कृष्ट सेनापतीचे गुण यशवंतरावानें दाखविले. पुढें जॉर्ज हेसिंग आग्र्यास गेला; आणि स. १८०३ सालीं तें स्थळ लेकनें हस्तगत केलें, तेव्हां तो त्याच्या स्वाधीन झाला.

कर्नल पेड्रोन-नांवाचा एक फ्रेंच अधिकारी डी बॉयनच्या हाताखालीं असून, स. १७९५ त तिसऱ्या कंपूचा तो मुख्य होता. लखबा दादा व टॉमस यांजवर पेरोननें युद्ध केलें, त्यांत हा पेड्रोन मुख्य असून स. १८०३ त अलीगडच्या लढाईत लॉर्ड लेकशीं तो अखेरपर्यंत झगडला. परंतु निकरानें हल्ला करून लेकनें अलीगडचें ठाणें हस्तगत केल्याबरोबर सर्व मराठे सरदारांचे हातपाय गळून गेले. पेड्रोन यास पकडून लेकनें स्वदेशीं रवाना केलें.

बूर्किवन म्हणून दुसरा एक फ्रेंच अधिकारी होता,त्याचें नांव मागें आलें आहे. पेरोन व पेड्रोन गेल्यावर शिंद्याच्या फौजेचा हा बूर्किवन मुख्य झाला दिल्लीजवळ त्यानें ता.११-९-१८०३ रोजीं लेकबरोबर निकराचा सामना केला,आणि पराभव पावून दुसऱ्या आणखी पांच अंमलदारांसह कैद होऊन लेकच्या हातीं पडला.

ड्यूड्रनेक.—हा स.१७७४ च्या सुमारास एका फ्रेंच जहाजावर हिंदुस्थानास आला. कांहीं दिवस बेगम समरूची नोकरी केल्यावर स.१७९१ त त्यानें तुकोजी होळकराची नोकरी पतकरून डी बॉयनच्या तऱ्हेवर चार कंपू तयार केले. लाखेरीच्या लढाईत या कंपूचा नाश झाला, तरी पुन्हा त्यानें ते पहिल्यासारखे बनविले, त्यांचा उपयोग त्यानें खड्र्याच्या लढाईत करून दाखविला. तुकोजीच्या मृत्यूनंतर काशीरावाच्या तर्फेनें त्यानें यशवंतरावाशीं अनेक लढाया मारल्या. पुढें यशवंतरावाची सरशी झाली तेव्हां ड्यूड्रनेक आपले कंपू घेऊन त्यास मिळाला. तथापि यशवंतरावाचा विश्वास त्याजवर कधीं बसला नाहीं. स. १८०१ सालीं यशवंतरावाचें शिंद्याशीं युद्ध चालू झालें,त्यांत ड्यूड्रनेक शिंद्यांच्या नोकरीस राहिला. यशवंतरावानें त्याच्या जागीं व्हिकर्स नांवाच्या दुसऱ्या एका इंग्रज गृहस्थाची नेमणूक केली. दौलतरावानें ड्यूड्रनेक यास पेरोनच्या हाताखालीं नेमिलें.स.१८०३च्या फेब्रुवारींत एक कंपू घेऊन तो अलीगडाहून उज्जेनला आला. तेथून तो परत जात असतां लासवाडी येथें त्याची लेकशीं गांठ पडली. त्याच्या कंपूंनीं इंग्रजांशीं लढून शिपाईबाणा राखिला, पण स्वतः ड्यूड्रनेक लढाईपूर्वींच ता. ३०-१०-१८०३ रोजीं लेकला शरण जाऊन त्याच्या स्वाधीन झाला. कोयल येथें त्यानें आपल्या राहण्याचा बंगला बांधिला होता.

५. **रेमंड** (२०-९-१७५५—२५-३-१७९८).–महादजीशिवाय दुसऱ्या अनेक हिंदी सत्ताधीशांनीं पाश्चात्य लष्करें आपल्या पदरीं बाळगलीं, त्यांचाही परिणाम कांहीं ना कांहीं कारणानें हिंदुस्थानास फायदेशीर झाला नाहीं. निजामानें स. १७६८ त इंग्रजांशीं तह करून त्यांची थोडी फौज मदतीस घेतली, पण तिचा उपयोग प्रसंगीं निजामास बिलकूल होईना. म्हणून पुढें स. १७७९ त इंग्रजांविरुद्ध चौकडीचें कारस्थान सिद्ध झालें, त्या वेळीं निजामानें पुनरपि फ्रेंच फौज आपल्या नोकरीस ठेविली, तिजवर काउंट लालीचा पुतण्या मुख्य होता. या लाली खुर्दनें सहा वर्षें निजामाच्या पदरीं काम केल्यावर निजामानें रेमंड यास फ्रेंच फौजेवर सेनापति नेमिलें. हा रेमंड एका फ्रेंच व्यापाऱ्याचा मुलगा. त्याचा जन्म

ता. २०-९-१७५५ रोजीं झाला. पुढें व्यापाराच्या उद्देशानें तो स. १७७५ त पांदिचरीस आला; आणि साहसप्रिय असल्यामुळें त्यानें टिपूच्या पदरीं नोकरी पतकरिली. स. १७८० पासून इंग्रज-टिपूच्या लढाया झाल्या त्यांत तो टिपूकडे होता. स. १७८३ त बुसी पांदिचरीस दाखल झाला, तेव्हां त्यानें रेमंड यास आपला ए. डी. कँप नेमिलें. बुसी पुढें स. १७८५ च्या जानेवारींत मरण पावला तेव्हां रेमंडनें निजामलीची नोकरी धरिली; आणि डी बॉयनप्रमाणेंच, परंतु कांहीं निराळ्या तऱ्हेवर निजामाचे कवाइती कंपू तयार केले. प्रथम ही कवाइती फौज ३०० होती ती सन १७८६ त ७०० होऊन, हळू हळू पांच हजारपर्यंत वाढली; व पुढें तींत पंधरा हजार लोकांचीं २० पलटणें तयार झालीं. त्या सर्वांवर मिळून १२४ युरोपियन अंमलदार होते. खडर्याच्या लढाईंत निजामास अपयश आलें त्याची जबाबदारी रेमंडकडे बिलकूल नाहीं. निजामाचा मुलगा अलीजा यानें बंड केलें. बेदर हस्तगत करून त्यानें बापाशीं लढाई आरंभिली. त्या कठिण प्रसंगांत रेमंडनें अलीजाचा पाठलाग करून त्यास पकडून आणिलें. हत्तीवर पडद्याच्या हौद्यांत बसवून त्यास आणीत असतां, अपमान सहन न होऊन त्यानें विषप्राशन करून जीव दिला. (जून-सप्टेंबर स. १७९५). अशी रेमंडनें निजामाची नोकरी चांगली बजावली. पुढें निजामाजवळ त्याचें वजन इतकें वाढलें कीं, त्याच्या फौजेंत चौदा हजार पायदळ, सहाशें घोडेस्वार व उत्कृष्ट सजविलेला तोफखाना इतकी तयारी झाली. एवढ्या फौजेच्या खर्चास ५२ लक्षांचा मुलूख तोडून दिलेला होता. त्याशिवाय रेमंडला खासगी जहागीर ५० हजारांची होती. फ्रान्सांतील राज्यक्रांतीच्या पुरस्कर्त्यांशीं रेमंडचें निकट सूत्र असून फौजेंतील कोटांच्या गुंड्यांवर ‘ स्वतंत्रतेची टोपी ’ कोरलेली असे. रेमंडच्या फौजेचें निशाणही फ्रान्सच्या लष्करी ‘ श्वेतकमलांचें ’ होतें. वेल्स्लीला निजामाच्या या फौजेचा दरारा कां वाटे तें यावरून लक्षांत येईल. स. १७९८ च्या मार्च ता. २५ रोजीं रेमंड मृत्यु पावला, आणि त्याची जागा पिरन यास मिळाली. तो रेमंडसारखा हुशार नव्हता. ता. १-९-१७९८ रोजीं निजामानें इंग्रजांशीं तह करून आपल्या फ्रेंच फौजेस रजा दिली व इंग्रज फौज जवळ ठेविली. रेमंडच्या मृत्यूनें ही गोष्ट सहज सिद्धीस गेली. तो शूर, मनमिळाऊ व कर्तव्यदक्ष होता. डुप्ले, लाली, सफ्रॅं इत्यादि पराक्रमी पुरुषांनीं मांडलेला डाव आपण पुरा करून दाखवावा आणि इंग्रजांचा नक्षा मोडावा अशी त्याची मोठी हांव होती. फ्रेंचांच्या महत्त्वाकांक्षेस

आरंभापासून जीं विघ्नें येत गेलीं, त्यांतलें शेवटलें म्हणजे या रेमंडचा अकालीं मृत्यु होय.

जॉर्ज टॉमस.—हा ऐरिश गृहस्थ एकांड्या शिलेदारासारखा अठराव्या शतकाच्या अखेरीस प्रसिद्धीस आला. स. १७८२ सालीं एका इंग्रज लढाऊ जहाजावर मद्रासेस येऊन, कांहीं काळ कर्नाटकांत भटकून पुढें बेगम समरूजवळ नोकरीस राहिला. पांच वर्षें तिच्या नोकरींत असतां गोकुळगडच्या वेढयाच्या प्रसंगीं स. १७८८ त त्यानें बादशहाचा जीव वांचविल्यामुळें त्याची वाहवा झाली. समरूच्या बेगमेशीं लग्न करण्याचा त्याचा विचार होता तो जुळला नाहीं, तेव्हां बेगमेस सोडून त्यानें आप्पा खंडेराव याच्या पथकांत नोकरी धरिली. तेव्हां पंजाबांत जालंदरजवळ हर्यांना म्हणून परगणा आहे, तो जिंकून घेण्याची त्यास कामगिरी मिळाली (स. १७९४). त्या कामगिरींत लूट करून त्यानें पैसा जमविला व फौज वाढविली. पानिपतच्या पश्चिमेकडील हंसी किल्ल्यापासून हर्यांनापावेतोंचा प्रदेश त्यानें हस्तगत केला आणि स. १८०१ पावेतों दहा पलटणें व साठ तोफा एवढा एकट्याचा सरंजाम सजविला. वरील दोन स्थळांच्या दरम्यान जॉर्जगड नांवाचा एक किल्लाही त्यानें आपल्या नांवानें नवीन बनविला. पुनरपि बेगम समरूशीं त्याची दोस्ती बनली, आणि शिंद्याचा वजनदार सरदार अंबूजी इंगळे याच्या तंत्रानें वागून त्यानें दौलतरावाच्या अमदानींत हळूहळू अटक पावेतों सर्व पंजाब प्रांत जिंकण्याची मनीषा धारण केली. टॉमसची ही चढती कळा पेरोनच्या डोळ्यांत खुपूं लागली. स. १८०१ त पेरोननें त्यास दरडावून आपल्या ताब्यांत दिल्लीस येण्याचें पाचारण केलें. तें त्यानें अमान्य करतांच पेरोन त्याजवर चालून गेला. दिल्लीच्या पश्चिमेस १८ मैलांवर बहादूरगड येथें उभयतांची गांठ पडली. कांहीं वेळ समेटाचें बोलणें चाललें तें फिसकटल्यावर पेरोननें आपले दुय्यम बूर्क्विन व स्मिथ यांस टॉमसच्या पाठीवर पाठविलें. हंसीच्या ठाण्यांतून टॉमसनें स्मिथचा पराभव केला. त्यानंतर बूर्क्विनचाही त्यानें जॉर्जगडाजवळ पराभव केला. तेव्हां पेरोनकडून जास्त फौज टॉमसवर चालून आली. इकडे टॉमसच्या मदतीस यशवंतराव होळकर चालून येत होता. टॉमस हंसी किल्ल्यावर राहिला. स्मिथ व बूर्क्विन यांनीं त्यास वेढा घातला; आणि आतां प्राणावर बेतणार असें दिसून येतांच तो बूर्क्विनला शरण जाऊन आपल्या खाजगी ऐवजासह जीव बचावून कलकत्त्याकडे निघून गेला (ता.१-१-१८०२); आणि वाटेंतच बऱ्हाणपुर येथें मरण पावला.

माडेक किंवा **मेडॉक.**—म्हणून एका फ्रेंच गृहस्थाचें नांव कागदपत्रांत येतें. हा येथें फ्रेंच फौजेंत नोकर असून स. १७५७ त चंद्रनगर इंग्रजांनीं जिंकलें तेव्हां मोकळा झाला. पुढें त्यानें कांहीं दिवस समरूच्या हाताखालीं नोकरी केली. स. १७६५ त तो जाठाच्या आश्रयास गेला व त्याजकडून मीर्झा नजफकडे त्यानें आपली बदली करून घेतली. स. १७८२ त त्यानें आपली फौज व लढाऊ सामान गोहदचे राण्यास विकून स्वदेशीं प्रयाण केलें. माडेकनें राण्यास दिलेल्या फौजेंतील प्रत्येक इसम स. १७८४ त महादजीनें कापून काढिला.

महादजीच्या कवाइती फौजेंत दोनशें युरोपियन होते, त्यांची यादी ग्वालेर गॅझेटियरांत दिलेली आहे, त्यांत इंग्रज अंमलदार थोडे होते असें नाहीं. सदर्लंड, स्मिथ, शेफर्ड, गार्डनर, स्किनर, बेल्लासिस, डॉड, ब्राउन्रिग्ग, व्हिकर्स, रायन वगैरे अनेक इंग्रज होते. पैकीं पहिले पांच वेल्स्लीला शरण जाऊन हिंदी नोकऱ्या सोडून स्वस्थानीं गेले. शेवटचे पांच मारले गेले. कॅप्टन प्ल्यूमेट म्हणून एक फ्रेंच अंमलदार होळकराच्या फौजेंत होता, त्यानें स. १८०१ त उज्जनच्या प्रसंगीं शिंद्याशीं लढतांना फार चांगलें काम केलें. अत्यंत आज्ञाधारक व सचोटीचा अशी त्याची ख्याति होती. परंतु यशवंतरावासारख्या लहरी व कपटी धन्याची नोकरी त्यास अवघड वाटून तो मॉरिशस येथें जाऊन राहिला. मेजर स्मिथनें शिंदे-होळकरांच्या या कवाइती फौजांतील अंमलदारांच्या हकीकती लिहून ठेविल्या आहेत, त्यांत पेरोनच्या हाताखालील अंमलदारांसंबंधानें तो लिहितो, 'ही अंमलदारी म्हणजे केवळ फ्रान्सच्या राज्यक्रान्तीची लहानशी, पण हुबेहूब नक्कल होती. हजाम बबर्जीसारखे हलके लोक मोठ्या योग्यतेस चढून लाखों रुपये कमावणारे अंमलदार बनले. राज्यक्रान्तींतील मानवी समता या गोष्टींत मात्र सिद्ध झाली. एक डी बॉयन व दुसरा रेमंड हे दोघेच काय ते 'सज्जन' या संज्ञेस लायक होते.'

६. वॉल्टर रेन्हार्ट ऊर्फ समरू व त्याची बेगम*:—स. १७५० च्या पुढें इंग्रज-फ्रेंचांची लढालढी इकडे चालू असतां वॉल्टर रेन्हार्ट नांवाचा एक जर्मन सैनिक हिंदुस्थानांत येऊन चंद्रनगर येथें फ्रेंचांच्या नोकरीस राहिला. स. १७५७त चंद्रनगर इंग्रजांनीं हस्तगत केलें, तेव्हां फ्रेंचांची नोकरी त्यास सोडावी

* या बाईचें मनोवेधक इतिवृत्त संशोधनाच्या चौकस दृष्टीनें मराठी, फारशी फ्रेंच, व इंग्रजी वगैरे भाषांतील सर्व उपलब्ध माहिती गोळा करून व्रजेंद्रनाथ बानर्जींनीं प्रसिद्ध केलेलें अभ्यासकांस फार उपयुक्त वाटेल.

लागली. पुढें इकडे तिकडे भटकून नंतर मीरकासीमचा सेनापति गुर्गीखान याच्या हाताखालीं त्यानें नोकरी धरिली. त्याची मुद्रा गंभीर व खिन्न असल्यामुळें, त्यास त्याचे फ्रेंच सोबती सोंबर (Sombre=गंभीर) म्हणत. तेंच त्याचें नांव पुढें प्रसिद्ध होऊन, त्याचा देशी अपभ्रंश समरू झाला. तो हिंदी पेहराव करून इकडच्या लोकांसारखाच वागे व मुसलमानी भाषा बोले. मीरकासीमची त्याजवर मर्जी बसली; आणि स. १७६३ त पाटणा येथें ५१ बंडखोर इंग्रज मीरकासीमच्या हस्तगत झाले, त्यांची कत्तल त्यानें ह्या समरूकडून ता. ५ ऑक्टोबर १७६३ रोजीं करविली. पुढें मीरकासीमचा पाडाव झाल्यावर समरू पुनः आपल्या हाताखालील फौजेसह भटकूं लागला. स. १७६५ च्या एप्रिलांत त्यानें भरतपुरच्या जवाहीरसिंग जाठाजवळ नोकरी पतकरिली. स. १७७२ त जवाहीरसिंग मरण पावला, तेव्हां बादशहाचा वजीर मीर्झा नजफखान यानें जाठांवर स्वारी केली असतां, समरूनें जाठांची बाजू बरीच सांवरून धरली. तें त्याचें कसब पाहून नजफखानानें समरूस दरमहा तीस हजार रुपये कबूल करून कंपूसह आपल्या नोकरींत घेतलें. ता. २१ मे १७७४ रोजीं बादशहानें त्याची भेट घेऊन मोठा सन्मान केला. पाटणा येथें इंग्रजांची कत्तल केल्यापासून त्यांचा समरूवर विशेष राग होता. म्हणून बादशहाची नोकरी पतकरतांना त्यानें अशी स्पष्ट अट त्यास घातली कीं, ' इंग्रज किंवा त्यांच्या तंत्रानें चालणारा वजीर यांची मदत तुम्ही कधीं घेणार नसाल तरच मी तुमच्या नोकरींत राहीन. ' बादशहानें ती अट कबूल केली. या वेळीं त्याच्या हाताखालीं पांच उत्कृष्ट नवीन तोफा, कांहीं थोडे युरोपियन अम्मलदार, १९०० एतद्देशीय सैनिक व सहा हत्ती एवढी फौज होती. त्याच्या खर्चासाठीं दुआबांत अलीगडपासून मुजफरनगर पावेतोंच्या प्रदेशाची सहा लक्षांची जहागीर बादशहानें समरूस तोडून दिली. ही जहागीर दक्षिणोत्तर ३६ मैल लांब व पूर्वपश्चिम २४ मैल रुंद एवढया विस्ताराची असून प्रदेश उत्कृष्ट सुपीक, कापूस, तंबाकू, अफू यांच्या उत्पन्नाचा होता. त्या जहागिरींत मिरतच्या वायव्येस १२ मैलांवर सारधाना नांवाचें गांव होतें, तेथें समरूनें नवीन बंगले वगैरे बांधून वास्तव्य केलें (स. १७७७). परंतु दुर्दैवानें जहागिरीचा उपभोग घेण्यास तो फार दिवस जगला नाहीं. ता. ४ मे १७७८ रोजीं तो वाताच्या विकारानें मरण पावला. मरणापूर्वीं त्यानें एका मुसलमान मुलीशीं लग्न केलें, तीच पुढें त्याच्या मृत्यूनंतर बेगम समरू म्हणून प्रसिद्धीस आली.

या बाईचा जन्म सन १७५१ त झाला. तिच्या बापाचें नांव लुतुफ-अली-खान. तो मिरत प्रांतांत राहत असे. ती सहा वर्षांची असतांना तिचा बाप मरण पावला, आणि ती आपल्या आईबरोबर दिल्लीस आली. तेथें समरूची व तिची गांठ पडून, तिच्या अप्रतीम सौंदर्यानें मोहित होऊन त्यानें तिच्याशीं लग्न केलें. तेव्हांपासून तो सर्वस्वीं बायकोच्या तंत्रानेंच वागूं लागला; आणि त्याच्या हयातींतच ती हाताखालील पथकाची सर्व व्यवस्था स्वतःच पाहूं लागली. तिला मूल झालें नाहीं. समरू मरण पावल्यावर बादशहानें तिच्याच नांवानें सर्व नवऱ्याची जहागीर करून दिली. ती शूर व निश्चयी असून बादशहाची नोकरी तिनें अखेर-पर्यंत इमानानें बजाविली. त्यासाठीं पोलि नांवाचा एक जर्मन सैनिक तिनें आपल्या हाताखालीं घेतला. त्याशिवाय दुसरेही युरोपियन सैनिक तिच्या हाता-खालीं होते. त्यांच्या आग्रहास्तव सन १७८१ त तिनें आग्रा येथें क्रिस्ती धर्माची दीक्षा घेतली.

याच सुमारास वर सांगितलेला जॉर्ज टॉमस हा आयरिश नाविक हिंदुस्थानांत येऊन फिरत फिरत स. १७८७ त दिल्लीस आला. त्यास या बेगमनें आपल्या नोक-रींत घेतलें. त्याच्या सहाय्यानें तिनें आपल्या पथकाची व्यवस्था फारच सुधारली. टॉमसच्या हुशारीनें तिच्या फौजेस अनेक लढायांत जय येऊन तिची वाहवा झाली, आणि कांहीं वेळ बादशहाच्या शत्रूंस तिचा मोठा वचक बसला. स. १७८५ पासून महादजी शिंदे दिल्लीस येऊन बादशहाची व्यवस्था लावूं लागला. त्यानें बेगम समरूचें सहाय्य घेतलें; आणि तिनेंही कित्येक प्रसंगीं चांगली कामगिरी बजाविल्यावरून बादशहानें तिला 'झेबुन्निसा बेगम' अशी पदवी दिली. कित्येक कागदांत याच नांवानें ती प्रसिद्ध आहे. स. १७८८ च्या पावसाळ्यांत गुलाम कादरानें बादशहाचे हाल केले त्या वेळीं ती बाहेर दूरच्या कामगिरीवर होती, नाहीं तर तिनें बादशहाचा बचाव केला असता. ही बेगम व तिचा नवरा यांनीं बादशहास बजाविलें होतें कीं, 'तुम्हीं इंग्रजांची मदत न घ्याल तरच आम्ही तुमची नोकरी करूं.' या अटीमुळेंच स. १७८४ त व पुढें बादशहानें इंग्रजांची मदत न स्वीकारतां, महादजीचीच स्वीकारली, हें ध्यानांत ठेवणें जरूर आहे.

इकडे बेगम समरू पथक बाळगून सारधाना येथें राहत असे. लेव्हासो नांवाच्या एका फ्रेंच सरदारास स. १७९० च्या सुमारास तिनें आपल्या नोकरींत ठेविलें. तेव्हांपासून त्या दोघांचें प्रेम जडून बेगमेनें त्याच्याशीं गुप्तपणें पुनर्विवाह लाविला

(स. १७९३). ही गोष्ट जॉर्ज टॉमसला न आवडून त्यानें लगोलग बेगमेस सोडून महादजी शिंद्याच्या लष्करांत आप्पा खंडेराव याच्या पथकांत नोकरी धरिली. महादजी १२ फेब्रुवारी १७९४ रोजीं मरण पावल्यावर कांहीं काळ हा आप्पा खंडेराव दिल्लींत प्रमुख होता. ही संधि साधून जॉर्ज टॉमसनें बेगमेवर शस्त्र धरिलें; आणि तिची फौज सर्व फितविली. त्या संकटांत तिनें इंग्रजांशीं गोडी करून त्यांच्या आश्रयासाठीं ती पळून जाऊं लागली. पण त्या गडबडींत बंडखोरांनीं तिच्या पालखीवर हल्ला करून तिला जखमी केलें, तें पाहून बरोबर लेव्हासो होता, त्यानें आपल्या कपाळांत पिस्तुलाची गोळी मारून प्राण दिला. त्याबरोबर बंडखोरांनीं बेगमेस पकडून परत सारधानास नेऊन कैदेंत ठेविलें. नंतर पुन: तिनें जॉर्ज टॉमस यास विनंति करून जवळ बोलाविलें; आणि त्यानें लगोलग युक्तीनें तिची सर्व व्यवस्था लावून दिली (स. १७९५–९६), त्या योगानें तिची पुनरपि टॉमसशीं मैत्री जुळली. स. १८०२ सालीं हा टॉमस तिला सोडून युरोपास जात असतां रस्त्यांत बऱ्हाणपुर येथें मरण पावला. पश्चात् त्याच्या बायकामुलांचा सांभाळ बेगमेनें अखेरपर्यंत चांगला केला. लेव्हासोशीं सलगी केल्याबद्दल तिला पश्चात्ताप होऊन, तदुत्तर तिनें पूर्वीचे ढंग सोडून पुढील आयुष्य निर्मळ वृत्तीनें घालविलें.

मराठ्यांच्या युद्धांत इंग्रजांची हानि नानाप्रकारें झाल्यामुळें त्यांनीं बादशाही व्यवहारांत पुष्कळ काळ हात घातला नाहीं. परंतु वेल्स्लीच्या कारभारांत इंग्रजांचा जोर वाढून मराठ्यांची बाजू खालावली, तेव्हां पुढें बादशहाच्या बचावाची गोष्ट सोडून समरू इंग्रजांशीं पत्रव्यवहार करून त्यांचा स्नेह संपादिला. स. १८०३ त इंग्रजांनीं दिल्ली हस्तगत केली, तेव्हां इंग्रजांविरुद्ध यजमानाची बाजू सांभाळण्याऐवजीं तिनें लॉर्ड लेकबरोबर गुप्त पत्रव्यवहार करून आपली सारधानाची जहागीर इंग्रजांकडून कायम करून घेतली. खरें म्हटलें तर ती बादशहाकडून जहागीर खात होती, म्हणून त्याच्या बचावास फौजेनिशीं धावून जाणें तिचें कर्तव्य होतें; परंतु बादशहाची स्थिति तरी इतकी निकृष्ट होती कीं, तो शिंद्याच्या ताब्यांत राहिला काय, किंवा इंग्रजांच्या राहिला काय सारखाच, असें समजून, इतर सर्व संस्थानिकांनीं स्वसंरक्षणाचा जो मार्ग स्वीकारिला, तोच बेगम समरूनेंही ग्रहण केला. या संबंधानें तिचा गव्हर्नर जनरल वगैरेशीं झालेला पत्रव्यवहार वाचण्यालायक आहे.

स. १८०५ सालांत दिल्लींतील भानगडींची निरवानिरव होऊन बेगम समरू सारधानाच्या जहागिरींत स्वस्थ बसली. तिच्या फौजेसही काम राहिलें नाहीं. पुढें तीस वर्षेंपर्यंत आपल्या जहागिरीचा उपभोग घेऊन व वृद्धावस्थेस पोंचून ही विचित्र बाई ता. २७ जानेवारी स. १८३६ रोजीं सारधाना येथें मरण पावली. पश्चात् तिची जहागीर खालसा झाली. तीस वर्षांच्या या तिच्या कारभारांत रयतेच्या सुखाच्या तिनें अनेक गोष्टी केल्या. विशेषतः क्रिस्ती धर्मांकडे तिचा ओढा पुष्कळ असल्यामुळें, त्या धर्मासाठीं तिनें नानाविध दानधर्म केला व मंदिरें वगैरे बांधिलीं. मृत्युपूर्वी तिनें पुढील व्यवस्था इंग्रजांच्या मार्फत ठरवून दिली आणि डेव्हिड डाइस् यास दत्तक घेऊन जवळ असलेली सुमारें पन्नास लाखांची मालमत्ता त्याच्या नांवानें लिहून दिली. रोमच्या पोपाकडे पंधरा लक्ष रुपयांचा ऐवज तिनें धर्मार्थ पाठविला. तिचा वारस डेव्हिड डाइस् युरोपास जाऊन सर्व मत्ता खर्च करून लंडन येथें स. १८५० त गरीब स्थितींत मरण पावला. सारधाना येथें त्याचे वाडे वगैरे होते त्यांचें लिलांव करण्यांत आलें. हिंदुस्थानचा पैसा किती मार्गांनीं परदेशांत गेला हें लक्षांत ठेवण्याजोगें आहे.

बेगम समरूच्या या चरित्रावरून हिंदुस्थानच्या इतिहासांत सतराव्या शतकाच्या अखेरीस कसकशा भानगडी उत्पन्न झाल्या होत्या त्यांची कल्पना होते.

७. **पुण्याचे इंग्रज वकील, चार्लस् मॅलेट,** * (स. १७८६–९६).— दोन सत्ताधीशांचे राजकीय संबंध सारखे वाढत चालले कीं, त्यासाठीं एकमेकांचे वकील एकमेकाच्या दरबारांत नेमण्याची आवश्यकता उत्पन्न होते. माधवरावाच्या वेळेस मॉस्टिनची नेमणूक पुण्यास झाली. त्यानंतर सालबाईचीं वर्ष दोन वर्षें अँडर्सन महादजीजवळ राहून अनेक भानगडी उरकीत होता. पुढें सालबाईनंतर महादजीला दिसून आलें कीं, चालू राजकारणांत अनेक प्रश्न उपस्थित होत असून त्यासाठीं इंग्रजांचा कायम वकील आपल्याजवळ राहणें सोयीचें होईल. अँडर्सननें ही महादजीची इच्छा कलकत्त्यास हेस्टिंग्सला लिहून कळविली. तेव्हांपासून या संबंधाची वाटाघाट सुरू होऊन पुढें मॅलेटची स्वतंत्र नेमणूक झाली. ही नेमणूक करण्यास इंग्रजांस आणखी एक कारण असें झालें कीं, वॉरन हेस्टिंग्स स. १७८५ च्या

---

* **आधार.**-मॅलेटची रोजनिशी, पारसनीसकृत मॅलेट चरित्र, व Poona in Bygone Days; राजवाडे खं. १०–२७९; मॅक्डोनॅल्डचें नानाफडणीस चरित्र इत्यादि.

आरंभीं गव्हर्नर जनरलचें काम सोडून स्वदेशीं गेला; आणि त्याच्या जागीं मॅक्फर्सननें दीड वर्ष काम केलें. हेस्टिंग्सचें धोरण महादजीला केव्हांही न दुखवावें असें होतें, तें इतर इंग्रजांस पटलें नाहीं. सालबाईच्या तहापासून इंग्रज-मराठ्यांचे सर्व व्यवहार महादजीच्या मार्फत चालू लागले, याचें वैषम्य पुण्यांतील नानाफडणीस वगैरे कारभाऱ्यांस वाटून, त्यांनीं मुंबईकरांशीं बोलणें करून पुण्यासच स्वतंत्र इंग्रज वकील ठेवण्याचें ठरविलें. याच संधीस म्हणजे स. १७८५ च्या आरंभीं दिल्लीच्या बादशहानें महादजीचा आश्रय केला, त्या अधिकाराच्या जोरावर महादजीनें इंग्रजांकडे बंगाल, सुरत वगैरे प्रांतांच्या चौथाई वसुलाची मागणी केली, ती इंग्रजांस अतिशय झोंबली, आणि कसेंही करून महादजीचें वर्चस्व कमी करण्याचा घाट इंग्रजांनीं रचिला, त्यास नानाफडणिसानें दुजोरा दिला.

चार्लस् मॅलेटचा जन्म सन १७५२ त झाला. थोडेसें शिक्षण मिळाल्यावर तो ईस्ट इंडिया कंपनींत कारकुनी नोकरी पतकरून स. १७७० त मुंबईच्या वखारींत दाखल झाला. पुढें त्याची बदली खंबायतेस झाली. स. १७७५ त महीवरील लढाईंत दादा पराभव पावून पळून खंबायतेस गेला, तेथून मॅलेटनें जहाजांची वगैरे सोय करून त्यास सुरतेस पोंचविलें. या उपकाराबद्दल दादा मॅलेटची सदैव वाखाणणी करी. या वेळीं मॅलेटनें फारशी व हिंदुस्थानी भाषांचा चांगला अभ्यास केला. कांहीं वर्षांनीं त्याची बदली मुंबईस गव्हर्नरचा सेक्रेटरी म्हणून झाली. दरम्यान पुण्यास इंग्रज वकील नेमण्याची वाटाघाट चालून नानाफडणिसाचा रुकार येतांच त्या जागीं मॅलेटची नेमणूक करण्यांत आली. मात्र हा वकील कलकत्तेकर गव्हर्नर जनरलच्या हुकमतींत राहावयाचा असल्यामुळें, मॅलेटनें प्रथम कलकत्त्यास जाऊन समक्ष कामाची समजूत घ्यावी, आणि रस्त्यानें जातांना महादजी शिंद्याची भेट घेऊन पुढें जावें, असा त्यास मुंबईकरांचा हुकूम झाला. सहज प्रवास घडतो तर सर्व देशस्थिति अवलोकन करून त्याची हकीकत लेखी सादर करावी, असें मॅलेट यास कळविण्यांत आलें; आणि त्यासाठीं एक इंजीनियर व आणखी दोन इंग्रज त्याजबरोबर देण्यांत आले. या संबंधानें नानानें महादजीस लिहिलें कीं, 'सरकारचीं व आम्हीं आपलीं पत्रें मालिट यास पुण्यास येण्याविषयीं पाठविलीं आहेत. ते आल्यावर लिहून पाठवूं.' नानानें मुंबईसही कळविलें कीं, 'कलकत्त्याहून पुण्यास वकील रवाना करणार त्यास मेस्तर **मालिट** वाकब आहेत, तेच आल्यास फार चांगलें.'

ता. २७-१-१७८५ रोजीं मॅलेट मुंबईहून सुरत, भडोच, पावागड, दोहद मार्गानें उज्जनीस जाऊन तेथून ग्वालेर आग्र्यावरून मथुरा येथें त्यानें ता. २०-३-१७८५ रोजीं महादजीची भेट घेतली. महादजीजवळ त्या वेळीं धाकटा इंद्रसेन म्हणजे जेम्स अँडर्सन होता. पुण्यास स्वतंत्र इंग्रज वकील राहवा ही गोष्ट महादजीस आवडली नाहीं. इंग्रजांचें राजकारण सर्व आपल्याच मार्फत चालावें, पुणेकरांनीं आपल्या तंत्रानें वागावें असें त्यास वाटत असल्यामुळें, त्यानें मॅलेट भेटीस आला असतां त्याजशीं मनमोकळें करून कांहींच संभाषण केलें नाहीं. तो मुळीं मुख्य कामासंबंधानें कांहींच बोलेना व लगोलग त्यास निरोपही देईना. ता. २३-५-१७८५ रोजीं कलकत्त्यास ॲक्टिंग गव्हर्नर जनरल मॅक्फर्सन यास मॅलेटनें कळविलें कीं, ‘ महादजीबद्दल तुम्हांस कितीही आदर वाटत असला, तरी त्याचें महत्त्व वाढल्यापासून कंपनीस धोका आहे. बादशहा, त्याचे उमराव, व सर्व राजपूत राजे यांस त्यानें आपल्या लगामीं लावून पुणेकरांसही तो आपल्याच तंत्रानें वागवितो. वास्तविक मराठ्यांचा मुख्य स्वामी छत्रपति, त्याची सत्ता पेशव्यांचे हातांत, आणि आतां बादशाहीचीं सर्व राज्य-सूत्रेंही पेशव्यांचेच हातांत, म्हणजे दोन राज्यांची सार्वभौम सत्ता पर्यायानें हल्लीं महादजी वापरीत आहे. या सत्तेची अमर्याद हांव महादजीस वाटत असून, कंपनीचे दोस्त अयोध्येचा वजीर व आरकाटचा नबाब, यांस तो केव्हांच गिळून टाकील. आपण म्हणाल कीं, महादजीस दुखविण्याची आज आपली ताकद नाहीं, तर मी आपणांस असें विचारतों कीं, उत्तरोत्तर महादजीची सत्ता वाढणार आहे कीं कमी होणार आहे ? हल्लीं त्यास येथें बऱ्याच अडचणी आहेत, त्या निरसन करून त्यानें आपली सत्ता वाढविली, तर मग तो आपणास अतिशय भारी होईल. सबब महादजीस खूष ठेवून होस हो म्हणण्यांत आपला बिलकूल फायदा नाहीं. महादजीनें परवानगी नाहीं दिली, तरी पुण्याची वकिलात आपण अवश्य सुरू करावी. त्यास मुलगा नाहीं, किंवा पुढें त्याचें ओझें घेणारा जवळ दुसरा हक्कदार नाहीं. आज नाहीं उद्यां पुण्याचेच तंत्रानें त्यास वागावें लागणार, त्यासाठीं पुणे-करांपाशीं आपलें वजन भक्कम करण्यांतच आपला फायदा आहे, सिंद्याची मन-धरणी तुम्ही आतां पुरे करावी. हल्लींच पुणेकरांस तो डोईजड वाटतो. आमचा त्यास पाठिंबा आहे म्हणूनच पुणेकर गप्प आहेत. हा पाठिंबा आपण तसाच चालू ठेवला, तर तो एकटाच सर्व सत्ता बळकावून बसेल, तेव्हां आपणांस जड

जाईल. खरें म्हटलें तर कंपनीचा व महादजीचा आज सुद्धां अर्थविरोधच पुष्कळ आहे. वकिलीमुतलक पद पेशव्याचे नांवानें घेऊन तो बादशहाचा मुख्य कारभारी झाला असल्यानें, कोणत्या ना कोणत्या सबबीनें, तो यच्चयावत् हिंदी सत्ताधीशांस पादाक्रांत करणार, तेणेंकरून आमच्या सत्तेस धोका नाहीं तर काय? पुण्याचे दरबारांत इंग्रजांचा वकील असूं नये हें ठरविणार महादजी कोण? पुणेकर व कंपनी परस्पर पाहून घेतील, त्यांत महादजीची दरम्यानगिरी कशास हवी? मला अशी बातमी कळते कीं, बादशहानें कलकत्त्यास इंग्रजांस लिहिलेलीं पत्रें महादजीनें पकडून घेतलीं. तसेंच बादशहाचे तर्फेनें तो आमचेकडे बंगालची खंडणी मागणार आणि मराठयांचे तर्फेनें भोसल्यांच्या चौथाईची तर त्यानें अगोदरच मागणी केली आहे. अर्थात् उत्तरोत्तर कंपनीच्या प्राणांशीं गांठ येणार आहे, याचा आपण नीट विचार करा.'

मॅलेटच्या रोजनिशींतील हा मजकूर अत्यंत विचार करण्यासारखा आहे. मराठयांची सार्वभौम सत्ता हिसकून घेण्याचा इंग्रजांचा प्रयत्न कसा चालू होता हें दिसतें. राघोबास आश्रय दिल्याबद्दल पुणेकरांनीं इंग्रजांशीं युद्ध चालविलें, तेव्हां ते नानाफडणिसाचा द्वेष करून महादजीस चढवूं लागले; आणि आतां मराठशाहीचें हित महादजी संभाळूं लागला, तेव्हां तो त्यांस नकोसा झाला. मॅलेटनें पुण्यास गेल्यावर आपल्या या कुटिल नीतीनें नानास खूष करून पुणे दरबाराचा लोभ संपादिला, आणि थोडेंबहुत महादजीशीं वितुष्ट पाडिलें. वास्तविक नानानें हा डाव ओळखला पाहिजे होता. निदान उत्तरेंतील बादशाही कारभारांत हात घालतांना हिंदुस्थानच्या एकंदर राजकारणाची पुढें व्यवस्था काय करावयाची याचे योग्य इलाज नाना व महादजी यांनीं एकत्र भेटून संगनमतानें केले पाहिजे होते. मॅलेटची वकिलात ठरवितांना महादजीजवळ नाना असता तर पुढील राजकारण निराळें झालें असतें. महादजीनें डी बॉयन यास ठेवून फौज बनविली, यावरून आणि मॅलेटच्या भेटीवरून तो इंग्रजांस कसा पूर्णपणें ओळखीत होता हें दिसून येतें. त्यास पुढें मुलगा आहे कीं नाहीं वगैरे विचार मॅलेट करतो, पण खुद्द महादजी किंवा नाना तो विचार करीत नाहींत. नानाची सर्व भिस्त एका लहान पेशव्यावर. त्यासही दादाची सुधारून वाढविलेली आवृत्ति जो बाजीराव तो प्रतिस्पर्धी होताच. होळकर तर सर्वथा लंगडे झालेले. तुकोजी व्यसनी व अहल्याबाई धर्मनिष्ठ; तुकोजीचे मुलगे इतके उच्छृंखल निघाले कीं, ते कोणासच

चैन पडूं देईनात. अशी सर्व उत्तरेंत जी अव्यवस्था होती ती नानानें स्वतः महादजीकडे जाऊन मोडली पाहिजे होती. अर्थात् नानाच्या व महादजीच्या पश्चात् इंग्रजांस सर्व बाजू मोकळ्या मिळाल्या. डिसेंबर स. १७८४ त महादजी लिहितो: "आम्हीं बादशाही बंदोबस्तास हात घातला, मुख्य पदें घेतलीं हें इंग्रजांस दुःसह झालें आहे. दिल्लीस ब्राऊन आहे तो बादशाही उमरावांस पैसे चारून आम्हांस आपटी द्यावी आणि आपण शिरावें, अशा फंदांत लागला आहे. तस्मात् इंग्रज मात्रागमनी यांत संदेह नाहीं."

बादशहा मथुरेसच होता. तेथें ६ जून रोजीं मॅलेटनें त्याची भेट घेतली आणि दुसऱ्या दिवशीं दिल्लीस जाऊन तो परत आला. महादजीकडून परवाना न मिळतांच मॅलेट १७ जून रोजीं पुढें कलकत्त्यास निघाला, तो आग्रा, कानपुर, बनारस वरून ता. १८-१०-१७८५ रोजीं कलकत्त्यास पोंचला. मॅलेटनें मुंबईच्या गव्हर्नराकडून आणलेलें पत्र महादजीस दिलें होतें, त्याचा जबाब महादजीनें मुंबईच्या गव्हर्नरास पुढीलप्रमाणें पाठविला. 'आपलें पत्र घेऊन मि. मॅलेट येऊन भेटले. आपण त्यांची पेशव्यांचे दरबारीं नेमणूक केली असून आम्हांस भेटून मग पुढें जावें असें आपण कळविलें, त्याप्रमाणें त्यांची भेट घेतली. त्यांचा गोड स्वभाव व हुशारी पाहून आम्हांस मोठा आनंद झाला. त्यांनीं नजर म्हणून कांहीं जिन्नस आणिले, या आपल्या लोभाबद्दल आम्हांस मोठा संतोष वाटतो. त्यांच्या नेमणुकीबद्दल आम्ही पुण्यास लिहिलें आहे. तिकडून जबाब आला म्हणजे आपणांस कळवूं. पुणें दरबाराकडून संमति आली आहे असें आपण कळवितां, तर आतां पुनः त्यांजकडून कांहीं हरकत येईल असें आम्हांस वाटत नाहीं.' या वेळीं पुण्यास मुसा मूतीन हा फ्रेंच वकील होताच. ता. ७ नोव्हेंबर रोजीं मॅक्फर्सननें मॅलेटास त्याच्या नेमणुकीचा लेखी हुकूम दिला, आणि लगेच ता. १३ रोजीं तो कलकत्त्याहून जलमार्गानें निघून जानेवारींत मुंबईस व पुढें ता. ३-३-१७८६ रोजीं पुण्यास दाखल झाला. मुंबईहून पुण्यास पोंचण्यास १८ दिवस लागले.

त्या वेळीं नाना कर्नाटकांत टिपूवरील मोहिमेवर होता; म्हणून त्यानें बहिरो रघुनाथ मेहेंदळे यास मॅलेटच्या व्यवस्थेस नेमलें. तोच मेहेंदळे पुढें कैक वर्षें मॅलेटच्या कामगिरींत असे. तसेंच मॅलेट येण्यापूर्वीपासून सैयद नुरुद्दीनखान म्हणून दुसरा एक इंग्रजांचा वकील दुभाष्या म्हणून पुण्यास होता, तोही मॅलेटजवळच काम करी. मॅलेट आला, तेव्हां त्याचा एकंदर लवाजमा खालीलप्रमाणें

होता. 'टोपीवाले ६, पैकीं पालखीच धनी ३; घोडीं ३५; शिबंदी २००; शागीर्द-पेशा १००; हमाल कामाठी ५०; भोई ७५; महार ४२५; हत्ती २; पालख्या ५; तंबू ३, दोन लहान व एक मोठा; ३ राहुटया; मॅलेटची एक नाटक शाळा मुसलमानीन एक पालखी सुद्धां. यांस राहवयास पुण्यास नारायण पेठेंत गायकवाडांचा वाडा मुकर केला होता. मॅलेटच्या आगमनाची वगैरे हकीकत रोजच्या रोज स्वारींत मेहेंदळ्याकडून नानास लिहून जात होती. 'मेस्र मालिट इंग्रज काल अस्तमानीं दाखल जाले. गणेशखिंडीपर्यंत जनार्दन अप्पाजी व मी पुढें गेलों होतों. गायकवाडांचे वाडयांत स्थळ केलें आहे, परंतु जागा प्रशस्त जाली पाहिजे यास्तव पर्वतीच्या समोर आनंदराव जिवाजीचे बागेसंनिध डेरे देऊन तेथें राहिला. मॅलेट यास बागेंत जागा पाहिजे, तशी निर्वेध मिळत नाहीं. जनानखाना गायकवाडाचे वाडयांत पाठविला. आपण बाहेर राहिला. आज्ञेप्रमाणें एक हजार रुपये मेजवानी पाठविली. आज प्रातःकाळीं मी त्याचे डेऱ्यास त्यानें बोलावल्यावरून गेलों होतों, त्याचें लष्करांत येण्याचें बोलणें होऊन ठरलें. श्रीमंतांची भेट परवां व्हावी असा विचार केला आहे. श्रीमंतांस नजर करावयाकरितां शहामृग पक्षी दोन गज उंचीचा अपूर्व म्हणून आणिला, तो घांटा खालीं पिंजऱ्यांत मृत्यु पावला.' (ता. ४-३-१७८६).

'मालिटास गायकवाडाचा वाडा पसंत नाहीं. उष्णकाळ व आठ चहूं रोजांत लष्करांत जावयाचें. तेव्हां जनानखाना बायका वगैरे सरंजाम वाडयांत ठेविला. सोईची जागा नसल्यास शहरानजीक सरकारचे बागांत खुली जागा नेमून द्यावी, म्हणजे तेथें, मालिट म्हणतो, मी पदरचा पांच चार हजार रुपये खर्च करून कच्ची हवाशीर इमारत करोन राहीन. वाईट चालीचे जाग्यांत आम्हांस राहण्यास ठीक पडत नाहीं. सखारामपंत किंवा सदाशिव रामचंद्र यांचे वाडे मागतो. स्वामींची आज्ञा होईल तसें करूं. मालिटनें लष्करांत यावें कीं काय याची आज्ञा सत्वर व्हावी.' मॅलेटचा बहुमान कोणत्या तऱ्हेचा करावयाचा, त्याजबद्दलही पुण्यास प्रश्न पडला. त्याचा आग्रह पडला कीं, दिल्लीचा बादशहा व महादजी सिंदे यांनीं आपला बहुमान केला, तसाच पुणें दरबारानें करावा. त्यांत तफावत हत्तीबद्दलची होती. पेशव्यांची भेट होतांच हत्ती सुद्धां आपला बहुमान करावा, असें मॅलेटचें म्हणणें! पूर्वीचे दाखले मॉस्टिनचे व अप्टनचे काढून त्यांच्या इतका बहुमान त्यानें मागितला. 'हत्ती फ्रेंचांचे वकिलास मुसामोतिनीस दिला, मग

आम्हांस कां नसावा ?' तूर्त या बहुमानाचा प्रश्न नानाफडणिसाच्या भेटीवर राहिला. नानानें महादजी शिंदे यास लिहून खुलासा विचारला. त्यानेंही जबाब पाठविला कीं, हत्ती द्यावा लागेल. मेच्या आरंभीं पुण्याहून निघून मॅलेट कपाट-संगमाकडे स्वारींत नानाच्या भेटीस गेला. त्यांची भेट ता. १८ मे रोजीं बदामी-जवळ होऊन नानानें त्यास सर्वतोपरी खूष केलें. ता. २० मे स. १७८६ रोजीं बदामीचा किल्ला मराठ्यांच्या हस्तगत झाला.

परत आल्यावर नानानें मॅलेट यास ता. १०-८-१७८६ रोजीं मुळामुठाच्या संगमावर कांहीं जागा बंगला बांधण्याकरितां नेमून दिली; तेथेंच पुढें इंग्रजांची रेसिडेन्सी कायम झाली. मॅलेटनें बांधलेला बंगला खडकीच्या लढाईंत जाळला गेला. सवाई माधवरावाची व मॅलेटची शिकारीच्या व करमणुकीच्या बाबतींत मोठी गट्टी जमली. एकमेकांस मेजवान्या वगैरे वारंवार होत. 'संगमावर माले-टानें श्री. रावसाहेबांस मेजवानी केली. बरोबर नाना, तात्या वगैरे मंडळी गेली होती. हत्ती एक व घोडा व जवाहीर व विलायती जिन्नस नजर केले. हजार रुपये श्रीमंतांवरून ओवाळून टाकले, ते श्रीमंतांच्या नोकरांनीं घेतले. दहा पंधरा कदम श्रीमंत एकटे चालले, म्हणून खिजमदगारांवर श्रीमंतांचा रोष आहे. त्यांस पारपत्य करणार आहेत.' (रुमाल ३.१३३, फेब्रुवारी १७९०).

सन १७९५ च्या मार्चांत खर्ड्याची लढाई होऊन परत आल्यावर मॅलेट लवकरच मुंबईस निघून गेला, आणि त्याचें काम त्याचा मदतनीस यूटॉफ पाहूं लागला. सवाई माधवरावाच्या मृत्यूनंतर मॅलेट पुनः वर्षभर पुण्यास आला आणि ता. ३-१२-१७९६ रोजीं बाजीराव पेशवाईवर आल्यानंतर पुण्याहून परत मुंबईस जाऊन तेथील कौन्सिलांत दाखल झाला. सन १७९७ च्या मार्चांत तो हिंदुस्थान सोडून इंग्लंडांस परत गेला. तेव्हां त्याजबरोबर बाजीरावानें इंग्रज बादशहास स्नेहाचें पत्र व कित्येक नजराणे बहुमानादाखल पाठविले. पुढें मॅलेट ता.२४-१-१८१५ रोजीं मरण पावला. पुण्यांत असलेला प्रसिद्ध इंग्रज चित्रकार वेल्स याची मुलगी लेडी सूझन इच्याशीं मॅलेटनें लग्न केलें. तिच्यापासून त्याला आठ मुलगे झाले, ते सर्व पुढें हिंदुस्थानांत कंपनीच्या नोकरींत महत्पदास चढले. वडील मुलगा सर ॲलेक्झांडर मॅलेट हा बर्लिन येथें सन १८५६-६६ पर्यंत इंग्रज वकील होता. स. १७८६ त मॅलेट पुण्यास आला, त्या वेळच्या वर्णनांत जनानखाना गायकवाडवाड्यांत ठेवल्याचा उल्लेख आहे, ती त्याची बायको नव्हे,

फक्त मुसलमानीन रक्षा होती. चित्रकार वेल्सच्या मुलीशीं मॅलेटचें लग्न इंग्लंडांत परत गेल्यावर सन १७९९ त झालें.

पेशव्याशीं झालेल्या पहिल्या भेटीचें वर्णन मॅलेट असें देतो:—' आम्हीं ७ मार्च १७८६ रोजीं सायंकाळीं पांच वाजतां वाड्याजवळ आलों. आमच्या सन्मानार्थ घोडेस्वार व पायदळाच्या रांगा उभ्या केल्या होत्या. बहिरोपंतानें पुढें येऊन आम्हांस दिवाणखान्यांत नेलें. आंत पाऊल टाकतांच कित्येक अधिकारी पुढें सामोरे आले. आम्ही क्षणभर उभे असतांच पेशव्यांची स्वारी आंत आली. मी त्यांस सलाम केल्यावर त्यांनीं छातीस छाती लावून भेट दिली. नंतर ते गादीवर बसले. मी बरोबरच्या मंडळीसह खालीं गालिच्यावर बसलों. एकमेकांचे कुशल प्रश्न झाल्यावर मी ग० ज० कडून आणलेली थैली त्यांचे हातीं दिली; आणि त्यांचे स्नेहभावाचे निरोप तोंडीं सांगितले. माझें म्हणणें त्यांनीं आदरानें ऐकून ग० ज० ची खुशाली विचारली, आणि ' आपल्या येण्यानें आम्हांस मोठा आनंद झाला, ' अशीं भाषणें केलीं. हें भाषण संपल्यावर मी त्यांस माझ्या नेमणुकीचा हुकूम दाखविला, तो त्यांनीं कारभारी गणेशराव यांजकडून वाचून घेतला. नंतर मी पेशव्यांस देण्याच्या वस्तू आणल्या होता त्या मागवून पुढें ठेविल्या. त्यांतले घोडे व गाडी त्यांस फार आवडली. हे नजराणे गुदरल्यावर भेट संपली. हा बालपेशवा अंगानें सडपातळ आणि अकरा वर्षांचे वयास लहानच दिसतो. चेहरा विशेष सुंदर किंवा पाणीदार नाहीं, तथापि तरतरीत व बुद्धिमान् दिसतो. ' *

हीच हकीकत मराठी पत्रांत आहे. " फाल्गुन शु० ८ सोमवारीं सायंकाळचे ६ घटका दिवसास मॅलेट श्रीमंतांचे भेटीस आला. बरोबर दहा असामी होते. तिरंदाजीचे दिवाणखान्यांत बैठक केली. ताजीम देण्याचा पेंच पडूं नये म्हणून वकील अगोदर दिवाणखान्यांत आले, आणि अमृतराव पेठे यास भेटत आहेत तोंच श्रीमंत आंत गेले. श्रीमंतांस एकजण मुख्य तो मात्र भेटला. दोन घटका बसले. बारगीर व गाडदी हजार पांचशें उभे करून बंदोबस्त चांगला केला होता. श्रीमंतांनीं मालेटास हिंदुस्थानी बोलीनें पुसिलें, तुम्हांस कलकत्त्याहून यावयास किती दिवस लागले. उ० पंचविसावे दिवशीं मुंबईस आलों. त्यानें अर्ज केला, दया असावी. कागद थैल्या तीन होत्या, त्यांतील एक फोडून कागद पारसनिसां-

* Residency Records—Times of India—1927.

कडून वाचविला. मग विडे दिले आणि प्रथम श्रीमंत उठोन गेले. नंतर वकील गेला. ”

अगदीं यत्किंचित् किरकोळ गोष्टींत सुद्धां आपल्या हुकमाशिवाय राज्यांत पान हालूं नये अशी नानाची शिस्त होती. एक पै सुद्धां खर्च अव्यवस्थित होऊं नये, मानपान, देणेंघेणें वगैरे बाबतींत भलताच दाखला पाडूं नये, मोठमोठीं कामें करतांना टापटीप व व्यवस्था यांत उणें दिसूं नये, पेशव्यांची हुकमत निर्बाध सर्वत्र झळकावी, अशी नानाची शिस्त होती. मॅलेट इंग्रज वकील पुण्यास आला, त्याची राहण्याची जागा, त्याचा बहुमान, त्याची पेशव्याशीं भेट वगैरे बाबतींत पांच पन्नास पत्रें दोन महिने पुण्यांतून नानाकडे स्वारींत गेलेलीं वाचावीं म्हणजे याची कल्पना होईल. '

मॅलेट मनुष्यस्वभाव ओळखण्यांत अत्यंत निष्णात होता. त्यानें आपल्या-जवळ अगदीं निवडक माणसें कामास घेतलीं. त्याचा पेशवे दरबाराशीं बोलणें करणारा सहाय्यक सैय्यद नुरुद्दीन हुसेनखान फार विद्वान् व इभ्रतदार गृहस्थ होता. त्याचे मुलगे सुद्धां मॅलेट जवळ नोकरीस होते. हा गृहस्थ दिल्लीचा वजीर गाजीउद्दीन याचा दोस्त व सल्लागार असून, त्याच्या माहितीचा व शहाणपणाचा मॅलेट यास फारच उपयोग झाला. स्वतः मॅलेट त्याजपाशीं फारशी भाषा शिकला; आणि एक फारशी ग्रंथसंग्रह त्यानें जमविला, तो पुढें त्यानें लंडनच्या रॉयल ए० सोसायटीस नजर केला. पेशव्यास घेऊन मॅलेट स. १७९१ त महाबळेश्वराच्या डोंगरावर गेला होता.

मॅलेट व्यवहारकुशल असला तरी मोठासा बाणेदार लेखक नव्हता. त्याच्या कागदांत तत्कालीन राजकारणाच्या जरुरीपलीकडे बिलकूल कांहीं माहिती मिळत नाहीं. एल्फिन्स्टन किंवा डफ ज्याप्रमाणें आपल्याला नाना प्रकारची अवांतर माहिती सहजासहजीं देतात, तशी मॅलेट कधीं लिहीत नाहीं. मराठी राज्याची अधोगति नानाप्रकारें चालली होती त्यासंबंधानें त्यानें कांहीं लिहिलेलें नाहीं.

चित्रकला, शिकार, घोडेबाजी वगैरे गोष्टींचा मॅलेट यांस शोक असून त्या विषयांची आवड त्यानें तरुण पेशव्याच्या मनांतही चांगली उत्पन्न केली. प्रसिद्ध चितारी वेल्स–मॅलेटचा भावी सासरा–हा १७९० पासून पुण्यास राहत होता, आणि पुण्यासच तो ता. १३–११–१७९५ रोजीं मरण पावला. एवढ्या अवधींत वेल्सनें अनेक प्रसिद्ध व्यक्तींचीं चित्रें तयार केलीं, त्यांपैकीं सवाई माधवराव,

नाना व महादजी यांचीं तर सुप्रसिद्ध आहेत. मॅलेटच्या प्रोत्साहनानें तरुण पेशव्यानें शनिवारवाड्यांत एक चित्रशाळा काढिली, तींत मुख्य अध्यापक वेल्स होता. त्याजपाशीं इकडचे अनेक विद्यार्थी शिकून तयार झाले, त्यांत **गंगाराम तांबट** पुढें फार नामांकित झाला. गंगारामानें वेरूळच्या अजिंठ्याच्या चित्रांच्या नकला करून त्या स. १७९४ त गव्हर्नर जनरल शोअर यास नजर केल्या. पेशवाईच्या चित्रांची भरपूर हकीकत इतिहाससंग्रहांत आहे. (ऐ. सं. वस्तु- पेशवाईतल्या तसबिरी).

मॅलेटबरोबर डॉ. क्रूझो व डॉ. फिंडले असे दोन इंग्रज भिषग्वर्य रेसिडेन्सींत होते. त्यांनीं पुण्यांत पाश्चात्य औषधींचा प्रसार पुष्कळ केला. पुण्यांतले नानाविध श्रीमंत व गरीब लोक त्यांच्याकडून औषधोपचार करून घेत. त्यांत लोकांस धर्माची अडचण वाटली नाहीं.

मॅलेटनें तरुण पेशव्यास फैटन गाडी व घोडे, दुर्बिणी, पृथ्वीचे गोल व दुसरे यांत्रिक खेळ नजर केले. पेशव्यास खगोल व भूगोल हे विषय डॉ. फिंडले शिकवीत असे. त्याबद्दल पेशव्यानें त्यास मोठमोठीं बक्षिसें दिलीं.

इंग्रज लोक बाह्य संचारास गेले म्हणजे किती दिशांनीं ते आपल्या राष्ट्राचा फायदा करून घेतात हें मॅलेटच्या या हकीकतींवरून कळून येईल. औषधी, चित्रें, धर्मोपदेश, वगैरे हजारों विषयांच्या द्वारां लोकांचें मन ते आपल्याकडे आकर्षून घेतात. मॅलेटच्या कारभाराचें तर हेंच मोठें रहस्य दिसून येतें कीं, पेशव्यापासून तों अगदीं शेवटच्या कारकुनापर्यंत त्यानें आपल्या सौजन्यानें पुण्यांतील लोकांचें प्रेम उत्कृष्ट संपादिलें. तो गणपति उत्सवासारख्या किंवा मुंजी-लग्नाच्या प्रसंगांस नियमानें पेशव्यांकडे व पुण्यांतील दुसऱ्या अनेक गृहस्थांकडे जाई. सन १७९५त तो पेशव्याबरोबर खर्ड्यांच्या लढाईंत हजर होता. त्या वेळची मराठ्यांच्या फौजेंतील अव्यवस्था व अंदाधुंदी पाहून त्यानें आपल्या वरिष्ठांकडे लिहून कळविलें कीं, शिस्तीच्या लहानशा पाश्चात्य फौजेपुढें असल्या धांगडधिंग्याचा निभाव कधीं लागणार नाहीं. हेंच भविष्य पुढें अल्पावधींत खरें झालें कीं नाहीं ! मॅलेटनें पुण्याच्या वकिलाचें बिकट काम, एकीकडे भिन्न प्रकृतींच्या समस्त मराठमंडळाची मर्जी सांभाळून, व दुसरीकडे आपल्या धन्याचें हित पाहून, इतक्या हुशारीनें बजाविलें कीं, ता. २४-२-१७९१ रोजीं ब्रिटिश सरकारानें त्यास ' सर ' ही बहुमानाची पदवी दिली.

मराठ्यांची सार्वभौम सत्ता काढून ती इंग्रजांच्या हातीं पक्की करण्यांत ज्या इंग्रज मुत्सद्यांनीं मुख्य भाग घेतला, त्यांत मॅलेटची गणना प्रामुख्यानें केली पाहिजे. महादजी वरचढ होतो असें दिसतांच इंग्रजांनीं नानाची कांस धरली. दक्षिणेंतील किंवा इतर हिंदी कारस्थानांसंबंधानें सात वर्षें पुणेकरांनीं महादजीचा सल्ला घेतला नाहीं. महादजीच्या सल्ल्याशिवाय नानानें इंग्रज-निजामाशीं तह करून टिपूचा कांटा काढून टाकिला. पुढें महादजी सन १७९२ त पुण्यास आला, तेव्हांही त्याचें वर्चस्व कारभारांत होऊं नये म्हणून कारभाऱ्यांनीं शिकस्त केली; पण सर्वांनीं एकत्र भेटून स्वच्छ अंतःकरणानें आपल्या एकंदर परिस्थितीचा व ती सुधारण्याचा विचार केलेला दिसत नाहीं, याचा परिणाम व्हावयाचा तोच झाला. सवाई माधवराव तरुणपणीं गेला, नालायक बाजीराव राज्यावर आला, मोठमोठे कारभारी नाहींसे झाले, आणि इंग्रजांच्या बाजूस वेल्स्ली बंधूंसारखे पराक्रमी पुरुष पुढें आले, हीं सगळीं तात्कालिक कारणें मराठ्यांच्या अधोगतीचीं खरीं असलीं, तरी इंग्रजांशीं झालेल्या युद्धाचा धडा घेऊन सालबाईच्या तहापासून आपलें घर सुधारण्याची ध्यावी तशी काळजी मराठी राज्याच्या चालकांनीं घेतली नाहीं. ती सर्वांच्या एकवाक्यतेनें घेतली असती तर पुढील परिणाम पुष्कळ अंशीं टळले असते. असें वाटल्याशिवाय राहत नाहीं. मॅलेटची नेमणूक करितांना इंग्रजांनीं मोठा खर्च करून त्याजकडून सर्व हिंदुस्थानचा प्रवास करवून माहिती मिळविण्याची संधि वायां घालविली नाहीं. दररोज आपण काय नवीन पाहिलें त्याची रोजनिशी मॅलेटास वरिष्ठांकडे पाठवावी लागली. यावरून काय बोध कळतो ? सुरतेपासून कलकत्त्यापर्यंतच्या सत्ताधीशांशीं इंग्रज अधिकाऱ्यांनीं दोस्ती करून आपल्या आक्रमणशक्तीचें जाळें कसें पसरलें होतें, हें या रोजनिशीवरून कळतें. उदाहरणार्थ, बडोद्यास फत्तेसिंग गायकवाडाच्या भेटीची हकीकत वाचावी.

मॅलेटनंतर अडीच वर्षें त्याचा मदतनीस यूटॉफनें वकिलीचें काम केल्यावर स.१७९८–१८०१ पर्यंत वुइल्यम पामर, स. १८०१–१८१० पावेतों बॅरी क्लोझ, स.१८१० पासून १८१८ पर्यंत एलफिन्स्टन, हे तीन जहांबाज इंग्रज वकील पुण्यास आले, त्यांनीं आपल्या करामतीनें मराठ्यांचें राज्य जिंकिलें. स्वराज्य असलें म्हणजे पराक्रमी माणसें कशीं भराभर तयार होत जातात आणि संधि सांपडतांच त्यांच्या अंगचे गुण कसे चमकूं लागतात, हें या वकिलांच्या जीवनक्रमावरून कळून येतें. अतएव पुण्याच्या या पुढील वकिलांची अल्प माहिती येथेंच देणें इष्ट वाटतें.

८. पामर, क्लोझ, एल्फिन्स्टन (स. १७९८–१८१७).— मॅलेट गेल्यानंतर सुमारें दोन अडीच वर्षें त्याचा असिस्टंट यूटॉफ हाच सर्व काम पाही. त्याचे कांहीं कागद फॉरेस्टनें छापलेले आहेत. स. १७९८ त कॅ. वुइल्यम पामर पुण्याच्या रेसिडेन्सीवर दाखल झाला. तो पूर्वी अनेक कामें करून अनुभविलेला होता. प्रथम तो वॉरन हेस्टिंगसचा लष्करी सेक्रेटरी व नंतर स. १७८२ त लखनौच्या दरबारीं रेसिडेंट होता. नंतर कांहीं वर्षें त्यानें महादजी सिंद्याजवळ काम करून मराठ्यांच्या राजकारणांची माहिती मिळविली. पुण्यास तो स. १७९८–०१ पावेतों तीन वर्षें होता. हीं तीन वर्षें केवढीं घडामोडीचीं गेलीं हें वाचक जाणतातच. पामरास नानाफडणिसाबद्दल अत्यंत आदर वाटत असे. स. १८०१ त सर बॅरी क्लोझची नेमणूक पुण्यास होऊन पामराची बदली फौजखात्यांत झाली. पामर कलकत्ता येथें ता. २०–५–१८१४ रोजीं मरण पावला.

कर्नल क्लोझ हा गृहस्थ स. १७७२ त फौजखात्यांत दाखल होऊन म्हैसूर बरोबर झालेल्या इंग्रजांच्या सर्व युद्धांत हजर होता. त्याच्या पराक्रमाबद्दल स. १८०० त त्यास इंग्रज सरकाराकडून तीनशें गिनी मोलाची एक बहुमोल तलवार बक्षीस मिळाली; आणि त्याची नेमणूक म्हैसूरचे रेसिडेंट म्हणून झाली. टिपूच्या पश्चात् म्हैसूरची व्यवस्था त्यानें उत्तम लाविली. ती त्याची चलाखी पाहून वेल्स्लीनें त्यास स. १८०१ त पुण्याच्या वकिलातीवर नेमिलें. तें काम त्यानें स. १८१० पावेतों केलें. त्यास देशी भाषा उत्कृष्ट अवगत होत्या. दिसण्यांत तो अगदीं साधा व नेभळट दिसे, पण आणीबाणीची वेळ आली कीं, त्याची चलाखी व्यक्त होई. त्याच्या इतके व्यवहारज्ञ कामगार इंग्रजांकडे फार थोडे झाले. आपल्या घरांत त्यानें गोमांस वर्ज्य केलें होतें, हेतु कीं आपण हिंदूंशीं एकजीव व्हावें. स. १८१० त निवृत्त होऊन तो परत इंग्लंडास गेला आणि स. १८१३ त मरण पावला. ' इंग्रज मुत्सद्यांचा मुकुटमणि '[१] अशी पदवी त्यास इंग्रज मुत्सद्दी देतात. बाजीरावाशीं वसईचा तह हें त्याच्याच कर्तबगारीचें फळ होय.

माउंट स्टुअट एल्फिन्स्टन हा एक गृहस्थ पुण्यास क्लोझच्या हाताखालीं असून मराठ्यांच्या युद्धांत वेल्स्लीच्या बरोबर होता. स. १८०४ पासून चार वर्षें नागपुरच्या वकिलातीवर काम केल्यावर त्याची नेमणूक काबुलास झाली. तेथून परत आल्यावर स. १८१० त तो पुण्याच्या वकिलातीवर आला. बाजीरावाच्या फौजेनें

१ Prince of Indian Diplomats.

ता. ५-११-१८१७ रोजीं इंग्रजांवर हल्ला करून वकिलातीचा बंगला जाळला, तेव्हां हाच गृहस्थ पुण्यास असून पुढें पेशवाई बुडाल्यावर त्याची नेमणूक स. १८१९ त मुंबई गव्हर्नरच्या जागीं झाली. तें काम स. १८२७ पर्यंत करून तो स्वदेशीं परत गेला आणि तिकडे पुष्कळ वर्षें जगून ता. २०-११-१८५९ रोजीं स्कॉटलंडांत आपल्या राहत्या घरीं मरण पावला.

अशी ही पुण्याच्या इंग्रज वकिलांची ठोकळ हकीकत आहे. मराठ्यांच्या सुद्धां अशाच वकिलाती ठिकठिकाणीं होत्या, त्यांच्याही हकीकती जुळविल्या जातील तर आपल्या इतिहासांत मोठी भर पडेल.

९. **कवाइती पद्धतींतील गुणदोष.**—अठराव्या शतकाच्या शेवटच्या दशकांत लष्करी कसब, धनसंपन्नता, इभ्रत व कर्तबगारी या गुणांमध्यें डी बॉयन हा मोठा नामांकित पुरुष होऊन गेला. युरोपांतील फ्रेंच, ग्रीक, रशियन व तुर्क युद्धकलेंत प्रत्यक्ष अनुभव मिळवून तो तरबेज झाला होता. शरीरानें तो सहा फूट उंच, देखणा व रुआबदार होता. लहानपणीं त्यानें बरीच विद्या संपादन केली होती. त्यास लॅटिन, फ्रेंच, इटालियन व इंग्रजी या भाषा अवगत होत्या. त्याचें वर्तन व भाषण मोहक असून तो आपली छाप दुसऱ्यावर तावडतोब बसवी. एकदां निश्चय केला कीं, तो बदलीत नसे. तसाच तो कष्ट करण्यास कंटाळत नसे. हिंदी राजकारणाची व प्रसिद्ध पुरुषांच्या बऱ्यावाईट गुणांची त्यास पुरेपूर माहिती असून, कपटास कपट लढविण्यांतही तो कांहीं कमी नव्हता. लोकांस कळूं न देतां हां हां म्हणतां त्यानें आपला वचक चोहोंकडे बसविला. तेणेंकरून त्याजबद्दल त्याच्या शत्रुमित्रांस दरारा व आदर वाटूं लागला. त्यानें केलेली आपल्या जहागिरीची व्यवस्था पुष्कळ काळपर्यंत लोकांस एक अनुकरणीय नमुना अशी वाटत असे. तोफांचा व शस्त्रांचा कारखाना आणि कंपूंची एकंदर रचना तो दररोज नियमितपणें स्वतः तपाशीत असे. बाहेर पुष्कळ मोठमोठ्यांशीं त्याचा पत्रव्यवहार होता. त्याचे हिशेब चोख असत. परत जातांना त्यानें चाळीस लाख रुपयांची संपत्ति बरोबर नेली. धन्याशीं तो अत्यंत इमानानें वागला; आणि अडचणीच्या प्रसंगीं कोणाच्याही लालुचीस वश न होतां सिंद्यांची कामगिरी त्यानें अगदीं निष्कपटपणें बजाविली.

डी बॉयननें एकंदर तीन कंपू बनविले, त्यांत पेरोननें सन १८०१ त आणखी एकाची भर घातली. प्रत्येक कंपूंत सहा हजार लोक असून त्यांचा दरमहाचा

बैठा खर्च छप्पन हजारांपर्यंत होता. लढाईवर दक्षिणेंत असतां एका कंपूस चौऱ्यांशीं हजार रुपये खर्च लागे. प्रत्येक कंपूबरोबर सुमारें पन्नास तोफा, दोनशें पलटणी स्वार व पांचशें साधे शिपाई इतकी संख्या असे. या पलटणींस दिल्ली, आग्रा, बऱ्हाणपुर अशीं गांवांचीं नांवें दिलेलीं होतीं. कंपूमध्यें बहुतेक उत्तरेकडचे हिंदी लोकच असून हुकमाचे शब्द ऐरिश भाषेंतले वापरीत. येणेंकरून हिंदुस्थानचें प्राच्य अंतःकरण व पेहेराव यांस पाश्चात्य वळण देण्याचा हा पहिला प्रयोग मराठशाहींत अवतरला; आणि त्याबरोबरच एतद्देशीय भाषांस रजा मिळाली. शिवाजीनें दरबारी शब्द फारशीचे संस्कृत बनविले, तर शिंदेशाहींत लष्करी शब्द इंग्रजी बनले. या पलटणींचा देखावा मराठी लष्कराच्या अगदीं उलट होता. त्या आटोपशीर, भरींव, मंद गतीनें पण व्यवस्थित चालणाऱ्या असून, शिस्त आणि हुकमत यांच्यावर त्यांची मुख्य भिस्त होती. त्यांत युद्धांतली हरएक हालचाल यंत्रासारखी ठरीव व नियमित असे. फ्रेंच व रशियन लष्करांत बहादुरीची नोकरी करून डी बॉयनला उत्कृष्ट सेनानीचें शिक्षण मिळालें होतें. त्याचा जन्म सुद्धां उच्च कुळांतलाच होता. हिंदुस्थानांत भटके व पोटभरू पाश्चात्य त्या वेळीं बोकाळले, त्यांतला डी बॉयन नव्हता. अर्थात् आपलें बुद्धिकौशल्य खर्च करून व नाणावलेल्या युरोपीय पद्धतीस अनुसरून डी बॉयननें इकडील माणसांस कवाइतीच्या सांखळींत जखडून घेतलें. या पलटणींच्या छावणीचा तळ पाहिला म्हणजे नियम, व्यवस्था, पद्धत यांचा उत्कृष्ट देखावा लगेच मनांत भरे. अशा प्रकारें मराठशाही बुडण्याच्या संधीचा हा नवीन प्रयोग सिंद्याचे अनुकरणानें इतर सत्ताधीशांनींही थोडाबहुत उचलला; पण महादजीचाच प्रयत्न मोठ्या प्रमाणावर व स्वतःच्याच अक्कल हुशारीनें बनविलेला असल्यामुळें व त्याचा उपयोगही अनेकवार घडून आल्यानें, डी बॉयनच्या करामतीस एवढें महत्त्व आलें.

त्या वेळच्या स्थितींत कोणाकडूनही नियमितपणें पैसा हातीं येणें किती अशक्य होतें हें डी बॉयन जाणून होता; आणि मुलूख ताब्यांत घेऊन त्याचा वसूल परभारें खर्चास वापरावा ही गोष्ट महादजीस शक्य होती, तीच डी बॉयननें पसंत केली. दिल्ली व मथुरा यांच्या दरम्यानचा यमुनेच्या दोनही बाजूंवरील बावन परगण्यांचा प्रदेश त्यानें फौजेच्या खर्चाकरितां जहागीर म्हणून महादजीकडून तोडून घेतला. त्याचें मुख्य ठाणें त्यानें अलीगड येथें ठेविलें. प्रांताच्या वसुलावर शेंकडा दोन टक्के त्यास देण्याचा करार असून शिवाय त्याचा दरमहाचा पगार दहा हजार रुपये वेगळा होता.

कॅाम्प्टन म्हणतो, 'डी बायननें तयार केलेली पहिली पलटण जेव्हां महादजीनें पाहिली, तेव्हां आपली नेहमींची मराठी फौज व ही कवाइती फौज यांचा भेद लगेच त्याच्या लक्षांत आला. अठराव्या शतकांतील मराठी फौजांचा गोंधळ व दंगा कांहीं पुसूं नये. प्रत्येक इसम आपल्या मर्जीप्रमाणें वागणार; बंधन म्हणून कोणास नको. पगार घेण्यापुरता तो नोकरीस बांधलेला; त्यांत घोडे, हत्यारें वगैरे सर्वांवर त्याची मालकी. त्यांस इजा पोंचली कीं, त्याचें बुडालें. युद्ध म्हणजे तो एक प्रकारचा लुटीचा खेळ समजे. घोडा व भाला हें काय तें त्याचें मुख्य भांडवल; आणि त्यांच्याच बळावर त्याची नोकरी चालावयाची; अर्थात् या भांडवलास इजा पोंचण्याचा ज्यांत संभव, असे प्रसंग तो शक्य तितके टाळीत असे; आणि इतकेंही करून संकट ओढवलेंच तर पळून जाण्याचा राजमार्ग सदा मोकळा.' यावरून मराठ्यांची शिपाईगिरी कशी होती याची कल्पना होईल.

इतके जपून वागणारे मराठे शिपाई प्रसंगीं शौर्याचा आवेश अतोनात दाखवीत. त्यांच्या छावण्या म्हणजे केवळ मुक्कामाच्या जागा, वाटेल तिकडे पसरलेल्या. त्यांत नियम अगर व्यवस्था यांचें नांव असेल तर शपथ. प्रत्येक शिपाई आपल्या घोड्याशेजारीं निजे. बहुधा प्रत्येकास तीन दुसरे नोकर लागत. मराठी फौजांचें कूच चालू असतां बुनगे म्हणजे सर्व सामानाचीं दुकानें बरोबर चालत. शहरांतल्यासारखे या दुकानांचे बाजार लागत; त्या बाजारांत पेंढारी, तमाशे, वेश्या, चोरांच्या टोळ्या इत्यादि सर्व कांहीं प्रकार भरपूर असत. ठरलेला कर भरून परवाना काढला कीं, पाहिजे त्यानें या बाजारांत धंदा चालवावा. कोणीही सरदार लढाईस उभा राहिला म्हणजे त्याच्या फौजेच्या घोळक्यांत इतके कांहीं हुन्नर दिसून येत कीं, हे लोक लढाईस चालले आहेत असें कोणाच्या मनांत सुद्धां येणार नाहीं. केवळ प्रचंड संख्येमुळें, भूक, तहान, श्रम वगैरे सहन करण्याच्या शक्तीमुळें व अल्पावधींत दूरच्या मजला मारण्याच्या त्यांच्या शिताफीमुळें, मराठ्यांचा लोकांस एवढा दरारा वाटे. मराठ्यांची ही चपळाई जशी शत्रूवर चढाई करण्यांत दिसून येई तशीच ती अनिष्ट प्रसंगीं पळ काढण्यांतही दिसे.

डी बॅायननें सुरू केलेल्या पद्धतीप्रमाणें इतर मराठे सरदारांनींही आपापल्या फौजा थोड्याबहुत सुधारल्या. असें असतां शेवटीं प्रत्यक्ष युद्धांत त्यांस हार खावी लागली हें पाहून आश्चर्य वाटण्याचें कारण नाहीं. कवाइती पलटणी म्हणजे अत्यंत नाजूक यंत्रें होत. तीं यंत्रें चालविणारांच्या अंगीं त्या विषयाचें

विशिष्ट कसब मुरलेलें पाहिजे. त्यांस वेळेवर पगार नाहीं मिळाला किंवा व्यवस्थित हुकमत नाहीं राखली कीं, तीं धन्याचाच प्राण घेणार. ह्या नवीन यंत्रांच्या जोपासनेस जरूर असलेली टापटीप मराठयांच्या राष्ट्रीय स्वभावांत नव्हती. मराठयांस घोडेस्वारांच्या दौडी अत्यंत प्रिय असत. लुटीच्या आमिषास ते वश होत. लांबीच्या पल्ल्यावर जाऊन एकदम चढाई करणें जितकें त्यांस सुलभ वाटे, तितकेंच अडचणीच्या प्रसंगीं पळून जाऊन बचाव करणें त्यांस फायद्याचें पडे. घोडा त्यांचा जीव कीं प्राण. त्याच्यावर त्यांची सर्व भिस्त; त्याच्याच जोरावर स्वाराचें धैर्य व कसब अवलंबून असावयाचें. परंतु महादजीच्या पाश्चात्य कवाइतीनें ही पूर्वीची व्यवस्था साफ बदलली, आणि मुख्य भिस्त तोफखान्यावर व पायदळ पलटणांवर येऊन पडली. एकाच जागीं ठाम उभें राहून तुंबळ लढाया लढण्याचा प्रसंग आतां आला. पूर्वीच्या लांब दौडींची जरूरच नाहींशी झाली. अर्थात् जुनी संवयीची पद्धत हातची गेली आणि ही नवीन अंगवळणी पडण्यास अवधि मिळाला नाहीं. त्या योगें मराठयांचें पूर्वीचें राष्ट्रीय पाणी मावळून गेलें. दूर प्रांतांवर छापे घालून कमाई करण्याचे दिवस निघून गेले; आणि ज्या नवीन सुधारणांनीं महादजी सिंदे एवढा प्रबळ झाला, त्याच त्याचा संहार करतील असें भविष्य कित्येक चाणाक्ष लोकांनीं केलें, तेंच खरें झालें. दौलतराव सिंद्यास आपल्या लष्करी पलटणींचा एवढा अभिमान वाटे कीं, त्यांजकरितां उज्जनीस कायम घरांची छावणी बांधण्याचा हुकूम त्यानें गोपाळरावभाऊस फर्माविला. गोपाळरावास तें मुळींच न रुचून भर दरबारांत त्यानें उत्तर केलें, ‘ आपल्या वाडवडिलांनीं राज्य स्थापिलें त्यांस घोडयाच्या पाठीखेरीज दुसरें घर माहीत नव्हतें. दिवसेंदिवस ऐषआराम वाढून याचे ऐवजीं तंबू आला; आणि आतां आपणांस दगडा मातीचीं घरें बांधण्याची बुद्धि होत आहे. पण थोडयाच काळांत हीं घरें धुळीस मिळणार नाहींत अशी खबरदारी घ्या म्हणजे झालें. ’ ह्यावर धिक्कारयुक्त हास्य करून दौलतराव म्हणाला, ‘ माझीं पायदळ पलटणें व तोफा आहेत तों माझ्याशीं लढण्यास उभें राहण्याची कोणाची छाती होईल !’ गोपाळरावभाऊ म्हणाला, ‘ हींच पलटणें व तोफा तुमच्या छातीवर बसतील. ’ वॉरन हेस्टिंग्सचा अभिप्राय असाच होता. फिलिप फ्रॅन्सिस त्यास एकदां म्हणाला, ‘ तोफा ओतण्याचें किंवा कवाइती पलटणें तयार करण्याचें कसब एतद्देशीय राजांनीं कितीही चालू केलें, तरी त्यापासून आपणांस यत्किंचित् अपाय

होण्याचा संभव नाहीं. युरोपीय लष्करी पद्धतींत मराठे आमची बरोबरी कधींच करूं शकणार नाहींत. या योगानें हें नवीन लष्करी हत्यार तर त्यांस साध्य होणार नाहींच, उलट त्यांची गनिमी पद्धत इतक्या दिवसांची सत्तेची आहे ती मात्र नाहींशी होऊन ते बलहीन होतील.'

यावरून नवीन कवाइती पलटणें तयार करून पूर्वीची गनिमी पद्धत मराठ्यांनीं सोडली म्हणून इंग्रजांपुढें त्यांचा पाडाव झाला, अशा आशयाचे अभिप्राय अनेक समंजस इंग्रज लेखकांनीं सुद्धां व्यक्त केले आहेत. स. १८०३ च्या शेवटच्या तीन चार महिन्यांत अत्यंत अल्पावधींत,नवीन बनविलेल्या मराठ्यांच्या पायदळ पलटणांचा इंग्रजांशीं लढतांना चकाचूर उडाला, हा प्रकार पाहून ड्यूक ऑफ् वेलिंग्टन, वॉरन हेस्टिंग्स वगैरे मंडळीस वाटलें कीं, मराठ्यांनीं आपली अंगीं मुरलेली जुनी पद्धत सोडली म्हणून त्यांचा असा बोजवारा उडाला. हे त्यांचे अभिप्राय जमेस धरूनच पुढील लेखक ग्रँट डफ, सिडने ओवेन,लायल प्रभृति असें प्रतिपादितात कीं, युरोपीय पद्धतीचें अनुकरण करण्याचा मोह हिंदी सत्ताधीशांस पडला, तेणेंकरून ते फसले. कवाइती पद्धत त्यांच्या अंगीं मुरली नाहीं व त्या पद्धतीस लागणारे योग्य अधिकारी व सेनानी मराठ्यांत तयार नव्हते, म्हणून त्यांचा नाश झाला. असा पुष्कळांचा, एतद्देशीय व युरोपियन अनुभविकांचा, अभिप्राय आहे.

वरील अभिप्रायांवरून असें समजावयाचें काय, कीं मराठ्यांनीं गनिमी पद्धत कायम ठेवली असती तर ते इंग्रजांस हार गेले नसते? बहुधा असें धाष्टर्याचें विधान कोणी करणार नाहीं. इंग्रजांपुढें मराठे आज नाहीं उद्यां हार जाणार, हा सिद्धान्त अनेक कारणांमुळें पुष्कळांस निश्चित वाटत होता. धोंडजी वाघ, यशवंतराव होळकर, किंवा पेंढारी लोक यांनीं इंग्रजांस कैक वर्षें दमविलें, पण शेवटीं त्यांचा पाडाव झालाच. दुसऱ्या बाजीरावानें कांहीं महिने धांवपळ केली, पण शेवटीं त्यास शरण जाणें भाग पडलें. त्याप्रमाणें सिंदे, भोसले वगैरे सर्व सरदारांनीं गनिमी काव्यानेंच इंग्रजांशीं सामना केला असता, तर कदाचित् चार दोन किंवा फार तर दहा-पांच वर्षें पावेतों देशभर धांवपळ करीत त्यांनीं इंग्रजांस दमविलें असतें; चार दोन महिन्यांतच त्यांचा निकाल लागला नसता. पण इंग्रजांच्या शास्त्रीय टापटिपीच्या लष्करी सामर्थ्यापुढें जुन्या गनिमी काव्याचा अखेर विजय झाला असता असें कोणी म्हणूं शकणार नाहीं. इंग्रजांपुढें कवाइती पलटणी हार गेल्या, यावरून ती कला मराठ्यांस साध्य होण्याजोगी नव्हती, किंवा त्या कलेस लागणारें

सेनानीचें कसब मराठयांच्या अंगीं आलें नसतें, अशांतला प्रकार बिलकूल नाहीं. अमुक एक कला एकास चांगली व दुसऱ्यास अपायकारक असें होऊंच शकणार नाहीं. सिंद्यांच्या कवाइती पलटणांनीं मराठयांस यश दिलें नाहीं याचीं कारणें अनेक आहेत. त्यांचा विचार यथास्थलीं करण्यांत येईल. एवढी गोष्ट खरी कीं, अठराव्या शतकाच्या अखेरीस हिंदुस्थानांतील बहुतेक सर्व लहानमोठया सत्ताधीशांनीं आपापल्या सामर्थ्याप्रमाणें पाश्चात्य लष्करी पद्धतीचा अवलंब केला, आणि त्या कामीं शक्तीबाहेर खर्च करण्यासही त्यांनीं कसूर केली नाहीं.

'मराठयांच्या अस्सल लष्कराची कल्पना उत्तरकालीन परिस्थितीवरून आपण करतों ती खरी नाहीं. त्यासंबंधीं एकत्रित माहिती जुन्या पोवाडयांतून चांगली सांपडते. मराठी फौजांतून कोणकोणत्या निवडक लढाऊ जातींचा भरणा असे, कोणतीं शस्त्रें घेऊन लढण्यांत त्यांचा हातखंडा असे, तोफखाना कसा असे, कवाइती कंपू किती असत, त्यांची शिस्त कशी असे, रणवाद्यें कोणतीं असत, त्यांपैकीं बिनकवाइती फौज कोणतीं वापरी, एकरंगी पोषाख कोण वापरीत, सैन्याबरोबर पेंढार, बाजारबुणगे, बेलदार, कामाठी वगैरे किती जमाव असे, इत्यादि युद्धविषयक किती तरी बारीक माहिती पोवाडयांवरून समजून येते. पोवाडयांतून शस्त्रांचीं जितकीं नांवें आलीं आहेत, तितकीं दुसरीकडे मिळत नाहींत. पेशवाईंत सैन्यभरती कशी होई, कलमजारी सुरू होतांच गांवगांवचे शिलेदार नांवें नोंदविण्याकरितां कसे उत्सुक होत, आपलीं घोडीं व माणसें कशीं जमवीत व सजवीत, निघण्याच्या दिवशीं त्यांची कशी धांदल उडे, त्यांच्या गर्दीनें पुण्याचे रस्ते कसे फुलून जात, पुण्यास महर्गता होऊन लोकांची कशी कुचंबणा होई, तळाची व्यवस्था कशी असे, पुढें कूच करीत हिंदुस्थानांत जातांना रानावनांतून त्यांच्या संचाराची व शिकारीची कशी मौज येई, जंगलांतून व घाटांतून वाटा कशा काढाव्या लागत, इत्यादि मनोरंजक विविध माहिती शाहीर देतात.'* शिवाजीनें मूळ ही गनिमी पद्धत सुरू केली, तेव्हां तिची व्यवस्था फार चांगली ठरविलेली होती; पण उत्तरोत्तर राज्यांत विस्कळितपणा येत चालला, तो लष्करी पद्धतीसही चांगलाच भोंवला, आणि महादजी सिंद्यानें ही जुनी पद्धत निरुपयोगी समजून पाश्चात्यांची नवीन पद्धत स्वीकारिली; तरी वस्तुतः शिवाजी, बाजीराव, मल्हारराव होळकर यांनीं याच गनिमी लष्करानें आपले विजय संपादिले. भोपाळ, पानिपत, राक्षसभुवन वगैरे लढाया या लष्करानें मारिल्या.

---

* केळकरकृत ऐ. पो.

स. १७६५ च्या उन्हाळ्यांत इंग्रजांशीं प्रथम मल्हारराव होळकराचा पहिला सामना झाला. तेव्हांपासून वीस पंचवीस वर्षें समस्त मराठे सरदारांस इंग्रजांचे कावे व धोरणें इतकीं परिचयाचीं होत गेलीं कीं, मागेंपुढें आपला प्राणांतिक सामना इंग्रजांशींच होणार याबद्दल कोणासही संशय उरला नव्हता. महादजी व नानाफडणीस यांस तर हा प्रकार अगदीं उघड उघड दिसत होता. अर्थात् महादजीचा हा प्रचंड खटाटोप केवळ इंग्रजांशीं सामना करण्यासाठीं स्वीकारलेला होता अशी खुद्द त्यांचीच खात्री होती. तेव्हां एवढ्या मोठ्या फौजेची हुकमत व शिस्त सर्वथैव एतद्देशीय अधिकाऱ्यांच्या हातीं ठेविली पाहिजे होती. डी बॉयनच्या कंपूवर मराठ्यांचा भगवा झेंडा न फडकतां सेंव्हॉयचा फ्रेंच शुभ्र क्रूस झळकत राहिला, हें मोठेंच वैगुण्य राष्ट्रीय दृष्ट्या महादजीनें कां चालू दिलें तें समजण्यास मार्ग नाहीं. परस्थांची टांकसाळ किंवा निशाणें आपल्या राज्यांत स्वीकारणें म्हणजे आपल्या हातानें स्वतःची इभ्रत घालविणें होय, हें महादजीसारख्या धोरणी पुरुषास समजलें नसेल हें संभवत नाहीं.

गनिमी काव्याची पद्धत मराठ्यांनीं सोडली म्हणून त्यांचा पाडाव झाला हें म्हणणें बरोबर नाहीं. पेंढाऱ्यांनीं गनिमी कावाच देशभर उचलिला, पण त्यांचा शेवटीं नायनाट झालाच कीं नाहीं? स. १८१५ त ग० ज० लॉर्ड मोइरानें भयंकर परिस्थिति आपल्यावर ओढून आणली होती. गुरख्यांवरील युद्धांत चार इंग्रजी फौजा नेपाळवर चालून गेल्या, त्यांपैकीं तिघांचा तर साफ फन्ना उडाला. पेंढाऱ्यांच्या वाटेस जाऊं नये असा युरोपांतून निक्षून हुकूम त्यास आलेला, आणि येथें प्रत्यक्ष त्याचें कौन्सिल त्याजला अगदीं विरुद्ध. दौलतराव सिंदे व रघूजी भोसले हे दोघे साठ हजार फौज जमवून इंग्रजांचा सूड घेण्यास टपून बसले होते. पेशवा बाजीराव तर अंतस्थ रीतीनें सर्वत्र उठावा करीत होता. स. १८१५ च्या दसऱ्यास पेंढारी जमाव जेवढा बाहेर पडला तेवढा पूर्वीं कधीं जमला नव्हता. आठ हजार पेंढाऱ्यांनीं नर्मदेअलीकडे येऊन निजामाच्या राज्यांतून थेट कृष्णेपर्यंत धुमाकूळ उडविला. दुसरा असाच एक जमाव पूर्वेकडे उत्तर सरकारप्रांतांत नास धूळ करीत गेला. पेंढारी लोक सिंद्यांजवळ येऊन उघड वल्गना करूं लागले कीं, आम्ही पन्नास हजार लोकांनिशीं कलकत्त्यावर जाऊन इंग्रजांचा फन्ना उडवितों. त्यांची एकंदर संख्या एक लाख तरी होती, आणि त्यांनीं चारही दिशांकडे सर्व देश व्यापला होता. अशा भयंकर प्रसंगांत इंग्रज फौजेंत महामारीचा उपद्रव होऊन

त्यांत वीस हजार लोक बळी पडले. बाजीराव, भोसले, होळकर वगैरे उघडपणें इंग्रजांवर उठले. कवाइती युद्धपद्धति गनिमी काव्यापुढें कायमची हार जाणार असा संभव दिसूं लागला. परंतु चार महिन्यांत लॉर्ड मोइरानें या सर्व संकटाचा ताबडतोब निरास केला. दौलतरावाची मात्र खात्री होती कीं, गनिमी काव्याचा निभाव आतां लागणें शक्य नाहीं; आणि महादजीनें एकदम हिय्या करून पाश्चात्य व्यवस्थेचा स्वीकार केला तेंच योग्य होय. इंग्रजांची जूट व टापटीप सिंद्यास किंवा पुढें शीखांस तितकीशी साधली नाहीं, म्हणून एतद्देशीयांची कवाइती फौज इंग्रजांच्या मानानें नेहमींच कमी प्रतीची राहिली. परंतु हा दोष त्या पद्धतीचा नव्हे, व्यवस्थित हुकमतीचा, मुबलक खर्चाचा व शिस्तीचा होता. याच संधींत वाटर्लूच्या रणभूमीवर नेपोलियनच्या द्वारें फ्रान्सचा निःपात झाल्यानें इंग्रज निश्चिंत होऊन त्यांची शक्ति वाढली, हाही प्रकार दृष्टिआड करण्याजोगा नाहीं.

१०. **कवाइती लष्कर विनाशक ठरण्याचें कारण.**—कवाइती लष्कराचा प्रयोग महादजीनें अंगीकारिला, तो बरोबर वठविण्याचें जें सामर्थ्य महादजीस होतें तें त्याचा मुलगा दौलतराव यास नव्हतें. डी बॉयन जरी लष्करी व्यवस्थेपुरता पूर्ण जबाबदार होता, तरी संग्रामव्यवस्थेपलीकडे त्याच्या हातांत बिलकूल सत्ता नव्हती. राणेखान, जीवबादादा, लखबादादा, अंबाजी इंगळे, गोपाळराव भाऊ, सदाशिव मल्हार, रायाजी पाटील, वगैरे सरदार महादजीच्या पूर्ण विश्वासांतले व राजकारण जाणणारे होते. डी बॉयनला हुकूम होईल त्याप्रमाणें या सरदारांच्या हुकमतींत त्यास वागावें लागे. डी बॉयनच्या कच्च्या कारभारावर व आग्र्याच्या कारखान्यावर सर्व मुखत्यारी लखबादादाची होती. महादजी दक्षिणेंत असतां गोपाळरावभाऊनें राजपुतान्यांत लाखेरीवर डी बॉयन यास बोलावल्या-बरोबर त्यास तिकडे जावें लागलें. तो केवळ हुकमाचा ताबेदार होता. अमक्याशीं लढणें बरें कीं वाईट, किंवा लढावें कीं नाहीं, हें तो ठरवीत नसे. वरून हुकूम सुटत ते त्यास अक्षरशः पाळावे लागत. शिवाय महादजीनें तरी हा प्रयोग किती भीत भीत व कचरत केला हें त्यास लागलेल्या काळावरूनच स्पष्ट आहे. स. १७८४–८९ पावेतोंच्या सहा वर्षांत त्याची कवाइती फौज हजार दोन हजारांच्यावर नव्हती. अलीबहादराशीं व तुकोजी होळकराशीं महादजीचें वांकडें येऊन, आतां पूर्वीप्रमाणें अनेक सरदारांनीं एकत्र कामगिऱ्या करण्याचे दिवस गेले, जगावयाचें असेल, एकदम सर्व उद्योग सोडून संन्यास घ्यावयाचा नसेल, तर स्वसंरक्षणाचें

मुख्य यंत्र सर्वस्वी आपल्या हातांत पाहिजे, अशी वारंवार ठेंचा खाऊन बालंबाल खात्री झाल्यावर, मगच स. १७९० त महादजीनें डी बॉयनला पुनरपि नोकरींत घेऊन भराभर कवाइती पलटणें वाढविलीं. पुण्यास आल्यावर त्यानें आपला बॉडीगार्ड वाढविला, आणि दौलतरावानेंही पुढें त्यांत नवीन भर घातली. म्हणजे परिस्थिति बदलत गेली, तसा हा प्रयोग वाढत नेला. मनुष्यस्वभाव ओळखण्यांत प्रत्यक्ष शिवाजीनंतर महादजीसारखा दुसरा पुरुष मराठशाहींत निपजलाच नाहीं. हिंदुस्थानांत शेंकडों युरोपियन आले, पण त्यांतला सर्वोत्तम डी बॉयन तेवढाच त्यानें नेमका वेंचून आपल्या कामास घेतला.

दुर्दैवेंकरून महादजीच्या पश्चात् त्याचा अधिकार एका अनुभवशून्य व उल्लू तरुण मुलाच्या हातांत पडला, आणि पेशवाईवरही त्याच्याच सारखा, किंबहुना त्याच्याहूनही नालायक बाजीराव दाखल होतांच मराठशाहीचा अंत येऊन ठेपला. अर्थात् कवाइती फौजांनीं या राज्याचा नाश झाला नाहीं, तर राज्य आवरणारा पुरुषच कोणी उरला नाहीं हें त्या नाशाचें मुख्य कारण होय. त्यांतूनही थोडेंबहुत त्राण झालें असतें तें सर्जेराव घाडग्यानें दौलतरावाशीं संबंध जुळवून नाहींसें केलें. जुन्या अनुभवी मंडळींची वाट लावणें; सावकार, मुत्सद्दी, बायका व रयत वगैरेंस हैराण करून पैसा लुबाडणें; हीं अनन्वित कृत्यें या सर्जेरावानें दौलतरावाच्या जिवावर रोजरोस सर्व राज्यांत चालू केलीं. जीवबादादा मरून गेला. त्याचा मुलगा नारायणराव व प्रमुख सारस्वत वीर यांस सर्जेरावानें मारून टाकिलें; आणि लखबादादाचें अनुपम वीर्य बायांच्या बंडखोरींत लयास गेलें. 'मॅलेसन† लिहितो, 'बापापासून दौलतरावास जें सामर्थ्य प्राप्त झालें त्याचा उपयोग त्यानें राष्ट्रोपयोगी पहिल्या प्रतीच्या कामाकडे न करितां पुण्यांतील नसत्या भानगडींत केला. त्यापेक्षां आरंभींच पुणें सोडून तो उत्तरेंतील उद्योगास जाता तर तिकडे त्यास अनेक फायद्याचीं कामें हातीं घेतां आलीं असतीं. बापानें तयार केलेले सर्व लायक पुरुष त्यानें नाहींसे केले. लखबादादा म्हणजे केवढा पराक्रमी पुरुष. अनेक आणीबाणीच्या प्रसंगांत डी बॉयनच्या बरोबरीनें काम केलेला असा असतां, बायांस अटकेंतून जाऊं दिल्याच्या संशयावरून त्यास दौलतरावानें नोकरींतून कमी केलें, तेव्हां तो पुष्कळ साथीदार जमवून उत्तरेंत धुमाकूळ घालून बसला. आग्र्याचा किल्ला सुद्धां त्यानें हस्तगत केला. दतियाच्या

† Final French Struggles P. 200–202, and 248.

हद्दींत सुध्या येथें ता. ३-५-१८०० रोजीं पेरोन व लखबादादा यांची लढाई होऊन तो जखमी झाला,व त्यांतच पुढें तो१७-१-१८०३* रोजीं मरण पावला.' सारांश, अशा भानगडींत मराठी राज्याचा संहार झाला, तर त्यांत कवाइती पलटणांचा काय दोष ?

युरोपियन लोक हिंदुस्थानांत येत ते मुख्यत: पैसे मिळविण्याकरितां येत. हिंदी लोकांच्या उपयोगी पडावें अशी त्यांची बिलकूल इच्छा नसून फौज तयार करण्याचीं नानाविध कामें सुद्धां त्यांनीं केवळ पैशाच्या स्वार्थी दृष्टीनें पतकरिलीं. ठरलेल्या मुशाहिऱ्याखेरीज भत्ते, नजराणे व अनेक वाममार्ग ह्यांच्या स्वरूपानें प्रचंड रकमा त्यांच्या खिशांत पडत. क्लाईव्हनें तर लूटच केली. हेस्टिंग्सनेंही लूटच केली, पण ती कंपनीच्या कामांत वापरिली. पैसा, मानमरातब व खाण्या-पिण्याची चंगळ वगैरे नानाविध फायदे त्यांनीं करून घेतले. अठराव्या शतकांत हिंदी लोकांपासून पिळून काढलेल्या संपत्तीचें उत्कृष्ट वर्णन मेकॉलेनें केलेलें पुष्कळांस परिचित आहे. पाश्चात्य धाडसी योद्धयांनीं, युरोपांतून कोणताही पाठिंबा नसतांना, आपल्या हिकमतीनें व कपटानें अपरंपार दौलत मिळविली. बादशहास छळून गुलाम कादरानें जें जडजवाहीर पैदा केलें, तें घेऊन लेस्टिनो युरोपास पळून गेला. हें द्रव्य हस्तगत करण्यास महादजीनें जंगजंग पछाडले, पण त्याचे प्रयत्न व्यर्थ जाऊन त्यास कर्जीतच लोळावें लागलें. समरूच्या राजवैभवाची हकीकत दुसरीकडे दिलीच आहे. त्यांतल्या त्यांत भला मनुष्य एक डी बॉयनच निघाला.

उत्कृष्ट गोलंदाजीविषयीं आरंभीं पोर्तुगीज लोकांची ख्याति असे,पण अठराव्या शतकांत इंग्रज, फ्रेंच वगैरे लोक त्या बाबतींत येथें प्रवीण म्हणून नांवाजले गेले. त्यांस नोकरीस ठेवून येथें राज्यें कमविण्याचा उद्योग अनेकांनीं केला,त्यांत हैदर व रणजितसिंग यांचे प्रयत्न विशेष स्मरणीय आहेत. इतर सर्वांचे दोष शक्य तितके रणजितसिंगानें टाळिले. त्याच्या सैन्यांत परकी भाडोत्री लोकांचा भरणा बिलकूल नव्हता. स्वातंत्र्याकरितां व धर्माकरितां प्राण खर्ची घालणाऱ्या एकजात शीखांस त्यानें पाश्चात्य पद्धत शिकवून तयार केलें. तो परकी युरोपियनांवर अवलंबून राहिला नाहीं. त्यानें ॲलर्ड, व्हेंचुरा, कोर्ट, एव्हटॅबल वगैरे गृहस्थ नोकरींत ठेविले; पण त्यांस स्वतंत्र अधिकार न देतां कवाइतीपुरता त्यांचा उपयोग करून, त्यांत आपलेच अधिकारी तयार केले. मात्र हुकमाचे शब्द फ्रेंच ठेविले,या पलीकडे,

---

* जी. च. ले. ३२९.

परकीय असें शीख फौजेंत कांहीं नव्हतें. स्वतः रणजितसिंग साध्या शिपाया-प्रमाणें सर्वांबरोबर कवाईत करी. ॲलर्ड व व्हेंचुरा हे नेपोलियनच्या हाताखालीं तयार झालेले होते, त्यांच्या कसबाचा उपयोग करून रणजितसिंगानें हिंदी अधिकारी तयार केले ते पुढें फार नामांकित झाले. मुखमचंद (१८०६–१४). दिवाणचंद, सरदार न्याहालचंद, हरिसिंग नालवा व लेहनासिंग इत्यादि शीख सेनापतींचीं नांवें पंजाबांत महशूर आहेत. लेहनासिंगानें उत्कृष्ट तोफखाना तयार केला; परंतु अशाही फौजेचें सामर्थ्य शेवटीं इंग्रजांच्या प्रभावापुढें टिकलें नाहीं. सारांश, हीं सर्व उदाहरणें ध्यानांत घेतल्यावर ही पाश्चात्य लष्करी पद्धत हिंदी लोकांस अपायकारक झाली असें अनेकांनीं प्रतिपादिलें आहे, तें मात्र बरोबर नाहीं. प्रत्येक प्रयोग निष्फल ठरण्याचीं कारणें वेगळीं आहेत. पण तेवढयावरून पाश्चात्य लष्करी पद्धतच हिंदी लोकांस दुःसाध्य होती असें म्हणतां येत नाहीं. 'जयासारखा त्राता नाहीं,' या विधानांत जितका सत्यांश आहे, तितकाच 'अपशयासारखा मारता नाहीं,' याही विधानांत आहे. निजामाच्या फ्रेंच फौजेवर मालकाचा ताबा बहुतेक नव्हताच म्हटला तरी चालेल. शिंद्याच्या फौजेवर जरी मालकाची हुकमत पुष्कळ होती, तरी पेरोनचा विश्वासघात व दौलतरावाची अकुशलता, यांमुळें इंग्रजांस त्यांचा पाडाव करणें सुलभ झालें. हैदर व टिपू यांस तर फ्रेंचांचा पाठिंबा बेताचाच होता. शीखांच्या पाडावाचीं कारणें तर अगदींच भिन्न आहेत. तथापि या पाश्चात्य पद्धतीच्या फौजांनीं आपापल्या धन्याची कामगिरी कांहीं थोडी केली नाहीं, हेंही ध्यानांत ठेविलें पाहिजे. महादजींस उत्तर हिंदुस्थानचें स्वामित्व मिळालें, निजामाचें अर्धशतकपर्यंत रक्षण झालें, हैदर–टिपूनींही तीस वर्षें इंग्रजांस दमविलें, हा प्रभाव पाश्चात्य पद्धतीचाच होय. नुसत्या जुन्या गनिमी दौडींनीं या गोष्टी बिलकूल साध्य झाल्या नसत्या. उत्कृष्ट शिपाई, उत्तम शस्त्रास्त्रें व निपुण सेनानी, या तीन गोष्टींची जरूर कोणत्याही लष्करास नेहमींच असणार; त्यांत जितक्या अंशानें कमतरता पडली, तितक्या अंशानें अपयश येत गेलें, हा दोष त्या पद्धतीचा नव्हे, किंवा मराठयांचाही नव्हे. खोल विचार केल्यावर असें म्हणावें लागेल कीं, इंग्रजांनीं हिंदी लोकांस जिंकिलें तें मुत्सद्देगिरीच्या जोरावर फसवेगिरीनें जिंकिलें, लष्करी सामर्थ्यानें जिंकिलें नाहीं. हिंदी लोकांच्याच मर्दुमकीनें इंग्रजांनीं हा देश जिंकिला, हें सीलीचें प्रतिपादन यथायोग्य आहे. या प्रश्नाचें विवेचन कै० प्रो० लिमये यांनीं 'देशी संस्थानें व

कवाइती कंपू ' या आपल्या विचारपूर्ण लेखांत केलें आहे, त्याहून जास्ती कांहीं सांगतां येणें शक्य नाहीं. मात्र हा विषय अत्यंत महत्त्वाचा व राष्ट्रीय प्रगतीसाठीं सर्वांनीं अत्यंत अभ्यसनीय आहे.

दुसऱ्या एका मनोरंजक प्रश्नाचा विचार या ठिकाणीं उद्भवता. ' हिंदुस्थानांत पाश्चात्यांचें आगमन झालें नसतें तर मराठ्यांचें राज्य कायम टिकलें असतें काय ? या प्रश्नाचा विचार करितांना सवाई माधवरावाच्या मृत्यूनंतर पुण्यांत कशी अराजकी माजली ती मनांत आणावी. दिल्लीच्या बादशाहीची अखेरची दैना व बाजीरावाची राजवट यांजमध्यें फारसा फरक नव्हता. मुसल्मानी अंमलास लोक कंटाळले होते, तसेच ते बाजीरावाच्या अंमलास कंटाळले. उद्यां कोण गादीवर येतो व काय उत्पात करितो, या विवंचनेंत सर्व लोक भयत्रस्त झाले होते. जीवित व मत्ता कोणासही सुरक्षित वाटत नव्हती. राज्यकारभार करणारांस बंड, फितूर, खून ह्यांची धास्ती एवढी वाटूं लागली कीं, त्यांस सळो कीं पळोसें होऊन गेलें. लढाया, दंगेधोपे, लुटालूट हे तर नेहमींचेच प्रकार होऊन बसले. अशा स्थितींत राज्यांत स्थिरता उत्पन्न होणें अशक्य झालें होतें. इंग्रजांसारखे तिऱ्हाईत त्या वेळीं येथें नसते, तर वायव्येकडून पुनरपि एखादा महंमद चाल करून येता, अगर रणजितसिंगासारखा एखादा पराक्रमी पुरुष तात्पुरता बंदोबस्त करता; पण त्याच्या पश्चात् पुन्हा पहिली स्थिति उद्भवली असती. '

पाश्चात्यांकडे दाद किंवा आश्रय मागण्याची सोय नसती तर या अंदाधुंदींतूनच हळू हळू स्थिरता उत्पन्न होऊन चार शहाण्यांनीं एकत्र जमून, किंवा सातारकर छत्रपतीस बाहेर आणून मराठशाहीची विसकटलेली घडी पुन: बसविली असती असें म्हणण्यास काय प्रत्यवाय आहे ? महाराष्ट्रांत शहाणीं माणसें विपुल होतीं. अशांचाच उपयोग शिवाजी, बाळाजी विश्वनाथ, किंवा माधवराव पेशवा यांनीं करून दाखविलाच कीं नाहीं ? चहूंकडून संकटें आलीं असतां राष्ट्रास निभावून नेणारा मार्गदर्शी पुरुष केव्हां निर्माण होतो, केव्हां होत नाहीं. आणि असा पुरुष नसेल तेव्हांच त्या संधीचा उपयोग शत्रू करून घेतात. शिवाजी ज्या विपन्न परिस्थितींत निर्माण झाला, त्यापेक्षां एकोणिसाव्या शतकाचा आरंभ जास्त विपन्न खचित नव्हता.

प्रकरण सव्विसावें.

पुण्यांतील मुक्काम, सोक्षमोक्ष.

१७९२ जून-१७९३ जून.

१. महादजीच्या आगमनासंबंधीं निरनिराळे तर्क.

२. महादजीच्या तक्रारी व त्याचें आत्मसंयमन.

३. पुण्यास प्रत्यक्ष काय घडलें ?

४. लाखेरीच्या मैदानावर होळकराचा संहार (ता. २०-९-१७९२).

५. सचिवाचा छळ, जुन्या घराण्यांना महादजीचा पाठिंबा.

* * *

१. महादजीच्या आगमनासंबंधानें निरनिराळे तर्क.—रामचंद्र शाहिराचा खर्ड्यांच्या लढाईवर रचलेला एक जुना पोवाडा आहे त्याच्या आरंभीं, 'हिंदुस्थान गुजरात सोडून शिंदा दक्खनेंत आला। हुकूम केला बादशहानें त्याला,' हें ध्रुपद आहे, त्यावरून महादजीच्या पुण्यास येण्याची गर्जना दक्षिणेंत कशी उठली, याची कल्पना होते; आणि अद्यापि प्रसंगानुरोधानें त्याचें प्रतिबिंब इकडे पडत असतें. जणूं काय महादजीचें येणें म्हणजे एक निरंतरचें गूढच आहे. परंतु येथपावेतों घडलेल्या व्यवहारांचें जें वर्णन दिलें आहे, त्यावरून हें गूढ निरसन पावलें असेलच. या संबंधांत लोकांच्या समजाचा एक मोठा विरोध व्यक्त होतो. पुणें ही मराठशाहीची राजधानि, त्या ठिकाणीं सर्व लहान मोठ्या सरदारांनीं सालोसाल अगर सवडीप्रमाणें येऊन मालकापुढें आपल्या कामाची झडती द्यावी, आणि पुढील उपक्रम ठरवून घ्यावे, असा प्रघात आरंभापासूनच रूढ झालेला होता. महादजीस पुणें सोडून बारा वर्षे झालीं, एवढ्या अवधींत बाल पेशवा मोठा होऊन कामकाज पाहण्यालायक झाला, तेव्हां महादजी म्हणे, मीच काय असा अपराध केला कीं, एवढ्या अवधींत मला धन्याच्या पायांचें दर्शन घडूं नये. महादजी पुण्यास आला नाहीं तर तो तिकडे

---

१ का. सं. प. या. ५९.

स्वतंत्र होऊं पाहत आहे, आणि आला तर तो सर्वांस गुंडाळून ठेवून आपणच सर्व सत्ता बळकावणार, असा हा दुहेरी पेंच त्या वेळीं लोकचर्चेंत उपस्थित झाला होता. या पेंचाचें निरसन सहज होणारें असून, कोणीं कांहीं निदान ठरविलें तरी त्याबद्दल एवढें मोठें गूढ वाटण्याचें आतां कारण नाहीं. उत्तरेंतील अव्यवस्थेनें व भांडाभांडीनें महादजीस अगदीं जीव नकोसा झाला होता. नाना व महादजी या दोन भिन्न वृत्तींच्या व्यक्ती प्रत्येक व्यवहार दोहोंकडे ताणूं लागल्यानें सर्वत्र अनवस्था प्रसंग प्राप्त झाला. त्याचा निकाल लावण्यासाठीं तो पुण्यास आला. मात्र हा त्याचा हेतु फारसा सफल झाला नाहीं, आणि कारभारांतील अनवस्था वाढत जाऊन लवकरच बाजीरावाच्या वेळेस तिचा कळस झाला, हा प्रकार स्पष्ट आहे.

तारीख १२ जून स. १७९२ पासून ता. १२-२-१७९४ पर्यंत वीस महिने महादजीचा मुक्काम पुण्यास झाला, पैकीं पहिलें एक वर्षच कायतें त्याचें कामांत गेलें. त्या पुढचे आठ महिने बहुतेक आजारांतच गेले. या दृष्टीनें आतां महादजीच्या पुणें येथील मुक्कामाचा कार्यभाग सांगूं. तीन वर्षांपूर्वीच अलीबहादरास सर्व व्यवस्था सोंपून महादजीचा विचार दक्षिणेंत जाण्याचा होता. तो नानास कळला, तेव्हां नानानें अलीबहादरास लिहिलें, तुम्हीं ही जोखीम अंगावर घेऊं नये. त्यानंतर उत्तरेंतील भानगडी आपल्याच्यानें उरकत नाहींत, तुमचा कारभार तुम्ही सांभाळा, असें खुद्द पेशव्यास कळविण्यासाठीं महादजीनें पुण्यास येण्याचा विचार नानास पुष्कळदां कळविला. त्यावर नानानें लिहिलें कीं, 'तुमच्याशिवाय दुसऱ्याचे हातून तिकडची व्यवस्था उरकणार नाहीं; इतकेंही असून तुम्ही आग्रहानें याल, तर या दौलतेवर ईश्वराचा क्षोभ झाला, असेंच समजावें लागेल.' इतकें लिहिल्यावरही स. १७९२ च्या फेब्रुवारींत महादजी उज्जन सोडून निघाल्याची व पुढें बऱ्हाणपुरास दाखल झाल्याची बातमी नानास पोंचली, तेव्हां त्यास अत्यंत चिंता पडली. याच वेळीं कॉर्नवालिस व हरिपंत श्रीरंगपट्टण-समोर टिपूशीं तह ठरवीत होते. कॅप्टिन लिटलचीं तीन पायदळ पलटणें, व तोफखाना साह्यास असल्यामुळें परशुरामभाऊनें बेदनूरपर्यंतचा प्रदेश कसा हां हां म्हणतां जिंकिला, याची हकीकत नानास कळून त्यानें भाऊ व हरिपंत यांस लिहिलें कीं,' लिटलचीं पलटणें परत पाठवूं नयेत. कॉर्नवालिसला सांगून तीं लगोलग पुण्यास पाठवावीं. आपण त्यांचा खर्च देऊं. हीं पलटणें आपल्याजवळ हुकमी

असल्यानें मोठा उपयोग आहे.' हें पत्र आल्यावर हरिपंतानें कॉर्नवालिसकडे पलटणें मागितलीं. तीं मुंबईस जायचींच होतीं, तर कांहीं दिवस पुण्यास राहून मग पुढें जातील, असें त्यानें सुचविलें. फौजेच्या अशा मागण्या कॉर्नवालिसकडे अनेक रजवाड्यांकडून येऊं लागल्या होत्या. तेव्हां कोणास हो म्हणावें व कोणास नाहीं म्हणावें, याची पंचाईत पडून, शिवाय त्यामुळें भलत्याच इसमाशीं वैर उपस्थित होणार. सबब पुण्याच्या प्रस्तुतच्या परिस्थितींत हीं पलटणें तेथें पाठविणें कॉर्नवालिसला बिलकूल पसंत पडलें नाहीं. अंबरकांबीला त्यांची अत्यंत जरूर आहे असें सांगून, तीं त्यानें परभारेंच लगोलग मल्बारांतून मुंबईस पाठविलीं. पुण्यास ती जातीं तर कदाचित् महादजीच्या विरुद्ध त्यांस लढावें लागून अनिष्ट परिणाम घडून येण्याचा संभव होता, असा कॉर्नवालिसच्या लिहिण्याचा मतलब आहे.*

पुण्याचा कारभार स्वतः करावयाचा किंवा त्याची नवीन घडी बसवावयाची हा महादजीचा पुण्यास येण्याचा मुख्य हेतु होता. इंग्रजांचें पारडें जड होत चाललें, मराठ्यांची सार्वभौम सत्ता ते हिसकावून घेऊं लागले, पाहिजे त्या सत्ताधीशास ते धमकावूं लागले, अशानें मराठ्यांचें राज्य आतां लयास जाणार, याचा बंदोबस्त प्रथम झाला पाहिजे. नाना तर सर्वस्वीं त्यांच्या कक्षेंत गेला, यास उपाय म्हणजे आपण एकजूट उत्पन्न करून इंग्रजांचा प्रतिकार करावा, हा इरादा सारखा मनांत बाळगून महादजी नर्मदा उतरला. टिपू, नागपुरकर भोसले व निजाम असे एकत्र झाल्यास इंग्रजांचा डाव हाणून पाडतां येईल, पूर्वीं नानाफडणिसानें हाच डाव एकदां खेळविला होता. हल्लीं तोच डाव महादजीनें मनांत आणिला. त्यासाठीं इकडे येतांना प्रथम तो स्वतःच नागपुरास जाणार होता. परंतु सिंद्यांची स्वारी आपल्या मुलखांत न यावी म्हणून रघूजी भोसल्यानें आपला वकील व्यंकटराव काशी यास नर्मदेवर महादजीच्या भेटीस पाठविलें; आणि त्यास कळविलें कीं, 'आम्ही कांहीं आपल्या बाहेर नाहीं, आपण जाऊन पेशव्यांची समजूत घाला म्हणजे सर्व गोष्टी सिद्ध होतील.' ही गोष्ट महादजीस पटून तो नागपुरास न जातां पुण्यास आला. निजामाशीं त्यानें बाळाराव गोविंदाच्या मार्फत संधान ठेविलेंच होतें. पुण्यास आल्यावर त्यानें आपला उद्देश पेशव्यास

* Ross, Vol 2 P. 540.

समजून सांगितला, आणि त्या संबंधीं त्याचें मन तयार केलें. * या उपक्रमाची जाणीव कॉर्नवालिस व मॅलेट यांस चांगली असून रोसनें छापलेल्या त्यांच्या लेखांत याचें प्रतिबिंब पूर्ण उतरलें आहे. तूर्त महादजी पुण्यास दाखल झाल्यापासून काय काय बनाव बनले, त्यांचें वर्णन प्रथम दिलें पाहिजे.

स. १७९२ च्या उन्हाळ्यांत महादजी सिंदे लढाऊ फौजेनिशीं दक्षिणेंत येऊन थडकला, तेव्हां एकंदर महाराष्ट्रांत लोकांची मोठी चलबिचल उडाली. लहानमोठे सरदार चपापून गेले आणि आतां पुढें काय प्रकार घडतो यासंबंधानें ते निरनिराळे तर्कवितर्क करूं लागले. हा एक मोठा आपात किंवा स्फोट होय असें लोकांस वाटलें. अलीकडे महादजीच्या उत्तरेंतील उद्योगाचे बरेचसे नवीन कागद उपलब्ध झाल्यानें, त्याचे उद्देश समजण्याची सोय झाली आहे, ती नातूंनीं महादजीचें चरित्र लिहिलें तेव्हां, अगर खऱ्यांनीं नानांचें चरित्र लिहिलें तेव्हां त्यांस नव्हती. नातू लिहितात, ' महादजीच्या बरोबर पलटणें असल्यानें दक्षिणेंत बरीच गडबड उडाली व नानानें फौज जमविण्याचें सुरू केलें. पाटीलबावांनीं आजपर्यंत पुणें दरबाराशीं संबंध न ठेवितां हिंदुस्थानांत मुलूख आणि दौलत संपादन केली आणि प्रचंड फौज उभारली, यामुळें ते आतां जोरावर व गर्विष्ठ होऊन पुणें येथें आपलें वर्चस्व स्थापन करण्यास येत आहेत, असा त्या वेळीं इकडे समज होऊन, आतां मराठी राज्यांत कोणत्या उलाढाली होतात, हें पाहण्याकडे लोकांचे डोळे लागले. पुण्याचे ब्राह्मण मुत्सद्दी हिंदुस्थानच्या या प्रचंड व्याघ्राच्या तडाक्यांतून आपला कसा बचाव करितात, याविषयीं प्रत्येक दरबारांत वाटाघाटी होऊं लागल्या.' यासंबंधांत खरे लिहितात, ' पूर्वी ज्याप्रमाणें पेशव्यांनीं छत्रपतीस हीनबल करून आपलें वर्चस्व स्थापिलें, त्याचप्रमाणें आतां पेशव्यांसही स्वस्थ घरीं बसवून मराठी राज्याचा सर्व अधिकार आपल्या हातांत घ्यावयाचें सिंद्यांच्या मनांत आहे असें नानास वाटे. मराठी राष्ट्राची सर्व सत्ता पेशव्यांच्या हातीं असावी हें नानांच्या राजनीतीचें मुख्य तत्त्व होतें, त्यास सिंदे आड येतील तर होळकर, भोसले, पटवर्धन, रास्ते वगैरेंचा एकोपा करून व निजामलीशीं सख्य करून सिंद्यांचा नक्ष

* "Scindia persuaded the Peshwa that a serious mistake had been made in the late war in supporting the British power against Tipu and urged a closer connection with him." Roberts p. 240.

मोडावा, असा नानाचा बेत होता. पुढें शिंदे फौज घेऊन निघाले असें ऐकून नानांनीं इंग्रजांचीं लिटल्चीं तीन पलटणें टिपूचे युद्धांत होतीं तीं पुण्यास आपल्या मदतीस मागितलीं. तीं त्यांनीं दिलीं नाहींत, पण आपल्या फौजेचा संशय घेऊन इंग्रजांचें सैन्य हे आणणार असें ऐकतांच, महादजीनें आपली सारी फौज बरोबर पुण्यास न आणतां, अगदीं थोडे लोक आणिले. सिंदे पुण्यास कां आले याविषयीं लोक निरनिराळे तर्क करीत होते. कोणी म्हणत, यांच्या मनांत निजामलीचें राज्य घ्यावेंसें आहे; कोणी म्हणत, होळकर व अली बहादर यांस पेशव्यांनीं दक्षिणेंत परत आणण्याची खटपट करण्याकरितां ते आले. इंग्रजांस वाटलें, आपलें पुण्याच्या दरबारीं वजन पडत चाललें आहे तें नाहींसें करण्याचा त्यांचा अभिप्राय आहे. नागपुरकर भोसल्यांचा बखरकार म्हणतो कीं, नानाफडणिसांस पेशवाईचे कारभारांतून काढण्यासाठीं मशीरुन्मुल्कानें खटपट करून महादजीस पुण्यास आणिलें.' अशा प्रकारें सामान्यत: लोकवार्तेत ज्या कल्पना पसरल्या होत्या, त्याच बखरकारांनीं आपापल्या मनोभावनेप्रमाणें लेखांत नमूद केल्या, आणि त्याच अस्सल पत्रांचे अभावीं कायम होऊन बसल्या. पण प्रत्येक कल्पनेस कांहीं थोडा आधार असला, तरी त्या बहुतेक बाजारगप्पाच होत्या. पोर्तुगीज वकील लिहितो:—

'महादजानें हिंदुस्थानांतून येतांना निजामापासून दहा लाखांचा बीड परगणा घेण्याविषयीं बादशहाचा हुकूम बरोबर आणिला होता; परंतु नानानें महादजीस कळविलें कीं, हल्लीं हरिपंत श्रीरंगपट्टणवर मोहीमशीर आहेत, ते येऊन दाखल होईपर्यंत आपण निजामावर चालून जाण्याचें करूं नये. प्रथम पुण्यास यावें; आपली आमची भेट झाल्यावर पुढील विचार ठरवूं.' महादजीची बीड परगण्याची इच्छा अतृप्त राहिली, ती खर्ड्याच्या तहांत नानानें पुरी करून घेतली. (पोर्तुगीज पत्र, श्री० पिसुर्लेकर).

गेल्या आठ दहा वर्षांतील व्यवहारांची जी चर्चा येथवर झाली आहे, तिजवरून महादजी पुण्यास कां आला या संबंधानें कोणासही संशय बाळगण्याचें कारण नाहीं. त्यानें स्वत:च त्या गोष्टी नानास वारंवार लिहून पाठविलेल्या आहेत. मध्यवर्ती राज्यकारभार व्यवस्थित चालत नाहीं, तर पुण्यास येऊन धन्यास जाब विचारणार, हे त्याचे उद्गार अनेकवार प्रगट झाले आहेत. ऐ. टि. ६-३३ ता.२५-७-१७९१ चा जो कागद मागें दिला आहे, त्यांत या सर्व गोष्टींचा उलगडा असून, तशाच मासल्याच्या आपल्या सर्व तक्रारी महादजीनें पुण्यास रामजी

पाटील यास नानापुढें मांडण्यासाठीं लिहून पाठविल्या होत्या. अलीबहादर व तुकोजी होळकर उघड उघड राज्यनाश करितात, तर यांस आळा घालणारा कोणी आहे कीं नाहीं; आपला धनी तरुण पेशवा आतां धनीपणा गाजविणार, कीं राज्याची अधोगति होत चाललेली स्वस्थ पाहत बसणार, याची परीक्षा पाहण्यासाठीं महादजी पुण्यास आला.

२. **महादजीच्या तक्रारी व त्याचें आत्मसंयमन.**–ता. १-१०-१७९० रोजीं तो रामजी पाटलास लिहितोः ' अलीबहादरांनीं गोसावी यास आपले जवळ ठेवून घेतला येविशीचें वर्तमान जाहलें तें दोन चार वेळ बाळाजीपंत नानास लिहून पाठविलें, त्याचीं उत्तरें आलीं त्यांवरून आम्ही गोसावी प्रकरणीं नानांस लिहिणें अगर अलीबहादरांसीं बोलणेंच सोडून दिल्हें. त्याजवर होळकर मध्यें जाबसालांत येऊन अलीबहादरांस दरमहा सत्याहत्तर हजार खर्चास देण्याचें ठरविलें. कार्तिकाचे महिन्यांत येक रोजमऱ्याचा ऐवज द्यावा, व अलीबहादरांनीं गोसावी अरुणचे किल्ल्यांत पाठवून द्यावा, आणि आपण जयपुरचे मसलतीवर जावें. याप्रमाणें करार होऊन सावकाराकडून त्यांस ऐवज देविला. पण गोसाव्यास अहणेस लावून देणें व जयपुराकडे जाणें हें रुपये घेतल्यावर त्यांचे गांवींच नाहीं. स्वस्थ बसले. आम्ही कार्तिक वद्य पक्षीं सूर्यपर्वास गंगारनानास गेलों तेथें वर्तमान आलें कीं, सहारणपुराकडे गुलाम कादराची आई व भाऊ भंभोखान व सीख ऐसे एक होऊन हंगामा केला. त्यास त्यांचे तोंडावर बाळोजी इंगळे होते त्यांचे कुमकेस चार हजार फौज पाठवावयाविसीं अलीबहादरास सांगोन पाठविलें असतां फौज पाठविली नाहीं. रुपये घ्यावे, पण फौज पाठवूं नये असें यांचें ध्यान पाहिलें, तेव्हां खर्चासही आम्हांकडून पावलें नाहीं. त्याजवर माघमासीं (फेब्रु० १७९०) अलीबहादरांनीं दादा जोशी यास बाबाराव गोविंदाकडे पाठवून बोलणें लाविलें कीं, गोसाव्याकरितां काकांचे (महादजीचे) चित्तांत संशय येऊन आम्हांविशीं राग आहे. त्यास आम्हांकडून सर्व प्रकारें चूक घडली, ते माफ करावी; गोसाव्यास आम्ही स्वाधीन करतों. तो स्वाधीन केल्यावर आम्हावरी लोभ करावा. आजपर्यंत जें जाहलें तें जाहलें. या उपरी काकांसीं दुसरा विचार किमपि करणार नाहीं, येविशीं खातरजमा शपथपूर्वक करीन, पुढें सांगतील ती चाकरी करीन, खर्चाचा बंदोबस्त करून द्यावा. हें बाबारावांनीं येऊन आम्हांस सांगितलें. त्यास तुम्हांसीं बोलतात याप्रमाणें पक्केपणें अमलांत येऊन पुढें सुरळीत वर्तणूक करितातसें जाल्यास

इकडून दुसरा विचार होणार नाहीं. याप्रमाणें त्यांस आम्ही सांगितल्यावर अलीबहादर प्रातःकाळीं एकटेच येऊन बाबारावाचे विद्यमानें सदरहूप्रमाणें बोलून श्रीमंतांचे पायांची शपथ केली. आम्हांपासून खातरजमा मागितली, त्यावरून आम्हीं खातरजमा केली. आम्हांस व तुम्हांस दैवत श्रीमंतांचे पाय, त्यांची शपथ तुम्हीं केली, त्याप्रमाणें तुम्हांकडून वर्तणुकेंत आल्यास आम्हांकडून दुसरी गोष्ट होणार नाहीं. इकडून तीच शपथ असे. याप्रमाणें परस्परें शपथपुरःसर बोलण्यांत आलें. गोसावी यास महिन्या दो महिन्यांत आपले स्वाधीन करतों. प्रत्यक्ष धरून द्यावा तरी लौकिकांत ठीक दिसत नाहीं. तो आमचे डेऱ्यांत आहे, त्यास तेथून युक्तीनें लांडें लटकें बोलून काढून दुसरे जागां ठेवितों. आंतून त्यास विश्वास पडावयाकरितां खातरजमा व बंदोबस्त त्यास न समजे असा करून ठेवितों. मग मी शिकारीस म्हणोन रानांत जाईन. तेथें एक दोन दिवस राहीन. आम्हांकडील लोकांस सांगून जाईन, कोणी बोलणार नाहींत. आपण आपले लोक पाठवून गोसाव्यास घेऊन जावा. चित्तास येईल तें करावें. या बोलीस दोन महिन्यांचा कारभार, त्यास आठ महिने होऊन गेले. श्रीमंतांचे पायांची शपथ केली असतां हा प्रकार, तेव्हां यांचा विश्वास तो काय? इस्माल्या व जोधपुरवाले एकत्र जाले त्यांजवर कंपू रवाना केला, त्या समयीं फौज पाठवावी म्हणोन अलीबहादरांस सांगितलें. खर्चास दोन लाख मागूं लागले. त्यास बोलल्याप्रमाणें गोसावी स्वाधीन झाल्यावर मग खर्चास देऊं, तें जाहल्याशिवाय खर्चास मिळणार नाहीं, असें बोलण्यांत पहिलेंच आलें आहे, त्याप्रमाणें तुम्हांकडून अंमलांत यावें, म्हणजे खर्चास पावेल. तथापि मसलत दरकार त्या अर्थी तूर्त एक रोजमरा सत्याहत्तर हजार देवितों. फौज पाठवावी. ते दोन लख मागों लागले. निदान लाख द्यावयाचें कबूल केलें, तरी फौज न पाठविली. बळवंतराव सदाशिव यास दोन हजार देऊन रवाना केले, पैकीं हजार बाराशें लढाई सुरू असतां जाऊन पोंचले. लांब मजला करून आले, सबब मुक्कामावर लावून दिल्हे. तिसरे प्रहरीं लढाई जाली. लढाईचे पूर्वी, 'जयपुरवाल्यांकडील आम्हांस पत्रें आलीं, वकील जाबसालास पाठविणार, त्यास आणवावे असें आपले विचारास आल्यास तसेंच लिहूं.' म्हणून अलीबहादरांनीं विचारिलें. त्यास उत्तम आहे असें कळविल्यावरून, राजाराम गोधा त्यांनीं पाठविला. तो अलीबहादरापाशीं येऊन गोसाव्याचे विद्यमानें बोलूं लागला. इकडे मारवाड्यांचे वकील होळकरां-

पाशीं होते. त्यास होळकरांस एक दोन वेळां सांगून पाठविलें कीं, इस्माल्यांत जयपुर व जोधपुरवाले सामील होऊन आपल्याशीं झुंजावयास आले, त्यांचे वकील तुम्ही जवळ ठेवणें उचित नाहीं. मारवाडयांचा आमचा हाडदावा, तुमचा आमचा भाऊपणा, तेव्हां आमचा शत्रु तो तुमचा शत्रु, त्यापक्षीं त्यांचे वकील तुम्हीं ठेवावे हें कसें दिसतें, तुम्हीच पाहवें. त्याचें उत्तर, वकील आम्हांपाशीं आले, ते आम्हीं काढून द्यावे कसे ? त्या वकिलांस अलीबहादरांनीं बोलावून गोसाव्याचे घरीं मारवाडचे व जयपुरचे वकील एकत्र करून दोन तीन दिवस खलबतें जाहलीं. इकडे आमच्याशीं इस्माल्यासह लढाईस आले असतां वकिलास ठेवून कागदोपत्रीं सिलसिला राखण्याचें यास कारण काय ? लढाई सुरू जाल्यावर अद्यापि वकिलांस ठेवण्याचें प्रयोजन नाहीं,निरोप द्यावा, असें अलीबहादरांस सांगोन पाठविलें, तरी निरोप न दिल्हा. शपथपूर्वक बोलणें जाल्यावर या चाली ? पहिले गोसावी आदिकरून जाबसाल बोलण्यांत आल्याप्रमाणें यांजकडून एकही न घडलें. पुढें आम्ही श्रावण व० ३ स डेरेदाखल जाहलों. होळकर व अलीबहादर यांस बाहेर निघावयाचें सांगोन पाठविलें, परंतु त्यांचें निघणें जाहलें नाहीं, व फौजही गेली नाहीं. आमच्या फौजेनें मारवाडयांचें पारिपत्य मेडत्यावर करून फत्ते जाल्याचें वर्तमान आलें. दोनही संस्थानांवर जरब बसली. अशा संधींत सर्वांनीं मिळून अधिक दाब पाडून कायम पारिपत्य करावें, फिरोन असा समय यावयाचा नाहीं; परंतु सोबत अशी, फौज पाठवीत नाहींत व आपणही कूच करीत नाहींत. तरी या सर्व गोष्टी तुम्ही (रामजी पाटलांनीं) नानांस सांगाव्या. पहिलें यांचे चालीचें लिहिलें होतें, तें त्यांनीं ध्यानांत आणिलें नाहीं. हल्लीं लिहिलें आहे हेंही त्यांचे ध्यानांत येणार नाहींच. तथापि आपले तर्फेनें, श्रुतं हरति पापानि,याकरितां अगोदरच सांगोन ठेवावें. पुढें आम्हांकडे शब्द नाहीं. सरकारांतून कुमकेस सरदार पाठविले त्यांनीं फंदफितूर राजेरजवाडयांशीं केला व करितात, त्याचें बारीक मोठें कोठवर लिहावें ! श्रीमंतांचे पायांशीं आमची निष्ठा आहे तीच तारक आहे. '

हें पत्र गेल्यावर नानाला या बाबतींत कांहीं एक निराकरण करतां आलें नाहीं. नानाचा हुकूम हे सरदार बिलकूल ऐकत नव्हते, हें अलीबहादरानें गोसाव्याच्या बाबतींत नानाचे व खुद्द पेशव्याचे हुकूम सुद्धां कसे गुंडाळून ठेविले,त्यावरून दिसून येतें. वरील पत्र रामजी पाटलानें नानास दाखविलें. नानानें त्याची नक्कल घेऊन परत अलीबहादरास पाठविली, व त्यावरून बोलणें करावयाचे मुद्देही नानानें

लिहून कळविले, आणि गोसाव्यास पाटीलबावांच्या हवालीं करण्याबद्दल साफीनें हुकूम पाठविला. डोईजड सरदारांस वठणीस आणण्याचें सामर्थ्य ज्यांच्या अंगीं नाहीं, त्यांचा कारभार सिद्धीस जावा कसा ? *

चालू स्थितींत कारभार सुधारण्याचा मार्ग म्हणजे पेशव्यानें आपला धनीपणा गाजविणें. धन्यानें धन्याचें कर्तव्य बजावावें हें घडवून आणण्यासाठीं महादजी पुण्यास आला; आणि पुढील वर्ष दोन वर्षांत तेंच काम मुख्यत: त्यानें पुण्यास केलें. तरुण पेशव्यास वारंवार भेटून त्यानें त्यास राज्याची पूर्वपरंपरा समजून दिली; त्याच्या अंगीं थोडाबहुत नवीन जोम उत्पन्न करून त्यास कडकपणा धारण करावयास शिकविलें. त्याबरोबरच मर्दानी व लष्करी पेशाची आवड त्याच्या ठिकाणीं महादजीनें उत्पन्न केली. राज्यांत हंमेश अनेक प्रकरणें व कामें उपस्थित होत, त्यांची चर्चा सर्वांसमक्ष करून निकाल कसा लावावा व हुकूम कसे द्यावे या गोष्टी त्यास समजावून दिल्या. तक्रारी प्रकरणें राज्यांत नेहमींच असावयाचीं, त्यांतही महादजी सामर्थ्यवान असल्यानें त्याजकडे अनेक तक्रारी पूर्वी येत होत्या व आतां तर विशेषच आल्या. त्या सर्व दरबारांत उघडपणें पेशव्यापुढें मांडून त्याजकडून त्यांचा छडा लावण्याचा उद्योग मुख्यत: महादजीनें केला. गायकवाडांचें प्रकरण फत्तेसिंग मेल्यापासून भिजत पडलें होतें, सावंतवाडीकरांस बादशहाकडून कांहीं मरातब मिळाले, त्यांची तक्रार चालू होती, सातारकर छत्रपतींच्या तक्रारी महादजीकडे पोंचल्या होत्या. घाशीराम कोतवालाच्या बाबतींत पेशव्यानें नेट दाखविला, तशाच मासल्याचें प्रकरण भोरकर सचिवाचें महादजी पुण्यास आल्यावर विकोपास गेलें, त्याची हकीकत स्वतंत्र दिली आहे. अशीं प्रकरणें कोणत्याही राजवटींत असतातच. वरची दडपशाही जोरांत असली तर त्यांस वाचा फुटत नाहीं. पण नाना-महादजींची स्पर्धा आज कैक वर्षें सर्व राज्यांत उघडपणें गाजत होती. महादजी पुण्यास येतांच अशा शेंकडों तक्रारी दररोज त्याच्या कानावर येऊन आदळूं लागल्या. नानाशीं विरोध करण्याची त्याची वृत्ति दिसून येतांच नानाचे आक्षेपक मुद्दामच महादजीकडे जाऊन आपल्या कागाळ्या त्यास सांगूं लागले. याचा परिणाम साहजिक असा झाला कीं, पुण्याचा कारभार आंतून सर्वथा कुजला आहे, रयतेची दाद लागत नाहीं, मोठमोठ्या ऐतिहासिक घराण्यांचा नाश होत चालला, त्यांचा पाठिंबा

* रु. ३. १५९, १६६.

राज्यास उरला नाहीं. कारभारांत ब्राह्मणांचा भरणा वाढून इतर जातींचा छळ होऊं लागला. उघड न्यायनिवाडा होत नाहीं, नानाची गांठ पडत नाहीं, जिकडे तिकडे हेरांचा सुकाळ होऊन, नानाच्या विरुद्ध ब्र काढण्याची सोय उरली नाहीं, लष्कराची व्यवस्था तर सर्वच बिघडली, नानाचा पक्षपाती येऊन जाऊन हरिपंत, तो सुद्धां नानापुढें स्पष्ट बोलण्यास घाबरलेला, अशी सर्व स्थिति अल्पावकाशांत महादजीच्या नजरेस आली, आणि अशा एकतंत्री अरेरावीनें राज्य चालणार नाहीं अशी त्याची खात्री झाली. रोग बळावत चालला तर तो लपवून काय उपयोग? त्याची उघड परीक्षा करून कठोर उपाय न केले तर मृत्युच येणार. अशी महादजीची समजूत होऊन हीं सर्व खरकटीं चव्हाटयावर आणण्याचा त्यानें निश्चय केला. भरदरबारांत पेशव्यापुढें एक एक प्रकरण महादजी स्पष्टपणें बोलूं लागला. तेव्हां कारभाऱ्यांची गाळण उडूं लागली. पेशवा व दरबारी लोक आश्चर्यचकित होऊं लागले. आपल्या समक्ष राज्यांत अशी अंदाधुंदी व अन्याय चालतात, याची जाणीव उत्पन्न होऊन पेशव्यास लाज उत्पन्न झाली. ज्या नानानें जन्मापासून आपला बचाव करून वाढविलें, त्याजला उघडपणें दुखविण्याचा कृतघ्नपणा पेशव्यास करवेना. उलट पक्षीं राज्यकारभार सुधारला नाहीं तर विनाशकाल ठेवलेला, याचीही त्यास उमज पडली. नाना माझा उजवा हात व महादजी माझा डावा हात, ही लोकवार्तेंतील कोटि पेशव्याच्या या मनोवृत्तीची साक्ष उत्कृष्ट पटविते.

महादजी पुण्यास आल्यावर इकडे काय काय घडामोडी होतात, त्यांजकडे सर्व हिंदुस्थानाचे डोळे सारखे लागून राहिले होते. रोजच्या रोज पुण्यांतून बाहेर वर्तमानें कशीं जात होतीं, त्याची कल्पना कोटेकर पंडितांच्या कागदांवरून होते. महादजीचे चिटणीस पुण्याच्या हकीकती बाहेर तपशीलवार लिहून पाठवीत. पुण्यास महादजीचा मुक्काम अवघा वीस महिने झाला, तेवढया अवधींतले निदान हजार पांचशें तरी कागद पुण्याहून गेलेले कोटयाचे दप्तरांत आहेत. यावरून दररोजची बातमी बाहेर जात होती यांत संशय नाहीं. तशांत महादजीचा स्वभाव उघडपणें बोलण्याचा होता, नानासारखा एकांतांत बसून लेखणीनें व्यवहार उलगडण्याचा नव्हता. त्यामुळें महादजी पेशव्यास भेटून मुक्कामावर गेल्यावर, आज दरबारांत काय प्रकार झाला, कोणाचीं काय बोलणीं पडलीं, आपण कारभाऱ्यांस कसें कुंठित केलें, यजमानांपुढें त्यांची कशी फजिती केली, आणि

उत्तरें देण्यांत त्यांची कशी गाळण उडाली, इत्यादि प्रकार जवळच्या मंडळीस मोठ्या आविर्भावानें, प्रसंगीं तिखटमीठ लावून तो सांगत असला पाहिजे. अर्थात् त्याच्या तोंडच्या त्याच हकीकती हिंदुस्थानच्या दूरच्या टोकांस पोंचूं लागल्या. या हकीकतींचें स्वरूप खऱ्यांनीं छापलेल्या पटवर्धनी दप्तरांत दिसून येत नाहीं, याचें कारण सामान्यतः जितकें नानाच्या द्वारें बाहेर पडे, तितकेंच मिरजेस लिहून जाई. महादजी आल्यावर नानास वैताग उत्पन्न होऊन पटवर्धनांस त्याजकडून कांहींच हकीकती कळेनाशा झाल्या, आणि बऱ्याच बाबतींत नानाची घसरपट्टीच उघडकीस येत असल्यानें, ती त्याच्याच पक्षांतून बाहेर येणें शक्यही नव्हतें.

कोटेकर दप्तरांतील सचिव प्रकरणाचीं पत्रें पुढें दिलीं आहेत त्यांवरून पुण्यास वरील वीस महिन्यांत चाललेल्या वाटाघाटींची चांगली कल्पना होते. हल्लीं लंडनच्या पार्लमेंटांत ज्याप्रमाणें एखाद्या महत्त्वाच्या विषयाची चर्चा होऊन हमरीतुमरीवर प्रकरण येतें, तशाच स्वरूपाची चर्चा या वेळीं पेशव्यासमोर वारंवार होऊं लागली. वॉरन हेस्टिंग्सवरील फिर्यादी पांच चार वर्षे पार्लमेंटासमोर चालल्या, तशाच प्रकारचा थोडाबहुत देखावा, जवळ जवळ त्याच काळीं पुण्यास घडून आला. जबाब देतां देतां जशी हेस्टिंग्सची पुरेवाट झाली, तशीच स्थिति नानाचीही झाली. महादजी नानावर उघड आरोप करी, आणि गुन्हेगाराप्रमाणें नानास जबाब द्यावे लागत, किंवा जबाब देणें आपल्या इभ्रतीस शोभत नाहींसें वाटल्यास काशीयात्रेस जाण्याची बतावणी करून नानास वेळ मारून न्यावी लागे. अशा प्रकरणांची चर्चा भर दरबारांत करूं नये, आपण चौघांनीं बाजूला बसून बोलूं, असें वारंवार सुचविणें नानास व हरिपंतास भाग पडे. त्यामुळें महादजीला जास्तच चेव येऊन तो म्हणे, मला कशाची भीति आहे? खरें असेल तें स्पष्टपणें चौघांत बोलण्यास कोणाची हरकत?

पुण्यांत हा प्रकार लोकचर्चेत घरोघर कळूं लागला. अगोदरच महादजी बलवान् सरदार, त्यांतून त्यास फौजेचा पाठिंबा, आणि नानाचा पाणउतारा करून त्यास कारभारांतून काढण्याचा त्यानें विडा उचललेला, अशी स्थिति असल्यावर मग तक्रारींस काय तोटा! भराभर वाटेल तितक्या फिर्यादी त्याजकडे येऊं लागल्या. 'तुकोजी होळकरास मुद्दाम तुम्ही माझ्याविरुद्ध उठविलेंत,' असा स्पष्ट आरोप महादजीनें कारभाऱ्यांवर केला, तेव्हां त्याचा इनकार करतां करतां

कारभाऱ्यांस पुरेवाट झाली. मुद्दाम कारभाऱ्यांनीं होळकरास महादजीच्या विरुद्ध वागण्यास कधींच हुकूम पाठविले नव्हते. पण सामान्यत: आपणास नानाचा पाठिंबा आहे, आणि प्रसंग पडल्यास आपणावरच त्याची भिस्त आहे, अशा तुकोजीची समजूत असल्यामुळें, तो उघडपणें महादजीच्या मार्गांत नाहीं नाहीं त्या अडचणी उत्पन्न करूं शकला. कॉम्प्टन म्हणतो: 'डी बॉयनला पदरीं बाळगून महादजीनें कवाइती कंपू बनविले, त्यास तोड म्हणून नानानें तुकोजीला तशीं पलटणें बनविण्याची सूचना केली. त्यावरून त्यानें डयूड्रनेकला आणून ती योजना अंमलांत आणिली. अर्थात् या गोष्टीनें महादजीला चीड आली असें बिलकूल नाहीं. सर्व मराठी फौजा अशा तयार होतील तर त्या महादजीला इष्टच होत्या. महादजीला चीड येण्याचें मुख्य कारण असें कीं, तिकडे होळकरांचीं कवाइती पलटणें तयार होत असतां, त्याच वेळीं इकडे पुण्यास महादजी विरुद्ध प्रचंड गुप्त कारस्थानें कारभाऱ्यांचीं सुरू झालीं, तीं अनावर होण्यापूर्वीच नाहींशीं करावीं, अशा हेतूनें महादजी फौज घेऊन पुण्यास आला. हिंदुस्थानांतला त्याचा उद्योग त्या वेळीं पुरा झाला नव्हता, तरी तें काम अर्धवट टाकून त्यास पुण्यास येणें भाग पडलें. कारण मराठशाहींत प्रमुखपणा मिळविण्याची महादजीस मोठी हांव असून, उत्तरेंत मिळविलेलें पुढारपण पुण्याच्या कारभारांतही संपादावें याकरितां तो दक्षिणेंत आला; आणि तेथें आल्यावर कारभाऱ्यांच्या कारस्थानांस होळकराचा पाठिंबा आहे असें दिसून आल्यावरून महादजीच्या अंगाचा तीळपापड झाला. हीच त्याची वृत्ति पुण्याच्या वाटाघाटींत त्याचे अंगीं बाणली होती.' (नातू पृ. २४१).

महादजीच्या मनांत कारभार करण्याची हांव होती तर तो कबूल करून त्याच्याच गळ्यांत जबाबदारी टाकल्यानें नानाची शोभा राहून, महादजीचा डाव कांहीं अंशीं थंड पडला असता. महादजी स्वतंत्र होऊं पाहतो, तो पेशव्यांचें राज्य आपणच सर्व बळकावणार, असें विकृत स्वरूप महादजीच्या प्रयत्नांस कारभाऱ्यांनीं दिल्यामुळें आगींत तेल ओतल्याप्रमाणें झालें. खुद्द पेशव्याविषयीं अनादर किंवा उपेक्षा दाखविणारा एक सुद्धां उद्गार किंवा यत्किंचित् कृत्य महादजीचें उदाहरणादाखल सुद्धां सांपडत नाहीं. पेशव्यास बाजूस सारून छत्रपतीचें स्थान आपण स्वीकारावें अशी भावना पांसष्ट वर्षांच्या उमरींत त्याच्या अंगीं चिकटविणें म्हणजे त्याच्या पदरीं अपूर्व मूर्खपणच बांधणें होय. महादजीच्या स्वातंत्र्येच्छेचा

विचार अन्यत्र केला आहे. त्याच्या मनांत तो भाव असता तर त्यास त्या वेळीं कोणी प्रतिबंध करूं शकला नसता. मात्र त्या योगानें मराठशाहींत किंबहुना खुद्द पुण्यांत रक्तपात सुरू होऊन उद्यांचें मरण आजच ओढवलें असतें, ही गोष्ट महादजी पूर्णपणें जाणून होता. राघोबा प्रथम स. १७७४ त उज्जनीकडे पळून गेला असतां, त्यास एकदम न पकडणें, मोरोबा दादावर एकदम झडप न घालणें, किंबहुना अलीबहादर किंवा तुकोजी होळकर त्याजला एवढा अडथळा करीत असतां, त्यांजवर बिलकूल शस्त्र न उगारणें, किंवा लाखेरीच्या रणांगणावर होळकराशीं लढल्याबद्दल गोपाळरावभाऊस एकदम कैद दाखविणें, या गोष्टी कशाच्या निदर्शक आहेत! केवळ आपसांत लढून रक्तपात करावा व परशत्रूंपुढें आपलें हंसें करून घ्यावें, ही गोष्ट महादजीस बिलकूल पसंत नव्हती. त्या मार्गानें सर्वांचा नाश होतो, हें तो पक्कें समजून होता. त्याच्या एकंदर आयुष्यक्रमांत स्वकीयांवर शस्त्र धरण्याचा फक्त एक प्रसंग कोल्हापुरशीं लढतांना आला व तोही नानाशीं वचनांत गुंतल्यामुळें. रघुनाथरावास एकदम पकडून त्यानें कैद कां केलें नाहीं, तर केवळ आपल्याच धन्यावर शस्त्र चालविण्याचा कालिमा आपणास लागूं नये म्हणून. गुजराथेंत असतां फत्तेसिंगाची त्यानें चंदी उडविली नाहीं, कां, तर बरोबरीचे सरदार, एका धन्याचे सेवक, आपसांत लढून काय मिळवायचें? अलीबहादरास लगोलग पकडून त्यानें पुण्यास कां पाठविलें नाहीं? ज्यानें राघवगडकरास किंवा गोहदकरास चणे चारिले, व इस्मईल बेगास व गुलाम कादरास धुळीस मिळविलें, गोंडडींचा गर्व उतरविला, किंवा राजपुतांचा फन्ना उडविला, त्यास या वरील गोष्टी अशक्य होत्या काय? रामजी पाटलास किंवा नानास पत्रें लिहिण्यांत त्यानें जितके महिने घालविले तितक्या दिवसांतच त्यानें या स्वकीय विरोधकांची चंदी उडविली असती. पण सर्व अपमान सहन करून, तो केवळ मूग मिळून बसला आणि शेवटचा उरलेला एकच सनदशीर उपाय कीं, धन्यापुढें जाऊन दाद मागावयाची, तो त्यानें पतकरिला. यांत त्याची धूर्तता, शहाणपणा व स्वामिनिष्ठा दिसते कीं, स्वामिद्रोह दिसतो, याचा विचार प्रत्येक अभ्यासूनें निर्विकारपणें मनांत आणावा. चंद्रसेन जाधवानें किंवा जानोजी भोसल्यानें स्वामिद्रोह करून काय मिळविलें? यशवंतराव होळकरानें चिडून जाऊन बाजीरावास हतवीर्य केलें, यांत त्यानें कोणता फायदा पाहिला? सारांश, अशा राष्ट्रद्रोही कोटींतला महादजी बिलकूल नव्हता. ह्या गोष्टी त्यानें

वारंवार बोलून दाखविल्या असून त्यांचा भरपूर उल्लेख पूर्वी येऊन गेला आहे. उलट पक्षीं महादजीच्या अंगीं स्वामिद्रोहाचा आरोप लावून नानानें आपण मात्र स्वसंरक्षणासाठीं इंग्रजांची किंवा निजामाची मदत पुण्यास मागितली, यांत त्यानें तरी राज्याचा कोणता फायदा केला? महादजीच्या येण्याची वार्ता ऐकून त्यानें हरिपंतास किंवा परशुरामभाऊस स्वसंरक्षणार्थ धावून येण्याची निकड कां केली? यावरून नानाच्या अंगीं लष्करी सामर्थ्य असतें तर त्यानें या प्रसंगीं महादजीवर शस्त्र उचलण्यास बिलकूल कमी केलें नसतें, असाच मनाचा ग्रह होतो. यापेक्षां एका इसमास अधिकारन्यास करावा लागता तर यांत काय नुकसान होतें? महादजीच्या तंत्रानें वागण्याचें नानानें मोकळे मनानें कबूल केलें असतें, तर त्याची केवढी बडेजाव महादजीनें केली असती याचा नुसता विचार मनांत येऊन कौतुक वाटूं लागतें. दोघांनीं मिळून तरुण पेशव्याच्या छत्राखालीं प्रत्यक्ष अस्मान फाटलें तरी शत्रूंस दाद दिली नसती. पण इतका स्वार्थत्याग किंवा मनाचा उदारपणा नानाच्या ठिकाणीं असता, तर ब्राह्मणजात आज लोकांस वाटते तितकी हीन झाली नसती खास. इतिहासांत चुकीचे ग्रह रूढ झाले असतील, त्यांचा निरास करणें इतिहासज्ञांचें कर्तव्य होय. महादजीचा उगाच एवढा बाऊ नानानें केला. भीति म्हणजे तरी काय? मनुष्यास भीति केव्हां वाटते, तो वाईट काम करतो तेव्हां. महादजीची भीति नानास कां वाटली? केलेल्या दुष्कृत्यांचा तो जाब विचारूं लागला, तेव्हां त्यास देण्यास नानापाशीं उत्तर नव्हतें म्हणून. महादजी फौज घेऊन पुण्यास आला, तसे दुसरे सरदार पूर्वी आले नव्हते काय? ती फौज आपली, त्यांतच आपलें सामर्थ्य असें नानास कां वाटलें नाहीं? सारांश, वीस महिन्यांच्या या आणीबाणीच्या प्रसंगांत महादजीनें केव्हांही डोक्यांत राख घालून यत्किंचित् आततायीपणा केला नाहीं, हा त्याचा अत्यंत थोरपणा होय. राघोबा सुद्धां पुतण्याशीं लढला, पण महादजीनें नानाला कपटानें किंवा बलानें बिलकूल दुखविलें नाहीं. अत्यंत चीड येण्यासारखें वर्तन नानाकडून घडलें असतांही त्यानें आपली शांत वृत्ति सोडली नाहीं, यांतच त्याची थोरवी दिसून येते. निदान कांहीं दिवस प्रयोगादाखल तरी नानानें बाजूस राहून महादजी व पेशवा यांस मर्जीप्रमाणें कारभार करण्याची संधि दिली असती, तर मराठ्यांच्या कारभारास निराळें वळण लागून त्याची संघशक्ति वाढली असती. नानाला तरी असें कां वाटावें, कीं आपल्याशिवाय राज्य चालावयाचेंच नाहीं, आणि आपण करतों तेंच

उत्कृष्ट? वीस वर्षे नानानें कारभार केला हें काय थोडें झालें! आतां आपण निवृत्त होऊन दुसरी घडी बसविण्यास अवकाश देणें हेंच सर्व शहाण्यांचें कर्तव्य आहे. मोठ्या लोकांच्या हातून पुष्कळदां मोठ्या चुका होतात. त्यांजवळ लहानपणीं अनेक वृद्ध अनुभवी माणसें असून तीं हळू हळू नाहींशीं झाल्यावर, हेच जास्त अनुभवी बनून, दुसऱ्यांस पुढें येऊं देत नाहींत. यामुळें पुष्कळ राज्यें किंवा संस्था बुडतात. नेपोलियन, औरंगजेब वगैरेचीं उदाहरणें सहज डोळ्यांपुढें येणारीं आहेत. नवीन प्रयोगास अवकाश देणें यांतच प्रगतीचें मूळ आहे.

३. पुण्यास प्रत्यक्ष काय घडलें?—बाळाजी गोविंद ता. ८-२-१७९२ रोजीं नगराहून लिहितो, ' यजमानसाहेबांची स्वारी दरमजल देशास आली सबब आम्ही पेडगावींहून निघून टोक्यास आलों. श्रीमंतांनीं शु० नवमीस उत्तरतीरीं उतारा लाविला होता, तेथें आम्हीं भेटीचा लाभ घेतला. उतरून दक्षिणतीरास आलों. भेट जाल्यापासून दों वर्षांचे वियोगाच्या बोलणीं आजपर्यंत होतच आहेत. मातुःश्री बाईसाहेब दशमीस प्रसुत होऊन पुत्र जाला, पण पेडगांवींहून पत्र आलें कीं, त्यांस देवाज्ञा जाली. अनुचित गोष्ट. '*

नानाफडणीस गोविंदराव काळ्यांस लिहितो, " पाटीलबावा जांबगांवींहून ज्येष्ठ व० ८ स (ता. १२-६-१७९२) पुण्यानजीक खडकीच्या पुलावर येऊन मुक्काम केला. नवमीसह दशमीं सायंकाळचे पांच घटका दिवस राहतां श्रीमंतांचें दर्शन घ्यावयाचा मुहूर्त निश्चयांत आला. इकडून श्रीमंत गणेशखिंडीपावेतों सामोरे गेले. तिकडून पाटीलबावा सरदारांसह आले. इकडील मुत्सद्दी व सरदार मंडळीच्या व त्यांच्या भेटी जाल्या. नंतर पाटीलबावा येऊन श्रीमंतांचे पायांवर डोई ठेवून भेटले. श्रीमंतांनीं आपले गळ्यांतील मोत्यांची माळ पाटीलबावांचे गळ्यांत घातली. येणेंप्रमाणें समारंभानें भेट बहुत चांगली जाली.'†

" यानंतर आषाढ शु० ३ शुक्रवार (२२ जून) रोजीं वकीलनुतलकीचा दरबार झाला. त्यापूर्वीं ता. १४ जून रोजीं सिंदे सरकारवाड्यांत येऊन मीरबक्षीगिरीचा बहुमान घेऊन आलों आहें, तो घ्यावा म्हणून विनंति केली. त्यावरून

* कोटा दप्तर, ब्ऱ्हाणपुरास होळी करून महादजी निघाला म्हणून हिंगण्याच्या पत्रांत वर्तमान आहे तें खरें नसावें. माघ शुद्धांत तो गोदावरी उतरला. कदाचित् उत्तरेंतील कालगणनेचा फरक असेल. † ऐ. टि. १-९; खरे ३४८१-८२.

घेण्याचा निश्चय करून गारपिरावर डेरे देऊन जागा तयार करून सातारचे महाराजांस विनंतिपत्र लिहून तेथून आज्ञा आलियावर बहुमान घेतले. थोरल्या डेऱ्यांत बैठक करून मसनद घालून त्याजवर पोषाख व मोर्चेल ठेविले. अगोदर सिंदे तेथें जाऊन तयारी केल्यानंतर श्रीमंतांची स्वारी प्रहर दिवस सायंकाळचा राहतांना निघोन तेथें गेले. समागमें सरदार व मुत्सद्दी झाडून गेले. सर्वांस चोपदार बोलावूं पाठवून नेलें. तेथें गेल्यावर स्वारी अंबारींतून उतरून आंत गेली. समागमें मुत्सद्दी व कारभारी गेले. श्रीमंत एक घटकामर उभेच होते. प्रथम पातशाही फर्मान मस्तकीं वंदून मुनशीजवळ दिला. त्यांनीं भर दरबारांत वाचला. सर्वांनीं श्रवण केला. त्यांत मतलब कीं. गुलाम कादरानें बेअदबी केली त्याचा सिंदे यांनीं बंदोबस्त केला, याकरितां हें पद पुस्तदरपुस्त दिलें असे. नंतर श्रीमंत त्रिचव्यांत जाऊन पोषाख करून बाहेर आले. सिंदे व हरिपंत एकेक मोर्चेल वारीत होते. नंतर मसनदीजवळ कुर्निसात करून अंतरावर बसले. नंतर बादशाही फर्मानें दोन, एक बहुमानाचें व दुसरें गोवधबंदीचें अशीं पारसनीसांनीं वाचलीं; त्यांत 'महाराजाधिराज राव पंडित प्रधान सवाई माधवराव बहादुर,' येणेंप्रमाणें किताब व बहुमानें[1] दिला. श्रीमंतांनीं १०१ मोहोर पातशहास नजर ठेविली. पाटीलबावांनीं श्रीमंतांस ७१ मोहोरा नजर डेऱ्यांतच केली. तोफाबंदुकांच्या सिलका जाल्या. त्याजवर नालकींत बसून स्वारी थोरल्या रस्त्यानें दोन घटका रात्रीस वाड्यांत आली. समागमें सिंदे आले. चार घटकापर्यंत कुरनिशा व मुबारिकीच्या नजरा जाल्या. प्रथम नानांनीं, तात्यांनीं केल्या. मराठे मंडळी मात्र कोणी नजरा करावयास आले नाहींत. नजरा जाल्यानंतर मग पातशहांनीं श्रीमंतांस पद दिलें, त्याच्या मुतलकीचीं वस्त्रें व 'राजे महाराज माधवराव सिंदे मदारुलमहा' हा किताब श्रीमंतांनीं सिंद्यांस दिला. नालकी सिंद्यांनीं दुसरी आणिली होती, ती दिली. तींत बसून आपल्या डेऱ्यास गेले. येणेंप्रमाणें समारंभ चांगला झाला." हें वर्तमान वाचून गोविंदराव काळ्यानें संतोषानें पत्रोत्तर लिहिलें, त्यांत तो नानास म्हणतो, 'आपण व पाटीलबावांनीं आदब बजाविली, आपले व पाटीलबावांचे कारकीर्दींत या गोष्टी भारी जाल्या. कीर्तीचे ध्वज जाले.

१ या बहुमानांची यादी अनेक ठिकाणीं प्रसिद्ध आहे. धा. शा. च. पृ. ५६; खरे. ले. ३४८२; नातू पृ. २८८; स. मा. रो. ११७; गोवधबंदीचें फर्मान मुसलमानी रियासत भा. २ पृ. ४३१ वर दिलें आहे.

हे आपल्यास व पाटीलबावांस मुबारक असो.' या वेळीं परशुरामभाऊ तासगांवास आजारी होता. *

'महादजी सिंदे मानमरातब बादशहाकडून प्रधानपंताकरितां घेऊन पुण्यास आल्यावर आषाढ शु० ३ स (ता. २२-६-१७९२) फरमान रुजू करण्याचा निश्चय केला. ते समयीं बाळाजी जनार्दन व हरिपंत फडके यांनीं त्यांस बहुत प्रकारें सांगितलें कीं, तेथून आणलें हें सर्व महाराजांकडे पाठवावें, आपण महाराजांचे सेवक प्रधान, पातशाही वजिरीचें मोर्चेल धरणें, महाराज म्हणवणें यांत अमर्यादा होते. तथापि सिंदे यांनीं आग्रह धरिला. महाराजांस पत्रें लिहिलीं आणि तेथून उत्तर आणविलें तें माधवराव पंडित प्रधानांचे नांवचें पे. द. पृ. ७४ वर नमूद आहे कीं, 'स्वामी तुम्हांवर कृपाळु होऊन दोन पदें हुजरून करार करून देऊन हें आज्ञापत्र सादर केलें असे. तरी पदांचें खिलत व मरातब तुम्हीं घेणे (ता. २१-६-१७९२). एतदनुसार गारपीर येथें डेरे देऊन त्यांत पातशाही मसनद करून त्याजवर सर्व बहुमान ठेवून सर्वांनीं नजरा करून उभे राहून फर्मान वाचलें. वस्त्रें बहुमान घेऊन नालकींत बसोन पुण्यांत चिराकदान करून वाड्यांत आले. सिंदे व हरिपंत यांनीं प्रधानांवर मोर्चेलें धरलीं. वाड्यांत आल्यावर नालकी पालखी, वस्त्रें, शिक्के व मरातब आणले होते ते सिंदे यांस देऊन बहुमान केला. नजरा करोन नाळकींत बसोन डेऱ्यास गेले. बहुमानांची यादी सुप्रसिद्ध आहे. यानंतर पुन: एकदां सिंदे यांचे आग्रहावरून प्रधानपंत नालकींत बसोन पर्वतीस गेले. उपरांत दसऱ्यास मात्र या मरातबांची पूजा करावी ऐसें करून ठेवून दिले.' सिंद्याचा मुक्काम पुण्यास असतां श्रावणांत ता. ९-८-१७९२ रोजीं त्यानें आपल्या डेऱ्यांत पेशव्यास मेजवानी केली व त्यानंतर ता. १२-८-१७९२ व ३०-८-१७९३ रोजीं गोकुळअष्टमीचे उत्सवानिमित्त व १३-३-१७९३ रोजीं रंगानिमित्त पेशवा सिंद्याच्या भेटीस गेल्याचा उल्लेख रोजनिशींत आहे.

जुलई ऑगस्ट महिने दरबार, मेजवान्या, भेटी वगैरे औपचारिक गोष्टींत खर्च झाले आणि नंतर नाना-महादजींच्या वादास खरें तोंड लागलें. ऑक्टोबरांतले

---

* स. मा. रो. १. २७६, २७७, २७८. (१) नालकी म्हणजे कळस असलेला हौदा, दोन आडव्या दंडांवर ठेवलेला. पालखीस एक दांडा मध्यें बांकदार असतो; नालकीस दोन सरळ दांडे असतात.

वर्तमानः ' जनवार्ता लोक अनेक बोलतात त्या पत्रीं लिहितां येत नाहींत. परशुरामभाऊ, हरिपंत व नाना यांच्या बैठका होत असतात. तूर्त सिंद्यांचा हिशोब पाहत आहेत. त्यांनीं सरकारावर सात कोटी घेणें काढिलें आहे. मुलूख लावून मागतात, त्यांतून फेडून घेऊं म्हणतात. तळ देऊन बसले आहेत. जाण्याची वार्ता बोलत नाहींत. मोरोबादादास कैदेंतून सोडून आणावयाची घालमेल फार करितात. नानांनीं काशीयात्रेस जाण्यासाठीं सरकारचा निरोप घेतला. निश्चय ठरला म्हणून काल त्यांनीं सांगितलें. परशुरामभाऊ त्यांस म्हणतात, तुमच्या आधीं मीं जातों. सिंद्यांचें व तात्यांचें नीट होऊन, नाना गेल्यावर तात्यांनीं कारभार सांभाळावा असें ठरलें. सिंद्यांचे तोंडून अनेक प्रकारें वल्गना निघतात म्हणून कारभारी भयभीत जाले आहेत. कारभारी फौज जमा करूं लागले आहेत. जानेवारीचे आरंभीं श्रीमंतांनीं नाना, तात्या व भाऊ यांस वाड्यांत बोलावून पुष्कळ खलबत केलें. सिंदे-प्रकरणच होतें. सिंद्यांची नजर वांकडी दिसते. त्यांनीं निजामाकडून बत्तीस लक्ष खर्चास आणिले. नबाबांकडे त्यांचें राजकारण आहे. बेदर प्रांताचा चौथाई अंमल स्वराज्याचा आहे, तो नबाबास द्यावा, नबाबांनीं सिंद्यांस बीड परगणा कायमचा द्यावा; आणि नानांचा बंदोबस्त करून आपण दौलतीचा कारभार करावा, असा घाट आहे. त्यासाठीं नबाब फौजेसह बेदरास आले व. श्रीमंतांचे लग्नाचे निमित्तानें पुण्यास येणार असा विचार आहे. श्रीमंत कांहींच मनास आणीत नाहींत, परंतु दैववान व कारभारी आदिकरून सर्व एकनिष्ठ आहेत. नानांचा व सिंद्यांचा ऋणानुबंध चांगला ते पक्षीं सर्वही नीट होईल. वांकडें व्हावयाचें नाहीं. उगीच आभाळें येतात जातात, तशांतला प्रकार आहे. नबाब बाहेर निघाल्याचें वर्तमान आल्यावर १६ एप्रिल १७९३ रोजीं सिंदे श्रीमंतांकडे आले, खलबत जालें. नाना, तात्या, आपा बळवंत, रामजी पाटील, आबा चिटणीस येणेंप्रमाणें होते. श्रीमंतांनीं सिंद्यांस विचारिलें, नबाब चालून येतात याचा विचार काय ? त्यांनीं उत्तर केलें, मी सेवेंत हजर आहें, तोंपावेतों स्वामींनीं चिंता करूं नये. यांतील आशय श्रीमंतांपाशीं आपण कारभार करावा ही गर्मी आहे. परंतु बोलणीं निष्ठेचीं होतात, त्यांत दिक्कतीचा प्रकार नाहीं. हरिपंत तात्यांस नानांनीं सिंद्याचे डेऱ्यांस पाठविलें होतें. बोलणें निखालस जालें. कोणेविशीं दिक्कत नाहीं असें होऊन समाधानानें माघारे आले. (एप्रिल १७९३). उभयतां कारभाऱ्यांचे व सिंद्यांचे मनांत संशय आला होता, त्यांत

बोलणीं होऊन निखालसता जाली. पुन्हा नाना व तात्या पाटीलबावांचे मुक्कामीं गेले होते. चार घटका खलबत होऊन खातरजमा जाली.' यावरून स. १७९३ च्या १३ मार्च रोजीं चैत्र शु० १ स जो मोठा रंगाचा समारंभ सिंद्यांनीं केला, त्या सुमारास सर्वांची चित्तशुद्धि होऊन मुख्य भांडाभांडी मिटली असावी. हरिपंत एकटाच एक दिवशीं अवचित महादर्जीच्या भेटीस गेला, आणि पेशव्यानें आपल्याकडून नाना व सिंदे माझे उजवे डावे हात असें सांगून समजूत केली, म्हणून जे भरपूर उल्लेख ठिकठिकाणीं आहेत, ते अक्षरशः खरे आहेत, आणि खुद्द पेशवा व हरिपंत या दोघांनीं पुढाकार घेऊन भांडण तोडलें, असें त्या वेळच्या कागदांतून निष्पन्न होतें. पण या समेटाचें श्रेय खुद्द महादर्जीसच दिलें पाहिजे. त्याची पेशव्यावर अढळ निष्ठा असून त्यास दुखविण्याजोगें कृत्य त्यानें कांहीं एक केलें नाहीं. वरील सर्व उतारे पटवर्धनी दप्तरांतले असल्यानें मधून मधून सिंद्याच्या वर्तनावर टीका आहे ती त्या बातमीदार लेखकाची आहे. सिंद्याच्या निष्ठेसंबंधानें आक्षेप घेण्याजोगा एकही उल्लेख पटवर्धनी कागदांत किंवा इतरत्र उपलब्ध नाहीं, हीच महादर्जीच्या निःस्वार्थ वर्तनाची खूण होय. त्याचा कटाक्ष मुख्यतः नानाच्या कारभारावर होता. परंतु नानासारखा जागरूक व उरकदार कारभारी दुसरा मिळणें शक्य नाहीं हेंही महादर्जी पूर्णपणें समजून होताच. वर समेट झाला त्याचें तात्पर्य एवढेंच दिसतें कीं, राज्याच्या हिताच्या गोष्टी उभयतांनीं एकविचारें कराव्या. आषाढ व० १ शके १७१५ ता. २४-७-१७९३ चा गोविंदराव काळ्याचा लेख आहे. 'पाटीलबावा सरकारवाड्यांत दोन वेळ व एक वेळ नानाचे येथें आले होते. तीन खलबतें जालीं. श्रीमंतांचें दैव थोर. नाना, तात्या, पाटीलबावा तिघेही थोर समंजस, तिघांसही दौलतीची काळजी आहे, इत्यादि मजकूर लिहिला तो कळला. ईश्वराजवळ हेंच मागणें कीं, त्रिवर्गाची ऐक्यता असावी. त्यांतच दौलतीची शाबुदी.' सन १७९३ च्या जूनपासून महादजीस ताप येऊं लागल्याचा उल्लेख असल्यानें, तदुत्तर त्याच्या हातून महत्त्वाचें काम झालें नाहीं, असेंच म्हणावें लागतें. *

महादजी पुण्यास आला त्या व पुढील सालीं दक्षिणेंत मोठा दुष्काळ पडला. प्रथम हैदराबादेकडे आपत्ति सुरू होऊन पुढें ती पुण्याकडे आली. त्यांत महादजी बरीच

* खरे ३४९०-३५१३, ३६२६-३६३६; रा. खं.७ प्रक.४ पृ.७०.

मोठी फौज घेऊन पुण्यास येऊन बसल्यानें दुष्काळांत भर पडली. स. १७९३ च्या उन्हाळ्यांत नदीचें पाणी नासून पुण्यास महामारीचा उपद्रव झाला. सारांश, त्या वेळीं दैवी मानवी आपत्ति महाराष्ट्रावर कोसळून पुढील विनाशकाल सुचवूं लागल्या. पेशव्याची बायको ' रमाबाई इला बहुत दिवस समाधान नव्हतें. तीन चार महिने ताप येत होता, परंतु कळूंच दिलें नाहीं. पुढें नानास कळल्यावर उपाय होऊं लागले. गुण न येतां माघ व० ४ ता. ३१-१-१७९३ रोजीं माहेर थत्ते यांचे घरीं देवाज्ञा जाली. लगेच एक महिन्यानें फाल्गुन व० ५, ३ मार्च रोजीं दुसरें लग्न जालें. नांव यशोदाबाई, विजयदुर्गचे गोखले यांजकडील. समारंभ फार चांगला जाला. इंद्रसंपत्तिवांचून अन्य उपमा द्यावी असें नाहीं. नाना व सिंदे दोघांनीं लग्नांत चांगला पुढाकार घेतला. या लग्नाचेच समयीं त्यांची चित्तशुद्धि चालू जाली.' याच वेळीं निजामलीनें दांभिक प्रेम दाखवून आपण पुण्यास लग्नास येणार अशीं पत्रें पाठविलीं. † त्यापूर्वींच लग्न होऊन गेलेलें असल्यामुळें निजामानें पेशव्यास लिहिलें, तुम्ही आणखी एक बायको करा, मी लग्नास येतों, असा देखावा चालविला. ' विठ्ठलराव गोर्की (घोटके ?) म्हणून पुण्यास पोर्तुगीझांचा वकील होता, त्यानें ता. २४-४-१७९३ चे पत्रांत गोव्यास हकीकत लिहून कळविली त्यांतील गोषवारा. * पेशव्याची बायको मरण पावल्याचें वर्तमान ऐकून निजामलीनें पुण्यास असें लिहून पाठविलें कीं, ' पहिल्या लग्नास आम्हीं स्वतः हजर राहवें अशी फार इच्छा होती, पण कित्येक विघ्नें उत्पन्न झाल्यामुळें आम्हांस येतां आलें नाहीं; पुत्रास पाठविलें. पण ते येऊन दाखल होण्यापूर्वीच लग्नसोहळा उरकून गेला. तरी आतां पुनः लग्न होईल त्यास आम्ही अवश्य येणार. आम्हींच येऊन लग्न लावूं. ' हें पत्र दाखल झालें त्यापूर्वीं तीन दिवस दुसरें लग्नही होऊन गेलें होतें. यास्तव पेशव्यानें तसा जबाब पाठविला. तेव्हां निजामलीनें पुनः असें कळविलें कीं, आमची एवढी इच्छा अपुरी राहिली, तर त्यासाठीं आतां तिसरें लग्न पंढरपुरास करा, आम्ही तेथें येऊन लग्नाची सिद्धता करितों. आम्ही आतां वृद्ध झालों, एकवार आपणास डोळ्यांनीं पाहवें असा फार हेतु आहे.' हें पत्र पुढें पाठवून आपण स. १७९३ च्या एप्रिलांत निजामली हैदराबाद सोडून फौजेसह निघाला आणि बेदरास आला.

† खरे ले. ३४८३-८४, ३५०१-४. * प्रो. पिसुर्लेकर यांजकडून.

पेशव्यानें जबाब पाठविला कीं, लग्न होऊन गेलें, आतां पुन्हा तिसरी बायको करण्याची आमची इच्छा नाहीं. शिवाय हल्लीं दुष्काळामुळें मुलखांत अतिशय महर्गता असून आपण फौजबंद आल्यास उगाच हाल होतील, तरी तूर्त आमचे भेटीस येण्याचा बेत रहित करावा. असें लिहून पेशव्यानें डेरेदाखल होऊन आपल्या फौजा जमविण्याची तयारी चालविली. एव्हांपासूनच उभयतांचीं मनें एकमेकांवर बरींच चिडून गेलीं होतीं असा तर्क यावरून होतो. पण महादजीच्या हयातींत हा प्रसंग हातघाईवर आला नाहीं. महादजीच्या हयातींत पुण्याकडे वांकड्या नजरेनें पाहण्याची कोणाची छाती नव्हती.

महादजी पुण्यास आल्यावर कोणकोणतीं तक्रारी प्रकरणें केव्हां कशीं उपस्थित झालीं व त्यांचे निकाल कसे लागले, याची कालक्रमानें सुसंगत हकीकत बनवितां न आली, तरी ठोकळ मानानें एकंदर तक्रारींचें सामान्य स्वरूप स्पष्ट होण्याइतके कागद उपलब्ध आहेत. डफ् म्हणतो, नानाकडून कारभार काढून तो आपले हातांत घेतल्यावर, मग प्रथम निजामाचा व मागाहून इंग्रजांचा वाढता वर्चष्मा कमी करणें आणि होळकरास तंबी देणें, हीं कामें महादजीस मुख्यतः करावयाचीं होतीं. पैकीं निजामाचीं व होळकरांचीं प्रकरणें हळू हळू चर्चेस निघून पुढें चिडत गेलीं. इंग्रजांचें प्रकरण वाढविण्यास मात्र या वेळीं त्यांजकडून यत्किंचित् कारण घडलें नाहीं. मॅलेट, कॉर्नवॅालिस व पुढें त्याचे जागीं आलेला शोअर हे सर्व अत्यंत सावधगिरीनें वागत होते व डी बॅायनचा धाक असल्यामुळें त्यांच्याकडून तक्रारीचा चकार शब्द महादजीच्या हयातींत उपस्थित झाला नाहीं. खुद्द महादजीनें आपल्या खर्चाची मागणी पेशव्याकडे केली, तर उलट दहा वर्षांचे हिशेब नानानें मागून त्याजकडे सहा कोट घेणें काढिलें. पण हा मुद्दा वादविवादानेंच बोलून संपला, आणि देणें घेणें कांहीं राहिलें नाहीं, हें पुढील हकीकतीवरून स्पष्ट होईल.

नानाफडणीस सर्व व्यवहार कारकुनाच्या फडणिशी दृष्टीनें पाहत असे. त्याची दृष्टि हिशेबी व्यवहाराबाहेर कधीं फांकली नाहीं. त्यास वाटे, महादजीनें दिल्लीची दौलत हाताखालीं घातली म्हणजे द्रव्याचा झरा त्यास प्राप्त झाला. त्याच्याजवळ एकंदर फौज होती तिचा आंकडा पावणेदोन लाखांचा असून त्यांत निदान वीस पंचवीस स्वतंत्र सरदार होते. एवढ्यांचा चालू खर्चच किती होतो हा सरळ हिशेब कोणासही दिसेल. दहा वर्षें महादजी या उद्योगांत गुंतला. त्यांत सारख्या

लढाया व धामधुमी चालू होत्या. अशा उद्योगाचें फळ ज्या त्या वेळीं मिळत नसतें. पुढें स्वस्थता झाल्यावर मग द्रव्यप्राप्ति होते. तसा योग आतां लवकर येईल, सांताऱ्याप्रमाणें दिल्लीचें संस्थान निर्वेध कबजांत आलें, अशा भावनेंत महादजी दक्षिणेंत आला. वरील दहा वर्षांत तीन मोठे दुष्काळ उत्तर हिंदुस्थानांत पडले. अडीअडचणीस त्याला निजामाकडून सुद्धां वीस लाख रुपये कर्ज घ्यावें लागलें. निजाम, इंग्रज, तयमूरशहा व जमानशहा दुराणी, शीख सरदार व वजीर, अशा अनेकांकडे स्वतंत्र कारस्थानें त्यास ठेवावीं लागलीं. रावराजा प्रतापसिंग माचेडीकर, गोसावी बंधू, चेतसिंग काशीनरेश, राघवगडकर चव्हाण, इस्मईलखान हमदानी, व खुद्द बादशहा व त्याचें मंडळ, या सर्व धेंडांस पोसणें महादजीस भाग पडलें. नानाच्या वकिलांसारखे महादजीचे वकील पोटार्थी होऊन दुसऱ्याच्या दारापुढें तोंड वेंगाडीत कधीं गेले नाहींत. सारांश, महादजीनें पैसा कमावला असला, तरी तो सढळ हातानें खर्चूनही टाकिला. खुद्द पुण्यास आल्यावर कोणी सावकार कर्ज सुद्धां देईना अशी त्याची कुचंबणा होती. या स्थितींत नानानें महादजीकडे सहा कोटी घेणें काढिलें, तें त्यानें कसें कबूल करावें ? या संबंधानें पुष्कळ तक्रारी होऊन शेवटीं जो निकाल लागला तो * ता. १–१०–१७९३ रोजीं निजामानें रेसिडेंट किन्वीस कळविला तो असाः—‘ पुण्याहून आम्हांस पत्र आलें आहे कीं, महादजीच्या सर्व मागण्या कारभाऱ्यांनीं कबूल करून, पेशव्यानें त्याचे हिशेब पाहून त्यास पांच कोट रुपये देण्याचें मंजूर केलें. एवढी रक्कम एकदम रोख महादजीस देण्याची सवड कारभाऱ्यांची नसल्यामुळें असा ठराव झाला कीं, महादजीनें नवीन हस्तगत केलेला सर्व प्रदेश स्वतःकडे वहिवाटीस ठेवावा. त्याचे उत्पन्नांतून वरील रकमेची फेड करून घ्यावी, आणि देणें फिटल्यावर मग पेशव्यांचा हिस्सा त्यांचे हवालीं करावा. तसेंच बादशाही कारभाराकरितां पेशव्यांनीं आपली फौज महादजीचे ताब्यांत स्वखर्चानें नेहमीं ठेवून द्यावी. ’ अशा रीतीनें हा हिशेबाचा लढा तुटला.

४. लाखेरीच्या मैदानावर होळकरांचा संहार (२०-९-१७९२).—महादजी पुण्यास येऊन एकएका कामाचा निकाल लावीत असतां उत्तरेंत एक विपरीत प्रसंग घडून आला. त्यानें दक्षिणेंत येतांना, उत्तर हिंदुस्थानांतील सर्व कारभार गोपाळरावभाऊच्या हवालीं केला. गोपाळरावभाऊ, आबाजी रघुनाथ

* ग्वा. ३. ११० व Hastings Frazer.

चिटणिसाचा भाऊ, याच्या मदतीस आणखी पुष्कळ सरदार ठेविलेले होते. जीवबा बक्षीच्या ताब्यांत सर्व फौजेची व्यवस्था असून, अंबाजी इंगळे यास ग्वालेरीस ठेविलें होतें. आप्पा खंडेरावाकडे दिल्लीची व बादशहाची व्यवस्था सांगितलेली होती. लखबादादा आग्र्याच्या बंदोबस्तास असून, त्यांत महादजीच्या विरुद्ध उलाढाली करणारा मुख्य इसम इस्मईल बेग यास कैदेंत ठेवलेलें होतें. अर्थात् त्यास डोळ्यांत तेल घालून जपणें हें लखबादादाचें मुख्य काम होतें. कवाइती कंपूंवर सर्व सत्ता डी बॉयनची असून त्याजवर हुकमत गोपाळरावभाऊची होती. गोपाळराव सुद्धां डी बॉयनला आर्जवूनच असे. कारण अडीअडचणीस शेवटीं उपयोग डी बॉयनच्या तोफांचाच होता. महादजीच्या मृत्यूनंतर खर्ड्याच्या प्रसंगापूर्वी, नानाची सर्व भिस्त गोपाळरावभाऊ व जीवबाबक्षी यांजवर असून त्यांचेंही नानाशीं सख्यच होतें.

केव्हां तरी प्रसंग साधून सिंद्यांच्या फौजेचा खरपूस समाचार घ्यावा, अशी खुमखुम तुकोजी होळकर व विशेपतः त्याचे मुलगे मल्हारराव व यशवंतराव यांस कधींपासून होती. त्यांस या बाबतींत अहल्याबाईची भर असून त्यासाठीं मुद्दाम नवीन स्वारांची फौज उभारून ती तिनें तुकोजीच्या मदतीस पाठविली होती. या सर्व हालचालींवर राजपुतान्यांतून गोपाळरावभाऊची नजर असून, होळकर केव्हां तरी आपल्या कंपूंनीं येऊन आपणास सडकणार, अशी बातमी त्यास लागली. त्याबरोबर डी बॉयन व लखबादादा यांस त्यानें अलीगडाहून निकडीचें बोलावणें पाठविलें, तेव्हां तेही धांवून आले. डी बॉयन बरोबर नऊ हजारांचा पायदळ कंपू व तोफखाना होता. सर्वांची नजर होळकराच्या हालचालींवर असून, एकवार त्याची रग जिरविण्याचा त्यांचा निश्चय झाला होता. होळकरी फौज तीस हजार लाखेरीच्या खिंडींत असतां डी बॉयननें त्याजवर चाल केली. खिंडीच्या टोंकावर डयूडूनेकच्या ३८ तोफा मोक्याचें स्थल पकडून तयार होत्या. दोनही उतरणींवर दाट जंगल व खालील मैदान पावसानें अद्यापि ओलें होतें. दोनही बाजूंस प्रवीण सेनापतींनीं पाश्चात्य युद्धपद्धतीचा अवलंब केलेला हिंदच्या इतिहासांतील हा पहिलाच एतद्देशीय सामना होय. डी बॉयन व डयूडूनेक हे दोन समसमान कुशल सेनापती आपापल्या धन्याची सेवा अत्यंत इभ्रतीनें बजावीत होते. किंबहुना डी बॉयनचा नक्षा उतरविण्याकरितांच होळकरानें डयूडूनेकला मुद्दाम नोकरींत घेऊन त्याजकरवीं युद्धाची सिद्धता करविली होती. पायदळ व तोफखाना

यांचें काम सिद्धीस जातांच सामनेवाल्यांवर तुटून पडण्यासाठीं होळकराचे कसलेले घोडेस्वार मागें राखून ठेवलेआहेत, असा देखावा डी बॉयननें एका उंच जागेवरून पाहून, त्यानें खालून अत्यंत कल्पकतेनें खिंड ताब्यांत घेण्यासाठीं शिस्तीनें चाल केली. त्याच्या तोफा हलके हलके बैल ओढून वर आणीत असतां डी बॉयनच्या एका दारूच्या कोठ्यांत डयूड्रनेकचे गोळे पडून एकदम मोठा भडका झाला. त्या गोंधळांत होळकराचे स्वार त्याजवर चालून गेले. पण बाजूच्या झाडींत डी बॉयननें आपलीं पलटणें व तोफखाना लपवून उभा केला होता, त्यांनीं एकदम बाहेर येऊन होळकरांवर असा कांहीं जोराचा मारा केला कीं, त्यापुढें त्या स्वारांची साफ गाळण उडाली. त्यांचा गोंधळ उडालेला पाहतांच पाटण मेडत्यावर नांव गाजविलेलें डी बॉयनचें कसलेलें पायदळ तोफा पुढें घालून, चालून आलें. त्यास अडविण्याची डयूड्रनेकनें शिकस्त केली. त्या प्रयत्नांत त्याचे पंधराशें लोक क्षणमात्रांत जायां झाले. त्याबरोबर डी बॉयननें खिंड कबजांत घेऊन होळकरांच्या ३८ तोफा पाडाव केल्या. स्वतः तुकोजी लढाईंत हजर नव्हता. माळव्याच्या उत्तरभागीं चंबळच्या पलीकडील सिंद्यांचा मुलूख तो लुटीत होता. त्यास डयूड्रनेकची वाताहत झाल्याची बातमी समजून पराकाष्ठेचें दुःख झालें.

या संग्रामांत होळकरांच्या दोन चुका झाल्या. डी बॉयन येण्यापूर्वीच गोपाळ-रावभाऊस एकटा गांठून त्याचा फन्ना उडवावा तें त्यांनीं केलें नाहीं. बरें, ती संधि गेल्यावर आपणच माघार घेऊन पार दुसरीकडे निघून जावें तें न करितां मुद्दाम सिंद्यांच्या फौजेवर चालून येऊन सामना केला. हा सामना सुरू होतांच चूक लक्षांत येऊन लढाई टाळण्याचा प्रयत्न होळकरांनीं केला, पण तो डी बॉयननें चालू दिला नाहीं. त्यानें होळकरांचें आव्हान स्वीकारून त्यांचा सडकून समाचार घेतला. त्या प्रसंगांत खुद्द डी बॉयन व मल्हारराव होळकर जखमी झाले. लढाईंत यश मिळाल्याबद्दल सिंद्यांचे फौजेनें मोठा विजयोत्साह केला. डी बॉयननें असें लिहून ठेविलें आहे कीं, 'मी सिंद्यांकरितां अनेक रणसंग्राम केले, परंतु या लाखे-रीच्या प्रसंगासारखा निकराचा व अत्यंत चिंतेचा असा दुसरा कोणताच संग्राम मला करावा लागला नाहीं.' लढाईची वार्ता चिटणिसानें पुण्यास महादजीस लिहून पाठवून आनंदाच्या तोफा सोडण्याची खास परवानगी मागितली. पण महादजीला या आपसांतील संग्रामानें पराकाष्ठेचें दुःख होऊन, मराठी राज्याचे हे दोन खांब, प्रत्यक्ष दोन बंधु, अशा रीतीनें झगडूं लागलेले पाहून, आपला विनाश-

काल समीप आला, अशीच त्याची खात्री झाली, आणि आनंदाच्या तोफा सोडण्याची परवानगी न देतां उलट प्रकरण लढाईवर आणल्याबद्दल त्यानें आपल्या सरदारांचा निषेध केला. एवढेंच नाहीं, तर मुख्य कारभारी गोपाळरावभाऊ यास नोकरीवरून दूर करून भेलसा येथें कैदेंत ठेविलें, व जीवबादादास आपणाजवळ पुण्यास बोलाविलें, आणि उत्तरेचा कारभार जगन्नाथराम ऊर्फ जगोबा बापू यास सांगितला. आणीबाणीच्या प्रसंगीं निकरावर न येतां, दम खाऊन वेळ मारून नेण्याची हातोटी महादजी इतकी दुसऱ्या कोणास साधली नाहीं याचें हें उदाहरण आहे. लाखेरीच्या लढाईनें होळकराचें सामर्थ्य कायमचें संपलें. यशवंतरावानें पुढें थोडे दिवस तें परत मिळविण्याची पराकाष्ठा केली.

लाखेरीहून डी बॉयन जयपुरावर आला. जयपुरचा प्रतापसिंह खंडणी भरण्यास अळंटळं करीत होता, पण डी बॉयन येतांच ७० लाख रुपये भरून त्यानें आपला बचाव केला. तेथून माचेडीकर प्रतापसिंहाच्या मुलाची स्थिरता करून डी बॉयन अलीगडास परत गेला. *

महादजी पुण्यास आला, तेव्हां त्याच्या दोन मुख्य तक्रारी होत्या. एक होळकरासंबंधानें व दुसरी अलीबहादर व गोसावी यांची. पैकीं अलीबहादर व गोसावी महादजीच्या मुलखास सोडून बुंदेलखंडांत थोडेसे दृष्टिआड गेले. होळकराचें प्रकरण मात्र लाखेरी येथें ता. २० सप्टें. १७९२ रोजीं लढाई झाली, तेणेंकरून घसास लागलें. या दोन सरदारांचें भांडण आजपावेतों शाब्दिक होतें, तें आतां रक्तपातांत उतरलें. सिंद्याचा तर समज असाच झाला कीं, पुणेकर मुत्सद्यांनीं होळकरास चढवून आपला घात योजला होता, तो फसला. पुढें होळकराच्या हातून कोणतीच कामगिरी होईना. राजपुतान्यांत वर्ष सहामहिने उभय फौजा एकमेकांवर चढाईच्या इराद्यानें सज्ज राहिल्या. 'अहल्याबाई महेश्वरास डेरेदाखल जाली. फौज जमा करीत आहेत. होळकराचे पाठीमागें सिंद्यांची फौज लागली आहे. त्यासंबंधीं सिंद्यांचीं व कारभाऱ्यांचीं बोलणीं जालीं, त्यांत कजिया वाढवूं नये, तोडावा, सिंद्यांनीं आपले फौजेस माघारें न्यावयास लिहावें, असें ठरून येथून देवराव हिंगणे, बळवंतराव काशी कात्रे व सरकारचे हुजरे यांस पाठवून बोलणीं बोलून कजिया तोडावा असा ठराव जाला. हिंगण्याची ही वकिलात पुण्याहून

* Duff; Keene p. p. 170–172; Malleson, Final French struggles p. 179–180.

१ ऑगस्ट १७९३ रोजीं रवाना जाली.' या वकिलातीचा इत्यर्थ पूर्वी प्र. १६ कलम ६ त होळकराच्या प्रकरणांत पृथक् दिला आहे. आपसांतील युद्धें म्हणजे भावी विनाशाचीं पूर्वचिन्हें, हें स्पष्ट दिसत असतां पुनरपि नानानें तोंडपाटिलकीच्या युक्तीवर वेळ मारून नेली. या वेळीं खुद्द पेशव्यास घेऊन नाना महादजी दोघे इंदूर, उज्जनला गेले असते तर धन्याचा दाब बसून अंतर्बाह्य व्यवस्था लागूं शकती. तूर्त हिंगण्याची तपश्चर्या फुकट जाऊन प्रकरण दिवसेंदिवस चिडत गेलें, त्याचा परिणाम पुढें यशवंतराव होळकराच्या ठिकाणीं दिसून आला.

सावंतवाडीकर खेमसावंत यास जयाप्पाची मुलगी सखूबाई, आईचें नांव लक्ष्मीबाई, दिलेली होती, तिचा परामर्ष महादजी मोठ्या दक्षतेनें घेत असे. गोवेकरांनीं सावंतास त्रास दिला, त्याचा प्रतिकार करण्याविषयीं महादजीनें नानास पत्र लिहिलें होतें. तसेंच त्यानें सावंतास राजेबहादूर हा किताब व मोर्चेल बादशहाकडून घेऊन वाडीस पाठविलें. असे सन्मान परदरबारांतून आलेले पेशव्यांच्या परवानगीशिवाय स्वीकारावयाचे नाहींत. असा शिरस्ता असल्यामुळें, नानानें त्यास हरकत घेतली, त्यामुळें प्रकरण बरेंच चिडीस गेलें. महादजीनें लिहिलें, 'नाना आमचे बंधु, आम्हीं करून दिलें तें त्यांनीं चालविलें पाहिजे. या पुढें आम्ही सरकार आज्ञेखेरीज कोणाची शिफारस बादशहाजवळ करणार नाहीं.'

वाडीकर सावंत व कोल्हापुरकर छत्रपति यांचें दीर्घकालीन वैर चालू होतें. उभयतांची सरहद्द लागून असल्यामुळें लढाईचे प्रसंग वारंवार येत, आणि सावंतांस महादजीचा पाठिंबा असल्यामुळें त्याच्या सहाय्यानें करवीरकरांस तंबी देण्याचा त्यांनीं कैक वर्षें प्रयत्न चालविला. अखेरीस इकडे पुण्यास महादजी आसन्नमरण असतां स. १७९४ च्या अवलीस पटवर्धनांच्या फौजा कोल्हापुरावर चालून गेल्या. दोन महिने युद्ध चालून कोल्हापुरकर शरण आले. या वेळेपासून पटवर्धन व कोल्हापुरकर यांचें वैर जुंपलें तें शेवटीं इंग्रजांनीं कायमचें तोडलें. *

महादजीच्या हालचालीकडे सगळ्या हिंदुस्थानचें लक्ष कसें लागलें होतें हें इंग्रजांच्या लेखांत पाहवयास मिळतें. ता. १०-१२-१७९२ रोजीं कॉर्नवालिसनें इंग्लंडास पत्र पाठविलें त्यांत पुण्यासंबंधानें खालील मजकूर होता. 'पुण्याच्या

* जीववा दा. च. ले.२४-२५; ऐ. टि. ५. २४; ३. ४४; खरे ३५१०-२१; ३४८९, ३५२७-५७.

राजकारणाची प्रस्तुत स्थिति आम्हांस फारशी अनुकूल नाहीं. ब्राह्मणांच्या कपटास महादजीचें सामर्थ्य व अक्कल पुरी पडली. त्यानें तरुण पेशव्यावर आपली छाप पूर्णपणें बसविली आहे. यामुळें नाना, हरिपंत व त्यांच्या पक्षांतील मंडळी कारभारांतून आपलें अंग साफ काढून घेणार हें पाहून, पुण्याजवळ आपापल्या फौजा जमवून जो तो आपल्या बचावाच्या तजविजींत आहे. अगोदरच नानाचा स्वभाव भित्रा, तशांत सिंद्यांची फौज बलवान असून, नुकताच त्यानें लाखेरीवर होळकराचा पाडाव केला असल्यामुळें नानाची हिंमत खचली. हातघाईवर प्रकरण आल्यास राज्यांत सिंद्याचा वर्चष्मा लगेच होईल या विषयीं संशय नाहीं. नानाचा पक्ष कमजोर झाल्याबद्दल मला जरी फार खेद होतो, तरी जे दुसरे कोणी कारभारावर येतील ते तरी आमच्याशीं अगदींच फटकून वागतील असें नाहीं, आणि आम्ही सुद्धां त्यांचें मन संभाळूनच राहूं.' §

त्यानंतर ता. २५-१-१७९३ रोजीं पुन: कॉर्नवालिस लिहितो: 'पुण्याच्या कारभाराची घालमेल अद्यापि चालूच आहे. परंतु नानानें कारभार सोडून काशीयात्रेस जाण्याचा निश्चय केला होता, तो आतां रहित झाला. निजाम व गायकवाड यांजकडून पैसे उपटण्याचा सिंद्याचा इरादा असून त्यास नाना विरोध करीत नाहीं. उलट बाहेरून तरी सिंद्याचे म्हणण्यास पाठिंबा देण्याचें नानानें कबूल केलें आहे. तूर्त पुणें सोडून जाण्याचा सिंद्याचा बेत दिसत नाहीं.' पुन: ता.१०-५-१७९३चें पत्र: 'पुण्याशिवाय हिंदुस्थानच्या इतर कोणत्याही भागांत या वेळीं कंपनीला काळजीचें कारण उरलेलें नाहीं. पुण्याची मात्र धास्ती आहे. परंतु तेथें सुद्धां कोणताही बनाव बनला तरी त्यांत कंपनीला नुकसान पोंचण्याचा संभव दिसत नाहीं.'

नाना-महादजींमधील लढ्याचें निदान नातू यांनीं मार्मिक दाखविलें आहे. ते म्हणतात: 'महादजीचा पुण्यास येण्याचा हेतु तेथील दरबारांत आपलें वर्चस्व स्थापन करण्याचा होता ही गोष्ट नानादि ब्राह्मण मुत्सद्यांचे लक्षांत आली होती. पाटीलबावांचे मनांतून तरुण व होतकरू पेशव्यास नानाच्या कडक सासुरवासांतून सोडवून मोकळा करावा व त्याचें मन आपलेविषयीं अनुकूल करावें असें होतें. म्हणून त्यांनीं दरबारांत वरचेवर जाणें येणें ठेवून पेशव्याशीं मोकळ्या मनानें गोष्टी सांगाव्या, नजरा द्याव्या, समारंभ करावे, आणि त्यांच्या मनोरंजनार्थ मेंढ्यांच्या टकरा, मल्लांच्या कुस्त्या, हरणाच्या शिकारी वगैरे वारंवार करून, त्या जात्या

§ Ross 2 p. 185, 204, 219, नातू पृ०२५३-५६.

तरतरीत व वयपरत्वें स्वतंत्र होऊं पाहणाऱ्या पेशव्याचें मन ह्या करमणुकींकडे सहज वळविलें. त्याचें मन पाटीलबावांकडे विशेष लागलेलें पाहून नानासारख्या संशयी पुरुषाचे मनांत सिंद्याबद्दल स्पर्धा उत्पन्न झाली. तरी पेशव्याकडून नानाची अमर्यादा झाली नाहीं व त्याची नानाबद्दलची कृतज्ञताबुद्धि ढळली नाहीं. कारभार आपल्याकडे देण्याबद्दल महादजीनें पेशव्याकडे गोष्ट काढिली, पण त्यांनीं तिकडे फारसें लक्ष दिलें नाहीं. परंतु पाटीलबावा व पेशवे यांच्या स्नेहाचें लक्षण जास्त दिसूं लागतांच नानाच्या मनांत विकल्प येऊन त्यानें पेशव्यावर सक्त देखरेख सुरू केली व उघडे दरबार कमी केले. आपला अधिकार जाईल या भीतीनें या धूर्त, खोल, अभिमानी, परंतु मत्सरी आणि भित्र्या मुत्सद्यानें यापुढें पेशव्याशीं जें वर्तन सुरू केलें, त्या योगानें त्या तरुण व तेजस्वी राजपुत्राला आत्महत्त्या करावी लागली. तरी सुद्धां नानाचे डोळे उघडले नाहींत, व ब्राह्मणशाहीच्या खोट्या अभिमानानें काळ वेळ न पाहतां त्यानें पुढें जीं कारस्थानें केलीं त्यांच्या योगानें पेशवाई रसातळास गेली. ज्यानें राज्याची शक्ति एकवटून प्रथम त्याचें संरक्षण केलें, त्यानेंच उतारवयांत चालविलेल्या कोत्या मसलतींनीं ब्राह्मणशाही नष्ट झाली. त्याच्या खोल बुद्धीची व मध्यवयांतील मुत्सद्देपणाची कितीही तरफदारी केली, तरी त्याचें वर्तन शेवटीं राज्यास अपायकारकच झालें. यापुढें नानानें पेशव्यावर कडक पाहरा ठेवून, पाटीलबावांच्या मसलती बंद करण्याचे उपाय चालविले. आपल्या परवानगीवांचून पेशव्यास कोणी भेटूं नये व त्यानें स्वारीशिकारीस जाऊं नये, असा बंदोबस्त केला. त्या जवळचीं आवडतीं माणसें दूर करून आपल्या मसलतींतील चहाडखोर लोकांचा भोंवतीं पाहरा ठेविला. उघडा दरबार बंद होऊन परवानगीशिवाय मोठमोठ्या मुत्सद्यांसही पेशव्याची भेट बंद झाली. या वेळचा नानाचा कारभार सगळा उलटा झाला. ' मातबर लोक, फौज व सरदार यांचा कंटाळा, महालमुलुखांवर तेज करणें व चढ बसविणें व लोकांचीं प्रजेचीं कामें बंद झालीं. रयतेची दाद नाहीं. लहान माणसें व शागीर्द कृपेंत वागूं लागले. ' यामुळें माधवरावाच्या चेहऱ्यावर खिन्नता व औदासीन्य भासूं लागलें. तात्पर्य, पाटीलबावांच्या स्पर्धेनें बिचाऱ्या पेशव्यास फार जाचणूक होऊं लागली. पाटीलबावांनीं मात्र कारभाऱ्यांचा स्पष्ट अपमान किंवा उपमर्द न करितां सदोदित आपणाकडे कमीपणा घेण्याचा क्रम ठेविला. " महादजीच्या हयातींत पेशव्यावर एवढी सक्त नजर नानानें ठेवलेली दिसत नाहीं. हे सर्व

प्रकार बहुधा शेवटच्या वर्षातले, व बाजीरावाशीं पेशव्याचें अंतस्थ सूत आहे असें नानास कळल्यानंतर सुरू झाले असावे. महादजी जवळ असतां अशी सक्तीची योजना फारशी शक्य नव्हती.

५. **शंकराजीपंत सचिवाचा छळ** (रामनवमी स. १७९३) **व जुन्या घराण्यांना महादजीचा पाठिंबा.**—सचिव प्रकरण हें या वेळच्या नानाच्या कारभाराचें विशेष निदर्शक आहे. रघुनाथ चिमणाजी सचिव आषाढ शु० १० ता. ११–७–१७९१ रोजीं वारला, आणि त्याचा पुत्र शंकराजी यास पेशव्यांनीं पदाचीं वस्त्रें सातार्‍याहून आणून दिलीं. यास तीन बायका होत्या, एक सखारामबापूची मुलगी प्रथम स्त्री, दुसरी रामशास्त्री यांची पार्वतीबाई, व तिसरी विश्वासराव आंबेकराची राधाबाई. स. १७७९ च्या फाल्गुनांत तळेगांवावरून सखारामबापूनें वाईस जाऊन मुलीचें लग्न केलें, त्या वेळीं सचिव दहा वर्षांचा होता असें धरलें, तर हल्लीं पुढील बनावाच्या वेळीं स.१७९३ त त्याचें वय अंदाजी चोवीस असावें. तो स्वभावानें भोळसर असून लौकिकांत त्यास अत्यापंत म्हणत. पोर्तुगीज वकील विठ्ठलपंत लिहितो, ‘ सचिवाची सावत्र आई होती, तिनें नानाफडणिसास कळविलें कीं, पंतांचे हातून मुलकाचा कारभार बिलकूल होत नाहीं. जवळ मंडळी आहेत तीही सर्व लबाड व नालायक आहेत. सबब सरकारांतून चांगला कारभारी पाठवून बंदोबस्त करावा. ’ अशी बाईची मागणी आल्यावरून नानानें बाजी मोरेश्वर (भावे ?) कारभारी नेमून पाठविला. या प्रकरणाचा पुढें बोभाटा झाला, तेव्हां हरिपंत फडके यांनीं तपास करून नानास कळविलें कीं,बाजी मोरेश्वरास कारभारांतून काढा. त्यावर नानानें हरिपंतास सांगितलें कीं, तुम्ही या बाबतींत मध्यस्थी करूं नये. आम्हांस सर्व प्रकरण ठाऊक आहे, आणि बाजी मोरेश्वर करतो तेंच बरोबर आहे. नानाचा असा जबाब मिळाल्यावर हरिपंताचा नाइलाज झाला, आणि त्यानेंच जाऊन महादजीस कळविलें कीं, तुम्ही या सचिव प्रकरणाची तड लावा.’ पण त्यापूर्वी काय प्रकार घडला तें प्रथम सांगितलें पाहिजे.*

सचिवाचें व सापत्न मातुःश्रीचें पटत नव्हतें. बाजी मोरेश्वराची नेमणूक होऊन तो कारभार पाहूं लागतांच त्याच्याशीं तिचें एकचित्त झालें. त्यामुळें त्याच्याशीं सचिवाचें सडकून वांकडें आलें. सचिवांनीं मातुःश्रीस अर्ज केला जे, ‘ वडिलांचा काल होऊन फार दिवस जाले, अतःपर केंस ठेवणें हें लोकविरुद्ध, ’ असें म्हणोन

* खरे ३५०६–१२; ३६३२–३३.

बलात्कारानें केंस काढविले. त्यावरून कलह माजला. बाजी मोरेश्वर शिबंदी ठेवून राजगड किल्ला वगैरे हस्तगत करण्याचा उद्योग करूं लागले. किल्ला लढतच होता. पुण्यास सरकारांत गैरवाका समजाविलें कीं, ‘ सचिवांस चित्तभ्रम जाला. तेणेंकरून सचिव यागी होऊन जेजुरीस जाऊन राहिले. तों नानाफडणीस यांणीं सरकारांतून गाडदी वगैरे सरंजाम देऊन बाजी मोरेश्वर रवाना केले, तेथें लढाई जाली. ब्राह्मण वारले, मूर्तिच्छेद झाला. पंत रामनवमीचे उत्सवांत देवार्चनांत होते, तेथें त्रयोदशीस (२५ मार्च १७९३) शस्त्र चालवून धरले. त्यांचे अंगावर जखमा दोन जाल्या. पंताची बायको सखाराम बापूंची कन्या तिला जखम लागून बोट जायां झालें. पांच सात माणसें ठार जालीं. सर्व वित्त लुटून घेतलें, बाकी राहिली नाहीं. हा प्रकार लगेच पुण्यास महादजी सिंद्यास समजून त्यांनीं चतुर्दशीचे दिवशीं वाड्यांत येऊन पेशव्यांस विनंति केली कीं, चाकरानें धण्याची अब्रू घ्यावी हें चांगलें नव्हे. स्वामींनीं बंदोबस्त करावा अथवा मला आज्ञा करावी. त्यावरून सरकारांतून बाबूराव केशव व राघोपंत गोडबोले पंतांस आणावयास पाठविले. तों इकडे पाटीलबावांकडील पलटण वगैरे सरंजाम जाऊन काल (२९ मार्चला) पंतास त्यांनीं आपले गोटांत आणिलें. पाटीलबावा पंतास पुढें स्वतः सामोरे गेले होते. त्यांस वस्त्रें, जवाहीर वगैरे दिलें. बाजी मोरेश्वर व आणखी पांच सहा असाम्या कैद करून ठेविल्या आहेत. आबा चिटणिसांनीं भरकचेरींत श्रीमंतांस दाटून दोन चार वेळां अर्ज केला. तेव्हां श्रीमंत रावसाहेबांनीं आज्ञा केली जे, जें केलें तें सरकारांतून समजून केलें. पुढें तपास करून सचिवपंतांस स्वयंपाकघरांत विष घातलें त्या ब्राह्मणाचें डोचकें मारावें, सापत्न मातेस शागीर्दानें स्पर्श केला, त्याचें व गाड्यांचें पारिपत्य करावें, ऐसें पाटीलबावांचें म्हणणें आहे. इकडे सखारामपंत पानशे व सदाशिव भट दाते चौकशी करितात. पागेंत बसून मनास आणितात. बाजीचें म्हणणें आपणाकडे दोष नाहीं.चौकशींत निघालें कीं, गाड्यांचा अंमलदार शामराव हिवरेकर यास बाजीरावांनीं पांच हजार रुपये देऊं केले,तीन कारकुनांस व तीन चार जमातदारांस दोन दोन सोन्याचीं कडीं द्यावयाचीं केलीं, आणि दंगा करून सचिवांस जिवें मारावें असें ठरवून दंगा केला. पांच सात गोळ्याही खाशां-वर मारिल्या, परंतु ईश्वरसत्तेनें परिहार जाल्या, असें सारे कारकुनांनीं लिहून दिलें. त्यावरून बाजी मोरेश्वरास मुलामाणसांसुद्धां कैदेंत घातलें. मार देऊन पुसों लागले,

तेव्हां याप्रमाणें कर्म केलें म्हणोन लिहोन दिलें. पांच हजार रुपयांची चिठी शामरावास दिली व शामरावाचें पत्र त्याचे कारकुनास घेतलें कीं, पंतांस मारावें. तें पत्र फाडून टाकलें असें शामरावांनीं लिहून दिलें. शंकर जोशी म्हणून तैलंग नानापाशीं आहेत तेही या कामांत आहेत, त्यांस पंतांचे घरची वस्तवानी चाळीस हजार रुपयांची बाजीरावांनीं दिली. ते नानाजवळ मध्यस्थ. ते व वरकड कारकून जमातदार, गाडदी दीडशेंपावेतों सांपडले ते सर्व बिड्या घालून ठेविले आहेत. सर्व दौलत सवाशें वर्षांची पंतांची लुटली गेली. एक वस्त्रानिशीं सचिव बाहेर निघाले. पाटीलबावा दोन कोस सामोरे जाऊन घेऊन आले; आपले डेऱ्याजवळ त्यांस डेरा देऊन ठेविले आहेत. श्रीमंतांनीं सामोरें जावें याचा विचार होऊन तूर्त न जावें असा निकाल जाल्यावर, पंतास सिंद्याचे गोटास वानवडीस घेऊन गेले. ते दिवशीं संकष्टी चतुर्थी होती (३१ मार्च १७९३), तन्निमित्त परशुरामभाऊ थेउरास देवदर्शनास निघणार. इतक्यांत नानांचा निरोप त्यांस आला कीं,परिच्छिन्न जाऊं नये. सिंद्यांची नजर ठीक दिसत नाहीं, ऐसे दोन तीन निकडीचे निरोप आले, म्हणून गेले नाहींत. बाजी मोरेश्वरास कर्णभूषणें (कानास चाप) झालीं. ताडणही झालें. सारांश, सिंद्यांनीं जरब बसविली म्हणून चौकशी जाली. सिंद्यांच्या या जरबेमुळें नानाचे मनांत अंदेशे येत आहेत.’ हा सर्व प्रकार रामनवमी (ता. २१-३-१७९३) पासून पुढील महिना पंधरा दिवसांतला आहे.

येथपर्यंतची वरील हकीकत पटवर्धन दप्तरांतील असून, तिला कोटे दप्तरांतील कागदांवरून सिंद्यांच्या बाजूची जास्त पूरक माहिती उपलब्ध होते ती अशी. ता.३०-३-१७९३रोजीं महादजीचा कारकून जगन्नाथ विश्वनाथ पुण्याहून लालाजी वल्लाळास कोटयास लिहितो:—‘ पंतसचिवाचे वडिलांची व नानाफडणिसांची कांहीं कुन्हा (तेढ) होती. पंतांकडे पूर्वींपासून मुलूख होता, त्याचा कारभार ते वेगळा करीत. त्यांत कित्येक राजमंडळाचे अष्टप्रधान होते ते मोडले गेले. राहिले त्यांच्या दौलता सरकारांत आल्या. राहिल्या त्यांतही सरकारतर्फेचे कारभारी होऊन आपले काबूंत ठेविले. अलीकडे पंतांचा काल जाला. मूल (शंकरराव) लहान, त्यांत त्याजला कांहीं भ्रमसा जाला. त्यामध्यें नानांनीं त्यांचे पहिले कारभारी दूर करून बाजी मोरेश्वर म्हणोन आपले तर्फेनें कारभारी करून दिल्हे. त्यांची चाल पाहतां फारच विलक्षण. कसेंही करून दोन वर्षे निभावलीं. नंतर पंत खबरदार जाला. जुने कारभारी होते त्यांनीं पंतास सांगितलें,

सरकारांत विनंती करून बाजी मोरेश्वरास दूर करून दुसरा कारभारी मागोन घ्यावा. त्याजवरोन त्यांनीं कारकून पाठवून नानास विनंति केली कीं, हा कारभारी आम्हांस नको. दुसरा चित्तास येईल त्यास द्यावा. नाना म्हणाले, कारभारी दुसरा मिळणार नाहीं. याचेच हातून काम घ्यावें. तेव्हां अढीनेंच कारभार होत गेला. बाजी मोरेश्वर समजले कीं, पंत शहाणे जाले, एखादे वेळे जरबेंत आणून आमचें पारिपत्य करतील. तेव्हां त्यानें नानास समजाविलें कीं, पंतांस भ्रम जाला आहे, त्यांत वेडेचार करतो.[1] बंदोबस्त केल्यांत उत्तम आहे. नाना म्हणाले फार बरें. इतकी परवानगी घेऊन पांच सातशें माणूस ठेवून किल्ले मुलकाचा बंदोबस्त मांडला. जुने लोक माणसें सिबंदी झाडून दूर करून आपले मार्फतीचे लोक ठेविले. पंताचे मातु:श्रीस फोडिलें. सख्खी मातु:श्री अगोदरच वारली होती. ही सावत्र, तिला आपले लगामीं लावून घेतली. पंताच्या स्त्रिया दोन. वडील सखारामबापूची कन्या जवळ ठेवून, दुसरी रामशास्त्री याची कन्या, तिजला वेगळें केलें. ती सासूचे संमतांत आली. नंतर रामनवमीचा उत्साह आला, त्यास पंत सदरेस जाऊन बसले. बाजी मोरेश्वरांनीं विचार केला कीं, उत्साह आम्ही करूं. म्हणोन मूर्ति आणावयास माणसें पाठविलीं. पंत म्हणाले, मूर्ति देणार नाहीं. गोष्ट हट्टास पडली. वर्तमान बाजी मोरेश्वरांनीं येऊन नानास समजाविलें. नानानें चारशें गाडदी सरकारचे देऊन कारकून पाठविला कीं, पंतास घेऊन येथें यावें. हा जमाव जेजुरीस गेला. वाड्यास वेढा घालून कारकून आंत गेला. पंत देवपूजा करीत होते. त्यांजला बाहेर बोलाविलें. पंत बाहेर येऊन बसले. इतक्यांत दरवाजावर कटकट जाली, दोन चार माणसें गाड्यांनीं तोडलीं. पंतांचा कारकून आंत धांवत आला कीं दगा आहे, तुम्हीं येथें न बसावें. इतकें बोलतात तों गाडदी जवळ आले. एक जोड गोळी चालविली, ती पंतांचे बगलेंतून गेली. शालजोडीस भोकें पडलीं. दुसरा गाडदी आला, त्यानें तरवार चालविली, तेव्हां खिजमतगार पंतांवर पडला. तो ठार जाला. तेव्हां कारकून पंतास म्हणाला, आतां लवकर पालखींत बसून चलावें. पंत म्हणाले, मी पालखींत बसत नाहीं. इतक्यांत स्त्री सखारामपंतांची कन्या म्हणाली, आतां काय पाहतां, पालखींत बसावें, किल्ल्यावर घालतील, कीं डोकें मारतील, चित्तास येईल तें

१ पीतांबर फाडून केलेल्या चिंध्या नानाकडे पाठविण्यांत आल्या अशी बोलवा आहे.

करोत. तेव्हां पंत उठोन पालखींत बसले. बाई पालखी धरोन पायउतारें समागमें गेली. पंतांस नेऊन दुसरे हवेलींत माडीवर ठेविलें. बाई तेथें राहिली. गडबडींत तिचे हातास तरवार लागली. इकडे गाड्यांनीं घरांत शिरोन दरोबस्त वस्तभाव लुटली. एक गरोदर बायको तुडवून मेली. दोन ब्राह्मण जखमा लागोन मेले. एक गायीस जोडगोळ्या लागोन मेली. दहा पांच माणूस ठार जाले. शिवाय पांच चार ब्राह्मणांचीं घरें लुटलीं गेलीं. रामचंद्रजीची सोन्याची मूर्ति गाड्यांनीं मोडून तुकडे करून वांटून घेतले. हें वर्तमान नानाकडे पंताचे कारकुनानें येऊन सांगितलें. नाना म्हणाले, खोटी गोष्ट; लहानाचें मोठें करून सांगतां.येणेंकरून जाबसाल खुंटला.तेव्हां कारकून उठोन पाटीलसाहेबांकडे आला. दरबार चालू होता. देवडीजवळ येऊन सांगितलें कीं, मी सचिवांकडून आलों. अगोदरच हें प्रकरण थोडें थोडें समजण्यांत होतें, तेंच सांगावयास आले असतील म्हणोन बावांनीं हयगयीवर नेलें; आणि भाऊ मुजुमदारांस सांगितलें कीं, काय म्हणतात, ऐकोन यावें. तेव्हां मुजुमदारांनीं ऐकून साद्यंत वर्तमान बावांस सांगितलें. त्याजवर रामजी पाटलास पाटीलसाहेबांनीं बोलावून सांगितलें कीं, पंतसचिव अनसारिखे नाहींत, प्रधान, प्रतिनिधि तसेच पंत. त्यांत धन्यांनीं आजपर्यंत त्यांचे महत्त्व राखोन चालविलें. आतां कारभाऱ्यामुळें त्यांची हे अवस्था करावी, ठीक नाहीं. राज्यास कल्याण तें करावें. जालें तें जालें, आतां त्यांची घरची चौकी उठवून आणावी. रामजी पाटलांनीं जाऊन नानांस समजाविलें. त्यांनीं कारकुनाहातोन सांगोन पाठविलें कीं, आपण ऐकिलें इतकें जालें नाहीं. याची चौकशी करावयास सांगितलें आहे. नंतर पाटीलबावांनीं रामजी पाटलास सांगितलें कीं, कारकुनासीं याचें उत्तर द्यावें तर हा ठीक सांगणार नाहीं. तुम्हींच जाऊन साफ सांगावें कीं, तुम्ही शोध कराल, आम्ही शोधच करून बोलतों. धन्यांस सांगावें आणि त्यांनीं ध्यानीं आणावें तर ते तुमचे कैदेंतच आहेत, वरकड तुम्हींच अहां. एक वर्ष आम्हांस होत आलें, सावंताचा कारभार केला, तो अद्यापि घोळांतच आहे. गायकवाडाचा केला, ते भीक मागत पडले. हिंदुस्थानांत होळकर आमचे आतीवर बसविले. त्यांस आंतून चिमटे घेतां, हेही कर्मे मनस्वी करितां हें ठीक नाहीं. धन्याचे दौलतींत एक मोड सवाई माधवराव तेवढा राहिला आहे. पुढें चाल कल्याणाची दिसत नाहीं. तर आम्हीही श्रीमंतांचेच पदरचे आहों, चौकशी करण्यास आम्हांस अधिकार आहे. तुम्ही

करालच. न केल्यास आम्ही करूं. याप्रमाणें पाटलास शपथ घालून सांगोन बावांनीं पाठविलें. त्यांनीं नानास जाऊन याप्रमाणें सांगितलें किंवा कपेश सांगितलें न कळे. त्याचें उत्तर आलें कीं, आपणही सरदार थोरच आहां, चौकशी करावी, उत्तम आहे. त्यास मी राघोपंत गोडबोले यांस रवाना करितों. वाजवी असेल तेंच करावयास येईल. हें उत्तर आल्यावर दुसरे दिवशीं प्रातःकाळीं पाटीलसाहेब आपणच होऊन स्वामीकडे (पेशव्यांकडे) गेले. तेथें सर्वही होते. भर दरबारांत धण्यासीं अर्ज केला व जें बोलणें रामजी पाटील याजवळ जालें, तें व सचिव यांजवर घेतली तें, अगदींच बोलण्यांत आणिलें. तेव्हां श्रीमंत स्वामी म्हणाले, पंतांकडील इतका प्रकार घडला हें मजला माहीत नाहीं. हरिपंत तात्या म्हणाले, याची चौकशी करावयाची आहे. पाटीलसाहेब म्हणाले, चौकशी धणी करवितील. तुम्ही कराल, आम्ही ऐकूं, वरकड आमचा विषय कीं, राज्यास कल्याण असावें. त्याजविशीं आमचे वडलावडील रदबदली करीत आले, आणि यजमान ऐकत गेले, पुढें आम्ही रदबदली करीत आलों, तेंही ध्यानीं घेऊन निभावलें, आणि पुढेंही करूं. त्याजवरून तात्यांस समजलें कीं, आतां भर मजलसीस हीं बोलणीं चढास लागलीं, म्हणजे ठीक नाहीं. तेव्हां ते म्हणाले, आतां एकीकडे चलावें. नंतर खासा रावसाहेब, पाटीलसाहेब, नाना, तात्या, कृष्णोबा चिटणीस इतके एकांतांत गेले. तेथेंही नोकानोकीचींच (छपवाछपवीचीं) बोलणीं जालीं. नानांनीं अक्षर काढलें नाहीं. मग पाटीलसाहेब उठोन डेऱ्यास आले, व स्वामींस (पेशव्यांस) विनंती लिहिली कीं, आपणांस कारभाऱ्यांचा संकोच. हा कर्में आमच्यानें पाहवत नाहींत. त्यास आम्हांस निरोप द्यावा. आजपर्यंत धन्याची चाकरी जाली तशी केली, आतां चित्तास येईल तिकडे पोट भरूं. रामजी पाटील चिठी घेऊन गेले. स्वामी, नाना, तात्या एकत्र असतां उत्तर जालें, आपण थोर सरदार, पहिल्यापासून रदबदल्या केल्या त्याच ऐकल्या. आतांही आपलेच मनोदयानुरूप घडणें ते घडेल. चिंता नाहीं. चौकी उठवून आणितों, आणि पंतांसही येथें घेऊन येतों. म्हणोन आपा बळवंत यांची तयारी केली. नंतर पाटीलसाहेब यांनीं नानांस सांगोन पाठविलें कीं, पंतास तुम्ही आणितां तर आम्ही सरकारचाकर नाहीं कीं काय ? आम्हीच घेऊन येऊं. आपले लोक उठवून आणावे. नंतर आपा बळवंताची मोहकुफी जाली. इकडे कृष्णोबा बाबा, लक्ष्मण पाटील जाधव, पांचशें पलटणचे लोक, पांचशे स्वार, दोन अंबाऱ्या, चार पालख्या याप्रमाणें

रवानगी केली. नानांनीं आपले कारकुनास व गाड्यांस बोलावून आणिलें. त्यावर पंतांस येथें आणून पाटीलसाहेबांनीं आपणाजवळ ठेवून चौकशी करून, न्याय अन्याय जिकडील तिकडे पदरीं घालून पारिपत्य करणें त्याचें करावें, हे चाल आहे. कशी काय सला ठरते पाहवी. सारांश, आजपर्यंत गोष्टी पडद्यानें होत असत. आपापले जागां विरुध दिसों देत नव्हते. आतां उघड बोलणीं जालीं. स्वामींकडील मंडळींनीं कोणतीही गोष्ट आग्रहाची बोलून दाखविली नाहीं. पाटीलसाहेबांनीं एकही जाबसाल गुप्त ठेविला नाहीं. उघड भरदरबारांत बोलण्यांत कसर ठेविली नाहीं. जें अक्षर तें जरबेचेंच पडत गेलें. लौकिकांत पंतांकडील कारभार केला, मनावर धरून संस्थान राखिलें, न्यायाची गोष्ट केली, हें सर्वत्रांस मानलें. विश्वतोमुखीं पाटीलबावांची धन्यता जाली. विशेषत: कारभारी मंडळास मोठी जरब बसली. भय प्राप्त जालें. येणेंकरून राजकारणें प्रथम आडून आडून होत होतीं तीं आतां विशेष करतील, हें पाटीलसाहेबही जाणतात. आपापले मतलबानें आहेत. श्रीस करणें असेल तसें होईल. बावा आजपर्यंत स्वस्थ बसले. कोटि रुपयांचे पेंचांत आले. कर्ज घेतील तर तेंही मिळत नाहीं. मोठा ओढीचा प्रसंग ठेपला आहे. इतक्यांत वर काय होतें पाहवें.'

ता. १७-४-१७९३ चें पत्र: 'अलीकडे पंतसचिवांचा कारभार जाला तितका जाला. कारभारी व त्याचे निसबतीचे झाडून कैद केले. सोळा महिन्यांत त्यांनीं आठ लक्ष रुपये खर्च केला, त्याचा बयान कसा लागतो तो पाहून पुढें काय तें करतील. या संबंधांत कारभाऱ्यांचें व पाटीलसाहेबांचें कांहींच रहस्य राहिलें नाहीं. पाटीलसाहेब पांच चार रोज दरबारासही गेले नाहींत. कारभाऱ्यांस तर विषमच लागलें. त्यांनीं चूक पदरीं घेतली, परंतु परस्परें मनांत कुन्हा मोठीच वाढली. पहिल्यापासून आपापले जागां सावध होतेच, आतां विशेष सावधता प्राप्त जाली. पांच चार वेळां पंतप्रधान स्वामींचीं बोलावणीं आलीं, पण हे गेले नाहींत. नंतर काल मागती आग्रहपुर:सर बोलावणें आलें, तेव्हां गेले. शिष्टाचाराचीं बोलणीं होऊन नंतर खलबतास बसले. त्यांतील खुलासा पुर्तेपणें अजून समजला नाहीं.' त्यानंतरच्या पत्रांतील मजकूर (एप्रिल): 'बाजी मोरेश्वराकडे अपराध लागला. त्याचे व पुत्राचे पायांत बेड्या घातल्या. नानाकडील दोन कारकून व गाड्याचे दरोगे शामराव या तिघांस जेरबंदाचे मार देऊन बेड्या घातल्या. किल्ल्यावर टाकणार. इतकी चौकशी नानाकडून जाली. रामजी पाटील उगेच साक्षीस अस-

तात. सचिव पंतांचें बोलणें आहे कीं, माझ्या दौलतीचा बंदोबस्त पाटीलबावांनीं करावा, मजला दुसऱ्याचा विश्वास नाहीं.'

असा या सचिव प्रकरणाचा वृत्तान्त आहे. शितावरून भाताची परीक्षा या न्यायानें तत्कालीन परिस्थिति समजण्यास हें एक प्रकरण फार उपयोगाचें व बोधप्रद आहे. यावरून पुण्याच्या कारभाराची व अव्यवस्थेची चांगली कल्पना येईल. जुन्या घराण्यांची वाट लागली. उघड उघड लांचखाऊपणा खुद्द नानाच्या घरापर्यंत कसा जाऊन पोंचला, ही गोष्ट या सचिव प्रकरणांत व्यक्त आहे. यानंतर बाजी मोरेश्वर व त्याचे साथीदार यांस सडकून शिक्षा झाल्या. तेवढ्या वेळेपुरता या प्रकरणाचा परिणाम नानावर होऊन त्यानें हरिपंतामार्फत सिंद्यांची समजूत घालून प्रकरणें मिटविलीं. कारण याच एप्रिल महिन्यांत उभयतांची एकी झाल्याचा दाखला आहे. पण एकंदर राज्याचा पुढील कारभार सुधारण्याचा मात्र कांहीं एक प्रयत्न झाला नाहीं. महादजीनें स्वतःच्या तक्रारी तेवढ्या निकालांत आणिल्या. पुढील घडी बसविण्यास तो जगलाच नाहीं. कारभाऱ्यांनीं सर्व बाजूंनीं एकत्र विचार करून पुढील कारभाराचा मार्ग ठरविला नाहीं हें दुर्भाग्य होय. नानाची बुद्धि दिवसेंदिवस घसरत गेली. सचिवांच्या प्रकरणासारखे अंधेर एकंदर राज्यांत किती असतील याची कल्पनाच केली पाहिजे. तसेंच हा बाजी मोरेश्वर कोण कोठचा याचाही थांग लावणें जरूर आहे. हा देशस्थ ब्राह्मण, उपनांव वाघ, कीं कोंकणस्थ भावे, रामशास्त्र्याचा शिरस्तेदार मोरो हरि याचा मुलगा ?

ता. २४-४-१७९३ रोजीं पोर्तुगीज वकील विठ्ठलपंत लिहितो, 'काल रोजीं व त्यापूर्वीं हरिपंतांनीं महादजी सिंद्यांचे मुक्कामावर जाऊन त्यांची भेट घेतली; आणि निरनिराळ्या प्रकरणीं बोलून त्यांची समजूत घातली. हें वर्तमान ऐकून आतां निजामली पुढें चालून येईल असें दिसत नाहीं.' ता. १-५-१७९३ चें जगन्नाथ विश्वनाथ याचें पत्रः 'दुसरे दिवशीं पांच स्वारांनिशीं हरिपंत बावांचे डेऱ्यास आले. चार घटका खलबत जालें. तसेच पांच सहा रोज लागोपाठ येऊन प्रहर प्रहर खलबत होऊं लागलें. हांसील पाहतां, मायिक बोलणीं दिसोन आलीं. पाटीलसाहेबांनीं उत्तर केलें कीं, 'तुमचे बोलण्याचा अर्थ पुढील चालीवरून कळोन येईल. एक वर्ष आम्हांस येऊन जालें. अद्यापि प्रथम दिवस. कोटी रुपयांचे पेंचांत आलों. अलीकडे तुम्ही चाल घातली ही उघडीच आहे. होळकरही सरकारचेच चाकर. पूर्वीं आम्ही व ते भाऊ होतों. अलीकडे हिंदुस्थानांत आमचे

कुमकेस येऊन चाकरी केली, त्यांत आम्हांपासून कसूर पडली कीं, त्यांजपासून हें तुम्हीच मनास आणून जाबसाल निवडावा. धनी तर लहानच आहेत. तसा जाबसाल न निवडतां उलटे ते आमच्याशीं लढण्यास उभे राहिले, आणि तुम्ही तमाशा पाहतां.' तात्या म्हणाले, 'येथून होळकरांस किती वेळां पत्रें गेलीं. हुजरेही गेले. सरदार आहेत, न ऐकत तर विचार करून ऐकविलें पाहिजे. एकदम कसें होतें!' बाबा म्हणाले, 'फार चांगलें, सरकारचा हुकूम ऐकत नाहींत, तेव्हां चाकर नव्हत. चिंता काय, मुलूख जप्त करावा. हें तुमच्यानें होत नसेल तर मजला सांगावें. मी मुलकाची जप्ती करून पारपत्यही करितों. दुसरें, अलीबहादर सरकारतर्फेचे, त्यांणीं माझा शत्रु जवळ ठेविला, तो माझे हवालीं करावा. त्याचा न्याय अन्याय निवडावा. होळकर हुकमी चाकर असल्यास बोलावून घ्यावे. तुमच्या हातून हे दोन जाबसाल उलगडत नाहींत, त्या पक्षीं मी सरकारचाकर आहें. मजपाशीं मुतालकी शिक्के आहेत. मी मुलूक जप्त करितों. होळकर, मोगल, जो कोणी सामन्यास येईल त्यास समजोन घेतों. धन्याचें पुण्य समर्थ आहे तर इतकेंही मी करितों.' या आशयाचीं बोलणीं बहुत जालीं. होळकरांचे व यांचे फौजेची लढाई जुंपलीच आहे. येथूनही बावांनीं आपल्या सरदारांस आज्ञा पाठविली कीं, इतके दिवस मार्ग पाहिला. आतां तुम्हीं बेलाशक जाऊन गळीं पडावें. आतां गुंतोन राहूं नये. त्याजवरून त्यांणीं कूच केली म्हणून बातमी आली. होळकरही खासे सुद्धां जमाव करून आहेत; परंतु त्यांचें मानस लढाई द्यावी असें नाहीं, गनिमी करावी असें आहे.'

ता. १५-५-१७९३ चें वर्तमान. 'कारभाऱ्यांची व बाबांची कुन्हा परस्परें वाढत चालली. तूर्तच बखेडा माजावयाच्या रंगास गोष्ट आली. इतक्यांत हरिपंतांनीं पांच चार वेळां येऊन स्वच्छतेचीं बोलणीं घातलीं. पुन्हा ते व नाना उभयतां येऊन खुशामतीच्या गोष्टी सांगोन समाधान केलें. परंतु उभय पक्षीं खातरजमा नाहीं. दोघेही आपले जागां सावध आहेत. होळकराकडील मसलतीचा फडशा जाला म्हणजे बलाबल पाहून सल्ला करणें ती करतील. जर स्वच्छतेवर आले तर उत्तम जालें, नाहीं तर बखेडा आहे. होळकराची सरशी जाली तर हें सर्व टाकोन उठोन बऱ्हाणपुरचे रोखें जातील. आपली सरशी जाली तर हे कंपू सुद्धां झाडून फौजा बऱ्हाणपुरचे सुमारें बोलावतील. नंतर कारभाऱ्यांशीं काय बोलणें तें बोलतील. होळकराची सरशी जाली म्हणजे अलीबहादरांस व जाग

जागां रजवाडे यांस लिहून दंगा माजवावा, आणि इकडे मोगल, भोसले, इंग्रज सुद्धां आणून जमाव पाडावा असें कारभारी यांचें मानस आहे. पाटीलबावांस इकडे गोंवून तिकडील फौज तिकडे गोंववावी, असा सगळा जाबसाल होळकराचे लढाईवर येऊन ठेपला आहे. होळकराचा पराभव जाल्यावर कारभारी यांस जड पडेल. श्रीहरीची इच्छा असेल तसें घडेल. ' (कोटेकर पंडित दप्तर).

यावरून इतका निर्णय उघड दिसतो कीं, होळकरास उठवून महादर्जीचा पाडाव करावा, आणि त्यासाठीं जरूर पडल्यास निजाम-इंग्रज यांची सुद्धां मदत आणावी, असा नानाचा निश्चय झाला होता. म्हणजे महादजीनें दाखविलेले कारभारांतील दोष दुरुस्त करण्याची दिशाच कारभाऱ्यांनीं घेतली नाहीं. महादजीनें मात्र आपण होऊन माघार घेतली म्हणूनच प्रकरण हातघाईवर आलें नाहीं. पुढें उत्तरोत्तर महादजीची प्रकृति बिघडून तो बहुधा या मानसिक यातनांनीं खंगत जाऊन मरण पावला, त्याबरोबर राज्यनाशाची तयारी सिद्ध झाली.

जुन्या घराण्यांचा अभिमान महादजीस होता, तसा नानास नव्हता. सचिवासारख्या घराण्यांची नानानें दुर्दशा केली, तशीच छत्रपतिसंबंधानेंही केली. महादजीचा हा एक मोठा आक्षेप नानाच्या कारभारावर होता. पूर्वी नानासाहेब, माधवराव वगैरेंनीं छत्रपतींना दाबांत ठेविलें, पण त्यांना तसदीफ होऊं दिली नाहीं. अलीकडे नानाफडणिसानें बाबूराव आपट्याच्या मार्फत छत्रपतीस अगदींच संपुष्टांत आणिलें. ' साताऱ्यास महाराज बंदींत होते, त्यांस फिरावयास मोकळीक करणें, ते कोणीकडे जाणार ? म्हणून पाटीलबावांनीं सरकारांत अर्ज केला. त्यावरून माहुली संगमास बागेस वगैरे जाण्याची माफी दिली. ' परंतु यामुळें खऱ्या अडचणी दूर झाल्या नाहींत.* ' महाराजांचे खर्चाचा ऐवज परभारें महालांतून ठरविला होता, तो कशास पाहिजे ? पुण्याहून नक्त खर्चास पाठवावें. राजपागा, हत्ती, घोडे, कारखाने वगैरे कशास पाहिजेत ? ते सर्व इतमाम पुण्यास आणून लाख रुपयांवर खर्च आणिला. महाराजांची अमर्यादा करून चौकी पहारा ठेविला. राजमंडळाचे लोक कोणीं जाऊं नयेत ऐसें केलें. चाकरीच्या बायका व लेकावळे यांच्या अडीसऱ्या बंद केल्या. ते लोक उठोन गेले. राजपत्रें व कागदपत्र यांचें कांहीं एक कारण ठेविलें नाहीं. ' नानानें सवाई माधवरावाचा सुद्धां असाच कडक बंदोबस्त ठेविला. यामुळें तो होतकरू पेशवा जिवास सुद्धां कंटाळून

* खरे. ले. ३५०९; धा. शा. च. पृ. ५७.

गेला, असे तत्कालीन लेखकांचे भरपूर उद्गार आहेत. अशा या एकतंत्री, खुनशी व जरबी कारभाराचा परिणाम व्हावयाचा तो झाला, व त्याचीं स्पष्ट चिन्हें त्या वेळींच लोकांस चांगलीं दिसूं लागलीं होतीं. जगन्नाथ विश्वनाथ म्हणून महादजीजवळ लेखक होता तो ता. १०-२-१७९३ रोजीं पुण्याहून लालाजी बल्लाळास खालील मजकूर कळवितो.

'कालमाहात्म्य पाहतां पूर्वीं या राज्याची चाल होती तिचा दृष्टांत सर्वां ठिकाणीं घ्यावयास होता; हल्लीं अंधेर म्हणावा असा जाला. कोणा एकाचा न्याय किंवा इन्साफ नाहीं. माणूस मात्र दुःखी आहे. इन्साफही नसो, परंतु उलटा प्रजेस उपद्रवही होतो. ज्याचे चित्तास येईल तसें त्याणें करावें. दाद कोणाची नाहीं. हजारों बोभाट आपले सरकारांत येतात. हेही तूर्त कोणाचे मनांत आणीत नाहींत. आपले कार्यावर नजर आहे. हें जाल्यावर पुढें काय घडणें सुखी घडो. परस्परें स्पर्धा बहुत वाढली. पापपुण्याचा विचार नाहीं. इकडील प्रजा व कित्येक लोक पाटीलसाहेबांचें कल्याण इच्छितात, कीं हे देशीं आले तेव्हां कांहीं राज्याचा बंदोबस्त करून जातील. श्रीच्या इच्छेस काय येईल तें खरें. नाहीं तर दिवस कठिण आहेत. पाटीलसाहेबांचें वर्चस्व हें सर्वांस असह्य आहे. एक स्वामींची दया, प्रजांचा आशीर्वाद आणि आत्मपुण्याई करून घडेल तें खरें. दिसतां पदार्थ सर्वोत्कर्ष हे होऊन राज्यास आळा घालून बंदोबस्त करतील असें दिसतें. तरीच कांहीं एक दिवस दक्षिणची स्थित राहील. नाहीं तर कांहीं ठिकाणा नाहीं असें लोक बोलतात. इतक्यावर न कळे. भगवत्सत्ता वेगळी आहे. बहुत काय लिहिणें कृपा लोभ असों दीजे हे विनंति. राजकारणी वर्तमान लिहिण्यास मोठा पेंच पडतो. प्रकार पाहतां विलक्षण दिसतो. श्रीहरीनें निर्मिलें असेल तसें घडेल.' यानंतर दहा वर्षांनींच वसईचा तह होऊन मराठी राज्य जाण्याचें श्रीहरीनें निर्मिलें होतें असें म्हटलें पाहिजे.

महादजी पुण्यास आल्यापासून एक एक प्रकार कसे बनत गेले, त्यांची संगति त्या वेळच्या कागदांत ही अशा प्रकारची मिळते. रोजच्या रोज काय घडलें, आणि वाद प्रतिवाद कसे झाले याचा बिनचूक थांग जरी लागत नाहीं, तरी या प्रकरणांतील हकीकती प्रमाण धरून चालण्यास बिलकूल प्रत्यवाय नाहीं. त्या सर्वथा वस्तुस्थितीस धरून आहेत. परंतु महादजीच्या मृत्यूनें सर्वच कारभार आटोपला.

प्रकरण सत्ताविसावें

महादजीचा मृत्यु व योग्यता

१२-२-१७९४

१ मृत्यु व परिवार.

२. सिंद्यांच्या दौलतीवर दौलतरावाची स्थापना (१०-४-१७९४).

३. महादजी व सदाशिव दिनकर, स्वभावचित्र व हर्षामर्ष.

४. वर्तन व दानत.

५. महादजीची स्वातंत्र्येच्छा म्हणजे काय ?

६. महादजीचे साह्यकर्ते.

*　　　*　　　*

१. महादजीचा मृत्यु व परिवार, (१२-२-१७९४).—ता. ३ मार्च १७९३ रोजीं पेशव्याचें दुसरें लग्न व पुढें लगेच १३ मार्च रोजीं रंगाचा समारंभ झाल्यावर एप्रिलांत नाना-महादजींचा समेट झाला, आणि जूनपासून महादजीस ज्वर येऊं लागला. त्या पुढचें त्याच्या हयातींतलें महत्त्वाचें कृत्य नमूद नाहीं. अठराव्या शतकाचें अंतिम दशक मृत्युवर्षाचेंच म्हणता येईल. त्यापुढें लगेच राज्याचा मृत्युही ओढवलेला होता. त्यांतल्या त्यांत स. १७९४-९५ हीं दोन सालें, आणि विशेषतः स. १७९४ च्या उन्हाळ्याचे तीन महिने घातकच झाले. ता. १२-२-१७९४ रोजीं महादजी सिंदे, त्या पुढच्या १२-३-१७९४ रोजीं आनंदीबाई, तदुत्तरच्या १५-४-१७९४ रोजीं कवि मोरोपंत आणि शेवटीं ता. २०-६-१७९४ रोजीं हरिपंत फडके इतक्या महाराष्ट्रांतील भिन्न पेशाच्या सुप्रसिद्ध व्यक्ती दिवंगत झाल्या. ह्यांपैकीं महादजींचा मृत्यु म्हणजे मराठी राज्याचा प्राणनाशच होय. असा मोठ्या पुरुषाचा मृत्यु अनपेक्षित रीत्या लोकांचे श्रवणांत आला म्हणजे त्या संबंधानें तर्ककुतर्क चालू व्हावे यांत नवल नाहीं. अर्थात् नाना-महादजींचा विरोध जगजाहीर असल्यानें नानानेंच कपटानें त्यास मारविलें असा एक प्रवाद तारीखी मुजफरींत नमूद आहे, तो असा कीं, महादजीला रस्त्यांत मारेकऱ्यांनीं गांठून जखमा केल्या. त्याच्या योगानें तो

दुसरेच दिवशीं मरण पावला. * परंतु ही गप्प साफ खोटी असून महादजी महिना दोन महिने तापानें आजारी असून, त्यांतच त्याचा वानवडीच्या छावणींत अंत झाला, हें त्याच्याच चिटणीसांनीं लिहिलेल्या अनेक पत्रांनीं आतां निर्विवाद सिद्ध आहे. ता. ५-६-१७९३ च्या पटवर्धनाच्या पत्रांत मजकूर आहे कीं, ' महादजी सिंदे यांस आज आठ दिवस ज्वर येतो. खुद्द पेशवे एक वेळ समाचारास गेले होते. नानाही जाऊन आले. हरिपंत तात्या तर एक दोन दिवसां आड नेहमीं जातात. ' यावरून पुढें जवळ जवळ आठ महिने महादजी थोडथोडा आजारीच होता असें म्हणावें लागतें. म्हणजे स. १७९२ च्या जूनपासून १७९३ च्या जूनपर्यंत जीं अनेक प्रकरणें त्यानें जोरानें धसास लावलीं, तशा प्रकारचें एकही प्रकरण या पुढच्या आठ महिन्यांत त्यानें हातांत घेतलेलें नमूद नाहीं. मात्र तो अगदींच अंथरुणास खिळून नव्हता, आणि आपला आजार विकोपास जाईल अशी खुद्द त्यास सुद्धां कल्पना नव्हती, ही गोष्ट मृत्युपूर्वीच्या मुबलक पत्रांत स्पष्ट आहे. शेवटचे एक दोन दिवस अत्यवस्थ झाला, तेव्हां कोणतीच निरवानिरव त्यास करतां आली नाहीं. जगन्नाथ विश्वनाथाचें खालील खुलासेवार पत्र ता. १५-२-१७९४ चें उपलब्ध आहे. 'स्वामीचे सेवेसीं विनंति. सेवकाचे कृतानेक सा. नमस्कार विज्ञापना ता॥ माहे माघ व॥ १ शनवार दोन प्रहर मु॥ लस्कर नजीक पुणें जाणोन वर्तमान. श्रीमंत महाराजांस शुद्ध १३ बुधवारीं कांहींसी सीतज्वराची भावना जाली. नंतर पांच सात रोज सामान्यांतच दिवस गेले. या दो महिन्यांत पांच चार दिवस शैत्य व्हावें त्यांत ज्वरांश दाखवावा. मागती आठ च्यार रोज समाधान वाटावें. सरदीची हवा. सिकारीस जात होते, यामुळें कसर येती हें सर्वांचे मनांत. तसेच हेही दिवस आहेत असें जाणोन सामान्य उपाय केले. हकीमजी आपले चालीचे जुलाब देत गेले, परंतु गुणास कांहीं आलें नाहीं. मंगळवार द्वादसीस प्राथःकालापासून कफ जाला तो शैत्य उपचारामुळें जाला. दुसरीं औषधें द्यावीं म्हणोन पांच सात वैद्य जमा केले. उपचार करावा हे योज्यना करून औषधें चालू केलीं, परंतु लागू होईनात. चढ होत चालला. बोलणें राहिलें. बुधवार त्रयोदसी सायंकाळीं श्रीमंत राजश्री नानाफडणीस समाचारास आले. अगोधरही येकदोन वेळां आले होते, तेव्हां बोलणें परस्परें जालें. या वेलेस कांहीं

* एल्यट भाग ८; कीन व डफ.

बोलणें जालें नाहीं. नाना तसेच आपले वाड्यांत न जातां परभारें सरकारवाड्यांत जाऊन श्रीमंत राजश्री रावसाहेबांस विनंती केली कीं, पाटीलबावांकडे जावें. प्रकार ठीक नाहीं. रावसाहेब व नाना तसेच निघोन लस्करांत आले. महाराजाजवळ येऊन रावसाहेब उभे राहिले. अवसान पाहातां कांहीं नाहीं. रायांनीं रा॥ आबास सांगितलें,'प्राथःकालीं सोनपुतळी पाठऊन देतों, उदईक तुला करावी.' आबा म्हणाले, 'साहित्य सर्व आहे.' इतकें म्हणोन राव माघारे फिरले. वाड्यांत येऊन पोंहचले नाहींत तों बातमी पोंहचली कीं, काल जाहला. मोठा अनर्थ जाला. दौलत बुडाली. हा गजब ईश्वरें केला. श्रीमंत पंतप्रधान स्वामी कारभारी मनेत स्वारी येथें डेऱ्यास आली. उपरांत प्रहर रात्रीचे अमलांत दहन जालें. मुछदी वगैरे लोक आपलाले घरास आले. सरकारवाड्याचा वगैरे जागांजागांचा बंदोबस्त केला. मोठा अनर्थ जाला. नानास प्रदोश. ते दिवसीं भोज्यन जालें नाहीं. दुसरे दिवशीं प्रहर दिवस आल्यानंतर मग स्नान केलें. असेंच सद्दी सर्वत्रांस श्रीमंत आदिकरून परम शोक जाला. ईश्वरइच्छेस उपाय नाहीं. नानांनीं कारभारी यांचा बहुत खातरजमा केली कीं, गेली गोष्ट येत नाहीं. 'आतां आपला बंदोबस्त राखावा.स्वामींनीं येऊन या प्रो सांगितलें.कारभारी याणीं जागां जागां सरदारांस व कमाविसदारांस खातरजमेचीं पत्रें लिहून हुजूरचे कारखानदार व साहुकार यांची खातरजमा केली. ते समई आपले व राजाचे नांवें खातरजमेचीं पत्रें श्रीमंत रा॥ बाबासाहेबांचे नांवें घेऊन जालें वर्तमान संकलित डाकेंत लिहून देऊन लाखोटा रवाना केला. या पूर्वी प्रहर रात्रीस काल होतांच दोन घटकांत दोन चिटया येक येक बंदाच्या बातमी लिहून त्याजवर इनाक (?) लिहून देऊन डाकेंत रवाना केल्या, त्या पावल्या असतील. सारांश, ईश्वरें कांहीं न्याय केला नाहीं. महाराजांकरितां मणुश मात्र दुःखी जालें. थोरली बाई (भागीरथीबाई) व बाबासाहेब (दौलतराव) उभयतां तुळजापुरचे यात्रेस गेले होते. त्यांजकडे पत्रें रवाना केलीं. तेही सकाळीं येतील. नंतर क्रियेस आरंभ होईल. तुळजापुरकर बाईही माहेरीं गेली आहे.' मृत्युसमयीं महादजींचें वय ६७ वर्षांचें, अहल्याबाईच्या बरोबरीचें होतें. त्याचें सर्वच आयुष्य श्रम, साहस व काळजी यांत गेलें. विश्रांति कधींच त्यास मिळाली नाहीं. परंतु दमदार मनुष्यास आपला अंत समीप आला असें वार्धक्यांत सुद्धां वाटत नाहीं; आणि शेवटच्या दोन तीन महिन्यांत कामकाज व शिकार वगैरे व्यवसाय सारखे चालू राहिल्यानें त्याचें शरीर

साफ खचलें. तथापि दगदगीच्या मानानें तो इतका जगला हेंच पुष्कळ असें म्हटलें पाहिजे. महादजीचा मृत्यु अव्वल रात्रीं आठांचे सुमारें झाला, ती बातमी त्याच तारखेच्या पत्रानें मॅलेटनें कलकत्त्यास कॉर्नवालिसला लिहून कळविली, यावरून इंग्रजांची दक्षता दिसून येते.

महादजी सिंदे वानवडीस वारला, त्या ठिकाणीं दौलतरावानें त्याची छत्री बांधली, तिच्या खर्चास पेशव्यांनीं ता. ५-९-१७९५ रोजीं १ चाहूर जमीन छत्रीचे लगत ठेवविली. ही छत्री अलीकडे माधवराव सिंद्यांनीं वाढवून टोलेजंग केली, त्यामुळें पुण्यांतील ऐतिहासिक स्मारकांत तिला उच्च स्थान मिळत आहे.*

पाटीलबावांच्या मृत्यूची बातमी हांहां म्हणतां सर्व देशभर पसरली. दिल्ली येथें देवराव हिंगणे होता, त्यास नाना, तात्या, तुकोजी होळकर, दौलतराव वगैरेंचीं पत्रें जाऊन, तीं सिंद्यांच्या ठिकठिकाणच्या सरदारांस दूरपर्यंत पोंचलीं. ता. ४-३-१७९४ रोजीं जिवाजी बल्लाळ पुष्करजवळ होता तो हिंगण्यास लिहितो: ‘दौलतराव यांचीं पत्रें पुण्याहून आलीं कीं, महाराज कैलासवासी जाले तें ऐकोन दुःखार्णवीं पडलों, तें कोठवर लिहावें. प्रस्तुत धणी प्रतापी गेले. आम्ही सेवक लोक मागें राहिलों. पूर्व जन्माचा दोष पदरीं, याजकरितां भोगणें सुटत नाहीं. परंतु महाराज एकटे गेले. आम्ही चार लोक व सलतनत ठेवून गेले. त्यांचे मागें अवसान सोडलें तर पुरुष धर्मास ठीक नाहीं, आणि लोकही म्हणतील कीं, मागें कांहींच दम धरला नाहीं. याजकरितां चित्ताचे ठायीं विवेक करून सर्व लोकांचा व कंपूंची खातरजमा करून राहिलों, कच्चें पाऊल न टाकावें, यास्तव जयपुर-मारवाड यांचे मध्यें मुक्काम करून आहों. पूर्वींच मारवाड्यांशीं मामला केला. तूर्त माघारें कूच करावें तर हिंदुस्थानची हवा ठीक नाहीं. यास्तव आठ चार दिवस मुक्काम करून नंतर सेखावटीकडे कूच करूं. देवजी गौळी, बापूजी मल्हार व बहिरो कोन्हेर सीखांच्या तोंडावर पाणिपताकडे मजबूद आहेत. खंडेराव हरि रेवाडीकडे मेवातींत कायम आहेत. गोपाळराव भाऊ दतियाचे गढीस लागले आहेत, तेथील जाबसाल उरकल्यावर आग्याचे मैदानांत येतील. डमईसाहेब अंतर्वेदींत असून आग्र्याचा बंदोबस्त बाळोबा तात्या पागनिसांकडे आहे. दिल्लीस शहा निजामुद्दीन बंदोबस्तास आहेत, त्यांजकडे खंडेराव आप्पांनीं फौज पाठविली आहे. अंबोजी इंगळे मेवाडांत आहेत. ऐसें करितां

* Poona in Bygone Days; स. मा. रो. २८४.

कोणीं डोकें उचललें तर, पारपत्य होईल. इकडील कोणेविशीं चिंता न करावी.' अशाच प्रकारचें पत्र ता. १६-३-१७९४ चें गोपाळराव भाऊनेंही सिप्रीहून देवराव हिंगण्यास लिहिलेलें आहे, त्यांत तो म्हणतो: ' सुभेदारसाहेबांचे विमनस्कतेच्या अंदेशास्तव श्रीमंत पंतप्रधान व नाना, तात्या यांणीं मागील द्वैतभाव मनांत न आणितां, परस्परें पूर्वीपासोन उपराळे होत आल्याप्रमाणें घडत जावें, येविशीं पत्रें आलीं. त्यास सिंदे होळकर दोन दौलती भिन्न नाहींत. मध्यें कालप्रभावानें होणार जालें,त्या अन्वयें सुभेदारांनींही लिहिणें उचित आहे. मसलत घडल्यास परस्परें उपराळे होत आले तसे पुढेंही होतील. श्रीमंत वैकुंठवासी यांचें पुण्य समर्थ आहे. माणसें पदरीं बाळगितात, त्यांणीं सेवा करून दाखविण्याचा समय हाच आहे. कोणेविशीं अंदेशा नसावा.'* या दोन कागदांवरून उत्तरेंत महादजीचे सरदार कोण कोठें होते, बंदोबस्त कसा होता, व पुढील उद्योगाचा दम किती होता, हें दिसून येतें.

महादजीच्या बायकांची यादी नातू यांनीं दिली आहे ती अशी:—

१. अन्नपूर्णाबाई—बीडचे निंबाळकरांची मुलगी—मुलगी झाली यमुना.

२. भवानीबाई—सिधोजी घाटगेची मुलगी.

३. पार्वतीबाई—नरसिंग घाटगेची बहीण—मुलगी बाळाबाई सितोळे लाडोजी देशमुख यास दिली.

४. भवानीबाई—संगमनेरकर देशमुखांकडील.

५. गंगाबाई—पलवेकर जाधवांकडील.

६. राधाबाई—पदमसिंग राउळाची बहीण.

७. भागीरथीबाई—कडेकरांची कन्या.

८. यमुनाबाई—रामसिंग राऊळ देवडाईकर यांची बहीण.

९. लक्ष्मीबाई—तुळजापुरकर भोपे कदम यांजकडील.

वरील नांवनिशी बिनचूक असली तरी माहेरच्या कुटुंबांच्या नांवांत तफावत असण्याचा संभव आहे.

या बायकांपैकीं क्रमांक ४ चें लग्न ता. २३-१२-१७७७ रोजीं झाल्याचा उल्लेख खरे ले. १९५३ त आहे. महादजीच्या हयातींत शेवटच्या तीन शिवाय बाकी सर्व बायका मयत होत्या. पुढें दौलतरावाशीं ज्यांचा तंटा झाला त्या शेवटच्या तीन

---

* ऐ. टि. २. २३ व ४-१५; (१) वा. इ. वृ. १८३५ पृ.२१३ व अ. प. ३८, ४५ व ४९; जी. च. २९१; ब्रॉउटन पृ. १४१.

होत. त्यांपैकीं धाकटी बायको दौलतरावाच्या लक्षांत होती ती भागीरथीबाई असावी. ती नगर येथे कैदेंत असतां स. १७९९ ऑगस्टांत वारली. लक्ष्मीबाईच्या लग्नासंबंधीं खालील उल्लेख ब्रॉउटननें केला आहे. 'स. १७९२ च्या एप्रिलांत महादजी तुळजापुरास गेला असतां तेथील मंदिरांत सुमारें बारा वर्षे वयाची एक सुंदर, पण गरीब स्थितींत वाढलेली व आईबाप नसलेली मुलगी त्याच्या दृष्टीस पडली. लगेच त्यानें तिच्या चुलत्यास दहा हजारांची जहागीर ठरवून दुसरे दिवशीं तिच्याशीं लग्न लाविलें. नंतर ती त्याजबरोबर असतां महादजी मरण पावला. कांहीं वर्षांनीं वांकडें पाऊल पडून, अब्रू बचावण्यासाठीं दतिया येथें तिनें विष प्राशन करून जीव दिला.' क्रमांक ५ ची गंगाबाई स. १७९० च्या पावसाळ्यांत मेवाडच्या स्वारींत निवर्तली, तिच्यासंबंधानें स.१७८४चा खालील मजकूर आढळतो. ' पाटीलबावांची स्त्री पलवेकर पाटलांची कन्या गरोदर आहे; आणि त्यांची कन्या लाडोजी सितोळे यांस दिलेली गरोदर आहे. उभयतां समागमेंच आहेत. त्यास कन्या प्रसूत होऊन पुत्र जाला. स्त्रीचे कांहीं दिवस बाकी आहेत. पुत्रकामना आहेच. ज्योतिषांनीं पुत्र होईल असें सांगितलेंही आहे. यामुळें ग्वालेरीहून कूच करून जातांना मागें कुटुंबांत ठेवतील कीं बरोबर नेतील पाहवें. बादशहा आग्र्यास येऊन यांची वाट पाहत बसले. तेव्हां ग्वालेरीहून तीन चार कोस कूच केलें. तेथें पाऊस लागला. झड बसली. चमेलीची खबर आली कीं, उतार नाहीं. नांवा बंद झाल्या. स्त्री गरोदर, तीस मानेना. लाचार होऊन पुनः ग्वालेरीजवळ येऊन मुक्काम केला. स्त्रीचे नवमास पूर्ण भादवी पौर्णिमेस जाले. '

स. १७९२ त दक्षिणेंत प्रसूत होऊन निवर्तली ती क्रमांक ६ ची राधाबाई असावी. शेवटची यमुनाबाई पुढें बरींच वर्षे जगली. स. १८०६ त ती हयात असल्याचा उल्लेख जी. च. ले. ३९४ त आहे. ही व लक्ष्मीबाई या दोघींनींच विशेषतः दौलतरावाशीं तीव्र कलह चालविला.

महादजीचा जन्मकाळ उपलब्ध झाला नाहीं. पारसनीसांनीं त्याच्या चित्राखालीं जन्माचा सन १७३० छापला आहे. मला त्याचें वय अहल्याबाईशीं समान असल्याचा एक उल्लेख आढळला, त्यावरून अंदाजानें मी स. १७२७ धरतों. ग्वालेरहून एक कुंडली मला मिळाली, तींत दाखविलेले ग्रह त्या मितीस येऊं शकत नाहींत. ती अशी: संवत् १७८९ माघ शु.१३ इ.घ.१२ प. ० (ता.१७-१-१७३३).

जन्मलग्नम् श्रीमंत महादजी महाराज.

हे ग्रह उत्तर हिंदुस्थानच्या कालगणनेस अनुसरून तर नसतील ! तपास व्हावा व तिथि व घडी नक्की व्हावी, म्हणून कुंडली दिली आहे. *

मुलगे व मुली महादजीस पुष्कळ झाल्या, पण मुलें जगलीं नाहींत. पुत्र असावा अशी त्यास मोठी उत्सुकता असून त्यासाठींच त्यानें अनेक बायका केल्या. मुलें जगत ना म्हणून त्यास अत्यंत वैताग वाटे. मोठी होऊन नांदणारी त्याची एकच मुलगी लाडोजी देशमुखास दिलेली बाळाबाई तेवढी होय. महादजीच्या दोन नातजांवयांचा उल्लेख येतो, ते या बाळाबाईचे जांवई असावे. एक आनंदराव जाधव दौलतावादचे, लखुजी जाधवरावाच्या वंशापैकीं. याच्या उत्पन्नाच्या कांहीं भानगडी होत्या, त्या संबंधानें महादजीनें नानास अनेक शिफारसपत्रें लिहिलेलीं आढळतात. दुसरा नातजांवई यशवंतराव दाभाडे तळेगांवचा. यास दौलतरावानें बाळाबाईची मुलगी देऊन लग्न केलें, आणि त्यास ३०-९-१७९७रोजीं सातारकर छत्रपतीचें सेनापतिपद बाजीरावाकडून देवविलें. लाडोजी देशमुख दिल्लीस

* महादजीच्या वयासंबंधानें कीननें अनेक विरोधी विधानें केलीं आहेत. पृ. ३२ वर तो स. १७३० चा जन्म देतो, आणि पानिपतच्या प्रसंगीं तो सुमारें तीस वर्षांचा होता असें पृ. ५२वर सांगून पहिल्या विधानास पुष्टि देतो. पृ. १८४ वर 'स. १७९२ त पुण्यास आला, तेव्हां त्याचें वय जवळ जवळ साठीचें होतें.' असें विधान आहे. म्हणजे त्याचा जन्म स. १७३२ चा होतो, आणि मृत्युसमयीं त्याचें वय ६७ वर्षांचें होतें, असेंही तो लिहितो. हें शेवटचें वाक्य मला बहुशः प्रमाण वाटतें. खरी जन्मतिथि हुडकून या संशयाची निवृत्ति करणें जरूर आहे. मात्र शिवजन्मासारखी चुरस न वाढो म्हणजे झालें !

१ शा. च. पृ. ६८ व दाभाडे ब. पृ. २८: भा. व. श. पृ. ८३; भा. व. २ प. या. १२४; ऐ. टि. ३. ३४ व ५. २५; ग्वा. ३. ५८.

बादशहाच्या बंदोबस्तास होता, त्याची माहिती मागें ठिकठिकाणीं आलीच आहे. तो ता.९-४-१७९३ रोजीं मरण पावला आणि महादजीच्या पश्चात् बाळाबाईच्या घरांत भाईबंदकीचे तंटे सुरू झाले, त्यांच्या निरसनासाठीं बाळाबाईनें नानास पितृतुल्य भावनेनें लिहिलेलीं पत्रें उपलब्ध आहेत.

लाडोजी बिन सिधोजी देशमुख सितोळे नरसिंहराव यांचें लग्न बाळाबाईशीं स. १७७६ त झालें. त्याला सिधोजी व लक्ष्मणराव असे दोन मुलगे होते. पैकीं सिधोजी दौलतरावाबरोबर खड्र्याच्या मोहिमेंत होता. लाडोजी उत्तरेंत बादशहाजवळ असतां स. १७८६ त पुण्याजवळ त्याच्या गांवीं कज्जा होऊन, त्यांत लाडोजीच्या धाकट्या भावास पेशव्यांनीं सजा केली, त्यासंबंधानें महादजी म्हणाला, 'लाडोजी सितोळे आमचे आप्त, ते नानांचेही आप्तच; त्यांचे बंधु, वय लहान, पोक्त बुद्धि नाहीं, ऐसें असतां, त्यांस नेऊन, उन्हांत उभें करून, पायांचे आंगठे धरून, डोकीवर दगड द्यावयास उभे केले. बेअब्रू केली. त्यांत आमचाच बदलौकिक जाला असें नाहीं. नानांचा आमचा भाऊपणा, तेव्हां जन त्यांसच शब्द लावतील. गुन्हा केला तर गुन्हेगारी घ्यावी, तरी ही बेअब्रू धनीपणास उचित आहे कीं काय !' मोठ्या दरबारांत असे प्रसंग वारंवार व्हावयाचेच. बहिरजी ताकपीर म्हणून आणखी एक नांव महादजीच्या जांवयाचें कागदांत येतें.

महादजीच्या पूर्वायुष्याची हकीकत सुस्पष्ट अशी उपलब्ध नाहीं. वडील व पराक्रमी बंधूंच्या उद्योगांत तिचा स्वतंत्र निर्देश झालेला नाहीं. तथापि सिंदखेडची मोहीम स. १७५७ त झाली, तेव्हांपासून तो जबाबदारीनें कामें करीत होता या विषयीं संशय वाटत नाहीं. पानिपतावरून तो दक्षिणेंत आल्यावर लगेच गुरु मनसूरशहाची आज्ञा घेऊन बुंदेलखडांत गेला, तिकडे तो दोन तीन वर्षे होता असें कै. या. पृ. १३० वरील पत्रावरून दिसतें.

२. सिंद्यांच्या दौलतीवर दौलतरावाची स्थापना (१०-४-१७९४).- महादजीच्या आईचें नांव चिमाबाई. हिला आणखी एक मुलगा होता त्याचें नांव तुकोजी. या तुकोजीला केदारजी, रवळोजी व आनंदराव असे तीन मुलगे होते. पैकीं आनंदरावास येसाजी आंग्र्याची मुलगी मैनाबाई दिलेली असून तिच्या पोटीं दौलतराव झाला. तिचा भाऊ बाबूराव आंग्रे हा दौलतरावाचा मातुल. दौलतरावास दत्तक घेण्याचें महादजीनें योजिलें होतें. स. १७९२ त त्याचें लग्न महादजीनें जांवगांवास केलें, तेव्हां तो बारा वर्षांचा होता.महादजीनें आपलेंही

लग्न त्याच वेळीं केलें असून त्यास मूल होण्याची आशा होती. सबब मरणापूर्वी दौलतरावाचें दत्तविधान यथाविधि झालें होतें असें दिसत नाहीं. महादजी मरण पावल्यावर तेरावे दिवशीं त्याचें दत्तविधान करून पेशव्यांनीं त्यास सिंद्याचे दौलतीवर स्थापन केलें, असें नातू लिहितात; परंतु त्याच्या दत्तविधानास लक्ष्मीबाईनें हरकत घेतली, आणि सर्व बायांचे बंदोबस्त यथापूर्व चालवून त्यांच्या आज्ञेंत वागण्याचें दौलतरावानें कबूल केल्यावर, एप्रिल महिन्यांत दौलतरावाची स्थापना झाली. तसेंच ही स्थापना करितांना पेशव्यांनीं दोन कोट नजराणा मागितला असा उल्लेख आहे. परंतु आबा चिटणीसांनीं, महादजीची सेवा ध्यानीं घेऊन नजराणा घेऊं नये अशी खटपट केल्यावरून नजराणा न घेतां दौलतरावास वस्त्रें मिळालीं. मात्र निजामावर स्वारी करण्याचा विचार चालू होता, तें काम स्वखर्चानें दौलतरावानें पार पाडावें अशी कबुलात होती. दत्तविधान व वस्त्रसमारंभ तेराव्या दिवशींच झाले असा पुरावा नाहीं. 'वकीलमुतलकी व अमीरउमराईचीं पदें पातशहानीं दिल्लीतून इनायत केलीं, त्यांची नायबी दौलतरावास सांगोन पेशव्यांनीं वस्त्रें दिलीं, व फडणिशी नानास दिली. दौलतराव सिंद्यास वकीलमुतलकी नायबींचीं वस्त्रें श्रीमंतांनीं एकादशीचे मुहूर्तावर ता. १० मे १७९४ दिलीं. ते समयीं फडणिशीचीं वस्त्रें आम्हीं घ्यावीं अशी श्रीमंतांची मर्जी व दौलतरावाचेंही म्हणणें पडलें. त्यावरून वस्त्रें घेतलीं.' हें ऐकून हरिपंतानें नानास सुचविलें, 'दोनही फडनिशा, सरकारचो व सिंद्यांची चालल्या पाहिजेत, त्यास माणसें चांगलीं योजावीं. सिंदेही आतां चालवितील.' सवाई माधवराव सुद्धां स्वतःच्या अकलेनें कामें करूं लागला होता असें यावरून दिसतें. हीं वस्त्रें देण्यांत महादजीच्या मृत्यूनंतर दोन महिने बाटाघाटी झाल्या. पुढें खड्यांच्या मोहिमेवर दौलतरावास पाठविते समयीं पुनः पेशव्यानें रुबरूवस्त्रें पाहून त्यास दिलीं, त्याची तारीख १२-११-१७९४ आहे. शिवाय दौलतरावानें आपणांस सदैव अनुकूल असावें अशी नानाची मोठी आकांक्षा असून, सिंदेशाहींतले पराक्रमी सरदार बरेचसे नानास विरोध करणारे होते हें जाणून, नानाच्या ज्या बंधुत्वाच्या शपथा पूर्वी महादजीशीं झाल्या होत्या, त्याच त्यानें दौलतरावाकडूनही उगवून घेतल्या. तीं पत्रें अशीं:—'रा. दौलतराव सिंदे गोसावी यांस, स्ने० बाळाजी जनार्दन आशीर्वाद विशेष. कै. पाटीलबावा यांसी आम्हीं पत्रांत शपथ लिहून दिली कीं, बंधुत्वाप्रमाणें परस्परें चालावें. त्या पत्राप्रमाणें हल्लीं आपल्याशीं करार

कीं, सरदारी आमची व फडणिसी आपली, जें लक्ष आमचें तें आपलें असावें. आमचे लक्षाशिवाय चालूं नये. यांत कोणीं कसेंही अंतर पडावयास सांगितल्यास त्याचें ऐकणार नाहीं. यांत अंतर करूं तर येविशीं बेलभंडार दिला आहे. श्रीमंतांचे दौलतीस वाईट करील त्याचे पारिपत्यास आपण आपले विचारें अनुकूल आपले लक्षाप्रमाणें असावें. छ ७ जमादिलावल' (ता. १-१२-१७९४). यावर दौलतरावाचा जबाब: 'तीं० कैं० पाटीलबावांनीं पत्रांत शपथ लिहून दिली, तें पत्र आम्हीं पाहून, सरदारी आपली व फडणिशी आमची, जें लक्ष आपलें तें आमचें, आपल्या लक्षाशिवाय आम्ही चालणार नाहीं व कोणी कसेंही यांत अंतर पडावयाचें सांगितल्यास त्याचें ऐकणार नाहीं. यांत अंतर करूं तर आपले कुलस्वामीचा व पाटीलबावांची व तुळशीची शपथ असे. श्रीमंतांचे दौलतीस जो वाईट करील, त्याचें पारिपत्य आपल्या लक्षाप्रमाणें करूं. छ ७ जमादिलावल. '*

पत्रांतील तारखांवरून अंदाज होतो कीं, दौलतरावाच्या स्थापनेची चर्चा चांगली आठ नऊ महिने चालली होती. अंगच्या योग्यता किंवा प्रसंगाचें औचित्य यापेक्षां नानाच्या कारभारांत कागदी शपथांस जास्त महत्त्व दिलें जात होतें हें उघड आहे. बाजीरावापासून माधवरावापर्यंत एवढे राज्याचे उद्योग झाले, पण त्यांत अशा शपथांची जरूर भासली नाहीं. तूर्त एवढें खरें कीं,महादजीच्या पश्चात् नर्मदेपासून हिमालयाच्या पायथ्यापर्यंतचें राज्य व सज्ज केलेलें प्रचंड सेनायंत्र, यांची जबाबदारी एका अननुभवी, तरुण व सुस्वरूप मुलाच्या माथीं येऊन पडली. खर्ड्याच्या लढाईहून परत येतांना स.१७९५ च्या ' वैशाख शुद्धांत दौलतरावाचें दुसरें लग्न श्रीगोंद्यास झालें. ' यानंतर सखाराम घाटगे सर्जेराव याची मुलगी बायजाबाई दौलतरावानें केली, तें त्याचें तिसरें लग्न ता. १६-३-१७९८ रोजीं झालें व तीच त्याची अखेरपर्यंत आवडती बायको होती. दौलतरावाचा जन्म स.१७८०च्या सुमारचा आहे. दौलतरावास वस्त्रें होतांना दिवाणगिरीचा घोळ पडला होता असें पुढील पत्रावरून ठरतें. हें पत्र जगन्नाथ विश्वनाथानें कोटयास लिहिलें. "विज्ञापना विशेष. कारभारसमंधीं बाबासाहेबांस वस्त्रें होतील ते दिवशीं दिवाणगिरीचीं वस्त्रें अकारपूर्वकास (आबा चिटणीस) द्यावीं म्हणोन संदर्भ विठलसुतांनीं हकारपूर्वकास (हरिपंत तात्यास) लाविला. त्यांणीं नकारपूर्वकास (नाना-

---

* स. मा. रो. २८१, २८२. ऐ. जु. गो. १.१२; नातू पृ. ३००; जी. च. ले. १५६; इ. १९३.

फडणिसास) विनंति केली कीं, सरकारतर्फेनें दिवाणगिरीचीं वस्त्रें द्यावीं. नकारपूर्वकांनीं उत्तर दिलें कीं, हें ठीक नाहीं. त्याचें सुदामत चालतें तसें चालूं द्यावें. त्यांत कांहीं एक बोलूं नये. तेव्हां विचार राहिला. मग विठलसुत स्वबुधीनें बोलला कीं कोणाचें संमत घेऊन बोलला हें समजत नाहीं. हें वर्तमान लस्करचे मंडळीस समजलें. नकारपूर्वकांनीं सला केली ही फार चांगली केली. नाहीं तर गोष्ट हातची जाती. सरदारींत फूट पडती. आतां वस्त्रें होऊन सुरळीत काम चालूं लागलें म्हणजे दबावाखालीं सर्व बंदोबस्त होऊन येईल. विठलसुताचें माहात्म्य राहील किंवा कमी होईल हें पाहवें. ग्रहस्त वगैरे मंडळीस अंतःकरणीं त्रास मोठा. उपयोग नाहीं. आजपर्यंत निभलें. पुढें चालेल तें खरें..........आपण नवरत्नाची पोर्ची विमा करून पाठविली ती जोडी येऊन पोहचली. ' (अप्रकाशित). पत्रांतील विठ्ठलसुत कोण ?

३. महादजी व सदाशिव दिनकर, स्वभावचित्र व हर्षामर्ष.— महादजीच्या गुणदोषांचें विवेचन आज आपण नवीन करण्यापेक्षां तत्कालीन लेखांतच चांगलें मिळतें. असे नानाप्रकारचे लेख मागें सर्वत्र येऊन गेले आहेत. तरी सदाशिव दिनकर म्हणून जो नानानें आपल्या भरंवशाचा गृहस्थ स. १७७९ पासून दहा वर्षें महादजीजवळ ठेविला होता, तो नुसता बांका लेखकच नव्हता, तर युक्तीनें कामें करून राज्याचें हित साधण्यांत चतुर होता. त्याचे लेख हृदयस्पर्शी असून त्यांत महादजीचें स्वभावचित्र सुंदर उमटलें आहे. सबब त्यांतले कांहीं उतारे येथें देऊन, शिवाय ग्वा. ५-१०२, ११४, १२२, १४३ व १४४ वगैरे कित्येक कागद समग्र वाचण्याची शिफारस करतों. पुष्कळदां खुद्द महादजीचे उद्गार नानास सदाशिव दिनकरानें लिहून कळविलेले त्याचा स्वभाव समजण्यास विशेष उपयोगी पडतील. सदाशिव दिनकरापुढें महादजीसारख्या जहांबाज पुरुषासही कसे हात टेकावे लागले, हें त्यांत निदर्शनास येईल.

पुण्याचीं पत्रें महादजीस दाखविणें व त्यांचे जबाब घेणें हीं कामें किती बिकट असत त्याचें वर्णन सदाशिव दिनकर लिहितो: ' टिपूशीं इंग्रजांचा परभारें तहनामा झाला त्या संबंधीं पाटीलबावांचें म्हणणें नारो शिवदेवांनीं पुण्यास लिहून पाठविलें नाहीं, त्यावरून नारोपंतावर व मजवर बावांची मर्जी नाखूष जाली. ते पत्रें त्याहावयास सांगतात त्याप्रमाणें लिहितों. बोलण्याचे प्रसंग होतात तेव्हां मजकडून प्रत्युत्तर कांहीं होत असतें नसतें तें आपाजीराम पाहतातच. तेही

बावांचा निरोप घेऊन देशास गेले. बावूराव भास्कर (नानानें नेमलेला झांशीचा कमाविसदार) यांसही आज्ञेप्रमाणें घेऊन गेले. हल्लीं आपली आज्ञा कीं, कच्चे पक्के मजकूर तुम्हांस लिहितों, परंतु बावांस दाखवावयाचें तेंच दाखवीत जावें, दाखवावयाचें नसल्यास दाखवूं नये. तुम्ही सारेच मजकूर दाखवितां, असें करीत न जाणें. ऐशास, पहिलेपासोन धारा असाच चालत आहे जे, दाखवावयाचें पत्र दाखवावें, न दाखवावयाचें दाखवीत नाहीं. बावांचें म्हणणें होत असतें कीं, तुम्हांस पत्रें येतात, तीं सर्व निखालस तुम्ही आम्हांस दाखवीत नाहीं, चित्तास येतात तीं दाखवितां, बाकी दाखवीत नाहीं ठेवतां, असें ते म्हणाले. तरी दाखवावयाचीं तींच दाखवितों. पुढें एखादे समयीं कलम निघोन, प्रसंग पडेल असा मजकूर समजतो, त्या मजकुराचें पत्र दाखवावें लागतें. बावांनीं एखादा जाबसाल केला त्याचें उत्तर तेच समयीं करतों. बावा म्हणतात कीं, तुम्हींच येथें परभारें उत्तरें करितां. आशय त्यांचा कीं, आम्ही सांगतों तें तुम्ही पुण्यास लिहीत जावें. उत्तर आणवून मग आम्हांस सांगत जावें. मध्यें स्वतःची दरम्यानगिरी करूं नये. यास्तव ते सांगतात ती विनंति लिहीत असतों. न लिहितां जाबसाल केला तर माझी स्थित कशी राहील असें चित्तांत येतें. स्पष्ट बोलणें ठीक नाहीं म्हणून लिहीत असतों. येविशीं आपली आज्ञा येईल तसें इकडून वर्तन होत जाईल.सेवक सावधपणें बावांस म्हणतही असतो कीं, मी लिहितों, पण आपलें पत्र असावें. तें त्यांचे चित्तास येऊन पत्र दिलें तर घेऊन पाठवितों. न दिल्यास हटकतां येत नाहीं. मर्जीप्रमाणें बोलल्यास बावांस गोड वाटतें. मर्जीखेरीज बोलल्यास बेमर्जी होते. तर सेवकास स्वामींची मर्जी प्रधान. इतरांचे मर्जीस गरज नाहीं. जाबसालाचा प्रसंग आल्यास बोलायाचा सुमार न ठेवितां परिच्छिन्न उत्तरही करितों. निर्भीडपणें बोलावयास अंतर करीत नाहीं. प्रसंग पडल्यास युक्तिप्रयुक्तीनें जाबसालास अंतर करावयाचें नाहीं. ऐकोत वा न ऐकोत. ऐकतही आहेत व नाहींही ऐकत, दोनही होतात. सेवाधर्मास न चुकावें हा निश्चय. सेवकाचा धर्म व क्रिया स्वामींचे पाय साक्षी. ही सेवा स्वामीचरणींच असो. मजपाशीं ऐवज वक्तृत्वाचा तो खर्च फार करितों, कांहीं कसर होत नाहीं. स्पष्टच बोलणें सेवाधर्मास अयोग्य म्हणून दम खातों, तों शिक्षा सादर होते. यांतून सुटकेचे प्रकार दोनच. देह सुटेल तर एक किंवा न पुसत एखादीकडे उठून जावें. पैकीं शरीरसुटका हातीं नाहीं. न पुसत उठून जाणें तर दिवाळीनंतर तीच गति. आतां लिहिण्याची सीमा

जाली. आजपावेतों बावांचें मनोरंजन केलें. आम्ही आपले दुराशेकरितां हटकूं तर शब्द लागेल. ती दुराशा बिलकूल नाहीं. मग भीति कसची ! निर्वाह जाला तेथवर केला. निदानीचा प्रकार लिहिलाच आहे. मग पालखी, उंट, वस्तभाव यांचा वाली ईश्वर आहे. '

एकएका प्रकरणांत नाना–महादजींच्या दरम्यान विकल्प कसे उत्पन्न होत पहा. सदाशिव दिनकर लिहितोः ' बादशहा डेरेदाखल जाले, आग्र्यास येतात. बावांनीं लौकर येऊन मुलाजमत करावी, अशीं दिल्लीचीं पत्रें आलीं, तीं वाचून मजला पुसूं लागले कीं, पुढें विचार कसा करावा ! मीं उत्तर केलें, आतांच आपण पुण्यास पत्रें लिहविलीं कीं, बादशहाचे भेटीस जाण्याचा ठराव जाला आहे. तर गेलेंच पाहिजे. तेव्हां बोलले, ' भेटीस तर जातों. भेट घेऊन त्यांजवळ एक वर्ष राहून बंदोबस्त केला पाहिजे, त्यास पैका पाहिजे, तो जवळ नाहीं. पुण्याहून मदत जाली तरच आमचा निभाव, नाहीं तर टिकाव होणार नाहीं.' मी म्हटलें, याचें उत्तर मला होत नाहीं. आपणास कांहीं लोपलें नाहीं; आपलें घर ठाऊक आहे, तसेंच धन्याचेंही समजलेंच आहे. देशीं गेल्यावर सर्व बंदोबस्त आपणच केला, त्यावरून पुढील अर्थ ध्यानांत आहेत. मसलतीचे प्रकार साधले नासले ठाऊक आहेत. हल्लीं हरिपंत तात्या फौजबंद होऊन पंढरपुरापुढें गेले त्यास खर्च काय जाला असेल ! आपल्याशीं कोणेही प्रकारें प्रतारणा नाहीं. तेव्हां म्हणों लागले. 'इष्टिन इंग्रज व बादशाही मनसबा यांचीं पत्रें तुम्हींच लिहिलीं आहेत. हे मनसबे सांगितल्यावर तरी विश्वास येईल कीं नाहीं ! या करितां तुम्हीं आपली निराळी पुरवणी पुण्यास लिहिणें, म्हणजे नानांस विश्वास येईल.' मीं उत्तर केलें, दोनही मनसब्यांचे मजकूर आपण सांगितले ते प्रसिद्ध आहेत. आज्ञेप्रमाणें पुरवणी लिहितों. पण आपले सांगण्यानें विश्वास येणार नाहीं हा विकल्प चित्तांत कां ? कोणी कांहीं लिहितात किंवा सांगतात, त्याचा शोध न होतां, नवीनच मतलब लिहिला जातो, तेव्हां पुण्यांत संदेह पडतो, त्याचा परिहार न लिहावा तर वाईट. वास्तविक असेल तें लिहितात. यावरून आपणांस विषम वाटत असेल तर ही जनरीत आहे कीं, जेथें ऐक्यता आहे तेथें विकल्प वाढवून परस्परें विरोध पाडून नाश करावा. यास्तव मनांत विकल्प उठला कीं, तो आपलेच मनांत विचार करून मोडावा, मोडायची तोड न लागे तर बाहेर बोलावा. मग इतरांचें सांगितलें प्रमाण मानून दूषणें लिहून पाठविल्यावर, त्याचीं उत्तरें तशीच आल्यास त्यांचें विषम

मानूं नये. तिकडून विकल्प छद्मबुद्धीनें लिहीत नाहींत. येथून लिहिलें गेल्यावर उत्तर तर लिहिलें पाहिजे.' उत्तर आलें कीं विषाद वाटतो. राज्याच्या कामांत असे विकल्प शिरले तर तेच नाशाचें मूळ आहेत. ज्या दौलतेंत परस्परें विकल्प वाढले, तेथें नाशच दृष्टीस पडले. ज्यांनीं असले विकल्प तोडले, तेच सुख पावून नांदले; व लौकिकांत कीर्ति करून गेले. तेंव्हां म्हणों लागले, 'या गोष्टी वरचेवर होत नाहींत. स्वच्छ बोलणें जालें पाहिजे. तुम्ही आम्हींच बसोन बोलूं.' त्यावरून बादशाही मनसबा व इंग्रजांचे तहाचा मजकूर बावांनीं लिहविला तो लष्करांत प्रसिद्ध जाला आहे, गुप्त राहिला नाहीं. टिपूचा सलूख परभारें केला. दाखल नानाजवळच आला. येथें इष्टिनानें बावांस पत्रीं लिहून पाठविला. तहनाम्याची नक्कल पाठविली. यापरती प्रसिद्धि कोणती! याचें उत्तर बावांस दाखवावें लागेल, यास्तव त्यांस विकल्प न होय असी उत्तराची आज्ञा जाली पाहिजे.'

'दर रवानगीचे समयीं मी नित्य पाटीलबावांकडे जाऊन पत्रांचे जाब मागतां प्रसंगांत असून गांठ पडणें कठिण जाली, तर बोलणें तसेंच राहतें. निवळ गांठ पडल्यास कांहीं खुषखबर, जाब, आज उद्यां, असेंच होत असतें. निव्वळ गांठ तरी पंचविसीं असामींस कमी नाहीं. आधीं खलवतांत दिवस फार जातात. खलबत नसलें तर भलतेंच काम घांशीत बसावें. त्यापुढें दुसरें मोठें अगर नाजूक काम कांहींच नाहीं. त्यांतच कांहीं हटकलें तर थट्टेंत न्यावें, मग आज उद्यां म्हणावें. फारच दाटी करून गांठावें तर बातम्यांचें निमित्त करून उलहाणीं व विक्षेप व नाना प्रकारचीं छद्में बोलण्यांत आणून विपर्यास दाखवावे, ही रीत चालते. हा नित्य संबंध आहे. तपशील किती विनवावा! आज पत्रें आल्यावर प्रातःकाळींच गांठून, वारंवार म्हणून, भीड (गर्दी) दूर करविली. त्यांत कारीगर (न्हावी वगैरे) टळतच नाहीं. त्याशिवाय दुसरे आणखी जवळ उभे राहणारे बसणारे मिळून पंचविसांस कमी नसतील. त्यांज देखतां भानगड दोन प्रहरपर्यंत जाली. भाषणांत जे तपशील दोन प्रहरपावेतों निघाले, ते किनीस लिहावे! बावा म्हणाले, टिपूच्या परभारां सलूखाची गोष्ट इंग्रसेनास सांगून पाठविली. तो म्हणाला, ही गोष्ट सहसा घडावयाची नाहीं. परंतु पत्रें आलीं त्या अर्थी लिहून विचारतों. जाब आल्यावर सांगेन. उत्तर नच आलें तर इष्टिन काशीस आला, त्याचे आमचे भेटीचा प्रकार ठरला आहे. त्यांशीं बोलून मग तुम्हांस जाब देऊं.'

'दर बैठकेस मी बावांस म्हणत असतों कीं, मजकडील पत्रें ऐकणें अगर बोलणें एकांतांत होत असावें: तें तर घडत नाहीं. त्यांस सारा दरबार पाहिजेच.

त्यांतही मनस्वी बोलणें चालतें. बहुत वेळ असेंही मीं म्हटलें आहे जे, धन्याचे घरचें बोलणें एकांतीं व्हावें, कोणास कळूं नये. आपले देशचे लोकांशीं पडदा असावा. हिंदुस्थान्यांशीं तर सुतराम पडदाच पाहिजे. आपण बोलूं लागतां तेव्हां जवळ कोण बसलें हें धोरण राहत नाहीं. खट्टे मिट्टे भाव बोलण्यांत येतात. सेर दरबार. रांगड्यांना हे भाव समजल्यावर गोष्ट वाईट. श्रीमंतांचे दाबानें दबून चालतात. आपणांस हे रांगडे कंगाल, नामर्द दिसतात, म्हणून उपेक्षा होते ती होऊं नये. श्रीमंतांचें आपलें द्वैत समजल्यावर हेच बधावयाचे नाहींत. फिरून गोष्ट सांगतील. असें फार वेळ म्हटलें असतांही तोच धारा चालतो. आतां तर गोसावी नित्यशा स्तंभ होऊन बसला आहे (म्ह० अहोरात्र जवळ असतो). त्याजदेखत पुण्याचीं पत्रें दाखवावीं लागतात. त्यावर बावांचें व्याख्यान होतें. खावंदांचीं पत्रें एकान्त करून ऐकतील तें घडत नाहीं. असें कां जालें कळत नाहीं. सरकारचे मतलबाची यादी कलमबंदीची दाखविली त्या दिवसापासून बावांचा विक्षेप फारच आहे. मीही दरबारास जात नाहीं. भाव समजला जे, सरकार यादीचे जाबसाल न बोलावे आणि बादशाही खिलत घेऊन पुण्यास जाणें मी करीत नाहीं, म्हणून मजवर राग.'

सदाशिव दिनकर तरी नानाच्या ममतेंतला मनुष्य असल्यामुळें महादजींची दृष्टि त्याला विरोधी दिसे. शिवाय तो प्रकृतीनें बहुधा आजारी व अशक्त असे. 'शरीर केवळ निःसत्व जालें. सामर्थ्य किमपि नाहीं. वृत्तिबुद्धिही ठिकाणीं नाहीं. स्मरणानें लिहिण्यांत कोठें हस्तदोष, क्षीणबुद्धि, विस्मृतीनें आपली शुद्ध सोडून अमर्यादा अथवा मतलब अधिकउणा, गैरसाल मागें पुढें पडला असल्यास, स्वामी-धनी माय-बाप क्षमा करणार समर्थ आहेत.' पुनः एका पत्रांत तो लिहितो, 'शरीरविकलतेमुळें लाचार आहें. आळसानें साहेबचाकरींत बेफिकीर राहीन असें होणार नाहीं. विकलतेमुळें अंतराय होतो.' यांत सदाशिव दिनकराची स्वामिनिष्ठा व्यक्त होते. नानाही त्यास प्रसंगानुसार चांगलाच झाडीत असे. स. १७८५ त नाना त्यास लिहितो: 'पूर्वीं तुम्हांस कित्येक बाबतींबद्दल जाब विचारले, जे होत नाहींत ते तसेच लिहून पाठविणें. असें लिहिलें असतां सरकारी कामाच्या मसलतीचे जाबसाल एकीकडे ठेवून नवीन रचनायुक्त पत्रें बहुत चांगलीं लिहितां. यांत कामें तों कांहींच नाहींत. उलटे विक्षेप आणि पाल्हेरे लिहीत असावें. टिपूकडील फौज नरगुंदाकडे आली याकरितां सरकारची फौज

जमा करविली, हें तुम्हांस लिहिलें असतां, होळकर महेश्वरास येणार याकरितां फौज व पागा जमा करविल्या म्हणून लिहितां. याचें उत्तर तेच समयीं करावें कीं, संगत लावणारांनीं बातमी विपरीत लिहिली, असें बोलावयास तुम्हांला सुचलें नाहीं. सर्व मजकूर दोन वर्षे तुम्हांस लिहून जात आहेत. यावर संदेहाचे वृक्ष बनतात. कल्पित बातमीदारांचें प्रमाण मानून पाटीलबावा विक्षेप घेतात. पुरवणी दाखवूं नये म्हणून समक्ष सांगितलें व लिहिलें त्याचीं उत्तरें आलीं कीं, पुरवण्या दाखवितां आणि विक्षेपाची व्याख्या लिहितां. हें तों मोठेंच अपूर्व वाटलें. जाबसाल करावयाजोगीं उत्तरें चांगलीं असतां, करीत नाहीं आणि मोठी कमरबंदी इकडेच लिहावयाची चालते. सरकारकामावर दृष्टि असली पाहिजे.' हा ताशेरा सदाशिव दिनकरास फार झोंबला. दोन जाज्वल्य व्यक्तींच्या मध्यें त्याचा कसा चुराडा होई, हें त्याच्या उत्तरांत व्यक्त होतें. तो लिहितो:] 'गोहदचे मुक्कामीं झांशीवर बावा पलटणें पाठवूं लागले, त्या समयीं काय खडका धडका जाला तो आपाजीराम जाणतात. सरकारकाम नमुदास (दृष्टीस) येईल ती चाकरी सेवकाची खरी. पाल्हाळ लिहिण्यांत प्रशंसा मात्र दिसावी. लिहिण्यांत फल काय? तहनाम्यापासोन बावांचे मनांत मजबद्दल वक्रता कसी होती! मग बोलणेंच सोडलें. यांची मर्जी फार दिवस फिरली आहे. श्रीमंतांचे मुंजीचे समयीं मनस्वी भाषणें जालीं. जाबसालास उजूर करतों कीं काय तें पत्रीं काय लिहूं! स्वामींचे प्रतापेंकरून सेवक कुंठित जाला नाहीं. एके दिवशीं नारो शिवदेव व आपाजीराम यांजदेखतां बावांनीं माझें मध्यमांगुलीचें पर्व धरून बोलले कीं, 'आजपावेतों तूं माझें लक्ष ठेवीत होतास. आतां आम्ही लक्ष तुझें ठेवितों. आमचेच शब्द धरून उलटून पडतोस! तुझे हातीं एक शब्द सांपडला पुरे, तितका धरून कोठें घलींत घालशील कळत नाहीं.' बोलणें मात्र माझ्याकडे. सत्ताबळें बावांनीं हुंडारल्यास माझा इलाज नाहीं. त्यांचें मत असें आहे जे, आम्हीं बोलत जावें तें यांनीं निमूटपणें लिहून पाठवावें. मध्येंच उत्तरें करूं नयेत. तत्रापि मी उत्तर करीतच आहें. असें जालें म्हणजे विषाद मानून कलमांचे जाबसाल टाकून देतात. मग बोलत नाहींत. पुरवणी मी त्यांस दाखविली ती समजूनच दाखविली. तत्रापि चूकच ध्यानांत आली असेल तर माणूस आहे. क्षमा करणार स्वामी समर्थ आहेत. बादशाही पदाचे तीनही फर्दीत श्रीमंतांचें नांव नाहीं, मग त्यांस खिलत कशाचा पाठवितां, हें मी राणेखानभाईस विचारिलें. त्यांनीं बावांस

सांगितलें. त्यावर बावांनीं उश्रमा[1] केली कीं, 'दाजी (सदाशिव दिनकर) उगाच आशंका घेतो. आम्हांस शक्ति श्रीमंतांची. प्रसंगोचित आम्ही कोणाचेंही कसेंही नांव केलें, तें अवघें श्रीमंतांचें. माझे पोटींपाठीं काय आहे ! दाजी उगाच हिसके घालितो.' आधींच बावा माझा विक्षेप वाहतात कीं, मी फार सख्त खडखडीत उत्तरें करितों; आणि आतां या खिलतावरून तर फारच वाईट मानलें आहे. आजपावेतों सात महिने मात्र रोजमरा दिला. तेरा महिन्यांस ठिकाण नाहीं. दहा हजार रुपयांपावेतों कर्ज जालें. पुढें कर्जही मिळत नाहीं. कर्ज मिळेल तंव चालेल. भरंवसा नाहीं. लोक तोडून जाब देतात. '

पत्रें जाण्यायेण्यांत त्या वेळीं पुष्कळ घोटाळा होत असे. आणि अनेक वेळां महत्त्वाचे कागद वेळेवर न पोंचल्यानें भानगडी उपस्थित होत. 'पुण्याचीं पत्रें ग्वालेरीस चौदा पंधरा रोजांनीं पावलीं. तीं एकदम पुष्कळ आलीं. कधीं अठरा, बीस, पंचवीस, कधीं अधिकही दिवस लागतात. पुण्याहून पत्रें डाकेंत रवाना होतात तीं किती दिवशीं उज्जनीस पावत असतील न कळे. उज्जनीहून छुटी जोडी इकडे येते, तीस दहा अकरा रोज लागतात. तीन जोडया अजूरदार[2] पाठविल्या. एक दोन इनामी[3] आल्या. अजुरा तर मजवर लिहिला नाहीं, इनाम लिहिला, त्या आशेवर सहा रोजांनीं जोडया येऊन पोंचल्या. पाटीलबावा इनाम देतात कळलेंच आहे. नववे रोजीं उज्जनीहून खेप्या पुण्यास जातो. डांकेवर कागद सातवे दिवशीं तरी पोंचावा. उज्जनीस नारोपंतास ताकीद लिहून काय उपयोग, हें पुण्यास व सबनिसास समजलें पाहिजे. नारोपंतास ताकीद लिहून आली कीं, तो घाबरा होतो. '

'आज एक वर्ष बावांचा माझा शुद्ध प्रकार नव्हताच. आताशा बोलण्यांत कांहीं क्रम चालला. मध्यें झांशीचे हिसेरसीसंबंधानें रदवदल फार जाली. कसी तो तपशील समक्ष विदित करण्याचा, लिहितां येत नाहीं. हरबैठकींत बोलणीं कंपेशीं[4] होत असतात. बहुमानांबरोबर माझी रवानगी पुण्यास करणार. यावत्शक्ति टाळीन. ऐकिलें उत्तम, नाईकत तर लाचार. ग्वालेरचे मुक्कामापावेतों वृत्तीस कांहींसा धर होता. खटेमिठेपणा दोनही क्रम चालत होते. आतां बादशहाच्या अंगास आल्यापासून मिठेपणा गेला. खटेपणाच फार करून रूढीस आहे. आम्ही

१ प्रत्युत्तर. २ कायम नोकर नव्हे, उक्ती मजुरी ठरलेला. ३ बक्षिस मिळणाऱ्या. ४ कमी अधिक.

कारकुनांनीं सक्त रदबदल करून नासल्यास लोक व धनी निमित्त ठेवितील. आजपावेतों देशकालवर्तमान लौकिक अंदेश पाहून, कधीं जलदी कधीं नरमी, अशा रीतींनें वर्तणूक करितों. मी आजपावेतां फार बरदास्त केली, तो अनुभव मीच जाणें. समक्ष विनंति करीन. शेवटवर अविवेकच होऊं लागल्यास मग येथें राहण्याचें कारण कोणतें ?'

दुसऱ्या एका प्रसंगानें सदाशिव दिनकर लिहितो: ' कामकाजाचे जाबसाल बावांचे मनांत करावयाचे नसले म्हणजे उघड दिसूं देऊं नये म्हणून महिन्या दो महिन्यांनीं एक रोज प्रहर चार घटका एखादा प्रसंग करावा. त्यांत मोघम मोघम, मळमळीत, ज्यांत कांहीं अर्थ स्पष्ट होऊं नये असें बोलावें. त्यांत कांहीं कामाची जात दिसावी तर भवति न भवति करावी. शुष्क भाषण पोकळ ऐकून मनमुराद गोष्टी बोलून घरास यावें. कामास ठिकाण नाहीं आणि पोटाची विपत्ति कायम. मजवर निमित्तें कल्पिलीं यामुळें स्पष्ट असतील तर मी गेल्यास आणखी गृहस्थ येईल त्यासीं तरी सरळ चालतील तर न कळे. आज्ञेखेरीज तर उठून जाववत नाहीं. येथें राहणेंही संकट आणि निघोन जाऊं म्हणावें, तर येथील कर्जाची वारावार, पुण्यास पोंचण्यापावेतों वाटखर्चाची बेगमी, व शिबंदीचा फडशा करावा तेव्हां पाय निघणार ! कच्चें वर्तमान लिहावें तर आपली बेमर्जी होईल. न लिहावें तरी संकट. नारो शिवदेव शरीरें करून विकल आणि कामकाजाची व खर्चाची हीच दशा. त्रासून लाचार होऊन गेले. आतां मी संकटांत आलों. बावांची मर्जी फारच कलली आहे. वरात देणें शब्दही आतां निघत नाहींत. बोलणें देखील सुधें नाहीं. रंगच फिरला. लाचारीमुळें जालें वर्तमान विनविलें ही अमर्यादा क्षमा करणार स्वामी समर्थ आहेत.'

सदाशिव दिनकर व इतर वकिलांस बाहेर कामें करण्यांत त्या वेळीं कसे कष्ट पडत याचें वर्णन अनेक ठिकाणीं अत्यंत मार्मिक असें आलें आहे. पैकीं सदाशिव दिनकराच्या पत्राचा एक उतारा देतों. हें पत्र स. १७८६ च्या अखेरीस नानास लिहिलेलें आहे. 'सरकारी जाबसाल पाटीलबावांकडील लिहितों, त्यांचें स्मरण धरून उगवीत नाहींस. कच्चें पक्कें वर्तमान लिहीत नाहींस, येविषयीं निषेधयुक्त आज्ञा सादर जाली. त्यास, प्रथम आज्ञा घेऊन येते समयीं माझे शरीराची अवस्था दृष्टिगोचर व मीं ही विनंति केली. खामखा जाणेंच म्हणून आज्ञा जाली. आलों. मार्गीं येतां दशा जाली ती विनंति केली. ग्वालेरीजवळ पाटीलबावांच्या व नारो

शिवदेव यांच्या भेटी जाल्या. नंतर एक वर्ष नारोपंत नाना व मी एकत्र होतों. काय गति व अवस्था दुखण्यानें जाली, त्यांनीं पाहिली. आज्ञेप्रमाणें नारोपंत देशास गेले. मजला येथें ठेवूं लागले. मी त्यांस विनंति केली कीं, एक वर्ष माझी स्थितिगति आपण अवलोकन केली असतां ठेवितां. सरकारचाकरी जाबसालाची. तहनाम्यापासोन पाटीलबावांचे मर्जीचा विचार ध्यानांत आलाच आहे. जाबसाल खटेमिठे होतील ते होत. लिहिण्याचें काम कसें चालेल! विनंतिपत्रें जावीं, वर्तमान वरचेवर खावंदांस कळावें, हा सेवाधर्म. तो मार्ग न चालतां इतराजी होईल तर खावंदांची इतराजी सेवकास श्रेयस्करच होय. सेवकाचें स्मरण खावंदांस होणें कल्याणदायक. मग पत्रीं आज्ञा सरोष अगर सकृप गौरवच होय. वरचेवर पत्र न जाणें, वर्तमान धन्यास न कळणें, केवढा दोष. येणेंकरून परलोक तरी कसा बरा होईल! असें म्हटलें, तत्रापि त्यांनीं ठेविलेंच. करतील काय! आणखी कोणी येथें ठेवावयास योग्य माणसच जवळ नाहीं. लाचार होऊन सेवकास ठेवून गेले. मी राहिलों. बावांनीं मनस्वी कल्पना घेतल्या त्या साहून किंवा पेंच कुपेंच त्यांचेच बोलण्यांतील धरून, उलटून उत्तरें संकल्प विकल्प दूर होण्याचे व सरकारकामाचे जाबसाल करीत गेलों. बोलण्याची स्थित मात्र पक्की लिहावी तर, बोलणें पक्षी पिंजऱ्यांत असतो त्याचें गोड. सेवक चाकरीवर योजिला त्याच्यानें सरकारचे जाबसाल होऊन कामें निघत जावीं. जाबसाल उरकले हीच चाकरीची शर्थ खावंदांचे दृष्टीस यावी. जाबसाल कामाचे तुटले नाहींत. संदेहाची निवृत्ति न होतां उफराटें संदेहाची वृद्धि होऊं लागल्यास नुसतें बोलण्यांत फल नाहीं. यामुळें मी निषेध व इतराजीस पात्र जालोंच. सरकारकामें एकीकडे राहिलीं. उलटे संदेह निर्माण जाले. हें ऐकून यांस न विचारतां वर्तमान स्वामींस कळावें या बुद्धीनें परभारें पत्रीं विनंति केली, तर डांक यांचे मुलखांतून आहे. पत्र धरलें गेलें तर सध्यां निरंतर कर्तंगींत आहेंच. सहन करीतच आहें. पत्रांतील मजकुर पाहून सरकारांत चुगल्या लिहितां. नाश करितां, हे काय निमित्त देतील, त्यांत तेथें काय निमित्त येईल, निषेध कसे पडतील, आजपावेतों श्रम जाले ते केले, तत्संबंधीं प्रसन्नता बावांची होऊन कृतार्थता अशी जाली कीं, पुन: प्रपंचाचें नांवच घेऊं नये. नारोपंत गेल्यावर सोळा महिने कर्जाशींच गांठ आहे. शरीराची दशा. ग्वालेर प्रांतीं हवा फार वाईट. ऋतुत्रय तर मोठे सक्तीचे गुदरले. तत्रापि शरीर

---

* ग्वा. ५. १४४, १४३, १२२, ११४, १०२; ६१.

कांहीं तरी वागत होतें. चमेल उतरल्यावर हवा केवळ नाकारी. लष्करांत फार करून दुखणीं आहेत. चांगल्या धडयांच्या ह्या गती. मी तर क्षयरोगीच. बादशहाची भेटी होय पावेतों कांहीं चालत फिरत होतों. नंतर गळितवृत्ति झालों. अन्नाचें दर्शन मात्र होतें. त्यांत भोग्य अदपाव तरी होत असेल कीं नसेल. मग कटाक्ष शरीरांत काय पाहणें. कागद लिहावयास बसावें तर परम मर्यादा दहा ओळी, जास्त लिहवत नाहीं. इतकीं पत्रें लिहावयास दिवस किती लागले तें ध्यानास येईल. हिंदुस्थानची हवा. शीतकाल भारी. त्यापेक्षां उष्णकाल कठिण. सोसणार नाहीं. विनंति केलीच होती. अन्नोदक ऋणानुबंध इकडे घेऊनच आला. अवस्था शरीराची नारोपंत पाहूनच गेले. नंतर पत्रीं लिहून पाठवीतच होतों. औषधउपायही चालतो. मनस्वी रुपया खर्च होऊन सार्थक नाहीं. शरीर व्यागेचना. त्या समयीं काय करावें. सरकारचाकरीस न पोंचतां शिक्षा वाजवीच आहे. परंतु मी लाचार आहें. क्षमा करणार स्वामी समर्थ आहेत. यामागें कांहीं आवांका होता. आतां निःसत्त्व जालें. इकडे शरीरच राहील, कीं स्वामींचे पाय दृष्टीस पडतील निश्चय होत नाहीं. बुद्धि पुरली तितकी विनंति केली. याउपर खावंदांची मर्जी. कदाचित् आयुर्दाय कलेवर मर्यादा घेण्यापर्यंत निःसत्व राहून पाप भोगीत कालहरण करील तर नकळे. स्वामिसेवेस अंतराययुक्त वांचणें धिःकार आहे. हें शरीर पडो कीं राहो. सरकारची सावधता व्हावी. कामाचा, मेहनतीचा, लिहिण्याचा भरंवसा या शरीरापासोन संभवत नाहीं. गंगाजी आल्हाडास एक मास असें दुखणें जालें. गतच जाला होता. काळाचे दाढेंतून निघाला. स्वामिकृपेंकरून वांचला. शरीर कामाचें राहिलें नाहीं हें खरें, व येथें राहण्यांत कांहीं सार्थक व स्वरूप नाहीं. कामें निघत नाहींत. गांठ पडून बोलणें होत नाहीं. कागदाचा जाब मिळत नाहीं. वृत्तिही लिहवत नाहीं. यांत दिसती अमर्यादा ती क्षमा करणार स्वामी समर्थ आहेत.'

नाना-महादजींचें बिनसत चाललें; आणि महादजी नानाच्या पत्रांचे जबाब पाठवीना, तेव्हां नानानें पत्रें पाठविण्याचें बंद केलें, त्याबद्दल सदाशिव दिनकर स. १७८५ च्या एप्रिलांत लिहितो:—'बावांचा कारभारी माधवराव गंगाधर (चंद्रचूड) हे मजला घेऊन राणेखानभाईचे घरास गेले आणि उभयतां मजशीं बोलूं लागले, 'पहिलेपासून क्रम नानांपासून कागदपत्र येत असत. आतां येत नाहींत, ते येत जावे. तुमचा पहिलेपासून क्रम चालत

आला आहे त्याप्रमाणें कागद लिहीत जावा. बोलत जावें. श्रीमंतांचें व यांचें पहिले क्रमाप्रमाणें सुरळीत चालावें.' मी उत्तर दिलें जे, हे क्रम चालविण्याचा अखत्यार पाटीलबावांकडे आहे. पहिले मजला सांगत आले त्याअन्वयें मी वर्तणूक करीत होतों. आतांही करितों. आज नवें भाषण हें काय? क्रमास प्रतिबंध तुम्हांकडून जाला किंवा श्रीमंतांकडून अगर मजकडून कोणाकडून आहे, याचा विचार तुम्हींच करावा. श्रीमंतांचीं पत्रें निरंतर येतच होतीं. बारा महिने जाले, पत्रें त्यांची बावांचे नांवें, माझे नांवें यथानुक्रमें दर रवानगीस येत गेलीं, त्यांचे जाबच तुम्ही देत नाहींत. धन्याचे तुमचे संबंध फक्त स्नेहाचे नाहींत, दौलत चालविण्याचे राजकारणाचे आहेत. राजकारणी पत्रांचे जबाब बारा महिने देत नाहींत. तेथें तुमचे उत्तराची प्रतीक्षा राहते. तुमचे विद्यमानचीं राजकारणें, त्यांचीं उत्तरें तुम्ही द्या ना. मग त्यांनीं कोणत्या आधारानें पुढें क्रम चालवावा! तुमचीं उत्तरें जात नाहींत, यावरून रुसून तुमची उपेक्षासी दिसली, त्यामुळें तेही पत्रें लिहीत नसतील. सरकारचीं कामें तुम्हांकडून होणें. महाल सरकारचे तुम्हीं दाबले. याखेरीज पैकाही सरकारचा देणें. इत्यादींचे जाबसाल तुम्हांकडून होत नाहींत. बादशाही खिलत तुम्हीं रवाना केला, ते समयीं श्रीमंतांचें पत्र याच मजकुराचें मजला आलें होतें, तें मी तुम्हांस दाखवून स्पष्ट सांगितलें कीं, पदाचें दस्कतच पातशहाचें श्रीमंतांचे नांवें नसतां, खिलत पाठविलात तो कशाचा म्हणून श्रीमंतांनीं घ्यावा? त्याचा दूरारोप मजवरच केला, कीं यानेंच दरम्यान खूळ केलें. हा विचार पहिलाच बोलत असतां ऐकिलें नाहीं यास काय करावें! हें ऐकून उभयतांही बोलले कीं, पत्रांचे जाब देतों. कामेंकाजें अटकलीं असतील तीं व खेडींपाडीं सोडून देतों. आतां पूर्वींप्रमाणें मार्ग चालू देणें. मीं उत्तर केलें कीं, तुम्ही दौलता करितां, सूक्तअसूक्त, बाजवीगैरवाजवी, विचारविवेक जाणतां; व मीही वरचेवर दुखवून बोलत असतां ऐकत नाहींत, चित्तास येतें तें करितां. येणेंकरून दरबारीं शब्द मजला लागतो. त्यांतून सुटका माझी होत नाहीं, फजीत पावतों, म्हणून तुम्हांशीं सख्त बोलतों, त्याचा उलट विषाद मानितां. आपणास शब्द कशांत लागतो याचा विचार न करून चित्तास आलें तसें पाऊल टाकितां. या वर्तणुकेवरून मी खावंदांचा शब्द सोशीत आलों. मी चाकर आहें. धन्याची इतराजी जाल्यावर पारपत्यास विलंब काय आहे? आजवर जालें तें जालें. याउपर माझी हिंमत पुरत नाहीं. त्यावर उभयतां म्हणाले, इकडील

वर्तणुकेचा जिमा आम्हीं घेतों. पुणें दरबारचा जिमा तुम्हीं घेणें. मीं प्रत्युत्तर केलें. आजपावेतों दरबारचें पाऊल वांकडें काय पडलें? तुमचीच मर्जी ते राखीत जातात. जंव जंव ते तुमची मर्जी राखितात, तंव तंव तुम्ही मार्ग सोडून अमार्ग धरितां. जिमा घेतां तर, भाई, आजपावेतों तुमचेच भरंवशावर संधान चाललें व चालत असतां, वांकडें पाऊल कां टाकिलेंत? हें तुम्हांस कळत नाहीं. कराल काय? तुमच्यानें बावापुढें बोलवत नाहीं. असे निषेध शब्द फार कठिण बोलून मग म्हटलें कीं, धन्याची जामिनी मजसारख्या चाकराकडून होत नसते. जाली तरी चालत नाहीं. तुम्ही बोलत नसाल असें नाहीं. बावा वाईट मानतात, मग काय कराल? पुढेंही निभाव जिम्याचा काय होणें आहे? मी येथें आहें व खावंदांनीं ठेविलें तें रहस्याकारणेंच ठेविलें असेल. मर्जी परस्परें राखीत जावी. प्रतिकूल चाल टाकून सुधा सरळ मार्ग ज्यांत परलोक इहलोक चांगला असा धरल्यास, दरम्यान वांकडें कां येईल? येणारच नाहीं. मी ग्वालेरीवर बोललों होतों कीं, दरबाराचा जिमा मी घेतों. इकडील जिमा कोणी तो घ्यावा. ते समयीं कांहीं जालें नाहीं. त्या तोडीवर आतां बोलले असतील तर सार्थक काय? बावा कोणाचें ऐकतात कीं, त्यांचे भरंवशावर पाऊल धरावें. येविशीं साफ सांगितलें कीं, जिमा कोणी मंजूर करीतना. मी दरम्यान निरोप्या आहें. मजला मोठें करूं जातां तर क्रियेंकरून गोष्टी घडतील. वैद्य व स्वयंपाकी मोठे कुशल जाले तर त्यांचे हस्तक्रियेनें रस सिद्ध होत नाहीं. द्रव्यें पडतील तसा रस होऊन गुण येईल. द्रव्यें घातल्यावांचून हस्तक्रियेनेंच कांहीं होत नाहीं. तसाच पाक. गोडरस पाहिजे तर पुष्कळ शर्करा घालावी, पाहिजे तितकी गोडी घ्यावी. तिखट, अंबट, कटु द्रव्यें घालून शर्करेची गोडी मागाल तर येणार नाहीं. सरकारची मर्जी संरक्षण करून चालल्यास सहजच गोड होईल. इतकें बोलणें जाहलें, तें त्यांनीं बावांजवळ सांगितलें असेल. नंतर बावांचें बोलावूं आलें. गेलों. एकांत करून बोलूं लागले. पाठ भाईचाच. मींही उत्तरें भाईचे घरच्या प्रमाणेंच केलीं. तेव्हां बावांनीं माधवराव गंगाधरांस सांगितलें कीं, यांचे जाबसाल काय आहेत ते मनास आणणें. हें जाल्यानंतर बोलूं लागले कीं, नानांचे लिहिल्यावरून आम्हीं बादशाही सलतनतेचा बंदोबस्त केला. त्यास खर्च आजपावेतों काय पडला? आम्हीं काय करावें? यावर उत्तर करणें प्राप्त आलें तें केलें कीं, खावंदानें तोटयाचें कर्म सांगितलें कीं, सान्याहून

मोठी दौलत बादशहाची तिचा आटोप करण्यास सांगितलें? श्रीमंतांचे कृपेंकरून बादशाही बंदोबस्त जाला, त्याचा लौकिक वलयांकित पृथ्वींत किती जाला? हीं कर्में खर्चाचींच आहेत. बादशहाचे मुलूख महालांतून पैका उगवून ध्यावा, ही सर्वा डौलांची चालच आहे. आपण बंदोबस्त करून पैकाही वसूल केला. अनावृष्टीमुळें वसूल थोडका आला असेल. त्याची याद धरून जमाव खर्च हुजूर रवाना करावा. यंदां देणें राहील तर पुढें बंदोबस्त आपलाच आहे. लावणीजुंपणी जाल्यानंतर खर्च भागून आपणासही कसर राहील. असें म्हणतांच विषाद वाटला. बोलले कीं, जमा ते किती आहे? माधवरावांस सांगितलें कीं,मुलखाची जमा आकारून यांस समजावणें. नंतर कामकाजाचे कलमबंदीच्या पांच यादी माधवरावांच्या स्वाधीन केल्या. चार रोज जाले. अद्यापि उत्तर नाहीं. चित्ताची शुद्धता दिसत नाहीं.'

'पुनः चोपदार पाठवून बावांनीं मजला बोलावून नेलें व पुसों लागले, जाब कधींपासून बंद आहेत? चिटणिसांस विचारतां रमजानपासोन जाब निघाले. तेव्हां चिटणिसांस जाब लिहिण्यास सांगितलें. नंतर दोन तीन वेळ गेलों. होय होयच जाली. नंतर आड्याहून मथुरेस आले. वर्ष प्रतिपदा जाली (ता. १०-४-१७८५). चैत्र शु० ४ चे दिवशीं पत्रें दाखविलीं. ते समयीं बोलण्याची भानगड फार जाली. तपशील फारच आहे. जाबसाल उलगडावयाचे ते उलगडून देतों असें बोलून देवदर्शनास गेले.'* या पत्रांवरून सदाशिव दिनकराची चतुराई, महादजीचा स्वभाव व तत्कालीन परिस्थिति चांगली व्यक्त होते. महादजीसारख्यास तो कसा नरम आणी तेंही यांत दिसून येतें.

कित्येक व्यक्ति पूर्णपणें ओळखण्यास कठिण असतात, त्यांपैकीं महादजी होय. केव्हां लहरी, केव्हां क्रूर, केव्हां अत्यंत उदार व अघळपघळ, तर केव्हां त्रासलेला व वक्रगामी, अशा त्याच्या स्वभावाच्या व वर्तनाच्या नाना तऱ्हा असत. त्याजकडून अमुक एक गोष्ट हटकून करून घेऊं अशी कोणासही खात्री नसे. कोणाच्याही एकाच्या तंत्रानें तो चालत नसे. हेस्टिंग्सनें सुद्धां त्याजपुढें हात टेकले. एखादे वेळीं क्षुल्लक गोष्टीस नसतें महत्त्व देऊन तो प्रकरण माजवी, तर कित्येक महत्त्वाच्या बाबती त्याजकडून सुटून जात. पुष्कळदां वेळ पडेल तशी पाठ फिरविण्यांत,

* ग्वा. ३. ४, ४६, ४७; ५. ९, १८, २२, २३, ३८, ४०, ४३, ५३, ५६, ५९, ६१, ९४, १०२, १४४.

किंवा शब्दांचे कीस काढून वितंडवाद वाढविण्यांत तो कमाल करी, परंतु मनांतली अढी सोडीत नसे. पैसा हातचा सुटत नसे, तरी पण नानाप्रकारच्या लोकांस आपल्या अगदीं भजनीं ठेवून त्यांजपासून त्यानें कामें घेतलीं. त्याच्या सहाय्यक मंडळींत निदान पन्नास तरी नांवें अशीं सांपडतात कीं, ते त्याचे हुकूम उठविण्यांत मोठी धन्यता मानीत. राणेखान, अंबूजी इंगळे, खंडेराव हरि, बाळाराव गोविंद, रामजी पाटील वगैरे किती तरी एकनिष्ठ सेवक त्याजपाशीं तत्पर असल्यामुळेंच त्याची एवढी बडेजाव झाली. भिन्न प्रकृतींच्या माणसांस सांभाळून कामें घेणें हें महादजीचें चातुर्य फारच थोडयांत दिसून येतें. एकदां नोकरींत घेतलेले इसम त्यानें सहसा बदलले नाहींत, किंवा आपणास चरितार्थाची अडचण आहे अशी त्याच्या माणसांची तक्रारही कोठें नमूद नाहीं. तथापि थोरल्या माधवराव पेशव्याची तडफ, सत्यनिष्ठा किंवा स्पष्टवक्तेपणा हे गुण महादजींत नव्हते. पुष्कळदां त्याची दृष्टि आकुंचित व स्वार्थी दिसे. मनांतलें कधीं बाहेर स्पष्ट दिसत नसे. पुष्कळदां अशा धरसोडीच्या वर्तनानें काम करणाऱ्यांची त्रेधा उडे. पण त्याच्या मनांतला निश्चय बाहेर पडत नसे. एकंदरींत अस्सल मराठ्याचें प्रखर पाणी महादजीच्या ठिकाणीं भरपूर होतें.

महादजीचे खालील उद्गार केवळ त्याचीं ब्रीद वाक्यें असून त्याच्या कार्यनिष्ठेची साक्ष पटवितात. ‘आम्ही जें करितों, तें श्रीमंतांनिमित्तच करितों. आमच्या वडिलांची तरी बिशाद काय होती! प्रथम राणोजी बावांस खिजमदगारी सांगितली. नंतर कृपा करून पागा दिली, तेथून वाढवीत या पदवीस आणिलें, कीं आम्हीं बादशहाची स्थापना केली. आतां आम्हीं बादशाही पदांची इच्छा कां करावी? द्रव्यसंचय व लौकिकाचा अभिलाष धरावा तर श्रीमंतांचे कृपेंकरून आम्हांस उणें काय आहे! लौकिक तो आहेच. पैका म्हणावा तर मुलूख उजाड यांत मिळणें काय! खर्च चालण्याचेंच संकट, आणि संचय तरी किमर्थ करणें. आमचें जन्माचें सार्थक श्रीमंतांचे कृपेंकरून जालें. अवशिष्ट कालही जाईल. द्रव्यसंचयाचा हव्यास कोणानिमित्त करावा? पोटींपाठींही कोणी नाहीं. जें करणें तें श्रीमंतांची सेवा करावी या बुद्धीनेंच करतों. श्रीमंतांचें भोक्तृत्व तितकें आमचें उर्वरित.’ ‘आम्ही इंद्रसेनाचे भरंवशावर इष्टिनाचे प्रामाणिकतेचें लिहीत गेलों. त्यांनीं मात्रागमन केलें. आम्हांस कलंक लाविला. ही गोष्टी जाली ती कुबुद्धीनें जाली नाहीं. मनसबा चुकत असल्यास सर्व

एकोप्यानें संभाळून नेत असतात. राज्याचा मनसबा एकट्याच्यानें होत नसतो. आम्हीं हिंमत सोडिली नाहीं. यावत्प्राण स्वामिसेवेस अंतर करावयाचें नाहीं, वलयांकित पृथ्वीचें राज्य, मान्यांचें एकमत असल्यास साधेल, सर्वांनीं स्वामिसेवेचे पोटीं आपलें कल्याण समजून श्रम करावे. आपापले दोष उघड जाले ते झांकून तमाशबीन होऊं लागतील, तर फलही पुढें पावतील. आम्ही निष्कपट व निष्ठा राखीत असलों तर धन्याचा प्रतापच यश देईल.'

नानाशीं महादजीची स्पर्धा नेहमींच चालू होती; आणि कधीं म्हणजे खुल्या दिलानें नानानें सांगितलेली कामगिरी त्यानें उचलली असें झालें नाहीं. तथापि नानाचें शहाणपण तो पूर्णपणें ओळखून होता आणि त्याच्याशीं विरोध करितांना एकंदर राज्याचें ज्यांत नुकसान होईल असें वर्तन महादजीनें कधीं केलें नाहीं. प्रसंगानुसार तसें वर्तन घडून पुढें विपरीत परिणाम दिसल्यावर तो हलकेच प्रकार आपला आपण सुधारून घेई. ज्या कांहीं घडामोडी बाहेर होत, त्यांपासून शक्य तितका आपला फायदा तो साधून घेत असे. रघुनाथराव इंग्रजांस मिळून राज्य बुडवितो, याबद्दल खात्री झाल्यावरही त्यास आपले अनुसंधानीं ठेवून त्याच्या योगानें नानास किंवा इतरांस आपले धाकांत ठेवण्याची संधि महादजी वायां जाऊं देत नसे. कोल्हापुर प्रकरण, मोरोबा, राघोबा, हैदर, वगैरेंचीं मोठमोठीं कारस्थानें बनलीं, त्यांत त्यानें मराठी राज्याचें सामुदायिक हितच सांभाळिलें: तरी पण प्रत्येक वेळीं आपला शह म्हणून कांहीं तरी त्यानें ठेवून दिलाच. उलट पक्षीं नाना मात्र महादजीस चुचकारून वागवीत असे. चुका निदर्शनास आणल्यानें महादजी जेव्हां जेव्हां चिडे, तेव्हां पुन: तिखट गोड शब्दांनीं नाना त्याची समजूत पाडी.

नानाफडणिसाचा जन्म ता. १२-२-१७४२ चा आहे. म्हणजे महादजी-पेक्षां तो दहा पंधरा वर्षांनीं तरी लहान होता. तथापि कागदांत त्याला महादजीनें वडील माणसांसारखा मान दिलेला दिसतो. महादजी पुण्यास आल्यावर नवव्रे दिवशीं नाना त्याच्या भेटीस गेला असतां त्याच्यासमोर बैठकीवर बसण्याचा सुद्धां महादजीनें संकोच केला. पानिपतावरून संकटानें जगून आलेले हे दोन भाग्य-शाली पुरुष. त्यांनींच पुढील मराठशाहीचा बरावाईट इतिहास बनविला असें म्हणण्यास चिंता नाहीं. राज्यशकटाचीं तीं दोन चाकेंच होतीं.

प्रतिस्पर्ध्यांना कठोर शासन करून नाहींसें करणें, किंवा गोडीगुलाबीच्या नरमा-ईनें आपल्या बाजूस वळविणें, या दोन मार्गांपैकीं मुत्सद्देगिरींत पहिला हीन

होय असें कोणीही म्हणेल. अकबर व शिवाजी यांच्यासारख्यांनीं दुसऱ्याच मार्गाचा अवलंब केला. नानांच्या पद्धतीनें संकटाची वेळ निभावून गेली, तरी राष्ट्रांत त्याच्याबद्दल आदराची उच्च भावना उत्पन्न झाली नाहीं. जुने व नवे सर्वच सरदार व कामगार नानाबद्दल सदैव साशंक असत. अलीबहादराची आई पुण्यास होती तिला नानाची मर्जी राखण्यास किती अडचण पडे त्याचें वर्णन तिनें आपल्या मुलास लिहिलेलें ध्यानांत आणल्यास नानाची राजनीति कळून येते. विरोधी लोकांस सरसकट भरडून काढण्याचा नानाचा उपक्रम महादजीस बिलकूल पसंत वाटला नाहीं. आंग्रे, सावंतवाडीकर, छत्रपति, पंतसचिव इत्यादिकांचा पूर्वीचा बोज कायम राखावा, त्यांस उद्योगास क्षेत्र द्यावें, त्यांच्या जहागिरी शाबूद राखाव्या, असा महादजीचा कल होता, तो नानास पसंत नसल्यामुळें, या बाबतींत उभयतांचा पुष्कळदां मतभेद असे.

नानास सोडून आपण स्वतंत्र पंथ काढावा, कीं पेशव्यास चिटकून राहवें, या संबंधानें अनेक वेळां महादजीचें वर्तन अनिश्चित भासे. पण पूर्ण विचारांतीं व उलट बाजू निदर्शनास आल्यावर त्यानें पेशव्यांचीच मध्यवर्ती सत्ता उचलून धरली. कारभारांत आपणास प्रमुखपण असावें, अशी त्याची हांव होती. आपण मराठशाहींतून फुटून स्वतंत्र व्हावें असें त्यास वाटत नव्हतें. वाडवडिलांची कृति त्याच्या डोळ्यांपुढें सदैव जागृत होती, आणि पेशव्यांशीं नम्रभाव धरण्यांत त्यास कधीं कमीपणा वाटला नाहीं. पुण्यास वकिलीमुतलकीच्या दरबारांत तो सवाई माधवरावाच्या मागें जोडे घेऊन उभा राहिला, हें त्याचें वर्तन दांभिकपणाचें असें पुणेंकरांस वाटलें, पण पेशव्यांनीं आपणास लौकिकास चढविलें, आपण त्यांचे जोडे उचलणारे चाकर, ही महादजीच्या अंतःकरणांतील भावना वारंवार बोलण्यांत व लेखांत उतरलेली आहे, हें लक्षांत ठेविलें पाहिजे.

४. वर्तन व दानत.–महादजी जसा शूर रणवीर तसाच प्रेमळ भगवद्भक्त होता. आपला पुष्कळ वेळ तो ईशभजनांत घालवी. स्वतः भक्तिपर पदें रचून तो म्हणत असे. त्यानें रचलेलीं पद्यें 'माधवविलास' या संज्ञेनें रा. भालेराव यांनीं छापलीं आहेत. साधुसंतांवर सुद्धां महादजीची अपरंपार श्रद्धा असून, त्यांत हिंदु-मुसलमान हा भेद नव्हता. त्याचा मुख्य गुरु बीडचा मनसूरशहा याचें नांव महशूर असून शिवाय उज्जनकर गुरु दत्तनाथ * यांच्यासारख्या अनेक साधुगुरु-

---

* इ. वृ. १८३८ पृ. १०२; ऐ. टि. ५–४.

यांच्या ठिकाणीं महादजीची पूर्ण भक्ति होती. दत्तनाथ हा साधु महादजीबरोबर कैक वर्षे हिंदुस्थानच्या स्वारींत असून, अशांच्याच आशीर्वादानें आपणास यश मिळतें, अशी त्याची दृढ समजूत होती. साधु, संत, कवि, ज्योतिषी वगैरे ठिकठिकाणीं होते त्यांस भेटण्याचा महादजीस मोठा हव्यास होता. 'ता. १५-१२-१७८७ रोजीं महादजी एका महापुरुषास भेटण्यास गेला. तो बोलतो तें घडतें, असें कोणीं सांगितलें. बरोबर शिवाजीपंत बापू, आपा चिटणीस, हकीमजी, जोशीबावा, माधवराव गंगाधर व मी (आपाजीराव) असे समागमें होतों. सर्वांनीं त्या सत्पुरुषाचें दर्शन घेऊन बाहेर आले. नंतर बावांचा त्यांच्याशीं चार घटका एकान्त जाला. मागतीं भोजनोत्तर निरोपाचे समयीं दोन घटका दार लावून एकान्त जाला. त्यांनीं सांगितलें विसा रोजांत शत्रु माघारा जावा. निरोप घेऊन मागें दहा कोस लष्करांत आले.' लालसोटच्या प्रसंगानंतरच्या संकटांतली ही हकीकत आहे.

श्रावणमासाच्या पारायणास महादजीनें भागवताचें पुस्तक नकल करून आणिलें. त्यांत टीका नव्हती. सबब पुनः सटीक उतरून पाठवावें अशी त्यानें मागणी केली, त्यावरून त्यास संस्कृत येत असावें, निदान चांगलें समजत असावें अशी खात्री वाटते. त्याचें व त्याच्या समस्त बंधूंचीं हस्ताक्षरें तर उत्कृष्ट लेखकासारखीं घटीव दिसतात. त्यांचे नमुने गुळगुळे दप्तरांत विपुल आहेत.

बीड येथें राहणारा मनसूरशहा नांवाचा एक साधु महादजीचा गुरु होता. त्याच्याच आशीर्वादानें आपण भाग्यास चढलों अशी महादजीची कायम भावना होती. तो पानिपतच्या युद्धांत असतां त्याची बायको अन्नपूर्णाबाई, बीडचे सरदार निंबाळकरांची मुलगी माहेरीं होती. दत्ताजी वगैरे युद्धांत गारद झाल्याचें ऐकून अन्नपूर्णाबाई अत्यंत दुःखी झाली आणि मनसूरशहाचे भजनीं लागली. तुझा नवरा सुखरूप येऊन तुला भेटेल असा त्या साधूनें तिला आशीर्वाद दिला. त्याप्रमाणें महादजी मोठ्या शिकस्तीनें बचावून परत आला, तेव्हां तिची भक्ति या साधूवरी बसली. पुढें महादजी फिरून हिंदुस्थानच्या स्वारीस गेला, तेव्हां आपली कामगिर फत्ते व्हावी म्हणून बीड येथें मनसूरशहाच्या दर्शनास तो गेला. साधूनें त्यास भाकरीचा तुकडा प्रसाद म्हणून दिला. तो घेऊन गेल्यावर महादजीला ग्वालेर किल्ला हस्तगत झाला. तेव्हांपासून या साधूवर त्याची निष्ठा पूर्ण बसली. तदुत्तर तो नेहमीं या साधूच्या भजनीं असे आणि संकटीं त्याचा धावा करी.

त्यानें या साधूस ग्वालेर येथें कायम राहण्यास बोलाविलें पण तो गेला नाहीं; मात्र त्यानें हबीबशहा म्हणून आपला एक चेला पाठविला. या हबीबशहास महादजीनें ग्वालेर येथें सालिना ५० हजारांची जहागीर करून दिली, ती अद्यापि थोडयाबहुत फरकानें सिंदेशाहींत चालू आहे. गादीवरील इसम मयत झाल्यावर त्याचा चेला पुढें गादीवर बसतो. या गादीस श्रीसाहेब अशी संज्ञा असून, * प्रत्येक सरकारी कागदावर आरंभीं हींच अक्षरें लिहीत असत. दरसाल १५ रजब रोजीं ग्वालेरीस या साधूची जत्रा म्हणजे उरूस भरतो, त्या वेळीं मोठा भंडारा व दानधर्म होतो. या गुरूच्या स्थानामुळेंच बीड शहर आपल्या कबजांत असावें अशी महादजीची इच्छा असून, पुण्यास आल्यावर त्यानें निजामाकडे त्याची मागणी केली, पण तें त्यास मिळालें, नाहीं.

महादजीच्या अंगीं कोणताही दुराचार असल्याचा उल्लेख नाहीं. एवढेंच नव्हे, तर उगाच खोटा प्रवाद सुद्धां कधीं ऐकण्यांत आलेला नाहीं. नाना फडणीसाच्या वर्तनांत अनेक दौर्बल्यें व्यक्त आहेत. पटवर्धनांनीं सुद्धां शंकराचार्यां सारख्यांचे मठ लुटून धनलोभाचें ओंगळ प्रदर्शन केलें. दक्षिणेंतील अनेक घराण्यांत व जातींत नाना प्रकारचे अनाचार तत्कालीन न्यायाधिशीच्या कागदांत प्रसिद्ध आहेत. असें असतां नैतिक गलिच्छतेचें माहेरघर जें उत्तर हिंदुस्थान त्या ठिकाणीं उणें-पुरें आयुष्य खर्च करणारा व विदुर नामाभिधान पावलेला महादजी धन, सत्ता, लौकिक व ऐश्वर्य यांच्या परमावधीस पोंचूनही अंतर्बाह्य वर्तनानें सर्वथा निर्मळ राहिला, ही केवढी कमाई होय? तुकोजी होळकरानें आपल्या कारभाऱ्यांस छळलें, किंवा नानाफडणीसानें सरास पैसा उकळण्याचें धोरण ठेविलें, तसें महादजीचें एकही उदाहरण दाखवितां येणार नाहीं. शत्रूंनाही त्यानें आदरानें व औदार्यानें वागविलें. सर्व जातींचे गुणी लोक पदरीं नांदवून त्यांजकडून राज्याचीं कामें घेतलीं, पण घाशीराम कोतवालसारखा एकही इसम त्याच्या नाकांतला वाल होऊन बसला नाहीं. तुळजापुरास भोप्याच्या मुलीवर नजर जातांच त्यानें तिला योग्य मार्गानें जवळ केलें, घाशीरामाच्या ललितागौरीप्रमाणें गर्ह्य क्रम स्वीकारिला नाहीं. मनसूरशहा किंवा दत्तनाथ ह्यांच्या योग्यतेचे साधु पुरुष तत्कालीन ब्राह्मण मुत्सद्यांचे सुद्धां गुरु नव्हते. नानाजवळ चहा होत असे तो मुरलीधर ज्योतिषासारख्या लोभी ब्राह्मणाची. प्रभूंना कायमचे दुखवून

* ग्वालेर गॅझेटियर २–१६०; व तारीखी जागीरदारान.

पुण्याच्या ब्राह्मण दरबारानें सोवळेपण संपादन केलें, पण महादजीजवळ आपाजीरामासारखा कोंकणस्थ ब्राह्मण, आबा चिटणीसासारखे देशस्थ ब्राह्मण, जीवबादादा किंवा लखबादादासारखे निधड्या छातीचे सारस्वत वीर, अंबूजी इंगळे वगैरे शेंकडों नामांकित मराठे सरदार, राणेखानभाईसारखे सर्वांस संभाळून नेणारे चतुर मुसलमान, किंवा डी बॉयनसारखे अनन्यसामान्य परदेशस्थ सेनानायक, अशा सर्व नानाविध पुरुषांचें प्रेम व आदर जो पुरुष अर्ध शतकपर्यंत संपादूं शकला, त्याची खरी योग्यता अद्यापि लोकांस कळावयाची आहे. शिवाजी महाराजानंतर महाराज नांवास शोभणारा अखिल मराठशाहींत हा एकच पुरुष झाला, यांत संशय नाहीं.

महादजीनें हिंदु मुसलमानांस अत्यंत समतेनें वागविलें. स्वधर्मावर पराकाष्ठेची श्रद्धा असूनही त्यानें मुसलमानांस यत्किंचित् दुखविलें नाहीं. इतकेंच नव्हे तर काशी प्रयाग वगैरे हिंदूंचीं क्षेत्रें मुसलमानांच्या ताब्यांत असलेलीं आपल्या हस्तगत करावीं, अशी नानाची पुण्याहून महादजीस सारखी टोंचणी असतांही, त्यानें त्या गोष्टीकडे काणाडोळाच केला. शिवाय शिवाजी औरंगजेबाच्या वेळचा हिंदुमुसलमानांचा धार्मिक द्वेष या शंभर वर्षांत पार मावळून गेला होता. त्यामुळें धर्माचरण किंवा न्यायनिवाडा या बाबतींत मुसलमानी राज्यांत हिंदूंस किंवा हिंदु राज्यांत मुसलमानांस विशेषसा जाच किंवा भेदभाव सोसावा लागत नसे. लखनौकर वजिराच्या राज्यांत एवढी अंदाधुंदी होती, पण तेथें सुद्धां हिंदूंस न्याय किती चोख मिळे, याचें पुढील उदाहरण आज कालच्या तीव्र परिस्थितींत अत्यंत स्मरणीय आहे.

'नबाब वजीर असोफुद्दौला अयोध्येस असतां लखनौस मोची वगैरे यवन दुकानदारांनीं साहुकाराचे ब्राह्मणास जिवें मारिलें. नंतर ब्राह्मणांनीं जमाव करून यवनांस मारल्यामुळें सर्व मुसलमानांनीं जमा होऊन शहरांत हंगामा केला. हैदरबेग खान कारभारी व राजे टिकतराय यांचे घरावर यवन चालून आले. हें वर्तमान ऐकून नबाब लखनौस आले. यवनांस धरून कैद केलें; आणि घरांची जप्ती करून त्यांस राज्यांतून काढून देण्याचा हुकूम केला. सुलेमान शेको शहाजादे यांनीं बडेसाहेबांकडे जाऊन बहुत नम्रतेनें विनंति केली. अखेर बडेसाहेब नबाबाकडे येऊन तकसीर माफ करून वजिरांचे मर्जीनुरूप पांच लक्ष रुपये दंड

मागतात. मोची दोन लक्ष कबूल करितात. नवाबांची ताकीद हैदरबेग खानास आहे कीं, यांजकडून पांच लक्ष रुपये घेऊन मुचलका लिहून घ्यावा.' ×

वर जे ठिकठिकाणीं तत्कालीन लेखांतील उतारे घेतले आहेत त्यांत महादजीच्या कर्तबगारीसंबंधानें अनेक समकालीन व्यक्तींचे अभिप्राय भरपूर येऊन गेले असल्यामुळें, त्याची आणखी चर्चा करण्याची बिलकूल आवश्यकता नाहीं. शिवाय प्रत्येक प्रकरणावर ज्या त्या ठिकाणीं साधकबाधक मुद्दे सांगण्यांत आले आहेत, तेच विशेष महत्त्वाचे समजले पाहिजेत. आवाजी नाईक बानवळे म्हणून एक इभ्रतीचा सावकार महादजीच्या स्वारींत उत्तरेंत होता, तो स. १७९० त पुण्यास येत असतां इंदुरास थांबला, आणि अहल्याबाईस भेटून संथपणें दिल्लीकडील घडामोडींची हकीकत त्यानें कळविली, तींत 'त्यानें अलीबहादर व तुकोजी यांची खराबीच वहुत सांगितली. तुकोजीचे चालीचा स्तव असा त्याचे तोंडून बाईपाशीं बिलकूल निघाला नाहीं. तुकोजीचें सामर्थ्य म्हणावें तर अलीबहादर जवळ आहेत तोंवर उगाच भ्रम आहे. नासे गणेशाकडे दोष नसतां अन्नु घेतली. पंधरा लक्ष त्याजपासून घेतले. तेच आजपावेतों भक्षिले. पुढें कांहींच तजवीज नाहीं. अलीबहादर वेगळे झाले तर तुकोजींची स्थित राहणार नाहीं. पाटीलबावांची तारीफ नाईकांनीं वहुत केली. बहुधा सावधानी. हिंदुस्थानचा बंदोबस्त चांगला केला. दिल्ली, मथुरा, मेवाड येथील सर्व बंदोबस्त केला. तसेंच जोधपुरास जरब बसविली.' हा तिऱ्हाईत इसमाचा अभिप्राय बहुमोल समजला पाहिजे.*

कीननें महादजीची योग्यता मार्मिकपणें वर्णिली आहे. तो लिहितो: 'लंगडेपणामुळें व्यायाम कमी होऊन उत्तरोत्तर महादजीचें शरीर फार स्थूल होऊन त्याची पहिली ठेवण बिघडली. कवाइती कंपू उभारून त्यांत त्यानें पुष्कळ परकी लोक नोकरींत भरल्यामुळें, पूर्वीचा साधा बाणा आवडणारे लहान मोठे लोक त्याचा हेवा करूं लागले. तसेंच त्याचें अर्धें आयुष्य बादशाही व मुसलमान वळणांत गेल्यामुळें दक्षिणेंतील शुद्ध हिंदु त्यास धर्मभ्रष्टतेबद्दल नांवें ठेवूं लागले' त्याचा गुरु मुसलमान, मुख्य सल्लागार राणेखान तोही मुसलमान. अशा अनेक कारणांनीं दक्षिणेंतील समाजांत त्याजबद्दल प्रेम उत्पन्न झालें नाहीं. नानाफडणिसाच्या विरोधामुळें बरेचसे ब्राह्मण त्याचे द्वेषी बनले, त्यांत कवाइती कंपूच्या

× दि. म. रा. २. ६३. * म. द. बा. २. २०५.

दडपणानें तर उलट जास्तच भर पडली. महादजीचा बाप व बंधू यांच्या अंगीं हुशारी व पराक्रम कांहींच कमी नव्हते; परंतु महादजीस अनियंत्रित क्षेत्र मिळालें तसें त्याच्या पूर्वजांस मिळालें नाहीं; म्हणूनच सिंद्यांच्या घराण्यांत व अखिल मराठशाहींत महादजीला एवढी प्रतिष्ठा आली. नजीबुद्दौला, गाजीउद्दीन, गुलामकादर यांच्यासारख्या व्यक्तींचे उपद्व्याप मनांत आणले, म्हणजे महादजीनें हिंदी राजकारणांत पंचवीस वर्षें पावेतों जो राष्ट्रोपयोगी उद्योग केला, तो अत्यंत बहुमोलाचा मानावा लागेल. क्रौर्य, कपट, दुष्टावे, व स्वार्थ यांचेंच साम्राज्य चहूंकडे बोकाळलें असतां, महादजीनें आपल्या शहाणपणानें त्यांचा नायनाट करून शांतता प्रस्थापित केली, हेंच त्याचें महत्कृत्य समजलें पाहिजे. '

महादजीचा स्वभाव खुनशी व रागीट होता. एकदां कोणावर त्यानें दंश धरिला, म्हणजे तो कधीं विसरत नसे. एक सदाशिव दिनकर त्यास पुरा पडला. महादजीच्या रागलोभास न जुमानतां सदाशिव दिनकरानें पेशवे सरकाराची इभ्रत महादजीजवळ कायम ठेविली. अनेकवार महादजीनें त्याजवर दांतओंठ चावले; पण त्यास जास्त कठोरपणें वागविण्याची महादजीस छाती झाली नाहीं. मात्र त्याच्या कठोर सेवेबद्दल महादजीकडून किंवा खुद्द नानाकडून सदाशिव दिनकराचा गौरवही झाला नाहीं, आणि हालअपेष्टांतच त्यास मृत्यु आला असावा असें अनुमान होतें. हा कोण कोठचा एवढी सुद्धां माहिती आज उपलब्ध नाहीं.

महादजी खुनसी असला तरी स्वभावतः उदार व परोपकारी होता. लोकांची दुःस्थिति पाहून त्यास कळवळा येई; आणि सढळ हातानें त्यांस तो मदत करी. नोकरांनीं चांगली कामगिरी केली तर त्याचा मोबदला दिल्याशिवाय तो कधीं राहत नसे, किंवा अशी कामगिरी तो कधीं विसरत नसे. म्हणून हाताखालचे सर्व इसम त्याच्या अगदीं भजनीं असत. त्याजकडून फंदफितूर कधीं झाला नाहीं. महादजीच्या मृत्युनंतर सुद्धां लोकांकडून त्याच्या इच्छांस सदैव मान देण्यांत येई. डा ब्रायनच्या आठवणी वाचल्या म्हणजे महादजीला जें एवढें यश प्राप्त झालें, तें केवळ नोकरांची कदर करण्याच्या त्याच्या उदार स्वभावामुळें झालें. त्याचे नोकर किंवा वकील कधीं दैन्यग्रस्त नसत. एकनिष्ठ सेवेचा बदला धन्याकडून मिळाल्याशिवाय राहणार नाहीं अशी सर्वांस खात्री असे. युद्धांत भ्याडपणा दाखविणारांची मात्र तो कधीं गय करीत नसे. नेहमींच्या व्यवहारांत तो विनोदी व थट्टेखोर होता. वर्ण निःसीम काळा असूनही, चेहऱ्यावर बुद्धीची व औदार्याची

झांक किती होती, हें इटालियन चित्रकारानें शेवटीं शेवटीं काढलेल्या त्याच्या सुप्रसिद्ध तसबिरींत चांगलें व्यक्त होतें. विशिष्ट प्रसंगीं आवेश, थाटमाट किंवा भपका करण्यांत तो कमी नव्हता, तरी सामान्यतः त्याचें वर्तन साधें व निष्कृत्रिम असून, तत्कालीन मराठी बाणा महादजीच्या ठिकाणीं मूर्तिमंत होता असें म्हणतां येईल. लेखनांत व हिशेबांत तो कुशल होता व या बाबतींत तो कधीं फसला जात नसे. उर्दू व पर्शियन या भाषा व्यवहारापुरत्या त्यास अवगत असून, संस्कृतही बरेंच समजत होतें. भागवतासारखे ग्रंथ तो स्वतः किंवा पंडितांपाशीं वाचीत असावा. मराठींत पदें व भजनें त्यानें रचलेलीं उपलब्ध आहेत, त्यांवरून तो चांगला बहुश्रुत व धर्मनिष्ठ होता, यांत संशय नाहीं. भजनपूजन वगैरे त्याचें नियमित चालत असे. तो कधीं अतिप्रसंग करीत नसे. नाना, होळकर, अलीबहादर, इंग्रज वगैरेशीं प्रसंगानुसार त्याचें सर्वथैव फाटलें असतां, विकोपास न जातां थोडें पडतें घेऊन तो निभाव करी, आततायीपणा करीत नसे.

सर्व साधकबाधक गोष्टींचा विचार मनांत आणितां, हिंदुपद पातशाही सिद्धीस पोंचविण्याचा मराठशाहीच्या आद्यचालकांचा प्रधान हेतु कोणीं सफल केला, अशी पृच्छा केल्यास, 'महादजीनें' असेंच उत्तर द्यावें लागेल. यानेंच पानिपतचें अपयश धुऊन काढिलें, आणि अटकेपावेतों नेलेल्या झेंड्याचें सार्थक केलें. फांद्या तोडीत बसण्यापेक्षां मूळच उपटून काढावें ही कल्पना खरी करून दाखविणारा पुरुष मराठशाहींत एकच झाला आणि तो महादजी सिंदे होय.

महादजीच्या आयुःक्रमाचे चार भाग स्वभावतःच पडतात. पानिपतपर्यंतचा प्रथमायुःक्रम बंधूंच्या समागमांत अनुभव मिळविण्यांत गेल्यानें त्याची तपशीलवार माहिती उपलब्ध नाहीं. पानिपतोत्तरचा दुसरा भाग कर्तृत्वाचा असूनही एक प्रकारें इतर सरदारांच्या हाताखालीं गेला. मात्र या काळांत त्यास उत्तरेंतील कारस्थानें व भानगडी यांची चांगली माहिती झाली. तिसरा भाग इंग्रज-मराठ्यांच्या युद्धाचा स. १७७४-८३ पर्यंतचा. या भागांत त्यानें नानाफडणिसास उत्तम साहाय्य करून इंग्रजांपासून मराठी राज्याचा बचाव केला. चौथा भाग शेवटच्या दहा वर्षांचा, उत्तर हिंदुस्थान पादाक्रान्त करण्यांत खर्च झाला. म्हणजे दुसऱ्या व तिसऱ्या भागांतील आयुःक्रम चवथ्याची पूर्णता करण्यास उपयोगी पडला. या शेवटच्या भागांत लढाया, कारस्थानें, राज्यव्यवस्था व फौजेची उभारणी

यांची एवढी गर्दी उडालेली दिसते कीं, त्यांचा तपशील देण्यासाठीं स्वतंत्र ग्रंथच लिहावा लागेल. राजपूत, रोहिले, शीख, जाठ, व अफगाण इत्यादींचीं कारस्थानें, आणि तुकोजी, अलीबहादर, नानाफडणीस वगैरेंचे हर्षामर्ष हे सर्व प्रकार मनांत आणले व समस्त संबद्ध व्यक्तींच्या हकीकती देऊं लागलें, तर तोच एक स्वतंत्र अभ्यासाचा विषय होईल. तसा सर्वांगीण अभ्यास करण्यास हें विवेचन उत्तेजक व्हावें एवढाच प्रस्तुत उद्देश आहे. दक्षिणेंत जांबगांवावर महादजीचें अत्यंत प्रेम असून, तेथें त्यानें पुष्कळ बांधकाम करून त्यास राजधानीचें स्वरूप आणिलें, त्याचा उल्लेख 'मु० शहर माधोविलास, किल्ले साहेबगड, दरजागा जांबगांव,' असा केलेला आहे. *

मराठशाहींत नामांकित वैद्यांस वेतनें देऊन त्या कलेचा सन्मान करण्याचा प्रघात विशेष होता. शुकदेव मिश्र नांवाचा एक विद्वान् व कुशल वैद्य मूळचा जयपुरचा, पुढें झांशीस कांहीं दिवस होता. नंतर तो काशीस जाऊन वास्तव्य करी. त्यास पेशव्यांकडून सालीना नऊशें रुपयांची नेमणूक होती. महादजीचा त्याजवर लोभ असून त्याच्या बायकोस या वैद्यानें औषध देऊन बरी केली.

महादजीच्या कवाइती लष्करांत सुमारें दोनशें युरोपियन अंमलदार होते, त्यांची नांवनिशी व माहिती ग्वालेर गॅझेटियरमध्यें दिलेली आहे. त्यावरून सर्वांचा उपयोग करून घेण्यांत महादजी किती दक्ष होता हें दिसून येतें. पुष्कळ युरोपियनांस तो मुद्दाम बोलावून आणी. कानपुर येथें इंग्रजांचा कंप होता, त्याचा मुख्य कर्नल बिरस्कूट स. १७८८–८९ त पाटीलबावांच्या भेटीस मथुरेस आला होता, त्यानें दिल्ली, आग्रा येथील स्थलांचे नकाशे काढून नेले. स. १७९३ त हा गृहस्थ अलीबहादरास ब्रह्मावर्तास जातांना भेटला होता. त्याची वृत्ति सर्वांशीं गोडीनें वागण्याची होती. तसाच ज्याचे नकाशे हल्लीं उपयोगी पडतात तो 'रेनेल फिरंगी' दिल्लीस मुक्काम करून होता, तो कूच करून सारधान्यास गेला, (ता.२०–३–१७९४). या सर्वांशीं महादजीचा परिचय असून त्यांच्या माहितीचा तो सदैव उपयोग करून घेई. ×

नानाफडणीस व महादजी सिंदे यांनीं किती राज्य कमावलें, त्याचा एकंदर वसूल किती होता, त्या वसुलाच्या उत्तरेंत व दक्षिणेंत निरनिराळ्या सरदारांच्या वांटण्या

* पहा म. रि. उ. वि. १ पृ. २१२. ऐ. टि. ३. ३५, ४. १७; × दि. २. ९२, ११३, ११४.

कशा किती होत्या, वगैरे मुद्दे तत्कालीन इतिहासांत स्पष्ट केले पाहिजेत. परंतु हा विषय विशिष्ट स्वरूपाचा स्वतंत्रच विवेचन करण्यालायक आहे. त्यासंबंधीं पे.द. पृ. ९३ व का. सं. प. या. ले. ४९७ हे कागद महत्त्वाचे गणले जातील. तसेंच ऐ. टि. १. ६३, २. १२ व ५. १४ (पे. द. पृ. ९३) यांतील कागदही चांगले उपयोगाचे आहेत. रा. नातू लिहितात 'मथुरेच्या मुक्कामीं मुलखाच्या वांटण्या जाल्या, त्यांत सिंदे होळकरांस सारखा मुलूख दिलेला आहे. अर्थात् महादजीनें स्वतंत्र राज्य स्थापिलें हा इंग्रजांचा समज खोटा आहे. वांटण्या जाल्यानंतर मुलखांतील वसुलाचे संबंधांत भानगडी उपस्थित होऊन उभय सरदारांत लाखेरी येथें लढाई जाली.'

स. १७७८-७९ त हिंदुस्थानांतील मराठी अंमलाचा प्रांतवार वसूल अंदाजी २ कोटि, ४२ लक्ष रुपये होता असा दाखला आहे; परंतु स. १७९५ त फक्त राजपूत राजांकडची खंडणी पावणे सात लाख होती. स.१७८५ त महादजीजवळ निरनिराळ्या ठिकाणीं मोहीमशीर असलेली फौज १ लक्ष, ५७ हजार होती, तिचा तपशील:—७३००० स्वार; ६२००० पायदळ पलटणें; ८१००० गोसावी व बैरागी; ४००० प्यादे. *

५. महादजीची स्वातंत्र्येच्छा म्हणजे काय ?—महादजी सिंदे स्वतंत्र होऊं पाहत होता असा त्याजवर मोठा आक्षेप आहे. पण स्वतंत्रता म्हणजे काय व तिची व्याप्ति किती याचा स्पष्ट खुलासा झाला पाहिजे. स्वतंत्रतेचे त्या वेळच्या परिस्थितींत तीन अर्थ संभवतील. एक मराठी राज्यांतून फुटून राजपूत संस्थानिकांप्रमाणें माळव्यांत वगैरे अलग होऊन राहणें; दुसरा, इंग्रजांची सार्वभौम सत्ता पतकरून त्यांच्या संरक्षणाखालीं जाणें; आणि तिसरा, स्वतःच सार्वभौम सत्ता स्थापणें. पैकीं माळव्यासारख्या ठिकाणीं लहानसें फुटकळ राज्य स्थापून निर्भय राहणें त्या काळीं शक्य नव्हतें. बरें इंग्रजांचें सार्वभौमत्व पतकरून गायकवाड, भोसल्यांनीं पुढें केलें त्याप्रमाणें त्यांच्या आश्रयाखालीं आपण मांडलिक होऊन राहणें एवढीच महादजीची इच्छा होती असें म्हटलें, तर तें त्यास केव्हांही साध्य होतें. त्यासाठीं सात वर्षें इंग्रजांशीं युद्धसंग्राम करण्याची अथवा डी बॉयनसारख्यास नोकरींत घेऊन फ्रेंच पद्धतीवर नवीन फौज तयार करण्याची त्यास बिलकूल जरूर नव्हती.

* नातू पृ. २९९; ऐ. टि. १-६३; ५-१४; ग्वा. ३. ११०.

मोरोबाच्या कारस्थानाच्या वेळीं, किंवा गुजरातच्या मोहिमेंत, अथवा शेवटच्या माळव्यांतील मोहिमेंत महादजीनें इंग्रजांची सार्वभौम सत्ता पतकरण्याचा सहज शब्द टाकला असता, तर तो इंग्रजांनीं मोठ्या आदरानें झेलला असता. इतकेंच नव्हे, तर तसे प्रयत्न हेस्टिंग्सनें पुष्कळ करून पाहिलेही. नुसता काशीचा राजा महादजीच्या आश्रयास आला, त्यास काढून द्याल तरच तहाची वाटाघाट करण्यासाठीं आम्ही तुमचे भेटीस येतों, असें हेस्टिंग्सचा वकील ॲण्डर्सन सन १७८१त महादजीस बोलूं लागला. त्याबरोबर महादजीनें बाणेदार उत्तर दिलें कीं, 'चेतसिंग आमचे आश्रयास आलेला आहे, त्यास आम्ही केव्हांही काढून देणार नाहीं. तुम्हांस भेटीस येणें नसेल, तर खुशाल परत जा.' हा महादजीचा जबाब व नागपुरच्या हद्दींतून गॉडर्ड बऱ्हाणपुराकडे येऊं लागला, त्या वेळीं भोसल्यांनीं केलेली त्याची बडेजाव यांचा विरोध मनांत आणावा, म्हणजे महादजीची भावना व्यक्त होते. इंग्रजांचें सार्वभौमत्वच त्यास पतकरावयाचें असतें, तर डी बॉयनसारखा लठ्ठ पगाराचा फ्रेंच सेनापति नोकरींत घेऊन पाश्चात्य पद्धतीवर नवीन कंपू ठेवण्याची किंवा राजपुतांवर चढाई करून आपले प्राण धोक्यांत घालण्याची महादजीस काय जरूर होती ? सारांश, फुटकळ स्वातंत्र्य, किंवा इंग्रजांचें मांडलिकत्व या दोनही कल्पना टाकून, मराठ्यांची सार्वभौम सत्ता कायम टिकविण्यासाठींच महादजी झगडत होता असें म्हटल्याशिवाय गत्यंतर नाहीं.

आतां मराठ्यांची सार्वभौम सत्ता आपण आपल्या हातांत घ्यावी, म्हणजे मराठशाहीचा मुख्य चालक आपण व्हावें, अर्थात् नानाफडणिसाच्या हातून राज्याचा कारभार काढून तो आपण घ्यावा, अशी महादजीची महत्त्वाकांक्षा असणें शक्य आहे. ही आकांक्षा धारण करणें म्हणजे इंग्रजांस वरचढ होऊं न देणें, अथवा त्यांचा पाडाव करण्याची धमक धारण करणें, यांत कांहीं वावगें नव्हतें. पण यांत पुण्यास राहून सर्व कारभार आपणच करावा अशी महादजीची इच्छा असती तर मग माळव्यांत राहून बादशहा व राजपूत राजे वगैरेंच्या भानगडी कोणी तोडावयाच्या ? या सर्वांच्या छातीवर फौजेनिशीं ठांसून बसल्याशिवाय मराठ्यांची सत्ता टिकूं शकली नसती. तेव्हां महादजीचा हेतु इतकाच दिसतो कीं, पुण्याच्या मध्यवर्ती कारभारांत आपणास पुढारपण असावें. असें पुढारपण हातीं नसल्यामुळें कारभार बिघडतो, नानाप्रकारचीं संकटें उपस्थित होतात, आपण सिद्ध केलेले लष्करी डावपेंच कारभारी लोक

परभारें हाणून पाडतात, निरनिराळे सरदार एका मेळानें काम करीत नाहींत, यांत आपल्या शक्तीचा अपव्यय होऊन राज्याचें नुकसान होतें, असा महादजीचा अनुभव होता. आपण सर्व कष्ट करावे, जबाबदारी घेऊन प्राण खर्ची घालावे, आणि कारभाऱ्यांनीं जाग्यावर बसून पाहिजे तसे हुकूम फर्मावावे, ते हुकूम जो मानील तो गोत्यांत यावयाचा, होळकर-भोसल्यांप्रमाणें जे सरदार ते हुकूम मानणार नाहींत, त्यांचें कांहींच वांकडें होत नाहीं, हाच पुण्याच्या कारभारासंबंधानें महादजीचा नानाशीं मुख्य वाद होता. बाल पेशव्यासंबंधीं त्याला अत्यंत निष्ठा व काळजी वाटत होती; त्याला दूर सारून आपण पेशवा व्हावें, किंवा छत्रपति व्हावें, अशी स्वार्थी राज्यविघातक कल्पना महादजीच्या प्रचंड पत्रव्यवहारांत कोठेंही नजरेस येत नाहीं. हा एक प्रकारचा दिवाणी व लष्करी सत्तेचा झगडा होता. राज्याची जबाबदारी घ्यावयाची आणि संकटें सोसावयाचीं, तर कारभारांत आपण अंशभागी असावें अशी त्याची मागणी होती. सर्व सत्ता आपणच चालवावी असें त्याचें म्हणणें नव्हतें. पण नानानें व कारभाऱ्यांनीं आपला विचार घ्यावा, थोडेंबहुत आपल्या तंत्रानें चालावें, मोहिमांचे व देवघेवींचे तपशील आपल्या मार्फत ठरवावे, अशा साहचर्याची महादजीची अपेक्षा असून, ती सर्वथैव सदोष किंवा टाकाऊ होती असें वाटत नाहीं. कारभाऱ्यांस भीति वाटे ती इतकीच कीं, महादजीस प्रमुखपणा मिळाल्यावर आपली वाट काय होईल? पण हा प्रश्न व्यक्तीचा नाहीं. राजकारणास लेखणीपेक्षां तोफांचा पाठिंबा जास्त उपयोगी आहे हें कोणीही सांगू शकेल. याची तोड एकच शक्य होती, ती अशी कीं, नाना-महादजींनीं शक्य तितकें एकत्र राहून, निदान वारंवार एकत्र भेटून एकएका प्रकरणाचे निकाल एकमेकांच्या सल्ल्यानें लाविले पाहिजे होते. थोडक्यांत सांगावयाचें तर नानानें सर्व कारभार आपल्या एकट्याच्या हातांत न घेतां असलेलें बारभाईचें मंडळ पुढें व्यवस्थित चालवून, त्याच्या मार्फत राज्याचा कारभार केला पाहिजे होता. त्या साठीं केव्हां नानानें महादजीकडे जाणें व केव्हां महादजीनें पुण्यास येणें, वगैरे गोष्टी सोयीप्रमाणें ठरविल्या असत्या तर, नाना केवळ धन्यासारखी अनियंत्रित सत्ता आपणांवर गाजवितो, हा कांहीं छत्रपति नव्हे कीं पेशवा नव्हे, आपल्या सारखाच तोही एक पेशव्यांचा नोकर, असा जो त्याजबद्दल पूर्वीच्या सरदारांस मत्सर वाटे, तो आपोआप बंद पडला असता. नानानें उघडपणें महादजीस बारभाई मंडळांत घेतलें नाहीं, केवळ

हरिपंत, कृष्णराव काळे, महादाजीपंत गुरुजी वगैरे मिंध्या हस्तकांस जवळ घेऊन नाना एकटा पुण्यास कारभार करी, त्याबद्दलच महादजीचा आक्षेप होता, असें त्याच्या विस्तृत पत्रव्यवहारांत दिसून येतें. बाकी पेशव्यांचें राज्य गेलें तर मग आपलें काय राहणार ! आपणही त्यांजबरोबर बुडूं, ही गोष्ट महादजी पक्की जाणत होता; आणि तेवढ्यापुरतीच सर्वांच्या सोयीची कांहीं तरी तोड काढणें जरूर होतें.

फॉरेस्ट म्हणतो, ' महादजीचें इंग्रजांवर बिलकूल प्रेम नव्हतें, याचें कारण हिंदुस्थानांतील मराठ्यांची सार्वभौम सत्ता टिकाऊ करण्यासाठींच महादजीची धडपड चालू होती, आणि ती सत्ता आपल्या हातीं घ्यावी अशी इंग्रजांचीही इच्छा आहे असें महादजीस दिसतांच, इंग्रजासंबंधानें त्याचा पहिला आदर पुढें सर्व थंड पडला. ' यावरून महादजीस मराठी राज्याचा केवढा अभिमान वाटत होता हें व्यक्त होतें. ब्रिटिश प्रधानमंडळाची बदली होते त्या प्रमाणें, महादजीस पुढाकार देऊन नानानें त्याच्या सहायकाचें काम स्वीकारिलें असतें, तर सर्व तंटा मिटला असता.

उत्तर हिंदुस्थानांत असतां इंग्रज, निजाम, अफगाण व शीख राजे यांच्याशीं बादशहाच्या तर्फेनें स्वतंत्र कारस्थानें करणें महादजीस भाग पडलें, त्यामुळेंही त्याच्याबद्दल पुणेकरांच्या मनांत वैषम्य आलें. पण प्रत्येक वेळीं पुण्याची परवानगी आणून कारभार करावयाचा असता तर, त्याच्या हातून कोणताच उद्योग सफल झाला नसता. स. १७७९ त नानानें हैदराशीं गुप्त कारस्थान केलें, तेव्हां महादजीचीं ' निभावणीं पत्रें ' आल्याशिवाय हैदर पुढें पाऊल टाकीना. असे प्रसंग कांहीं थोडे आले नाहींत. नानालाही हें समजत होतें, पण आपला अधिकार टिकविण्यासाठीं त्यास महादजीशीं विरोध करावा लागला. वास्तविक स. १७९२त महादजी पुण्यास आला, तेव्हां महिना पंधरा दिवसांत त्याच्या अडचणी भागवून त्यास परत रवाना केलें पाहिजे होतें; किंवा स्वतः पेशव्यास घेऊन नाना उत्तरेंत जाता तर होळकर, अली बहादर व इतर लोक यांच्या तक्रारी समक्षतेंत ताबडतोब मिटवितां आल्या असत्या. पेशव्यास सुद्धां नानाचा धाक नको होता, म्हणून तो महादजीबरोबर जाता तर कारभारास निराळें वळण लागलें असतें, असें वाटल्याशिवाय राहत नाहीं.

६. महादजीचे साह्यकर्ते.—महादजीच्या कार्याचा व्यापच एवढा

मोठा होता कीं, त्यास जिवास जीव देणारे हजारों साह्यकर्ते निर्माण करावे लागले. राणेखानभाई, अंबूजी इंगळे व त्याचे कनिष्ठ बंधु विठूजी, व बाळोजी इंगळे वगैरे, खंडेराव हरि व त्याचा मुलगा, बाळोजी व भगीरथ सिंदे, रवळोजी व धारराव सिंदे, देवजी गौळी, हैबतराव फाळके, लालाजी बल्लाळ कोटेकर पंडित, रायाजी पाटील, राणेखान, बाळाराव गोविंद, व त्याचा आप्त बाळाजी जनार्दन जांबगावकर, रामजी पाटील जाधव, लाडोजी देशमुख शितोळे, जांवई बहिरजी ताकपीर, बळवंतराव धोंडदेव, आबा चिटणीस, व बंधू गोपाळराव व कृष्णोबा, शिवाजी विठ्ठल विंचुरकर, माधवराव गंगाधर चंद्रचूड, जिवाजी बल्लाळ बक्षी व बंधु शिवबानाना आणि मुलगे, नारायण जिवाजी व यशवंत जिवाजी, तसेंच जीवबादादाचे तिघे चुलत बंधु जगंनाथ राम उर्फ जगोबा बापू,व बाळाजीराम आणि राघोराम, सदाशिव मल्हार उर्फ भाऊ दिवाण आणि बंधु राघो मल्हार व बापूजी मल्हार, बाळाजी अनंत पिंगे उर्फ बाळोबा तात्या पागनीस, लक्ष्मण अनंत लाड उर्फ लखबादादा, तसेंच अनुपगीर व उमरावगीर गोसावी, इत्यादि अनेक नांवें महादजीच्या मंडळींत येतात, त्यांच्या हकीकती पैदा केल्या पाहिजेत.

या यादींतील पराक्रमी सारस्वत वीर व मुत्सद्दी यांच्याच मदतीनें महादजीला एवढें अपूर्व यश प्राप्त झालें. महादजीच्या हस्तकांची नुसती नांवनिशी व संख्या मनांत आणिली तरी पेशव्यांच्या सरदारांप्रमाणेंच महादजीचा विस्तारही केवढा मोठा होता, हें दिसून येतें. त्याच्या फौजेंतील युरोपियन अंमलदारांचीं यादीच दोनशेंची असून जीवबा बक्षीच्या चरित्रांत पृ.२८२ वर सुमारें अडीचशें हिंदी सरदारांची नांवनिशी दिलेली आहे. या सारस्वत मंडळींचा सगळाच इतिहास मनोरम व उठावदार असून तितकाच त्यांचा अल्पावकाशांत झालेला नाश हृदयद्रावक आहे. 'वि. ज्ञा. विस्तार' पुस्तक ११ (स. १८७९) पृ. ७६–९४ येथें या मंडळीची कांहीं थोडी हकीकत व नांवनिशी दिलेली आढळते.

संशोधनाच्या दृष्टीनें वरील मंडळींच्या वंशावळी व हयाती, त्यांचीं मूळ ठिकाणें, ते केव्हां कोणत्या उद्देशानें बाहेर पडले आणि त्यांनीं राज्याची विशिष्ट कामगिरी काय केली, या गोष्टी सुसंबद्ध रीतीनें बाहेर येतील तर आपल्या इतिहासांत एक नवीनच चांगली भर पडेल. वरचे शेणवी वीर व मुत्सद्दी एकापेक्षां एक पराक्रमी होते. सर्जेराव घाटग्यानें दौलतरावाच्या कमकुवतपणाचा फायदा घेऊन, या समस्त अनुभवी मंडळींचा जो नायनाट केला, त्याच्या हकीकती वाचून

हृदय भरून येतें. ज्यांनीं मराठी राज्यासाठीं सर्वस्वाचा त्याग केला, त्याचा मोबदला त्यांस असा भयंकर मिळावा काय ?

बाळाराव गोविंद हा पुष्कळ दिवस महादजीचा कारभारी व सल्लागार असून मोठ्या नेकीनें काम करणारा हुशार असा गणला जात असे. त्याचें नांव मराठी कागदांत ठिकठिकाणीं आलें आहे. त्यास प्रचारांत रावजी असें म्हणत. प्रथम त्याचा वडील बंधु चिमणाजी गोविंद यास पेशव्यांनीं पाटण (राजपुताना) येथें कमावीसदार नेमिलें, त्याच वेळीं लालाजी बल्लाळ यास कोटयास नेमिलें. बाळाजी जनार्दन म्हणून जांबगांवास महादजीचा कारभारी होता, त्यास हा बाळाराव गोविंद ' चिरं० बाळोबा ' असें लिहितो, अर्थात् तो त्याचा आप्त असावा. त्याची वडील बहीण बाळाराव गोविंदास दिलेली असावी असें पत्रव्यवहारांत नजरेस येतें.

रायाजी पाटील सिंदे हा महादजीचा अत्यंत विश्वासांतला शूर योद्धा असून त्याच्याच पागेंत रामजी पाटील जाधव हा आरंभीं बारगीर आणि पुढें महादजीच्या तर्फे पुण्यास वकील असे. हीं दोन नांवें भिन्न व्यक्तींचीं होत.

महादजीच्या उद्योगाचें क्षेत्र, त्याचा संबंध आलेल्या व्यक्ती व घराणीं आणि पंचवीस वर्षांच्या त्याच्या उत्तरहिंदच्या कारभारांतील घडामोडी ध्यानांत घेतल्या तर, अद्यापि महाराष्ट्रांतल्याप्रमाणें, त्या बाजूस किती ऐतिहासिक संशोधन व्हावयास पाहिजे आहे त्याची कल्पना होईल. राजपुताना, बुंदेलखंड, मेवाड, अंतर्वेद, वगैरे भागांत फिरून संशोधन केल्यास किती तरी नवीन कागद, बखरी, कवनें, संस्था, इनामें, समाधी, मंदिरें, इमारती, नहर व अन्य अवशेष मराठी अंमलांतले आढळून येतील. अजमीरच्या भुईकोटाजवळ सिंद्याच्या कोणी सरदारानें एक शिवालय बांधिलेलें आहे. नागोरजवळ ताउस सरोवराच्या काठीं जयाप्पाची छत्री त्याच्या दहनभूमीवर बांधलेली असून, शिवाय त्याच्या अस्थि पुष्करास आणिल्या तेथेंही त्याची एक छत्री व तीस लागून एक विस्तीर्ण घांट दक्षिणी पद्धतीचा आहे. पुष्कर गांवांत शिरतांनाच एक मोठा घांट लागतो, त्यावर अहल्याबाईचें अन्नछत्र असून त्यास लागूनच सार्जेराव घाटग्याची बायजाबाईनें बांधलेली छत्री आहे. या सर्जेरावास आनंदराव सिंद्यानें ता.२६-७-१८०९ रोजीं मेवाडांत जावदजवळ ठार मारिलें, त्याच्या अस्थि पुष्करास आणिल्या. छत्रीच्या खर्चास दोन गांव इनाम आहेत. पुष्करास ब्रह्मदेवाचें मंदिर आहे, त्याचा जीर्णोद्धार गोकळ पारख म्हणून सिंद्याचा एक सावकार होता, त्यानें केला. गौघांटावर एक संगमरवरी छत्री आहे ती संतूजी वाबळे याची असून, या वाबळे घराण्याचा इतिहास बाहेर येणें अवश्य

आहे. महादजीच्या सरदारांची नामावळी वर दिली आहे तिजवरून ऐतिहासिक संशोधनाचा अंदाज करतां येईल. तसेंच इस्माईल बेग, गंगाराम भंडारी, खुशालीराम बेरेरा जयपुरचे कारभारी भीमसिंग हळद्या वगैरे पुरुष, रणजितसिंग जाठ, गोहदकर राणे, राघवगडकर चव्हाण, काशी नरेश चेतसिंग, हिंमतबहादर गोसावी व त्याचा परिवार, प्रतापसिंग माचेडीकर, जयपुर, जोधपुर, उदेपुर,कोटा, बुंदी वगैरे ठिकठिकाणचे राजे व कारभारी यांचे उद्योग त्या त्या भाषांत उपलब्ध असतील. उदेपुरचें कारस्थान मुख्यतः जालीमसिंग कोटेकराच्या हातचें असून, तो व लालाजी बल्लाळ यांनीं जीं कारस्थानें केलीं, त्यांचे उल्लेख गुळगुळे पंडितांच्या दप्तरांत सांपडतात. मेडता पाटणच्या लढाया, अजमीरचा वेढा व रजपुतांशीं झालेले महादजीचे तह, या सर्व गोष्टी तपशीलवार बाहेर येतील तर इतिहासांत पुष्कळच नवीन भर पडेल. युरोपियनांनीं सुद्धां त्या काळीं तिकडे किती तरी उलाढाली केल्या, त्यांची संगतवार माहिती जुळवून ऐतिहासिक गुंतागुंती सोडविल्या पाहिजेत. बुल्यम टोन व ब्राउटन यांच्यासारख्यांनीं लिहून ठेवलेल्या हकीकती मराठशाहीच्या अत्यंत निकृष्टावस्थेंतल्या होत्या, त्याच खऱ्या मानून बाहेरचे लेखक बहुधा मराठ्यांच्या एकंदर कारभाराचें भीषण चित्र काढितात, तें नवीन साधार माहितीनें दुरुस्त करणें जरूर आहे. म्हणजे सिंदे घराण्यानें व एकंदर मराठ्यांनीं उत्तरेंत चांगल्या गोष्टी काय केल्या, देवस्थानांची व धर्माची स्थापना कशी केली, अन्याय व अंदाधुंदी मोडून राज्याची व्यवस्था व लोकांची नीतिमत्ता कशी सुधारली, या गोष्टी बाहेर येऊन इतिहासाची पूर्तता होईल. हल्लींचा इतिहास केवळ एकांगी झालेला आहे. दुसऱ्या बाजीरावाच्या अमदानीचा काळ हिंदुस्थानांत प्रचंड संक्रमणाचा व धामधुमीचा असल्यामुळें, त्यावरून पूर्वींच्या मराठशाहीचें अनुमान बांधणें केव्हांही बरोबर नाहीं.

इंगळे घराण्याची वंशावळ.

ग्वालेर जहागीरदार पृ. २६६; Broughton P 15.

त्रिंबकराव

- अंबूजी
  - त्रिंबकराव
- खंडूजी
  - गंगाधरराव
- बाळोजी
  - नारायणराव
- माळोजी;
- पांडुरंग ऊर्फ विटोजी
  - लक्ष्मणराव

हे इंगळे मूळचे सोळंखी ठाकूर बुंदी कोटाचे राहणारे. त्रिंबकराव इंगळे महादजी-बरोबर पानिपतावर होता. त्याच्या बरोबर अंबूजी वगैरे पांच मुलगे महादजीच्या पदरीं उदयास आले. पैकीं खंडूजी इंगळे नागपुरच्या राज्यांत नोकरीस गेला. अंबूजीनें महादजीजवळ व त्याच्या पश्चात् अनेक शौर्याचीं व मुलूखगिरीचीं कामें केलीं आणि तो ता. ५-५-१८०९ रोजीं जयपुराजवळ मरण पावला. ब्रॉउटनची त्याची दाट ओळख होती. तो म्हणतो, ' अंबाजी उंच व भव्य पुरुष मरणसमयीं ऐशीं वर्षांवर होता. वर्ण काळा, चेहेरा तरतरीत, भाषण थट्टेखोर, पोषाख अगदींच साधा, म्हणजे एक आंखूड चोळणा व बंडी, अंगावर दुपट्टा व डोक्यास पांढरें पागोटें, अशी ही व्यक्ति मीं दौलतरावाचे दरबारांत पाहिली. ' उत्तरेंतील संशोधनाची दिशा दाखविण्यास या त्रोटक हकीकती उपयोगी पडतील.

प्रकरण अठ्ठाविसावें.

मराठ्यांचा शेवटचा विजय, खड्यांचा संग्राम.

११-३-१७९५

१. निजाम-मराठ्यांच्या झगड्याचें सामान्य स्वरूप.
२. हिशेबाचा लढा व तो मिटविण्याचे प्रयत्न.
३. निजाम-मराठ्यांच्या कलहांत इंग्रजांचें धोरण.
४. झुंजासाठीं फौजांचें कूच (जानेवारी १७९५).
५. खड्र्यावरील रंगपंचमीचा संग्राम (११-३-१७९५).
६. तहाची वाटाघाट, खड्र्याचें बातमीपत्र.
७. गोविंद कृष्ण काळ्याची शिष्टाई, निजामशाहींतील मराठे वकील.

* * *

१. निजाम-मराठ्यांच्या झगड्याचें सामान्य स्वरूप.-मराठ्यांच्या इतिहासांतील शेवटचा अभिमानास्पद प्रसंग हा खड्र्याच्या लढाईचा होय.

पानिपतच्या संहाराचा चटका महाराष्ट्राच्या अंतःकरणांत जितका ताजा आहे, तितकाच खडर्यांचा विजय मराठ्यांच्या बाहूंस अद्यापि स्फुरण चढवितो. संग्रामानंतर सात महिन्यांतच होतकरू माधवरावाचा हृदयद्रावक अंत होऊन मराठी राज्याचा विनाशकाल समीप आल्यानें तर, खडर्यांच्या विजयाला जास्तच महत्त्व प्राप्त झालें. याची एकच खूण म्हणजे या लढाईवरील पोवाड्यांची संख्या पाहिली तरी पुरे आहे. ऐतिहासिक पोवाड्यांपैकीं निदान दहा या एका विषयावर छापलेले असून, न छापलेलें तर अद्यापि पुष्कळ सांपडतील. दुसरें एक याविषयाचें महत्त्व ओळखण्याचें गमक म्हणजे, त्याजवरील उपलब्ध वाङ्मय होय. या वाङ्मयाची यादी पुढें टीपेंत दिली आहे तीच केवढी विस्तृत आहे पहा. या विस्तारामुळें इतर प्रसंगांत जसा गोंधळ उत्पन्न होतो, तशी स्थिति या खडर्यांच्या बनावाची नाहीं. कारण त्यांत गोंधळ उडण्यासारखी विविधता बिलकूल नाहीं. खडर्यांचा झगडा अगदीं अल्प काळांत एक दोन महिन्यांत उरकला. प्रत्यक्ष लढणें असें त्यांत फारच थोडें झालें, आणि त्यांतही मर्दुमकी किंवा लष्करी डावपेंच विशेष दिसून आले नाहींत. यापेक्षां शेंकडों पटीनें जास्त साहसाचे किंवा शौर्याचे प्रसंग मराठ्यांच्या इतिहासांत भरपूर आहेत. मराठे-इंग्रजांचें युद्ध किंवा मराठे-गिलच्यांचें युद्ध लष्करी व राजकारणी डावपेंचांमुळें इतिहासांत स्मरणीय झालें, तसा प्रकार या खडर्यांचा नाहीं. पुण्याहून हजारों मैलांवर असलेलें अटक कुरुक्षेत्र कोणीकडे, आणि केवळ सवाशें मैलांवर असलेलें नेहमींच्या परिचयाचें खर्डे कोणीकडे ? नाहीं म्हणावयास या झगड्याकडे समस्त हिंदी सत्ताधीशांचें लक्ष मात्र अत्यंत वेधलें होतें. त्याचें कारण इतकेंच कीं, जर का त्यांत मराठ्यांचा पाडाव झाला, तर त्यांचें सार्वभौमत्व संपलें, आतां पुढें निराळा मनु हिंदुस्थानांत सुरू होणार, अशी राजकारणाची परिस्थिति होती. शिवाय इंग्रज निजामास मदत्त करून मराठ्यांचा संहार करतील, उपेक्षा करणार नाहींत, अशी पुष्कळांची कल्पना होती, तीही खोटी ठरली. यावरून हिंदी लोकांची अशी भावना दिसते कीं, जसे मोगल व मराठे पुढें आले, तशाच धर्तीचे इंग्रजही असतील. त्यांच्या दूरदृष्टीची व धूर्ततेची इकडे कोणास अटकळ नव्हती. प्रत्यक्ष निजाम व मराठे यांस सुद्धां ती नव्हती. स.१७८८ त कॉर्नवालिसकडून केन्वे निजामाकडे गंटूर प्रांत मागण्यास आला, तेव्हां तो प्रांत निजामानें आढेवेढे न घेतां लगेच इंग्रजांस देऊन टाकिला. यांत निजामाचा असा समज होता कीं, पुढें जरूर पडेल, तेव्हां इंग्रज लगेच

आपल्या मदतीस धावून येतील. पण तसा प्रकार घडून आला नाहीं, यावरून नानाफडणीस वगैरे मराठी मुत्सद्यांस इंग्रजांच्या निस्पृहतेची खात्री पटून त्यांजवरच आपला भार टाकण्याची बुद्धि झाली. परंतु खर्ड्यावर अलिप्त राहण्यांत गव्हर्नर जनरल सर जॉन शोअर यानें केवढा कावा केला, हें कोणाच्या लक्षांत आलें नाहीं. वस्तुतः त्यानें एका दगडानें तीन पक्षी मारिले.

(१) निजामाला आपल्या नवीन लष्कराचा मोठा गर्व वाटत होता, आणि 'तुमच्या मदतीशिवाय माझें चालूं शकेल,' असें इंग्रजांस तो वारंवार भासवी. हा त्याचा गर्व शोअरनें उतरवून त्यास इतकें असहाय करून सोडिलें कीं, पुढें वेल्स्लीनें महिना दोन महिन्यांच्या कागदी राजकारणानें त्यास कबजांत आणिलें.

(२) इकडे मराठ्यांस त्यानें इंग्रजांचा न्यायीपणा एवढा दाखवून दिला कीं, पेशव्या सुद्धां सर्व प्रबल मराठे सरदार, स्वसंरक्षणार्थ स्वतःच्या सामर्थ्यावर अवलंबून न राहतां, इंग्रजांच्या न्यायीपणावर विसंबून राहूं लागले. उलट पक्षीं शोअरनें इंग्रज फौज निजामाच्या मदतीस पाठविली असती तर त्याच वेळीं डी बॉयनसारख्या संग्रामपटूशीं त्यास झगडावें लागल्यानें, इंग्रजांचाच पाडाव होण्याचा संभव होता. तो खरा झाला असता तर, अगोदरच युरोपांत बलिष्ठ होत जाणाऱ्या फ्रेंच सत्तेचा पाया हिंदुस्थानांत कायम होऊन इंग्रजांचा उठाव झाला असता. अशा स्थितींत डी बॉयनशीं सामना करण्याचें शोअरनें मोठ्या खुबीनें टाळिलें.

(३) निजाम व मराठे परभारें एकमेकांशीं लढून निर्बल होतात हेंच आपल्या फायद्याचें आहे असें शोअरनें ठरविलें. त्यांतून कोणीही विजयी झाला तरी पुढें आपलें बस्तान सावरून घेणें अवघड नाहीं, अशी दूरदृष्टि त्यानें व्यक्त केली. मराठ्यांशीं उघड सामना केल्यानें समान संकटास्तव त्यांचा एकजीव होऊन ते आपणास भारी होतील, परंतु त्यांस जय मिळाल्यावर ते आपसांतील कलहानें एकमेकांशीं झगडून नाश पावतील,ही त्याची समजूत खरी ठरली. पुढें अल्पावधींत सिंदे-होळकरांचा कज्जा पुण्यांत लागून ते दोघे हीनबल होतांच वेल्स्लीनें त्यांजवर कशी झडप घातली, हें इतिहास सांगतच आहे. शोअरच्या राजनीतीचें हें इंगित अभ्यासूंनीं नीट लक्ष्यांत आणावें.

खर्ड्याच्या प्रकरणाचें तपशीलवार वर्णन करून उपलब्ध कागदांचा पूर्ण परामर्ष घेण्याचें येथें प्रयोजन नाहीं. पुणें व हैदराबाद येथील दरबारांमध्यें चाललेली

चर्चा मॅलेट व कर्कपॅट्रिक या दोन इंग्रज वकिलांनीं जेव्हांचे तेव्हां कलकत्त्यास लिहून कळविली, तिचे भरपूर कागद हेस्टिंग्स फ्रेजरच्या पुस्तकांत दिलेले आहेत. कारण, निजाम-मराठयांच्या भानगडी इंग्रज अधिकारी डोळ्यांत तेल घालून या वेळीं पाहत होते. अर्थात् त्यांतलेच मुद्दे येथें सांगितलें कीं पुरे होतील. खऱ्यांच्या नवव्या खंडांत तारीखवार पत्रें रोजच्या हकीकतींचीं छापलीं आहेत, त्यांवरून मोहिमेंतील हालचाली कळून येतील. तसेंच पोवाडे व बखरी वाचल्या असतां मराठशाहींतील समस्त प्रमुख व्यक्तींची नांवनिशी व त्यांचे पराक्रम मनांत भरतील. एवढा हवाला देऊन आतां मुद्याच्या गोष्टींकडे वळतों. *

निजाम-मराठयांचा झगडा चिरकालीन होता, याचें कारणही उघड आहे. एका म्यानांत जशा दोन तलवारी राहूं शकत नाहींत, त्याचप्रमाणें एका महाराष्ट्रांत दोन मालक एकत्र राहणें अशक्य होतें. सर्व अभ्यासकांच्या दृष्टीपुढें हा प्रश्न सदैव घोटाळत असतो कीं, मराठयांनीं निजामाला महाराष्ट्रांत आपल्या शेजारीं कां नांदूं दिलें, कायमचा काढून कां दिला नाहीं. या प्रश्नाचें उत्तर एकंदर इतिहासच देत आहे. शाहूची भावना मुसलमानांस दुखविण्याची नसल्यामुळें, त्याच्या हयातींत निजामास नाहींसा करणें शक्य झालें नाहीं. त्याच्या पश्चात् नानासाहेबानें कांहीं राजकारणानें व कांहीं शस्त्रबलानें त्यास बहुतेक संपुष्टांत आणिलें; आणि पानिपताचा प्रसंग उद्भवला नसता तर, निजाम फार तर लहानसा जहागीरदार होऊन मराठयांच्या भगव्या झेंडयाखालीं रुजू झाला असता. पुढें माधवरावाच्या वेळेस निजामानें वर डोकें काढिलें नाहीं. पश्चात् नारायणरावाच्या

* **साधन संदर्भ.**—राजवाडे खंड ५, ७, १०, २२; का. सं. प. या. ५४, १२७, १२९, १३०, १३७,५९ (पोवाडा), व खर्डा-बखर; भा. व. १ प.या. ८, १०, ११; भा. व. २ प. या. २, अ. दि. १३, १४, १८; का. सं. श.; भा. व. श.; ध. या.; जी. च. ले. १४९-१५३; स. मा. रो. ३५३-५५; खरे भा. ९; इ. १९२-१९५; धा. शा. च.; रुमाल २; पे. ब.; पे. द. पृ. ७५-८३; ऐ. टि. १. १०; २. ३०; ३. १०, १३, १४, २६; ५. ३६; पारसनीस कृत मॅलेट च. लढाईत चिंतामणराव पटवर्धन हजर होते, त्यांनीं लिहिलेला वाका खरे भा. १३ त आहे, तो लष्कराच्या हालचाली यथास्थित दाखवितो; य. केळकरकृत पोवाडे; Hastings Frazer's Our Faithful Ally the Nizam यांत भरपूर विवेचन व शेवटच्या पुरवण्या G—R चे कागद अस्सल व मुद्देसूद आहेत

वधानंतर त्यास आपला लाग साधून घेण्याची संधि आली. म्हणून इतर व्यवधानांतून मोकळा होतांच नानानें निजामाकडे दृष्टि वळवून मराठशाहीचा क्रमप्राप्त कार्यक्रम हातीं घेतला; आणि खर्ड्याची लढाई त्यानें जिंकिली, तरी ती दिवा साफ विझण्यापूर्वीच्या शेवटच्या भडकाव्याप्रमाणें निष्फळ ठरली. महाराष्ट्रांत निजामाचें वास्तव्य कायम राहिल्यामुळें शिवाजीनें स्थापिलेलें मराठ्यांचें स्वराज्य कधींच सिद्धीस गेलें नाहीं. कृष्णागोदावरींच्या मधील प्रदेश महाराष्ट्राचा सर्वोत्तम गाभा होय. महाराष्ट्राची प्राचीन प्रगति या दोन सुंदर प्रवाहसीमांनीं मर्यादित झाली होती. राष्ट्रभावनेनुसार प्रांत रचना कधीं काळीं होणें शक्य असेल, तर निजामाच्या ताब्यांतील मराठवाडा महाराष्ट्रांत सामील झाला पाहिजे. कारणें कांहींही असोत, या घोडचुकीचा परिणाम आज इंग्रजी राज्यांत सुद्धां मराठ्यांस भोगावा लागत आहे.

नारायणरावाच्या मृत्युपासून वीस वर्षें नानाफडणिसानें गम खाऊन निजामास स्वस्थ ठेविलें, पण मनांतली अढी मात्र कधीं सोडिली नाहीं. वचपा काढण्याची योग्य संधि आज नाहीं उद्यां येईल अशी आशा ठेवून, नाना वागत होता. महादजी सिंदे पुण्यास आल्यावर नानास अवसान चढलें, त्याचा परिणाम हैदराबादेस दिसूं लागला. या बाजूस जी तीव्र भावना नानाची, तीच निजामाचे बाजूस त्याचा दिवाण मुशीरुन्मुल्क याची होती. या दिवाणाचें नानाशीं अत्यंत हाडवैर उत्पन्न झालें. त्याचा प्रखर व उपद्व्यापी कारभारच खर्ड्याच्या लढाईचें आद्य कारण होय. इतर देवघेवीचे वगैरे प्रश्न सर्व तडजोडीनें व सामोपचारानें मिटले असते, पण मुशीरुन्मुल्काच्या कारभारामुळेंच प्रकरण विकोपास गेलें.

मुशीरुन्मुल्क व अजीमुलउमरा हे या दिवाणाचे किताब असून त्याचें पहिलें नांव गुलाम सय्यदखान असें होतें. तो प्रथम इराणांतून इकडे येऊन पंधरा रुपये दरमहावर निजामशाहींत नोकरीस राहिला. पुढें निजामलीकडे त्याचा प्रवेश होऊन सलाबतजंगास काढून टाकण्याच्या कामीं या गुलाम सय्यदखानाचा त्यास मोठा उपयोग झाल्यानें त्याजवर निजामलीची कायम मर्जी बसली, आणि त्यानें त्यास प्रथम 'अस्तुंजा' असा किताब दिला. निजामलीस हैदराबादची गादी मिळाल्यावर प्रथम त्यानें आपली दिवाणगिरी धाकटा बंधु मीर मोगल यास दिली. यासच रुक्नुदौला * असा किताब होता. त्याचें व मुशीरुन्मुल्कचें बिलकूल पटत

* म. वि. २ पृ. ३६५.

नव्हतें. गोविंदराव काळे लिहितोः 'आतांशीं दिवस मोठे कठिण. सरकारांत मालिट, किनवी नबाबापाशीं, दोघे एका धन्याचे चाकर, आपले कामावर सरस. लाखों रुपये खर्च खाऊन रिकामे बसले होते. लोकचर्चा कीं, पदरचा खर्च खात बसले, हे कांहीं रिकामे नाहींत. कांहीं काबू अटकळून आहेत. तेथील मालिट यास लिहितो, येथील किनवी त्यास लिहितो. परस्परें तो आपल्यास, हा आम्हांस पुसतो. जाब देणें प्राप्त. त्यांत पंचायती पडतात. खरें खोटें धुंडतात. मध्यें असणारास मोठा पेंच.' निजामाच्या फौजेंत बेली, जॉन्सन वगैरे इंग्रज अधिकारी सुद्धां बरेच होते. *

स. १७७५ त रुक्नुद्दौलाचा खून झाल्यावर निजामलीनें दिवाणगिरी मुशीरला दिली. तें काम त्यानें मरेपर्यंत केलें. मात्र मध्यंतरीं वर्ष दोन वर्षें तो पुण्यास मराठ्यांच्या कैदेंत होता. निजामली ता. ७-८-१८०३ रोजीं मरण पावला आणि त्याच्या पश्चात् आठ महिन्यांनीं मुशीरुन्मुल्कही मरण पावला. यावरून नानाफडणिसाचा हा प्रसिद्ध प्रतिस्पर्धी निजामशाहीचा प्रखर अभिमानी असून, हे दोघे जवळ जवळ समवयी, व राष्ट्रहितैषी समकालीन पुरुष पक्के हाडवैरी बनले होते.

---

* ऐ. टि. ३-१०. या वेळचें ऐतिहासिक साहित्य वाचतांना खालील नांवें उपयोगी पडतील.

निजामलीचे मुलगे पांचः—

१. मीर पोलाद अली ऊर्फ अलीजा,-बंड केलें. आत्महत्या २२-११-१७९५.
२. सुभानअली ऊर्फ सिकंदरजा,-पुढें १८०३ त दौलतीवर आला, मृ. १८२९.
३. झुल्फिकार अली ऊर्फ नासिरुलमुल्क.
४. फरीदूनजा.
५. तयमूरअली ऊर्फ महांदरजा,-बापाचा आवडता.

निजामलीच्या दरबारांतील ब्रिटिश रेसिडेंट.

१. मि० ग्रँट-नोकरी सोडून गेला स. १७८४.
२. जॉन्सन, फेब्रुवारी १७८४-१७८५.
३. कॅ. केनावे, स. १७८८-१७९४. पुढें स्टुअर्ट नायब.
४. कॅ. डब्ल्यू कर्कपॅट्रिक स. १७९४-१७९८.
५. कॅ. जे. ए. कर्कपॅट्रिक स. १७९८-१८०५.

निजामलीचा इंग्रजांशीं स्नेह जुळविण्यांत पुढें मुशीरुन्मुल्कनेंच पुढाकार घेतला. टिपूवरील मोहिमेंत तो व निजामाचा मुलगा सिकंदरजा असे दोघे इंग्रजांच्या मदतीस गेले होते.

मीर आलम म्हणून दुसरा एक निजामाचा मुत्सद्दी त्या वेळच्या कारभारांत वावरणारा असून तोच खडर्याच्यापूर्वी समोपचारानें तंटा मिटविण्याकरितां पुण्यास आला होता. याचाच पणतू पुढें सर सालरजंग या नांवानें प्रसिद्धीस आला. मीर आलमचा बाप सय्यद रेजा मोठा विद्वान् असून तरुण वयांतच इराणांतून निजामशाहींत आला. त्याचा वडील मुलगा सय्यद अब्दुल कासीम हाच पुढें मीर आलम नांवानें प्रसिद्धीस आला. तो कैक वर्षे कलकत्त्यास हेस्टिंग्सजवळ निजामाच्या तर्फेनें वकील म्हणून होता, तेव्हांपासून हेस्टिंग्सनें त्यास आपलासा करून ठेविलें. स. १७९९ तील टिपूच्या युद्धांत निजामानें यासच आपल्या फौजेवर मुख्य नेमून पाठविलें होतें. त्याचा ओढा नेहमींच इंग्रजांकडे असे. मुशीरच्या मृत्यूनंतर स. १८०४–०८ पावेतों त्यानें हैदराबादेस दिवाणगिरी केली. स. १८०८ त तो वारल्यावर त्याचा जांवई मुनीरुल्मुल्क यास दिवाणगिरी मिळून त्याचा मदतनीस म्हणून सुप्रसिद्ध चंदुलाल कारभार करी. स. १८०९–४३ पावेतों निजामशाहींत चंदुलालशिवाय पान हालत नसे. रामदासपंत, विठ्ठलसुंदर व चंदुलाल हे तीनच हिंदु गृहस्थ निजामशाहीच्या कारभारांत प्रमुख म्हणून नांवाजले. बाकीचे मुसलमान होते. मात्र चंदुलालाचा कारभार अव्वल इंग्रजींतला असल्यामुळें त्यास पूर्वीचें स्वतंत्र पाणी राहिलें नव्हतें. असो. राजकारणाचे मागचे पुढचे धागे समजण्यासाठीं हे तपशील उपयोगी पडतील.

२. हिशेबाचा लढा व तो मिटविण्याचे प्रयत्न.—स. १७१८ तील सय्यदांच्या तहापासून मराठयांच्या चौथाईसरदेशमुखीचें ओझें निजामावर बसलें, हें उभयतांच्या बेबनावाचें आद्य कारण. मराठयांनीं लढायांत निजामाचा पाडाव करून हें देणें त्याजवर बसवावें, आणि त्यानें संधि सांपडतांच तें देण्याची टाळाटाळ करावी, असा प्रकार सारखा पाऊण शतक चालला. अलीकडे महादजी सिंद्याचें वस्तान बादशाहींत बसून त्यास व पेशव्यांस नालकीचा सन्मान मिळाला याबद्दल निजामलीस अत्यंत वैषम्य वाटूं लागलें. पुण्यास वकिलीमुत्लकीचा दरबार होऊन पेशव्यानें वस्त्रें स्वीकारल्यापासून ही तेढ द्विगुणित झाली. चौथाईची बाकी निजामलीकडे तीन कोटीपावेतों चढली होती, तिची मागणी झाली.

शिवाय बीड परगणा महादजीस देण्याचें निजामानें नाकारल्यामुळें महादजीची व पेशव्याची निजामावर स्वारी करण्याची तयारी चालू झाली. तिकडून स. १७९३ च्या उन्हाळ्यांत निजाम बेदरास येऊन फौजेची जमवाजमव करूं लागला आणि पेशव्याच्या लग्नाचें निमित्त करून त्यानें पुण्यावर येण्याची हूल उठविली. अशा प्रकारें उभय पक्ष वर्दळीस येत असतां,इंग्रजांनीं आपणास मराठयांशीं लढण्यास कुमक करावी, निदान उभयतांमध्यें त्यांनीं मध्यस्थी करून सलुखानें तंटा मिटवावा, अशी निजामलीनें इंग्रजांस भारी गळ घातली. ती त्यांनीं मान्य केली नाहीं. तेव्हां चौथाईची रक्कम देऊन पेशव्यांची समजूत काढावी, अथवा युद्ध करून त्यास हटवावें, याशिवाय दुसरी तोड निजामलीस राहिली नाहीं. अशा स्थितींत मुशीरुन्मुल्कनें त्यास अशी सल्ला दिली कीं, तीन कोट रुपये चौथाईचे व तीस लक्ष उत्पन्नाचा मुलूख मराठयांस देण्यापेक्षां, तोच पैसा फौजेवर खर्च करून एकवार त्यांजशीं सामना तरी कां करूं नये ! ही गोष्ट निजामलीस पटली, आणि ता.२३-४-१७९३ रोजीं बेदरास कायम ठाणें देऊन तेथें त्यानें रेमंडच्या सल्लयानें लष्कराची तयारी झपाटयानें चालविली.* इतर बारीक गोष्टींतही त्यानें मराठयांस चिडविण्यास कमी केलें नाहीं. वऱ्हाडच्या उत्पन्नाची वांटणी निजामानें नागपुरकर भोसल्यांस द्यावयाची अलीकडे बंद केली होती. ' नबाब फौज व पायदळ ठेवण्याची कलमजारी करीत आहे. त्याचे मुसलमान हेर पुण्यास येऊन पैका वांटून मराठी फौज फोडीत होते ते धरले. पैकाही वांटलेला उमगला. ' पुढें स. १७९४ त महादजी वारला व त्यानंतर चार महिन्यांनीं हरिपंतही वारला, तेव्हां मराठयांवर चालून येण्यास ही संधि योग्य आहे अशी निजामाची समजूत झाली. इकडे स. १७९४ च्या मे महिन्यांत मॅलेट पुण्याचा व हैदराबादचा स्टुअर्ट वेरूळ येथें जाऊन भेटले; आणि त्यांनीं पुढील धोरण ठरवून तें कलकत्त्यास लिहून पाठविलें. नानाफडणीस हरिपंतास लिहितो: 'काल रात्रीं (१५ मे) मॅलेट इंग्रज सहल करावयास वेरूळाकडे गेला. सांगून पाठविलें कीं, तेथें पांडवकृत्य आहे तें व पातशाही कामें पाहवीं. तेव्हां तर्क मनांत आला कीं, या दिवसांत सहल नव्हे. श्रीमंतांचे निरोपास आला. मागून बातमी कळली कीं, नबाबाकडून दस्तकें आणविलीं. तेथून स्टुअर्ट औरंगाबादेस येणार. काय विचार असेल तो असो. नबाबप्रकरणीं अथवा टिपू. दुसरें काय असणार ! '†

---

* खंड २२. २३२ † ऐ. टि. ६. १.

निजाम-मराठ्यांमधील हा लढा म्हणजे केवळ दोघां कारभाऱ्यांचाच मुख्यत: बेबनाव होता. यासंबंधानें इंग्रजी कागदांत भरपूर खुलासा आहे. जून स.१७९४ च्या अखेरीस कॅप्टिन कर्कपॅट्रिकनें शोअरकडे हकीकत लिहून पाठविली, त्यांत खालील मजकूर आहे. 'नानाफडणिसाचा विचार अमीरुलउमरा यास दिवाणगिरीवरून काढण्याचा आहे,पण हा दिवाण कारभारावरून निघण्यांत आमचा कांहीं एक फायदा नाहीं. या दिवाणाचे अंगीं अनेक दोष आहेत हें मीही जाणतों; पण त्याच्यापेक्षां जास्त चांगला गृहस्थ या जागेसाठीं येथें कोणी दिसत नाहीं; आणि तसा कोणी सांपडला तरी निजामास आपला दिवाण काढून टाकण्यास पुणेकर भाग पाडूं लागले, तर मग या राज्याची सत्ता ती काय राहिली ! आणि इतक्या उपर नवीन इसम कोणी नेमला म्हणून तो तरी हल्लींहून जास्त तें काय करणार ! पूर्वींचा क्रम त्यासही सोडतां येणार नाहीं; आणि तो जर नानाचेच तंत्रानें वागूं लागला, तर मग दक्षिणच्या राजकारणाचा प्रस्तुतचा समतोलपणा संपून हैदराबादचें राज्य लयास गेलें असेंच समजावें लागेल. निजाम सुद्धां असा प्रसंग खात्रीनें येऊं देणार नाहीं. खरें म्हटलें तर हल्लींचा उभयतां मधला वाद तडजोडीनें मिटण्यास कांहीं हरकत नाहीं. पण अडचण आहे ती वेगळीच. ती ही कीं, अजीमुल्उमरा यास दिवाणगिरीवरून काढण्याचाच नानाचा संकल्प झालेला दिसतो. हल्लीं पेशव्यास बादशहाकडून जो नवीन अधिकार मिळाला आहे, त्याचाही उपयोग या बाबतींत करण्यास नाना मागें पुढें पाहणार नाहीं; आणि मराठ्यांच्या सर्व फौजा एकत्र झाल्यास ते तसाच कांहीं तरी प्रळय उडविल्याशिवाय स्वस्थ बसणार थोडेच.'

निजाम-मराठ्यांचें वितुष्ट वाढत जाण्यास प्रस्तुत प्रसंगीं टिपूही थोडासा कारण होता. टिपूच्या विरुद्ध इंग्रजांस आपण सामील झालों हें गैर झालें, असें महादजी पुण्यास आल्यावर नानाच्या प्रत्ययास हळूहळू येऊं लागलें;आणि उत्तरोत्तर टिपूकडे पुणें दरबाराचा ओढा वृद्धिंगत होऊं लागला. निजामाचा तर टिपूला भारी त्वेष उत्पन्न झाला. निजामानें इंग्रजांस सामील होऊं नये, ते तर सर्वांचेच सारखे शत्रु, अशी टिपूची भावना होती. निजामाची वर्तणूक टिपूच्या मनांत सारखी डाचत असल्यामुळें स. १७९४ च्या उन्हाळ्यांत निजामानें आपल्या मुलाचें लग्न दिवाणाच्या नातीशीं केलें, त्या प्रसंगाचें आमंत्रण त्यानें मद्रासच्या गव्हर्नरामार्फत टिपूस पाठविलें. या आमंत्रणाचा स्वीकार टिपूनें बिलकूल केला नाहीं. उलट टिपूच्या

मुलाचें लग्न त्याच संधीस झालें, त्या प्रसंगास त्यानें पेशव्यास मोठ्या ममतेचें पत्र लिहून, 'घरचें कार्य' आहे, आपण समक्ष हजर राहून तें सिद्धीस नेण्यास साह्य करावें,' असा घरोब्याचा मजकूर लिहिला, पण निजामास त्यानें साधी दोन बोटांची आमंत्रण चिठ्ठी सुद्धां पाठविली नाहीं.

निजामाचा दिवाण मश्रुन्मुल्क व नानाफडणीस यांचें वांकडें पडण्याचें कारण रेसिडेंटानें आपल्या इंग्रज वरिष्ठांकडे लिहून कळविलें तें असें:–'दिल्ली येथें निजामाचे वडिलार्जित वाडे, बागा व जमिनी होत्या. अलीकडे दिल्लीचा कारभार महादजीच्या हातीं गेल्यापासून, त्यानें निजामाच्या या जमिनी काढून घेऊं नयेत म्हणून, निजामानें आपला वकील महादजीकडे मथुरेस पाठवून त्याच्याशीं अत्यंत स्नेहभावाचें धोरण राखिलें. पूर्वीं निजामाचा दिवाण रुक्नुद्दौला असतां तो नानाची मर्जी संभाळून होता. परंतु अलीकडे मश्रुन्मुल्कानें नानाची मनधरणी सोडून महादजीचा पाठिंबा संपादिला, ही गोष्ट नानास दुःसह झाली. शिवाय हा दिवाण आतां उघडपणें नानाच्या सूचना धाब्यावर बसवूं लागला. दुसरें कारण असें कीं, नानास विचारल्याशिवाय दिवाणानें कॉर्नवालिसचा स्नेह करून, उत्तर सरकार प्रांत इंग्रजांस देऊन टाकिला, तेणेंकरून इंग्रजांची वाढती सत्ता नानास बाधक वाटली. तिसरें कारण, पूर्वीं टिपूवर मोहीम ठरली तेव्हां दिवाणानें नानास विचारल्याशिवाय लॉर्ड कॉर्नवालिस यास निजामाचें साह्य देऊं केलें. अशा कारणांवरून नानानें सारखी खटपट दोन वर्षें निजामाकडे चालविली कीं, या दिवाणास कारभारावरून काढून त्याचे जागीं नवीन म्हणजे नानाचे सल्ल्यानें वागणारा दिवाण नेमावा.'*

दिवाणास कारभारावरून काढण्याचा जरी नानाचा मनोदय असला तरी तें त्यास उघड बोलून दाखवितां येत नव्हतें. सबब एक आठ कलमी मागणीची याद नानानें निजामास पाठविली. तीं कलमें व त्यावरील जाब प्रतिजाब रेसिडेंटानें शोअर यास लिहून कळविलेले उपलब्ध आहेत ते असे:—

१ बेदर सुभ्याची चौथाईची व सरदेशमुखीची रक्कम तपास करण्यासाठीं म्हणून अटकावली आहे, ती हिशेब करून देऊन टाकावी.

जबाब–निजाम आसफजांच्या वेळेस काय रक्कम देण्यांत येई त्याचा तपास चालविला आहे. तपास पूण होईपर्यंत निकाल तहकूब ठेवला आहे.

---

* हेस्टिंग्स् फ्रेजर पृ. ३८५, पु. G.

परत जबाब–आज बारा वर्षें हा तपास चालला आहे. दोन वर्षांत तपास पुरा करण्याचा करार होता, ती मुदत होऊन गेली. हल्लीं तपासाची कांहीं एक हालचाल दिसत नाहीं. तर एकदम बारा वर्षांचे रकमेचा फडशा करून पुढें सालोसाल भरणा करावा, नाहीं तर आम्ही आपले अधिकारी पाठवून परभारें वसूल करून घेऊं.

उत्तर–आसफजांचे वेळचे दर काय होते तें ठरल्याशिवाय भरणा करितां येत नाहीं. तुमचेकडे दाखले असल्यास पाठवावे.

२ चालू सालची चौथसरदेशमुखीची रक्कम देण्याबद्दल अमीलांस सक्त हुकूम द्यावा. (सवाल जबाब वरच्याप्रमाणेंच).

३ मरहूम जफूरुद्दौला यांच्या महालांसंबंधीं ५३०००० रकम देणें बाकी आहे ती भरणा करावी. ज० रक्कम नक्की झाल्याशिवाय भरणा करतां येत नाहीं.

४ अध्वनी प्रांताची चौथसरदेशमुखीची रक्कम १९ वर्षांची तुंबली आहे ती देण्यांत यावी.

५ बऱ्हाणपुरची चौथसरदेशमुखीची रक्कम भरणा करावी.

६ स. ११८५ सालीं जहागिरींत महाल दिले होते, त्यांच्या चौथाईसरदेशमुखीची रक्कम भरणा करावी.

७ गुलबर्गी परगणापैकीं तालुका 'हलगुरीं'ची बाकी देणें आहे ती द्यावी.

८ जफूरुद्दौला यांजकडे परगणा नरसा व महाल होते, त्यांजबद्दलच्या रकमेचा भरणा करावा.

हीं आठ कलमें रेसि० कर्कपॅट्रिकनें सर जॉन शोअरकडे पाठविल्यावर त्याजकडून निजामास जबाब आला कीं, 'हीं सर्व कलमें विद्यमान करारांस अनुसरून रास्त दिसतात, तेव्हां त्यासंबंधानें पुण्यास मध्यस्थी करण्याचें जोखीम आम्हांस स्वीकारितां येत नाहीं. उभय पक्षांचा वाद विकोपास जाऊं नये अशी जरी आमची इच्छा असली, तरी एकाच्या विरुद्ध दुसऱ्याचा पक्ष आम्हांस घेतां येत नाहीं. पण आगाऊ सूचना दिल्याशिवाय एकदम पेशव्यांनीं निजामावर चढाई करूं नये, असें पेशव्यांस कळविण्यास मीं मॅलेटांस लिहिलें आहे. तुम्ही उभयतां माझे विचार पूर्ण जाणतां. शक्य तोंवर या दोघांच्या भांडणांत आपण पडूं नये अशी माझी तुम्हांस ताकीद असून, पुढें तसाच प्रसंग उद्भवल्यास तुम्हांस योग्य दिसेल तें करावें.' स. १७९४ त निजामानें मीर आलमास तडजोडीसाठीं पुण्यास पाठविलें.

मीर आलम पुण्यास गेल्यावर तेथें काय बोलणें झालें त्याची तपशीलवार हकीकत मराठी कागदांत उपलब्ध नाहीं. पण तो पुण्यास गेल्याचें शोअर यास कळल्यावर त्यानें आपलें धोरण हैदराबादेस कर्कपॅट्रिकच्या मार्फत निजामास लिहून कळविलें तें असें:—

"निजाम व मराठे यांची सत्ता व सामर्थ्य यांची तुलना मनांत आणिली असतां दोनही बाबतींत मराठेच वरचढ आहेत या विषयीं संशय वाटण्याचें कारण नाहीं. त्यांजबरोबर लढाई करून जय मिळविणें निजामास बहुतेक दुरापास्तच आहे. अर्थात् पेशव्यांच्या जाचांतून सुटण्याची निजामाची कितीही इच्छा असली तरी त्यांचेच तंत्रानें चालणें त्यास प्राप्त आहे. या गोष्टी लक्षांत ठेवून निजामानें हा वाद तडजोडीनें भागविण्यांतच शहाणपणा आहे. मुद्यावर न येतां उगाच कांहीं तरी भलतींच खुसपटें काढून बोलणें उडवून देण्यांत त्याचेंच नुकसान आहे. मीर आलम पुण्यास बोलणें करण्यास गेला; त्यास तह ठरविण्याचा संपूर्ण अधिकार आहे कीं नाहीं असें पुण्याचे दरबारानें विचारलें; त्यावर तसा अधिकार त्यास निजामानें दिलेला नाहीं असें कळतांच, पुण्याहून त्यास निरोप मिळाला, तेव्हां बोलणेंच खुंटलें. असे लपंडाव खेळणें निजामास श्रेयस्कर नाहीं. मीर आलम यास संपूर्ण अधिकार दिल्यानें तो आपल्या धन्याचें नुकसान करील ही शंका व्यर्थ आहे. आपण कोठपर्यंत तडजोड करण्यास तयार आहों, तें निजामानेंच प्रथम स्पष्ट सांगितलें पाहिजे. आयत्या वेळीं नवीनच कांहीं मुद्दे वादांत निघाले तर तितक्यापुरती भिस्त मीर आलमच्या तारतम्यावर ठेवणें गैरवाजवी नाहीं. शिवाय मॅलेट सुद्धां अशा प्रसंगीं शक्य ती खबरदारी ठेवीलच. असें केल्यानें उभय पक्षीं खरे मुद्दे पुढें येऊन प्रकरण धसास लागेल. निदान आपल्या परिस्थितीचा पूर्ण विचार निजामांनीं अत्यंत दूरदृष्टीनें अवश्य करावा; उगाच चालढकल करून वेळ मारून नेण्यांत त्यांचेंच नुकसान आहे. पुणेकरांच्या मागण्या कबूल करणें त्यांच्या जिवावर येत असेल हें खरें; तरी पण उगाच ओढून धरण्यानें प्रकरण हातघाईवर येऊन पुढें काय नुकसान होईल याचाही विचार त्यांनीं करावयास नको काय ? मराठ्यांकडून मार खाल्ल्यावर निजामाची स्थिति सुधारेल कीं जास्तच बिघडेल याचा विचार त्यांनीं आपल्या मनाशीं अवश्य केला पाहिजे. लढाईवरच प्रकरण आलें तर भोसले राजाचें किंवा टिपूचें साह्य निजामास मिळणें बिलकूल संभवनीय नाहीं. टिपू तर निजामाच्या मरणाचीच

वाट पाहून राहिला आहे, असें मला त्याजवळील आमचा वकील कॅप्टिन डव्हटन याजकडून खात्रीलायक कळतें.

'अजीम-उल्-उमरा यांनीं बेसुमार दिमाखानें पुणें दरबारास अत्यंत चिडविलें आहे हें चांगलें नाहीं. महादजी सिंद्यांशीं संधान बांधणें व निजामांनीं बेदरास जाऊन तळ देणें, या गोष्टी सुद्धां पुणेंकरांस उगाच चीड आणणाऱ्या आहेत. हें सर्व ध्यानांत घेऊन मग, मीर आलमनें पुण्यास जाबसाल कसे करावे तें, त्यास निजामानें व त्याच्या दिवाणानें स्पष्ट लिहून कळवावें. उदगीरचा तह कोणीं मोडला या प्रश्नाच्या शुष्क वाटाघाटींत कालहरण करूं नये. हल्लीं निजामांनीं नाना पेशांचे आपले हेर पुण्यास पेरून ठेविले आहेत ही गोष्ट मीर आलमच्या शिष्टाईस विशेष घातक आहे. मीर आलमांस जर मुद्दाम तंटा तोडण्याकरितां पुण्यास पाठविलें आहे, तर त्या एकट्यावरच सर्व प्रकरण संपवावें ही उघड गोष्ट निजाम कां जाणत नाहींत?'

अशा आशयाचे आपले विचार कर्कपॅट्रिक यास कळवून नंतर शोअर त्यास अशी ताकीद देतो कीं, 'पुण्याची बोली फिसकटून लढाईच सुरू होईल तर, तुम्हीं निजामाच्या स्वारीबरोबर फक्त त्यांचे हद्दीपुरतें राहवें. आपल्या राज्याची हद्द सोडून निजाम बाहेर जाईल, तर त्यांनीं मुद्दाम बोलविल्याशिवाय तुम्हीं त्याजबरोबर जाऊं नये. हल्लीं जी इंग्रज फौज निजामाजवळ आहे, तिचा उपयोग कसाही प्रसंग आला तरी मराठ्यांवर करावयाचा नाहीं, हें पूर्ण लक्षांत ठेवा. राज्यांतील अंतर्गत बंडखोरी मोडण्यास किंवा निजामाचे गैरहजिरींत राजधानीचें संरक्षण करण्यास या इंग्रजी फौजेचा उपयोग करण्यास हरकत नाहीं. सारांश, दोघेही आमचे पूर्ण स्नेही आहेत हें ध्यानांत ठेवून तुम्ही संभाळून वागा; आणि या खलित्यांत व्यक्त केलेलीं धोरणें निजामास नापसंत होतील तर त्याची क्षिति तुम्ही बाळगूं नका.'

'वरील मजकूर लिहून झाल्यावर, तुमचीं ३१-८-१७९४ चीं व मॅलेटचीं २६-८-१७९४ चीं पुण्याचीं पत्रें पोंचून मीर आलमची शिष्टाई सर्व व्यर्थ जाऊन तडजोडीनें प्रकरण मिटण्याची बिलकूल आशा नाहीं हें आतां कळून आलें. अशा स्थितींत मला एकच सूचना करावीशी वाटते, ती ही कीं, बोलाचालीचें काम मध्यस्थीवर न टाकितां खुद्द निजाम व पेशवे यांनीं समक्षच भेटून समेटाची वाटाघाट करावी; या प्रकरणांत आमच्या मध्यस्थीची अपेक्षा निजामांनीं बिलकूल

ठेवूं नये. याउपर काय होणें असेल तें होवो.' (पत्रावर तारीख नाहीं. पण सप्टेंबर १७९४ असावी.)

चौथाईसरदेशमुखीच्या हिशेबाचा वाद पुष्कळ वर्षे चालला होता. स. १७८४त गोविंदराव चिटणीस वारला, त्या पूर्वी केव्हां तरी मूळ सध्यदांच्या वेळेस बाळाजी विश्वनाथानें मिळविलेल्या सनदा नानानें साताऱ्याहून पुण्यास मागविल्या होत्या; परंतु त्या सांपडत नाहींत असा जबाब गोविंदराव चिटणिसानें पाठविला. तो बहुधा सालबाईच्या तहानंतरचा असावा.* तेव्हांपासून हिशेबाचें भांडण थोडथोडें चालू राहून, तें विकोपास न नेतां एकमेकांनीं एकत्र बोलून मिटवावें, असे प्रयत्न कांहीं थोडे झाले नाहींत. विशेषत: तडजोडीनें तंटा मिटविण्याचें गोविंदराव काळ्याचें वर्तन अत्यंत नांवाजण्याजोगें आहे. त्याजवर निजामाचा मोठा इतबार असून, गोविंदरावही त्याच्या अंतरंगांत शिरून प्रसंगानें त्याचे विचार काढून घेण्यांत किंवा प्रत्येक विषयाचे साधकबाधक मुद्दे निजामास स्पष्टपणें सांगून त्यास भलत्याच मार्गावर जाऊं न देण्यांत तो शिकस्त करींत होता. निजामाच्या पोटावर फोड झालेला गोविंदरावानें पाहिला, ती हकीकत स. १७९० ची या बाबतींत लक्षांत † ठेवण्यासारखी आहे. गोविंदरावाचीं जीं विपुल पत्रें छापलेलीं आहेत, त्या सर्वांवरून त्याचा निस्पृह बाणा, स्पष्ट-वक्तेपणा, हजरजबाब वगैरे गुण चांगले व्यक्त होतात. खड्र्यांच्या लढाईनंतरही निजामास साफ न बुडवितां त्याचा बचाव करावा, ही सूचना प्रथम गोविंद-रावाकडून निघाली; आणि गोविंदरावाच्याच मार्फत निजामानें पेशव्यांशीं पुन: सख्य करून घेतलें. अर्थात् हा गोविंदराव काळे व त्याच्याच हाताखालीं काम करणारा दुसरा इसम गोविंदराव पिंगळे (मोरोपंत पिंगळ्याचा वंशज नव्हे) हे दोन इसम म्हणजे तत्कालीन राजकारणांतली एक मोठी शक्ति समजली जात होते. सौम्य उपचारांनीं तंटा मिटविण्यासाठीं स. १७९१ त म्हणजे टिपूचें युद्ध चालू असतांच, निजाम–पेशव्यांचा एक दोस्तीचा करार गोविंदरावानें घडवून आणलेला दाखल आहे. त्याचा जरी उपयोग झाला नाहीं, तरी त्यांत दोन्ही पक्षांची भावना दिसून येते. § खुद्द पेशव्यास भेटून, त्यास गोड गोड शब्दांनीं मोह घालून आपल्या बाजूस वळवावें, आणि कोणत्या तरी रीतीनें नानानें लाविलेला

---

* ऐ. टि. २.३०. † ऐ. टि. ३.१४. § ऐ. टि. ५–३६.

हिशेबाचा कांच मिटवावा असेही प्रयत्न निजामलीनें करून पाहिले. शौर्य, निश्चय वगैरे गुण निजामलीच्या अंगीं बिलकूल नव्हते, तरी पण गोडबोलीनें कार्य साधून घेण्यांत किंवा नाना युक्त्यांनीं दुसऱ्यास वश करण्यांत त्याच्या इतका धूर्त पुरुष अठराव्या शतकांत बहुधा दुसरा कोणी आढळणार नाहीं. स. १७९० च्या आरंभीं टिपूवरील मोहीम घाटत असतां, पेशव्यास भेटण्याची निजामाची तीव्र इच्छा गोविंदरावानें पुण्यास लिहून पाठविली, त्यांत निजाम सांगतो, 'राव पंतप्रधान दिवसेंदिवस थोर होऊन, शादी जाली, दौलत आपली, हें समजूं लागले. त्यांस एक वेळ डोळ्यांनीं पाहवें व खुषी व्यक्त करावी, यास दिवसगत लावूं नये. चैत्र अखेर पावेतों भेट होऊन, बरसातीचे अगोदर उभयतांनीं आपापले मकाणास पोंचावें.' अशीं पत्रें निजामानें व गोविंदराव काळ्यानें पुण्यास पाठविलीं होतीं. * पण तो योग घडून आला नाहीं. त्या उपरांत स. १७९३ त पेशव्याचें तिसरें लग्न पंढरपुरास करावें, असा बूट निजामानें काढिला तो दुसरीकडे सांगितला आहे. + तदुत्तर स. १७९४ एप्रिलांत निजामानें पुत्र सिंकदरजाचें लग्न आरंभून राव पंतप्रधानांस अगत्याचें बोलावणें पाठविलें. 'त्यांचे भेटीचा हेतु फार आहे. येण्याचा दिवस नक्की कळवा म्हणजे त्या धोरणानें शादीचा दिवस मुकर करूं, आणि भेटींत सर्व वादांचा खुलासा परस्पर बोलून फैसला करून देऊं.' असें निजामानें स्वतः व गोविंदरावामार्फत पुण्यास लिहिलें. पण ती गोष्ट पेशव्यांकडून मंजूर झाली नाहीं. खर्ड्यांची लढाई झाल्यावरही तह घाटत असतां स्वारींतच पेशव्यास भेटण्याची निजामलीनें पुष्कळ खटपट केली. 'रावप्रधान दैववान पुरुष, एकवार दृष्टीनें पाहवा, त्यांचे हातीं आम्हीं आपला दिवाण द्यावा, नानासाहेबांचा नातू तो आमचा नातू,' अशीं बोलणीं नानाप्रकारचीं निजामानें खर्ड्यांच्या तळावरून कळविलीं; परंतु हा पुरा शत्रु, भेटींत गलबल करील, असें मनांत आणून नानाफडणिसांनीं 'मेजवानी पोषाख तुम्ही आम्हांस पाठवावे व आम्ही तुम्हांस पाठवितों, एवढ्याच भेटी पुरत,' असें सांगून पाठविलें. सारांश, त्याची व पेशव्याची भेट अखेरीस झालीच नाहीं. फक्त नानाची व निजामाची भेट पूर्वी स. १७८४-८५ त यादगीर येथें झाली तेवढीच. शोअरनें सुद्धां एकमेकांनीं समक्ष भेटून प्रकरण मिटवावें असें सुचविलें होतें; पण तसा योग नानामुळें जमून आला नाहीं. गोविंदराव काळे खर्ड्याच्या प्रसंगानंतर हैदराबादेस जाऊन हप्ते वसूल

* ऐ. टि. ३. १३. + उ. वि. २ पृ. ३८३.

करीत असतांही पेशव्यास समक्ष भेटून निकाल करूं, अशीं बोलणीं निजामानें वारंवार केलेलीं नमूद आहेत. +

पेशव्यांचा वकील गोविंदराव काळे मोठया कसोसीनें वागून समेटानें प्रकरण मिटविण्याची पराकाष्ठा करीत होता. पेशव्यांनीं हिशेबाची यादी पाठविली, ती पाहून मुशीरुन्मुल्क गोविंदरावास बोलला, या यादी आम्हांस समजत नाहींत, तर खुद्द नानांनीं येथें येऊन आमची समजूत पाडावी. त्यावर गोविंदराव म्हणाला, नानांस कामें फार, ते येथें येणें शक्य नाहीं. मुशीर म्हणाला, नाना येथें आणून तुम्हांला दाखवितों. ही चढाईची भाषा म्हणजे युद्धास आव्हानच होय. मोगल सरदार उघड वल्गना करूं लागले कीं, पुण्यावर स्वारी करून तें जाळून पेशव्यांच्या हातीं भिक्षापात्र देऊन त्यांस देशोधडीस पाठवूं. ही वल्गना पुण्यास कळल्यावर नानानें युद्धाची सिद्धता झपाटयानें चालविली. दौलतराव सिंद्यानें आपले हिंदुस्थानांतले कंपू पुण्यास बोलाविले. पूर्वी महादजीबरोबर हेसिंग व फिलोज यांचे कंपू इकडे आले होते, त्यांच्या भरतीस आतां खुद्द पेरोन व होळकराचा डुड्रनेक असे येऊन दाखल झाले. डी बॉयन आजारी होता म्हणून आला नाहीं. शिवाय नानानें बॉयड नांवाच्या इंग्रज अंमलदारास नोकरीस ठेवून पेशव्यांचा एक लहानसा स्वतंत्र कंपू तयार केला. नागपुरकर रघूजी भोसले, तुकोजी होळकर, परशुरामभाऊ पटवर्धन वगैरे सर्व लहान थोर सरदारांस निकडीचीं बोलावणी पाठवून नानानें फौजेची सिद्धता केली. खुद्द पेशवा व नाना डिसेंबरांत डेरेदाखल होऊन जानेवारी १७९५ त नगराच्या रोखें पेशव्यांचें कूच सुरू झालें.

३. निजाम-मराठ्यांच्या कलहांत इंग्रजांचें धोरण.—हेस्टिंग्स फ्रेझरचा बाप निजामाजवळ असून, त्यानें प्रत्यक्ष पाहिलेल्या व वाचलेल्या हकीकती त्याच्या पुस्तकांत नमूद आहेत. त्यांत तो लिहितो: 'पेशव्यांचा राज्यकारभार नीतीच्या बंधनांवर पद्धतशीर चाले, तसा निर्बंध निजामाकडील कारभारास नव्हता; आणि नानानें निजामाकडे केलेल्या मागण्या न्यायाच्या होत्या.' या दोन गोष्टी सर जॉन शोअरला मान्य असल्या तरी त्यानें निजामाला कळविलें कीं, आमचे पुण्याचे रेसिडेंट मॅलेट यांस कळविल्याशिवाय पेशव्यांची तुमच्यावर एकाएकीं चाल होणार नाहीं. इकडे एकदम निजामावर स्वारी करूं नये अशी सूचना शोअरनें मॅलेटच्या मार्फत पुण्याचे दरबारास केली. एवढ्यावरच तो थांबला. जरूर पडेल

+ खं. ७ पृ. १५१, १९२, १९३; ख. ब. पृ. १९.

त्याप्रमाणें दोन ठिकाणच्या रेसिडेंटांनीं आपापल्या जबाबदारीवर योग्य दिसेल तें करावें, यापलीकडे निजाम-पेशव्यांच्या तंट्यांत विशेष दरम्यानगिरी करण्याचें शोअरनें पतकरिलें नाहीं. रेसिडेंट कर्कपॅट्रिकचे विद्यमानें त्यानें दिवाण अजीमुल-उमरा यास पुनः पुनः बजावून कळविलें कीं, 'पुण्याच्या पत्रांची तुम्ही हेटाळणी करूं नका. पत्रांचे जबाब लिहितांना संतापाची कठोर भाषा वापरूं नका. भाषा सौम्य व मुद्देसूद असावी. असभ्य व चिडखोर भाषा वापरल्यानें प्रकरण हात-घाईवर आल्याशिवाय राहणार नाहीं. उभयतांमधील वादाचे मुद्दे सौम्योपचारांनीं मिटवावे अशी दोघांचीही मनापासून इच्छा आहे हें मी जाणतों; म्हणूनच युद्धावर मजल येईल असें मला बिलकूल वाटत नाहीं. इंग्रज, निजाम व पेशवे या त्रिवर्गीचा स्नेह कायम तहानें बद्ध झालेला असल्यामुळें त्यास कोणत्याही कारणानें बाध न आणणें प्रत्येकाचें कर्तव्य आहे.'[१]

गव्हर्नर जनरलची ही सल्ला आपणास पूर्णपणें मान्य असल्याचें दिवाणानें रेसिडेंटास कळविलें. तथापि तूर्त प्रकरण फाटत जाण्याचें कारण त्यानें विशेष असें सांगितलें कीं, 'खरें पाहूं जातां वादाचे मुद्दे सर्वथैव तडजोडीनें मिटणारे असतांही, अलीकडे पुणें दरबाराकडील पत्रांची भाषा मामूल पद्धतीस सोडून जात चालली आहे. त्यांच्या मागण्याही भलभलत्याच होऊं लागल्या आहेत. याचें मुख्य कारण नानाफडणिसाचा खुद्द माझ्यावर अत्यंत रोष आहे. माझ्या पूर्वीच्या दिवाणांनीं पेशव्यांशीं अत्यंत नरमाईचें धोरण ठेविलें होतें, तें मी कार-भारावर आल्यापासून बदललें; आणि आपल्या धन्याच्या हितास कसोसीनें जपूं लागलों हें नानास खपत नाहीं. अर्थात् नानाचे मार्फत कोणताही व्यवहार उल-गडण्याची मी जरूर ठेवीत नाहीं, याबद्दल ते माझा अत्यंत द्वेष करितात. शिवाय महादजी सिंद्यांकडे समग्र बादशाहीचा कारभार असल्यामुळें त्यांज-बरोबर मी स्नेह ठेवितों, हें नानास खपत नाहीं. पेशव्यांशीं लढण्याचाच प्रसंग आला तर त्यास म्हणजे आम्ही डरतों अशांतला भाग मुळींच नाहीं. तथापि सामोपचारानें हा वाद मिटविणें असेल तर नानानें मजबद्दलची निष्कारण बाळगलेली अढी आपल्या मनांतून साफ काढून टाकिली पाहिजे, आणि इंग्रजांनीं मध्यस्थी करून आमचा तंटा मिटविला पाहिजे. खरें म्हटलें तर मी इंग्रजांशीं एवढा स्नेह ठेवतों हेंच नानास खपत नाहीं, आणि म्हणूनच इंग्रजांनीं मध्यस्थ

१ पहा पत्र ता. २४ मे १७९४ चें (पुरवणींतील).

होऊन हा वाद तोडून द्यावा; मग तो तोडतांना इंग्रजांनीं आमच्या विरुद्ध निकाल दिला तरी पतकरेल. अयोध्येचा वजीर अगर अर्काटचा नबाब यांजवर दुसऱ्या कोणीं भलतीच मागणी केली तर इंग्रज मध्यें पडून तंटा तोडतातच कीं नाहीं? मग तसें निजामशाहीसंबंधानें करण्यास काय हरकत ? '

हें दिवाणाचें म्हणणें रेसिडेंटास बिलकूल पटलें नाहीं. वजीर व अर्काटचा नबाब हे कसे झाले तरी इंग्रजांच्या कक्षेखालीं वागणारे असून, निजाम सर्वथा स्वतंत्र होता. सबब इंग्रजांची मध्यस्थी पेशव्यानें क्षणभर सुद्धां मान्य केली नसती. हा प्रकार दिवाणाच्या नजरेस आणण्यांत रेसिडेंटनें कसूर केली नाहीं; आणि तो खुद्द निजामलीस पूर्णपणें माहीत होता. दिवाणास काढून टाकिलें तर लगेच तंटा मिटेल हें निजामली जाणून होता; आणि तशी सूचना नानाकडून त्यास आली असतांही त्यानें असा जबाब दिला कीं, ' माझ्या दिवाणावर माझा पूर्ण विश्वास आहे. तो माझ्या हितास मनापासून झटत असतो. सबब त्यास कामावरून दूर करण्याची आमची बिलकूल इच्छा नाहीं. ' मात्र ' समक्ष बोलून वाद मिटविण्यासाठीं तुम्ही आपले वकील पुण्यास पाठवा ' अशी सूचना नानानें निजामास लिहून पाठविली, ती मान्य करून त्याप्रमाणें त्यानें पुण्यास वकील पाठविले.

पेशव्यांच्या विरुद्ध इंग्रजांचें साह्य आपणांस मिळावें, निदान त्यांनीं उभयतांमध्यें मध्यस्थी करून तंटा मिटवावा, अशाविषयीं निजामाच्या दिवाणानें सर जॉन शोअरकडे शिकस्तीची खटपट केली; परंतु या बाबतींत आपण बिलकूल पडणार नाहीं असें त्यानें रेसिडेंटामार्फत निक्षून निजामास कळविलें. मात्र 'तुम्हीं तडजोडीनें लढा मिटवावा, युद्धाची पाळी आणूं नका, गोडी व्हावी, अशी आमची मनापासून इच्छा असल्यामुळें, तुम्ही आपले वकील पुण्यास बोलणें करण्याकरितां पाठवा, त्या कामीं मॅलेट तुम्हास साह्य करील,' असें आश्वासन निजामास कर्कपॅट्रिकनें दिल्यावरून त्यानें ता. १-७-१७९४ रोजीं मीर आलम यास हैदराबादेहून पुण्यास रवाना केलें. त्याजबरोबर निजामानें पेशव्यास पत्र लिहिलें. त्यांत असें वाक्य होतें कीं, 'तुमच्याशीं वाटाघाट करून प्रस्तुतचा वाद तडजोडीनें मिटविण्याचा संपूर्ण अधिकार आम्हीं आमचे वतीनें मीर आलम यास दिला आहे.'

पुण्यास वकील पाठविण्याच्या पूर्वींच पेशव्यांकडून आलेल्या हिशेबाची वाटाघाट निजामाच्या अधिकाऱ्यांनीं भरपूर केली होती. भोसल्यांचे वकील बाबूराव वैद्य व

भवानी काळो हे ता. २४-८-१७९३ रोजीं हैदराबादेस गेले होते. हिशेबाच्या कामीं राजा चंदुलाल पराकाष्ठा करून निजामाची बाजू सांवरीत होता. चंदुलालाच्या या हुशारीमुळेंच पुढें तीस चाळीस वर्षें निजामशाहीच्या कारभारांत या हिंदु हिशेबनिसांस प्रमुखत्व प्राप्त झालें. खंड १०. ३७१-७२ च्या कागदांत हिशेबाच्या या भानगडी नमूद आहेत. 'मीर आलमचे रवानगीचे समयीं मुशीरुन्मुल्क यांनीं उभयतां गोविंदरावांस बोलावून, त्यांजकडून हरिपंत तात्यांस शिफारशीचीं व समजुतीचीं पत्रें देवविलीं.' पण मीर आलम पुण्यास पोंचण्यापूर्वींच हरिपंत निवर्तला होता. मीर आलमबरोबर रघूत्तमराव हैबतराव, रावराजेंद्र, व राजे रायरायां रेवलीराव धोंडाजी पुण्यास आले होते.

निजाम-पेशव्यांचा तंटा विकोपास जाण्याचें मुख्य कारण म्हणजे नाना व अजीमुद्दौला या दोघांचा व्यक्तिद्वेष होय. तो द्वेष नसता तर प्रत्यक्ष वादाचे सर्व मुद्दे तडजोडीनें मिटण्याजोगे होते. मुख्य मागणी चौथाईच्या रकमेची संपूर्ण फेड करावी अशी होती. ही मागणी पूर्ण करण्यास लढाईचीच जरूरी नव्हती. परंतु दिवाणास कारभारावरून काढून त्याच्या जागीं आपल्यास अनुकूल असा गृहस्थ आणावा आणि त्या योगें एकंदर राजकारणांत पुण्याचें प्रमुखपण चालावें, असाच नानाचा प्रयत्न असल्यामुळें प्रकरण विकोपास गेलें. मीर आलम पुण्यास वाटाघाटीसाठीं गेला, त्यास दिवाणानें मुद्दाम सांगितलें कीं, 'नानाचें व माझें सख्य करून देण्याच्या भरीस तुम्ही पडूं नये. मात्र तसें सख्य करण्याची नानानें सूचनाच केल्यास तुम्हीं मुद्दाम माघार घेण्याचें कारण नाहीं.' पण मीर आलमनें पुण्याहून लिहून कळविलें कीं, 'तुमच्याशीं सख्य करण्याची गोष्ट सुद्धां येथें कोणी बोलत नाहींत. ते तुम्हांस दोष देत नाहींत, किंवा तुमच्यावर आरोपही करीत नाहींत, तुमच्याशीं सख्यही जोडूं इच्छित नाहींत, किंवा शत्रुत्वही दाखवीत नाहींत. वाटाघाटींत ते दिवाणाचें नांव चुकून सुद्धां काढीत नाहींत.'

ता. २३-११-१७९४ नंतर केव्हां तरी हे वकील पुण्याहून परत गेले. त्यानंतर सुद्धां समेटाची बोली चालू असून डिसेंबरांत निजामाचा वडील मुलगा मीर पोलादअली सिकंदरजा यानें हें काम अंगावर घेतलें, पण त्याचाही उपयोग झाला नाहीं. उभय पक्षांच्या फौजा अगदीं नजीक आल्यावर फेब्रुवारींत सुद्धां समेटाची बोली सारखी चालू होती.*

* का. सं. प. या. ले. १२० यांतील राजाजी हा राजा चंदुलाल पुण्यास आला असेल काय ? बाबाराव गोविंद करमाळेकर हा निजामाचा महादजीजवळ

पूर्वी टिपूशीं इंग्रजांचें युद्ध होणार असें दिसूं लागतांच निजामानें आपण होऊन इंग्रजांस मदत देण्याची उत्कंठा दाखविली; अर्थात् आतां त्याची अशी अपेक्षा होती कीं, आपलें मराठ्यांशीं भांडण जुंपल्यास, इंग्रजांनीं आपल्या मदतीस धावून यावें. निजामाची ही अपेक्षा फोल ठरली; आणि इंग्रजांनीं सर्वथा तटस्थपणा धारण केला, हें पाहून त्यास फार दुःख झालें. मराठ्यांशीं निजामाचें युद्ध सुरू झाल्यास हिंदी राजकारणांतील समतोलपणा बिघडून, भलतीच परिस्थिति उत्पन्न होईल हें शोअर जाणून होता. पण मराठ्यांच्या विरुद्ध निजामास मदत करण्यासंबंधीं विद्यमान तहांच्या कलमांत कोणत्याही प्रकारची अनुकूलता नसल्यानें शोअरचे हात बांधले गेले. पूर्वी कॉर्नवॉलिच्या वेळीं तहाची वाटाघाट चालू होती, त्यांत प्रस्तुत प्रसंगास लागू पडणारें नवीन कलम घालण्याची कॉर्नवॉलिसची तयारी होती. त्रिवर्गापैकीं कोणत्याही दोघांचा कलह लागल्यास तिसऱ्यानें मध्यस्थी करून तो तोडावा, अशा आशयाचें कलम तहांत घालण्याबद्दल निजामाचा आग्रह होता; परंतु असें कलम पुणें दरबारानें मान्य केलें नाहीं. अर्थात् त्याबाहेर शोअरला आतां कांहीं करितां येईना. या संबंधानें शोअरनें स्वदेशीं आपल्या वरिष्ठांकडे लिहून पाठविलेला ता. २-३-१७९५ चा विस्तृत खलिता * अप्रतिम गणला जातो व तो सर्व अभ्यासकांनीं मननपूर्वक वाचावा. त्यांतील हिंदुस्थानच्या राजकीय परिस्थितीचा विचार मराठ्यांच्या संबंधानें अत्यंत स्मरणीय आहे. त्याचा मतलब असा:—

'या प्रकरणास लागू पडणारे असे निजाम-पेशव्यांमधले दोनच करारनामे विद्यमान आहेत, ते पानगल व पुणें येथचे जून व जुलई स. १७९० चे होत. हे करारनामे पेशवे, निजाम व इंग्रज या त्रिवर्गांमध्यें झालेले टिपूच्या विरुद्ध युद्ध करण्यासाठीं निर्माण झाले. टिपूनें केलेल्या बखेड्यांचें निवारण करण्यासाठीं युद्ध चालविणें, आणि तें संपल्यावर जिंकिलेल्या प्रदेशाची वांटणी करणें या संबंधाचीं कलमें त्या करारांत आहेत. पुण्याच्या करारांत १३ वें कलम आहे, त्यांत मजकूर आहे कीं, 'टिपूशीं युद्ध संपून तह झाल्यावर जर पुनरपि तो त्रिवर्गापैकीं

मथुरेस असलेला वकील स. १७९३ त समेटाचें बोलणें करण्यास पुण्यास आला होता असें खंड ७ वरून दिसतें. भा. व. श. खंड ७ पृ. ११५, १२१, १३९, १६३, १८१, १८२; का. सं. प. या. १२७, १२९, १३०. * Hasting's Frazer Appendix Q.

कोणास उपद्रव करूं लागेल, तर सर्वांनीं मिळून त्याचें पारिपत्य करावें. त्यासंबंधानें त्रिवर्गांनीं फिरून वाटाघाट करून युद्धाची योजना ठरवावी. ' या कलमावरून एक गोष्ट उघड आहे कीं, हा करारनामा केवळ टिपूच्या संबंधानें अस्तित्वांत येऊन,त्या विशिष्ट उद्देशापलीकडे त्याची व्याप्ति बिलकूल जाऊं शकत नाहीं. त्या तहाची वाटाघाट चालू असतां व टिपूशीं पुढें तह झाला त्याचीं बोलणीं चालू असतां निजाम व त्याचा दिवाण यांनीं इंग्रजांशीं कायम दोस्तीचा तह करण्याची पुष्कळ खटपट केली; टिपू व मराठे एक होऊन आपणावर चालून आले असतां इंग्रज आपणास मदत करतील कीं नाहीं असें निजामानें स्पष्ट विचारिलें असतां, लॉर्ड कॉर्नवालिसनें ता. १२-४-१७९० रोजीं खालील जबाब त्यास लिहून पाठविला. ' निजाम व त्याचा दिवाण यांनीं इंग्रजांस साह्य करण्याची किती उत्सुकता दाखविली ती मी चांगली ओळखून आहें. परंतु त्रिवर्गांपैकीं आपसांत कोणीही एक दुसऱ्यावर चढाई करील तर तिसऱ्यानें त्याचा प्रतिकार करण्यास पुढें यावें, असें नवीन कलम तहांत घालण्यास माझी हरकत नाहीं. मात्र तें पुणें दरबारानें मान्य केलें पाहिजे. ' पुढें तहाची वाटाघाट चालली असतां वरील कलम तहांत वाढविण्याचा मसुदा करून तो लॉर्ड कॉर्नवालिसनें हैदराबाद व पुणें येथील रेसिडेंटांकडे पसंतीकरितां पाठविला. तो अजीमुलुमरावानें कबूल केला, परंतु मराठ्यांनीं मान्य केला नाहीं. अर्थात् त्रिवर्गांच्या आपसांतील जामीनगिरीचें हें कलम कधींच करारनाम्यांत आलें नाहीं. अशा स्थितींत निजाम इंग्रजांच्या साह्याची अपेक्षा काय आधारावर करितात, याचा विचार करूं लागल्यास असें दिसतें कीं, टिपूनें चढाई केली असतां एकमेकांनीं त्याच्या प्रतिकारास धावून जाणें ही गोष्ट करारांत स्पष्ट आहे, म्हणून टिपू निजामाची आगळीक करून चालून येईल तर आम्ही निजामाच्या साह्यास लगोलग येऊं. तिघांचें सख्य हा तहाचा मुख्य पाया आहे; परंतु तिघांपैकीं दोघांत कलह लागल्यास तहाचें स्वरूप साफ बदलून जातें. हल्लीं निजामानें हैदराबाद सोडून बेदरास फौजेचा जमाव केला आहे. यांत त्याचाच चढाईचा उद्देश जास्त व्यक्त होतो. मराठ्यांच्या तुलनेनें निजाम प्रबल आहे कीं दुर्बल आहे, हें पाहण्याचा प्रश्नच उपस्थित होत नाहीं. खरें म्हटलें तर त्याचा राज्यकारभार अत्यंत अव्यवस्थित व हलगर्जीपणानें चालतो. त्यांत कोणी सुधारणा करूं म्हटलें तर प्रथम निजामासच ठिकाणीं बसवून त्याच्या हातचा अधिकार साफ काढून घ्यावा लागेल. असा उपक्रम आम्ही

अंगावर घेऊं लागल्यास सर्व देशभर युद्धें मात्र उपस्थित होतील. अशा युद्धांत मराठ्यांवर ताबा बसविण्यां जोगी आपली शक्ति नाहीं. उलट मराठे सर्व एक-जुटीनें आम्हांस तेव्हांच चिरडून टाकतील. प्रसंगीं आमच्या विरुद्ध टिपू सुद्धां त्यांस उत्साहानें सामील होण्याचा संभव आहे. त्या सर्वांचा पाडाव करण्यास प्रचंड फौजा व खर्च लागेल, म्हणून निजामास साह्य करण्याचें जोखीम अंगावर घेणें आम्हांस बिलकूल फायदेशीर नाहीं. त्यापेक्षां मराठ्यांनीं निजामास चिरडून टाकला तरी त्यापासून आमचें विशेष नुकसान आहे असें नाहीं. हल्लीं निजाम-मराठ्यांचा चाललेला कलह तडजोडीनें संपो किंवा युद्धानें संपो, कांहीं झालें तरी निजामाची सत्ता आतां संपुष्टांत आल्याशिवाय राहत नाहीं. हल्लींच मराठ्यांची सत्ता वाढत आहे, आणि निजामास त्यांनीं नरम केला कीं, त्यांची शक्ति अतोनात वाढेल हें मी जाणतों. प्रत्यक्ष निजामही हें ओळखून नसेल असें नाहीं. त्याचें व टिपूचें संगनमत व स्नेह होण्याचा बिलकूल संभव नाहीं, असेंच माझें मत आहे. उलट टिपू व मराठे यांचाच मिलाफ होण्याचा संभव जास्त आहे, मात्र तो विशेष आहे असें नाहीं. हल्लीं हिंदुस्थानची राजसत्ता मुख्यतः चौघांचे हातीं आहे,—मराठे, टिपू, निजाम व इंग्रज. पैकीं नागपुरकर भोसले राजे पेशव्यांस सामील होईल तर मराठे सर्वांसच भारी होतील. ते लोभी व महत्त्वाकांक्षी अस-ल्यामुळें, पैसा व सामर्थ्य पाहिजे त्या युक्तीनें वाढविण्यास ते बिलकूल कमी करणार नाहींत. त्यांची मुख्य अडचण एकच कीं, कोणत्याही कार्याकरितां दूरदूरच्या अंतरावरून त्यांच्या निरनिराळ्या फौजा वेळेवर एकत्र येऊं शकत नाहींत. त्यांच्या सत्तेचा फैलाव सर्व देशभर असल्यामुळें, नडीच्या प्रसंगीं सर्वांनीं एक ठिकाणीं जम-ण्यास अतिशय विलंब व प्रचंड खर्च लागतो. शिवाय त्यांच्यांत अंतस्थ वैमनस्यें फार. त्यामुळें सर्वांवरच समान संकट आल्याशिवाय त्यांचें संगनमत होऊं शकत नाहीं. शिवाय आजच्या स्थितींत मराठ्यांची सर्व शक्ति एकवटून ती आम्हां इंग्रजां-वर चालून येण्याचा संभव नाहीं. जोंपर्यंत सर्व हिंदुस्थानभर अनेक राज्यें व प्रदेश मोकळे पडलेले त्यांस उपलब्ध आहेत, तोंपर्यंत आमच्या वाटेस जाण्याचें त्यांस कारण नाहीं. शिवाय शस्त्रांच्या जोरावर दुसऱ्यांचे प्रदेश हस्तगत करण्याची आमची बिलकूल इच्छा नाहीं, हें आतां येथें सर्वांस जाहीर झालें आहे. त्यामुळें आमची धास्ती कोणासच वाटत नाहीं. एक गोष्ट आम्ही सदैव लक्षांत ठेविली पाहिजे. आम्ही कितीही चांगले झालों, तरी येथें आपण परकी आहों ही भावना कायम राहणार, आणि परकी सत्ता म्हटली कीं, ती येथील लोकांस प्रिय होणें

शक्य नाहीं. सारांश, हिंदुस्थानांत सर्व सत्ताधीशांचा समतोल भाव कायम राखणें असेल तर, त्यासाठीं निजामाचा आपणास विलकूल उपयोग नाहीं. टिपूची तर आपणास नेहमींच भीति राहणार, आणि त्यासाठीं मराठ्यांशीं आपला स्नेह कायम ठेवणें, त्यास कोणत्याही कारणानें बाध येऊं न देणें, हेंच आपलें आजच्या परिस्थितींत पहिलें कर्तव्य होय. मराठ्यांशीं आपला स्नेह असेल तर दुसऱ्या कोणत्याही शत्रूंची धास्ती बाळगण्याचें आम्हांस कारण नाहीं. "

४. **झुंजासाठीं फौजांचें कूच**,(जानेवारी १७९५).—नोव्हेंबरांत निजामाची फौज बेदराहून पुढें निघाल्याची वातमी ऐकून डिसेंबरांत पेशवे डेरेदाखल झाले. पुण्याच्या बंदोबस्तास माधवराव रामचंद्र कानडे यास ठेविलें. मागें बाजीराव वगैरे त्रिवर्ग बंधू गडबड करतील म्हणून त्यांस नोव्हेंबरांत आनंदवल्लीहून जुन्नरास आणून त्यांजवरील देखरेखीची ताकीद गोविंदपंत गोडबोले यास सक्त दिली. नोव्हेंबरांत मोरोबादादाचा मुलगा स्वगृहांतून निघून रविवारपेठेंत गेल्याची वार्ता ऐकून कारभाऱ्यांची मोठी धांदल उडाली. त्यास राघोपंत गोडबोले यानें पकडून आणून फडक्यांच्या वाड्यांत बंदोबस्तानें ठेविलें.

पुण्याहून बेदर पूर्वेस सुमारें तीनशें मैल असून दरम्यान जवळ जवळ मध्यावरच खड्यांचें ठाणें आहे. निजामाच्या फौजा मराठी मुलखावर चाल करण्यासाठीं अहंमदनगराच्या रोखानें निघालेल्या ऐकून, त्यांच्या हालचालींची बातमी ठेवीत पेशव्यांच्या फौजाही पुण्याहून थेट पूर्वेस भीमेवरून घोडनदीवर मांडवगणास आल्यावर, तेथून हल्लींच्या नगर जिल्ह्यांतून श्रीगोंद्याच्या मार्गानें पूर्वेस कर्जत तालुक्यांत सीना नदीवर मिरजगांव येथें आल्या. हल्लीं पुण्याहून खड्यास जाणाऱ्या मोटारी जवळ जवळ याच मार्गानें प्रवास करतात. उभय पक्षांच्या हालचालींचा तक्ता का. सं. प. या. ५४ या लेखांत तपशीलवार दिलेला अभ्यसनीय आहे. मिरजगांव, घोडेगांव, फक्राबाद, धानोरें, खडकत, रत्नापुर हे गांव खड्यांच्या आजूबाजूस असून त्यांत निरनिराळे मराठे सरदार उतरले. धानोरें गांवांत हुताशनी ५ मार्च रोजीं झाली. नवाबाचा मुक्काम आरंभीं मोहरीघांट व विंचरणा नदी यांजवर होता. तो पुढें खड्यांच्या पश्चिमेस दोन कोशांवर खर नदीच्या कांठीं झाला. तेव्हांपासून थोड्याबहुत चकमकी व मुकाबला सुरू झाला. वरील लेखांत कोण सरदार केव्हां व कोठें येऊन पेशव्यांस मिळाले, त्याची व पुढील लढाईची हकीकत विस्तृत दिलेली आहे. भा. व. २ अ. दि. ले. १३,१४,१८ यांत

काय काय प्रकार घडले त्यांचें वर्णन आहे. एकमेकांचे बातमीदार उभय फौजांत असून रोजच्या रोज सर्व हालचालींच्या बातम्या उभय पक्षांत कळत होत्या. त्यांत बातमीदारांनीं शत्रूकडील तुच्छता वर्णन करून आपली प्रौढी दाखविण्यास-ही कमी केलें नाहीं. उदाहरणार्थ, 'कोरेगांवावर पेशव्यांचा मुक्काम असतां मोगलांनीं चोर बातमी पाठविली कीं, पांढरपेशे मुत्सद्दी ब्राह्मण यांचीं धोतरें वाळत घालण्याच्या दांड्या स्वारीबरोबर पंधरा हजार होत्या.' उलट पक्षीं मोगलांच्या फौजेंतील वर्तमान मराठ्यांकडे आलें तें असें, कीं 'नबाबाचा जनानखाना, दीडशें बायका, खेरीज नाटकशाळा ऐशीं, व त्यांच्या अंबाऱ्या ऐशीं होत्या. दर अंबारींत बायका दोन. याप्रमाणें लढाऊ बायकांचें पलटण सजविलेलें होतें.'* या दोन उदाहरणांवरून उभयपक्षांकडील मनोभावना चांगली व्यक्त होते. मराठ्यांकडे भोजनभाऊ ब्राह्मणांचा भरणा, तर मोगलांकडे जनानखान्याचा बडेजाव अशी ही दीड महिन्याच्या मोहिमेची तयारी होती.

निजामाकडे नाचतमाशांची सिद्धता होती. फौजा एकमेकांच्या जवळ येऊं लागल्या, तेव्हां एकमेकांवर टेहळणी सुरू झाली. मराठ्यांचा बाबा फडके मोगलांची लष्करी रचना पाहण्यास गेला असतां, याजवर एकाएकीं शत्रूचा हल्ला येऊन फडक्यास जीव घेऊन पळून यावें लागलें. हा बनाव मुशीरुन्मुल्क यास कळतांच त्यानें रात्रौ गोविंदराव काळ्यास बोलावून त्याचे समक्ष निजामापुढें भांडांचा× तमाशा करविला. त्यांत नानाफडणीस, दौलतराव सिंदे व परशुरामभाऊ अशीं नांवें घेऊन सोंगें आणिलीं आणि मराठ्यांची खूप टर उडविली. गोविंदराव काळे तमाशांतून उठून गेला, आणि त्यानें ती हकीकत नानास लिहून कळविली. इतका अप्रयोजक दिमाख निजामाच्या बाजूस दिसून येत होता.

लष्करी हालचालींची मुख्य जबाबदारी कोणास सांगावी हा प्रश्न नानानें बरेच दिवस गुलदस्तांत ठेविलेला दिसतो. निदान पेशवे पुण्याहून निघण्यापूर्वीं परशुरामभाऊची नेमणूक झालेली नव्हती हें स्पष्ट दिसतें. प्रथम परशुरामभाऊ, नंतर दौलतराव सिंदे, जीवबा बक्षी व पेरोनचे कंपू, त्यापुढें होळकर व सर्वांमागून भोसले अशी मंडळी रस्त्यांत पेशव्याजवळ येऊन जमत गेली. सिंदे प्रमुख सरदार, परंतु

---

* या स्त्रीसैन्याची हकीकत ऐ. टि. ३१ यांत आहे. × भांड म्हणजे स्त्रियांचे आविर्भाव करणारे पुरुषनर्तक.

अल्पवयी. त्याचे हाताखालीं जीवबा बक्षी लढवय्या खरा, पण सर्वांवर हुकमत चालविण्याजोगी त्याची गणना मराठमंडळांत नव्हती. पेरीन परकी होता. तुकोजी होळकर वार्धक्यानें व प्रकृतीनें जर्जर होऊन चलाखीनें काम चालविण्यास सर्वथा असमर्थ होता. शिवाय विपरीत प्रसंग आल्यास फौजेचा अधिकारी आपल्या तंत्रानें वागून, पेशव्यास सांभाळणारा, असाच नानास पाहिजे होता. म्हणून रत्नापुरच्या मुक्कामीं नानानें थोरला डेरा 'दळबादल' नांवाचा पांच हजार मनुष्यें बसतील असा होता तो उभारून, त्यांत तिसरे प्रहरीं मोठा दरबार भरविला. त्या दरबारांत निजामाकडील तमाशाची हकीकत नानानें सर्वांस वाचून दाखविली, आणि पेशव्याची ही पहिली स्वारी यशस्वी करून दाखविण्याबद्दल त्यांच्या मनांत उत्तम अभिनिवेश उत्पन्न केला. परशुरामभाऊ बाजूस बसले होते त्यांस बोलावून सांगितलें कीं, ' स्वारीचें ओझें तुमचे शिरावर आहे. तुम्हींच सार्‍यांत पोक्त. तुम्हीं डोई दिल्याशिवाय पल्ला येणार नाहीं. ' भाऊंनीं विनंति केली कीं, सिंदे, होळकर, भोसले मोठमोठे आहेत, त्यांचे पाठीमागें आम्ही आहोंच. मग नाना बोलले, प्रत्येकाची जबाबदारी वांटलेली पाहिजे. तुम्ही व बाबा फडके पेशव्यांचे तर्फेनें वागून इतरांनीं आपापले अधिकारी तुमचे हाताखालीं द्यावे. त्याप्रमाणें दौलतरावानें जीवबादादा व लखोबा नाना, भोसल्यांनीं विठ्ठलपंत सुभेदार, होळकरांनीं काशीराव व बापूराव होळकर असे इसम नेमून दिले. 'सर्व लढाईची मसलत करणें भाऊसाहेबांकडे जाहलें, ' असें विंचरणा नदीवरचें ता. ६-३-१७९५ चें पत्र आहे. त्यावरून निश्चित होतें कीं, वरील तारखेपर्यंत नानानें परशुरामभाऊस मुख्य नेमण्याचा निश्चय जाहीर केला नव्हता. परशुरामभाऊ अनुभवी असला तरी दुय्यम प्रतीचा ब्राह्मण सरदार; सबब हलके हलके सर्वांचा विचार घेऊन मग हा निश्चय झाला असावा. मात्र एकंदर लढणेंच इतकें अल्प झालें कीं, खर्‍या सेनापतीचे गुण दाखविण्यास या संग्रामांत त्यास अवकाशच मिळाला नाहीं. दुर्दैवानें आरंभीं मात्र त्याजवरच थोडासा घसारा झाला.

५. खड्यावरील रंगपंचमीचा संग्राम(११-३-१७९५).–'श्रीमंतांचा मुक्काम सीनेच्या पाण्यावर जाला. पुढें सड्या फौजा पटवर्धन, सिंदे, होळकर, भोसले मिळोन घोडेगांव येथें उतरले होते. नबाब खर्डें मागें घालून बालेघांट येथें दोन कोस अलीकडे खर नदीचे पाण्यावर मौजे तलसंगी येथें मुक्काम करून होता. इकडील फौजा पुढें जाऊन दोन तीन दिवस टेहेळण्या करून तोफांची

गोळागोळी होऊन माघारें, घोडेगांवावर आठ दिवस होते. फाल्गुन व० ५ बुधवारीं ११ मार्च रोजीं नबाब कूच करून सड्या फौजा तोंडावर ठेवून अग्राडीची पिछाडी करीत होता, इतक्यांत इकडील सरदार तयार होऊन गेले. सिंदे भाऊंच्या डाव्या बाजूस, भोसले उजव्या बाजूस, मिरजकर विठ्ठलपंत मध्यें, याप्रमाणें सकाळीं प्रहर दिवसास जाऊन उभे राहिले. मध्यें अंतर तोफेच्या गोळीचें राहिलें. भाऊ फौजेच्या अघाडीस उभे राहून तोफा लागू करावयास जागा पाहत होते, इतक्यांत शत्रूंनीं त्यांजवर निकड करून गांठ घातली. विठ्ठलराव[1] बाबा ठार जाले. व भाऊंचे कपाळावर एक वार लागला. तेव्हां विठ्ठलरावांची फौज धीर न धरितां निशाण सुद्धां दोन बाणांचे अंतरानें माघारी आली. इतक्यांत सिंद्यांनीं तोफांची मारगिरी सुरू केली. त्याबरोबर आम्हांवर शत्रूची फौज आली होती ती झाडून सिंदे यांचे फौजेवर गेली. होळकरही उठले. सिंद्यांचा व मोगलांचा हातास हात भिडलासें पाहून, हुजरात व पटवर्धन यांनीं त्यांजवर चालून घेतलें. तेव्हां एक प्रहरपर्यंत लढाई चांगली जाली. सकाळच्या दहा घटकांपासून अस्तमान पर्यंत लढाई जाली. सायंकाळचे सहा घटका दिवसास त्यांचा मोड होऊन त्यांनीं पळ काढिला. खडर्यांचा किल्ला गांठला. आम्ही पाठीमागें लागलों, त्यांचे मागें कोसाचे अंतरानें उतरलों. पूर्वेस घांटाचे बाजूस आमचे पेंढार उतरले. शत्रूस निघून जावयास मार्ग नाहीं. पाणी नाहीं. हैराण गत जाली. पेंढाऱ्यांनीं गुरें व लूट बहुत आणिली. सिंद्यांकडे दहा पांच तोफाही आणिल्या. आमची झाडून फौज त्यास घेरून आहे. ता. १३ मार्च शुक्रवारीं प्रातःकाळीं भाऊंकडे नबाबाचा हरकारा निरोप घेऊन आला. 'आम्ही बोलणें बोलतों, तोफा बंद कराव्या. नबाब खडर्यांचे किल्ल्यांत आहे.' (इ. १९२). रणसंग्राम मुख्यतः घोडेगांव, पिंपळगांव, वेधगांव यांच्या दरम्यान खर नदीच्या कांठानें खडर्यांच्या पश्चिमेस अर्धकोस पावेतों झाला. (रुमाल २).

प्रत्यक्ष लढाईची हकीकत नानानें बाबूराव आपट्यास लिहून पाठविलेली थोडक्यांत सुसंगत आहे, ती अशीः ' नबाबाचें प्रकरण जसें मिटेल तसें मिटवावें, इकडील संकटकाळीं ते अनुकूल जाहले, हेंही मनांत. परंतु अलीकडे त्यांचे कारभारी मैनुद्दौला जाले, त्यांनीं अगदींच वाट सोडून, सरकारनाशाचीं राजकारणें वहुतच केलीं कीं, श्रीमंतांची दौलत घ्यावी, पुण्यांत झेंडे नबाबाचे लावावे, दगे

१ भास्कर हरीचा नातू विठ्ठल धोंडदेव पटवर्धन.

करून मारेकरीही पाठविले, ते दस्तैवज सांपडले. नर्मदापार करावें, हें भर कचेरींत बोलूं लागले. दौलांनीं नबाबाचे बुद्धीस भ्रंश फार केला, तथापि आम्ही गम खात गेलों. पुढें भारी जमीयत, पन्नास हजार फौज, पन्नास हजार गलद चांगली करून श्रीमंतांवर चालून यावयाचा इरादा केला. आम्हीं बहुत प्रकारें लिहिलें व सांगून पाठविलें. त्यांचे मातबर वकील आले त्यांशीं बोलण्यांत आणिलें कीं, स्नेहांत विषाद येऊं नये. परंतु उपाय नाहीं. तेव्हां मसलत करणें प्राप्त. त्यांत टिपू काय करील हाही संशय जाणोन, सिंद्यांकडून एक कंपू व पंधरा हजार फौज आणविली. भोसल्यांचाही सरंजाम वीस हजारपावेतों, व सरकारची फौज चाळीस हजार व वीस हजार गाडदी व शिवाय होळकर वगैरे, असा सरंजाम एकत्र करूं लागलों. तों नबाबही जमियत सुद्धां बेदराहून दरमजल पुढें येऊं लागले. इकडून पुढें होणें प्राप्त होऊन श्रीमंतांची स्वारी सीना नदीवर आली. पुढें आघाडीस सिंद्यांचे सरदार कंपू सुद्धां व सरकारची फौज गाडद सुद्धां परशुरामभाऊ व बाबा फडके यांजबरोबर देऊन, व भोसले-होळकरांकडील फौज इतके सहा कोसांवर घोडेगांवावर पुढें करून, श्रीमंत मागें वीस हजार फौजेनिशीं राहिले. तों नबाब मोहरीचा घांट उतरून खालीं खर नदीवर मुक्कामास आले. पहिले दिवशीं सरकारची सडी फौज तलाव्यास म्ह० टेहळणीस गेली, त्यांजवर मोगलांनीं पुढें येऊन गोळे मारले. तेव्हां हे मागें सरले, इतक्याची खुशी मानून १९ साबांनीं म्ह० ११ मार्च फाल्गुन व० ५ स करमाळ्यावरून पुण्याचा रोख धरून त्यांनीं परांड्याचे रोखें कूच केलें. तों पुढील सरकारचे सरदारांनीं तिसरे प्रहरीं गांठ घातली. त्यांत भाऊंस उजवे डोळ्यावर थोडीशी तलवारीची जखम लागली, व पुतणे विठ्ठलराव ठार जाले. त्याबरोबर ते पुढें वाढून आले, तों सिंदे, भोसले व सरकारची फौज वगैरेंनीं चालून घेतलें. तलवार भाला बर्ची चालली. त्यांची तोफांची मारगिरी होऊं लागलीशी पाहून सिंद्यांच्या कंपूनें त्यांजवर तोफांचा मारा भारी केला. तेणेंकरून त्यांचा मोड जाला. पुढें रात्र झाली, तरी आपला मार भारी होऊं लागला, तेव्हां नबाबांनीं दोनदां सांगून पाठविलें कीं, आतां मार पुरे करावा. त्यावरून अवशीचे बारा घटका रात्रीस मार बंद करविला. तों आपले पेंढारी हिंदुस्थानांतून दहा बारा हजार आणविले होते ते त्यांचे फौजेंत शिरले. त्या योगें नबाबांस फौज आली असें वाटोन निघोन खड्यांचें ठाणें जवळ दोन कोस होतें तेथें गेले. त्या समयीं त्यांचा नाश फार जाला. बुणगे लुटले गेले. कांहीं तोफ

पाडाव आल्या. दारूगोळा ,आणिला. त्यांचे कित्येक सरदार लालखान व वजीर-खान पठाण व असगलखान वगैरे ठार जाले. तोफांच्या मारानें बारा पंधराशें मुर्दा पडला. दुसरे दिवशीं १२ मार्च रोजीं तोफा तोफांची लढाई लागली, ती संध्याकाळचा सहा घटका दिवसपर्यंत चालली. तेव्हां बोलणें लाविलें, मार बंद करावा व तह व्हावा. त्यावरून मार बंद करविला. तहाचे बोलण्यांत मुख्य मैनुद्दौलानें एवढा नाश केला, तो तुमचेजवळ नसावा, तरच तह घडेल. या गोष्टीस अनमान करूं लागले. शेवटीं मैनुद्दौलास जाच न सोसे, तेव्हां इकडे राजकारण लाविलें कीं, ज्या गोष्टी जाहल्या त्या चूक, याउपर मीच आपलेजवळ शरण येतों. चित्तास येईल तें करावें. तेव्हां करार करून घेतला कीं, ज्यांत आम्हांस संदेह तें करूं नये. त्याप्रमाणें कबूल करून त्याची भेट होऊन बंदोबस्तांत ठेविलें. इतकें करावयाचें कारण, लढाईचे दुसरे दिवशीं नबाब अगदीं बुडवावा असेंच जालें होतें. सर्व सरदारांचेंही मानस होतें; व आचरणें ही तशींच त्यांजकडून जालीं. परंतु पूर्वीच्या समयास नबाब उपयोगास आले, याकरितां रक्षण केलें. पुढें तहाचें बोलणें सरकारचे अंमल वीस वर्षांचे मिळून तीन करोड रुपये कमकसर बाजवी येणें व मसलतीस खर्च बसले दोन करोड मिळोन पांच कोट रक्कम तीन वर्षांत द्यावी; तीस लक्षांचा मुलूख व दौलताबादचा किल्ला सरकारांत द्यावा; भोसल्यांचे महाल दाबले व ऐवज देणें त्याचा फडशा करावा; याप्रमाणें ठरावांत आलें. आठ दिवसांत कागदपत्र होतील. जिवाजी बल्लाळ, भोसले, होळकर, हुजरात यांनीं लढाई चांगली केली. सारांश, ईश्वरी कृपा व श्री छत्रपति महाराजांचा आशीर्वाद येणेंकरून गोष्ट घडली.' ता. १४ एप्रिल स. १७९५. अशाच मतलबाचें पत्र छत्रपतींसही लिहिलेलें आहे (भा. व. १ प. या. ८. १०,११). खडर्यांच्या यशाबद्दल बाबूराव आपटयास कृतकृत्यता वाटून त्यानें सातार्‍याहून नानास लिहिलेलें पत्र भजकवृत्तीस साजेसेंच आहे. 'स्वामींचे मनसब्याची शर्थ जाली, चक्रव्यूहाची रचना करून लढाई घेतली. स्वामींचे कृतीस महान् यश आलें. तेणेंकरून जो आनंद जाला, तो पत्रीं लिहवत नाहीं. श्रीमंतांचें यश तों निश्चयात्मकच; परंतु आपले शरीरप्रकृतीची व श्रीमंतांचें सूक्ष्मतनु व दिवस उन्हाळ्याचे, याकरितां चिंता आहे.' यावर नानानें लिहिलें, 'श्रीमंतांची शरीरप्रकृति नाजूक खरी, परंतु ईश्वरी कृपेनें खाशांचे प्रकृतीस श्रम पडावे येथपावेतों आलेंच नाहीं. उष्ण काळ आहे, त्याचे उपचार होतात, व दौलत आहे तेथें सोसावेंहीं लागतें. चिंता करूं नये.'

'दोन चार दिवस लढाई दररोज सकाळच्या प्रहर दिवसापासून सायंकाळपर्यंत मातबर जाली, 'असें विधान खरें ३६१७ त आहे. तात्पर्य तोफांमुळें शत्रूची लगोलग दाणादाण उडाली. सिंद्यांच्या कंपू पुढें कोणाचाच निभाव लागेना. पूर्वी गनिमी काव्याच्या लढाया महिना पंधरा दिवस चालत, तसा प्रकार खर्ड्यावर झाला नाहीं, यामुळें त्या संग्रामांत विशेष लढणेंच झालें नाहीं असा समज उत्पन्न झाला. पुन: दुसरे दिवशीं लढण्याचा रेमंडचा विचार मोठा होता, पण निजामानें त्यास निकडीचे निरोप पाठवून आपले जवळ बोलावून घेतलें. *

खर्ड्याच्या मोहिमेची हेस्टिंग्स फ्रेजरनें दिलेली हकीकत तिऱ्हाईत दृष्टीची व बिनचूक दिसते. फौजांचे आंकडे, तयारी वगैरे संबंधानें त्याच्या लेखांचा तात्पर्यार्थ असा:—

मराठे—घोडेस्वार ८४ ह०, पायदळ ३८ ह०, तोफा १९२.

निजाम— ,, ४५ ह०, ,, ४४ ह०,' ,, १०८.

सिंद्यांचा पेरॉन व निजामाचा रेमंड हे उभय पक्षांचे युरोपियन सेनापति असून, प्रथम तोफांनीं लढणें झाल्यावर पुढें गनिमी काव्यानें मराठ्यांनीं निजामास कोंडून त्याचें अन्नपाणी तोडून त्यास अत्यंत हैराण केलें. 'शेवटचा निर्गम खर्ड्याजवळ झाला, तरी निजामाचा पहिला बेत बीड व औरंगाबाद यांच्या दरम्यान गोदावरीच्या आश्रयानें लढाई घ्यावी, असा होता. ता. १४-२-१७९५ रोजीं निजामानें पैजारीस येऊन मुक्काम केला, आणि जवळच मोहरी ऊ. मूरीघांट येथें रेमंड आघाडी सांभाळून राहिला. मराठी फौजा निजामावर टेहळणी ठेवीत कूच करीत होत्या. जरूरीप्रमाणें पाहिजे त्या बाजूस चाल करण्याची त्यांची तयारी होती. तडजोडीनें प्रकरण मिटविण्याचे प्रयत्न शेवटच्या क्षणापर्यंत चालले होते. मुशीरुन्मुल्कास बाजूस ठेवून बोलणें करा, कीं लगेच तंटा मिटेल असें नाना अखेर पावेतों सुचवीत होता. ता. ४ मार्च रोजीं निजामाची फौज मूरीघांट सोडून एकाएकीं खर नदीच्या अलीकडे आली. तेव्हां जवळच दहा मैलांवर सिंद्याची फौज त्याच नदीकडे येत होती तें पाहून, परिंडा किल्ल्याच्या आश्रयास जाण्याचा निजामानें बेत केला, तो मराठ्यांनीं सिद्धीस जाऊं दिला नाहीं. ता. ११ मार्च रोजींच काय ती मुख्य लढाई झाली; त्यांतही केवळ घाबरेपणामुळें निजामास लगोलग अपयश आलेंसें वाटलें. मराठ्यांचा सडकून समाचार घ्यावा, अशी रेमंडची इच्छा होती, पण ती निजामानें सिद्धीस जाऊं दिली नाहीं.

---

* Malleson's Final French Struggles.

६. तहाची वाटाघाट, खर्ड्यांची बातमीपत्रें, मार्च १७९५.—'प्रथम निजामानें गोविंद कृष्णास खर्ड्यांच्या गढींत जवळ बोलावून सांगितलें कीं, आणखी दोन महिन्यांनीं आम्ही अजीमुल्उमरा यास दिवाणगिरीवरून दूर करितों. ही गोष्ट गोविंदरावानें मान्य केली नाहीं. त्यानंतर पुनः गोविंदरावास भेटीस बोलावून निजामानें कळविलें कीं, दोन महिन्यांचा अवधि पुरेसा नाहीं. निदान सहा महिने तरी पाहिजेत. कारण सर्व हिशेब त्यांनाच माहीत असल्यामुळें, पंधरा सोळा वर्षांचे हिशेब तपासून पुरे करण्यास सहा महिने सहज पाहिजेत. त्यावरून गोविंदरावानें जरा चिडून कळविलें, 'आपण मालक आहां, काय पाहिजे तें ठरवा.' असें म्हणून तंबूंत परत जाऊन गोविंदरावानें मोगल छावणींतून निघून जाण्याची सिद्धता केली. ती गोष्ट निजामानें ऐकून गोविंदरावाकडे घासीमियास पाठवून पुनः त्यास जवळ बोलावून घेतलें, आणि निजाम बोलले, 'तुम्हांस सहा महिने कबूल नसतील तर प्रथम कळविल्याप्रमाणें दोन महिन्यांत आम्ही हिशेब उरकतों.' कोणीकडून पेशव्यांची भेट होईपर्यंत वेळ काढावा, आणि भेट झाल्यावर आपणच रदबदल करून दिवाणाची व नानाची गोडी करून द्यावी, असा निजामाचा डाव होता. हा डाव ओळखून गोविंदराव बोलला, 'मी उभय (?) राज्यांचा सेवक आहें. आपण सांगाल तें मी आमचे खावंदांस कळवीन; आणि ते सांगतील तें आपणास येऊन निवेदन करीन; परंतु दिवाणास दूर करण्याचा मुद्दा ठरल्याशिवाय पेशवे आपली भेट घेणार नाहींत, हें मी आपणांस नम्रपणें सुचवितों. मागाहून आपण मला दोष देऊं नये.' असें म्हणून गोविंदराव बाहेर दरवाजापर्यंत गेल्यावर तेथें तिघे राजसरदार त्याची वाट पाहत होते ते भेटले. त्यांस गोविंदरावानें कळविलें, 'निजामांचा निरोप जाऊन पेशव्यांस कळवितों. त्यांनीं मान्य केलें तर ठीक आहे. न मान्य केलें तर मी फिरून आतां या बाबतीची वाटाघाट करण्यास परत येणार नाहीं.' हें ऐकून दिवाणानें आपले यजमानास पत्र लिहिलें कीं, पेशव्यांची मागणी कबूल करण्यास बिलकूल संकोच करूं नका. कारण यामुळें राज्यांत घोटाळा उत्पन्न होईल आणि पुढें तह बनण्यास अधिक अडचणी येतील. त्यावरून निजामानें दिवाणास आपल्या भेटीस जनानखान्यांत बोलाविलें. भेट होतांच दिवाणानें कळविलें, 'मला औशाचे किल्ल्यांत अडकवून ठेवा आणि तुम्ही आपला बोज राखा.' त्यावर निजाम बोलले, 'तुम्ही निश्चिंत असा. तुमच्या संबंधानें माझ्या मनांत अनेक विचार आहेत, त्यांतून

अल्ला काय घडवील तें खरें. ' दिवाणानें पूर्वी निजामाचे बंदोबस्तास आपल्या भरंवशाचे पाहरेकरी नेमून दिले होते, ते या वेळीं निजामानें काढून दिले, तें पाहून त्यांचे जिवास कांहीं दगा होईल अशी दिवाणास भीति वाटून, त्यानें आसदअली व रोशनखान या आपल्या भरंवशाच्या गृहस्थांस गुप्त रीतीनें निजामावर खास नजर ठेवण्यास बजाविलें.

'काल गोविंद कृष्णानें काशीपंतास कळविलें कीं, ' निजामांस सांगा अजीमुल-उमरावाचा निकाल ठरल्याशिवाय पेशवे आपली भेट घेऊं इच्छित नाहींत. आमची इच्छा लढाईची नाहीं, आपली असेल तर खुशाल या, आम्ही तयार आहों. ' काशीपंतानें हा निरोप निजामास कळविल्यावर निजामानें त्याजवळ गोविंद कृष्णास देण्याकरितां पत्र लिहून दिलें आणि सांगितलें, ' या पत्राचा जबाब समाधानकारक न आल्यास आम्ही पुनरपि लढाईस उभे राहतों. त्यांची इच्छा नसली तरी आम्ही लढणार. '*

नंतर शरीफुलउमरा यास निजामानें भेटीस बोलाविलें आणि त्याच्याशीं जनानखान्यांत एकांत केला. निजामानें त्यास विचारलें, ' होऊं नये तें झालें, आतां काय करावें! तुमचें पेशव्यांचे दरबारांत वजन आहे, तर कसेंही करून अमीरुल-उमरावास दिवाणगिरीवरून काढल्याशिवाय तुम्ही सलूख घडवून आणा.' त्याप्रमाणें प्रयत्न करण्याचें वचन देऊन शरीफ आपले मुक्कामावर गेला. त्यानें लगेच परशुरामभाऊ, तुकोजी होळकर, दौलतराव सिंदे व बाबा फडके या चौघांस पत्रें लिहिलीं आणि तीं काशीपंताबरोबर पाठविलीं. त्यांचे जबाब अद्यापपावेतों आले नाहींत. पेशव्यांचा निश्चय आहे कीं, अजीमुलउमराव दिवाणगिरीवरून निघाल्यावांचून फौजा मागें न्यावयाच्या नाहींत.'

पुढें तह ठरला त्यांत साडेचौतीस लाखांचा मुलूख व ३ कोटी, दहा लक्ष रोख पेशव्यांस देण्याचा निजामानें करार लिहून दिला.

भा. व. पत्रें यादी ले. ८ चा उल्लेख मागें केला आहे, त्यांत तहाच्या मागण्या दाखल आहेत. त्यांतील तात्पयार्थ ठिकठिकाणीं आढळतो तो असाः—

' लढाई तीन प्रहर जाली. मोगल फौजा खडर्याचे दक्षिणेस डोंगराची खिंड आहे त्या खिंडींत अस्तमानीं शिरल्या. सरकार फौजेचा चोहोंकडून गराडा पडला.

* Kashipunt, H. Frazer P. 447, app R. S & T.

पहांटे दोन घटका रात्रीस मोगल खड्र्याजवळ आणून घातला. दुसरे दिवशीं श्रीमंतांचा मुक्काम विचरणा नदीवर जाला. तेथें गोविंदराव काळे व राघोपंत गोडबोले मुशीरुन्मुल्कास घेऊन आले. (२७मार्च). नानाफडणीस चार कोस सामोरे गेले. भेटी होऊन चार घटका खलबत जालें. नंतर खुद्द श्रीमंत आघाडीच्या ढाले-पर्यंत पुढें आले. गोळीच्या टप्यांत आले तेव्हां अंबारींतून खालीं उतरून गोविंद-राव बापूंनीं त्यांचा हात धरून चालत आणिलें. त्यांनीं डोकीचा रुमाल सोडून हातावरून गुंडाळून पुढें श्रीमंतांचे अंबारीजवळ येऊन उभे राहिले. नंतर श्रीमंत अंबारींतून खालीं उतरून हातास हात लावून सलाम केला. नंतर पुनः श्रीमंत, दौले व नाना तिघे तीन अंबारींत बसून कचेरीचे डेऱ्यांत आले. दौलांचा बहुत सन्मान केला. त्यांनीं मान खालीं घातली होती. नंतर त्यांजकरितां डेरे उभे करून त्यांत नेऊन उतरविले. बजाबा शिरवळकर बंदोबस्तास ठेविले. श्रीमं-तांचा दैवयोग पुण्यपराक्रम अनिर्वचनीय, त्या योगें सहजांत गोष्टी घडतात. भृगुवार ता. १ मे १७९५ रोजीं श्रीमंतांची स्वारी सुमुहूर्तें अवशीच्या सहा घटका रात्रीस वाड्यांत दाखल जाली, त्या वेळीं शहरस्त्रियांनीं आरत्या ओंवा-ळिल्या, सोन्यारुप्याचीं फुलें उधळलीं. चिराकदान केलें होतें. सरदार, मुत्सद्दी यांनीं नजराणा केला. तोफांची सरबत्ती जाली. श्रीरामचंद्रजींनीं लंका घेऊन अयोध्येस आगमन केलें, त्या समयाप्रमाणें मोठा समारंभ जाला. मुशीरुन्मुल्कास खजिन्याचे विहिरीचे बंगल्यांत ठेविलें. त्यांस आणण्याचा एवढा अट्टाहास फलदायी जाला नाहीं. एकच वर्ष त्याचा मुक्काम पुण्यांत जाला. स. १७९५ त पेशव्याचा अंत होऊन पुढें जें परिवर्तन घडून आलें, त्यांत ता. ५.६.१७९६ रोजीं मुशीरुन्मुल्कची पुण्यांतून मुक्तता झाली.

तहाच्या कलमांत मुख्य मिळकत पांच कोटि रकमेची, त्यापैकीं लगेच वसूल ३० लाख आले व ३० लाखांचा मुलूख आला. (पटवर्धनी वाका) बाकीची रक्कम कधींच आली नाहीं. कारण सवाई माधवरावाच्या मृत्युनंतर साराच खेळ आटोपला. मात्र खालील दोन कलमें मराठी राज्याचें मुख्य ब्रीद दर्शवितात तीं हीं:—

'१ दक्षिणेंत बिलकूल गोवध न करावा. मुसलमानी राज्याचा जो धर्म, निजाम, रोजा, खुदापर्वस्ती वगैरे करावी.'

'२ हिंदु व मुसलमान दोनही धर्म ईश्वराचे घरचे, मुसलमानानें हिंदूंचे जागयास उपद्रव करावा, हें बेमुनासफ; व हिंदूनें आजतागाईत मुसलमानीचे जागे, पीर, पैगंबर यांसी दुसरी गोष्ट समजण्यांत आणिली नाहीं. तेव्हां मुसलमानानें हिंदूचे धर्मास खलश करूं नये. आपापले चालीनें धर्मावरी कायम असावें. परस्परें मुजाहीम नसावें. ' हीं कलमें हल्लीं निजामाच्या राज्यांत पाळलीं जातात काय ?

तहासारख्या बाबतींत दरबारखर्च म्हणून एक बाबत त्या वेळीं असे. खड्यांच्या प्रसंगांत पंधरा लक्ष रुपये दरबारखर्चाबद्दल निजामाकडून घेण्यांत आले, त्यांपैकीं नानांच्या वांटणीस चार लक्ष,सिंद्यास चार लक्ष, परशुरामभाऊस एक लक्ष, रामचंद्र हरि ऊर्फ बाबा फडके यास एक लक्ष,व इतरांस त्यांच्या त्यांच्या योग्यतेप्रमाणें मिळाले, अशी फोड दिलेली आहे. चांगलें काम केल्याचें हें बक्षिस होय असें समजण्यास हरकत नाहीं.*

ता. २० एप्रिलचें ' लष्करचें वर्तमान तर, सल्ला जाला. नबाब मांजरा नदीवर आहेत. सनदापत्रें तयार जालीं. साडेबत्तीस लक्षांचा मुलूख, दौलताबाद किल्ला व तीन कोट ऐवज याप्रमाणें सरकारांत आला. सिंदे यांस बीड परगणा व एक कोट ऐवजपैकीं पावले. भोसल्यांची समजूत परभारें निजामांनीं केली. श्रीमंत वैशाख शु० दशमीस पुण्यास येणार. नबाब फार खजील जाले. परांडा किल्ला नबाबाकडे राहिला. भोसले पंढरपुर, जेजुरीस जाऊन व होळकर तुळजापुरास जाऊन सडे पुण्यास येणार. दौलताबाद धोंडो महादेव यास सांगितली. बीड आबा शेलूकरांनीं केलें, जोगाईचें आंबें व परळी आनंदराव विश्वनाथ लेले यांनीं केलें. इंदुर व दुसरा एक परगणा शेजारचे शामरावबाबाचे नातवांनीं केले. शिवाय भीमेपासून तमाम मुलूख तहत् इंदूरपर्यंत व पैठण, खानदेशाचे महाल, सोईचे तितके घेऊन असाम्या विल्हेस लावल्या. जुने माहीतगार महादाजीपंत गुरुजी लष्करांत नेले होते ते स्वारीबरोबर आले. हरिपंतांचे पाठीमागें बाबा फडक्यांनीं लौकिक चांगला केला. पैक्याविशीं नानांची मर्जी कठिण आहे. '

वरील पत्रांत ' तीन कोट ऐवज आला ' म्हणून वाक्य आहे. त्याचा अर्थ हप्तेबंदीनें रक्कम घ्यावयाचा ठराव झाला असाच समजला पाहिजे. कारण या हप्तेबंदीची वाटाघाट पुढें काळ्याच्या पत्रांत वारंवार आली आहे. †

* ऐ. टि. ३.२६. † स. मा. रो. ३५३-५५; इ. १९२-१९५.

सिंदे, निजाम, टिपू वगैरे सत्ताधीशांनीं पाश्चात्य कवाइतीच्या फौजा मूळ इंग्रजांच्या भीतिस्तव तयार केल्या. सर्वांनीं एकजूट केली असती तर ते इंग्रजांस उखडण्यास समर्थ होते; परंतु नवीन मिळविलेल्या बळाचा उपयोग त्यांनीं एकमेकांचा संहार करण्यांत केला, त्यांतलाच हा खडर्यांचा संग्राम होय.

७. गोविंदराव काळ्याची शिष्टाई, निजामशाहींतील वकील.— खडर्यांची लढाई हा मराठ्यांचा शेवटचा संस्मरणीय विजय. फाल्गुन व० ५ ता. ११ मार्च सन १७९५ च्या रंगपंचमीच्या रोजीं मराठ्यांनीं निजामास जिंकून त्याचा गर्विष्ठ दिवाण मुशीरुन्मुल्क कबजांत घेतला, आणि मागील चौथाईची बाकी व युद्धखर्च मिळून पांच कोटी रुपये त्याजकडून घेण्याची कबुलात लिहून घेतली. या प्रकरणांत मुख्य काम करणारा पेशव्यांचा वकील गोविंद कृष्ण काळे बारामतीकर याची ख्याति महाराष्ट्रांत मोठी आहे, ती कागदपत्रांच्या आधारानें कितपत रास्त ठरते हें येथें पाहवयाचें आहे. लढाई आटोपल्यावर गोविंदराव निजामाबरोबर खडर्याहून हैदराबादेस गेला. तेथून तहनाम्याची पक्की प्रत निजामाच्या सहीशिक्क्यानिशीं पूर्ण करून पुण्यास पाठवावयाची आणि निजामाकडील हप्ते वसूल करावयाचे, हीं कामें करण्याचा गोविंदरावास पेशव्यांचा हुकूम होता. मुशीरुन्मुल्क पुण्यास राहिला, त्याच्या जागीं निजामानें मीर आलम यास दिवाण नेमिलें, त्याचें नांव पुढील कागदांत येईल. मीर आलम हा सर सालरजंगाचा पणजा होय. अनुषंगानें निजामाकडील मराठ्यांच्या वकिलांची परंपरा व त्यांची कर्तबगारी याचाही आढावा या कलमांत घेतला आहे.

हिंदुस्थानांतील सर्व स्वकीय व परकीय दरबारांत नानाफडणिसाचे हस्तक किंवा वकील कामगिरीवर नेमलेले होते, त्यांचीं नांवें तत्कालीन कागदांत उपलब्ध असून, त्यांच्या पत्रांवरून व त्यांनीं केलेल्या कामांवरून त्यांची लायकी ठरविण्यास उशीर लागत नाहीं. कोणताही वकील म्हटला, तरी त्याला प्रथम आपल्या राज्याचें मुख्य धोरण, नंतर ज्या दरबारांत आपणास काम करावयाचें त्याची परिस्थिति, आणि तदनुषंगानें इतर दरबारांचे व्यवहार, या तीन गोष्टी दृष्टीपुढें ठेवून आपल्या राज्याचें हित साधावयाचें असतें. इंग्रज वकील मॅलेट, क्लोझ, पामर, जेकिन्स, एल्फिन्स्टन यांची हुशारी जशी आपण ओळखतों, तशी आपल्या मराठी वकिलांची ओळखण्याची आपणांस संवय नाहीं, आणि तितकी त्यांची माहिती पण आपणांस नसते. शिवाजीचे वकील सोनोपंत डबीर, निराजी रावजी, नारायणजी

पंडित इत्यादिकांचीं नांवें थोडींशीं आपल्या कानांवरून गेलेलीं असतात. परंतु पेशव्यांच्या वेळेस मराठी राजकारण वाढत गेलें, तसतशी या वकिलांची श्रेणीही फैलावलेली आढळते. त्यांतल्या त्यांत निजामशाहीशीं पेशव्यांचा संबंध कायमचाच राहिल्यामुळें तेथील वकिलांची परंपरा अखेरपर्यंत टिकली. बाळाजी विश्वनाथाच्या वेळेस प्रथम शाहूचा प्रधान **आनंदराव सुमंत** हाच निजामाकडे बोलणें करी, पण तो पेशव्याच्या तंत्रांत वागेना, म्हणून तें काम कांहीं दिवस **पिलाजी जाधवानें** केलें, तदुत्तर स. १७४० च्या सुमारास कायगांवकर **वासुदेव दीक्षित** निजामाचे व्यवहार पाहूं लागला. पुढें निजामुलमुल्कचा व शाहू महाराजांचा अंत होतांच नानासाहेबाचें कारस्थान निजामशाहींत मुक्त हस्तानें वाढूं लागलें, त्याबरोबर **शामजी गोविंद** व **रघुनाथ गणेश** हे दोन वकील तिकडील व्यवहारांत दिसूं लागतात. (खंड १ ले. ३-२५). यांच्याच सान्निध्यांत **कृष्णराव बल्लाळ** काळे तयार होऊं लागला. त्याच वेळीं परशुराम महादेव, जिवाजी गणेश, जीवनराव केशव व कृष्णाजी त्रिंबक इत्यादि गृहस्थ सिंदखेडच्या मोहिमेंत कामावर असलेले दिसतात. यांचीं पत्रें राजवाड्यांच्या पहिल्या खंडांत आहेत. थोरल्या माधवरावाच्या वेळेस कांहीं काळ **धोंडो राम** व पुढें कृष्णाजी बल्लाळ काळे यांनीं निजामाचें राजकारण सांभाळिलें. या सर्वांत कृष्णाजी बल्लाळाची आपल्या सरकारची इभ्रत सांभाळण्याची शैली अप्रतिम होती, असें दिसून येतें. विशेषतः नारायणरावाच्या मृत्युनंतर निजामअलीस बारभाईंचे लक्षांत वागवून पुढें इंग्रजांविरुद्ध लढण्यास त्यास उमेद आणण्याचें काम कृष्णरावानें केलें. त्याचा मुलगा गोविंदराव बापाबरोबर राहून हैदराबादेचें धोरण सांभाळण्यांत तयार झाला, आणि ता. १३-९-१७८६ रोजीं कृष्णराव मरण पावतांच गोविंदरावानें बेमालूमपणें निजामाकडील वकिलातीचें काम पुढें चालविलें, तें मराठशाहीच्या अखेरी पावेतों त्यानें निभावलें. धनी वागवील तसे नोकर बनतात, हा अनुभव राजकारणांतही पाहवयास मिळतो. कृष्णरावाचें पाणी माधवरावाच्या वळणावर होतें, तर गोविंदरावाच्या ठिकाणीं नानाफडणिसी ठसा दिसतो. माधवरावाच्या तालमींतले पुरुष करारी, निःस्पृह व निर्भय, तर फडणिसी वळणाचे पुरुष लेखांत अघळपघळ, स्वतः अंगच्या जोरानें पुढें उडी न घालतां आढेवेढ्यांनीं दुसऱ्यावर शह ठेवून आपला बचाव करणारे असे दिसतात. महादाजी बल्लाळ गुरुजी, कृष्णराव काळे, रामशास्त्री प्रभुणे, गोविंद-

ाव खासगीवाले इत्यादींचा माधवरावी बाणा, गोविंदराव काळे, कृष्णाजी ारायण जोशी, देवराव हिंगणे, केसो भिकाजी इत्यादि फडणिसी वकिलांत उतर-ेला दिसत नाहीं. नानाच्या समस्त मंडळींत सदाशिव दिनकराचा दरारा व रक मात्र उच्च प्रतीचा होता. हरिपंत फडके स्वतः हुशार व निःस्पृह, पण परी अधिकाऱ्याच्या तंत्रानें वागणारा. माधवरावाच्या वेळेस त्याचा स्वभाव नला, पण पुढें नानाफडणिसाची मर्जी सांभाळण्यांत त्याच्या ठिकाणीं मृदुत्व उत्पन्न ाालें. या मंडळीचीं कृत्यें व लेख लक्षपूर्वक मनांत आणिले म्हणजे हे स्वभावभेद स्पष्ट मनांत उतरतात. अशा दृष्टीनें तूर्त गोविंदराव काळ्याच्या लेखांचा विचार कर्तव्य आहे. त्यांतच निजामलीचें स्वभावचित्रही दिसून येईल. सन १७५७ ासून १८०३ पावेतों निजामअलीची कारकीर्द ध्यानांत आणिली म्हणजे, तो एक पुरुष समग्र उत्तर पेशवाईस पुरून उरला असें दिसतें. गोविंद कृष्ण काळ्या-बरोबर गोविंद भगवंत पिंगळे हा दुसरा एक पुरुष केव्हां हैदराबादेस व केव्हां पुण्यांत राहून निजामाचीं कारस्थानें सांभाळीत होता.

गोविंदराव काळ्याचें दप्तर अत्यंत प्रचंड व नमुनेदार व्यवस्थेंत ठेविलेलें असून, त्यांतला बराचसा भाग राजवाड्यांनीं छापून काढिला. राजवाड्यांचे खंड ५, ७, २२ हे सर्वथा काळ्यांच्या दप्तराचे असून, त्यां व्यतिरिक्त इतिहाससंग्रहांत वगैरे काळ्यांचे आणखी कांहीं कागद छापलेले आहेत. दप्तर सुव्यवस्थित ठेवण्याच्या कलेंत हा काळे व नानाफडणीस यांत कोण कोणाचा गुरु हें ठरविणें जड जाईल. वरील तीन खंडांपैकीं खंड ५ मधले २४१ कागद खड्र्यांच्या प्रसंगानंतरचे जून ते ऑक्टोबर सन १७९५ चे, म्हणजे सवाई माधवरावाच्या मृत्यूपर्यंतचे आहेत. त्यांत मुख्यतः निजामाच्या वडील मुलानें बापाविरुद्ध बंडावा केला त्याची हकीकत असून, त्यांतच चालढकलीच्या दिरंगाईनें निजामअलीनें, खड्र्याच्या लढाईनंतर कबूल केलेल्या तहाचीं कलमें कशीं निष्फळ केलीं आणि पेशव्यांस कसें साफ फसविलें, हें दिसून येतें. शहाआलम बादशहा, निजामअली, रघुनाथराव पेशवा व त्याचा पुत्र बाजीराव या व्यक्तींचे निगरगट्ट स्वभाव मनांत आणिले म्हणजे या मूर्ती घडवितांना ब्रह्मदेवालाही कांहीं विशिष्ट अक्कल खर्च करावी लागली असेल, असें वाटतें. हे केव्हां काय बोलतील, काय करतील व कशा हिकमतीनें वेळ मारून नेतील, याचा अंदाज आगाऊ बिलकूल कोणास बांधतां यावयाचा नाहीं; आणि खुद्द त्यांच्याजवळ वागणाऱ्यांस सुद्धां त्यांचें मन कधीं

समजलें नाहीं. वरील चार व्यक्तींपैकीं रघुनाथरावांत भित्रेपणा मात्र बिलकूल नव्हता, तो बाकीच्या तिघांत भरपूर होता.

खंड २२ त अडीचशें पत्रें सन १७९२ च्या नोव्हेंबरपासून सन १७९३ च्या मे पर्यंतच्या सात महिन्यांतलीं गोविंदराव काळ्यानें कर्नाटकाकडील बहुविध व्यक्तींस लिहिलेलीं, बहुधा खासगी स्वरूपाचीं, शिफारसवजा किंवा व्यक्तिव्यवहारांस अनुलक्षून आहेत. राजकारण व्यक्त करणारा असा एकही कागद त्यांत सहसा मिळणार नाहीं. ज्यांस गोविंदराव काळ्याच्या उद्योगाचा किंवा शिफारसींचा व्याप पाहावयाचा असेल, त्यांनींच हे कागद वाचण्याचे श्रम घ्यावे. हा २२ वा खंड इतिहाससंग्रहांत पारसनीसांनीं छापला आहे.

खंड ७ बराच विविध, पण अत्यंत हलगर्जीपणानें छापलेला आहे. नाहीं त्यांत लेखांक कीं पृष्ठांक कीं प्रकरणांचा निर्देश. ऐतिहासिक म्हणतां येतील अशीं चार प्रकरणें त्यांत आहेत. पैकीं पहिलीं ३७ पृष्ठें ' बाजीरावाचीं टिपणें ' हा अपूर्ण भाग, राजवाड्यांनींच ' पेशवाईची अखेर ' या बखरींत पुढें पूर्ण छापला असल्यामुळें, येथें अनावश्यक आहे. दुसरें प्रकरण पृष्ठें १–२२६ यांत गोविंदराव काळ्यानें सवाई माधवरावास लिहिलेलीं पत्रें ऑगस्ट १७९३ जूनपासून १७९४ पर्यंतचीं, निजामअलीची दिनचर्या, त्याच्या शिकारी, नाचरंग, खलबतें व इंग्रज वकिलांचे व्यवहार इत्यादींनीं भरलेलीं आहेत. यांतही राजकारण बहुधा अल्पच आहे. मात्र पेशव्यांशीं निजामाचें कसें फाटत चाललें होतें, याची अंधुक कल्पना या पत्रांनीं मनांत उठते. या पुढच्या ३२ पृष्ठांत गोविंदरावाचीं नानास आलेलीं पत्रें जून सन १७९३ चीं आहेत, त्यांतही राजकारण बहुधा नाहींच. सरदारांच्या वगैरे कांहीं यादी आहेत. सातव्या खंडांतलें शेवटचें प्रकरण १२८ पानांचें अपुरें असून त्यांत सन १७९३ च्या जून ते सप्टेंबरपर्यंतचीं पत्रें गोविंदराव काळ्यानें पुण्यास गोविंदराव भगवंतास लिहिलेलीं बहुधा बिनराजकारणीच आहेत. ही संक्षिप्त विवेचना मुद्दाम अभ्यासकांच्या माहितीसाठीं मी येथें केली आहे.

भाषेच्या व राजकारणाच्या दृष्टीनें पांचव्या खंडांतलीं पत्रेंच सरस आहेत. त्यांवरून गोविंदराव हा भावनाप्रधान, कोमल अंतःकरणाचा, पापभीरु असा मनुष्य दिसतो. राजकारणाचा कर्डेपणा जो त्याच्या बापांत किंवा सदाशिव दिनकरांत आढळतो, तो गोविंदरावांत नाहीं. मग इंग्रज वकील मॅलेट किंवा केनवे यांचा जोरकस बाणा तर गोविंदरावांत नाहींच नाहीं. त्याच्या लेखांत अघळपघळ तप-

शील पुष्कळ, पण त्यांत मतलब किंवा तथ्यांश फार थोडा. प्रकरण नेटास लावून निकालांत आणण्याचें कसब गोविंदरावांत नाहीं. पाठीमागें नानासारख्या बलवान् धन्याचा पाठिंबा असतांही निजामलीच्या जरबी भाषणापुढें गोविंदराव कचरतो व मनांतल्या मनांत घुटमळतो. नुसत्या गोड भाषणानें राजकारणें विल्हेस लागत नसतात, असें त्याचेंच विधान आहे. शब्दांची व कृतीची निष्ठुर धमकच राजकारणास पाहिजे. मॅलेट लिहिण्यांत कुशल नव्हता, पण व्यवहारांत खडखडीत, तसा गोविंदराव नाहीं. खड्याच्या संग्रामांत निजाम इतका कचाटींत सांपडला होता कीं, पाउणशें वर्षांचा मराठशाहीचा संकल्प सिद्धीस नेऊन महाराष्ट्राचें नैसर्गिक ऐक्य सलंग करण्याची उत्कृष्ट संधि पेशव्यांस आली होती; पण ती केवळ नानानें व गोविंदरावानें फुकट घालविली. निजामास या वेळीं कायमचा नेस्तनाबूद करावा, अशी समस्त पुढाऱ्यांची निकराची मागणी असतां, खड्यावर निजामानें गोविंदरावास जवळ बोलावून नानाकडे तहाच्या याचनेसाठीं पाठविलें. नानाचा सर्व भरंवसा गोविंदरावावर. मराठ्यांची व निजामाची अशा दोन्ही दौलती शाबूद राखणें हेंच गोविंदरावाचें ब्रीद, तें त्यानें नानास तहाची भीड घालून खरें केलें, आणि निजामाचा बचाव केला. पराभूत शत्रूशीं सन १७९२ त कॉर्नवालिसनें श्रीरंगपट्टणावर केलेलें वर्तन आणि खड्याच्या रणांगणावर नाना–गोविंदरावांचें वर्तन यांचा विरोध मनांत आणिला म्हणजे इंग्रजांपुढें मराठ्याचें राजकारण सर्वथा फिकें पडतें. निजामाचा स्वभाव ओळखून प्रसंगाचा उपयोग गोविंदरावानें राज्यहिताकडे करून घेण्याऐवजीं, उलट निजामानें मात्र गोविंदरावाच्या स्वभावाचा पूर्ण फायदा घेतला. लष्कराच्या कचाट्यांत असतां मनांत नसलेल्या अटी कबूल करून तोच निजाम स्वस्थानीं परत गेल्यावर नाहीं नाहीं तशा वेचकुल्या दाखवून गोविंदरावासच फजीत करूं लागला. सवाई माधवरावाचा आकस्मिक अंत झाला नसता तर बहुधा निजामावर मराठ्यांची दुसरी मोहीम लगेच झाली असती. हे विचार पांचव्या खंडांतील पत्रें वाचून मनांत भरतात. मासल्यासाठीं गोविंदरावानें हैदराबादेहून पेशव्यास लिहिलेल्या पत्रांतून कांहीं वेंचे देतों.

खड्याच्या मैदानावर लिहिलेल्या अटी व्यवस्थित लिहून रीतसर तहनाम्याचा लेख पुरा करून तो निजामानें आपल्या अधिकाऱ्यांबरोबर पुण्यास पाठवावयाचा असें ठरलें होतें. पण ही गोष्ट निजाम व मीर आलम हैदराबादेस गेल्यावर दिरंगाईवर टाकूं लागले; आणि तहनामा घेऊन तुम्हींच पुण्यास जा, असा

गोविंदरावास आग्रह करूं लागले. याचें कारण गोविंदराव नानास लिहितो, ‘एका गोष्टीमुळें इतकें करीत असतील तर न कळे. त्यांस खचित समजलें आहे कीं, नबाबाचे दौलतींत सर्वांची यास (गोविंदरावास) ओळख. तसेंच महालांत वगैरे सर्वांपेक्षां प्राचीन माहीत हेच. लहानमोठे सर्व यांस ओळखतात. तेव्हां यांजवर आमचा दाब पडणार नाहीं. कसेंही झालें तरी हे आपल्याहून भारी राहतील, हें आपल्यास जड पडेल. असो. दोन गोष्टी माझ्या बळकट आहेत. एक तर मजकडून यांशीं प्रतारणा करण्याची चाल नाहीं. दुसरी गोष्ट, रात्रंदिवस माझ्या मनांत हेंच वागत आहे कीं, नबाबाची दौलत स्वामीवेगळ असूं नये. दोहींचें ऐक्य असें करून दाखवावें कीं, पेशव्यांस यांची कधीं धास्तीच वाटूं नये; एवढें जाल्यावर मग स्वामींची आज्ञा घेऊन निवृत्त व्हावें. रात्रंदिवस मजवर येथें झोड आहे. कोणी असेंही येऊन सांगतात कीं, दहावीस माणूस आमचे बातमीवर रात्रंदिवस फिरतात. खऱ्या लटक्याचा विचार यांस नाहीं. बुद्धिभ्रंश आहे. मीर आलमनीं मुशीरुन्मुल्कास बरें म्हणविलें. स्वामींचे पायांचे ध्यान करून चिंता सांडली. पार पाडणार पाय आहेत.’ मराठे व निजाम चिरंतन वैरी. यांचा स्नेहभाव कायम जोडून देण्याची अघटित कल्पना गोविंदराव सुचवितो !

पुत्र अलीजानें बंड केलें, तेव्हां इंग्रजी पलटणें निजामानें आपल्या मदतीस बोलाविलीं. त्या संबंधानें गोविंदराव जुलै १७९५ त लिहितो, ‘केवळ घरचे कामाकरितां इंग्रज जमाव बोलावणें ठीक नाहीं. दुसरी गोष्ट, आपल्या घरांतील बंदोबस्त आपल्याच्यानें न जाला म्हणून इंग्रजी पलटणें आणिलीं, यांत आपलीच नालायकी व दावाची कमती, ही खूण इंग्रजही ओळखतील. यास्तव इंग्रजी कुमक न बोलावतां, पुत्राशींच समेट करून घेणें चांगलें. पुत्रास पुण्यांतून श्रीमंतांकडील सूत्र असेल,असा येथें संशय आहे. प्रस्तुत काळीं नबाबास कोणाचा विश्वास येत नाहीं, यास्तव सर्व अंदेशे येतात. सबब या प्रसंगीं स्वामींनीं (पेशव्यांनीं) स्वस्थ बसूं नये. नबाबाची आणि सरकारची दोनही दौलती एक, याचा लौकिक दोस्ती एकदिली राखून करावयास बाध नाहीं. उभयतां एकदील होऊन घरची आग विझवावी, तिसऱ्यास खबर देखील नाहीं, असें करून दाखवावें. त्यांचे मनांत श्रीमंतांबद्दल संदेह येऊंच नये. नबाबाचें अनिष्ट श्रीमंतांस मंजूर असतें तर खर्ड्यावर जें चाहते तें करते. तो वक्त हातचा कां जाऊं देते ! नबाबाची

दौलत बुडवायची नाहीं,, हेंच कायम मनांत ठसवून तसा सवाल जबाब सुलटा ठरला. जे श्रीमंत तेच हजरत (निजाम), भेदभावच नाहीं.'

खालील उताऱ्यांत निजामाचा स्वभाव व्यक्त झाला आहे तो असा: 'प्रस्तुत काळीं येथें बचबच झाली आहे. दौलतीचे कल्याणाविषयीं कोणाचें लक्ष नाहीं. सर्व आपल्याआपल्यांतच कळवंडतात. नबाबाचा कारभार आपणच करावा असें सर्वांचें मानस. सामर्थ्य तर कोणाचेंही नाहीं. कारभाराचें ओझें डोईवर घेऊन व श्रीमंतांकडील देण्याचा जिम्मा घेऊन किमपि उपद्रव न देईल त्यासच कारभार सांगतील. परंतु त्यांस कोणाचाच विश्वास येत नाहीं. त्याचें अंतःकरण संशयी असल्यामुळें कोणासच धीर पुरत नाहीं. छिद्र पाहून संशय घालणारे सर्व. त्यामुळें नबाबाची चित्तवृत्ति स्थिर नाहीं. त्यांनीं मनावर घेऊन करीन म्हटल्यास अगाध नाहीं. परंतु पैक्याचा लोभ त्यांस सुटत नाहीं. खजिन्यांतून पैका पुत्राचा बंडावा मोडण्यास द्यावा असें म्हणण्याची ताकद कोणाची नाहीं. असें जो बोलेल तो शत्रुवत् वाटतो. तालुके वगैरे खटपट करून ऐवजाची भर करावी तर हा फंद उभा राहिला. शिबंदीचें देणें, म्हणून प्रसंग पाहून लोक अडवितात. तेव्हां श्रीमंतांचे देण्याचा फडशा कसा होतो ? श्रीमंतांस राजी राखावें तर फौजेस काय द्यावें ? एका लोभामुळें इतक्या अडचणी पडल्या आहेत. वास्तविक पाहतां, नबाबाचे बोलण्याची खातरजमा बाळगून मीं स्वामी-पाशीं (पेशव्यांशीं) जामीनगिरी पतकरून खडर्यावर नबाबाची सुटका केली. तो उपकार एकीकडे राहून ही अदावत मीर आलमनीं मजवर आणिली कीं, नबाबाचें हितशत्रुत्व करून श्रीमंतांचें घर भरलें. मीर आलमची चाल आडून तीर मारावा, लागू झाल्यास उत्तम, नाहीं तर आपण अलग. नबाबाची मिजाज म्हणावी तर जो कानाशीं लागतो, तिकडे मर्जीचा प्रवाह, त्यांतही शाश्वत नाहीं. जोर धरून कार्यावर पडतील हें सामर्थ्य कोणांतही नाहीं. माझी मार्गाची गोष्ट तर हीच कीं, स्वामींची सेवा करून दाखवावी, नबाबाच्या दौलतेचें कल्याण करावें, दोनही दौलतींची दोस्ती अधिक व्हावी; नबाब समजोत अथवा न समजोत, उभय दौलतींस जें चांगलें तें मला करावयाचें. स्वामींनींही आपलें लक्ष नबाबाच्या दौलतीचे संरक्षणाकडे ठेवावें. येथील कार्यास मोठें ओझील मनुष्य पाहिजे. तो ऐवज तर कोणांत नाहीं. कोणी भडभडे, परिपक्व बुद्धीच नाहीं, कोणी मूर्ख सालस, कोणी मूर्ख दुष्ट, तशांत यजमानांची चलबिचल भारी, एकास धरावें,

ऐकास सोडावें, तेंही ठीक नाहीं. एकएकानें पृथक येऊन अर्ज केला म्हणजे चौघांच्या चार गोष्टी मनांत येऊन विचार पडतो. बुद्धीचा निश्चय होत नाहीं. असें जाल्यावर एकही गोष्ट सिद्धीस जात नाहीं, मार्ग निघत नाहीं, बुद्धीस स्थिरता राहत नाहीं, कार्याचा नाश होतो. ज्यांत परिणाम नीट, दोनही दौलतींचें कल्याण, तो निश्चय हजरतींनीं करून क्रम चालवावा, असें मीं त्यांस परोपरीनें बोललों. त्यावर नबाबांनीं आख्यान केलें तें असें:—

'रघुनाथरावांनीं नारायणरावांस दगा केला तेव्हां नानांनीं गंगाबाईस पुरंदरास नेलें, आमचे मदतीची इच्छा केली. ते समयीं गंगाबाई बरोबर होती इतकीच उमेद, पुढें काय होईल हा भरवंसा नाहीं, तथापि खुदावर भार ठेवून बुडालेल्या दौलतीचा अवलंब केला, व रघुनाथरावाचे तंबीचा इरादा केला. आमची नियत ईश्वरास मान्य होऊन, मनांत होतें तें घडून हे दिवस दृष्टीस पडले. आतां एक हौस आहे कीं, रावप्रधानांस पाहवें, त्यांत अति संतोष.' गोविंदराव हें संभाषण लिहून पुढें म्हणतो, 'नबाबाची आणि सरकारची दोस्ती आजपर्यंत रहस्यानें चालत आली, पुढें ईश्वर असेंच चालवील. सांप्रत नबाबाचा पडता काळ, या समयांत स्वामींस हेंच योग्य कीं, त्यास कांहीं दुःख होऊं न द्यावें. दोनही दौलती एक, या दौलतीचें उणें तें आपलें, असें समजोन बंदोबस्ताची तजवीज नेक असेल ती करावी. पुत्र अलीजा तोरा हातांत डाव घेऊन बसला आहे, त्यास सरकारांतून रीतीच्या गोष्टी सांगोन नशियत (शिक्षा) करावी. माझे सलाहांत आलें तें लिहिलें आहे.' हें काय मराठे वकिलाचें राजकारण, कीं साधुपणा, कीं भोळेपणा! अशाच परोपकारी वृत्तीवर राज्यें चालतात काय? हें कांहीं सत्ययुग नव्हे, कीं निजामअली सत्ययुगांतला अवलिया नव्हे! पुनः गोविंदराव पेशव्यांस आर्जवून लिहितो:—

' नबाबाचे दौलतीस मोठा धोका बसावयाचा समय. या वेळेस स्वामींनीं उपेक्षा करूं नये. स्वामी म्हणतील, खडर्यावर खातरजमा केली आणि आतां असे तपशील व एक एक कवाईत हे आम्हांस दाखवितात. तर हा उगीच तपशील लिहीत नाहीं. स्वामींचे पाय सोडून मला हैदराबादचें राहणें सुख नाहीं. पण आपण उपेक्षा केल्यास ही दौलत पेंचांत येईल ती न यावी; नबाबाचा वृद्धापकाळ, स्वामींनीं पुत्राचा बखेडा मोडून त्यांचे जिवाचा घोर सोडवावा. नबाब आपले सरकाराशीं मनापासून दोस्ती इच्छितात. याचे पर्याय कोठवर लिहावें.

समक्ष विनंति केल्याविना मनांत भरणार नाहींत.' म्हणजे त्याच त्या गोष्टी शंभर वेळां लिहून पुन: 'हा हुशार वकील समक्ष सांगितल्याशिवाय सगळ्या गोष्टी कळणार नाहींत असें वारंवार लिहितो. पुन: प्रसंगानें गोविंदराव खालील मजकूरही लिहिण्यास तयारच. ता. २२-९-१७९५ चें पत्र: 'इंग्रज पलटणाचा सरदार व किरकपात्रिक नबाबांचे भेटीस आले. त्यांशीं नबाब बोलतां बोलतां म्हणाले, 'राव पंतप्रधानांचा आम्हांस मोठा उपद्रव. एक वेळ त्यांस चांगले प्रकारें तंबी दिली पाहिजे. त्यास तुम्ही आमचे दोस्त असतां, आमचा मनोदय सिद्धीस न जावा कीं काय?' याचें उत्तर किरकपात्रिकनें लपेटीनें दिल्हें कीं 'याचा जबाब कंपनीचे आज्ञेशिवाय देतां येत नाहीं.' नबाबाचे मनांत श्रीमंतांनीं पैका आणि मुलूख घेतल्याचें दु:ख विशेष आहे. सारें माघारें घ्यावें आणि नंतर तहनामा पक्का करावा. क्रिया, इमान, प्रमाण सोडून विपरीत चाल धरिली, हें लोभामुळें मनांतच येईना. दौलत करितात ते निर्लोभ असत नाहींत हें खरें; पण त्यासही मार्ग आहेत. त्या मार्गानें केलें असतां सुख, प्रामाणिकता आणि यशप्राप्ति आहे. या चालीं एका लोभामुळें येथें नाहींत. केवळ कावूपणा करावा ही चाल धरली. हैदराबादेस आल्यावर डोळे फिरले. तहनामा पक्का करून द्यावयाचें मानस नाहीं. पेशव्यांची आमची भेट होऊन खुलासा जाल्यावर पक्का तहनामा करावयास येईल म्हणतात. हासे देण्यास बाहणे. भोसल्यांकडील जाबसालास तर ठिकाणच नाहीं. नरम बोलून दिवस ढकलावे आणि आपली मजबुदी पाहून पुढें करावयाचें तें करावें. पुत्र बाहेर गेले, त्याचा विचार पडला. कराराप्रमाणें अंमलांत आलें नाहीं ऐसें श्रीमंतांचें पत्र वाचून, प्रसंग विलक्षण समजून, मागील पुढील गोष्टी काढून, ममता आणि सालसपणाचें बोलणें बोलून, आतां दोस्तीचे आळ्यांत श्रीमंतांनीं आम्हांस निभावून घ्यावयाची शक्कल काढावी म्हणून गळीं पडतात. अशा तऱ्हेनें कालहरण करून, स्वस्थता जाल्यावर आणखीच कांहीं दिक्कती निघूं लागतील. अवसर पाहत आहेत. करारमदार सोडून भलतीच चाल धरली त्याचा फळादेशही खड्र्यावर जाला. सर्व दौलत गारद करावी, निर्मळ करावें, असा समय स्वामींचे हातांत आला असतां, यांचे कुमार्गावर दृष्टि न देऊन, थोरपणास उचित तें स्वामींनीं करून नबाबाची मोकळीक केली. त्यास जशी ज्याची चाल तसें त्याशीं असावें. आजचा समय पाहून गोड बोलून लांबणीवर पाडतील, भारी नेट पाहिल्यावर आगाशपथा करून खातरजमा

करतील. सबब आज उपेक्षा करून लांबणीवर टाकणें ठीक नाहीं. पुन: काबूपणा न करीत अशा प्रकारचें दडपण यांजवर ठेवावें. फिरून असा समय यावयाचा नाहीं. स्वामी म्हणतील, बदमामलीचा बदला करावयास काय उशीर आहे ! तर आतां जेवढ्या उद्योगांत कार्य होईल, त्याचे चौपट पुढें करावा लागेल. प्रस्तुत काळीं मसलतीचा वेध नाहीं. इंग्रज आपले युरोपांतले वेधांत गुंतले, दुसरीकडे कान ऐकण्यासही देत नाहींत. दौलतीचे स्नेह केवळ सालसपणानें चालत नाहींत. दाब आणि मजबुदी राखून करावे तरच स्नेह राहतो. याचे पर्याय सर्व मनन होऊन दौलतीस योग्य तें घडावें. डोळे चोरले असतां पत जाते, मोठे अडचणींत आहे. जशी आज्ञा येईल तसें करीन.' या पुढच्या लिहिण्याचा व नबाबास या प्रसंगांत सांभाळून घ्यावें, या पहिल्या लिहिण्याचा मेळ कसा घालावयाचा ? याच कारणास्तव आरंभीं म्हटलें आहे कीं, गोविंदराव भावनाप्रधान, मृदु अंत:करणाचा, लबाडांच्या भाषणांनीं गांगरून जाणारा असा असून, राजकारणांत नेट धरणारा नव्हता. सवाई माधवरावाच्या मृत्यूनेंच निजामास कायमचें बचावलें. 'पहिले हप्त्याचा ऐवज अखेर सालीं यावयाचा तो अद्याप येत नाहीं,' असें ५-९-१७९५ रोजीं नानानें गोविंदरावास लिहिलें, यावरून एकंदर पांच कोट रक्कम घेण्याचा ठराव झाला, त्यांपैकीं एक पै सुद्धां पेशव्यांस आली नाहीं, असें स्पष्ट होतें. उलट मोहिमेचा खर्च सर्व अंगावर पडला. *

कृष्णराव बल्लाळ काळे, काशीचा राहणार, बाबूजी नाईकाबरोबर पेशव्यांकडे येऊन स्वारींत वगैरे कामें करूं लागला. स. १७५३-५४ च्या रघुनाथरावाच्या पहिल्या हिंदुस्थानच्या स्वारींत त्यानें चांगलें काम केल्यावरून त्याची बढती होत गेली. राक्षसभुवनच्या लढाईनंतर निजामाकडील वकिली माधवरावानें धोंडो रामाकडून दूर करून कृष्णराव बल्लाळास दिली. (पहा कै. या.) नानाफडणिसाचा व गोविंदराव बापूचा स्नेह पुढें बाजीरावाच्या वेळेस तुटला.

वंशावळ.

कृष्णराव बल्लाळ मृ. १३-९-१७८६
|
गोविंदराव कृष्ण मृ. नोव्हेंबर १८२३
|
कृष्णराव गोविंद दुसरे

गोविंदराव नोव्हेंबर स.१८२३त मृत्यु पावला. (जु. ऐ. गो. १.६) गोविंदराव काळ्याजवळ पुण्याच्या फडांत काम करून गोविंद भगवंत पिंगळे हा दुसरा एक गृहस्थ पुढें चतुर मुत्सद्दी म्हणून हैदराबादच्या राजकारणांत

* पहा राजवाडे खं. ५. ७५-७९, १०१, १७४, १७६.

प्रसिद्धीस आला. तो बाजीरावाच्या वेळेसच ता. ३-११-१७१८ रोजीं मृत्यु पावला त्याची वंशावळ. (कै. या.)

गोविंद भगवंत पिंगळे

व्यंकटराव | भगवंत | श्यामराव
मृ. १८८१ | | नरहर

बापू व तात्या हीं काळे व पिंगळे या उभय गोविंदरावांचीं नांवें कागदांत येतात. बाजीरावाचा दिवाण सदाशिव माणकेश्वर हा आरंभीं गोविंद भगवंत याजपाशीं काम करून प्रसिद्धीस आला, त्याची हकीकत बाजीरावाच्या प्रकरणांत येते.

प्रकरण एकोणतिसावें.

अधःपात

२७-१०-१७९५

१. सवाई माधवरावाच्या शिक्षणांतील वैगुण्य, प्रवासाचा व अनुभवाचा अभाव.
२. श्रावणमासचा रमणा. ३ प्रभुज्ञातीचा छळ.
४. पुण्याची कोतवाली,–घासीराम. ५. महादजी सिंद्याची छाप.
६. हृदयद्रावक अंत (२७-१०-१७९५).
७. समकालीन व्यक्ती:—(१) हरिपंत फडके, (२) रामशास्त्री, (३) रघूजी आंग्रे, (४) परशुरामभाऊ पटवर्धन, (५) नागपुरकर रघूजी भोसले.

* * * *

पूर्वी प्रकरण १५ त सवाई माधवरावाच्या पूर्वायुष्याची हकीकत दिली आहे. त्या पुढील हकीकत आतां येथें देऊन प्रस्तुत भागाची समाप्ति करावयाची आहे.

१. सवाई माधवरावाच्या शिक्षणांतील वैगुण्य,—प्रवासाचा व अनुभवाचा अभाव.—सवाई माधरावाच्या शिक्षणाची व्यवस्था नानानें सर्वोत्कृष्ट ठेविली होती असें आपण सामान्यतः समजतों; पण या व्यवस्थेला आजच्या दृष्टीनें किंवा तत्कालीन दृष्टीनें सुद्धां 'शिक्षण' हें नांव कितपत देतां येईल याचा विचार झाला पाहिजे. गर्भांत असल्यापासून नानानें त्याचें संरक्षण व संगोपन 'करी न बाप तसें' केलें, या संबंधानें दुमत असण्याचें कारणच नाहीं. खाणेंपिणें, कपडालत्ता, चौक्या पहारे अशा सर्व बाबतींत नानाची दूरदृष्टि सर्वथा

अनुपमेय होती. परंतु शिक्षणाचाच विचार करूं लागलें तर नानाची बुद्धि केवळ पुराणप्रघाती असून, कालाबरोबर धाव घेण्यास बिलकूल समर्थ नव्हती. हल्लीं जो सामान्य दृष्टिसंकोच प्रगतीस विरोध करणारा आपण आपल्या समाजांत पाहतों, तो नानाच्या ठिकाणीं जरा जास्तच दृढ होता. त्यामुळें शक्य असतांही फैलावलेल्या दृष्टीचें व्यावहारिक व परिस्थितीचें शिक्षण तरुण पेशव्यास मिळालें नाहीं. स्नान-संध्या, पोथ्यापुराणें, परंपरेची नीति, दांडपट्टा, घोडदवड इत्यादि प्रचलित बाबतींच्या पलीकडे नानाची दृष्टि वळली नाहीं. झांशीच्या राणीचा पूर्वज **रघुनाथ हरि नेवाळकर** थोरल्या माधवरावाच्या वयाचा त्या वेळीं जिज्ञासु किंवा कल्पक म्हणून नांवाजलेला होता. तितपत शिक्षणाची तर्तूद सवाई माधवरावास मिळणें बिलकूल अशक्य नव्हतें. अलाहाबाद, कानपुर, लखनौ वगैरे ठिकाणीं इंग्रज छावणीचे तळ सुमारें तीस वर्षे सतत राहिल्यानें त्यांजपासून पुष्कळ गोष्टी नवीन शिकून घेण्याची उत्कंठा रघुनाथ हरीस केवळ स्वयंस्फूर्तीनें प्रौढपणीं झाली, तशी सोय सवाई माधवरावास असती तर त्याचा व्यावहारिक दृष्टिक्षेप साफ बदलून गेला असता. परंतु विहिरींतच नाहीं तें पोहऱ्यांत तरी कोठून यावें ! सवाई माधवरावाच्या सन्निध वावरणाऱ्यांत एकही इसम अशा प्रगमनशील कलाचा नव्हता. तंजावरचा सरफोजी सवाई माधवरावाहून फक्त ३ वर्षांनीं लहान. त्यास स्वॉर्त्झ हा भला मिशनरी विद्यार्जनाच्या कामीं लाभला. तेणेंकरून पाश्चात्य विद्येची व हिंदबाह्य परिस्थितीची एवढी तीव्र जाणीव सरफोजीच्या ठिकाणीं उत्पन्न झाली कीं, भावी राष्ट्रोद्धाराचें मुख्य बहुमोल साधन जें पुस्तकालय, त्याची पहिली सिद्धता हिंदुस्थानांत या सरफोजीनें केली. त्याचें शिक्षण स. १७९३–९८ पावेतों मद्रासेस झालें. स्वॉर्त्झ हा त्याचा मुख्य सल्लागार व रे० जेरिक हा त्याचा शिक्षक होता. सर वुल्यम जोन्स या प्रसिद्ध विद्वानाचाही त्यांत भाग होता. तेणेंकरून इंग्रजी भाषा, इतिहास, भूगोल, गणित या विषयांत त्याची चांगली प्रगति होऊन सुशीलता व विद्याचारसंपन्नता हे गुण त्याच्या ठिकाणीं उत्पन्न झाले. स्वॉर्त्झ तर सरफोजी स. १७९८ त गादीवर आला, त्यापूर्वीच मरण पावला होता; पण त्यानें केलेलें विद्येचें बीजारोपण फुकट गेलें नाहीं. इंग्लंडच्या एशियाटिक सोसायटीचा अध्यक्ष सर अलेक्झांडर जॉन्स्टन यास सरफोजीनें लिहिलेलें इंग्रजी पत्र इ. सं. च्या तंजावर प्रकरणांत छापलेलें पाहतां, हल्लींच्या उत्कृष्ट पदवीधरांपेक्षां सरफोजीचें इंग्रजीचें ज्ञान वरचढ होतें असेंच म्हणावें लागेल. तें पत्र खुद्द सरफोजीनेंच लिहिलेलें असून दुसऱ्याच्या मदतीनें

तयार केलेलें नाहीं असें त्यांत स्पष्ट दिसतें. सरफोजीच्या तंजावर येथील ग्रंथ-संग्रहाची आख्या एवढी मोठी झाली कीं, डॉ० बर्नेल नामक जर्मन पंडितानें कित्येक वर्षें तंजावरास राहून, ग्रंथांच्या नामावली तयार केल्या. बृहदीश्वराच्या आवारांतला प्रचंड शिलालेख या सरफोजीनें तयार केला हें महशूर आहेच. आधुनिक कालास साजणाऱ्या अनेक उपयुक्त संस्था, शुश्रूषागृहें इत्यादि प्रथम सुरू करणारा हिंदी गृहस्थ हा सरफोजी होय.

पाश्चात्यांचा समागम झांशीचा रघुनाथ हरि नेवाळकर किंवा तंजावरचा सरफोजी यांस लाभला, तसा सवाई माधवरावास लाभला नाहीं. खुद्द पुण्यांत मॅलेट होता व मुंबईस इंग्रजांचें वास्तव्य शंभर वर्षांहून अधिक असतां, नानानें त्यांच्या सान्निध्यां-तील शिक्षणाचा यत्किंचित् फायदा माधवरावास करून दिला नाहीं. मॅलेट चतुरस्र होता, पण विद्येपेक्षां शिकार छानशोकीकडे त्याचा कल असल्यामुळें, त्याचा तितका परिणाम सवाई माधवरावावर झाला नाहीं. नानानें एकवार तरी तरुण पेश-व्यास घेऊन मुंबईची व्यवस्था पाहून घेतली पाहिजे होती. पूर्वींचे पेशवे शेजा-ऱ्यांस किंवा प्रसंगीं शत्रुपक्षीय विरोधकांस निःशंक जाऊन भेटत. निजाम,बादशहा, वजीर, अलिवर्दीखान इत्यादींच्या भेटी नानासाहेब वगैरेनीं घेतल्या, त्याप्रमाणें सालबाईचा तह झाल्यावर मुंबईस जाण्याचें नानानें मनांत आणिलें असतें तर ती गोष्ट अशक्य नव्हती. म्हणूनच नानाची दृष्टि केवळ पुराणप्रिय असून प्राग-तिक नव्हती असें म्हणणें भाग पडतें. नरसिंह खंडेराव विंचूरकर याच्या विद्या-भ्यासाची कळकळ नानानें विशेष दाखविली असे लेख आहेत. परंतु ही कळकळ केवळ जुन्या चालू धार्मिक परंपरेची असून त्यांत नवीन प्रगतीचा अंश नव्हता.

यावरून नानानें मराठी राज्य सांभाळिलें हा समज पुष्कळ अंशीं अवास्तव आहे असें म्हणतां येतें. स. १८०२ सालीं गुलामगिरीची शृंखळा मराठ्यांच्या पायांत पडली ती वीस वर्षें अगोदर सालबाईच्या वेळींच पडती तर आजच्या दृष्टीनें ती फायदेशीरच झाली असती असें वाटूं लागतें. बाजीरावाच्या ढंगांनीं राष्ट्राची अवनति झाल्यावर अव्वल इंग्रजशाहींत जी गुंगी प्राप्त झाली, तीच विशेष जाचक झाली. औषधोपचारानें राष्ट्रव्याधि बरा करावयाचा तर तो शरीर शाबूद असतांना जितका लवकर गुणकारक झाला असता, तितकें सर्व शरीर दुर्बल होऊन गेल्यावर होऊं शकला नाहीं. राज्यधुरा वाहणारांवर ही जबाबदारी अवश्य येते.

रघुनाथरावास इंग्रजांचा सहवास भरपूर घडला. पण त्याची दृष्टि केवळ पेशवाई परत मिळविण्यापुरतीच असल्यामुळें व पुढें तो लवकरच मरण पावला म्हणून, इंग्रजांच्या समागमाचा राष्ट्रीय फायदा दादापासून कोणासही झाला नाहीं. त्याच्या मुलांस तो कांहीं अंशीं होणें शक्य होतें, परंतु बाजीराव आठ वर्षांचा असतांच त्याचा व इंग्रजांचा सहवास तुटला; आणि त्यापुढें तर त्याचें सर्वच शिकण्याचें वय जवळ जवळ बंदिवासांत गेल्यामुळें, बाह्य जगाची ओळख होण्याचा त्यास योगच आला नाहीं. त्याचा भाऊ चिमाजी तर बापाच्या मृत्युनंतरच जन्मास आला.

सवाई माधवरावाच्या शिक्षणांत दुसरें एक मोठें वैगुण्य,शक्य असतां तें नानानें दूर केलें नाहीं. पुण्याच्या कोणत्याही बाजूस शें पन्नास कोसां पलीकडे सवाई माधवरावाचा प्रवास झाला नाहीं. नासिक, वाई, सातारा व पुढें खर्डा एवढाच टापू माधवरावानें स्वत: पाहिला. सिंहस्थाच्या कारणानें त्रिंबकास,कन्यागतास वाईस, व आजीबाईस भेटण्यास गंगापुरास तो गेला. नानासाहेब, भाऊसाहेब, विश्वासराव, माधवराव वगैरे मुलें दहाबारा वर्षांपासून स्वारींत जाण्याचा प्रघात पूर्वी होता. इतर सरदारांचीं व मोठ्यांचीं मुलें प्रत्यक्ष शिवाजीपासून लहानपणांतच नाना प्रकारच्या राज्याच्या व युद्धाच्या उलाढाली करूं लागलीं. मराठ्यांचें राज्य जर कशावर चाललें असेल तर तें या प्रकारच्या मुख्य मनुष्यबळावर चाललें. हा अंगवळणीं पडलेला श्रेयस्कर प्रघात नानानें सवाई माधवरावाच्या व्यवस्थेंत चालविला नाहीं, हें फार वाईट झालें. तो अल्पायुषी झाला हा भाग निराळा, परंतु राज्य करण्याची लायकी अशा प्रत्यक्ष व्यवहारांत उत्पन्न होते ही गोष्ट नाना अगदीं विसरला. स्वाऱ्याही कांहीं थोड्या झाल्या नाहींत. स. १७८५–८६ व स. १७९१–९२ ची टिपूवरील स्वारी व महादजीची हिंदुस्थानांतली स्वारी अशा स्वाऱ्या व शिवाय राज्यांतल्या धामधुमीचे शेंकडों प्रसंग घडले. अलीबहादराबरोबर खुद्द पेशव्यासच जर नानानें महादजीकडे पाठवून त्याच्या अंगीं धनीपणा उत्पन्न करण्याची तजबीज केली असती, तर पुढील राजकारणावर पेशव्यांची छाप कायम राहती आणि महादजीचाही संशय फिटून त्याचा विरोध शमला असता. येऊन जाऊन जो काय युद्धप्रसंग या तरुण पेशव्यानें पाहिला तो खर्ड्याचा. पण खर्ड्याच्या लढाईचें माहात्म्य युद्धकलेच्या दृष्टीनें अत्यंत अल्प आहे. त्यांत लढणें असें विशेष झालेंच नाहीं. वाघाच्या शिकारीच्या तयारीनें मराठी फौजा बाहेर

पडल्या आणि लहानशी शेळी मारून परत आल्या. खुद्द सवाई माधवरावानेंच बढाई मारणाऱ्या या सैनिकांची फजिती उडविली. सारांश, महादजीनें कारभारांत दाखलगिरी करूं नये असें म्हणणाऱ्या नानानें पेशव्याच्या शिक्षणांत ही एक मोठी उणीव ठेविली असें म्हणणें प्राप्त आहे.

वयोमानाप्रमाणें पेशव्यास नानानें स्वातंत्र्य दिलें नाहीं आणि त्यास राज्यकारभारांत लायकी मिळविण्याची संधि ठेविली नाहीं, हा लौकीक समज कागदपत्रांवरून बराच सत्य ठरतो. थोरला माधवराव सोळाव्या वर्षी कारभार करूं लागला, मग त्याच्याच पुढील अवतारानें तो प्रयोग कां गिरवूं नये? ' पेशव्यापाशीं नानानें आपले ममतेंतील दिनकरपंत भडभडे व सखोपंत साने यांस वाडयांत ठेवून चौकी पाहरा चौकशीनें केला. कोणी जाऊन परभारें बोलूं नये, फडणिसांच्या परवानगीशिवाय दरबारस्वारी होऊं नये, त्यामुळें जरबेंत खिन्नच राहिले. सर्वांनीं जावें बोलावें तें बंद जालें. फडणीस सांगतील तें ऐकावें. पूर्वील रीति सर्व राहिली. मातवर लोक व फौज सरदार यांचा कंटाळा. मुलखावर तेज करणें व चढ बसविणें राहिलें. शागीर्द राघोपंत गोडबोले व जयरामपंत वापट वगैरे कृपेंत वागूं लागले.' या दोन गृहस्थांत रामशास्त्री मिळाफी होते, ते पैसे उपटीत, असा आरोप खालील उताऱ्यांत आहे.

' डिसेंबर १७८६. पुण्यांत पंचायतीमध्यें राघोपंत गोडबोले, जयरामपंत वापट व शास्त्रीबुवा न्यायाधीश अशीं तीन प्रस्तें आहेत. लोकांचा सर्वस्व अपहार करावा या कामांत तिघांची एक हातोटी आहे. श्री. नानाजवळ दाद लागणें म्हणजे विचार कळतच आहे. सराफ्यामध्यें तों कोणी एकाचा भरंवसा राहिला नाहीं. यादोबा रणछोड सराफानें दिवाळें काढिलें. मातबर दुकान अकस्मात् दीपोत्सव करतें असा प्रकार जाला आहे.'

. या पेशव्यास घरकोंबडा करून हलक्यांच्या संगतींत कडक बंदोबस्तानें ठेविलें हा प्रकार खुद्द गोपीकाबाईसही आवडला नाहीं, याचें प्रत्यंतर आहे. 'स. १७८८ त माधवराव मातुःश्री बाईसाहेबांस भेटण्यास हरिपंताबरोबर गेला, तेव्हां बाई हरिपंतास म्हणाली, याच्याजवळ कारकून वगैरे लहान माणसें ठेवून बंदोबस्त करितां, तुमचे परवानगीशिवाय कोणीं येऊं नये, भेटूं नये, असें करितां, त्यास यांणीं शहाणें कधीं व्हावें? नाना किंवा तुम्ही एकजणानें, अगर दुसरा कोणी

मातबर रास्ते यांजसारिखा यांजवळ नेहमीं असावा,' असें बोलणें बहुत प्रकारें घडलें. दोन महिने राहवें असें असतां तात्यांनीं सारें बोलणें समेटून पुण्यास घेऊन आले. ' यावरून साहसाची व पराक्रमाची नैसर्गिक आवड या होतकरू पेशव्यास पर्वतीखालील मैदानावर हरणाच्या पाठीमागें पळून किंवा घोडयांचे व जनावरांचे लुटुपुटूचे खेळ खेळून भागवावी लागली. राजकारणांत व संग्रामांत प्रत्यक्ष भाग घेऊन व्यवहार उलगडण्याचा व हुकमत चालविण्याचा अनुभव त्यास मिळता तर बाजीरावाशीं गुप्तपणें संधान बांधण्याची आतुरता उत्पन्न होण्याऐवजीं, कदाचित् त्याजवर आपल्या कर्तृत्वाची छाप माधवरावानें बसविली असती. नानानें घातलेले निर्बंध सदिच्छेचे असतील, पण ते दूर दृष्टीचे खास नव्हते.

रोजनिशींत मुक्कामांची यादी दिलेली आहे, त्यावरून स. १७९१च्या आश्विन कार्तिकांत कन्यागतानिमित्त पेशवा वाई, महाबळेश्वर, सातारा येथें जाऊन छत्रपतींची भेट घेऊन परत आला. 'बरोबर नाना फौजे सुद्धां होते. वाई येथें गंगाधरराव रास्त्यांनीं आपल्या वाडयांत राहण्याचा श्रीमंतांस आग्रह केला, परंतु मर्जी डेऱ्यास राहवयाची पाहून वाई मेणोलीचे मध्यें कृष्णा कांठीं डेरे दिले. मर्जीप्रमाणें रास्त्यांचे वाडयांत जाऊन भोजन निद्रा करावी, व पाहिजे तेव्हां डेऱ्यास यावें, अशी तोड नानांनीं काढून रास्त्यांचा व श्रीमंतांचा दोघांचाही संतोष राखिला. आश्विनांत ग्रहण पर्वकाळ करून कार्तिकांत साताऱ्यास राजदर्शनास गेले. महाराजांनीं करंजा पावेतों सामोरे येऊन भेटी सन्मान केला. नंतर मेजवान्या वस्त्रें परस्पर होऊन निरोप घेऊन निघाले. वाटेंत किन्हई येथें प्रतिनिधीकडील मेजवानी घेऊन पुण्यास परत आले.' *

२. **श्रावणमासचा रमणा.**–सवाई माधवरावाच्या वेळेस दानधर्माची व श्रावणमासाची दक्षणा बरीच वाढली. नानासाहेबाच्या वेळची या संबंधाची हकीकत म. वि. ३ पृ. २५५ वर दिली आहे. पारसनीसांनीं पुण्याच्या इंग्रजी वर्णनांतही सुंदर हकीकत दिली आहे. या संबंधांत स. मा. रो. १०३०–१०४१ पाहवे. स. १७७३ त दक्षणेचा आंकडा रु. ५५४४४५ होता. उत्पन्नाच्या कमीजास्त प्रमाणांत दक्षणेचा आंकडा दोनपासून सहा लाखपर्यंत सालोसाल फिरत असे. देशाच्या सर्व भागांतून विद्वान् लोक दक्षणेसाठीं पुण्यास मोसमावर जमा होत.

* धा. शा. म. च.; खरे ३१२५, ३०६६; ऐ. टि. ३. ६; ऐ. जु. गो. २. २२; इ. सं. तंजावर प्र. पृ. ९६–१२०; विं. घ. ३०.

शृंगेरी, कांची, श्रीरंगपट्टण, कुंभकोण, तंजावर, रामेश्वर, बनारस, कनोज, ग्वालेर, मथुरा अशा नानाविध ठिकाणचे आणि नानाविध पंथांचे लोक पुण्यांत येत. वैदिक, वैय्याकरण, ज्योतिषी, कवी, वेदान्ती, तर्कज्ञ, यती, भिषक्‌शास्त्री असे सर्व प्रकारें विद्वान् या प्रसंगीं जमा होत. त्यांची पुण्यास परीक्षा होई. रामशास्त्री, बाळशास्त्री, अय्याशास्त्री, काशीनाथशास्त्री यांच्यासारखे परीक्षक आलेल्या ब्राह्मणांची परीक्षा घेऊन त्यांच्या योग्यतेनुसार दक्षिणेचा आंकडा ठरवीत. सर्वांत मोठा आंकडा १००० चा असे. अशा थोर विद्वानांची दक्षणा शनिवारवाड्यांत देत; आणि सरसकट इतर सर्वांना रमण्यांत जावें लागे. या रमण्याचें आवार पर्वतीच्या खालीं अद्यापि दिसतें. त्यास चार दरवाजे असून, प्रत्येक द्वारावर स्वतः पेशवा, नानाफडणीस, रामशास्त्री वगैरे प्रमुख मंडळी बसत. रमण्याची व्यवस्था ठेवण्याचें काम दगदगीचें व बिकट असून पोलीस, फौज वगैरेंच्या मदतीनें तडीस जाई. हा एक वार्षिक मेळवडाच असून प्रेक्षकांची सुद्धां गर्दी अतोनात होई. स. १७९७ त कॅप्टिन मूरनें रमणा पाहून त्याची हकीकत लिहून ठेविली आहे. तो म्हणतो: 'प्रत्यक्ष सरकारी दक्षणा जरी थोडी असली तरी खुद्द पुण्यांतले धनिक व वाटेंतून येतांना लागणारे उदार लोक अशा परदेशस्थ ब्राह्मणांस नाना प्रकारचीं दानें देत. चातुर्मास्यांत दान करण्यानें मोठें पुण्य लागतें अशी त्या वेळीं सार्वत्रिक श्रद्धा होती. पुण्यास सरासरीनें चाळीस हजार ब्राह्मण भिक्षार्थ जमत. घरून निघाल्यापासून परत जाईपर्यंत त्यांचें पोट बाहेरच भरे, आणि वर्षाच्या निर्वाहाची पुंजी हातांत सांचे. रमण्याच्या आवारांत ब्राह्मणेतरांस सोडीत नाहींत. आम्ही मोठ्या मिनतवारीनें पाहण्यासाठीं आंत जाऊं शकलों. एका द्वारावर बाजीरावाचे बंधु अमृतराव होते. त्यांस आम्ही आल्याचें कळतांच, त्यांनीं आम्हांस भेटीस बोलावून संभाषण इतकें केलें कीं, रात्र झाली व आम्ही परत गेलों. या द्वारावर रुपये तोलून वांटणीस देण्याचें काम अमृतरावाचे देखरेखीखालीं चाललें होतें. जवळच लाल रंगानें भरलेला एक हंडा असून त्यांत हात बुडवून एक नोकर आंत येणाऱ्या प्रत्येक ब्राह्मणाच्या कपड्यावर किंवा अंगावर आपल्या पंजाचा छाप उठवी. सूर्यास्ताची वेळ आली तरी सर्व आंत घेऊन झाले नव्हते. हजारों बाहेरच होते. बरें, आंतल्या आवारांत वीस हजारांहून जास्त लोक मावतील असें मला वाटलें नाहीं. पण दक्षणा मिळवावयाची असली म्हणजे ब्राह्मण कोणत्या यातना सहन करणार नाहींत! सर्व आंत येण्यास रात्रीं दहा तरी

वाजले. नंतर प्रत्येकाचे पदरांत रक्कम घालून लोकांस बाहेर सोडीत. प्रत्येकास तीनपासून दहापर्यंत रुपये मिळत. केवळ नशीबाची गोष्ट, व देणाराची मर्जी. आम्हांस सुरतेहून आलेला एक ब्राह्मण भेटला, त्यास आम्हीं विचारलें, दहा पांच रुपयांसाठीं इतक्या लांब येणें तुम्हांस कसें परवडतें ? तो म्हणाला, घरांत कांहीं विशेष प्राप्तीचें मला काम नाहीं. दोन महिने पोट बाहेर पडतें. वाटेनेंही कांहीं प्राप्ति होते. मिळून कांहीं तरी निर्वाहाची पैदास होते. अमुकच वाटेनें आलें गेलें पाहिजे असें नाहीं. वेळाची निकड नाहीं. जरा दुसरीकडे कांहीं प्राप्तीचा संभव दिसला कीं, चाललों आम्हीं भटकत. धनिक लोक व दानकर्ते वाटेनें ठिकठिकाणीं असतातच. शिवाय पुण्याची यात्रा घडते. हेंही मोठेंच कृत्य समजलें जाई. सरासरी घरीं पोंचतांना प्रत्येकाजवळ तीनशेंच्या आंत बाहेर जमा होई. मी रमण्यांत गेलों त्या सालीं बाजीराव, चिमाप्पा, अमृतराव व नाना असे चार असामी चार दरवाजांवर होते. दौलतराव सिंदेही आले होते ते पांच वाजतां घोड्यावर बसून गेले. दरसालपेक्षां बाजीरावानें मुद्दाम औदार्य दाखविण्याकरितां जास्त रक्कम खर्च केली. पण नानाला ही गोष्ट पसंत पडली नाहीं. '

श्रावणमास दक्षणेची रक्कम बाजीरावानें सालोसाल वाढवीतच नेली. आठ दहा लाख पावेतों त्याचा खर्च होऊं लागला. मात्र त्यांत विद्वत्ता किंवा लायकी पाहण्याचें जवळजवळ बंद झालें. अशी या दक्षणेची हकीकत पारसनीय यांनीं पुण्याचे वर्णनांत दिली आहे.

तत्कालीन समजुतीस अनुसरून नानाची भावना विशेष धार्मिक होती. म्हणून सवाई माधवरावाची तीर्थयात्रा, ग्रहणदानें वगैरे गोष्टी त्यानें त्याजकडून बिनचूक करविल्या. श्रावणमास दक्षणेची अशीच दक्षता नाना ठेवी. सालोसाल रमण्यांत गेलेले ब्राह्मण वाहून जात. स. १७९१ च्या रमण्यांत ९९ हजार रुपये लागले. त्याशिवाय वाड्यांतील दक्षणा वेगळी. *

३. प्रभुज्ञातीचा छळ.—केवळ राजकीय बनावांची संगति जुळविण्यांतच विस्तार होत असल्यामुळें सामाजिक, धार्मिक वगैरे इतिहासाच्या दुसऱ्या अंगांचा विचार करण्यास येथें अवकाश नाहीं. तथापि ब्राह्मण व प्रभु यांच्यामध्यें कायमचें वितुष्ट पाडणारें एक प्रकरण मराठशाहींत सारखें धुमसत होतें; आणि त्याचा

* ऐ. टि. ३. ३०; खरे–३३६६–६७, ३३७०.

प्रतिध्वनि अद्यापि थोडाबहुत ऐकूं येतो. शिवाजीपासून थोरल्या माधवरावाच्या अखेरीपर्यंत राज्यचालकांनीं या वादांत आग्रहानें कोणताही पक्ष न स्वीकारितां सामदामानें वेळ मारून नेली. वास्तविक पाहतां धार्मिक आचरणांत पापपुण्याची जबाबदारी ज्या त्या व्यक्तीवर असल्यामुळें, इतरांनीं कोणावरही त्यांत सक्ति करण्याचें कारण नाहीं. परंतु धर्मसंरक्षणाच्या नांवाखालीं राज्यचालकांकडून लोकांवर जुलूम झाल्याचीं उदाहरणें आपल्यापेक्षां बहुधा युरोपीय इतिहासांतच जास्त आढळतील. नारायणराव पेशव्याकडे अधिकार आल्यावर, त्यानें प्रभूंस शूद्र ठरवूनच स्वस्थ न बसतां त्यांच्या पुढाऱ्यांवर सक्ति करून त्यांजकडून खालील नऊ बाबतींची कबूली लिहून घेतली:—

(१) कोणत्याही धर्मकृत्यांत वेदमंत्रांचा उपयोग न करणें.

(२) स्वतः वेदमंत्रांचा उच्चार न करणें.

(३) श्राद्धपक्षांत भाताचे पिंड न करणें.

(४) घरीं ब्राह्मणभोजन न करणें.

(५) शालिग्रामाची पूजा न करणें.

(६) शूद्रांच्या देवासच जाणें.

(७) ब्राह्मणांस व आपसांत स्वतःस 'दंडवत' म्हणून संबोधणें.

(८) वैदिक ब्राह्मण व त्यांच्या बायका यांस आचारी, पाणके, शागीर्द म्हणून घरांत नोकरीस न ठेवणें.

(९) जातींत पुनर्विवाह करतील त्यांस हरकत न करणें.

याशिवाय उभें गंध न लावणें, दुहेरी धोतर नेसणें, विधवांनीं केशवपन न करणें, वगैरे आणखी कित्येक किरकोळ कलमेंही कबूल करून घेतलेलीं होतीं.

या कबुलीखालीं सह्या करणारे इसम सखाराम हरि, रामराव जिवाजी चिटणीस वगैरे सोळा असामी होते. या कबुलीविरुद्ध प्रभु लोक आचरण करितात, असा कज्जा पेणच्या ब्राह्मणांनीं करून, त्यांनीं प्रभूंच्या घरीं वरील कृत्यें करण्याचें बंद करविलें, आणि पेशव्यांच्या दरबारीं त्याची फिर्याद आणिली. त्यावरून ता. १२–२–१७९० रोजीं पेशव्याचा हुकूम सर्व अधिकाऱ्यांस व ठिकठिकाणच्या ब्राह्मणांस असा निघाला कीं, 'सर्व प्रभूंस ताकीद करून सदर्हू कलमांप्रमाणें वर्तवीत जाणें. अन्यथा वर्तेल त्याचें पारिपत्य करणें.' पेशव्यांचा न्यायाधीश

रामशास्त्री ता. २०-१०-१७८९ रोजीं वारल्यानंतरचा वरील हुकूम आहे, यावरून त्यास त्याची संमति होती असें म्हणतां येत नाहीं. पण रामशास्त्री याच्यामागून न्यायाधिशीवर आलेला अय्याशास्त्री वरील हुकुमाच्या विरुद्ध होता असें दिसतें. तो व त्या वेळचे कित्येक विद्वान् व तज्ज्ञ ब्राह्मण प्रभूंच्या तर्फेनें भांडत होते. पुण्यांत हें प्रकरण कैक वर्षें गाजत होतें. स. १७८८ च्या पावसाळ्यांत ' ब्राह्मण आपणांस श्रावणी करूं देत नाहींत अशी फिर्याद प्रभूंनीं नानाफडणिसाकडे नेली. नाना बोलले, श्रीमंतांकडे जा. त्यावरून प्रभु लोक श्रीमंत पेशव्यांकडे गेले. त्यांनीं उत्तर केलें कीं, कै. नारायणराव साहेबांनीं निवड केली तसें वागावें व रामशास्त्री यांजकडे जावें. इतकें होय तों सायंकाळ झाला. प्रभु उपाशीं व श्रावणी राहिली. दुसरे दिवशीं ब्राह्मण येऊन नानाचे दरवाजापुढें बसले. त्यांनीं अय्याशास्त्री यांजकडेस निवाडा करण्याची परवानगी दिली. अय्याशास्त्री यांनीं अंतर्यामीं प्रभूंस मिळोन भेद देऊन नानांस समजाविलें. नानास बहुत राग आला. निश्चय केला कीं, प्रभूंचें पारिपत्य करावें. इतक्यांत दुसरें ग्रामण्य सोनारांचें उपस्थित झालें. ' त्यावरून पुढें हुकूम सुटला तो वर दिला आहे. पुढें बाजीरावास पेशवाई मिळाल्यावर त्यानें प्रभूंस वेदोक्त कृत्यें करण्याची परवानगी दिली, याचें कारण बहुधा रघुनाथरावाचे साह्यकर्ते पुष्कळसे प्रभु लोक होते, त्यांस दुखवूं नये अशी या पितापुत्रांची भावना असावी. परंतु पेशवाई बुडाल्यावर फिरून या वादास रंग चढला. ता. ३०-९-१८२७ चें शंकराचार्यांचें आज्ञापत्र सुटून प्रभूंचीं वेदोक्त कृत्यें बंद करण्यांत आलीं. त्यानंतर चिंतामणराव पटवर्धन यांच्या उठावणीनें ता. १८-१२-१८३६ चें आणखी एक आज्ञापत्र शंकराचार्यांचें प्रभूंच्या विरुद्ध सुटलें. त्यांतही नारायणराव पेशव्यानें कबुली लिहून घेतल्याप्रमाणेंच सक्त अंमल करावा असा निर्णय आहे. एकंदरींत धर्मसंरक्षणाच्या आपल्या कर्तव्याचा ब्राह्मणांनीं उगाच अतिरेक केला असें या प्रकरणांत दिसून येतें. जोंपर्यंत राज्याच्या उद्योगांत समस्त लोक नेटानें वावरत होते तोंपर्यंत अशा शुष्क विषयांकडे लक्षच देण्यास लोकांस फुरसत नव्हती. राजकीय उद्योग बंद पडत चालले, तशी या विषयांस तेजी आली राज्यकर्ते त्यांत विशेष लक्ष घालूं लागले हीच राज्याच्या अवनतीची खूण समजली पाहिजे. रामशास्त्री याची या विषयाची समजूत काय होती तें स्पष्टपणें कोठें नमूद झाल्याचें आढळत नाहीं. परंतु नारायणरावानें प्रभूंकडून सक्तीनें कबुली

लिहून घेतली, तेव्हां रामशास्त्री अधिकारावर होता, अर्थात् त्याच्या सल्ल्याशिवाय किंवा शास्त्राविरुद्ध नारायणरावानें हुकूम सोडिला असेल हें संभवत नाहीं; आणि पुढें पुढें तर रामशास्त्री म्हणजे नानाफडणिसाचा संपूर्ण साह्यकर्ता होता, इत्यादि कारणें ध्यानांत घेतां, रामशास्त्री प्रभूंच्या उलट वागणारा होता असेंच म्हणावें लागतें. ब्राह्मणी राज्यांतच हे प्रश्न विशेष चिडीस गेले, सिंदे–होळकरांदिकांच्या राज्यांत उत्तरेंत त्यांस महत्त्व आलें नाहीं, हीही गोष्ट लक्षांत ठेवणें जरूर आहे. *

४. पुण्याची कोतवाली व घासीराम.–नानासाहेब पेशव्याच्या अखेरपर्यंत पुणें शहराचें महत्त्व विशेष वाढलें नव्हतें. ताराबाई दिवंगत झाल्यावर सातारचें महत्त्व मावळून पुण्याची भरभराट जलद झाली. माधवरावाच्या जालीम कारभारामुळें कांहीं काळ पुणें शहर अखिल हिंदुस्थानच्या राजकारणाचें केंद्र बनून सरदार, राजेरजवाडे, सावकार वगैरेंच्या वास्तव्यानें शहराची रवंदळ वाढून बंदोबस्तासाठीं स्वतंत्र कोतवाल म्हणजे पोलिस अधिकारी नेमण्यांत आला. बाळाजी नारायण केतकर यास ता.१८–२–१७६४ रोजीं शहरच्या बंदोबस्ताचें काम बाळाजी जनार्दन फडणीस सांगतील त्याप्रमाणें करीत जाण्याचा थोरल्या माधवरावाचा हुकूम आहे. आरंभीं या जागेचा खर्च व मेहकम अल्प होता. पुढें तो हळू हळू वाढत गेला. रात्रीं ११ वाजतां तोफ झाल्यानंतर शहराचा प्रवेश बंद होत असे, तो पहांटे चार वाजतां पुनः तोफ वाजून खुला होई. कोतवालाकडे बंदोबस्ताशिवाय दुसरीं पुष्कळ कामें सुप्रत झाल्यामुळें, त्याची प्राप्ति वाढत गेली. शहरांतील लहान गुन्हे, चोऱ्या, व्यभिचार, मद्यपान, जुगार वगैरे सारखे, अड्डे, बाजारांची व्यवस्था, वजनें मापें, वाद्यें, वेश्या, हजाम वगैरेंची देखरेख, शहरस्वच्छता, रस्ते, इमारती, पाहुण्यांचा सत्कार, दानधर्म, दस्तैवजांची नोंधणी अशीं किती तरी कामें हळू हळू नानाफडणिसाच्या कारभारांत कोतवालाकडे आलीं. त्यामुळें कोतवाल म्हणजे शहरांतला मुख्य व महत्त्वाचा अंमलदार बनला पुण्यांत झालेल्या कोतवालांची नांवनिशीः—

१ बाळाजी नारायण केतकर १८–२–१७६४ रोजीं सुरू.

२ बाबूराव राम.

३ जनार्दन हरि १२–४–१७६८. यच्च्या हुकुमांत कोतवालाच्या कर्तव्यांचा भरपूर तपशील आहे.

---

* खरे–३१५२, ३१५३, ३१६९, व पृ. ४२०९; बा. रो. २३५.

४ धोंडो बाबाजी स. १७७५.

५ आनंदराव काशी १६-७-१७७६ रोजीं कोतवालीवर नेमणूक.

६ घासीराम सावळदास ८-२-१७७७ रोजीं नेमणूक.

७ आनंदराव काशी २६-३-१७७८ व पुनः घासीरामाच्या मृत्युनंतर स. १७९१ पासून अखेरपर्यंत.

आनंदराव काशी हा देशस्थ ऋग्वेदी ब्राह्मण, भारद्वाज गोत्र, आडनांव 'वाचासुंदर,' पालीचे जोशी. आबाजी कृष्ण शेलूकराचा व याचा आप्त संबंध होता. खड्र्याच्या लढाईच्या वेळीं आनंदराव कोतवालीवर असून, तो व राघोपंत गोडबोले यांच्याकडे मशीरुन्मुल्क याजवर देखरेख ठेवण्याचें काम होतें. मराठशाहीच्या अखेरपर्यंत हा कामावर होता असें वा. इ. वृ. शके १८३७, ले. १०८ यांत नमूद आहे. म्हणजे दुसऱ्या बाजीरावाच्या वेळेस धनी व चाकर एकमेकांस शोभतील असेच होते. *

शहरची कोतवाली म्हणजे वाटेल तसा जुलूम करण्याची व चरण्याची जागा. विशेषतः आनंदराव काशी व घासीराम या दोघांवरही नानाची मर्जी असल्यामुळें त्यांनीं आपल्या अंमदानीत वाटेल तसा हात मारून घेतल्याचे उल्लेख ठिकठिकाणीं आहेत. उदाहरणार्थ, स. १७७७ च्या सुमारास कोणी इसमानें खालील तक्रार नानाफडणिसाकडे गुप्तरूपें लिहून दिलेली आढळते. 'वादी आनंदराव काशी गैररहा वर्तणूक करतो. गर्ती बायका बदकर्माबाबत धरून ब्राह्मणी व परदेशिणी वगैरे आणितात. त्यांस खुद्द मशारनिल्हे आपले घरीं नेऊन त्यांजवळ बदकर्में करितात. बायका सुटून येतात त्या लोकांचे घरीं फिरतात कीं, आमची धन्याजवळ दाद लावावी. परंतु कोणी स्वामींचे कानावर घालीत नाहीं. तरी यांचे बदकर्माची चौकशी करणें. मशारनिल्हेचें म्हणणें कीं, मजवर कृपा धन्याची आहे, माझें कोणाच्यानें कांहीं होत नाहीं. यांचा अंमल निघाला म्हणजे तफावत लागू करून देईन. सरकारची शिल्लक पंचवीस हजार निघत असतां स्वामीस कोणी विदित करीत नाहीं. कुळांचे खंडदंडाची चौकशी

---

* आधार.-मा. रो. ६२९-३३,-३४; स. मा. रो. ९०२, ९०२, ११५८, ११६२, ११६५; ऐ. स्फु. ले. ३. १५; ऐ. टि. १. ४०, ४१; खरे ३३७४; व Poona in Bygone Days.

दरकदारांचे विद्यमानें किमपि करीत नाहींत. कोणी कांहीं म्हटलें असतां मनस्वी उत्तरें करितात. दरकदार येविशीं समक्ष विनंति करते; पण गांठ पडणें कठिण. गैरसनदी खर्च केला आहे. सांगतात कीं, मी सांगेन तसा लिहीत जाणें. चरणांचें दर्शन जाल्यावर बहुत तऱ्हेचीं कलमें विदित करीन. आणखी लिहावयाचीं होतीं, परंतु स्वामी रागास येतील म्हणोन लिहिलीं नाहींत. आज्ञा जाल्यास समक्ष विदित होतील. याचा परिणाम कठिण. मर्जी असेल तसें करावें. '

मजकुरावरून दिसतें कीं, कोणी इसमानें नानाची गांठ प्रयासानें घेऊन त्याजकडे कांहीं तक्रारी कळविल्या. त्या बहुधा नानानें लिहून मागितल्यावर वरील लेखी कलमें आठ त्यानें लिहून दिलीं.

घासीरामाचा कारभार तर आनंदराव काशीपेक्षां जास्तच जाचक झाला. हा गौडब्राह्मण औरंगाबादचा राहणारा. नानास फितुराच्या, दादाच्या व इतर ठिकाणच्या बऱ्यावाईट बातम्या सारख्या पाहिजे असत, किंबहुना अशा बातम्यांवरच त्याचा मुख्य कारभार चाले. त्यासाठीं त्यास आनंदराव काशीसारखीं दुष्ट माणसें हाताशीं धरावीं लागत, आणि त्यांजबद्दल कागाळ्या आल्या तरी तिकडे काणा डोळा करणें नानास भाग पडे. घासीरामाकडे पुण्याच्या कोतवालीचा कारभार चांगला पंधरा वर्षें राहिला. तेणेंकरून शहरांत प्रळय होऊन, घाशीरामाचा जाब कोणी घेईना. शिवाय घासीरामाची मुलगी ललितागौरी इच्या द्वारां घासीराम नानाची मर्जी सांभाळतो असा बोभाटा झाला. यांत खरें तथ्य काय असेल तें असो. पुणें गॅझेटियर व मोरोबा कान्होबाचें पुस्तक ' घासीराम कोतवाल ' यांत ही गोष्ट खरी मानलेली आहे.

घासीराम सुस्वरूप, बुद्धिमान व भाषणांत साखर पेरणारा असल्यामुळें तो कोणाचेंही मन तेव्हांच आकर्षण करून घेई. त्याच्या हातून कित्येक अन्याय झाले असले तरी शहरांत त्यानें पुष्कळ सुधारणा करून व्यवस्था राखिली यांत संशय नाहीं. त्यास सुप्रत केलेल्या कामांच्या यादीवरूनच हें निदर्शनास येईल. शहरांतील गुन्ह्यांची यादी आहे, त्यांत बैदफैली व स्त्रीविषयक गुन्हेच फार आहेत हें ध्यानांत ठेवण्याजोगें आहे.

घासीरामाच्या जुलमाच्या गोष्टी अनेक प्रसिद्ध असून त्यांवरून मराठी भाषेंत 'घासीरामी जुलूम' ही म्हणच पडली आहे. त्यानें सवाई माधवरावाच्या लग्नाच्या वेळीं पुण्याचा बंदोबस्त उत्कृष्ट ठेविला आणि शहरांत 'नजरबाज' (डिटेक्टिव्ह)

लोक ठेवून फंदफितुरी दाबांत ठेविली, याबद्दल नानानें त्याची प्रशंसा करून त्यास व त्याच्या मुलांस वारंवार बक्षिसें वगैरे दिल्याचे दाखले आहेत. त्यांत जीवनराम व सखाराम हीं दोन घासीरामाच्या मुलांचीं नांवें आढळतात.

घासीरामाची अखेरची हकीकत त्या वेळच्या ऐकींव माहितीवरून अनेकांनीं अनेक तऱ्हेनें दिलेली आज उपलब्ध आहे. परंतु अशा हकीकतींत काल्पनिक अंश व बाजारगप्पा बऱ्याच दिसतात. प्रत्यक्ष घडलेली हकीकत खालील पत्रांत उपलब्ध आहे ती अशी: पत्र घासीरामाच्या मृत्युनंतर दोन दिवसांनीं पुण्याहून बारामतीकर जोशांस लिहिलेलें आहे. 'वडिलांचे सेवेसीं सा. न. वि. ऐसीजे. पुण्याहून पस्तीस असामी तैलंग ब्राह्मण आपले देशास जाण्याकरितां निघोन घासीरामाचे तळ्यावर गेले आणि सायंकाळचे चार घटका दिवसास स्वयंपाक करावयास लागून अस्तमान दोन घटका रात्रीस भोजन केलें. नंतर चार घटका आटपा आटप करावयास लागली. तों इतक्यांत कोतवालाचे प्यादे पांच सात जाऊन तितक्या ब्राह्मणांस भवानी पेठेंतील चावडीस आणून खणाचें भुयार आहे त्यांत पस्तीस असामी कोंडले. त्यांत वारा जाण्यास जागा नाही. सबब कोंडमारा होऊन एकवीस असामी मृत्यु पावले. घातल्यापासोन तिसरे रोजीं रा. मानाजी फाकडे चावडीजवळ राहतात, त्यांस त्या भुयारांत गलबा होऊं लागला. हा कशाचा, म्हणोन आपण खुद्द त्या भुयाराजवळ जाऊन कुलप तोडून पाहिलें आणि ब्राह्मण मेल्याचें वर्तमान श्रीमंतांस सांगून पाठविलें. नंतर श्रीमंतांनीं चार प्यादे व एक कारकून चौकशीस पाठविला. तों इतक्यांत घासीराम यानें नानाचे वाड्यांत येऊन विनंति केली जे, पंचवीस तीस असामी कोमटी माझे तळ्यावर येऊन राहत, आणि शहरांत चोऱ्या करीत होते, त्यांस धरून आणून ठेविलें. त्यांणीं अफू खाल्ली, तेणेंकरून मृत्यु पावले. आज्ञा जाल्यास मूठमाती देतों. उत्तर जाहलें जे, चौकशीस कारकून गेला आहे, तो आल्यानंतर सांगणें तें सांगूं. असें बोलून स्वारी बेलबागेंत गेल्यावर घासीरामानें गांठ घालून गैरवाका समजावून मूठमातीची परवानगी घेतली आणि आपले घरास नेला. इतक्यांत श्रीमंतांनीं नानांस बोलावूं पाठविलें. ते वाड्यांत गेले, तेव्हां श्रीमंतांनीं विचारिलें जे, घासीरामानें ब्राह्मण मारिले त्यास त्याची चौकशी होऊन पारिपत्याचें काय ठरविलें ? उपरांत आज्ञा होईल तसें करूं म्हणोन बोलून घासीरामास बोलावूं पाठविलें. तो आला तों नानाही सरकारवाड्यांतून आपले घरास आले आणि वे० भटजीतात्यांस चौकशी

सांगितली. त्यांणीं घासीरामास ब्राह्मण कशाकरितां कोंडिले व मरावयाचें कारण काय,जें खरें असेल तें सांग,असा प्रश्न केला.तेव्हां त्यानें उत्तर केलें जे, चोर म्हणोन कोंडले, ते अफू खाऊन मेले. यांत माझें कांहीं कृत्रिम नाहीं. असें म्हणत आहे तों श्रीमंतांचा निरोप आला जे, त्याचें पारिपत्य चांगलें करावयाचें. याचें म्हणणें तों या प्रकारचें. इतकें होत आहे तों नानाचे वाड्यापाशीं हजार पंधराशें ब्राह्मण मिळोन नाना प्रकारच्या वल्गना करूं लागले. तेव्हां सर्व मजकूर भटजींनीं नानाचे कानावर घालून कोतवालाच्या मुसक्या बांधून गाड्याचे पाहऱ्यांत ठेविला. तरी तेलंगी ब्राह्मण आततायीपणास न चुकत ! हत्तीचे पायास बांधल्याशिवाय आम्हांस आपले बिऱ्हाडीं जावयाचें नाहीं. नंतर वे० अप्याशास्त्री यांस ब्राह्मणांचे मध्यस्तीस घातलें जे, उदईक तुमचे म्हटल्याप्रमाणें याचें पारिपत्य करतों. तरी ब्राह्मण न ऐकत. शास्त्री यांचे अंगावरील वस्त्रें, नेसावयाचें धोत्र सुद्धां, झोंबून फाडिलें; व श्रीमंतांचाही निग्रह पाहून प्रथम प्रहर रात्रीस हत्ती आणवून वर्ता त्यास घालून बांधिला; आणि सर्व शहर फिरवून पर्वतीजवळील रमण्यांत नेऊन पायांत बेडी घालून ठेविला. शहरांतून फिरते वेळेस ब्राह्मणांनीं कोतवालास पांच सात दगड मारिले; तेणेंकरून कांहीं डोकीं फुटलीं व शंभर गाडदी चौकीस होते. नंतर दुसरे रोजीं भाद्रपद शु० २ बुधवार प्रातःकाळीं (३१-८-१७९१) ब्राह्मण मागती अजमासें दोन हजार पावेतों जमा होऊन नानांचे वाड्यापुढें बहुतच गर्गशा करूं लागले आणि बोलत जे, त्यास जिवें मारल्याशिवाय आम्ही ऐकत नाहीं; व नानांचेंही म्हणणें त्यास जिवें मारावयाचा. त्याजवरून बाळाजीपंत केळकर यास रमण्यांत पाठवून, त्याची बेडी तोडवून उंटावर उलटें तोंड करून बांधून, कोतवाल चावडीस आणिला; आणि पांच पाट काढून, शेंदूर डोकींत घालून पुनः उंटावर पूर्ववत् प्रमाणें घालून आठी पेठा फिरविला, आणि गारपिरावर नेऊन सोडिला; आणि ब्राह्मणांस सांगितलें जे, तुम्हांस पाहिजे तर सोडा किंवा मारा. असें सांगून हवालीं केला. त्याजवर सायंकाळच्या दोन घटका दिवस राहतां ब्राह्मणांनीं धोंडे घालून मारिला. त्यास दहन करावयाची देखील परवानगी नाहीं. कोतवालाचे दिवाण बापूजीपंत, गोपाळपंत व केसोपंत भावे यांस बेड्या घालून ठेविले आहेत. त्यांचेंही पारिपत्य यथास्थित करणार. ब्राह्मणांस धरून आणून कोंडून ठेवणारे प्यादे व माणसें होतीं त्यांचीं पारिपत्यें शिरच्छेदाचीं करावीं असा नानांचा मनोदय आहे. कोतवालाचे घरची जप्ती करून दोघां लेकांस बेड्या घातल्या. या प्रमाणें वर्तमान जालें.'

या प्रकरणासंबंधानें ठिकठिकाणीं नानाप्रकारच्या बातम्या उठल्या. साताऱ्याहून बाबूराव आपटयानें नानास पत्रानें विचारलें, त्यास त्यानें खालील जबाब ता. ११-१०-१७९१ रोजीं पाठविला. 'कोतवालाचे पारिपत्याचा वगैरे मजकूर विस्तारें लिहिला त्यास कोतवालाच्या अपराध पातकांची पराकाष्ठा जाली, सबब पारिपत्य केलें. वरकड मजकूर सर्व लटके. लबाड व द्वेषी आहेत ते मनस्वी गोष्टी उठवितात. ही पुण्यांतील लोकांची रीत चाललीच आहे.' (ऐ. टि. १.४१).

या प्रकरणासंबंधानें मॅलेटनें लिहिलेली हकीकत ऐकीव सबब कांहीं तपशिलांत खरी नाहीं. निदान नानाफडणिसानें घासीरामास अन्यायानें बचावण्याचा प्रयत्न केल्याचें दिसत नाहीं. प्रथम श्रीमंत पेशव्याकडे तक्रार गेल्याबरोबर त्यानें अधिकार गाजवून पारिपत्याचा हुकूम नानास केला; आणि तो हुकूम नानानें लगोलग अंमलांत आणिला. मात्र घासीरामाच्या दुर्वर्तनाच्या गोष्टी इतक्या वर्षांत नानाच्या कानावर गेल्या नसतील हें संभवत नाहीं. उलट पक्षीं पुण्यासारख्या शहरांत योग्य बंदोबस्त ठेवण्याचें काम अवघडच होय यांतही संशय नाहीं. तशांत श्रावणमास दक्षणेसारख्या प्रसंगीं कडी नजर ठेवल्याशिवाय भागणारें नाहीं. अशा करडया वर्तनामुळें तेलंगी ब्राह्मण व पुण्याचे इतर लोक घासीरामावर पुष्कळ दिवस चिडलेले असावे. अशा दुष्टाव्याचीं सर्वच कृत्यें खुद्द घाशीरामानें केलीं असतील असेंही नाहीं. त्याचे अनेक हस्तक त्याच्याही वर ताण करणारे असतील. भवानी पेठेच्या पूर्वेस हडपसरच्या वाटेवर हल्लीं सेंट मेरीचें मंदीर आहे, त्याच्या पश्चिमेस घासीरामाचें तळें व मंदीर होतें. तेथें ही धरपकड श्रावण व० ३० शके १७१३रोजीं झाली. रेसिडेन्सींतील डॉक्टर फिन्डले दुसरे दिवशीं ब्राह्मणांचा दंगा पाहण्यास हजर होता. त्यानें कळविलेली हकीकत पुढें मॅलेटनें वरिष्ठांकडे लिहून पाठविली. या प्रकरणाची हकीकत पेशव्याच्या बखरींत तिखटमीठ लावून वर्णिलेली आहे. तसेंच लो. हि. कृत ऐ. गो. अंक ७७; पारसनीस कृत 'पुणें' (इंग्रजी),मॅक्डोनॉल्डकृत नानाफडणीस, शिवाय पूना गॅझेटियर व मोरोबा कान्होबा कृत 'घासीराम कोतवाल' इत्यादि ठिकाणीं या प्रकरणाची चर्चा आहे.

नानाचा धाक झुगारून देण्याचें सवाई माधवरावाचें हें पहिलेंच कृत्य कागदावर नमूद झालेलें दिसतें. पेशव्यांची बखर लिहिणारा सोहनी सवाई माधवरावाच्या वेळीं हयात असल्यामुळें त्यानें लिहिलेल्या हकीकती, पूर्वीच्या भागांपेक्षां जास्त विश्वसनीय समजण्यास हरकत नाहीं. नानाचा स्वभाव सर्व लोकांत समरसपणें

मिसळण्याचा नसल्यामुळें, राज्यकारभारांतील सामान्य व्यंगें त्याच्या नजरेस येत नसत. घासीरामाचें व सचिवाचें प्रकरण, तसेंच महादजीच्या तक्रारी वगैरे पाहतां, नानाचा कारभार पुष्कळसा एकांगी होता या विषयीं संशय वाटत नाहीं. मात्र कारभाराच्या करडेपणापलीकडे मुद्दाम होऊन त्यानें अन्याय केल्याचें दिसत नाहीं.

घासीरामानंतर पुनः त्याच्या जागीं आनंदराव काशीचीच नेमणूक नानानें केली. तोही घासीरामाचाच मासला होता. स.१७९४त आनंदरावास दिलेले तपशीलवार हुकूम छापले आहेत ते पाहतां कोतवालाच्या अरेरावीस आळा घालण्याचा प्रयत्न केलेला दिसतो. सर्व काम चावडीवर उघडयांत व्हावें, कोणाचे घरीं होऊं नये, असा निर्बंध घालण्यांत आला.

पण नानाच्या कारकीर्दींत कोतवालीस कांहीं तरी आळा होता. पुढें बाजीरावानें तर कहर करून दिला. त्यानें इतर नेमणुकांबरोबर कोतवालाची जागाही विक्रयानें भरण्यास सुरवात केली. अर्थात् पैसे भरून कोतवाली अंमल गाजविणारे पाहिजे तितके लोक पुढें येत. विठोजी नाईक गायकवाड यास बाजीरावानें कोतवालीवर स. १८०० त नेमिलें. त्याजपासून एक लक्ष, बारा हजार रुपये घेतले. हा थोडा अल्प काळचा प्रकार सोडून दिला तर,जीवितवित्ताच्या संबंधानें एकंदर पेशवाईतला बंदोबस्त फार चांगला होता असें एल्फिन्स्टनसारख्या अनेक इंग्रज अंमलदारांनीं तपासांतीं नमूद केलें आहे.

५. महादजी सिंद्याची छाप.—महादजी सिंदे. पुण्यास दाखल झाल्यानंतर लवकरच सवाई माधवराव स्वतःच्या जोखमीवर दरबारी काम ता.११-९-१७९२ रोजीं पाहूं लागला, असा दाखला खालील पत्रांत मिळतो: "श्रीमंतांनीं वैशाख व० ५ शुक्रवारीं माजघरावरील नव्या दिवाणखान्यांत बसावयास मुहूर्तें प्रारंभ केला. ते दिवशीं थोरल्या महालांच्या झडत्यांवर आपण मखलासी करूं लागले. संगमनेर येथील झडतीवर मखलासी केली. जवळ महादाजीपंत गुरुजींनीं असावें, कीर्द रोज पाहत जावी, असा पाठ घातला. मुहूर्त केला ते समयीं बाळ जोशी मालगुंडकर यांस चारशें रुपयांचा गांव इनाम दिला.'

आपला वोज ठेवून सरदारांवर धनीपणा कसा गाजवावा याची जाणीव नाना तरुण पेशव्यास वारंवार देत असे. त्यांत स. १७७९ पासून पुढें बारा वर्षें महादजी दक्षिणेंत आला नाहीं म्हणून पेशव्याची त्यास प्रत्यक्ष ओळख घडलीच नाहीं. उलट पक्षीं तुकोजी होळकर पेशव्याच्या लग्नास हजर असून इकडेच अनेक

स्वाऱ्यांत वावरत होता. म्हणून त्याची व पेशव्याची सलगी आरंभीं पुष्कळ होती. शिवाय नानानें सुद्धां पेशव्याचें मन होळकराविषयीं जितकें अनुरक्त ठेवलें तितकें महादजीविषयीं ठेवलें नसावें. स. १७८१ च्या डिसेंबरांत माधवराव तुकोजीच्या पुत्राच्या लग्नास वाफगांवास गेला होता. स. १७८५ त बदामीच्या स्वारीस निघतांना पेशव्यानें तुकोजीस पोषाख व दागिने दिले ते खुद्द स्वतः पसंत करून दिले. सरदारांच्या व्यवहारांसंबंधानें पुण्यास ज्या वाटाघाटी किंवा भानगडी चालत, त्यांची वार्ता वयोमानाप्रमाणें थोडथोडी पेशव्याच्या कानावर जात असलीच पाहिजे. पुढें स. १७८७ त तुकोजी होळकर उत्तरेंत गेला आणि महादजी स. १७९२ त पुण्यास आला, त्या वेळीं पेशव्यास सर्व व्यवहार चांगले कळूं लागले होते. नुकतेंच घासीरामाचें प्रकरण घडून त्यांत त्यानें नानाच्या विरुद्ध आपली सत्ता गाजवून लोकांत वाहवा मिळविली होती. महादजी तर अगोदरपासूनच नानाप्रकारें पेशव्याची मर्जी आपल्यावर खुष ठेवीत असे. पेशव्यास शिकारीचा नाद आहे हें ऐकून हिंदुस्थानांतून दोन उत्कृष्ट गेंडे त्याजकरितां पाठविले. अशा दुसऱ्या चिजा तो वारंवार पेशव्यास पाठवीत असे. पुण्यास आल्यावर महादजीचें व त्याचें संघटण लगोलग वाढलें. पेशव्यास शिकारीचा नाद होता, त्याच नादानें महादजी त्यास वारंवार स्वतः शिकारीस नेऊं लागला. दररोज दोघांचीं भाषणें व खलबतें होऊन महादजीनें पूर्वेतिहासाची व प्रस्तुतच्या घडामोडींची सर्व माहिती पेशव्यास स्वतः करून दिली. महादजी आल्याबरोबर बादशहानें दिलेल्या पदव्या स्वीकारण्याचा जो अपूर्व समारंभ पुण्यास झाला, त्यानें व पुढील सालच्या रंगाच्या समारंभानें महादजीच्या कर्तबगारीचा ठसा पेशव्याच्या मनावर उमटला; आणि कागदी कारभारापेक्षां लष्करी जोराची जाणीव त्याच्या मनांत उत्पन्न झाली. आपल्या गोड स्वभावानें महादजीनें त्या तरुण मुलाचें मन तेव्हांच आपल्याकडे आकर्षून घेतलें. दीड वर्ष पावेतों बहुधा दररोज उभयतांची भेट व बोलणें, केव्हां एकांतांत तर केव्हां दरबारांत सर्वांसमक्ष होत होतें. आजपर्यंतच्या पेशव्यांनीं धनीपणानें वागून राज्याचा विस्तार केला ही मुख्य गोष्ट सवाई माधवरावास पढवून, त्याच्या अंगीं धनीपणा उत्पन्न करण्याचें बिकट काम महादजीनें केलें. नारायणरावाच्या मृत्युपासून वीस वर्षें धनीपणा गाजविणारा पुरुष पेशव्यांच्या घरांत नसल्यामुळें कशी बेबंदशाही माजली, हें त्यानें माधवरावास समजून दिलें. घासीरामाचा बोजवारा,

बाजी मोरेश्वर व सचिवांचें प्रकरण, इत्यादि कामांत नानाचें वर्चस्व ढांसळलें. पेशवा उघड उघड महादजीच्या तंत्रानें वागूं लागला. त्यामुळें नाना वगैरे कारभाऱ्यांचीं मनें अत्यंत अस्वस्थ झालीं. त्यांनीं काशीयात्रेस निघून जाण्याचा घाट घातला. परंतु महादजीनेंच नानाची समजूत घालून त्यास राहवून घेतलें. नानाचे गुण महादजी ओळखून होता. त्यानें कारभार सोडावा असें महादजीचें म्हणणें नव्हतें. फक्त सगळा कारभार एकतंत्री न राहतां अनेकांच्या सल्लयानें उघड चर्चा होऊन चालावा, सर्वांची दाद लागावी, यजमानानें सर्वांस समतेनें वागवावें, हीच महादजीची मागणी होती. दुर्दैवानें महादजी मरण पावला आणि त्याच्या पाठोपाठ हा तरुण पेशवाही दिवंगत झाला. तेणेंकरून मराठशाहीचें नष्टचर्य पूर्णपणें ओढवलें. माधवराव आरंभीं जरी बराच व्रात्य होता, तरी अंगावर जबाबदारी पडल्यावर ती सांभाळण्यास बाजीरावापेक्षां पुष्कळ पटीनें तो जास्त लायक होता, या विषयीं संशय वाटत नाहीं. *

६. **हृदयद्रावक अंत** (२७-१०-१७९५).—एक लेखक म्हणतो, 'माधवराव नारायण कैलासवासी जाले याचें कारण ऐसीजे. दादासाहेबांचे पुत्र त्रिवर्ग जुन्नरास नानाफडणिसांनीं ठेविले होते. त्यांचे रखवालीस बळवंतराय नागनाथ वांबोरीकर होते. त्यानें बाजीरायाशीं सख्य केलें. बाजीरायांनीं बळवंतरायास विचारिलें कीं, श्री० रावसाहेबांचे दर्शनाची इच्छा बहुत आहे. त्यावरून बळवंतरायांनीं विनंति केली कीं, पत्र दिल्यास एकांतीं प्रविष्ट करून वर्तमान विदित करीन. त्यावरून बाजीरायांनीं पत्र लिहिलें कीं, स्वामींचे पाय पाहवे हा हेतु आहे. भेट होईल तो उत्तम दिवस. हें पत्र बळवंतरायांनीं पुण्यास येऊन एकांतीं देऊन वर्तमान श्रीमंतांस कळविलें. श्रीमंतांनीं हर्षायमान होऊन उत्तर दिलें कीं, तुमच्या प्रमाणेंच आमचाही हेत आहे. थोडक्याच दिवसांत चित्तानुरूप अर्थ घडतील. याप्रमाणें लिहून दिल्हें. बळवंतराय आपले घरास गेले. हें वर्तमान खिजमतगारानें नानांस कळविलें. नानांनीं बळवंतरायाचे कारकुनास बोलावून त्याजकडून पेशव्यांची चिठी शोधून आणविली. ती घेऊन नाना श्रीमंतांकडे गेले, आणि एकांतीं विचारूं लागले, आपण बळवंतरावास चिठी कशाची दिली ? श्रीमंत बोलले, आम्ही चिठी दिली नाहीं. पुनः शपथ घालून विचारिलें. त्यावर शपथपूर्वक तसेंच बोलले. तेव्हां नानांनीं चिठी पुढें टाकिली. तेव्हां श्रीमंत खालीं पाहूं लागले. मग

---

* खरे ३४२७; स. मा. रो. २७०, २७२.

नाना कांहीं अधिक उणें बोलले. त्यावरून जरब घेतली. इकडे बळवंतरायास नानांनीं बेडी घालून किल्ल्यास पाठविलें. घरीं चौकी बसविली. त्यावरून श्रीमंत बहुत खिन्न जाले. नानांस बोलावून सांगितलें, बळवंतरायाकडे अन्याय नाहीं. जें केलें तें म्यां केलें. त्याची बेडी काढावी. तें नानांनीं ऐकलें नाहीं. पुढें दसरा जाला. श्रीमंत असंतोषींच होते. त्रयोदशीचे दिवशीं माडीवरून अकस्मात् उडी टाकिली. हातपाय मोडले. औषधोपचार करतां मृत्यु पावले.' यावरून एक गोष्ट निर्विवाद ठरते कीं, नानाचा जाच माधवरावास दुःसह होत चालला होता, हें त्याच्या आजाराचें आद्यकारण. तथापि अंतिम कारणही आहे.

महादजीच्या मृत्यूनें नानाची कंबरमोड झालेली आढळत नाहीं, इतकी हरिपंताच्या मृत्यूनें झालेली दिसते. पुढें लगोलग खड्यांचा प्रसंग उद्भवला तोही नानानें दौलतरावाच्या कंपूकडून निभावला. महादजीशीं पेशव्याचें संघटण होऊं लागल्यापासून कारभारांत त्याचें मन बरेंचसें स्वैर संचार करूं लागलें. अनेक बाबतींत नानाचा सल्ला घेतल्याशिवाय माधवराव कामांचे निकाल करूं लागला. स्वारींत नानाची व श्रीमंतांची जिलीब एकच चाललेली पाहून त्यास राग आला, त्यावरून नानास मर्यादेनें वागणें भाग पडलें (खरे ले. ३३५२). घासीराम, सचिव वगैरेंच्या प्रकरणांत माधवरावानेंच नानाचे मर्जीविरुद्ध निकाल केले. नानास काशीयात्रेपासून त्यानेंच पराङ्मुख केलें. यावरून त्याच्या ठिकाणीं धनीपण उत्पन्न होऊं लागलें होतें आणि तशी मोकळीक नानानें त्यास दिली असती, तर त्याची मर्जी प्रसन्न राहून प्रकृतीवरही अनिष्ट परिणाम झाला नसता. माधवरावाचा स्वभाव मानी व जिवास लावून घेणारा दिसतो. महादजीच्या पश्चात् विश्वासपात्र असा जोरदार पुरुष त्याजवळ कोणी राहिला नाहीं; आणि तशीं नवीन शहाणीं माणसें जवळ आणण्याची तजवीजही नानानें केली नाहीं. दुसऱ्याचें मन ओळखण्याची कला नानास नव्हती. पंचवीस वर्षें स्वतःच्या मर्जीनें, सत्तेच्या जोरावर व्यवहार उलगडण्याची संवय झाल्यानें, नाना या तरुण पेशव्याचें मन बिलकूल ओळखूं शकला नाहीं. 'तुम्ही तरी नानाचे कैदेंतच आहां,' हे उद्गार महादजी भरदरबारांत वारंवार काढी, त्याचा परिणाम पेशव्याच्या अपरिपक्व मनावर विशेष झाला; आणि खड्र्याहून परत आल्यावर स. १७९५ च्या पावसाळ्यांत त्यानें बाजीरावाशीं संधान ठेवलेलें नानास उमगलें, आणि नानानें बळवंतराव नागनाथास शिक्षा केली ही गोष्ट त्याच्या मनास अतिशय लागली. आपल्यामुळें निरपराधी

माणसास शिक्षा होते आणि ती थांबविण्याचें सामर्थ्य आपल्यांत नाहीं, यापेक्षां आणखी अपमान व्हावयाचा कोणता राहिला ! कसें झालें तरी बाजीराव आपला चुलता, पूर्वप्रघातानुरूप त्यानें व आपण एकमतानें उद्योग राज्याचा करावा, अशी माधवरावाची भावना झाली. पूर्वीची तेढ त्या मंडळींबरोबर गेली, आतां ती पुढें चालविण्याचें प्रयोजन काय ? बाजीरावास तरी निरंतर कैदेंतच डांबून कसें ठेवावयाचें, त्यासही पराक्रमाची संधि द्यावयास नको काय ? असे विचार त्या तरुण मुलाच्या मनांत घोळूं लागले. नानास ते उमगले नाहींत.

क्षुल्लक अपमानाचा किंवा अडचणींचा परिणाम कोमल वृत्तींच्या मनावर किती तावडतोब होतो याचीं उदाहरणें हरहमेश आपल्या समोर घडतात.अशा आंदोलन-स्थितींत तें मन कोणीकडे झुकेल याचा नेम नाहीं. त्या मनाशीं समभाव असणारे साह्यकारी धीर देण्यास जवळ असले तर त्या व्यक्तीच्या हातून थोर व निश्चयाचीं कामें घडण्यास विलंब लागत नाहीं. तशांत मन दुर्बल असलें तर, शरीर तरी काटक असावें लागतें. माधवरावाचें शरीर बिलकूल काटक नव्हतें. ऊन, तहान, श्रम वगैरे बिलकूल त्यास सोसत नसत, असे उल्लेख पुष्कळ आहेत. अशा मनाच्या खिन्न स्थितींत गणेश चतुर्थीपासून पेशव्यास ताप येऊं लागला, तो दसऱ्याचे श्रम दुःसह होऊन वाढला आणि ताप अंगांत असतांच सकाळीं भोवंड येऊन पेशवा माडीवरून खालीं कारंजावर पडला, तेणेंकरून त्याचा अंत झाला, असा तत्कालीन कयास दिसतो. मग त्यानें मुद्दाम आत्महत्त्या केली कीं काय हा प्रश्न अनिश्चितच राहणार. कारण आत्महत्त्येचा उद्देश व्यक्त करणारा खुद्द पेशव्याचा उल्लेख अगर कागदपत्र उपलब्ध नाहीं; आणि मुद्दाम आत्महत्त्याच केली असली, तरी ती गोष्ट त्या वेळच्या स्थितींत कागदावर येणें शक्य नव्हतें.

यावरून मुख्य गोष्टी ठरतात त्या या. 'भाद्रपद शके १७१७ त माधवरावास वारंवार ताप येऊं लागला. तेणेंकरून प्रकृति वरीच क्षीण झाली. भाद्रपदांतील गणपतिउत्सवांत विशेष ताण पडून, त्याचा शक्तिपात झाला. मधून मधून ताप येतच असे. शुक्रवार ता. २३-१०-१७९५ रोजीं विजयादशमीच्या दिवशीं अभ्यंग स्नान, हुद्देपूजन, फौजांची सलामी, दरबार व वकिलांच्या भेटी, इत्यादि गोष्टी करतांना त्यास विशेष श्रम झाले,आणि सायंकाळीं हत्तीवरून शमीपूजनाच्या स्वारीस गेला असतां, तापानें शरीर सांवरण्याची सुद्धां शक्ति न राहून, आपा बळवंतानें शेल्यानें अंबारीस बांधून त्यास लगोलग वाड्यांत परत आणिलें. दुसरे

दिवशीं शनिवारीं ताप होताच. तिसरे दिवशीं रविवारीं अपघात झाला. त्याचें पत्र हैदराबादेस गोविंदराव काळ्याकडे गेलें, त्यांत ' उडी टाकली ' असें स्पष्ट वाक्य आहे. तें पत्र असें.

' द्वादशीचे दिवशीं श्रीमंतांस ज्वरांशांत वायु झाला होता. प्रातःकाळीं गणपतीचे दिवाणखान्यावर रंगमहाल आहे, तेथें निद्रेचें स्थान, तेथें गेले. पलंगावर बसले होते. वायूचे भिरडींत काय मनास वाटलें न कळे, पलंगावरून उठून दक्षिणेकडील खिडकींत उभे राहिले. खिजमतगार यानें शालेस हात लाविला कीं, येथें उभें राहणें ठीक नाहीं. तों एकाएकींच तेथून उडी टाकिली. खालीं दीड भाला खोल कारंजी हौद आहे, तेथें कांठावर पडून आंत पडले. उजवी मांडी मोडून हाड बाहेर निघालें. दांताची कवळी पडली. नाकावाटे रक्त निघालें. तेथून उचलून नानांनीं ऐने महालांत नेलें. तबीब आणून हाड बसवून, टाके देऊन शेक केला. चहूं घटकेनंतर शुद्धीवर येऊन डोळे उघडले. वायूचा प्रकोप होताच. कांहीं सावध होऊन बोलत, कांहीं वेळ भ्रंश होऊन बोलत. आश्विन शुद्ध १४ सात घटकांनंतर पौर्णिमा मंगळवार, ते दिवशीं प्रथम घटका रात्रीं कैलासवासी जाले. म्हणोन बाळाजी रघुनाथ व केशवराव कोंडाजी यांचें पत्र मुक्काम हैदराबाद येथें आलें.' (रा. खंड ५ शेवटचा कागद). 'स्वारीहून आल्यावर श्रीमंत पर्वतीखालीं रमण्यांत जाऊन घोडीं फेरूं लागले व हत्तीच्या वगैरे लढाया लावूं लागले. भाले, बोथाट्या खेळून हरणामागें शिकारीस जात होते. कारभारी नाना यांनीं नवी पेठ वसवून नांव हणमंत पेठ ठेविलें, (तिचें नांव हल्लीं नानाची पेठ चालतें.) विजयादशमीचा उत्सव करून आल्यानंतर द्वादशीस दिवाणखान्यांत असतां अकस्मात मेघडंबरी बंगल्याचे पायरीवरून कारंजाचे नळीवरून खालीं पडले. कोजागरीचे दिवशीं सावध असतां कारभारी यांस बोलावून म्हणों लागले कीं, आमचे शरीराचा भरंवसा नाहीं, दादासाहेबांचे पुत्रास आणवावें, तों सायंकाळीं अवतार समाप्त जाला. ' असा मजकूर पेशवे शकावलींत आहे. मल्हारराव चिटणीस सातारकर या वेळीं सज्ञान व हयात; तो जें लिहितो तें सामान्यतः जबाबदारीचें व साताऱ्यास प्रचलित असलेलें वर्तमान म्हणतां येईल. तें असें. 'एके दिवशीं घोडीं फेरावयास गेले तेथें पोटांत तिडीक होऊन ज्वरांश जाला. चित्ताचे ठायीं सर्व हुकमत बाळाजी जनार्दन यांची. आपणांकडे कांहीं नाहीं. सर्व काळ त्यांचे नजरबंदींत. हें परम असह्य. रघुनाथ-

रावास दोन पुत्र,तेही कैदेंत. असा चित्तभ्रंश जाला. बाजीरावाकडे राजकारण ठेवून पत्रें पाठविलीं, तें वृत्त नानास कळल्यावर त्यांनीं जरब देऊन निषेध केला; आणि बंदोबस्त अधिक केला. यावरून बहुतच चित्तभ्रंश जाला. अव्यवस्थित करणें भाद्रपदमासापासून पडूं लागलें. द्वादशीस मुखप्रक्षालन करून माडीवर गणपतीचे दिवाणखान्यावरील मजल्यांत झोंपाळयावर जाऊन बसले. एकटे होते. तेथें काय मनांत आलें (न कळे), उठोन खिडकींत उभे राहिले; आणि त्या भ्रमांतच तेथून खालीं उडी घातली. पौर्णिमेस वारले.'

ग्रँट डफनें इतिहास लिहिला, तेव्हां हा प्रसंग ताजा असून, त्यानें तपास व कागदपत्र यांच्या आधारानें जें लिहून ठेविलें तें वरील चिटणिसाचे लेखास मिळतें आहे. क्रोधाविष्ट मनःस्थितींत पेशव्यानें मुद्दाम (deliberately) माडीवरून खालीं उडी घेतली, असा त्याचा आशय आहे. 'बाबाफडक्याच्या मांडीवर प्राण गेला असें तो लिहितो.या प्रसंगीं दौलतराव सिंदे भाद्रपदांत पुणें सोडून जांबगांवास व परशुरामभाऊ तासगांवास होते. ऑक्टोबर १५ रोजीं रघूजी भोसलें याची सनदापत्रांनिशीं समजूत करून पुण्यांतून पाठवणी झाली.* सरदारांपैकीं तुकोजी होळकर मात्र पेशव्याच्या निधनप्रसंगीं पुण्यास होता. तो जरी प्रकृतीनें पंगू व जर्जर होता, तरी त्यानें अपघाताच्याच दिवशीं पेशव्यास भेटून मुलगा काशीराव होळकर यास लिहिलेलें पत्र या बाबतींत पहिल्या प्रतीचा पुरावा असें मानतां येईल. तें पत्र असें. 'आज शुद्ध १२ रविवारीं श्रीमंत मुखमार्जन करून गणपतीचे दिवाणखान्यावरील माडीवर प्रातःकाळचा चार घटका दिवस आला ते समयीं कठड्याशीं टेकून बसले होते. समीप त्यांची आजी ताईसाठीं,शागीर्द व खिजमत्तगार वगैरे मंडळी असतां, श्रीमंत उठून उभे ठाकले, तों भोंड येऊन सावर न धरितां, खालीं दक्षिणेकडे कारंजी हौद आहेत, तेथें येऊन पडले. दोन घटका बेहोष होते. नंतर सावध होऊन बोलूं लागले. ईश्वरें कृपा केली, बचाव जाला.' या संबंधानें नानाफडणीस लिहितो:—'रावसाहेबांचे शरीरीं किंचित् वायूची भावना पांचसात दिवस होऊन गणपतीचे दिवाणखान्याचे दुमजल्यावरून कारंजाचे अंगें संगी फरशावर जमिनीस आले. तिसरे दिवशीं कैलासवास केला.' या प्रकरणासंबंधाच्या सर्व बाबतींचा तपास करून सवाईमाधवरावाचा व्याधि सुद्धां क्षयच होय

* खं. १०. ३८८–९२, ४१५; केसरी १. ३. १९०७; का. सं प. या. ४४९,३३२.

असें निदान किंकेड यांनीं आपल्या पुस्तकांत ठरविलें आहे. का. सं. प. या- ३३२ त खालील वाक्यें आहेतः—‘ कोजागरीच्या दिवशीं प्रकृत सावध असतां कारभारी यांस बोलावून म्हणों लागले कीं, आपले शरीराचा भरंवसा नाहीं. दादासाहेबांचे पुत्र जुन्नरीं आहेत, त्यांस आणावे. राज्याचा शेवट नानासाहेबाचे वंशाचा जाला. ब्रह्मप्रलय होईल. तों अवतार समाप्त जाला. ’

पुण्यांतून पटवर्धन मंडळीचे हस्तकांकडून मिरजेस खबर गेली ती अशीः— सकाळीं दोन तीन घटका दिवसास गणपतीचे दिवाणखान्यावर राव निजत होते तेथून पूर्वेच्या अंगचें कवाड उघडून खालीं उडी टाकली. कारंजाचे हौदांत पडले. आमरणान्त बोलत होते. नानास सांगितलें आमची वेळ जवळ आली. तुम्ही आमचे नांवाचा दुसरा करणें. अशीं अनेक भाषणें अन्याजवळ केलीं, तीं ते समयीं खरीं वाटली नाहींत. आतां खरीं वाटतात. बाईसाहेबांसही कांहीं गोष्टी सांगितल्या. ’ ‘ पेशव्याई अखेर ’च्या बखरींत जवळ जवळ असाच मतलब आहे ‘ बळवंतराव नागनाथास धरून कैद केलें व बाजीरावाचा बंदोबस्त जाजती केला. तो राग रावसाहेबांचे मनांत येऊन विक्षिप्तासारखे जाहले. द्वादशी रविवार. गणपतीचे दिवाणखान्याचे दुसरे मजल्यावर जाऊन तेथून खालीं दक्षिणेचे अंगास कारंजीं होतीं त्यांजवर उडी टाकली. बाजीरावाशीं जाबसालाचा सिलसिला ठेविला इतकें आपले बुद्धीनें केलें, तें नानास समजतांच यांनीं प्राण द्यावयाचा उद्योग केला. ’ नानानें बाबूराव आपटयास लिहिलेलें ता. ७-१२-१७९५ चें पत्र मुद्दाम लक्षांत ठेवण्याजोगें आहे. “तुम्हीं पत्र पाठविलें तें पावलें. ‘श्रीमंतांनीं कैलासवास केल्यास सवा महिना जाला, परंतु महाराजांस व आईसाहेबांस आपलें पत्र एकही आलें नाहीं त्यावरून त्यांहीं विस्मय केला कीं, आम्ही पेशव्यांचे वैरी नव्हे, नानांनीं एक तरी पत्र पाठवावयाचें होतें, ’ म्हणोन लिहिलेंत हें मोठें आश्चर्य वाटलें. कसें म्हणाल तर खावंदांनीं सेवकाचा समाचार दुःख जालें असतां घ्यावा. अशा समयांत मागेंच समाधानीचें पत्र त्यांणीं पाठवावें तें न घडलें. उलटा त्यांनींच विस्मय केला. पातशहा, नवाब, भोसले आदिकरून जे थोर त्यांनीं वर्तमान ऐकतांच समाधानीचीं पत्रें पाठविलीं, त्या अगोदर साताऱ्याचीं येतील असें वाटत होतें. तत्राप हल्लीं पत्रें पाठविलीं आहेत तीं पावतील. श्रीमंत गेले यापरतें वाईट कोणतेंही नाहीं. पराकाष्ठा जाली.

पुढेंही सर्व मिळून मलाच भरीस घालतात. ईश्वर काय करील तें खरें.'* मॅलेट या समयीं पुण्यांत नव्हता. त्याचा दुय्यम यूटॉफ होता. त्यानें लगेच सविस्तर हकीकत मुंबईस लिहून कळविली. तो लिहितो कीं, 'पेशव्यास चित्तभ्रम जाला होता, ही गोष्ट पूर्वी माझ्या कानावर बिलकूल आलेली नाहीं, मागाहून सजविलेली आहे. ता. २२ सप्टेंबरास मी पेशव्याची गांठ घेतली, तेव्हां पुष्कळ बोलणें जालें, त्यावरून मला कांहीं एक गैर दिसलें नाहीं. त्यावरून या प्रकरणीं मागाहून सारवासारव झाली यांत संशय नाहीं.'

हे सर्व पुरावे लक्षांत घेतले म्हणजे अनेक प्रश्नांचा उलगडा होतो. पेशव्याला नानाची जरब दुःसह वाटली, आणि त्याला जिवाचा वैताग उत्पन्न झाला. भाद्रपदापासून ज्वर येऊन त्याची प्रकृति क्षीण होऊन चित्तभ्रंश झाला होता; आणि भ्रमांत दार उघडून त्यानें खालीं उडी घेतली,इतक्या गोष्टी सिद्ध होतात. आत्महत्त्या तरी एक प्रकारचा चित्तभ्रंशच होय. नुसती भोवंड येऊन खालीं पडले हें संभवत नाहीं. नानानें स्वतः कारभारांतून निवृत्त होऊन पेशव्यास कांहीं काल मर्जीप्रमाणें वागूं दिलें असतें तर त्याला स्वतःच्या जबाबदारीची जाणीव उत्पन्न होऊन त्याजकडून राज्यकारभाराची पुनर्घटना होऊं शकली असती. लहानपणचा उच्छृंखळपणा अंगावर जबाबदारी येतांच मावळत चालला होता हें उघड आहे. सर्व गोष्टी यथास्थित चाललेल्या नाहींत आणि कांहीं तरी विपरीत प्रसंग ओढवणार अशा प्रकारची मोघम समजूत लोकांत त्या वेळीं उत्पन्न झालेली होती हेंही निश्चित आहे. 'पर्वतीस कार्तिकस्वामीचे देवळावर वीज पडून देऊळ छिन्नभिन्न जालें. शनिवारवाड्यांत कळशी बंगला सात मजली होता तो जळाला, कोठीस दुसरे मजल्यास आग लागली. पांच मजले जळाले, इलाज चालला नाहीं. पुण्यांत दुष्काळ पडून दुर्दशा जाली.' अशा अनेक बनावांनीं, खड्र्यांच्या ऐन विजयाच्या भरांत लोकांच्या मनास चरका लागलेला होता. कांहीं असलें तरी थोरल्या माधवरावाच्या मृत्यूनें मराठी राज्याची इमारत ढासळूं लागली, तिला टेके देण्याचा नानाफडणिसाचा प्रयत्न सिद्धीस न जातां, सवाई माधवरावाच्या मृत्यूनें ती इमारत साफ कोसळली यांत संशय नाहीं.

एकंदरींत थोरल्या माधवरावाच्या मृत्यूनें मराठी राज्याचा अवतार संपला. नारायणरावाचा वध हें जें राज्यांत मोठें पापकृत्य घडलें त्यानें सर्वस्वाचा

* भा. व. १ पया. ५

नाश केला. बारभाईनीं मात्र नाना उपाय करून दहा वीस वर्षे धडपड केली. सवाई माधवरावासारखा तयार झालेला हुशार पेशवा मृत्युमुखीं पडला. नानाफडणिसानें अनेक उपाय करून सवाई माधवरावाचा बचाव केला; परंतु राज्याचा बचाव कांहीं त्याला करितां आला नाहीं. शिकस्तीनें तयार केलेला पेशवा सवाई माधवराव कालवश झाला, तेव्हां संकटपरंपरा उद्भवून त्यांत परशुरामभाऊ व शेवटीं नाना दोघेही परलोकास गेले, आणि अरक्षक मराठी राज्य, मॅलेट, क्लोझ, वेल्स्ली, लेक, वेलिंग्टन यांच्यासारख्या वस्तादांस सर्वस्वीं मोकळें सांपडलें. इंग्रजींत ज्यास ' कॅबिनेट सिस्टीम ' किंवा अष्टप्रधानकी म्हणतां येईल, तिचा प्रयोग नानाफडणिसाच्या हातीं पंचवीस वर्षे कारभार असतां, त्यानें बिलकूल करून पाहिला नाहीं. एकहातीं सर्व सत्ता असणें याचा उपयोग आहे तितकाच दुरुपयोगही आहे. शिवाजी महाराजांनीं या सत्तेचा उपयोग करून दाखविला, तर त्यांच्याच मुलानें, संभाजीनें, त्याचा दुरुपयोग सिद्ध केला. इंग्रजांविरुद्ध नानानें आठ वर्षे मोठ्या चतुराईनें युद्ध करून शेवटीं तें जिंकिलें, तरी जन्मभर इंग्रजांशीं व्यवहार करून, त्यांच्या शास्त्रीय ज्ञानाचा किंवा त्यांच्या राज्यचालनचातुर्याचा कांहीं एक उपयोग नानानें केला नाहीं. महादजीशिवाय आपलें चालत नाहीं व महादजीशीं तर पटत नाहीं, अशा विवंचनेंत पुढील दहा पंधरा वर्षे त्यानें कुंथून कुंथून निभावलीं; पण जें राज्य स्वतः संभाळण्यास एवढें कठिण, तें आपल्या पश्चात् वीस वर्षांचा मुलगा संभाळूं शकेल, अशी कल्पना तरी नानास कशी झाली; आणि या एका दुर्बल तंतूवर त्यानें सर्वस्वाचा भार कां टाकिला ? जी गोष्ट बाहेर पुष्कळांस उघड दिसत होती, ती नानास दिसली नाहीं असें कसें म्हणतां येईल ? सवाई माधवरावाच्या जिवास जीव देणारे सहाय्यक तरी नानानें कोणते तयार केले ? वेळीं तो दुर्वृत्त निघाला, तर दुसरी तजबीज नानानें काय करून ठेविली ? सखाराम बापूस सिंहगडावर, मोरोबादादास नगरावर किंवा बाजीरावास जुन्नरास अडकवून ठेवणें त्यास शक्य झालें. पण अशी ही स्थिति कायम टिकणें शक्य होतें काय ?

सवाई माधवरावास बाजीराव जवळ हवा होता, तर नानानें मुद्दाम त्यास आणून उभयतांचा समेट करून दिला पाहिजे होता. निदान दादाच्या पश्चात् त्याच्या कुटुंबास छळण्याचें कांहीं एक प्रयोजन नव्हतें. बरें, बाजीरावास तरी दाबून दाबणार किती दिवस ? हा कांटा उत्तरोत्तर वाढत जाणार हें नानास कळूं नये

काय ? सारांश, सन १७८८ च्या पुढील पांच सात वर्षांत अनेक तऱ्हेचे अनुभव येत असतां, नानानें सर्व सत्ता आपल्याच हातांत ठेविली, विरोधकांस संतुष्ट ठेवून राज्याचे अंतःशत्रु कमी करण्याचा प्रयत्न त्यानें केला नाहीं, त्याचीं कटु फळें त्याच्या हयातींतच त्यास चाखावीं लागलीं. इंग्लंडचे कारभारांत मजूर पक्ष कोणासही अधिकारावर नको होता; पण प्रसंग आला तेव्हां सर्वांनीं त्या पक्षाला मान्य केलेंच कीं नाहीं ? पण ही अधिकारन्यासाची भावना आमच्या ठिकाणीं नव्हती, किंबहुना अद्यापि नाहीं.

७. समकालीन प्रमुख व्यक्ति.—सवाई माधवरावाच्या प्रमुख व्यक्तींचे तपशील वर ठिकठिकाणीं आलेच आहेत. हरिपंत व नानाफडणीस यांचा त्यास नेहमींचाच सहवास होता. परशुरामभाऊ, तुकोजी होळकर, महादजी सिंदे यांचेंही संघटण कमी नव्हतें. महादाजीपंत गुरुजी, कृष्णराव काळे व रामशास्त्री यांची देखरेख त्याच्यावर भरपूर होती. शिवाय राज्यांतील घडामोडींमुळें निजाम, हेस्टिंग्स, मॅलेट, टिपू वगैरे मंडळींचे वृत्तान्त त्यास ऐकावयास मिळत. परंतु कारणपरत्वें पुण्यास येणाऱ्या कित्येक पुरुषांचे तपशील याच कलमांत देण्याचें योजिलें आहे. सवाई माधवरावांस प्रत्यक्ष कारभार करण्याचा योग आला नाहीं, तरी पुण्याचें दरबार त्या वेळीं सर्व बाजूंनीं कशा प्रकारें चालत होतें हें कळण्यासाठीं कांहीं ठळक व्यक्तींचें उपलब्ध तपशील अभ्यासकांस माहीत पाहिजेत. इतरत्र येऊन गेलेल्या माहितीहून जास्त तेवढीच पुढें देण्यांत येत आहे.

(१) हरिपंत फडके.—याची हकीकत पूर्वीं ठिकठिकाणीं येऊन गेलीच आहे, त्यावरून त्याच्या कर्तबगारीचा अंदाज होईल. त्याचा पोटदुखीचा आजार उत्तरोत्तर वाढत जाऊन दुःसह झाला, आणि स. १७९४ च्या एप्रिलांत तो सिद्धटेंकास गणपतीची सेवा करून राहूं लागला. तेथून त्यानें नानास ता. १६-५-१७९४ चें पत्र लिहिलें तें असें: ‘ प्रकृतीचें वर्तमान तर आजपर्यंत स्वामींस लिहिलें नाहीं, याचें कारण आज उद्यां चांगलेंसें वाटेल, मग लिहावें. पण तशी गोष्ट ईश्वराच्या इच्छेस न आली. एकोणीस दिवस येथें येऊन झाले, बालाग्र अंतर नाहीं. घरीं असतां दुखत होतें त्यापेक्षां अधिक दुखतें. काय करूं, देवाजवळ आलों आहे. दुसरा इलाज नाहीं. नित्य प्रार्थना करतों. चांगला दिवस दृष्टीस पडला तर लिहून पाठवीन, नाहीं तर ईश्वरी इच्छा. ’

पुढें २० जून रोजीं मृत्यु झाल्यावर नानानें हरिपंताच्या मुलांस सांत्वन पत्र लिहिलें, त्यांत हा मजकूर आहे. 'वडील कैलासवासी जाले, मरणापूर्वी दोन घटका माझें नांव घेऊन स्मरण केलें, त्यावरून चित्तास फार श्रम वाटले ते ईश्वर जाणे. त्यांचा ऋणानुबंध माझे मनास ठाऊक. पत्र ल्याहावयास लेखणी चालेना, होणार चुकत नाहीं, विवेक करावा. ईश्वराचे नियमाप्रमाणें जी गोष्ट व्हावयाची ती कालपरत्वें होतच आहे. ' यावर हरिपंताच्या मुलांनीं नानास जबाब ता. २२ जून रोजीं लिहिला तो असा: ' हल्लीं स्वामींचें आज्ञापत्र आलें, हें पाहतांच वडिलांचे पत्राप्रमाणेंच असें मनास वाटून श्रम दूर जाला. वडिलांचा व स्वामींचा ऋणानुबंध होता, तो स्वामींचे चित्तास ठाऊक, लिहून कळवावा असें नाहीं. आतां वडिलांचे ठायीं स्वामी, तेव्हां स्वामी श्रम करूं लागले तर विवेकाची विनंति कोणीं करावी? आम्ही लेंकरें, स्वामी वडील, सांभाळ करणें स्वामींकडे, आम्हांस काळजी काय आहे, सर्व भार स्वामींवर, स्वामी सर्वज्ञ आहेत. विशेष विनंति काय लिहूं. ' पत्रावर चिंतामण ऊर्फ दाजीबा, रामचंद्र व लक्ष्मण अशीं हरिपंताच्या मुलांचीं नांवें आहेत. हे तिघे व आणखी एक माधवराव असे चार मुलगे त्यास होते. पैकीं रामचंद्र ऊर्फ बाबा हाच पुढें कारभारांत वगैरे प्रसिद्ध होता. खर्ड्याच्या लढाईंत पेशव्यांच्या तर्फेनें हाच मुख्य होता. सवाई माधवरावाच्या लग्नांत 'हरिपंताचें पुत्रचतुष्टय संपादक होते.' बाबाची मुलगी चिंतामणराव पटवर्धनास व दाजीबाची बाजीराव पेशव्यास दिलेली होती. हरिपंताच्या योग्यतेसंबंधानें नागपुरकर भोसल्यांचा अभिप्राय. 'हरिपंत बहुतांचे उपयोगी मनुष्य होते. येथील अभिमान व बाणेकरी त्यांजवर होती. बाळाजीपंत नानास सगळा विसांवा त्यांचा होता. आतां मदार बाळाजीपंत नानांवर आहे. त्यांनीं आपले अंगीं अधिक सतेजता आणावी. या दिवसांचे परीक्षेचा इकडील खंबीर समजावा. पंतप्रधान दैवशाली पुरुष, त्यांत बाळाजीपंत नाना कृतकर्मे आहेत. ज्यांत स्वराज्याचीं सर्व कामें सतेजतेनें सिद्धीस जातील तें करावें.'* ' तात्यांचा कारभार भीडमुर्वत भारी, ' असा हरिपंतासंबंधानें परशुरामभाऊचा अभिप्राय प्रसंगानें व्यक्त झाला आहे. म्हणजे नेहमीं दुसऱ्याचें भलें करावें अशी त्याची भावना होती. पण राजकारणास निश्चय, साहस, जरब हे गुण लागतात, त्यांची थोडीशी कमतरता हरिपंताच्या ठिकाणीं होती. हरिपंतासारखा नरम माणूस नानानें जवळ केला, तो उगीच नव्हे. नाहीं तर दोघांचा खटका उडाल्याशिवाय राहता ना. सखाराम बापू

* ऐ. टि. १. १७ व ६. १; खरे ले. २२७८.

गेल्यापासून हरिपंतच कारभारांत दाखल झाला. 'थोर मुत्सद्दी श्रीमंतांचे दरबारीं होता,' असा अभिप्राय नारायण जिवाजी बक्षीचा आहे.×

हरिपंताचें वय मरणसमयीं सुमारें पांसष्ट असून पोक्त, सालस व सभ्य अशी त्याची ख्याति होती. स्वतःस अधिकार अगर पैसा मिळवावा अशी हांव त्यानें कधीं धारण केली नाहीं.त्याची दृष्टि सदैव राज्याच्या कल्याणाकडे होती. म्हणून त्याच्या मतास राज्यांत मोठा मान होता. सहसा त्याच्या म्हणण्यास विरोध असा कोणी करीत नसे. त्याची चर्या, स्वरूप व शरीराकृति या गुणांना साजेशी गंभीर होती. शरीरानें तो विशेष स्थूल किंवा बारीक नव्हता. डोळे पाणीदार, वर्ण गोरा, व अंगलट बांधेसूद होती. कोणासही तो एकदम आदरणीय वाटे. यामुळें कॉर्नवालिसची व त्याची भेट झाल्यावर साहेबाच्या मनांतील हरिपंताबद्दल अनुकूल ग्रह उत्तरोत्तर वाढतच गेला *

(२) रामशास्त्री.—याचा सहवास माधवरावास बराच घडला असावा. श्रीमंतांची स्वारी मोहिमेवर गेली म्हणजे त्यांची समशेर विजयी व्हावी व त्यांच्या जिवास कोणत्याही प्रकारचा अपाय होऊं नये, म्हणून शास्त्रीबुवा पर्वतीवर जाऊन तेथें नुसत्या दुधावर राहत व श्री देवदेवेश्वरावर संततधार धरून अनुष्ठान करीत. तसेंच शनिवारवाड्यांत न्यायनिवाडे व परीक्षा होत, त्यांत पेशव्यास त्यांचें सान्निध्य सदैव असेच. त्यांनीं अग्निहोत्र घेतलें होतें. रामशास्त्र्यांची परीक्षा फार कडक होती. इतकी कीं, त्यांच्या परीक्षेंत उत्तीर्ण होणें नांवाजलेल्या विद्वानांसही फार जड जात असे. यामुळें ते रडकुंडीस येत. एकदां कोणी एका ब्राह्मणास परीक्षेंत पुरे गुण न मिळाल्यामुळें हात हालवीत परत जावें लागलें; तेव्हां "वृष्टिं विना पंकमहो विचित्रं, स्थलद्वयं तिष्ठति सार्वकालम्। दानांबुभिर्माधवरायमंदिरे विप्रस्य बाष्पैः खलुरामशास्त्रिणाम्॥" या प्रकारें सरस्वती त्याच्या मुखावाटे बाहेर पडली. ह्या गोष्टीचें रहस्य लक्षांत राहवें म्हणून एका मार्मिक कवीनें वरील श्लोक रचिला आहे. त्याचा भावार्थ असा आहे कीं, पेशव्यांच्या दारापुढें नेहमीं कर्दम असे, तद्वत् तो शास्त्रीबुवांच्या दारापुढेंही असे; फरक इतकाच कीं, पेशव्यांच्या दारापुढील कर्दम दानोदकानें होई, व शास्त्रीबुवांचे दारापुढील कर्दम नापसंत झालेल्या विद्वानांच्या नेत्रोदकानें होई! ह्या आख्यायिकेवरून शास्त्रीबुवांची कडक परीक्षा व कवीची मार्मिकता हीं उत्कटत्वानें व्यक्त होतात. (पां. न. पटवर्धन, वि. ज्ञा. वि.)

× जी. च. १२०. * श्री. मो पृ. १६१.

(३.) **रघूजी आंग्रे** (सप्टेंबर १७५८—२७-३-१७९१).—रघूजी आंग्रे हा सवाई माधवरावाच्या लहानपणीं बराच प्रमुख गृहस्थ असून तो बहुधा पेशव्यांच्या तंत्रानें चालत असे. नारायणरावास पुढील संकटाची इशारत प्रथम त्यानें दिली असें वृत्त लिहिलेलें आढळतें. त्याची राष्ट्रीय कामगिरी म्हणजे तोतयास पकडण्याची. ती केल्याबद्दल त्याची पुण्यांतून मोठी बडेजाव होऊन, त्यास लगोलग नवीन सरंजाम, माणिकगड किल्ला व बक्षिसें देण्यांत आलीं. अंगीं पराक्रम असून तो गाजविण्यास क्षेत्र न मिळाल्यामुळें जुन्या घराण्यांची दुर्दशा झाल्याचीं जीं उदाहरणें उपलब्ध आहेत, त्यांत या रघूजी आंग्र्याची गणना मुख्यत्वें करावी लागेल. आंग्र्यांचें नाविक महत्त्व नाहींसें झाल्यापासून केवळ जीव जगविण्यापलीकडे त्यांस कर्तव्य उरलें नाहीं. त्यांतून आप्तसंबंधामुळें महादजीचा आंग्र्यांस पाठिंबा होता, म्हणूनच तोतयाची कामगिरी तरी त्यानें उठविली. तुळाजी आंग्रे कैदेंत कुजत होता व त्याचे मुलगे संतापानें बंडखोरी करीत, त्यामुळें राघोबाचा पक्ष बळावे, म्हणून नानानें त्यांजवर सक्तीची कैद ठेविली, आणि आंग्र्यास चुरडून धुळपास पुढें आणण्याचा क्रम ठेविला, यास्तव रघूजीचा उत्कर्ष झाला नाहीं. स. १७८७त तुळाजी आंग्रे कैदेंत मेल्यावर नानाचा एक घोर दूर झाला. रघूजीनें वारंवार पुण्यास जाऊन पेशव्यांची व कारभाऱ्यांची मर्जी सांभाळण्यांत कमतरता केली नाहीं. रघूजी चैत्र शु० १५ शके १७१५ (२७-३-१७९३) प्रमादी संवत्सरीं कुलाब्यास मरण पावला, तेव्हां पेशव्यांनीं त्याचा मुलगा मानाजी यास सरखेलीवर स्थापिलें. त्यांच्या घरांत भानगडी पुष्कळ झाल्या. मानाजीचा भाऊ जयसिंग यानें पेशव्यांस न जुमानतां कारभार आरंभिला. 'कुलाब्यास सरकारी सरंजाम गेला. स. १७९४ च्या मार्चांत लढाई जाली. अंगारक सरकारांत अनन्यभावेंकरून असतां हा निग्रह होतो. नाइलाज जाणोन जयसिंगानें पेशव्यांच्या मागण्या मान्य केल्या.' थोरल्या कान्होजीचा मुलगा येसाजी याची मुलगी मैनाबाई ही दौलतराव सिंद्याची आई. या आप्तसंबंधामुळें व जुनें घराणें म्हणून महादजी व दौलतराव यांचा ओढा आंग्र्यांकडे विशेष होता. यांच्या घरांत पुढें पुष्कळ भानगडी झाल्या, पण त्यांस राजकीय महत्त्व राहिलें नाहीं.*

---

* म. वि. १ वंशावळ; स. मा. रो. १. १८३, १८६, १८१, १८८; पे. द. पृ. १५४-१५६; खरे ३५६१; इ. सं. आंग्रे. शा. च.

(४) पटवर्धन परशुरामभाऊ.—हरिपंतांहून दहा पंधरा वर्षांनीं लहान, कांहींसा ठेंगणा, काळसांवळ्या वर्णाचा व पुष्ट होता. शौर्याबद्दल त्याची ख्याति विशेष होती. त्याचे काळेभोर डोळे व उत्साहपूर्ण चर्या पाहतांच शौर्यादि त्याच्या गुणांची ओळख एकदम पटत असे. कारस्थानापेक्षां लढवय्या म्हणवून घेण्याची त्याला अधिक हौस होती. टिपूच्या युद्धांत मराठ्यांच्या बाजूनें लढण्याचें काम परशुरामभाऊनें व बोलाचाली, करारमदार वगैरे करण्याचें काम हरिपंतानें पाहवें, अशी कामाची वांटणी होती. 'परशुरामभाऊची स्वारींत प्रकृति फार बिघडली तेव्हां सर्वांस मोठी चिंता उत्पन्न जाली. आधींच प्रकृति अशक्त, त्यांत अजीर्णांश होऊन शक्तिहीनता वाढली. श्रीमंतांचे दौलतेंत मुखत्यार माणूस यांच्याखेरीज कोण आहे ?'

परशुरामभाऊ व हरिपंत हे दोघे वाटेल त्या संकटांत नानाकडे धांवत येऊन त्याची कामगिरी जिवास जीव देऊन ताबडतोब उठवीत, म्हणूनच नानाचा कारभार उरके. एकदा नानास कोणीं सांगितलें, परशुरामभाऊंस आर्जवें लागतात; नुसत्या निरोपानें कधीं यावयाचे नाहींत. ही गोष्ट परशुरामभाऊस कळतांच तो स्वारींतून धांवत येऊन आगाऊ वर्दी न देतां नानाच्या अंगणांत उभा राहिला. नानास मोठी धन्यता वाटली. दिनकर बल्लाळ गोरे लिहितो: 'परशुरामभाऊंस येण्याविशीं पत्रें गेलीं, तेव्हां ते आले नाहींत. नंतर पत्र येथचें गेल्यावर दोहों दिवसांत सडे दोन प्रहरां अकस्मात् नानाचे वाड्यांत आले. कारंजाजवळ आल्यावर नानास खबर समजली. निकडीनें येण्याचें कारण ऐकण्यांत आलें कीं, नाना व तात्याचीं भाषणें, पहिले पत्रावरून न आले, त्यावरून जालीं जे, ते कशास येतील ! त्यांची कामांची याद आली ती आम्हीं कोठें केली ! ती जाली असती तर येते. त्यावर तात्यांनीं उत्तर केलें, कीं यादीवर काय मदार आहे ! अशा तऱ्हेचीं भाषणें त्यांचे कानावर गेलीं म्हणून निकडीनें आले.' *

परशुराम भाऊ संबंधानें बाजीरावाचा अभिप्राय सहजगत्या निघाला तो असा: 'भाऊंस नानांनीं मजकडे जुन्नरास पाठविलें तेव्हां त्यांस पाहून बहुत संतोष पावलों. आधीं भाऊ वृद्ध, त्यांतून एकवचनी, जितेंद्रिय, कुटुंबवत्सल, आणि प्रसन्नवदन पाहोन त्यांचे पायांवर मस्तक ठेविला आणि वडिलांचे जागीं त्यांस मानून मी व चिमण्या असे त्यांजबरोबर खडकीचे मुक्कामास आलों.'

---

* खरे ले. ३३७८, खरे पृ. ४८०४. रुमाल ३-५२.

परशुरामभाऊ नानास कशा प्रकारें धीर देत असे हें खालील पत्रावरून दिसून येतें: ' मोरोबा दादाचे समजाविशींचा मजकूर लिहिला त्यावरून चित्तास बहुत वाईट वाटलें. हीं कर्मे केवळ मात्रागमनी असेल त्याचीं. आपणांवर दोष ठेवितील त्यांचे जिव्हेस किडेच पडतील, यांत संदेह नाहीं. आपण तसल्या बोलण्याचे रोषही मनांत न आणितां सावधतेनें काम करीत जावें. होणें जाणें ईश्वराधीन आहे. आपण श्रीमंतांचे चरणीं निष्ठेनें आहेत, तेव्हां जें चित्तावर धरतील तेंच सिद्धीस जाईल. श्रीमंतांचें वाईट इच्छितील त्यांचे मनोरथ व्यर्थ होऊन फजितीस पात्र होतील हे खातरजमा असों द्यावी. आपण अवसान टाकून लिहितां येणेंकरून चित्त बहुत व्याकुळ आहे. आपणास ईश्वर कधीं पेंचांत पाडणार नाहीं. वरचेवर पत्र पाठविण्यास बहुत सावध असावें. जे समयीं आपण आज्ञा करितील ते समयीं सन्निध आहों असें चित्तांत असावें. माझे उदासपणाचा संशय चित्तांत किमपि नसावा. आपल्याशिवाय नाहीं. ' +

पटवर्धनांच्या घरांत लहान होतकरू मुलांची शिस्त खालीलप्रमाणें वर्णिलेली आढळते.'प्रकृतीस जपत जावें,नमस्कार घालावे. अध्ययनाविषयीं सांगितलेंच आहे. (फौजेचा) कारखाना वगैरे पाहत जावें. काकांचे आज्ञेप्रमाणें वर्तणूक करावी. घोडीं फेरावयाचा अभ्यास नित्य करावा,तो प्रकृति स्वस्थ असल्यास, शरीरीं विकार होय असा न करावा. ' यांच्या इतकें नमुनेदार घराणें सहसा आढळत नाहीं. ×

(५) नागपुरकर रघूजी दुसरा,-स्वभाव, कर्तृत्व व राहणी.— (स.१७५७-१८१६).इतिहास लेखचित्रांचा बनतो.यासाठीं सवाई माधवरावाच्या अमदानींतील प्रसिद्ध व्यक्तींचीं शब्दचित्रें ठिकठिकाणीं दिलीं आहेत. पहिल्या रघूजीचा नातू दुसरा रघूजी, हा सवाई माधवराव व नानाफडणीस यांच्या वेळेस प्रमुख असून त्यानेंच स. १८०३ सालीं इंग्रजांशीं आसई, आडगांव वगैरे ठिकाणीं लढाया मारून मराठशाही सांभाळण्याचा कसून प्रयत्न केला. या रघूजीची हयात इ. स. १७५७ ते १८१६ ची असून सामान्यतः त्याची हकीकत बाहेर फारशी कोणास ठाऊक नाहीं, याकरितां ती या लेखांत उपलब्ध कागदांच्या आधारें देण्याचा उद्देश आहे.

मुधोजीची बायको चिमाबाई हिच्या पोटीं रघूजीचा जन्म स. १७५७ त झाला असें हेस्टिंगच्या पत्रावरून निश्चित ठरतें; आणि त्या संबंधानें निरनिराळीं अंदाजी

+ ऐ. टि. ६.४०. × खरे ३३८२.

विधानें आढळतात तीं चुकीचीं होत. त्याचे सहोदर भाऊ दोन, खंडूजी चिमणाबापू सेनाबहाद्दर, व व्यंकोजी मन्याबापू सेनाधुरंधर. चिमणाबापू रघूजीपेक्षां सात वर्षांनीं लहान व व्यंकोजी मन्याबापूचा जन्म ता. १-९-१७६६ चा, × दिलेला आढळतो. डेव्हिड अँडर्सन ता. २२-१-१७८१ रोजीं चिमणाबापूस बालासोर येथें भेटला, त्या वेळीं तो १७ वर्षांचा होता. मागच्या पिढींतलीं भावाभावांतलीं भांडणें भोसल्यांच्या याही पिढींत थोडयाबहुत अंशानें चालू होतीं. त्यांत खंडूजी चिमणाबापू आडदांड व भांडखोर होता. भावांचीं भांडणें मिटविण्यासाठीं मुधोजीनें उभय बंधूंकडून लेखी शपथक्रिया करून घेतली होती. * मुधोजी भोसले ता. १९-५-१७८८ रोजीं नागपुर येथें व त्यापूर्वी कांहीं महिने त्याचा धाकटा भाऊ बिंबाजी भोसले रतनपुर येथें ता. ७-१२-१७८७ स मृत्यु पावले. बिंबाजीची स्त्री उमाबाई सती गेली. दुसरी स्त्री आनंदीबाई हिनें पुढें रघूजीस बराच त्रास दिला. इंग्रज वकील फॉर्स्टर ता. १५-१-१७८८ रोजीं नागपुरास गेला, तो रघूजीसंबंधानें लिहितो: ' अद्यापि कोणताही कारभार स्वतः अंगावर घेऊन उलगडण्याचा प्रसंग रघूजीस आलेला नाहीं. त्यास शौर्य वगैरे बेताचेंच असून दरारा बसविण्याची हांवही नाहीं. मात्र कोणीकडून तरी पैसा जमवावा ही त्याची मोठी इच्छा. त्याच्या उलट चिमाजी आहे. तो केवळ दांडगट शिपाई गडी असून संकटांत उडी घालणारा आहे. रतनपुरास राहणारा बिंबाजी यास तो दत्तक दिलेला आहे. रघूजीस या आपल्या भावाबद्दल पुष्कळ हेवा वाटतो. तिसरा भाऊ व्यंकोजी मन्याबापू सामान्यच आहे. दिवाकर पंडिताच्या पश्चात् राज्यांत कोणी छाप बसविणारा कारभारी नाहीं. बक्षी भवानी काळो अनुभवलेला आहे, पण तो आतां ७० वर्षांचा वृद्ध असून रघूजीशीं त्याचें सूत नाहीं. भवानी नागनाथ मुनशीही बराच वजनदार, पण तो ८० वर्षांचा म्हणून जवळ जवळ निरुपयोगीच आहे. शेख महंमद अली म्हणून दुसरा एक गृहस्थ नागपुरच्या न्यायाधिशीवर आहे, त्याचेंही वजन राज्यांत चांगलें आहे. मुधोजीचा काळ पुष्कळसा देवतार्चनांत जातो. राजकारभाराकडे लक्ष विशेष नाहीं. नागपुरकर भोसल्याजवळ अपरंपार संपत्ति आहे, अशी जी हेस्टिंग्स वगैरेंची समजूत होती, ती साफ चुकीची असून उलट त्यास पैशाच्या अडचणी भयंकर आहेत.' असें जेव्हां फॉर्स्टरनें सप्रमाण लिहून पाठविलें, तेव्हां कॉर्नवालिसनें

× ना. ब. * ना. भो. का. २०, २२.

या भोसल्यांच्या हालचालींकडे दुर्लक्ष सुरू केलें. शिवाय रघूजीचा ओढा सर्वस्वीं पुणें दरबाराकडे असून पेशव्यांस भेटण्यासाठीं मुद्दाम तो स. १७८८ च्या आश्विनांत पुण्यास गेलेला * पाहून तूर्त भोसल्यांच्या व्यवहारांत हात घालण्यापासून आपला कांहीं एक फायदा नाहीं अशी कॉर्नवालिसला खात्री वाटली. म्हणून ता. १०-२-१७८९ रोजीं त्यानें फॉर्स्टरला परत आणिलें. पुन: पुढच्या सालीं टिपूशीं युद्ध सुरू होण्याच्या वेळेस कॉर्नवालिसनें फॉर्स्टरला ता. २६-२-१७९० रोजीं नागपुरास पाठविलें. परंतु तेथेंच तो गृहस्थ आणखी सुमारें एक वर्षानें ता. ५-१-१७९१ रोजीं मरण पावला. हा नागपुर दरबारांतील पहिला इंग्रज वकील होय.

सालबाईच्या तहानंतर नागपुरकरांनीं पुणें दरबाराशीं आपला स्नेहसंबंध दृढ करीत नेला. मागील युद्धांत भोसल्यांनीं इंग्रजांस साह्य केलें हा मोठा दंश पुणेकरांच्या मनांत होता. तो घालविण्यासाठीं सवाई माधवरावाच्या लग्नांत भोसल्यांनीं आपले दोन वकील, बाळाजी विष्णु व भवानी काळो यांस पोषाख देऊन पुण्यास पाठविलें. त्या वेळीं नानानें त्यांस इतकाच जबाब दिला कीं, 'लवकरच टिपूवर मोहीम होईल, तींत भोसल्यांनीं भाग घ्यावा, म्हणजे त्यांजवरचा आमचा राग दूर होईल.' पुढें स. १७८५ च्या बदामीच्या स्वारींत त्यांस बोलावणें गेल्यावरून मुधोजी भोसले तयारीनें निघाला. बरोबर त्याची बायको चिमाबाई व गोतावळा जेजुरीस खंडोबाच्या दर्शनास व साताऱ्यास छत्रपतीच्या भेटीस म्हणून निघाली. रघूजी सुद्धां या वेळीं बरोबर निघाला होता, पण गाविलगडास बंडावा झाल्यामुळें तो परत गेला; आणि बदामीचे स्वारींत मुधोजी व त्याचा मुलगा खंडूजी असे गेले. पण मुधोजी लगेच परत आला, तेव्हां पुण्यास त्याचा सत्कार पेशव्यांकडून चांगला झाला.ता.२०-८-१७७५रोजीं पेशव्यास मुधोजीनें मेजवानी केली. ता.६-९-१७८५ रोजीं जानोजी भोसल्याच्या छत्रीस पेशव्यांनीं इनामगांवांची नेमणूक व खंडोजी भोसल्यास गढेमंडळ प्रांताची सनद करून दिली. × सारांश,या प्रसंगीं पेशवे--भोसल्यांचें चांगलेंच सौरस्य झालें. महादजीनें इंग्रजांकडे बंगालची चौथाई मागितली, ती याच सौरस्याचा परिणाम होय. पुण्याहून उभय भोसले आपला पाटीलकीचा मूळगांव वाईजवळ देऊर म्हणून आहे तेथें गेले. तिकडून

* खं. १० ले. ३०६; ना. व., स. मा. रो. २३७, २३८, २३९, × ना. भो. का. ले. २९.

चिमाबाई वगैरे मंडळी जेजुरीस व सातार्‍यास जाऊन परत देऊरास आली. तेथून सर्व कुटुंब समारंभानें स. १७८५ अखेर नागपुरास दाखल झालें. अशा रीतीनें बाह्यतः गोडी होऊन स. १७८६ त पुनः टिपूवरील स्वारींत मुधोजी व त्याचे पुत्र खंडूजी व व्यंकोजी गेले होते, त्या संबंधानें हरिपंत व नाना यांचा खालील पत्र-व्यवहार झाला. बदामीच्या स्वारींतून हरिपंतानें नानास लिहिलें कीं, 'भोसल्यांच्या खर्चास दरमहा तीस हजारांहून मी अधिक बोललों नाहीं व बोलत नाहीं. इतके द्यावे लागतील, देऊं. दसरा जाल्यावर मी येतों अगर रघूजीबावांस पाठवितों, असें शपथपूर्वक बोलून आपलें काळीज आमचे हवालीं करून गेले आहेत. शपथ वाहिली यामुळें येतीलसें दिसते. यांचा उपयोग अनुपयोग फार करून समजला, परंतु मसलतीवर दृष्ट, त्यापक्षीं चार खरकटीं बाळगलींच पाहिजेत.' असें हरि-पंतानें लिहिल्यावर त्यास नानानें ता. २८-७-१७८६ रोजीं जबाब पाठविला कीं, मुधोजी भोसले येथें आले. श्रीमंतांकडून वस्त्रें व निरोप दिला. खरकटीं बाळग-ण्याची संवय तुम्हांस आहेच, त्याप्रमाणें घडतही आहे.' *

मुधोजी वारल्यानंतर पुढील व्यवस्था लावून घेण्याकरितां रघूजी स. १७८८ चे आश्विनांत नागपुराहून निघाला, तो स. १७८९ चे आरंभीं पुण्यास पोंचला.§ तेथें मुधोजीचें सेनाधुरंधर पद व्यंकोजी मन्याबापू यास देण्यांत आलें आणि गढामंडळाचें संस्थान खंडोजीचे स्वाधीन झालें नाहीं, तें देण्याचा पुनरपि ठराव झाला (९-४-१७८९).‡ हीं कामें करून रघूजी ज्येष्ठांत परत नागपुरास येतो तों श्रावण महिन्यांत खंडोजी चिमणाबापू एकाएकीं मरण पावला. रघूजीनें कप-टानें किंवा कांहीं कृत्रिम करून त्यास ठार मारिलें असा प्रवाद उठला, त्याची हकीकत आढळते ती अशी:

स. १७७९ चे आरंभीं "रघूजी पुण्यास गेला, तेव्हां मागें खंडोजी भोसले चिमाबाईस नित्य म्हणत कीं, माझी वांटणी करून द्यावी. मी येथें परिच्छिन्न राहत नाहीं. छत्तिसगडास अगर पुण्यास जातों. तेव्हां चिमाबाईनें बळेंकरून राहविलें. रघूजी भोसले आल्यावर वांटणी करून द्यावी असें बाईनीं ठरविलें. ते परत आल्यावर श्रावण शु० ११ स (१-८-१७८९) नवीन देवालयांत त्रिवर्ग खासे, बाई व मुत्सद्दी मंडळी यांनीं बसून खलबत केलें; करार ठराव कीं, देवगड

* खंड १०. २८८ § स. मा. रो. २४१, २४२. ‡ खंड १०-३४६ व ३३७

व चंद्रपुर द्यावा. खंडोजीचें म्हणणें आणखी छत्तिसगड द्यावा. रघूजी वगैरे सर्वांचें म्हणणें छत्तिसगड देऊं नये. या घालमेलीस पांच सात दिवस झाले. त्यांत कोणीच चित्त घालीनात, तेव्हां खंडोजी महादजी लष्करी यांस रागें भरून दरडावून बोलले कीं, ' बंगाल्याचे स्वारीचा हिशेब अद्याप देतच आहेस; आतां मी सांगितल्याप्रमाणें करून दे, नाहीं तर ब्राह्मण म्हणणार नाहीं, मेखसूं घालून डोकें फोडीन. ' खंडोजीचा हेतु बहुत होता कीं, वांटणी करून दिली तर स्वारीस जावें; अथवा पुण्यास जाऊन कर्नाटकची मोहीम कबूल करावी, असें बहुत बोलत होते. त्यावरून कांहीं तरी उपद्‌व्याप करतील, चुकणार नाहींत असें जाणून (रघूजींनीं) कृत्रिम केलें, किंवा आणखी कांहीं संशय प्राप्त झाला ईश्वर जाणे; परंतु परिच्छिन्न जादू करून मारलें यांत संशय नाहीं. रघूजी व महादजी लष्करी या उभयतांनीं केलें, हें बाईस निखालस समजलें, तेव्हां बाई पश्चात्तापें करून बाहेर जाऊन राहिल्या आहेत; वाड्यांत येत नाहींत. महादजी लष्करी बहुतांस अपाय करतो, आणि रघूजीही त्याचेच बुद्धीनें वर्ततात. "

खंडूजी हा सर्व मराठशाहींत त्या वेळीं अत्यंत धिप्पाड, शूर व ताकदवान् म्हणून नांवाजलेला असून ऐन पंचविशीचे वयांत एकाएकीं मरण पावल्यामुळें त्याजबद्दल सर्वत्र मोठी हळहळ उत्पन्न झाली. त्याच्या मृत्युसंबंधानें खालील विशेष तपशील नागपुर बखरींत आहे. ' ज्येष्ठांत रघूजी दाखल झाल्यावर त्यानें आपला मुलगा परसोजी बाबासाहेब याचें लग्न केलें. मुलगी काशीबाई मोहिते. त्या पूर्वीं रघूजीची बहीण झिंगाबाई ता. १२–४–१७८९ रोजीं मेली. त्यामुळें चिमाबाईनें तीन महिने अन्न घेतलें नाहीं. तिला मरून महिना जाल्यावर खंडूजी मूळतापीच्या जत्रेस महिनाभर जाऊन आला. तदुत्तर एके दिवशीं रात्रीं बुधखान पठाणाचे येथें नाच होता, तो पाहून परत आल्यावर खंडोजी मध्यरात्रीं कांही खिचडी खाऊन निजला. सकाळीं थोडा वेळ खिडकीजवळ बसला असतां एकदम छातींत मूठ मारल्यासारखें होऊन डोक्याचें पागोटें पडलें आणि आपणही लगोलग गतप्राण झाला. चिमाबाई त्या वेळीं पुराण ऐकत होती, ती धांवत आली. पाहते तों प्राण गेलेला ! शव उचलण्यास बारा असामी लागले. बंधु व्यंकोजीनें उत्तरक्रिया केली. ' या तपशिलावरून तो हृदयविकारानें मेला असें दिसतें. तो फार थोराड व लठ्ठ असल्यामुळें छाती अशक्त असण्याचा संभव आहे. दोघां बंधूंचें निकराचें भांडण चालू असतांच असा आकस्मिक मृत्यु आलेला पाहून लोकवार्तेंत मूठ

किंवा विषप्रयोग असला प्रवाद उठला, तो त्या वेळच्या समजुतीस अनुरूपच होता. श्राद्धतिथि श्रावण व० १०, २३ मोहोरम, अशी दाखल असल्यामुळें हा मृत्यु ता. १६–८–१७८९ रोजीं झाला, हें निश्चित होय.*

इंग्रज वकील फॉर्स्टर ता. ५–१–१७९१ रोजीं नागपुरास मरण पावल्यावर ८ वर्षें तेथें कोणी इंग्रज वकील नव्हता. पुढें मार्च स. १७९९ त कोल्ब्रुक नांवाचा इंग्रज नागपुरास दोन वर्षें वकील होता. तो मे स. १८०१ त गेल्यावर इंग्रज-भोसल्यांचें युद्ध संपेपर्यंत इंग्रज वकिलातीचा संबंध आला नाहीं. पुढें प्रसिद्ध एल्फिन्स्टन् हा जानेवारी १८०४ पासून ता. २४–१–१८०७ पर्यंत नागपुरास रेसिडेंट होता. एल्फिन्स्टनची बदली पुण्यास झाली, तेव्हां जेंकिन्सची नेमणूक नागपुरास झाली. यानें ता.२४–१–१८०७ पासून ता.१९–१२–१८२६ पर्यंत वीस वर्षें नागपुरचे राज्यांत वावरून तेथें सर्व प्रकारें इंग्रजांचा जम बसवून दिला. हा धोरणी, गोड स्वभावाचा, पण इंग्रजांचे हितास अत्यंत जपणारा असून, त्यानें लिहिलेला नागपुरप्रांताचा अहवाल प्रमाणभूत मानितात. नागपुरच्या राजघराण्याची, अंमलदारीची व लोकांची खडान् खडा माहिती जेंकिन्स यानें मिळविली. रघूजी स. १८१६ त मरण पावला, तोंपर्यंत नऊ वर्षें त्याजबरोबर जेंकिन्सचा दृढ परिचय झाला. रघूजीसंबंधानें तो लिहितोः—' रघूजी कृष्णवर्ण, ठेंगू व स्थूल होता. वर्तन व राहणी साधी असून पाहिजे त्यास जवळ जाऊन भेटतां येते असे. वाणी गोड होती. परंतु लोकांस त्याचा धाक असा वाटत नसे. मुलांवर त्याचें प्रेम अतोनात होतें. त्यास चार बायका असून त्यांतली शेवटची बांकाबाई हीच सर्व मुखत्यारीण होती. बंधूंशीं त्याचें कधीं पटलें नाहीं. खंडूजीस त्यानें करणी करून ठार मारिलें असें म्हणतात. रघूजी आपल्या आईच्या अध्यी वचनांत असे. सरकारी कामाचा त्यास कंटाळा नव्हता. बापानें सर्व व्यवहार लहानपणापासून त्यास चांगले समजून दिले होते. त्यास श्रम करण्याची हौस असून शरीर काटक होतें. प्रत्येक गोष्टींत स्वतः मन घालून तो निकाल लावीत असे. नफा–नुकसानीची बाब तर तो अत्यंत बारकाईनें व न त्रासतां तपासी. त्यांत त्यास झोंप किंवा भूक यांचीही आठवण होत नसे. देवतार्चन व धर्मकृत्यें यांत त्यानें कसूर किंवा ढिलाई केली नाहीं. स्वभाव रागीट होता आणि कांहीं प्रसंगीं क्रूरपणा धारण करण्यास तो कचरत नसे. एखाद्याविषयीं त्याचे मनांत

---

* भा. व. २. अ. दि. ५ व १६.

द्वेष असला तरी बाहेरून तो न दाखवितां उलट गोडी दाखवी. लोकांकडून पैसे उकळण्यांत मात्र तो वस्ताद होता. इंग्रजांचा तो भारी द्वेष करी आणि त्यांनीं आपलें राज्य घेतलें याबद्दल तो अंत:करणांत सारखा जळत असे. इतर मराठे सरदारांच्या नादास लागून उगाच आपण इंग्रजांविरुद्ध युद्धांत शिरलों असें त्यास सारखें वाटे. प्रस्तुतच्या देशस्थितींत इंग्रजांविरुद्ध आपलें कांहीं चालणार नाहीं अशी त्यास खात्री वाटत असून, पुनः इंग्रजांचे वाटेस जाण्याचें धाडस त्यानें कधीं केलें नाहीं. मरेपर्यंत आपल्या स्वातंत्र्याची भावना त्यानें कधीं सोडली नाहीं. एकवार स. १८०३ च्या युद्धांत हटल्यावर त्यानें इंग्रजांचा उघडपणें कधीं द्वेष केला नाहीं, कीं प्रेमही केलें नाहीं ! हा रघूजी ता. २२-३-१८१६ रोजीं मरण पावला. त्यापूर्वींच आठ वर्षें प्रथम त्याची मातुश्री चिमाबाई व पुढें व्यंकोजी मन्याबापू बनारस येथें स. १७११ च्या ऑगस्टांत मरण पावलीं होतीं.

रघूजीच्या दिनचर्येचे चार कागद उपलब्ध आहेत त्यांवरून त्याच्या कौटुंबिक राहणीची, स्वभावाची व दरबारी उद्योगाची चांगली कल्पना करितां येते. त्यांतील श्राद्धतिथींच्या उल्लेखांवरून कित्येकांच्या मृत्युतिथि उमगतात. विंबाजी भोसले ता. ७-१२-१७८७ रोजीं, खंडोजी चिमणाबापू ता. १६-८-१७८९ रोजीं व भवानी नागनाथ मुनसी ता. १०-२-१७९० रोजीं मरण पावले. खं. १०, ले. ३३७ व ३५३ या कागदांत श्रीराम सदाशिव नांवाच्या इसमानें अनुक्रमें ता. ६-२-१७९० व १८-३-१७९० रोजीं बहुधा नानाफडणिसास रघूजीची महिन्या महिन्याची दिनचर्या लिहून पाठविली आहे, असें पैवस्ती तारखेवरून म्हणतां येतें. रघूजीनें मातु:श्रीबंधूंसह सिंहस्थानिमित्त नागपुरहून गोदावरीची तीर्थयात्रा केली, त्या प्रवासाचें जातांचें व येतांचें अशीं वर्णनें वरील दोन कागदांत आहेत. नागपुरहून चंद्रपुरास म्हणजे चांदा येथें येऊन तेथून पुढें थेट दक्षिणेस चिनूरजवळ प्राणहिता ऊर्फ प्रणीता नदी गोदावरीस मिळते त्या ठिकाणीं ही यात्रा सुमारें दोनशें मैलांची रघूजीनें केली. हल्लीं हा सर्व भूप्रदेश निजामाच्या ताब्यांत आहे. रस्त्यांतील किल्ले, शहरें, ऐतिहासिक स्थलें, मंदिरें वगैरे पाहिल्याचे आणि राजकीय घडामोडी व वाटाघाटी यांचे भरपूर उल्लेख या दिनचर्येंत आहेत. अशाच मासल्याचे दोन कागद 'भारतवर्षा'च्या दुसऱ्या भागांत अखबारदिनचर्या सदरांत ले. ५ व १६ चे, ता. १६--११-१७८९ व १५-८-१७९४ चे छापलेले आहेत, तेही बहुधा वरील श्रीराम सदाशिवानेंच

पुण्यास लिहून पाठविलेले असावे. त्यांवरून असें दिसतें कीं, हिंदुस्थानांतील सर्व लहान थोर सत्ताधीशांच्या दरबारांत नानानें आपले बातमीदार ठेविले असून, त्यांजकडून तेथील महिनेमहालची दिनचर्या तपशीलवार मागविण्याचा त्याचा प्रघात होता. एका नागपुरकरांच्या घरची चार महिन्यांची दिनचर्या जर वरील कागदांत समाविष्ट आहे, तर एकंदर दहावीस वर्षांच्या काळांतील अनेक दरबारांचें लेखी वाड नानाकडे केवढें प्रचंड सांचलें असेल त्याची कल्पनाही आज होत नाहीं. बहुधा हे सर्व कागद आतां नष्ट झाले असावे. *

रघूजीची आई चिमाबाई, बायको वांकाबाई व नातसून दर्याबाई (तिसऱ्या रघूजीची बायको) या तिघी उत्तर भोसलेशाहींतील सुप्रसिद्ध स्त्रिया असून त्यांचीं नांवें त्यांजकडील व्यवहारांत वारंवार येतात. शिवाय रघूजीच्या वहिणी, बाळाबाई (मोहिते), ठकूबाई (गुजर) व झिंगाबाई (मोहिते) यांचीं नांवें कारणपरत्वें येतात. रघूजी अत्यंत मातृभक्त असून दररोज मातुःश्रीशीं चार सहा घटका एकांतांत त्यांचें खलबत झाल्याचे उल्लेख भरपूर आहेत. राजकारणांत, तसेंच सामाजिक व कौटुंबिक व्यवहारांत कांहीं प्रश्न किंवा अडचण उत्पन्न झाली तर, तिचें निरसन रघूजी मातुःश्रींच्या सल्ल्यानें करी. कोणत्या प्रसंगास कोण मनुष्य कसा उपयोगी पडेल हें ती बाई अचूक रघूजीस सांगे. स. १८०३ त इंग्रजांशीं लढतांना रघूजीचा पराभव होऊन त्यास अत्यंत वैताग उत्पन्न झाला. आपण इंग्रजांचे दास बनलों हें त्यांच्या मनास सारखें खाऊं लागलें. तेव्हां चिमाबाईनें त्यास पुष्कळ धीर दिला. इंग्रजांशीं लढून मरून जावें अशा उद्देशानें रघूजी आपल्या सल्लागारांस म्हणाला, 'आजवर मी आपले हातें जेवीत आलों. आतां ही इंग्रजांची ताबेदारी येऊन बनली; तेव्हां पुढें तुम्हां नोकर लोकांचे हातून घडणार नाहीं.' त्यावर नारायण यशवंत म्हणाला, 'हें दौलतीचें काम आहे. अशा वेळेस आग्रह करणें सल्ला नाहीं. प्रसंग संपादून पुढें याजला तोड बहुत आहेत. इंग्रज लोक बोलण्यापलीकडे जबरदस्ती करतील असें होणार नाहीं. बोलण्यांत मात्र पक्कें करून घ्यावें, मग चिंता नाहीं.'×

त्या वेळच्या प्रवासाच्या व तीर्थयात्रेच्या दृष्टीनें वरील दिनचर्या वाचण्याजोग्या आहेत. चिनूरजवळ गंगादक्षिणतीरीं वेंकाबा शास्त्री यांनीं सामयागाकरिता

* Jenkin's Report. × ना. भो. ब. पृ. १७४.

मांडव घातले. त्यांनीं खाशांस विचारलें कीं, ‘ याग करावा असें चित्तांत बहुत आहे, पण साहित्य अनुकूल नाहीं. त्याजवर खाशांनीं सांगितलें, साहित्य काय पाहिजे ते देववितों. माघ शु० १५ स यज्ञास प्रारंभ केला. यज्ञमंडप ठेंगणे घातले. त्यास तिसरे प्रहरीं आहुती टाकते वेळीं आग लागली. त्याचे शांतीच्या आहुती टाकिल्या. वद्य २ स तीन पशु व ३ स एक पशु मारिले. यज्ञमंडपांत शूद्रांनीं जाऊं नये, पाहूं नये. रघूजीबाबा नित्य जाऊन कुंडाजवळ बसत होते. आहुती टाकते वेळेस ब्राह्मणांसीं बोलावें, हे आहुत कोणती, कशाची? होमाचे ब्राह्मणांचें चाळीस पन्नास पात्रांच्या स्वयंपाकाचें साहित्य नित्य कोठींतून पाठ-वीत होते. सहावे दिवशीं यज्ञ समाप्त जाला. शास्त्रीबावा व ब्राह्मण खाशांची बहुत स्तुति करीत होते कीं, कृतयुगीं विश्वामित्रांनीं यज्ञ केला, त्याप्रमाणेंच हा जाला! परंतु यांनीं यज्ञासंबंधीं धर्म किंवा ब्राह्मणसंतर्पण कांहीं केलें नाहीं. हत्ती तोफा फुकटच्याच होत्या त्या दिल्या. होमाचे सोळा ब्राह्मण व आणखी तीस एक यांस एकेक रुपया दक्षणा दिली. ब्राह्मणांस व लोकांस बहुत भ्रम होता कीं, कनिष्ठ पक्षीं चार पांज हजार रुपये खर्च लागतो तो देतील. परंतु कांहींच न केलें. गंगेस आल्यापासून दीडदोनशें ब्राह्मण जेवतात. बंदोवस्त चांगला नाहीं. तीनशें पात्रांचा स्वयंपाक करितात त्यांची चौकशी नाहीं.’

यात्रेस निघण्यापूर्वीं खंडोजी भोसले चिमणाबापू एकाएकीं मरण पावला, त्याचें दुःख चिमाबाईस अतोनात झालें. ‘ ता. १२ मार्च १७९० रोजीं गंगेच्या यात्रेहून नागपुरास वाड्यांत दाखल जाले. चिमाबाई येतांच वाहेर बहुत रडली. शहरांत येतांच वाड्यांत गेली नाहीं, बाळाबाईच्या वाड्यांत जाऊन बसली. सर्वांनीं जाऊन समजाऊन आणिली, परंतु खाशांस किंवा मुत्सद्यांस त्याचें कोणासच वाईट वाटलें नाहीं. सर्वांनीं बंदोवस्त एकच कट करून कृत्रिम करून अनर्थ केला.’ अशा या हकीकतींवरून तत्कालीन भोसलेशाहीचें थोडेंसें चित्र दृष्टिपुढें येतें. अशीं आणखीं अनेक चरित्रें देतां येतील. पण तूर्त हें प्रकरण येथेंच संपवून हा लांबलेला भाग समाप्त करणें जरूर आहे.

सूची.

www.ingramcontent.com/pod-product-compliance
Lightning Source LLC
LaVergne TN
LVHW022353220825
819400LV00033B/789